LỊCH SỬ VIỆT NAM
THỜI TỰ CHỦ
[TẬP NĂM]

LỊCH SỬ VIỆT NAM
THỜI TỰ CHỦ

- HỒ BẠCH THẢO -

Thiết kế bìa: UYÊN NGUYÊN TRẦN TRIẾT

Dàn trang: ĐỖ HUỲNH ĐĂNG NGỌC

Nhà Xuất Bản
NHÂN ẢNH, 2023
ISBN: 9798869086471

HỒ BẠCH THẢO

LỊCH SỬ VIỆT NAM

THỜI TỰ CHỦ

TẬP NĂM

NHÂN ẢNH
2023

130.
Lê Hy Tông
[1676-1704] (1)

Tháng chạp năm Đức Nguyên thứ 2 [15/1-13/2/1676], em Vua Huyền Tông là Hoàng tử là Duy Cáp lên ngôi Hoàng đế, miếu hiệu là Hy Tông. Trước kia, khi Thần Tông sắp mất, dặn Vương Trịnh Tạc rằng: Cung nhân Trịnh Thị Ngọc Trúc có thai mới được khoảng 4 tháng, chưa biết là con trai hay con gái, nhờ Vương trông nom giúp cho. Đến khi Hoàng tử sinh ra, hình dáng kỳ vĩ; khi lên 9 tuổi, Vương nuôi ở trong phủ. Đến đây, Vương đích thân dìu lên điện, lên ngôi Vua; đổi niên hiệu, lấy tháng giêng năm sau làm Vĩnh Trị năm thứ 1. Vua trị vì 30 năm, dùng 2 niên hiệu, Vĩnh Trị [1676-1680] và Chính Hoà [1680-1704].

Tháng chạp [15/1-13/2/1676], triều đình quy định công việc cho sáu bộ: Bộ Lại phụ trách về quan tước, phong tặng, tuyển bổ khảo xét thăng giáng và các việc bổ sung, chu cấp. Bộ Hộ giữ các việc về đất đai, nhân dân, kho tàng, tiền tệ, lương thực, vận chuyển và các việc bổng lộc, thuế khoá, cống nộp, muối mắm, gang sắt. Bộ Lễ giữ các việc lễ nghi, cúng tế, chúc tụng, yến ẩm, học đường, các nghi thức về áo mũ, ấn phù, chương biểu, cống sứ, triều cận, kiêm coi các việc về thiên văn, thuốc men, bói toán, và tăng đạo, giáo phường, đồng văn, nhã nhạc. Bộ Binh giữ các việc binh nhung, cấm vệ, xe ngựa, nghi trượng, khí giới và các việc về biên cương, trấn thủ, nhà trạm, nơi hiểm yếu, việc khẩn cấp. Bộ Hình giữ các việc luật lệnh, hình pháp, xét xử ngục tụng, xử tội về ngũ hình (1). Bộ Công giữ các việc về thành trì, cầu cống, đường sá, thuyền thợ và các công việc về xây dựng, sửa chữa, giữ các điều cấm về núi rừng, vườn tược, sông ngòi.

Tháng giêng năm Bính Thìn Vĩnh Trị thứ nhất [14/2-13/3/1676], (Thanh, năm Khang Hy thứ 15); tế nam giao.

Tháng 7 [9/8-7/9/1676], hạ lệnh cho Thượng thư bộ Công Hồ Sĩ Dương, trông coi việc sửa chữa Quốc sử.

Tháng 2 [14/3-12/4/1676], tại miền Nam, vùng Phú Xuân [Huế] mưa lụt, mặt đất nước sâu 4 thước. Vùng này có nạn sâu keo, lúa má tổn hại, dân nhiều người chết đói.

Mùa xuân năm Đinh Tỵ Vĩnh Trị thứ 2 [1677], (Thanh, năm Khang Hy thứ 16); Chúa Trịnh sai Đinh Văn Tả đánh Mạc Kính Vũ ở Cao Bằng, Kính Vũ trốn sang đất nhà Thanh; toàn bộ đất Cao Bằng đều bình định được. Trước đây, Kính Vũ dựa vào thế lực triều đình nhà Thanh, chiếm cứ đất Cao Bằng. Đến khi Ngô Tam Quế làm phản nhà Thanh ở Vân Nam, Kính Vũ theo theo Tam Quế và giúp binh lương. Tam Quế chết, quân nhà Thanh kéo vào Quảng Tây. Vì thế, triều đình bàn nhân cơ hội này tiến quân tiễu trừ bọn Kính Vũ. Trước hết đưa thư cho Lại Tháp Lị, tướng quân nhà Thanh, kể rõ tội trạng Kính Vũ; rồi sai Đinh Văn Tả, Nguyễn Hữu Đăng đem quân đi đánh, Thân Toàn giữ chức Thị sư, Đoàn Tuấn Hoà Tham tán việc quân. Vào tháng 8 [28/8-26/9/1677], bọn Đinh Văn Tả đánh phá được Kính Vũ ở Cao Bằng, Kính Vũ chạy sang Long Châu [Quảng Tây], đồ đảng còn lại đều tan vỡ. Dư đảng nhà Mạc chiếm cứ Cao Bằng, kể từ Kính Dụng đến Kính Vũ, trải 3 đời, 85 năm, đến nay mới dẹp tan, triều đình nhà Lê khôi phục được hết đất Cao Bằng. Sau triều đình cho triệu Văn Tả về, dùng Đặng Công Chất thay thế và để Tuấn Hoà ở lại giữ chức Tham tán.

Văn Tả là người mạnh khoẻ, có thao lược, thường theo lệnh đi đánh dẹp, đánh đâu được đấy, là viên tướng có tiếng một thời. Con cháu sau này đời đời giữ việc binh nhung, người ta có câu ngạn ngữ: "*Hàm Giang thảo tặc* ". Câu ấy có ý nói Văn Tả người đất Hàm Giang đánh giặc giỏi.

Tháng 7 năm Mậu Ngọ Vĩnh Trị thứ 3 [17/8-15/9/1678]. (Thanh, năm Khang Hy thứ 17); định rõ điều lệ thi Hương. Thi Hương, thi Hội, cứ ba năm mở một khoa.

Tháng 3 [21/4-19/5/1678], tại miền Nam Chúa Nguyễn lấy đất Cựu Dinh và hai huyện Vũ Xương [huyện Đăng Xương, Quảng Trị], Hải Lăng [Quảng Trị] làm phủ An Tiêm.

Tháng 2 năm Kỷ Vị Vĩnh Trị thứ 4 [12/3-10/4/1679], (Thanh, năm Khang Hy thứ 18); xác định công lao các tướng sĩ thu phục đất Cao Bằng, thăng thưởng theo thứ hạng khác nhau.

Sau khi thăng thưởng các tướng sĩ có công đánh dẹp, triều đình nhà Lê gửi tờ sớ chúc mừng nhà Thanh đánh dẹp được Ngô Tam Quế. Nhân đó trình bày việc đánh bắt đảng nghịch Mạc Nguyên Thanh tại Cao Bằng, đã từng cấu kết với Ngô Tam Quế. Lần này thì nhà Thanh đành phải chấp nhận sự việc, không có lời phản đối:

"***Ngày 21 Nhâm Tý tháng 11 năm Khang Hy thứ 18* [23/12/1679]**

Quốc vương An Nam Lê Duy Chính chúc mừng thắng

lớn, sớ rằng:

'Nghịch tặc Ngô Tam Quế gây biến loạn mấy năm, ngăn cản đường do nước thần đến cống; lại mấy lần sai nguỵ quan tìm mọi cách hiếp dụ, bắt thần phục tòng. Thần nhất quyết giữ tấm lòng trung, không dám theo giặc. Nhưng tên nghịch thần trong nước là Mạc Nguyên Thanh bội ơn theo giặc, ngầm cấu kết với Ngô Tam Quế, mang hơn 1 vạn quân mã ngầm vào đất Cao Bằng thuộc nước thần; mưu đồ đánh úp. Nay nhờ uy trời, bọn đảng giặc tại phía nam Vân Nam, sẽ bị bắt trong vài ngày; thần xin sửa soạn nghi lễ cống, một mặt sai Bồi thần đến kinh đô chúc mừng, một mặt đuổi bắt đảng nghịch Mạc Nguyên Thanh, để làm rõ tội.'

Được chỉ ban: 'Lệnh Nghị chính vương và đại thần hội nghị'

Sau đó phúc tấu:

'Viên Quốc vương không quên ơn Thiên tử, hết sức trung thành, không chịu theo giặc. Nay lại đến chúc mừng tiến cống, đáng giao cho bộ Lễ, tuân hành theo lệ cũ Quốc vương An Nam tiến cống. Còn việc viên Quốc vương xưng Mạc Nguyên Thanh đầu thuận nghịch tặc nên sai quân truy bắt, thì không cần bàn đến.'

Thiên tử chấp thuận." **(Thanh Thực Lục, Thánh Tổ Thực Lục** quyển 86, trang 13-14)

Sau đó triều đình nhà Thanh nhận thêm lời tâu của các quan lại địa phương, cân nhắc sự việc, rồi quyết định cách chức Đô thống sứ của Mạc Nguyên Thanh; riêng người em Mạc Kính Quang và gia quyến, thì đem trở về An Nam:

"Ngày 10 Đinh Hợi tháng 4 năm Khang Hy thứ 21

[16/5/1682]

Bộ binh bàn rồi phúc tấu:

'Tuần phủ Quảng Tây Hác Cốc dâng sớ tâu: 'Đô thống sứ An Nam Mạc Nguyên Thanh cùng em là Mạc Kính Quang bị Trịnh Tộ nước An Nam đánh đuổi, chạy vào nội địa; cũng không có bằng chứng theo giặc trợ ác làm hại địa phương.'

Nhưng viên Tướng quân nguyên nhiệm Mãng Y Đồ thì tâu rằng:

'Mạc Nguyên Thanh bỏ Cao Bằng, thua bại chạy đến Phú Châu (2).'

Lại còn Quốc vương An Nam Lê Duy Chính dâng sớ tâu: 'Ngô Tam Quế gây biến, Mạc Nguyên Thanh đồng ác tiếp giúp, biện lương cho giặc.'

Mạc Nguyên Thanh chịu ơn lớn của Hoàng thượng, được phong làm Đô thống sứ, trú giữ Cao Bằng, không lo báo ân; lúc Ngô Tam Quế phản loạn, lại theo giặc trợ ác, lý ra đáng trị tội nặng. Nhưng riêng bản thân, cách chức Đô thống sứ, miễn nghị xử; riêng Mạc Kính Quang mang gia quyến theo, nạp ấn đầu thuận, miễn bị xử phạt. Nhưng bọn chúng người ngoại quốc, không tiện cư trú tại nội địa; nên viên Tổng đốc cần đưa Mạc Kính Quang và gia quyến trở về An Nam, dặn dò viên Quốc vương đừng giết hại bọn Mạc Kính Quang, lệnh tìm chỗ thuận tiện cư trú." (**Thanh Thực Lục, Thánh Tổ Thực Lục** quyển 102, trang 5-6; tập 5, trang 24-25)

Tháng 10 [3/11-2/12/1679], Thanh Hoá bị nạn đói. Nước lụt tràn ngập, hoàng trùng phá hại lúa, nhân dân phần nhiều phiêu tán. Triều đình hạ lệnh tha thuế dân đinh và các thuế tuần ty, thuế bến đò; giảm bớt các sự lệ cúng tế.

Tại miền Nam vào tháng giêng [11/2-11/3/1679], tướng cũ nhà Minh là Tổng binh Long Môn [tỉnh Quảng Đông] Dương Ngạn Địch và Phó tướng Hoàng Tiến, Cao Lôi Liêm, Tổng binh Trấn Thượng Xuyên và phó tướng Trần An Bình đem hơn 3.000 quân và hơn 50 chiến thuyền đến các cửa biển Tư Dung [cửa Tư Hiền, Thừa Thiên] và Đà Nẵng, tự trình bày là bề tôi vì nước mất trốn ra ngoài, nghĩa không chịu làm tôi nhà Thanh, nên đến để xin làm tôi tớ.

Bấy giờ các quan cùng các tướng bàn bạc rằng: Phong tục tiếng nói của họ đều khác, khó bề sai phái, nhưng họ bị thế cùng bức bách đến đây thì không nỡ cự tuyệt. Nay đất Đông Phố [Gia Định, Biên Hoà] nước Chân Lạp đồng ruộng phì nhiêu nghìn dặm, triều đình chưa rỗi mà kinh lý, chi bằng nhân lấy sức của họ cho đến khai khẩn để ở, làm một việc mà lợi ba điều. Chúa theo lời bàn, bèn sai đặt yến uý lạo khen thưởng, trao cho quan chức khiến đến ở đất Đông Phố. Lại cáo dụ nước Chân Lạp rằng như thế là có ý săn sóc nước Chân Lạp.

Bọn Ngạn Địch đến cửa khuyết tạ ơn để đi. Binh thuyền của Ngạn Địch và Hoàng Tiến vào cửa Lôi Lạp [cửa Xoài Rạp, sông Đồng Nai, Gia Định], đến đóng ở Bàn Lân. Họ vỡ đất hoang, dựng phố xá, thuyền buôn của người Thanh và các nước Tây Dương, Nhật Bản, Chà Và, đi lại tấp nập, do đó mà phong hoá văn minh thấm dần vào đất Đông Phố.

Tháng 10 năm Canh Thân Vĩnh Trị thứ 5 [21/11-20/12/1680], (Thanh, Khang Hy thứ 19); sao Chổi xuất hiện ở phương Tây. Hạ lệnh ân xá; đổi niên hiệu là Chính Hoà.

Tháng 8 [24/8-22/9/1680], tại Thuận Hoá nước lụt, ngập mặt đất sâu hơn trượng, người và súc vật bị thương và chết nhiều.

Năm Tân Dậu Chính Hoà thứ 2 [1681], (Thanh Khang Hy thứ 20); tại miền Bắc từ mùa xuân đến mùa hạ, không mưa, lúa mạ khô héo, nhân dân đói khổ.

Tháng 3 [18/4-17/5/1681], tại miền Nam Chưởng dinh tiết chế Nguyễn Hữu Dật mất, 78 tuổi. Có di biểu lời rất khích thiết; Chúa Nguyễn Phúc Tần xem xong, than thở, tặng tước Chiêu quận công. Hữu Dật là người sáng suốt, có tài thao lược, nhiều lần dựng bày mưu lớn, đương thời lấy làm ỷ trọng, từng ví với Khổng Minh. Sau khi chết, dân Quảng Bình tiếc nhớ, gọi là Bồ Tát, lập đền thờ ở xã Thạch Xá [huyện Lệ Thuỷ, Quảng Bình].

Tháng 5 [16/6-14/7/1681], đào kênh Trung Đan [huyện Hải Lăng, Quảng Trị]. Chúa ra xem; khi về đến quán Thanh Kệ dừng lại, ra lệnh cho các đội trưởng thi ngựa, cho ngựa đứng ở tây quán Triều Sơn, hễ nghe lệnh thì nhất tề phóng cương, chạy đến trường bắn xã Vạn Xuân [huyện Hương Trà, Thừa Thiên] thì dừng. Chúa bảo bề tôi theo hầu rằng:

"*Binh phải nhờ vào sức ngựa, ngày thường diễn tập cũng là giảng võ đấy*".

Bèn sai sửa chữa đường quan từ Vạn Xuân đến quán Thanh Kệ, đắp đài ngự mã, ra lệnh cho các quan văn võ và mã đội tả hữu thường tập tành, nhờ đó quân kỵ xạ đều tài giỏi.

Tháng 8 [12/9-10/10/1681], cho đào kênh Mai Xá [huyện Gio Linh, Quảng Trị]. Bấy giờ Chúa đi săn ở ấp Cổ Lâm [huyện Hướng Hoá, Quảng Trị], thuyền qua kênh Thị Môn, có người địa phương nói rằng chỗ này sóng gió bất thường, thuyền buôn nhiều khi chìm đắm. Chúa muốn đào kênh mới, có người xã Mai Xá [huyện Gio Linh, Quảng Trị] tên là

Thế vẽ một bản đồ dâng lên, xin đào từ xã Mai Xá đến bến quán Nhĩ Hạ. Chúa theo lời, sai các quân và nhân dân hai huyện Vũ Xương [huyện Triệu Phong, Quảng Trị] và Hải Lăng đào, qua một tháng thì đào xong. Khách buôn đi lại lấy làm tiện lợi. Chúa hậu thưởng cho tên Thế. Lại sai đo chỗ đất đào làm kênh hết bao nhiêu để trừ ngạch thuế cho xã Mai Xá và xã Lâm Xuân [huyện Gio Linh, Quảng Trị].

Tháng giêng năm Nhâm Tuất Chính Hoà thứ 3 [8/2-8/3/1682], (Thanh, năm Khang Hy thứ 21); triều đình sai các Sứ thần Thân Toàn và Đặng Công Chất sang nhà Thanh dâng tuế cống, nhân tiện cáo phó về việc Vua Huyền Tông mất và xin phong tước.

Vào cuối năm sứ bộ đến Bắc Kinh, được ban yến. Bị bộ Lễ đàn hạch về việc cống vàng, bạc, khí dụng không đủ số lượng; nhưng cuối cùng được Vua Khang Hy chấp thuận:

***"Ngày 22 Bính Dần tháng 9 năm Khang Hy thứ 21* [22/10/1682]**

Quốc vương An Nam Lê Duy Chính sai bọn Bồi thần Thân Toàn mừng bình định xong bọn giặc, cùng nạp tuế cống các sản vật địa phương; được ban yến theo lệ.

Viên nối dõi tước Vương Lê Duy Chính tâu:

'Anh ruột thần là Lê Duy Định mất vào tháng 3 năm Ất Mão, thần tuân theo lòng dân quyền quản lý việc nước, lúc này Trung Quốc có báo động tại biên giới (3), *nên tấm lòng kẻ dưới chưa đề đạt được lên trên. Nay gặp kỳ cống, xin trình bày đầy đủ.'*

Được chiếu chỉ phán:

"Người nối tước Vương Lê Duy Chính tiến cống với tấm

lòng thành, đáng được ban ơn; hãy xét theo lệ bàn và tâu lên." (**Thanh Thực Lục, Thánh Tổ Thực Lục** quyển 104, trang 28; tập 5, trang 61)

"Ngày 8 Tân Hợi tháng 11 năm Khang Hy thứ 21 **[6/12/1682]**

Bộ lễ đề xuất:

'Lê Duy Chính, người nối chức Quốc vương An Nam, tiến cống vàng bạc khí mãnh, xét theo số lượng qui định tại bản gốc thì không phù hợp.'

Được chiếu chỉ ban rằng:

'Ngoại quốc cống hiến, hiện vật vốn không đủ trọng, đặc biệt đem lòng hướng theo giáo hoá với lòng thành mới đáng khen; còn việc thiếu vàng bạc khí mãnh chỉ là chuyện nhỏ; các cống vật khác, bộ các ngươi định liệu giảm bớt.'

Rồi bộ bàn rằng:

'Từ nay trở về sau miễn tiến cống các vật như bạch quyên, giáng chân hương, bạch mộc hương, trung hắc tuyến hương.'

Thiên tử chấp thuận." (**Thanh Thực Lục, Thánh Tổ Thực Lục**, quyển 106, trang 2; tập 5, trang 72)

Tháng 8 [2/9-30/9/1682] Chúa Trịnh Tạc mất, con là Căn nối giữ tước Vương. Trịnh Tạc nắm chính quyền 25 năm; khi mất, truy xưng là Dương Vương. Thế tử Căn nối nghiệp, xưng Định Vương. Căn là con trưởng của Tạc, từng làm Phó đô tướng, trấn thủ Nghệ An, rồi dần dần phong đến Tiết chế, giữ chính quyền trong nước, tước Định nam vương. Đến nay Tạc mất, Căn bèn nối ngôi Chúa.

Tháng 10 [30/10-28/11/1682], Lê Hải, Trấn thủ Cao Bằng,

dụ được đồ đảng họ Mạc là Nguyễn Công Hồi đầu hàng. Nguyễn Công Hồi đem hơn một ngàn thuộc hạ đến đầu hàng; triều đình phong cho Hồi tước Quận công và thăng thưởng cho Hải chức Đề đốc.

Mùa xuân năm Quí Hợi Chính Hoà thứ 4 [1683], (Thanh, năm Khang Hy thứ 22); người nhà Thanh giao trả tù binh họ Mạc cho nước ta, nhà Vua ngự ở điện Kiền Nguyên để nhận. Vào tháng 6 năm trước, Vua Thanh hạ lệnh cho quan chức Quảng Tây giao trả tù binh gồm những người nhà Mạc là bọn Kính Liêu; Tuần phủ Quảng Tây, báo tin ấy cho nước ta biết. Triều đình hạ lệnh cho Bồi tụng Nguyễn Quai và Cấp sự trung Trần Thế Vinh, Đặng Đình Tướng cùng với Trấn thủ Lạng Sơn Thân Đức Tài đi nhận. Vương Quốc Trinh, thông phán Nam Ninh, là viên quan do triều đình nhà Thanh phái uỷ, muốn giao trả tù binh ở cửa ải Thuỷ Khẩu (4) thuộc Cao Bằng, hắn đã dựng nhà từ trước để đợi phái bộ nước ta, nhưng bọn Nguyễn Quai lấy lẽ rằng, Cao Bằng không phải là nơi giao nhận, không chịu theo. Quốc Trinh trong bụng căm giận, nhưng cũng gượng gạo đến trấn Nam Quan, vốn là địa điểm hai bên chính thức giao thiệp. Khi đến nơi, hắn buông lỏng cho lính thổ đánh đấm lẫn nhau, đâm thủng cả hai lần áo cừu của Đình Tướng, rồi lại đòi nộp 5.500 lạng bạc. Số tù binh họ Mạc mà nhà Thanh giao trả, vừa lớn vừa nhỏ là 350 người, Đức Tài kiểm điểm xét duyệt, rồi phân phối đưa đi, cho ở xen vào với dân Lạng Sơn; còn bọn Kính Liêu cả thảy 124 người thì dẫn giải về triều. Nhà vua ngự điện Kiền Nguyên nhận tù binh, sau lại cho dẫn đến sân phủ Chúa để chịu tội, bọn này đều được tha. Bọn Kính Liêu ba người được triều đình trao cho quan chức, ngoài ra đều phân phối đi các nơi ở xen vào với dân bản xứ, hằng năm giúp đỡ cho vải và tiền. Sau này, triều đình xét thấy Đình Tướng đưa số bạc cho Quốc Trinh nhà Thanh quá nhiều, nên Đình Tướng bị giáng chức một trật, còn Nguyễn Quai và Sĩ Vinh có bệnh, không dự vào việc hội họp giao bạc cho Quốc Trinh, nên phải phạt tiền nhiều ít khác nhau. Triều đình lại đưa thư sang nhà Thanh nói về tình trạng Quốc Trinh yêu sách và không có lễ độ, viên Tổng đốc Lưỡng Quảng là Ngô Hưng Tộ sau khi xét hỏi Quốc Trinh, liền đem bản án dâng lên triều, cuối cùng Quốc Trinh bị khép vào tội trảm hậu (5), còn số bạc mà Quốc Trinh nhận hối lộ thì thu lấy sung công.

Sau khi hoàn thành công việc trao trả thuộc hạ họ Mạc cho An Nam, viên Tuần phủ Quảng Tây tâu về triều như sau:

"***Ngày 24 Quí Sửu tháng 7 năm Khang Hy thứ 22*** **[14/9/1683]**

Tuần phủ Quảng Tây Hác Dục tâu báo:

'Bọn Đô thống sứ nước An Nam trước đây mang gia quyến đến đầu thuận, trước đây đã nhận được chiếu chỉ cho đưa trở về An Nam để an sáp (6). *Ngoại trừ Mạc Kính Quang trải qua bệnh rồi mất, quyến thuộc và dân có kẻ chạy trốn hoặc chết; số còn lại gồm 350 người, thì vào ngày 24 tháng 5* [18/6/1683] *năm nay áp tống ra khỏi ải Nam Quan, giao cho viên quan nước này được phái đến, là Thân Công Đức Tài, đưa về an sáp.*" (**Thanh Thực Lục, Thánh Tổ Thực Lục** quyển 111, trang 8-9; tập 5, trang 131)

Vào tháng giêng năm Khang Hy thứ 22 [27/1-25/2/1683], nhà Thanh cử hai sứ bộ đến nước ta, đến nơi vào tháng 9 [20/10-17/11/1683].

Sứ bộ thứ nhất do Hàn lâm viện thị độc Minh Đồ làm

Chánh sứ, Biên tu Tôn Trác làm Phó sứ đến phong cho Lê Duy Chính tức Vua Lê Hy Tông làm Quốc vương. Do trước đây, Ngô Tam Quế, bầy tôi phản nghịch nhà Thanh, chiếm cứ Vân Nam, xin nhà Lê cứu viện, nhưng bị cự tuyệt; nên trong dịp vua Khang Hy tự tay viết bốn chữ "*trung hiếu thủ bang*" (7) ban tặng, nhằm đề cao việc làm An Nam. Bản văn về sắc phong và 4 chữ Khang Hy ban tặng, như sau:

"Ngày 26 Mậu Thìn tháng giêng năm Khang Hy thứ 22 [21/2/1683]

Mệnh Hàn lâm viện thị độc Minh Đồ làm Chánh sứ, Biên tu Tôn Trác làm Phó sứ đến phong cho người nối chức Quốc vương An Nam là Lê Duy Chính làm Quốc vương An Nam. Sách văn như sau:

"Kẻ gần yên vui, người xa tìm đến, phô bày lòng giáo hoá của trời; đạo chỉ có một, phong hoá hỗn đồng, nơi 4 phương vì nghĩa đến sân đình. Được đội ơn trên, đời đời dốc lòng trung; mãi mãi không quên lời minh ước, nên con cháu được hưởng phước lành.

Ngươi, Lê Duy Chính, thừa kế Quốc vương nước An Nam, tuy sinh tại đất Nam Giao nhưng cõi lòng vẫn hướng về nơi kinh khuyết đất Bắc. Ngàn năm giữ địa vị, tôn sùng thanh giáo ơn ban; vạn lý xa thư (8), được phụng hưởng Vương tước. Nay ngươi nối dõi, thỉnh mệnh triều đình; phẩm phục cũ được tăng quang, càng thêm rạng đức tốt; chịu ơn mới thêm sáng, tràn trề bởi lời khen. Đặc sai sứ phong ngươi làm Quốc vương An Nam, ngươi hãy kính giữ chức phiên, làm phên dậu lâu dài; chớ thờ ơ với phận sự, khiến lu mờ nghiệp cũ; trung hiếu hai vai, vĩnh viễn chịu ân trạch. Khâm tai! Trẫm mệnh không thay thế!" **(Thanh Thực Lục, Thánh**

Tổ Thực Lục quyển 107, trang 7-8; tập 5, trang 87-88)

"***Ngày 5 Đinh Sửu tháng 4 năm Khang Hy thứ 22*** **[1/5/1683]**

Ban cho Quốc vương An Nam Lê Duy Chính 4 chữ lớn của vua 'Trung hiếu thủ bang" (**Thanh Thực Lục, Thánh Tổ Thực Lục**, quyển 109, trang 5; tập 5, trang 108)

Sứ bộ thứ hai, Vua Thanh lại sai Thị độc Ô Hách và Lang trung Chu Xán sang điếu tế hai Vua Huyền Tông và Gia Tông. Nhân dịp Chúa Trịnh Tạc mới mất, Trịnh Căn mời sứ thần nhà Thanh đến viếng, Minh Đồ bèn dùng lễ riêng phúng viếng:

"***Ngày 27 Kỷ Tỵ tháng giêng năm Khang Hy thứ 22*** **[22/2/1683]**

Trước kia Quốc vương An Nam Lê Duy Hỷ mất, lúc này dùng binh tại Quảng Tây [đánh dẹp Ngô Tam Quế], *nên chưa sai sứ sang tế. Sau đó người nối chức Vương là Lê Duy Định lại mất, nay mới bắt đầu cáo ai. Sai Hàn lâm viện thị độc Ổ Hách làm Chánh sứ, Lang trung bộ lễ Chu Xán làm Phó sứ, đến dụ tế."* (**Thanh Thực Lục, Thánh Tổ Thực Lục** quyển 107, trang 8; tập 5, trang 88.

Tháng 4 năm Giáp Tý Chính Hoà thứ 5 [14/5-12/6/1684], (Thanh, năm Khang Hy thứ 23); Trịnh Căn mới lên ngôi Chúa, tỏ ra lưu ý đến sự đau khổ ở dân gian, bèn hạ lệnh rằng:

"*Thương yêu nhân dân là công việc đứng đầu trong mọi việc chính trị. Nhân dân, có người vì quan sở tại hà khắc, bọn quyền quý ức hiếp, có người vì cớ gì đó mà phải phiêu tán đi nơi khác, những hạng người ấy cần được vỗ về thương yêu mới phải*".

Sai ty Hiến sát các xứ đi tuần hành dò hỏi; đến cuối năm, theo tình thật từng loại người làm tờ khải trình bày, để tìm phương pháp giúp đỡ.

Tháng 8 [5/5-8/10/1684], mưa gió lớn; vỡ đê sông Nhị Hà, lúa ruộng ở các huyện vùng Tây Bắc phần nhiều tổn hại.

Tháng 8 năm Ất Sửu Chính Hoà thứ 6 [30/8-27/9/1685] (Thanh, năm Khang Hy thứ 24). Định rõ lại phép khảo công; mỗi năm khảo công một lần, nhưng khảo đủ ba lần trong 3 năm, mới gộp lại để thi hành việc thăng, giáng. Điều lệ khảo công thăng giáng như sau:

Quan trong kinh, ngoài trấn, người nào ba lần khảo đều thượng hạng, được thăng chức một bậc và thưởng 50 quan tiền.

Người nào 2 lần thượng hạng, 1 lần trung hạng, được thăng chức một bậc và thưởng 20 quan tiền.

Người nào 1 lần thượng hạng, 2 lần vào trung hạng, được thăng chức một bậc.

Người nào ba lần vào trung hạng, thì đợi khi đủ niên hạn giữ hiện chức, sẽ thuyên chuyển bổ dụng.

Người nào 3 lần khảo đều vào hạ hạng, phải giáng một bậc và phạt 50 quan tiền.

Người nào 2 lần vào hạ hạng, 1 lần vào trung hạng, phải giáng một bậc và phạt 20 quan tiền.

Người nào 1 lần vào hạ hạng, 2 lần vào trung hạng, phải giáng một bậc.

Tại miền Nam bấy giờ trong cõi vô sự, thóc lúa được mùa.

Chúa Nguyễn Phúc Tần lo sửa sang việc chính trị, không xây đài tạ, không gần con hát gái đẹp; bớt nhẹ dao dịch thuế má, trăm họ vui vẻ, đều khen là đời thái bình.

Năm Bính Dần Chính Hoà thứ 7 (1686), (Thanh, năm Khang Hy thứ 25); sứ bộ nước ta sang triều Thanh tiến cống và tạ ơn ban sắc phong. Trên đường đi, vào tháng 3 Sứ thần Nguyễn Đình Cổn bị bệnh mất, các quan địa phương làm lễ tế. Tháng 7 đến Bắc Kinh, triều đình nhà Thanh báo cho các ty liên hệ biết và đưa yết kiến Vua Khang Hy; tháng 8, trước khi về nước lại ban quà thưởng cho Vua Lê Hy Tông và các Sứ thần:

"***Ngày 13 Mậu Dần tháng 3 năm Khang Hy thứ 25* [16/4/1686]**

Do Bồi thần An Nam Nguyễn Đình Cổn tiến cống, bị bệnh mất giữa đường. Mệnh quan địa phương đến tế như lệ." (**Thanh Thực Lục, Thánh Tổ Thực Lục** quyển 125, trang 9; tập 5, trang 327)

"***Ngày 19 Tân Sửu tháng 7 năm Khang Hy thứ 25* [6/9/1686]**

Quốc vương An Nam Lê Duy Chính sai sứ dâng biểu tạ ơn sách phong và thưởng cấp, cùng tiến cống sản vật địa phương. Báo cho các ty liên hệ hay biết." (**Thanh Thực Lục, Thánh Tổ Thực Lục** quyển 127, trang 8; tập 5, trang 354)

"***Ngày 25 Đinh Mùi tháng 7 năm Khang Hy thứ 25* [12/9/1686]**

Thiên tử ngự tại cửa Thái Hoà thị triều, các quan văn võ lần lượt lên tạ ơn, thứ đến Sứ thần nước An Nam hành lễ." (**Thanh Thực Lục, Thánh Tổ Thực Lục** quyển 127, trang 9;

tập 5, trang 354]

"Ngày 28 Canh Thìn tháng 8 năm Khang Hy thứ 25 [15/10/1686]

Ban cho Quốc vương An Nam Lê Duy Trinh Chính 50 tấm lụa nõn trong ngoài, bọn Cống sứ được ban thưởng theo lệ." (**Thanh Thực Lục, Thánh Tổ Thực Lục**, quyển 127, trang 16-17; tập 5 trang 365)

Tháng 10 năm Đinh Mão Chính Hoà năm thứ 8 [5/11-4/12/1687], (Thanh, Khang Hy thứ 26); tại miền Bắc đã lâu không mưa, thóc lúa thu hoạch sút kém, giá gạo vọt cao, triều đình sai quan trong kinh đi đến các đạo xem xét hình thế ruộng đất, làm xe tát nước để tưới ruộng.

Tháng 3 [12/4-10/5/1687], tại Thuận Hoá Chúa Nguyễn Phúc Tần mất; Chúa tại vị 39 năm, thọ 68 tuổi. Vì người con đầu mất sớm, con thứ 2 là Nguyễn Phúc Trăn, 39 tuổi, lên nối nghiệp. Chúa Trăn mới nối ngôi, nới rộng hình phạt, nhẹ tô thuế, trăm họ ai cũng mừng vui; bấy giờ gọi là Chúa Nghĩa.

Tháng 11 [5/12/1687-2/1/1688], nghe tin Chúa Nguyễn mất, Vua chính nước Chân Lạp là Nặc Thu, Vua thứ hai là Nặc Nộn; sai bề tôi là Ốc Nha Lịch Đa Thi Na đến dâng hương làm lễ cúng Chúa.

Tháng 2 năm Mậu Thìn Chính Hoà thứ 9 [2/3-31/3/1688], (Thanh, năm Khang Hy thứ 27); Chúa Trịnh Căn bổ dụng cháu nội là Bính làm Tiết chế [Tổng chỉ huy]. Bính là con Trịnh Vĩnh, Vĩnh là con cả Trịnh Căn. Căn muốn lập Bính làm người thừa tự, bèn cho Bính Tiết chế các doanh quân thuỷ, quân bộ các xứ, kiêm giữ cả chính quyền, chức Thái uý, tước Tấn quốc công, mở phủ Dực quốc.

Tháng 5 [29/5-27/6/1688], Thổ ty Vân Nam xâm chiếm đất biên giới tại ba châu thuộc Tuyên Quang và Hưng Hoá. Trước đây Vũ Công Tuấn, dòng dõi Gia quốc công Vũ Văn Mật chạy sang Vân Nam, muốn nhờ nhà Thanh giúp sức. Nhân đấy thổ ty Khai Hoá bèn ăn hiếp dân, chiếm lấy đất ba châu, đặt tuần ty ở các động ven biên giới, sách nhiễu thu thuế người buôn bán. Ba châu gồm hai châu Bảo Lạc, Vị Xuyên thuộc Tuyên Quang và châu Thuỷ Vĩ thuộc Hưng Hoá, vị trí giáp liền với phủ Khai Hoá [Vân Nam] nhà Thanh.

Đất trong 3 châu, gồm các xã thôn: Bách Đức, Mỹ Phong, Túc Lẫm, Hữu Sào, Ngọc Tỷ thuộc châu Bảo Lạc, Tuyên Quang; các xã, thôn, động: Đông Mông, Vô Cữu, Ngưu Dương, Hồ Điệp, Phổ Viên thuộc châu Vị Xuyên, Tuyên Quang; 28 thôn và các động như: Cam Đường, Hương Sơn, Sơn Yêu, Trình Lạn và Hoa Quán thuộc châu Thuỷ Vĩ, Hưng Hoá. Thổ ty Mông Tự [phủ Lâm An, Vân Nam] cũng xâm chiếm 25 thôn của động Trình Hàm thuộc châu Thuý Vĩ, Hưng Hoá.

Lê Huyến, nguyên Trấn thủ Hải Dương, được lệnh đi Trấn thủ Tuyên Hưng; Huyến bèn cùng đốc đồng Đặng Đức Nhuận và Trần Thọ đưa thư sang Vân Nam biện luận rõ về việc này, một mặt Huyến lại chiêu dụ dân các động trở về với nước ta; nhưng thổ ty Vân Nam không chịu giao trả lại. Thành ra từ đây trở đi đất ở biên giới ba châu nhiều chỗ bị mất về nhà Thanh.

Tại miền Nam, vào tháng 6 [28/6-26/7/1688], Phó tướng Long Môn Hoàng Tiến giết chủ tướng là Dương Ngạn Địch ở cửa biển Mỹ Tho, tự xưng là Phấn dũng hổ oai tướng quân, thống lĩnh quân Long Môn, dời đồn sang Nan Khê [Kiến Hoà, Bến Tre]; giữ chỗ hiểm đắp luỹ, đúc đại bác, đóng chiến thuyền, thả quân đi đánh phá. Vua chính nước Chân Lạp là Nặc Thu oán giận, bèn mưu với bề tôi là Ốc Nha Cống Sa bỏ việc triều cống và đắp ba luỹ Bích Đôi [Gò Bích], Cầu Nam và Nam Vang, chằng xích sắt ngăn sông, làm kế cố thủ. Vua thứ nhì là Nặc Nộn biết mưu ấy, cho chạy báo tin với dinh Trấn Biên. Phó tướng Mai Vạn Long liền dâng thư của Nặc Nộn qua đường trạm. Chúa giận lắm, bèn triệu các quan bàn việc xuất binh. Chưởng dinh Tống Đức Minh nói:

"Nặc Thu là một tên man nhỏ ghẻ lở, không cần phiền đến đại tướng của triều đình. Cai cơ Trấn Biên là Nguyễn Thắng Long con Nguyễn Dương Lâm là người có mưu lược, quen biết thuỷ thổ Chân Lạp, nên sai làm thống binh đi đánh. Vả lại Hoàng Tiến giết chủ tướng nó, cầm quân ở Nan Khê, lòng hắn thế nào chưa lường được, xin sai Tiến làm tiên phong để xem nó theo hay phản. Nếu hắn hoài tâm do dự thì ta tiến quân đánh ngay. Nặc Thu ngăn đằng trước, đại binh bức đằng sau, Tiến tất bị bắt. Đã đánh được Tiến thì thừa thế ta đánh thẳng vào Chân Lạp. Đó là kế vạn toàn".

Chúa theo lời; nhưng có đội trưởng Trương Thiêm Lộc, cháu gọi Vạn Long bằng cậu là người tham lợi, biết đất Chân Lạp có nhiều của báu, muốn Vạn Long làm tướng để mình theo đi, bèn vào triều xin với Chúa. Chúa nói rằng:

"Vạn Long tuổi già, ta không muốn làm nhọc vì việc quân nữa".

Thiêm Lộc thưa rằng:

"Xưa Mã Viện tuổi ngoài bảy chục mà còn mặc giáp cưỡi ngựa để ra trận. Nay Vạn Long tuổi chưa đến 60, mà cầm quân lại ở dưới tỳ tướng, chắc trong lòng lấy làm hổ thẹn".

Chúa bèn nghe theo, lấy Vạn Long làm Thống binh,

Nguyễn Thắng Long và Nguyễn Tân Lễ làm Tả hữu vệ trận, Thủ hợp Văn Vỵ làm Tham mưu, đem quân đánh Chân Lạp. Sai Hoàng Tiến làm Tiên phong, dưới quyền tiết chế của Vạn Long.

Vào tháng giêng năm Kỷ Tỵ Chính Hoà thứ 10 [21/1-19/2/1689] (Thanh, năm Khang Hy thứ 28); Thống binh Mai Vạn Long kéo quân đến cửa biển Mỹ Tho, đóng ở Sầm Khê [Rạch Gầm, tỉnh Tiền Giang], rồi sai người đến Nan Khê triệu Hoàng Tiến đem quân đến.

Tháng giêng nhuần [20/2-20/3/1689] Nặc Thu nghe quân ta đến gần bờ cõi rất sợ hãi, cùng với bề tôi là Ốc Nha Da Trình mưu dùng kế hoãn binh, bèn chọn một người con gái đẹp có tài biện luận tên là Chiêm Dao Luật, sai đem của báu đến dinh Hoàng Tiến nói rằng:

"*Tướng quân ở đất Chân Lạp đã lâu năm. Người xưa ăn một bữa cơm cũng phải báo ơn. Nay nghe tướng quân vâng mệnh đánh Chân Lạp, trộm nghĩ không khen tướng quân đâu*".

Tiến nói rằng:

"*Vạn Long ngày nay triệu ta, không phải là có thành tâm, chỉ là muốn bắt ta trước, rồi sau sẽ diệt Nặc Thu thôi. Lẽ nào ta lại bị nó đánh lừa. Về nói với chúa mày đừng ngờ!*".

Tiến bèn đóng quân giữ chỗ hiểm. Vạn Long giục mãi không đến, biết Tiến quả có chí khác rất lấy làm lo. Trong quân có Văn Thông (người Quảng Ngãi), có tài biện luận, nên được Vạn Long sai đến dinh Tiến, làm thuyết khách. Văn Thông bảo Tiến rằng:

"*Tướng quân chịu mệnh lệnh đi đánh Chân Lạp, cớ sao đã*

lâu mà không đến gặp Thống binh?"

Tiến nói:

"Tôi nghĩ cái thân lưu lạc, nhờ tiên vương cho ở đất này, bao giờ dám quên ơn? Nhưng tôi xem sự ăn mặc của tôi được nhờ, đều là sản vật của Chân Lạp, nay đem quân đánh họ thì là bất nghĩa, nhưng vì Chân Lạp mà chống mệnh vua thì là bất trung, tiến thoái hai đàng đều khó. Còn muốn đóng quân tự thủ, chờ xem tình thế ra sao".

Văn Thông nói:

"Bất nghĩa là lỗi nhỏ, bất trung là tội lớn, tướng quân còn phải chọn gì? Tôi nghĩ tướng quân bây giờ không gì bằng đến gặp Thống binh một lần để cởi mối ngờ, rồi sau sẽ dần tính kế, như thế tốt hơn".

Tiến nói:

"Tiên sinh đã dạy tôi nên gặp Thống binh, nhưng lúc gặp thì chả biết Thống binh có ra thành đón tôi không? Cùng chia ngôi tả hữu với tôi không? Có cho đem quân tới hội mà không ngờ không?".

Văn Thông nói:

"Nhường chiếu để đãi kẻ sĩ, đó là bản tâm của Thống binh. Tôi về nói với Thống binh, ắt được như ước. Chỉ mong tướng quân đừng thất tín thôi".

Văn Thông bèn từ biệt về, rồi báo cáo với Vạn Long. Vạn Long lại sai Văn Thông đi mời Tiến, và đặt phục binh ở chỗ hiểm yếu để chờ. Quả nhiên Tiến đi thuyền ra sông đến hội. Phục binh vùng dậy, bốn mặt đánh vào, Tiến bỏ thuyền chạy, nhằm trốn về phía cửa biển Lôi Lạp. Vạn Long xua quân vào luỹ, bắt được vợ con Tiến đều chém cả.

Sau đó chiêu tập quân Long Môn, sai bộ tướng của Dương Ngạn Địch là Trần Thượng Xuyên quản lãnh, để làm tiên phong. Thừa thắng, Vạn Long tiến đánh Nặc Thu, đốt đứt xích sắt ngang sông, liên tiếp lấy được ba luỹ Bích Đôi, Cầu Man và Nam Vang. Nặc Thu lui giữ thành Long Úc cố thủ. Gặp mưa gió sấm sét nổi lớn; Vạn Long muốn đóng quân ở sông Cái [sông Cửu Long], Thắng Sơn can rằng:

"Chân Lạp đất nhiều rừng rú, nước sông chảy xiết, ta đóng quân ở đấy, lỡ khi quân địch kết bè ở thượng lưu thả xuống thì ta lấy gì mà chống? Chẳng bằng rút quân về bản doanh để chứa oai nuôi sức. Họ thấy quân ta đã rút ắt sinh trễ nải, ta thừa lúc không phòng bị mà đánh một trận là diệt được".

Vạn Long theo lời. Nặc Thu cùng các tướng bàn mưu, bèn sai Nặc Sa đưa lễ đến dinh Vạn Long để cầu hoãn binh. Vạn Long giận bắt giam lại. Nặc Thu lại sai nữ sứ giả là Chiêm Dao Luật đem vàng lụa đến hiến. Vạn Long sai Dao Luật cùng Nặc Sa đem hịch về báo với Nặc Thu, bắt phải nộp cống. Dao Luật về nước đã được hơn một tháng mà không thấy mang lễ cống đến. Vạn Long ngờ, họp các tướng lại bàn. Nguyễn Tân Lễ nói:

"Quân Chúa đi dẹp loạn, cốt yếu là bắt cho kẻ làm phản phải phục. Nay nước sông đang chảy mạnh, chiến thuyền đi ngược không tiện, chưa có thể khinh tiến được. Huống quân ta lại không quen thuỷ thổ. Hãy cứ đóng quân để đợi nó đến, đó là thượng sách".

Vạn Long khen là phải. Thắng Sơn nói:

"Chân Lạp hay phản phúc dối trá, không gì bằng đánh gấp đi, há nên ngồi đợi để cho già mỏi quân đi à?"

Vạn Long nói:

"*Làm tướng cốt lấy ân tín làm trọng, không phải lấy chém giết là oai. Ta muốn đem thành tín để phục người Man, họ đã hàng phục thì còn chiến đấu làm gì?*".

Bấy giờ các tướng chia binh vỡ đất cày cấy, không lo phòng bị chiến tranh.

Tháng 8 [13/9-12/10/1689], tướng sĩ Trấn Biên hành quân lâu ngày không lập được công gì, vì Thống binh Mai Vạn Long lầm tin lời nói của Dao Luật đóng quân không tiến, lòng quân do đó oán giận. Cai cơ Nguyễn Thắng Sơn đem tình trạng ấy báo lên; Chúa cả giận nói:

"*Kẻ thất phu tham lợi trái phép, tội không thể tha*".

Tức thì triệu quần thần bàn chọn tướng khác thay. Chưởng cơ Hoằng Lược tiến cử Cai cơ Nguyễn Hữu Hào (con Hữu Dật) là người trí dũng có thể dùng được. Chúa bèn sai Hữu Hào làm Thống binh, văn chức Hoà Tín làm Tham mưu, thủ hợp Diệu Đức làm Thị chiến, Nguyễn Thắng Sơn làm tiên phong, kén thêm quân ở Phú Yên, Thái Khang và Phan Rí để tiến đánh Chân Lạp. Bãi truất Vạn Long làm thứ nhân, giáng chức Văn Vị.

Tại miền Bắc vào tháng 6 [17/7-14/8/1689] Vũ Công Tuấn sau khi lẩn lút sang Vân Nam, nương dựa vào thổ ty Nùng Tiên Lai. Công Tuấn tự xưng là tiểu Giao Cương vương, ngầm cùng dư đảng họ Mạc là bọn Kính Chửu, Kính Thọ hô hào tụ tập binh lính dưới quyền và người Nùng cướp bóc ở biên giới Tuyên Quang, Hưng Hoá. Trấn thủ Nguyễn Công Triều đem quân tiến đánh, không thắng được. Tiếp đó, triều đình sai Đốc suất Lê Hải, Đốc thị Đặng Đình Tướng đem quân tiến lên, hội hợp với Công Triều để xếp đặt công việc ở địa phương này. Bọn Lê Hải nhiều lần đưa văn thư sang viên Tổng đốc Vân Nam, nhưng viên phủ Khai Hoá không đề đạt giúp; sau phải dùng vải, lụa và bạc; giao kết một cách hậu tình với thổ ty Mộng Tự [phủ Lâm An] là Lý Thế Bình, Thế Bình mới chuyển đạt giúp cho. Viên tổng đốc Vân Nam bèn hạ lệnh cho 3 phủ Khai Hoá, Lâm An và Quảng Nam tra xét rõ ràng, giao trả lại bọn Vũ Công Tuấn, gái trai lớn bé hơn 120 người. Bọn Lê Hải bắt Vũ Công Tuấn đem giết đi, đồ đảng của hắn đều tan rã; rồi kéo quân về.

Tháng 10 [12/11-11/12/1689], triều đình hạ lệnh cho bọn Hữu Thị lang bộ hình Đoàn Tuấn Khoa, hội đồng với nhà Thanh khám xét địa giới châu Lộc Bình thuộc Lạng Sơn. Thôn Na Oa châu Lộc Bình thuộc Lạng Sơn là nơi đất đai màu mở rộng rãi, tiếp giáp với châu Tư Lăng nhà Thanh; Thổ tù Vi Đức Thắng đời đời giữ đất này. Gần đây, vì biên giới phương bắc có việc, nhiều đất bỏ hoang; nhân cơ hội ấy, Đức Thắng bèn chiếm 7 thôn thuộc châu Tư Lăng, chiêu tập dân biên giới lập thành thôn trại. Thổ tù châu Tư Lăng là Vi Vinh Diệu đem việc này cáo tố với Tổng đốc Quảng Tây Ngô Hưng Tộ. Vả lại, Vinh Diệu tham đất Na Oa màu mở, muốn lấy luôn cả đất này. Việc này triều đình đưa công văn hội đồng khám xét, đã mấy mươi năm mà vẫn chưa giải quyết được.

Đến nay sai Tuấn Khoa đi hội đồng khám xét, về bên quan phái uỷ của nhà Thanh, thì phủ Tư Minh có viên quan trong quân phủ nhà Thanh là họ Trần và doanh Quỷ Đạo [cách châu Tư Minh, tỉnh Quảng Tây 25 dặm về phía nam] có viên quan trong quân phủ nhà Thanh là họ Trương. Khi nhận giới mốc, thì Vi Vinh Diệu chỉ một dãy núi cao có con sư tử đá trắng là giới mốc của hai nước. Viên quan phái uỷ của nhà Thanh nói:

"Giới mốc ở núi này, tại sao lại tranh xuống đến Na Oa? Nhà ngươi cậy là người của Thiên triều muốn xâm chiếm đất đai của An Nam hay sao"?

Bèn quyết đoán đất Na Oa trả về châu Lộc Bình. Vinh Diệu tự nghĩ rằng, đã không chiếm được Na Oa thì bỏ luôn cả bảy thôn một thể. Tuấn Khoa bèn cùng người nhà Thanh lập mốc đá rồi trở về triều. Nói về chỗ đất bảy thôn mà nước ta được nhận, đều là đất bỏ hoang rậm, không thấy bóng người, bóng khói, chỉ có thôn Na Oa là nơi đất rộng, người nhiều, thu được mối lợi khá lớn. Chúa Trịnh Căn khen về việc này, lại cho Tuấn Khoa được làm Bồi tụng. Sau, thổ tỵ châu Tư Lăng tranh kiện mãi, triều đình lại sai Bồi tụng Nguyễn Đình Hoàn cùng với Đinh Phụ Ích, Đốc trấn Lạng Sơn, hội đồng khám xét.

Sau đó, vì Thổ tù châu Tư Lăng là Vi Thế Hoa đem 4. 000 lạng bạc đến làm tin để lấy đất Na Oa. Vi Phúc Kiêm tư tình ưng thuận; Thế Hoa bèn đào hào và dựng 3 bia đá ở xã An Khoái châu Lộc Bình. Từ đấy đất Na Oa lại mất về nhà Thanh.

Chú thích:

1. Ngũ hình: Chỉ 5 thứ hình phạt gồm: đánh bằng roi, đánh bằng gậy, tù khổ sai, đày đi xa, giết.

2. Phú Châu: Tên một thổ châu thuộc phủ Quảng Nam, tỉnh Vân Nam.

3. Có báo động nơi biên giới: chỉ việc năm Ất Mão tức năm 1675, Ngô Tam Quế làm phản tại phía nam Trung Quốc.

4. Thuỷ khẩu quan: Thuỷ khẩu quan ở phía tây bắc Long Châu 95 dặm, giáp biên giới nước ta.

5. Trảm giam hậu: Một thứ hình phạt thời xưa, can phạm đã bị xử vào tội đem chém, nhưng còn được đợi ít lâu để xét lại.

6. An sáp: cho định cư, sống xen kẽ vào dân.

7. Trung hiếu thủ bang: Có lòng trung thành hiếu kính để giữ nước.

8. Xa thư: do thành ngữ "*Thư đồng văn, xa đồng quĩ*" tức sách cùng chung chữ viết, trục xe cùng chung kích thước; ý chỉ sự thống nhất.

131.
Lê Hy Tông
[1676-1704] (2)

Tháng 4 năm Canh Ngọ Chính Hoà thứ 11 [9/5-6/6/1690], (Thanh, năm Khang Hy thứ 29); giặc biển Yên Quảng [tỉnh Quảng Ninh] là Phương Vân Long và Tân Ân Sủng chiếm cứ vùng biển Vạn Ninh, tụ tập nhiều người đi cướp bóc. Trấn tướng Long Môn [châu Liêm, Quảng Đông] nhà Thanh là Diệp Thắng đưa thư sang nước ta hẹn cùng hội quân tiễu trừ. Triều đình sai Lê Huyến đem quân đến hội, bắt được Ân Sủng và đồ đảng hơn 200 người giải giao cho Diệp Thắng ở Long Môn. Sau khi Lê Huyến đã đem quân về, Diệp Thắng mượn tiếng là chia nhau đi bắt đảng giặc còn sót lại, rồi đem quân vào Tiên Yên [Quảng Ninh] và Hoành Bồ [Quảng Ninh] sách nhiễu cung đốn, nhân dân không sao chịu được sự khổ sở. Triều đình bèn làm văn thư nghiêm trách, đưa cho viên Tổng đốc Quảng Đông, Diệp Thắng bị tội xử chém.

Thanh Thực Lục chép về việc bắt giặc Phương Văn Long, nhưng không đề cập đến việc Diệp Thắng bị xử tội chém:

"***Ngày 21 Mậu Thân tháng 9 năm Khang Hy thứ 29* [22/10/1690].** *Tổng đốc Lưỡng Quảng Thạch Lâm tâu báo:*

'Bọn giặc biển Phương Vân Long tụ tập gian đảng tại các đảo thuộc Tân An [huyện Tiền Hải, Nam Định], *Nhạc Sơn,*

nước An Nam, để cướp phá ngoài biển, nguỵ xưng là Tướng quân. Phó tướng Long Môn là Hiệp Thắng mang quân tiễu trừ, đều bắt được; cần ra lệnh viên Tổng đốc thẩm định tội trạng rồi tâu đầy đủ.'

Được chiếu chỉ ban:

'Những tên bắt được đều thuộc loại am tường sông nước, hãy miễn tội chết, giải tống cùng vợ con đến kinh đô, phát vãng đến Hắc Long Giang, làm công việc sai phái thuỷ thủ." (**Thanh Thực Lục, Thái Tổ Thực Lục** quyển 148, trang 20; tập 5, trang 641).

Cũng trong tháng 4, sai Chánh sứ Nguyễn Danh Nho, Nguyễn Quý Đức, Phó sứ Nguyễn Tiến Sách, Trần Thọ sang nhà Thanh nộp lễ cống. Nhân tiện tâu 2 việc: Dư đảng họ Mạc lẩn lút ở Vân Nam, họp bè đảng cướp bọc đất biên giới thuộc Tuyên Quang, Hưng Hoá và Cao Bằng. Thổ ty ở Khai Hoá và Mông Tự xâm chiếm những thôn động ở các châu Bảo Lạc, Vị Xuyên, Thuỵ Vĩ và Quỳnh Nhai, xin tra xét rõ ràng cho. Nhưng triều đình nhà Thanh im tiếng, không trả lời những việc nêu trên.

Thanh Thực Lục cho biết sứ bộ Nguyễn Danh Nho đến Bắc Kinh vào tháng 9 năm sau; được ban yến, rồi cùng với sứ bộ nước Lưu Cầu yết kiến Vua Khang Hy:

"***Ngày 5 Bính Thìn tháng 9 năm Khang Hy thứ 30* [25/10/1691].** *Quốc vương An Nam Lê Duy Chính sai bọn Bồi thần Nguyễn Danh Nho dâng biểu cùng cống sản vật địa phương. Ban yến và cho đồ vật như lệ."* (**Thanh Thực Lục, Thánh Tổ Thực Lục** quyển 153, trang 2)

"***Ngày 15 Bính Dần tháng 9 năm Khang Hy thứ 30* [4/11/1691]**

Thiên tử ngự tại cửa điện Thái Hoà thị triều, các quan văn võ lần lượt lên tạ ơn; thứ đến Sứ thần nước An Nam, Lưu Cầu, hành lễ." (**Thanh Thực Lục, Thánh Tổ Thực Lục** quyển 153, trang 3; tập 5, trang 688)

Tại miền Nam, vào tháng 3 [9/4-8/5/1690] Nguyễn Hữu Hào tiến quân đóng ở Bích Đôi [Cam Pu Chia], chia bày dinh luỹ, thuỷ bộ liên tiếp để làm thế nương dựa nhau, quân lệnh nghiêm chỉnh.

Tháng 5 [7/6-5/7/1690], Chúa Nguyễn sai sứ đến dụ Nguyễn Hữu Hào rằng:

"*Nặc Thu nước Chân Lạp nếu muốn chuộc tội thì phải hiến 50 con voi đực, 500 lạng vàng, 2.000 lạng bạc, 50 toà tê giác, đủ lễ vật đến tạ thì mới rút quân về. Nếu không thì phải tiến đánh gấp*".

Hữu Hào sai người đến bảo cho Nặc Thu. Nặc Thu lại sai Dao Luật đem dê vàng lụa đến hiến. Hữu Hào thấy thế cười rằng:

"*Nay mày lại muốn đến làm thuyết khách nữa ư? Ta không phải như Vạn Long đâu? Về nói cho Nặc Thu phải sớm cống hiến, không thì đại quân kéo đến, thành quách của chúng mày sẽ tan nát hết*".

Dao Luật nói:

"*Nước nhỏ thờ nước lớn cũng như con thờ cha, đâu dám có lòng gì khác. Bữa nọ nước tôi đương sửa soạn lễ cống thì chợt thiên sứ đến nên chưa sắm đủ thôi. Xin tướng quân rộng cho một tuần nữa, đâu dám trái lệnh*".

Nặc Thu liền sai sứ là Ốc Nha A Lặc Thi đem 20 thớt voi nhỏ, 100 lạng vàng, 500 lạng bạc, đến hiến. Tuy số lượng không đủ, nhưng Hữu Hào vẫn thu nhận; rồi sau đó sai rút quân về. Hoà Tín và Thắng Sơn ngầm đem việc báo lên. Chúa cả giận nói:

"Hữu Hào cũng tội như Vạn Long, hãy đợi đem quân về sẽ hỏi tội."

Tháng 8 [3/9-1/10/1690], quân về tới nơi. Bọn Hoà Tín kể hết sự trạng Nguyễn Hữu Hào lần chần làm hỏng việc quân. Chúa sai tước bỏ quan chức của Hữu Hào, truất làm thứ dân. Đến năm sau [1691], được Chúa sau, Nguyễn Phúc Chu, khôi phục cho làm Cai cơ.

Tháng 8 năm Tân Vị Chính Hoà thứ thứ 12 [22/9-20/10/1691], (Thanh, năm Khang Hy thứ 30); triều đình hạ lệnh cho Trấn thủ Tuyên Hưng chiêu tập dân phiêu tán. Vì cớ hai châu Văn Bàn [Lào Cai] và Thuỷ Vĩ [Lào Cai] trước đó bị Vũ Công Tuấn chiếm.

Tại miền Nam, vào tháng giêng, Chúa Nguyễn Phúc Trăn bệnh nặng, triệu Thế tử Nguyễn Phúc Chu đến bảo rằng:

"Ta vâng theo rường mối trước, vẫn mong sao nối theo được chí, làm theo được việc. Con nay kế nghiệp, nên noi công đức của tổ tông, cầu hiền đãi sĩ, yêu dân thương quân, đừng tin lời nói gièm pha, đừng bỏ những người ngay thẳng, để xây dựng nghiệp lớn, đó là điều đại hiếu".

Thế tử lạy khóc vâng mệnh; hôm ấy Chúa băng. Chúa tại vị 4 năm, thọ 43 tuổi; táng ở núi Kim Ngọc [xã Định Môn, huyện Hương Trà, Thừa Thiên]. Chúa mới Nguyễn Phúc Chu giữ chính quyền lúc 17 tuổi, chiêu hiền đãi sĩ, cầu lời nói hay, nạp lời can gián, bỏ xa hoa, bớt chi phí, nhẹ thuế mà giao dịch, bớt việc hình ngục, dân chúng ai cũng vui mừng.

Tháng 3 năm Nhâm Thân Chính Hoà thứ 13 [16/4-15/5/1692], (Thanh, năm Khang Hy thứ 31); Đốc trấn Cao Bằng Ngô Sách Tuân, bắt được đảng giặc là bọn Mạc Kính Chư, giải về kinh. Lúc ấy dư đảng họ Mạc chạy sang Long Châu, ngầm cấu kết với Thổ ty nhà Thanh lăm le dòm ngó biên giới. Sách Tuân sai Thổ ty Cao Bằng là Bế Công Quỳnh giao kết thân mật với Thổ quan Long Châu, bắt được Mạc Kính Chư, Đô đốc của giặc là Đinh Công Đĩnh cùng đồ đảng, đưa về kinh sư giết. Triều đình bàn định công; Sách Tuân được thăng Hữu thị lang bộ Công, Bế Công Quỳnh được thăng tước Quận công.

Tại miền Nam, vào tháng 4 [16/5-14/6/1692] lấy Chưởng cơ Nguyễn Hữu Oai làm Trấn thủ dinh Bình Khang [Khánh Hoà, Ninh Thuận].

Tháng 8 [11/9-9/10/1692], vua nước Chiêm Thành là Bà Tranh làm phản, họp quân đắp luỹ, cướp giết cư dân ở phủ Diên Ninh [Khánh Hoà]. Dinh Bình Khang đem việc báo lên. Chúa sai Cai cơ Nguyễn Hữu Kính [con Nguyễn Hữu Dật] làm Thống binh, lấy văn chức Nguyễn Đình Quang làm Tham mưu; suất lãnh quân Chính dinh, cùng quân Quảng Nam và Bình Khang đi đánh.

Tháng 6 năm Quí Dậu Chính Hoà thứ 14 [3/7-1/8/1693]. (Thanh, năm Khang Hy thứ 32); thi khảo các quan văn về từ lệnh. Có 4 Tiến sĩ trúng cách về môn thi này là Nguyễn Công Đổng, Vũ Thạnh, Hà Tông Mục và Nguyễn Hành.

Tháng 12 [27/12/1693-24/1/1694], định phép xét công trạng các lại điển làm việc tại các nha môn trong kinh, ngoài trấn. Xét công trạng chia làm 4 hạng: 1. hạng liêm khiết, tài năng, 2. hạng lười biếng, 3. hạng bình thường, 4. hạng tham lam giảo quyệt. Cứ 3 năm một lần khảo xét, để định việc truất bãi hoặc thăng thưởng. Phép khảo công trạng này được qui định làm thể lệ lâu dài.

Tại miền Nam, vào tháng giêng [5/2-6/3/1693], bọn Thống binh Nguyễn Hữu Kính đánh bại Chiêm Thành, Bà Tranh bỏ thành chạy.

Tháng 3 [6/4-4/5/1693], Nguyễn Hữu Kính bắt được Bà Tranh và bầy tôi là Tả trà viên Kế Bà Tử với thân thuộc là Nàng Mi Bà Ân đem về. Chúa sai đổi nước ấy làm trấn Thuận Thành [Bình Thuận].

Tháng 7 [2/8-30/8/1693], Nguyễn Hữu Kính đến cửa khuyết dâng tù binh chiến tranh là bọn Bà Tranh. Chúa sai kể tội và giam ở núi Ngọc Trản, hàng tháng cấp cho tiền gạo vải lụa đủ dùng.

Sai Cai đội Nguyễn Trí Thắng giữ Phố Hài, Cai cơ Nguyễn Tân Lễ giữ Phan Rí, Cai đội Chu Kiêm Thắng giữ Phan Rang [Phố Hài, Phan Rí, Phan Rang, nay đều thuộc Bình Thuận, Ninh Thuận] để phòng dư đảng ChiêmThành.

Tháng 8 [31/8-29/9/1693], đổi trấn Thuận Thành làm phủ Bình Thuận, lấy Tả trà viên Kế Bà Tử làm Khám lý, ba người con Bà Ân làm Đề đốc, Đề lãnh và Cai phủ; bắt mặc quần áo theo lối người Đại Việt, và sai về để vỗ yên lòng dân.

Tháng 12 [27/12/1693-24/1/1694], người Thanh là A Ban cùng với Hữu trà viên là Ốc Nha Thát ở Thuận Thành nổi loạn. Trước là A Ban đến ở Thuận Thành, vốn cùng Ốc Nha Thát đi lại rất thân. Từ lúc Bà Tranh bị bắt, hai người đều chạy về đất Đại Đồng, A Ban đổi tên là Ngô Lãng tự xưng mình có phép hô phong hoán vũ, gươm đao không thể làm bị thương. Người Thuận Thành là Chế Vinh kêu họp dân man đi theo. Đến bấy giờ đem đồ đảng cướp Phố Hài. Cai đội Nguyễn Trí Thắng đem quân chống đánh. A Ban giả đò thua, Trí Thắng đuổi theo bị phục binh giết chết. Cai đội dinh Bà Rịa tên là Dực và thư ký là Mai đem quân đến cứu viện, đều chết cả. A Ban bèn vào Phan Rí [huyện Bắc Bình, Bình Thuận], lo rằng cai cơ Nguyễn Tân Lễ sức mạnh, mình không chống nổi, bèn sai con gái người dân Thuận Thành bỏ thuốc độc vào quả chuối cho Tân Lễ ăn; Tân Lễ bị câm. A Ban lại tung nhiều tiền bạc để ngầm kết với quân Tân Lễ làm nội ứng. Đến khi đánh, Tân Lễ bị bọn phản binh đâm chết, dinh trại của cải bị đốt và cướp gần hết. A Ban lại kéo quân đến Phan Rang [Ninh Thuận]. Cai đội Chu Kiêm Thắng vì quân ít không ra, đóng cửa thành tự thủ. Gặp Khám lý Kế Bà Tử vừa đến, Kiêm Thắng bắt trói ở ngoài cửa thành bảo sẽ đem chém. Ốc Nha Thát sợ Kế Bà Tử bị giết, nói với A Ban bỏ vây đi; Kiêm Thắng bèn thả Kế Bà Tử.

Tháng 5 năm Giáp Tuất Chính Hoà thứ 15 [24/5-21/6/1694], (Thanh, năm Khang Hy thứ 33); bắt giết 52 người dân hung ác xã Đa Giá thượng [huyện Gia Viễn, Ninh Bình]. Xã Đa Giá thượng, đường núi hiểm trở hẹp hòi, lại nhiều hang hóc. Dân xã ấy âm mưu đặt điếm canh, hễ có người đi lại hoặc ngủ trọ, chúng nhân ban đêm đón đường giết chết, vứt xác vào trong hố mà cướp lấy của cải. Việc này đã trải hơn 20 năm, xương trắng chứa chất thành đống. Đến nay việc phát giác, triều đình sai Thạc quận công Lê Hải đi khám xét, bắt được đồ đảng 290 người, đem chém và bêu đầu 52 người hung ác đầu sỏ, còn những người khác đều đem chặt ngón tay rồi đày đi xa, xoá bỏ tên xã này.

Tại miền Nam, vào tháng giêng [25/1-23/2/1694] Vua Chiêm Thành Bà Tranh chết; cho 200, quan tiền và gấm vóc để hậu táng.

A Ban lại vây Phan Rang [Ninh Thuận]. Cai đội Chu Kiêm Thắng báo tin gấp về dinh Bình Khang. Trấn thủ Nguyễn Hữu Oai và Lưu thủ Nhuận tiến binh theo thượng đạo để cứu viện. A Ban bèn lui về Bào Lạc. Phan Rang được giải vây. Rồi Hữu Oai bị bệnh chết.

Tháng 2 [24/2-25/3/1694], A Ban tiến giữ luỹ Ô Liêm. Lưu thủ Nhuận và các cai cơ Tống Tuân và Nguyễn Thành chia quân giáp đánh. A Ban chạy về Phố Châm. Quân ta đuổi theo sát. Giặc lại chạy về Thượng Dã [tiếp địa giới Chân Lạp]. Nhuận bèn về, đem việc báo lên. Chúa lại ra lệnh cho Cai cơ Nguyễn Hữu Kính, và văn chức Trinh Tường tiện nghi xử trí. Cai cơ Nguyễn Thắng Hổ đem quân tiến đánh, đảng giặc dẹp yên.

Thăng Nguyễn Hữu Kính làm Chưởng cơ, lãnh Trấn thủ dinh Bình Khang.

Sai quan duyệt tuyển lớn. Thi nhiêu học, lấy được 133 người trúng cách về Chính đồ, 92 người trúng cách về Hoa văn.

Tháng 8 [19/9-18/10/1694], lại cho phủ Bình Thuận trở lại làm trấn Thuận Thành. Do bấy giờ Khám lý Kế Bà Tử trình bày rằng: Từ khi vị hiệu đời trước cải đổi đến giờ, xảy ra nạn đói kém luôn, nhân dân chết về tật dịch rất nhiều. Chúa thương tình, bèn cho trở lại gọi là Thuận Thành trấn, vẫn cho Kế Bà Tử làm Tả đô đốc để thống trị.

Tháng 11 [17/12/1694-14/1/1495], phong Kế Bà Tử làm phiên vương trấn Thuận Thành, cho vỗ về chiêu tập quân dân, hằng năm nộp cống. Lệ cống gồm: voi đực 2 thớt, bò vàng 20 con, ngà voi 6 cái, sừng tê 10 toà, khăn vải trắng

500 bức, sáp ong 50 cân, da cá 200 tấm [Da cá nhám để nấu làm đồ ăn], cát sủi (1) 400 thúng, chiếu tre trắng 500 lá, gỗ mun 200 cây, thuyền dài 1 chiếc. Phàm những ấn, gươm, yên, ngựa và những người trước đây bị bắt đều trả về hết.

Tháng giêng năm Ất Hợi Chính Hoà thứ 16 [13/2-14/3/1695], (Thanh, năm Khang Hy thứ 34); Thanh Hoá có thuỷ tai, nước ngập, dân bị đói, triều đình cho trích một vạn quan tiền ở kho An Trường [huyện Thuỵ Nguyên, phủ Thiệu Hoá] phát chẩn cho dân. Để cứu vớt dân, triều đình lại hạ lệnh cho các quan châm chước, bàn định chính sách cứu đói, giảm nhẹ thuế hộ, hoãn việc xây dựng sửa chữa.

Vào tháng 3 [13/4-12/5/1695], tại miền Nam nhà Nguyễn cho mở khoa thi lấy 5 người trúng cách về Chính đồ làm Giám sinh, 8 người làm Sinh đồ, 15 người làm Nhiêu học, 22 người trúng cách về Hoa văn, 10 người trúng cách về Thám phỏng. Giám sinh bổ văn chức và Tri huyện, sinh đồ bổ Huấn đạo, Nhiêu học bổ Lễ sinh, Hoa văn bổ vào Tướng thần lại ty và Lệnh sử ty, Thám phỏng bổ vào Xá sai ty.

Tháng 9 [8/10-6/11/1695], có người lái buôn ở Quảng Ngãi tên là Linh tụ đảng hơn 100 người, tự xưng là Linh Vương, tạo chiến thuyền, đúc binh khí; cùng người ở Quy Ninh [Qui Nhơn] là Quảng Phú họp đảng, ra vào núi rừng, hoành hành cướp bóc, quan địa phương không dẹp được. Chúa sai dinh Quảng Nam hợp với hai phủ Quảng Ngãi, Quy Ninh đem quân đi đánh. Khi các đạo quân xông tới sơn trại thì Linh đã chết; Quảng Phú cả sợ, trốn vào Phú Yên, dân thiểu số bắt đem nộp. Chúa sai giết cùng với đồ đảng 20 người, và hậu thưởng dân thiểu số.

Tháng 7 năm Bính Tý Chính Hoà thứ 17 [29/7-26/8/1696],

(Thanh, năm Khang Hy thứ 35); lại hạ lệnh nghiêm cấm đạo Thiên Chúa. Đầu năm Cảnh Trị [Lê Huyền Tông 1663-1671], đã nhiều lần ra lệnh cấm đạo, nhưng không sao cấm hẳn được. Đến nay, hạ lệnh dò la xét hỏi một cách nghiêm ngặt để trị tội; nhà thờ đạo, kinh sách đạo, thảy đều phá huỷ.

Nghiêm sức cho người Trung Quốc sang trú ngụ, nhất luật phải tuân theo phong tục nước ta. Từ khi người nhà Thanh vào làm Vua Trung Quốc, gióc tóc, mặc áo vắn, giữ y nguyên tập tục Mãn Châu, lễ giáo phong tục về áo mũ đời Tống, đời Minh bị bỏ hết. Lái buôn phương Bắc đi lại nước ta lâu ngày, trong nước cũng có người bắt chước. Triều đình bèn nghiêm sức: Các người phương bắc, người nào đã biên tên vào sổ sách nước ta, thì từ ngôn ngữ đến đồ mặc nhất luật phải theo phong tục nước ta. Các lái buôn phương bắc đến trú ngụ nước ta, nếu không có người quen biết hướng dẫn, không được tự tiện vào kinh thành. Nhân dân ở biên giới không được bắt chước tiếng nói và theo tập tục ăn mặc của người phương Bắc. Người nào trái sắc lệnh trên sẽ bị trị tội.

Tháng 9 [26/9-25/10/1696], lập Triều Phúc làm vua nước Ai Lao. Triều Phúc, con cháu Vua nước Ai Lao, cha gặp hoạn nạn, trốn vào động Sơn Vị mấy năm; nay mất, người trong nước dò hỏi, biết được chỗ ở của Triều Phúc, họ bèn cùng bọn thổ tù Cầm Đang xin với triều đình rước Triều Phúc về lập làm Vua. Đặng Tiến Thự Trấn thủ Nghệ An, đem việc này tâu trình. Triều đình bèn hạ lệnh cho Tiến Thự đem quân hộ vệ đưa Triều Phúc về thành Mang Chan [Trấn Ninh] lập làm vua, bắt đời đời cống nạp theo với chức phận đã định.

Tháng 12 [24/12/1696-22/1/1697], Ngô Sách Tuân có tội, bị giết. Bấy giờ Sách Tuân được giữ chức giám thí [Phó chủ khảo trường thi Thanh Hoá]. Trước khi đi, Sách Tuân đến yết kiến tham tụng [Tể tướng] Lê Hy, Lê Hy đem hình dáng giấy đóng quyển thi của các con mình nói cho Sách Tuân biết. Sau đó quyển thi của con Lê Hy không được vào hạng trúng cách. Sách Tuân bèn bí mật đưa quyển thi của con Lê Hy cho khảo quan [Giám khảo] phê lấy đỗ. Đề điệu [Chánh chủ khảo] trường thi là phó đô ngự sử Ngô Hải biết chuyện, thề với Sách Tuân sẽ giấu kín đi cho. Việc này, bị Phan Tự Cường, Tham chính Thanh Hoá, phát giác ra. Triều đình giao xuống cho các quan văn, quan võ hội bàn. Sách Tuân bị tội giảo [thắt cổ], Ngô Hải vì không biết giữ lòng chính trực, bị bãi chức; các quan Phúc khảo, Giám khảo đều bị phạt, Tự Cường được thăng chức Thiêm đô ngự sử.

Vụ xử này thiếu công bằng, nên Sử quan triều Nguyễn có lời cẩn án trong **Cương Mục** như sau:

"Lê Hy làm Tể tướng trong nước, lại gửi gắm con với viên quan giữ việc chấm thi, Sách Tuân xu nịnh riêng với người đại thần mà nhận lời ký thác, buộc vào pháp luật, thì hai người này tội cũng như nhau. Thế mà chỉ một mình Sách Tuân phải chịu tội, còn bố con Lê Hy thì không xét hỏi gì đến, như thế, còn có thể gọi là hình pháp gì nữa? Phan Tự Cường biết hặc Sách Tuân mà không một lời nào đả động đến Lê Hy, thì cùng với người nịnh hót Lê Hy cũng chẳng hơn kém nhau mấy tý. Tự Cường cũng một loại như Sách Tuân mà thôi."

Tại miền Nam vào tháng 3 [2/4-30/4/1696], dựng trường pháo ở sau phủ. Triệu các quan văn võ cùng các đội trưởng, văn chức và tam ty họp nhau diễn tập. Ai bắn trúng thì được thưởng tiền theo thứ bực, trúng luôn 3 lần thì được thưởng một tấm nhiễu hồng; từ đấy hàng năm theo làm thành lệ thường. Ngày Mậu dần [23/4/1696], Hoàng mẫu họ Tống, mẹ của Chúa mất.

Tháng giêng năm Đinh Sửu Chính Hoà thứ 18 [23/1-20/2/1697], (Thanh, năm Khang Hy thứ 36); sai sứ thần sang nhà Thanh. Chánh sứ Nguyễn Đăng Đạo, Nguyễn Thế Bá, Phó sứ Đặng Đình Tướng, Nhữ Tiến Hiền sung phái bộ nộp tuế cống, nhân tiện tâu bày việc biên giới. Do trước kia, một số đất tại 3 châu Bảo Lạc, Vị Xuyên, Thuỷ Vĩ thuộc Tuyên Quang, Hưng Hoá bị phủ Khai Hoá nhà Thanh chiếm. Sứ bộ dâng sớ đòi trả lại, nhưng nhà Thanh vẫn không chịu trả:

"*Ngày 18 Giáp Ngọ tháng 11 năm Khang Hy thứ 36* [30/12/1697]

Quốc vương An Nam Lê Duy Chính dâng sớ tâu:

'Ba xứ Ngưu Dương, Hồ Điệp, Phổ Viên của nước thần bị Thổ ty tại biên giới lân quốc xâm chiếm, xin ban sắc cho quan địa phương cấp trả lại.'

Lúc bấy giờ Tuần phủ Vân Nam Thạch Văn Thịnh đến kinh đô bệ kiến, Thiên tử hỏi về việc biên cảnh An Nam; Thạch Văn Thịnh tâu rằng:

'Ba xứ Ngưu Dương, Hồ Điệp, Phổ Viên nội thuộc dưới thời Minh. Từ khi triều ta mở mang Vân Nam lấy thuế tại Mông Tự (2); đến năm Khang Hy thứ 5 cải thuộc vào phủ Khai Hoá đã 30 năm nay; hoàn toàn không thuộc vào đất An Nam. Y [Quốc vương An Nam] *nghe xằng nói sai, tự tiện tâu lên, lại còn điều binh đến biên giới. Lúc bấy giờ thần cùng quan Tổng đốc thể theo chính sách nhu viễn của Hoàng thượng, lệnh cho quân phòng thủ không được khinh động. Thần nghĩ rằng đất này được nhập vào bản đồ từ lâu, lại ở trong biên cảnh, không thể cấp trả lại.'*

Thiên tử mệnh bọn Đại học sĩ bàn bạc kỹ. Lại bàn, tâu rằng:

'Quốc vương An Nam Lê Duy Chính không quan sát đầu đuôi, nghe xằng nói sai, lại điều binh đến biên giới trú đóng, sinh sự hành động càn; đáng ra văn thư thông sức.'

Thiên tử chấp thuận." (**Thanh Thực Lục, Thánh Tổ Thực Lục** quyển 186, trang 5; tập 5, trang 984-985)

Tháng 11 [13/12/1697-11/1/1698]; sách **Quốc Sử Thực Lục** [**Đại Việt Sử Ký Tục Biên**] đã biên soạn xong. Năm Cảnh Trị [1663-1671], Tham tụng Phạm Công Trứ chép nối theo quốc sử từ Trang Tông đến Thần Tông, nhưng việc khắc ván gỗ chưa xong. Năm Vĩnh Trị thứ nhất [1676], Hồ Sĩ Dương trông coi việc Quốc sử, Sĩ Dương mất, triều đình lại sai Lê Hy và Nguyễn Quý Đức biên soạn sự thực trong 13 năm từ Huyền Tông đến Gia Tông, cũng gọi là **Tục Biên**. Đến nay sách đã biên soạn xong, dâng nộp. Triều đình bèn cho khắc cả hai bộ sách này, ban hành trong nước.

Tại miền Nam vào tháng 8 [15/9-14/10/1697], bắt đầu đặt phủ Bình Thuận, lấy đất từ phía tây Phan Rang, Phan Rí chia làm hai huyện An Phước và Hoà Đa, cho sáp nhập vào.

Tháng 4 năm Mậu Dần Chính Hoà thứ 19 [10/5-7/6/1698], (Thanh, năm Khang Hy thứ 37); bọn sứ thần Nguyễn Đăng Đạo từ triều đình nhà Thanh trở về nước. Nhắc lại việc đòi đất bị mất bởi nhà Thanh: Trước kia, 3 động Ngưu Dương, Hồ Điệp và Phổ Viên thuộc châu Vị Xuyên xứ Tuyên Quang, bị thổ ty phủ Khai Hoá nhà Thanh xâm chiếm. Chúa Trịnh bàn tính việc tranh luận để lấy lại 3 động. Tham tụng Nguyễn Văn Thực xin đợi kỳ tuế cống sẽ làm một tờ phụ tấu về việc này. Năm Chính Hoà thứ 11 (1690), Nguyễn Danh Nho đã sang tâu bày, nhưng công việc không xong. Năm ngoái [1697] Nguyễn Đăng Đạo lại đem quốc thư sang xin nhà Thanh trả lại đất 3 động. Vua Thanh toan sai viên quan đại thần đi khám xét. Vương Kế Văn, tổng đốc Vân Quý, dâng sớ nói:

"3 động ấy là đất cũ của thổ mục Nùng Vạn Chung, khoảng năm Thuận Trị [1644-1661], *niên hiệu Thế Tổ nhà Thanh), ở Mông Tự vẫn thu lương của ba động ấy; năm Khang Hy thứ* 5 [1666] *đổi thuộc phủ Khai Hoá, trong sổ lấy tên là Đông An Lý, từ bấy đến nay, trải 30 năm đã có định ngạch".*

Ngay lúc ấy Thạch Văn Thịnh, tuần phủ Vân Nam, vào yết kiến vua nhà Thanh, dâng địa đồ nói:

"3 động ấy từ đời nhà Minh đã thuộc về đất Trung Quốc, không phải đất của An Nam".

Vua nhà Thanh dụ bảo bầy tôi nội các bàn luận xác đáng sẽ tâu bày. Lúc bàn luận, Đăng Đạo cố bẻ bác bàn cãi, nên việc này chưa giải quyết được. Vua nhà Thanh bèn theo lời tâu của bộ, sai làm tờ thư từ chối không nhận lời thỉnh cầu của nước ta.

Sử thần triều Nguyễn viết lời **Cẩn Án** về việc này, trong **Cương Mục** như sau:

"Năm ấy, Đăng Đạo phụng sự đi sứ, đem việc mất đất 3 động Ngưu Dương, Hồ Điệp và Phổ Viên tâu bày biện luận, bị nội các nhà Thanh bác đi. Nay tham khảo sách ***An Nam Kỷ Yếu*** *chép:*

"Năm Khang Hy thứ 30 (tức năm Chính Hoà thứ 12,1691), Sứ thần nước ta tâu nói: Thổ ty phủ Khai Hoá xâm chiếm xã, thôn 60 động về đất biên giới thuộc 3 châu Vị Xuyên, Bảo Lạc, Thuỷ Vĩ, và xâm chiếm 3 châu Quảng Lăng, Hoàng Nham và

Hợp Phì".

Như vậy thì số đất bị mất không phải chỉ có 3 động ở Vị Xuyên mà thôi đâu. Sau này, đến năm Bảo Thái thứ 9 [1728], *người nhà Thanh trả lại đất nước ta cũng chỉ trả có: núi xưởng chì ở Vị Xuyên, núi xưởng đồng ở Tụ Long, cộng 120 dặm. Còn như những đất đã mất ở châu Bảo Lạc, châu Thuỷ Vĩ cùng 3 động Ngưu Dương. Hồ Điệp, Phố Viên ở Vị Xuyên, vẫn không thấy trả lại. Xem như thế thì đất ở biên giới nước ta bị mất về nhà Thanh còn nhiều. Đại để, nhà Lê từ Trung Hưng trở về sau, giường mối vua tôi không rõ rệt, thế nước ngày một suy yếu dần, một dải đất ở thượng du phó mặc cho bọn phiên thần nối đời coi giữ, hoặc chúng đem đất công bán riêng cho người nước ngoài, hoặc chúng cùng người nước ngoài xâm cướp lẫn nhau, triều đình chỉ ràng buộc lỏng lẻo mà thôi. Tình tệ này không phải mới xảy ra mà chứa chất đã từ lâu lắm. Đến lúc Vũ Công Tuấn bội bạn, chạy sang nhà Thanh, thổ ty nhà Thanh bèn nhân đấy chiếm đoạt bằng cách ăn hiếp. Thế thì việc mất 3 động này có lẽ vào khoảng năm Dương Đức- Vĩnh Trị* [1672-1680]. *Còn như Vương Kế Văn và Thạch Văn Thạnh nói: "3 động Ngưu Dương thuộc vào Trung Quốc đã lâu", chẳng qua bọn này chỉ bịa đặt lời nói vu vơ để thoả mãn được sự chiếm đoạt hàm hồ mà thôi. Lúc ấy triều đình nhà Lê, chỉ chiều vâng theo, không biết bày tỏ cương giới hai bên để biện bạch cho được chính xác, thành ra suốt đời nhà Lê, cương giới nước ta phải chìm đắm vào nước khác, không sao lấy lại được, đáng tiếc biết chừng nào!"*

Tại miền Nam, vào tháng 2, sai Thống suất Nguyễn Hữu Kính kinh lược đất Chân Lạp. Chia đất Đông Phố, lấy xứ Đồng Nai làm huyện Phước Long, dựng dinh Trấn Biên (tức Biên Hoà), lấy xứ Sài Gòn làm huyện Tân Bình, dựng dinh

Phiên Trấn (tức Gia Định). Tại mỗi dinh đều đặt các chức Lưu thủ, Cai bạ, Ký lục và các cơ đội thuyền thuỷ bộ tinh binh và thuộc binh. Mở rộng đất được nghìn dặm, được hơn 4 vạn hộ, bèn chiêu mộ những dân phiêu bạt từ Bố Chính [Quảng Bình] trở về Nam cho đến ở cho đông. Thiết lập xã thôn phường ấp, chia cắt giới phận, khai khẩn ruộng nương, định lệnh thuế tô dung, làm sổ đinh điền. Lại lấy người Thanh đến buôn bán ở Trấn Biên lập làm xã Thanh Hà, ở Phiên Trấn, lập làm xã Minh Hương. Từ đó người Thanh ở buôn bán đều thành dân của ta.

Tháng 4 năm Kỷ Mão Chính Hoà thứ 20 [30/4-28/5/1699], (Thanh, năm Khang Hy thứ 38); nhà Lê Trịnh sai Hà Tôn Mục và Nguyễn Hành kinh lý đất biên giới Tuyên Quang. Bấy giờ Sầm Trì Phượng, ở châu Tiểu Trấn Yên [phủ Trấn Yên, Quảng Tây] nhà Thanh, thường đem quân xâm lấn quấy rối biên giới châu Bảo Lạc [Cao Bằng], lính phòng thủ biên giới không sao ngăn cản được. Triều đình sai bọn Tôn Mục và Nguyễn Hành đi kinh lý địa phương này. Tôn Mục bèn đưa thư cho Trì Phượng, trình bày lý lẽ các mặt. Trì Phượng đáp thư tạ lỗi và xin triệt hết quân đi, do đấy dân ở biên giới được yên ở như cũ. Khi trở về triều, Chúa Trịnh Căn khen Tôn Mục và Nguyễn Hành là người có tài, thăng Tôn Mục chức Tự khanh, Nguyễn Hành Đô cấp sự. Sau Trì Phượng cho thuộc hạ là Diệp Chi đem ngựa đến dâng, Trịnh Căn tặng cho khá hậu.

Tại miền Nam, vào tháng 7 [27/7-24/8/1699], Nặc Thu nước Chân Lạp làm phản, đắp các thành Bích Đôi, Nam Vang và Cầu Nam, cướp bóc dân buôn. Tướng Long Môn là Trần Thượng Xuyên đóng giữ Doanh Châu [Vĩnh Long] đem sự việc báo lên.

Tháng 10 [21/11-20/12/1699], Chúa Nguyễn sai Nguyễn Hữu Kính làm Thống suất, Cai bạ Phạm Cảm Long làm Tham mưu, Lưu thủ Trấn Biên là Nguyễn Hữu Khánh làm Tiên phong, lãnh quân hai dinh Bình Khang, Trấn Biên, và thuộc binh 7 thuyền dinh Quảng Nam, cùng với tướng sĩ Long Môn đi đánh.

Đến tháng 2 năm sau [21/3-18/4/1700], Nguyễn Hữu Kính đem quân các đạo tiến vào nước Chân Lạp, đóng ở Ngư Khê [Rạch Cá], sai người dò xét thực hư, chia đường tiến quân.

Tháng 3 [19/4-18/5/1700], Thống binh Trần Thượng Xuyên cùng quân giặc đánh liên tiếp nhiều trận, đều được. Khi quân ta đến thành Bích Đôi và Nam Vang, Nặc Thu đem quân đón đánh. Nguyễn Hữu Kính mặc nhung phục đứng trên đầu thuyền, vung gươm vẫy cờ, đôn đốc các quân đánh gấp, tiếng súng vang như sấm. Nặc Thu cả sợ, bỏ thành chạy. Nặc Yêm, con Nặc Nộn Vua thứ hai ra hàng; Hữu Kính vào thành, vỗ yên dân chúng.

Tháng 4 [19/5-16/6/1700], Nặc Thu đến cửa quân đầu hàng, xin nộp cống. Nguyễn Hữu Kính báo tin thắng trận rồi lùi quân đóng đồn ở Lao Đôi, tiếp tục kinh lý việc biên giới.

Tại Gia Định, vào tháng 10 Chính Hoà thứ 20 [21/11-20/12/1699], sai tra bắt người theo đạo Hoa Lang [Thiên Chúa] (3). Phàm người Tây phương đến ở, đều đuổi về nước.

Tháng 6 năm Canh Thìn, Chính Hoà thứ 21 [16/7-14/8/1700], (Thanh, năm Khang Hy thứ 39). Người Ai Lao Lạc Hòn [Savannakhet, Lào] xin vào dâng lễ cống, triều đình không nhận lời. Quân Lạc Hòn đánh Triều Phúc tại Trấn Ninh, không thắng được. Triều Phúc thường dựa vào thanh thế họ Trịnh, Lạc Hòn bèn đưa thư cho đốc suất Nghệ An là Lê Huyến xin vào dâng lễ cống và xin bắt Triều Phúc đem về, để người Lào được đặt Tù trưởng khác. Phủ Chúa hội bàn, nhận rằng Trấn Ninh phụ thuộc làm tôi triều đình đã lâu, việc cống nạp và tô thuế không thiếu thốn; vả lại danh vị chức phận các Tù trưởng ngang nhau, triều đình không nên có lòng bênh người này bỏ người nọ. Vì thế, triều đình hạ lệnh cho Lê Huyến lấy ý nghĩa dụ bảo mà từ chối lời thỉnh cầu của Lạc Hòn. Quân của Lạc Hòn ước hơn ba ngàn người, không có đội ngũ, phân tán ra ở các nơi để cày cấy làm ăn. Họ thấy thành Mang Chan, Trấn Ninh có quân áo đen, ngờ là Triều Phúc được quân viện trợ, sợ lắm, mùa thu năm ấy lại xin cùng Triều Phúc giải hoà và xin dâng thớt voi. Lê Huyến dịch bức thư của họ dâng về triều, Trịnh Căn hạ lệnh an ủi. Sau Triều Phúc lại đánh Lạc Hòn, nhưng không thắng được, bèn rút về.

Tại miền Nam vào tháng 5 [17/6-15/7/1700], Thống suất chưởng cơ Nguyễn Hữu Kính chết. Trước đó Hữu Kính đóng quân ở Lao Đôi [Campuchia] bị bệnh nặng, bèn than rằng:

“Ta muốn hết sức báo đền ơn nước nhưng số trời có hạn, sức người làm được gì đâu?”

Bèn kéo quân về, đi đến Sầm Khê [Rạch Gầm, Tiền Giang] thì mất, bấy giờ 51 tuổi. Chúa nghe tin thương tiếc, tặng Hiệp tán công thần đặc tiến chưởng dinh, thuỵ là Trung cần; cho vàng lụa để hậu táng. Người Chân Lạp lập đền thờ, năm Minh Mệnh thứ 12 [1831], phong Vĩnh An hầu).

Tháng 7 [15/8-12/9/1700], bắt đầu định sắc cờ cho các thuyền vận tải, ra lệnh cho thuyền các hạt chở thuế, mỗi hạt có sắc cờ riêng: Thăng Hoa [Quảng Nam] thì cờ vàng, Điện Bàn [Quảng Nam] cờ xanh, Quảng Ngãi cờ đỏ, Quy Ninh [Qui Nhơn] cờ trên đỏ dưới trắng, Phú Yên cờ trên trắng dưới đen, còn Bình Khang [Khánh Hoà], Diên Ninh [Ninh Thuận], Bình Thuận, Gia Định thì cờ trên xanh dưới đỏ, để cho dễ nhận.

Tháng 4 năm Tân Tỵ, Chính Hoà thứ 22 [8/5-5/6//1701], (Thanh, năm Khang Hy thứ 40). Vi Vinh Diệu, Thổ tù châu Tư Lăng [Quảng Tây], xâm lấn ruộng của dân châu Lộc Bình [Lạng Sơn]. Triều đình sai Thổ ty Vi Phúc Vĩnh phòng bị. Lúc ấy, lúa chiêm đã chín, Vinh Diệu đem dân đến lấn cướp. Được tin này, triều đình bèn sai Phúc Vĩnh đốc thúc dân chúng ở ven biên giới, trong thời kỳ lúa chín phải phòng bị nghiêm cấm, cốt sao không để người nước ngoài vượt biên giới gặt tranh lúa của dân mà thôi; không nên bạo động, gây hấn khích ở biên giới.

Tại miền Nam, vào tháng giêng [8/2-9/3/1701] Chúa Nguyễn sai Ngoại tả chưởng dinh Tôn Thất Diệu, Nội hữu cai cơ Tống Phước Tài, Văn chức Trần Đình Khánh, Thủ hợp Nguyễn Khoa Chiêm đi Quảng Bình trông coi các quân sửa đắp chính luỹ, từ núi Đâu Mâu [huyện Quảng Ninh, Quảng Bình] đến cửa biển Nhật Lệ [Đồng Hới, Quảng Bình]; ở hai luỹ Trấn Ninh và Sa Phụ đắp thêm đài súng lớn, đặt điếm tuần thuỷ và bộ. Lại coi khắp hình thế đầu non cửa biển, đường sá xa gần, núi sông hiểm dễ, vẽ đồ bản dâng trình. Sau 3 tháng công việc làm xong, thưởng cho tướng sĩ 500 lạng bạc, 800 quan tiền.

Tháng 8 [3/9-1/10/1701], mở khoa thi; Chúa ra đầu đề. Lấy trúng cách về Chính đồ được 4 Giám sinh, 4 Sinh đồ và 5 Nhiêu học; trúng cách về Hoa văn được 17 người, trúng cách về Thám phỏng được 1 người. Giám sinh bổ Tri phủ, Sinh đồ bổ Tri huyện, Nhiêu học bổ Huấn đạo; Hoa văn và Thám phỏng bổ vào ba ty.

Tháng giêng năm Nhâm Ngọ, Chính Hoà thứ 23 [28/1-26/2/1702], (Thanh, năm Khang Hy thứ 41); Thanh Hoa có nạn lụt, nước sông dâng cao, đê Thanh Hoa bị vỡ, dân đói. Triều đình trích một vạn quan tiền trong kho nội phủ, chia làm hai phần: một phần chẩn cấp cho nơi nào thóc lúa bị tổn hại; một phần chẩn cấp cho dân phu làm công việc hàn lấp khúc đê vỡ. Lại mở kho ở trấn lấy thóc phát chẩn cho dân bị đói; miễn thuế đinh và hộ.

Tại miền Nam, vào tháng 5 [27/5-24/6/1702], Chúa Nguyễn Phúc Chu sai bọn Hoàng Thần, Hưng Triệt đem quốc thư và cống phẩm gồm: kỳ nam 5 cân 4 lạng, vàng sống 1 cân 13 lạng 5 đồng cân, ngà voi 2 chiếc nặng 350 cân, mây song hoa 50 cây, sang Quảng Đông để cầu phong. Thần và Triệt là người Quảng Đông, theo hoà thượng Thạch Liêm đến yết kiến, do đó Chúa sai đi. Nhân bấy giờ thuyền đi cống của Xiêm La bị gió bão, đậu ở hải phận; bèn sửa sang thuyền lái và giúp đỡ lương thực cho họ, rồi sai bọn Thần, Triệt cùng đưa đi. Vua Thanh hỏi bầy tôi về việc này, họ đều nói rằng:

"Nước Quảng Nam hùng thị một phương, Chiêm Thành, Chân Lạp đều bị thôn tính, sau tất sẽ lớn. Duy nước An Nam còn có nhà Lê ở đó, chưa có thể phong riêng được."

Việc phong bèn thôi. Thuyền Thanh thường đến buôn ở Quảng Nam, nên gọi miền Nam là nước Quảng Nam.

Bấy giờ giặc biển là người An Liệt [English, tức người Anh] có 8 chiếc thuyền đến đậu ở đảo Côn Lôn. Trưởng là bọn Tô Thích Già Thi 5 người tự xưng là Nhất ban, Nhị ban, Tam ban, Tứ ban, Ngũ ban [các cấp: quan Một, quan Hai, quan Ba, quan Tư, quan Năm] cùng đồ đảng hơn 200 người, lập trại sách, của cải chứa đầy, bốn mặt đều đặt đại bác. Trấn thủ dinh Trấn Biên là Trương Phước Phan đem việc báo lên. Chúa sai Phước Phan tìm cách trừ bọn ấy.

Vào tháng 10 năm sau [9/11-7/12/1703], dẹp yên đảng An Liệt. Trước đó Trấn thủ Trấn Biên Trương Phước Phan mộ 15 người Chà Và [Java, Indonesia] sai làm kế trá hàng đảng An Liệt để thừa chúng sơ hở thì giết. Bọn An Liệt không biết; đóng ở Côn Lôn hơn một năm không thấy Trấn Biên xét hỏi, tự lấy làm đắc chí. Người Chà Và nhân đêm phóng lửa đốt trại, đâm chết Nhất ban, Nhị ban, bắt được Ngũ ban trói lại, còn Tam ban, Tứ ban thì theo đường biển trốn đi. Phước Phan nghe tin báo, tức thì sai binh thuyền ra Côn Lôn, thu hết của cải bắt được dâng nộp. Chúa trọng thưởng người Chà Và và tướng sĩ theo thứ bực. Tên Ngũ ban thì đóng gông giải đi, chết ở dọc đường.

Tháng giêng năm Quí Tị, Chính Hoà thứ 24 [16/2-16/3/1703], (Thanh, năm Khang Hy thứ 42); Chúa Trịnh Căn phong cho chắt [cháu 4 đời] là Cương làm Tiết chế, An quốc công. Trước kia, con cả của Trịnh Căn là Vĩnh chết sớm, Căn dùng con thứ ba là Bách làm thừa tự để chuẩn bị nối dõi; rồi Bách chết, dùng con của Vĩnh là Bính thừa tự. Bính sinh con là Cương, năm ấy 18 tuổi. Nay Bính chết, Căn thấy mình tuổi già mà người thừa kế chưa ổn định, bèn triệu Bồi tụng Nguyễn Quý Đức vào hỏi. Quý Đức thưa:

"Trọng trách trông coi việc nước, vỗ về quân lính, phải thuộc về người chắt trưởng, xin quyết định ngay, để cắt đứt sự dòm ngó".

Trịnh Căn mới cả quyết, bèn dùng Cương kế tự, làm tờ biểu tiến phong Cương làm Khâm sai tiết chế các dinh quân thuỷ quân bộ kiêm giữ hết cơ quan chính quyền, chức Thái uý, tước An quốc công, mở phủ Lý quốc.

Tháng 3 năm Giáp Thân, Chính Hoà thứ 25 [4/4-3/51704], (Thanh, năm Khang Hy thứ 43). Trước đây Trịnh Luân và Trịnh Phất là con Tiết chế quá cố Trịnh Bách, tự cho là đáng được tập phong nối nghiệp. Đến nay, Trịnh Cương do vai chắt của Chúa Trịnh Căn lại được mở phủ đệ, nên Luân và Phất cấu kết với với bọn Đào Quang Giai làm bè đảng giúp sức, định mưu cướp ngôi của Trịnh Cương. Hiệu thảo Nguyễn Công Cơ dò biết việc này, đem báo cáo cho Trịnh Căn biết. Căn bèn giao bọn này cho ngục Đình uý tra hỏi, họ đều nhận tội; Nguyễn Công Cơ được thăng chức Thị lang.

Cũng vào tháng 3 tại miền Nam, Chúa Nguyễn sai Ngoại tả chưởng dinh Tôn Thất Diệu, Văn chức Trần Đình Thuận đốc suất quân lính đắp kè đập ở kênh Hà Kỳ [huyện Vĩnh Linh, Quảng Trị], từ xã Lai Cách đến xã Thuỷ Liên, phàm 5 sở, để tiện việc vận tải.

Tháng 7 [1/8-29/8/1704], xảy ra trận hoả hoạn lớn, từ chợ Phú Xuân [Huế] đến phủ Đông Trì [huyện Hương Trà, Thừa Thiên], cháy lan hơn một vạn nhà.

Tháng 10 [29/10-26/11/1704], lấy Chưởng cơ Nguyễn Hữu Hào làm Trấn thủ Quảng Bình. Hào đến trấn, yêu thương quân sĩ, yên vỗ trăm họ, quân dân đều mến. Trước đây Nguyễn Hữu Hào có lỗi không cương quyết trong việc bình định Chân Lạp, nên bị Chúa Nguyễn Phúc Trăn cách chức; sau đó vào năm 1691, được Chúa Nguyễn Phúc Chu khôi phục cho làm Cai cơ.

Tháng 4 năm Ất Dậu, Chính Hoà thứ 26 [23/5-20/6/17051705], (Từ tháng 4 trở về sau thuộc năm Vĩnh Thịnh thứ nhất triều Dụ Tông - Thanh, năm Khang Hy thứ 44); Vua Lê Hy Tông hạ chiếu truyền ngôi cho thái tử Duy Đường, rồi lên làm Thái thượng hoàng.

Tháng 7 [19/8-17/9/1705], tại miền Nam, Chúa Nguyễn Phúc Chu sai Chánh thống cai cơ Nguyễn Cửu Vân đánh Chân Lạp và đưa Nặc Yêm về nước. Yêm là con Nặc Nộn; sau khi Nặc Nộn chết, Nặc Thu phong Yêm làm chức Tham Đích Sá Giao Chuỳ, đem con gái gả cho. Sau Thu vì tuổi già, truyền ngôi cho con là Nặc Thâm. Thâm ngờ Yêm có ý chống lại, bèn nổi binh đánh nhau, lại nhờ Xiêm La giúp. Yêm chạy sang Gia Định cầu cứu với triều đình; Chúa bèn sai Vân lãnh quân thuỷ bộ Gia Định tiến đánh Nặc Thâm. Vân đến Sầm Khê [Rạch Gầm, Tiền Giang] gặp quân Xiêm, đánh tan. Thâm cùng em là Nặc Tân chạy sang Xiêm. Nặc Yêm lại trở về thành La Bích. Bấy giờ Xá sai ty Phiên Trấn là Mai Công Hương làm Tào vận tới sau, bị quân giặc chặn lại, lính vận tải sợ chạy. Hương bèn đục thủng thuyền làm đắm lương thực, rồi nhảy xuống sông chết, nên giặc không lấy được gì hết. Chúa nghe tin, sai phong Hương làm thần "*Vị quốc tử nghĩa*", dựng đền để thờ. Chân Lạp dẹp xong, Vân cho khẩn ruộng ở Cù Ao thuộc tỉnh Định Tường, làm gương cho quân dân noi theo. Lại lo giặc thường đến đất này quấy rối phía sau lưng quân ta, bèn đắp luỹ dài để vững việc phòng ngự.

Chú thích:

1. Cát sủi: Chữ là phí sa, một thứ cát có chứa chất xút, bỏ vào nước thì sôi lên, người ta dùng để gội đầu.

2. Mông Tự: Thời Thanh huyện Mông Tự thuộc phủ Lâm An, tỉnh Quảng Tây.

3. Đạo Hoa Lang: Đạo Thiên chúa, vì người đem đạo ấy đầu tiên vào nước ta là người Hà Lan hay Hoa Lang.

132.
Lê Dụ Tông
[1705-1728]

Vua Dụ Tông được Vua cha Hy Tông truyền ngôi vào tháng 4 năm Chính Hoà thứ 26 [23/5-20/6/17051705], niên hiệu Vĩnh Thịnh thứ nhất. Nhà vua trị vì 25 năm; vào tháng 4 năm Bảo Thái thứ 10 [28/4-27/5/1729] truyền ngôi cho con là Duy Phường, rồi cũng lên làm Thái thượng hoàng được 2 năm thì mất.

Tháng 5 năm Bính Tuất, Vĩnh Thịnh thứ 2 [11/6-9/7/1706], (Thanh, năm Khang Hy thứ 45); Ai Lao sang dâng lễ cống. Trước kia dân Man Chan [Trấn Ninh, Lào] thuộc Ai Lao thường khổ sở vì bị bộ lạc Lạc Hòn [Savannakhet, Lào] xâm lấn ngược đãi, cứ phải chạy lánh; triều đình nhà Lê vẫn phải che chở cho. Khi tù trưởng Triều Phúc trở về nước, thì thành quách hào luỹ đổ nát, binh lính thuộc dưới quyền chỉ có hơn 700, khí giới dự trữ không được đầy đủ, lễ cống khiếm khuyết. Chúa Trịnh Căn cho người trách hỏi, Triều Phúc sai sứ tỏ bày tình trạng, dâng phẩm vật địa phương, xin giúp cho binh khí và xin cho kết nghĩa hôn nhân để được nương nhờ ơn nước lớn. Trịnh Căn đưa lời yên ủi, từ đấy Triều Phúc cống hiến không bao giờ gián đoạn; sau Chúa đem người con gái họ Trịnh, lấy danh nghĩa là Quận chúa gả cho Triều Phúc.

Tháng 2 năm Đinh Hợi, Vĩnh Thịnh thứ 3 [4/3-2/4/1707],

(Thanh, năm Khang Hy thứ 46); định rõ lại phép khảo công. Theo chế độ cũ vào năm Chính Hoà thứ 6 [1685]; về việc khảo công, tính chung ba lần khảo trong cả ba năm, rồi mới thi hành việc truất bãi hoặc thăng thưởng. Đến nay định rõ lại rằng trong ba năm, quan chức đều phải đủ ba lần khảo theo thể lệ thượng, trung, hạ, rồi sẽ cân nhắc như sau: người nào ba lần khảo đều liệt vào thượng hạng sẽ được thăng chức hai bậc; người nào hai lần thượng hạng, một lần trung hạng, được thăng chức một bậc và được thưởng thêm 50 quan tiền; người nào năm đầu vào thượng hạng, năm thứ nhì vào trung hạng, năm thứ ba vào hạ hạng, là loại trung bình, sẽ thuyên chuyển làm việc ở địa phương thiếu chỗ; người nào hai lần trung hạng, một lần hạ hạng, sẽ phải giáng chức một bậc; người nào hai lần hạ hạng, một lần trung hạng, phải giáng chức hai bậc.

Tháng 7 [29/7-26/8/1707], nới rộng thời gian ban ơn cho dân phiêu tán. Tai hoạ hạn hán và đói kém xảy ra từ năm Chính Hoà thứ 24 [1703] khiến nhân dân phần nhiều phiêu tán, triều đình đã nhiều lần thi hành lệnh ân xá rộng rãi, nhưng dân các làng xóm vẫn chưa trở về đông đủ. Nay định niên hạn: người phiêu tán sẽ được tha phú thuế và dao dịch trong năm năm; người trở về mà tình cảnh nghèo khổ sẽ được miễn thuế hộ trong ba năm.

Tại miền Nam vào tháng 8 [14/9-13/10/1708], nhà Nguyễn mở khoa thi, lấy trúng cách về Chính đồ được 3 người Giám sinh, trúng cách về Hoa văn 3 người, trúng cách về Thám phỏng 5 người.

Tháng 8 năm Mậu Tý, Vĩnh Thịnh thứ 4 [14/9-13/10/1708], (Thanh, năm Khang Hy thứ 47); hạ lệnh sửa đắp đê sông Nhị Hà. Hàng năm, nước sông Nhị tràn ngập, đường đê nhiều chỗ hư hại; triều đình bèn hạ lệnh hai ty Trấn thủ và Thừa chính đốc sức dân phu, tuỳ theo địa thế bồi đắp sửa chữa, để có lợi cho nông dân.

Tháng 9 [14/10-11/11/1708], cấm Thổ tù ở các phiên trấn dân tộc thiểu số không được giao thiệp riêng với người quyền quý trong triều đình. Lúc ấy, Phụ đạo các phiên trấn phần nhiều vào kinh sư chơi, giao thiệp liên kết với người có quyền lực hoặc người giữ địa vị trọng yếu, vì thế mới hạ lệnh cấm. Nếu triều đình có lễ tiết lớn, các Phụ đạo vào kinh, không được đem quá 4 người đi theo, khi lưu ở kinh sư, không được quá 20 ngày. Từ đấy, sự phân biệt người Kinh, người thiểu số trở nên nghiêm ngặt.

Tại miền Nam, vào tháng 8 [14/9-13/10/1708]; cho Mạc Cửu làm Tổng binh trấn Hà Tiên. Cửu người Lôi Châu, tỉnh Quảng Đông; nhà Minh mất, không chịu dóc tóc theo phong tục Mãn Thanh, chạy sang phương Nam, đến nước Chân Lạp làm chức Ốc Nha. Thấy phủ Sài Mạt ở nước ấy có nhiều người buôn các nước tụ họp, bèn mở sòng gá bạc để thu thuế gọi là hoa chi, lại được hố bạc chôn, nên thành giàu. Nhân chiêu tập dân xiêu dạt đến các nơi như Phú Quốc, Cần Bột, Gia Khê, Luống Cày, Hương úc, Cà Mâu [thuộc tỉnh Hà Tiên] lập thành 7 xã thôn. Đất ấy tương truyền có người tiên thường hay hiện ra ở trên sông; nhân thế đặt tên là Hà Tiên. Bấy giờ Mạc Cửu uỷ cho người bộ thuộc là Trương Cầu và Lý Xã dâng thư xin làm Hà Tiên trưởng. Chúa nhận cho, trao cho chức Tổng binh. Cửu xây dựng dinh ngũ, đóng ở Phương Thành, nhân dân ngày càng đến đông.

Tháng 5 năm Kỷ Sửu, Vĩnh Thịnh thứ 5 [8/6-6/7/1709], (Thanh, năm Khang Hy thứ 48); Trịnh Căn mất, chắt 4 đời là Trịnh Cương lên nối ngôi. Căn giữ ngôi Chúa 28 năm; khi mất truy xưng là Khang Vương. Tháng 9 [3/10-1/11/1709], Tiết chế Cương được gia phong làm Nguyên soái tổng quốc chính, An đô vương. Nhân dịp này, Trịnh Cương tha cho dân một nửa thuế tô năm ấy và các thuế còn thiếu lại đã lâu; lại thăng chức cho các quan văn võ, người chức cao, kẻ chức thấp khác nhau.

Tại miền Nam, vào tháng giêng [10/2-10/3/1709] Nội hữu phò mã Tống Phước Thiệu mưu phản, bị cách làm dân thường. Trước đó Thiệu cùng Cai đội Nguyễn Cửu Khâm âm mưu làm phản. Thiệu ngầm sai thuộc hạ là bọn Trịnh Nghệ, Tường Vân vào Quảng Nam, ngầm cấu kết với những tay hào kiệt, mưu đồ trước lấy Bình Khang [Khánh Hoà, Ninh Hoà], sau lấy Phú Yên, rồi trở về lấy Quảng Nam, thẳng tới Chính dinh, phóng lửa nổi loạn. Tôn Thất Thận cũng dự mưu ấy, đến khi mưu tiết lộ thì đem việc cáo giác ra. Cửu Khâm, Trịnh Nghệ, Tường Vân đều bị giết. Thiệu bị bãi làm thứ dân và bị tù ở vườn Bát Khải; Thận bị cách làm lính.

Tháng 7 [6/8-3/9/1709] Phiên vương Thuận Thành là Kế Bà Tử đến cống phương vật.

Ngày Nhâm dần tháng 12 [5/1/1710], đúc ấn Quốc bảo; trên khắc 9 chữ ***"Đại Việt quốc Nguyễn chúa vĩnh trấn chi bảo"***. Năm ấy đúc xong, về sau truyền đời làm quốc bảo. Đến đời Thế tổ Cao hoàng đế Gia Long, binh lửa hơn 20 năm, ấn ấy mất rồi lại tìm thấy nhiều lần.

Khoảng năm Gia Long, vua từng dụ Hoàng thái tử, tức Thánh tổ Nhân hoàng đế Minh Mệnh rằng:

"Ấn báu này các đời truyền nhau, ngày xưa đã trải nhiều phen binh lửa, người chẳng chắc còn, mà ấn này vẫn cứ giữ trọn trước sau, chiếu văn và bổ dụng quan lại đều dùng ấn

này, giữ tín trong nước, ai cũng hưởng ứng. Ấn này quan hệ với quốc gia không nhỏ, thực là ngôi báu trời cho vẫn có quỷ thần giúp đỡ, khiến cho ngọc bích của Triệu (1) lại trở về để truyền cho con cháu. Vả lại nhà nước ta liệt thánh nối nhau, chồng chất sáng hoà, hơn 200 năm, nay nhờ yêu dấu thiêng liêng mà thống nhất cả nước, Phước chứa vốn đã lâu rồi. Kinh Thi có câu "Nhà Chu nước dù cũ mà mệnh trời thì mới"(2), sự mở mang cơ nghiệp vốn bắt đầu tự Văn vương Vũ vương, mà công gây dựng buổi đầu thực là tự Cổ công và Vương Quý. Những vật cũ đời ấy để lại như cái đỉnh cái di, người Chu cũng đều xem là đồ báu. Huống chi cái ấn quốc bảo của tổ tiên ta để lại ư? Từ nay về sau nên lấy ấn này làm vật báu truyền ngôi. Con cháu ta phải đời đời để lại cho nhau, đừng làm mất đi mà truyền đến ức muôn năm dài lâu mãi mãi".

Tháng 2 năm Minh Mệnh thứ 1 [14/3-12/4/1820], vào ngày tốt, Thánh tổ Nhân hoàng đế tự tay phong kín cất đi. Đến ngày 22 tháng chạp năm thứ 18 [17/1/1838] lại mở xem một lần rồi viết chữ son niêm lại để cất như cũ, dùng để truyền mãi về sau.

Ngày 14 tháng 2 năm Canh Dần, Vĩnh Thịnh thứ 6 [13/3/1710], (Thanh, năm Khang Hy thứ 49); sứ bộ nước ta đến nhà Thanh triều cống, với danh hiệu Nguyễn Duy Chính tức Vua trước Lê Hy Tông, được ban yến và thưởng:

"***Ngày 14 tháng 2 năm Khang Hy thứ 49*** **[13/3/1710]**

Quốc vương An Nam Lê Duy Chính sai bọn Bồi thần Trần Đình Gián tiến cống. Ban yến và thưởng theo lệ." (**Thanh Thực Lục**, **Thánh Tổ Thực Lục** quyển 241, trang 9)

Tại miền Nam, vào tháng 4 [29/4-27/5/1710] cho đúc

chuông chùa Thiên Mụ nặng 3.285 cân. Chúa Nguyễn Phúc Chu đích thân làm bài minh khắc vào chuông.

Tháng giêng năm Tân Mão, Vĩnh Thịnh thứ 7 [17/2-18/3/1711], (Thanh, năm Khang Hy thứ 50); bắt đầu sai quan trong kinh đi đôn đốc việc đắp đê. Trước đây, việc đốc thúc dân đắp đê, giao quyền cho các quan ở trấn, phần nhiều chỉ làm cẩu thả cho xong việc, nên mỗi năm đến mùa nước lũ, đê lại vỡ, dân vùng ven sông luôn luôn bị tai hại. Đến nay mới hạ lệnh cho quan trong kinh là bọn Lê Dị Tài và Trần Công Trụ chia nhau đi đôn đốc. Công việc sửa đắp đê bận rộn hơn, nhưng cũng không sao ngăn ngừa được nạn nước lụt.

Tại miền nam, cũng vào tháng giêng [17/2-18/3/1711], 2 Tù trưởng dân tộc thiểu số là Đôn vương và Nga vương, thuộc Nam Bàn và Trà Lai [Gia Lai], giáp giới Phú Yên và Bình Định; sai sứ đến dâng sản vật địa phương và trình bày rằng dân họ không chịu đóng thuế, nên không lấy gì để cống, xin phát quân ra oai. Chúa cho rằng viên quan là Kiêm Đức đã từng đi chiêu dụ hai dân tộc này, quen hiểu thói tục, nên cho đem thư đến hiểu dụ, cho áo sa, áo đoạn và đồ đồng, đồ sứ, lại lấy nghĩa kẻ trên người dưới khuyên bảo dân, định ra thuế lệ, khiến phải nộp cho Tù trưởng. Người dân ai cũng theo mệnh.

Tháng 4 [17/5-15/6/1711], Tổng binh trấn Hà Tiên là Mạc Cửu đến cửa khuyết tạ ơn. Chúa hậu thưởng. Sai đo bãi cát Trường Sa dài ngắn rộng hẹp bao nhiêu.

Trước đó Chúa sai Tướng thần lại ty Thuận Đức sang Chân Lạp chiêu tập những dân xiêu tán, đến bấy giờ họ đã dần dần trở về. Vào tháng 8 [13/9-11/10/1711] Phó tướng dinh

Trấn Biên là Nguyễn Cửu Vân thường bắt họ làm việc riêng, nhiều người sinh oán. Chúa trách rằng:

"*Khanh là con nhà tướng, chế ngự một phương, sao không nghĩ lấy sự vỗ về làm trọng, mà chỉ mưu lợi cho mình? Những dân xiêu tán mới về kia, thất sở đã lâu, nay lại sai bắt quấy nhiễu thì họ chịu sao nổi? Xưa Tiêu Hà* [bề tôi vua Hán Cao tổ] *giữ đất Quan Trung* [Trung Quốc], *Khấu Tuân* [bề tôi vua Hán Quang Vũ] *giữ đất Hà Nội* [Trung Quốc] *đều hay vỗ yên trăm họ, giúp nên đế nghiệp, khanh nên coi đó mà gắng lên*".

Lại ra lệnh cho hai dinh Trấn Biên và Phiên Trấn rằng phàm dân lưu tán mới trở về thì chia ruộng đất để thiết lập thôn phường, tha các thứ binh dịch tô thuế trong 3 năm, do đó dân đều yên nghiệp làm ăn.

Tháng 10 [10/11-9/12/1711], Nặc Thâm nước Chân Lạp từ nước Xiêm về, cùng với Ốc Nha Cao La Hâm mưu hại Nặc Yêm. Nặc Yêm sai người Ai Lao là Nặc Xuy Bồn Bột chạy đến báo cho hai dinh Trấn Biên, Phiên Trấn xin quân cứu viện. Phó tướng Nguyễn Cửu Vân và Tổng binh Trần Thượng Xuyên đem việc báo lên. Chúa viết thư trả lời rằng:

"*Nặc Yêm đã theo mệnh xưng thần, nên phải an ủi dung nạp. Nhưng Nặc Thâm là con Nặc Thu, mà Nặc Thu cũng không bỏ triều cống, sao nỡ đem quân đánh được. Bọn khanh nên xét kỹ tình hình bên địch, tuỳ cơ ứng biến, khiến cho Nặc Thâm bỏ mối thù oán, mà Nặc Yêm cũng được bảo toàn. Đó là thượng sách*".

Tháng 12 [8/1-6/2/1712], Chúa muốn dời phủ sang bãi phù sa xã Bác Vọng [huyện Quảng Điền, Thừa Thiên]. Sai Ký lục Lê Quang Hiến vẽ bản đồ dâng lên; đến tháng giêng năm sau [7/2-6/3/1712] khởi công xây dựng.

Tháng 3 năm Nhâm Thìn, Vĩnh Thịnh thứ 8 [6/4-4/5/1712], (Thanh Khang Hy thứ 51); lại hạ lệnh cấm đạo Thiên Chúa. Triều đình đã nhiều lần ra điều lệnh cấm đạo Thiên Chúa, nhưng quan và dân sở tại bao che, nên đạo lan truyền mỗi ngày sâu rộng. Vì thế, triều đình lại định điều lệ ngăn cấm, phát 100 quan tiền thưởng cho người tố cáo; người theo đạo sẽ phải cắt tóc trên đỉnh đầu, thích vào mặt bốn chữ "*học Hoa Lang* (4) *đạo*".

Từ tháng 6 [7/7-1/8/1712] đến cuối năm, trời không mưa; dân bị đói to. Hạ lệnh thả các tù tội nhẹ hiện đương bị giam; hoãn thu các thứ thuế thiếu đã lâu; giảm một nửa thuế tuần ty và bến đò, đình hoãn việc bắt phu làm việc; tế lễ tế các nơi thờ tự mà ít lâu nay bỏ không tế.

Tại miền Nam, vào tháng 8 [1/9-29/9/1712] Chúa thấy nước Chân Lạp sản nhiều sơn tốt, sai người đem sang 100 lạng vàng theo giá mà mua để dùng về việc nước, và gửi thư cho phiên vương là Nặc Thu.

Tháng 9 [30/9-29/10/1712], phiên vương Thuận Thành là Kế Bà Tử xin định điển lệ cho vùng đất Chiêm Thành. Chúa sai quan văn định 5 điều ban cho:

1) Viên nào có sự trạng gì đến cáo ở Vương phủ, thì tiền đòi xét mỗi viên tả hữu trà phải nộp 20 quan, mỗi viên tả hữu phan dung phải nộp 10 quan. Đến cáo ở dinh Bình Khang [Khánh Hoà] thì mỗi viên tả hữu trà nộp 10 quan, mỗi viên tả hữu phan dung nộp 2 quan.

2) Phàm người kinh kiện nhau hoặc kiện với dân Thuận Thành thì do Phiên vương và Cai bạ ký lục xử đoán; dân Thuận Thành kiện nhau thì một mình Phiên vương xử

đoán.

3) Hai trạm Kiền Kiền và Ô Cam sai quân canh giữ nghiêm mật để phòng kẻ gian, người sai đi không được bắt ép dân trạm đài đệ.

4) Khách buôn đến các sách Man [Chiêm Thành] để mua bán thì phải trình với người cai phái tấn sở của nguồn để cấp giấy thông hành.

5) Dân Thuận Thành xiêu tán đến dinh Phiên Trấn [Gia Định], đều đã thả về cho làm ăn, nên để lòng thương yêu, đừng nên bóc lột hà khắc, cho dân ở yên.

Đốt Vương tại nước Tà Bồn sai sứ đến cống; Chúa sai Nội lệnh sử đưa thư phúc đáp và cho phẩm vật để phủ dụ.

Tháng giêng năm Quí Tỵ, Vĩnh Thịnh thứ 9 [26/1-24/2/1713]. (Thanh, năm Khang Hy thứ 52); bấy giờ đã lâu không mưa, giá thóc gạo cao vọt, dân gian có người phải ăn vỏ cây, rễ, cỏ, chết đói đầy đường, làng xóm các nơi tiêu điều hiu quạnh. Vì thế, triều đình bàn định thi hành chẩn cấp: hạ lệnh cho quan hoặc dân nộp thóc, sẽ lượng theo số thóc mà trao cho chức tước, hoặc phẩm hàm, rồi đem số thóc ấy phân phối phát chẩn cho dân nghèo. Lại trích tiền tại nội phủ phát chẩn cho dân kinh kỳ; trích một vạn quan tiền ở kho An Trường [huyện Thiệu Hoá, Thanh Hoá] cấp cho dân Thanh Hoá; cân nhắc để xá tô thuế cho dân ở các trấn, nơi nhiều nơi ít khác nhau.

Tháng 7 [21/8-19/9/1713], nước lụt, vỡ đê. Lúc ấy mưa dầm không ngớt, nước các sông tràn ngập, vỡ đê các trấn Sơn Tây, Sơn Nam và Thanh Hoa, mấy vạn nhà bị nước cuốn đi mất, nhân dân bị đói. Triều đình hạ lệnh cho các xã dân đều chiếu theo mẫu ruộng và suất đinh trong hộ nộp tiền, để thuê người sửa đắp.

Theo **Tập Kỷ** của Cao Lãng, thì năm ấy triều đình hạ lệnh cho dân các xã, tuỳ theo số mẫu ruộng công và tư quản lãnh, nộp tiền để thuê người sửa đắp. Cùng tính các dân nội vi tử và tạo lệ, tự sự, ân lộc, ngụ lộc, chế lộc (5), cộng 206.311 suất, liệu lượng thu mỗi suất một quan tiền, cấp phát cho dân phu, để làm việc đắp đê.

Lại đặt chức Trấn thủ ở Tuyên Quang. Thời Vua Lê Thánh Tông chia đặt hai xứ Thừa tuyên Tuyên Quang và Hưng Hoá. Lúc bắt đầu Trung Hưng, Vũ Văn Mật được chuyên giữ quyền thống trị Tuyên Quang, cha truyền con nối đến đời Vũ Công Đắc. Sau con Công Đắc là Vũ Công Tuấn làm phản, triều đình dẹp yên được, mới sai quan đến giữ địa phương này, cho thuộc quyền thống trị của Trấn thủ Hưng Hoá. Đến nay mới đặt riêng từng trấn, bổ dụng Hoạn quan Trần Công Tôn Trấn thủ Hưng Hoá, Phạm Gia Vương Trấn thủ Tuyên Quang; Hưng Hoá và Tuyên Quang, lại chia ra hai trấn bắt đầu từ đấy.

Tại miền Nam vào tháng giêng [26/1-24/2/1713] Nặc Thu nước Chân Lạp mưu phản, thám tử biết được tình trạng báo lên. Chúa sai đưa thư dụ, đại lược nói rằng:

"Trời đất đạo công che chở, muôn vật đều được sống vui. Đế vương lượng cả bao dung, bốn bên giữ nghĩa thân mục. Duy nước Chân Lạp nhà ngươi thực là một nước phên dậu, từ triều trước đã vâng mệnh lớn, từng phen phụng cống trước sân rồng; tới nay ta nối giữ cơ đồ, lại tới xưng thần nơi cửa ngọc. Như thế là sợ uy trời mà giữ nước, chỉ người trí giả mới hay. Ta vốn quý lòng thành mà khen việc tốt, ban cho phẩm vật, để tỏ ơn thêm. Ngươi nên thể lòng ta, đừng

quên thần phục, khiến biên cảnh nhờ đó mà tắt mối can qua, cho sinh dân nhờ đó mà yên vui đồng ruộng, trong ngoài được vô sự đời đời".

Tháng 8 [20/9-18/10/1713], mở khoa thi. Bấy giờ học trò thi Chính đồ, kỳ đệ nhị có 130 người, khảo quan đánh hỏng cả, duy thi Hoa văn và Thám phỏng thì lấy trúng cách được hơn 10 người. Chúa cho rằng khảo quan quá khắc, đặc biệt ra lệnh thi lại. Chúa ra đề mục. Lấy trúng cách 1 người Sinh đồ, bổ làm Huấn đạo, 7 người Nhiêu học, bổ Lễ sinh, còn những người trúng Hoa văn và Thám phỏng thì bổ vào các ty Tướng thần lại, Lệnh sử và Xá sai.

Tháng giêng năm Giáp Ngọ, Vĩnh Thịnh thứ 10 [14/2-15/3/1714], (Thanh, năm Khang Hy thứ 53); Lưu thủ Yên Quảng [Quảng Ninh] Văn Đinh Nhậm, đánh giặc biển, dẹp yên được. Bọn giặc biển ở Yên Quảng nhiều lần cướp bóc dân ở biên giới một cách bạo ngược. Lưu thủ Văn Đình Nhậm người xã Lạc Phố, huyện Hương Sơn [xã Sơn Phú, huyện Hương Sơn, Hà Tĩnh] và Đốc đồng Đinh Phụ Ích đem quân lùng bắt, chiêu dụ được đảng này 300 người ra hàng, bắt sống và giết chết hơn 70 người, hết thảy giặc này đều dẹp yên được.

Tại miền Nam vào tháng 2 [16/3-13/4/1714], bộ tộc thiểu số Cam Lộ [Quảng Trị] quấy rối biên thuỳ. Chúa sai Nội hữu Nguyễn Cửu Thế đem quân Cựu dinh đi đánh, bắt được Tù trưởng là Trà Xuy và đồ đảng đem về.

Tháng 6 [12/7-9/8/1714], trùng tu chùa Thiên Mụ; sai bọn Chưởng cơ Tống Đức Đại trông nom công việc. Quy mô bắt đầu từ cổng chùa đến điện Thiên Vương, điện Ngọc Hoàng, điện Đại Hùng, nhà Thuyết Pháp, lầu Tàng Kinh, hai bên thì lầu chuông, lầu trống, điện Thập Vương, nhà Vân Thuỷ, nhà Tri Vị, nhà Thiền Đường, điện Đại Bi, điện Dược Sư và phòng tăng nhà thiền có tới vài mươi sở. Đằng sau các nơi phương trượng trong vườn Côn Gia cũng không kém vài mươi sở, đều là rực rỡ chói lọi, làm tới một năm mới xong. Chúa thân chế bài văn bia để ghi, sai người sang nước Thanh mua kinh **Đại Tạng** cùng **Luật** và **Luận** hơn nghìn bộ để ở tự viện. Đằng trước chùa kề sông, dựng đài câu, Chúa thường ra chơi. Bấy giờ nhà sư Trung Quốc tên là Thích Đại Sán, tự là Thạch Liêm, chuyên tu thiền mà được Chúa yêu dùng, sau về Quảng Đông, dùng những gỗ quý Chúa ban cho mà dựng chùa Trường Thọ.

Tháng 7 [10/8-8/9/1714], mở hội lớn ở chùa Thiên Mụ. Chúa ăn chay một tháng, phát tiền gạo chẩn cấp cho người nghèo thiếu. Phiên vương Thuận Thành là Kế Bà Tử cũng đem con và tướng tá tới hội, Chúa ban yến rất hậu, phong cho ba người con là Phù Xác, Phác Xác và Tỳ Thôn Phù tước Hầu.

Tháng 10 [7/11-6/12/1714], Nặc Thâm nước Chân Lạp cùng bầy tôi là Cao La Hâm dấy binh vây Nặc Yêm rất gấp. Nặc Yêm cầu Xuy Bồn Bột ứng tiếp. Xuy Bồn Bột chọn trong quân của mình 2.000 người kéo về theo đường bộ. Bấy giờ số quân của Nặc Thâm có 4 vạn, mà số quân của Nặc Yêm và Xuy Bồn Bột không đầy 1 vạn, Nặc Yêm lo quân ít, phải cầu viện với hai dinh Phiên Trấn, Trấn Biên. Đô đốc Phiên Trấn là Trần Thượng Xuyên phát binh qua Sài Gòn, phó tướng Trấn Biên là Nguyễn Cửu Phú phát binh đóng ở Lôi Lạp [cửa Xoài Rạp, sông Đồng Nai, Gia Định], thuỷ quân thì đóng ở Mỹ Tho, để làm thanh viện ở xa. Sai người đem việc báo lên. Chúa trả lời rằng:

"Việc ở ngoài biên khổn, uỷ cả cho hai khanh, phải xét nên đánh hay nên giữ, sao cho yên nơi phiên phục".

Rồi sai Cai cơ Tả bộ dinh Bình Khang là Nguyễn Cửu Triêm lãnh 26 thuyền quân thuỷ bộ của dinh Bình Khang để ứng tiếp, lấy quân 4 thuyền cơ Tả thuỷ dinh Quảng Nam để tiếp giữ dinh Bình Khang.

Bấy giờ Phiên vương Thuận Thành là Kế Bà Tử xin lập nhà công đường. Chúa sai vẽ đồ hình công đường, phía trái quan văn, phía phải quan võ, định thứ tự chỗ ngồi các cấp khi làm việc công và khi xử kiện.

Tháng 11 [7/12/1714-5/12/1715], tướng sĩ hai dinh Trấn Biên và Phiên Trấn cùng với Xuy Bồn Bột và Nặc Yêm hợp quân vây Nặc Thâm ở thành La Bích [Longvek, Campuchia]. Cao La Hâm đã trốn đi trước. Nặc Thu đưa thư xin chịu tội, nói vì Nặc Thâm tin dùng nịnh thần Cao La Hâm mà thành anh em không hoà, gây nên mối loạn. Nay xin lập Vua mới lên giữ nước, để khỏi giết hại nhân dân. Trần Thượng Xuyên và Nguyễn Cửu Phú đem việc báo lên. Chúa cả mừng, bảo hai tướng rằng:

"Việc ngoài biên khổn là ở tướng quân định đoạt, nên làm sao cho ra trận thì quyết thắng, chế phục được người xa, còn việc xin lập vua mới thì đợi sau sẽ bàn".

Tháng giêng năm Ất Vị, Vĩnh Thịnh thứ 11 [4/2-5/3/1715]. (Thanh, năm Khang Hy thứ 54); triều đình cử 2 sứ bộ sang nhà Thanh dâng lễ cống, gồm Chánh sứ Hộ bộ tả thị lang Nguyễn Công Cơ và Thái bốc tự khanh Lê Anh Tuấn; Phó sứ Thượng bảo tự khanh Đinh Nho Hoàn và Lại khoa cấp sự trung Nguyễn Mậu Áng. Đến năm sau, bọn Công Cơ trở về nước, mang chỉ dụ của vua nhà Thanh nội dung: Sau này phẩm vật tuế cống, lư hương và bình hoa bằng vàng, chậu bằng bạc, được theo số lượng đã định mà thay thế làm thành vàng đĩnh, bạc đĩnh, rồi giao quan chức tỉnh Quảng Tây thu nhận lưu trữ; còn ngà voi và tê giác đều được miễn, người tuỳ hành cũng liệu lượng giảm bớt.

Thanh Thực Lục xác nhận vào tháng giêng năm sau, sứ bộ đến Bắc Kinh, được Vua Khang Hy xét miễn tiến cống tê giác, ngà voi:

"***Ngày 21 Nhâm Tý tháng giêng năm Khang Hy thứ 55* [13/2/1716]**

Quốc vương An Nam Lê Duy Chính sai bọn Bồi thần Nguyễn Công Cơ đến cống sản vật địa phương. Ban yến và thưởng theo lệ." (**Thanh Thực Lục**, **Thánh Tổ Thực Lục** quyển 267, trang 3)

"***Ngày 15 Bính Tý tháng 2 năm Khang Hy thứ 55* [8/3/1716]**

Bộ lễ đề xuất:

'An Nam tiến cống lễ vật, xin giao cho phủ nội vụ xem và thu.'

Thiên tử dụ bọn Đại học sĩ rằng:

'Nước An Nam theo niên lệ đến tiến cống các vật như tê giác, ngà voi. Vật nặng nề, mà đường sá xa xôi, việc vận tống không khỏi lao khổ, trái với ý nghĩa của chính sách nhu viễn. Từ nay trở về sau miễn tiến cống tê giác, ngà voi.'" (**Thanh Thực Lục**, **Thánh Tổ Thực Lục**, quyển 267, trang 9-10)

Trong các sứ bộ sang nhà Thanh có Phó sứ Tiến sĩ Đinh Nho Hoàn người tổng An Ấp, Hương sơn [xã Sơn Hoà, huyện Hương Sơn, Hà Tĩnh] chẳng may bị chết dọc đường.

Khi đem quan tài về quê chôn, bà vợ bé là Phan Thị thương cảm, thắt cổ để chết theo, triều đình bèn ban phong tiết nghĩa.

Tại miền Nam, vào tháng giêng [4/2-5/3/1715], Nặc Thâm nước Chân Lạp ở thành La Bích cùng quẫn, bèn phóng lửa đốt nhà cửa trong thành, rồi ra cửa Nam trốn đi; Nặc Thu nghe tin cũng trốn.

Trần Thượng Xuyên và Nguyễn Cửu Phú bèn điều quân vào thành, thu hết các đồ khí giới; dò xét biết Nặc Thu sợ không dám ra, xin nhường ngôi cho Nặc Yêm. Hai tướng đem sự trạng báo lên. Chúa ra lệnh phong Nặc Yêm làm Vua nước Chân Lạp, và gửi thư dụ Nặc Thu nên nhường Ngôi cho Nặc Yêm.

Tháng 2 [6/3-3/4/1715], Nặc Thâm dẫn quân Xiêm đến cướp Hà Tiên. Bấy giờ Hà Tiên không có phòng bị, quân Xiêm thình lình tới, Tổng binh là Mạc Cửu chống không được, chạy giữ đất Luống Cày; bọn chúng cướp hết của cải đem đi. Mạc Cửu trở về Hà Tiên, đắp thành đất, đặt tiền đồn, để làm kế phòng thủ.

Tháng 4 [3/5-1/6/1715], Vua Xiêm La sai người đưa thư trách Nặc Yêm nước Chân Lạp gây hấn, lại muốn phát binh để giúp Nặc Thâm. Nặc Yêm cáo cấp với hai dinh Trấn Biên và Phiên Trấn. Trần Thượng Xuyên và Nguyễn Cửu Phú đem việc báo lên. Chúa cho rằng việc binh ở xa khó tính, hạ lệnh cho hai tướng tuỳ nghi xử trí. Lại lo Nặc Yêm binh lực chẳng đủ, bèn cho tất cả khí giới bắt được và trả lại những người bị bắt. Nặc Yêm cảm tạ, hiến 6 thớt voi, Chúa sai nhận lấy.

Bấy giờ Ai Lao đến cống phẩm vật địa phương. Tù trưởng dân tộc thiểu số là Chiểu Đồn Không bị người nước Tạo Vĩ bức bách, nên sai sứ sang cống để cầu giúp quân. Chúa sai sứ mang thư sang an ủi vỗ về và xem binh thế mạnh yếu cùng địa thế hiểm dễ như thế nào.

Sai dinh Trấn Biên [Biên Hoà] dựng Văn miếu, giao cho Trấn thủ Nguyễn Phan Long, Ký lục Phạm Khánh Đức trông coi công việc. Miếu ở địa phận hai thôn Bình Thành và Tân Lại huyện Phước Chính [Biên Hoà], đằng trước kề sông Phước Giang, đằng sau dựa núi Long Sơn.

Tháng 11 [26/11-25/12/1715], triệu phó tướng dinh Trấn Biên là Nguyễn Cửu Phú về, lấy phó tướng Nguyễn Cửu Triêm làm Lưu thủ dinh Trấn Biên. Triêm đến nơi, xin lấy những ruộng hạng hai hạng ba ở xứ Cù Lao do cha là Nguyễn Cửu Vân đã khai khẩn, làm quan điền ăn riêng. Chúa tự tay phê cho, nhân gọi ruộng ấy là ruộng "châu phê"; nay là đất thuộc ba thôn Bình Khuê, Bình Trung và Phú Thịnh thuộc tổng Bình Cách.

Tháng 4 năm Bính Thân, Vĩnh Thịnh thứ 12 [21/5-19/6/1716], (Thanh, năm Khang Hy thứ 55); Thái thượng hoàng mất, tôn thuỵ hiệu là Chương hoàng đế, miếu hiệu Hy Tông. Thượng hoàng ở ngôi vua 30 năm, sau khi truyền ngôi, ở điện Kiền Thọ 12 năm, hưởng thọ 54 tuổi. Khi mất làm lễ táng ở Phú Lăng, thuộc xã Phú Lâm, huyện Đông Sơn, Thanh Hoá.

Tháng 6 [19/7-16/8/1716] bắt đầu định phép chia đều thuế khoá và tạp dịch. Từ lúc thi hành phép Bình lệ vào năm Kỷ Dậu [1669], thuế khoá và tạp dịch cứ chiếu nhân khẩu phải chịu, đem việc gánh vác đổ dồn về một bên. Nên nay bàn định dùng khoa điều để phân phối giữa nhân khẩu và chủ điền cùng chịu. Phàm có công việc đóng góp, thì nhân đinh và chủ điền mỗi bên đều phải chịu một phần.

Tại miền Nam vào tháng 8 [16/9-14/10/1716]; bấy giờ trong nước cường thịnh, Chúa muốn cử đại quân Bắc phạt. Thấy tướng Trịnh là Lê Thời Liêu trấn Nghệ An, phòng giữ nghiêm mật, bèn mật sai người khách buôn Phúc Kiến tên là Bình và Quý sang Quảng Tây, theo ải Lạng Sơn mà vào, để dò xem tình hình hư thực ở Bắc Hà. Bình và Quý đến Đông Đô, hỏi biết tình trạng quân quốc binh dân; ở 2 tháng, lại theo đường cũ mà về Quảng Đông.

Đến tháng 2 năm sau [13/3-11/4/1717], bọn Bình và Quý từ miền Bắc về, đều nói Bắc Hà chưa có thể thừa cơ được, việc Bắc phạt bèn thôi.

Chú thích:

1. Triệu bích: Lạn Tương Như nước Triệu đem ngọc bích sang Tần để đổi lấy 5 thành, Tần không đổi thành, Tương Như đem ngọc bích về.

2. Nhà Chu nước dù cũ mà mệnh trời thì mới; điển từ **Kinh Thi**: *Chu tuy cựu bang, kỳ mệnh duy tân.*

3. Trà Lai: Sau gọi là Gia Lai, giáp giới Phú Yên và Bình Định; hình như thuộc về Hoả quốc.

4. Hoa Lang: Tức Hoà Lan châu Âu; tập tục đọc sai thành Hoa Lang.

5. Nội vi tử và tạo lệ, tự sự, ân lộc, ngụ lộc, chế lộc:

- Nội vi tử: Tức dân nội tịch chính cung.

- Tạo lệ: Người hầu hạ thân vương và các quan được phong tước công, hầu, bá, tử, nam.

- Tự sự: Quan văn, quan võ được triều đình chiếu theo chức phẩm, chuẩn cấp cho dân xã cung phụng việc tế tự lúc mất gọi là tự sự.

- Ân lộc: Các viên quan đã trí sĩ về nhà được hưởng lộc của dân để nuôi dưỡng.

- Ngụ lộc: Ngự sử đài và hai ty Thừa chính, Hiến sát được cấp cho thủ lê dân, để làm ngụ lộc.

- Chế lộc: Quan võ được cấp dân gọi là chế lộc.

133. Lê Dụ Tông [1705-1728] (2)

Tháng 12 năm Đinh Dậu, Vĩnh Thịnh thứ 13 [2/1-30/1/1718], (Thanh, năm Khang Hy thứ 56); qui định thể lệ hạn chế số người làm tại các công trường khai mỏ ở các trấn. Lúc ấy, các mỏ vàng, bạc, đồng, thiếc ở các trấn phần nhiều mộ người nhà Thanh khai quật; phu mỏ quần tụ mỗi ngày một nhiều. Triều đình e rằng sẽ sinh sự biến động, bèn định thể lệ: số phu mỗi mỏ, nhiều nhất 300 người, thứ đến 200 người và ít là 100 người, không mỏ nào được dùng quá số đã định; từ đấy số phu làm ở trường xưởng khai mỏ mới được hạn chế. Theo **Lịch triều hiến chương** của Phan Huy Chú: Mối lợi công trường khai mỏ phần nhiều ở các hạt Tuyên, Hưng, Thái, Lạng. Tuyên Quang: Xưởng đồng Tụ Long, xưởng bạc Nam Xương là Long Sinh. Hưng Hoá: Xưởng đồng Trình Lạn và Ngọc Uyển. Thái Nguyên: Xưởng đồng Sàng Mộc, Yên Hân, Liêm Tuyền, Tống Tinh và Vụ Nông, xưởng vàng Kim Mã và Tam Lộng, xưởng chì Côn Minh. Lạng Sơn: Xưởng đồng Hoài Viễn.

Tháng 4 năm Mậu Tuất, Vĩnh Thịnh thứ 14 [30/4-29/5/1718], (Thanh, năm Khang Hy thứ 57); sai sứ thần sang nhà Thanh cáo phó và xin phong. Vua Lê Dụ Tông tuy lên ngôi năm 1705, nhưng bấy giờ Vua cha Lê Hy Tông còn sống, làm Thái thượng hoàng, nên không báo cho nhà

Thanh biết. Đến nay sau khi Vua cha mất, bèn sai sứ cáo phó và xin phong. Sứ bộ có Chánh sứ Hữu thị lang bộ Binh Nguyễn Công Hãng; Phó sứ Phủ doãn Phụng Thiên Nguyễn Bá Tông. Dịp này, được Vua nhà Thanh chuẩn cho hai lễ cống, cứ 6 năm cùng dâng một lúc; nhân viên đi sứ cử 3 sứ thần và 20 hành nhân.

Khi sứ bộ đến phủ Nam Ninh, thì viên Phó sứ Nguyễn Bá Tông mất; Tổng đốc Lưỡng Quảng báo về triều, được Vua Thanh cho làm lễ tế. Riêng sứ bộ được ban yến và thưởng theo lệ:

"***Ngày 8 Quí Mùi tháng 9 năm Khang Hy thứ 57* [31/10/1718]**

Bộ lễ bàn bạc rồi tâu:

'Tổng đốc Quảng Đông Quảng Tây Dương Lâm dâng sớ tâu 'Bồi thần An Nam Nguyễn Bá Tông đến tiến cống; bị bệnh mất tại Nam Ninh, Quảng Tây.' Đáng theo lệ đến tế một lần; nếu như muốn chôn tại Quảng Tây, lệnh dành đất mai táng.'

Thiên tử chấp thuận." (**Thanh Thực Lục, Thánh Tổ Thực Lục** quyển 281, trang 11)

"***Ngày 24 Mậu Thìn tháng 10 năm Khang Hy thứ 57* [15/12/1718].** *Lê Duy Đào* (1), *nối dõi Quốc vương An Nam, sai Bồi thần Nguyễn Công Hãng cáo phó Quốc vương Lê Duy Chính mất, cùng xin phong và dâng biểu cống sản vật địa phương. Ban yến và thưởng theo lệ."* (**Thanh Thực Lục, Thánh Tổ Thực Lục** quyển 281, trang 22)

Tháng 9 [24/10-21/11/1718], Chúa Trịnh Cương đặt Lục phiên. Nguyên trước kia, phủ Chúa đặt 3 phiên là: Binh phiên, Hộ phiên và Thuỷ sư phiên. Đến nay đặt Lại phiên,

Lễ phiên, Hình phiên, Công phiên, Binh phiên, Hộ phiên gọi là Lục phiên. Từ đây, chính quyền trong nước qui về hết lục phiên thuộc phủ Chúa; còn Lục bộ [Lại bộ, Hộ bộ, Lễ bộ, Binh bộ, Hình bộ và Công bộ] và Lục tự [Đại lý tự, Thái thường tự, Quan lộc tự, Thái bộc tự, Hồng lô tự và Thượng bảo tự] của triều đình, chỉ đặt cho có vị mà thôi.

Tháng 11 năm Kỷ Hợi, Vĩnh Thịnh thứ 15 [11/12/1719-9/1/1720], (Thanh, năm Khang Hy thứ 58); đo đạc ruộng và kiểm kê nhân khẩu. Chúa Trịnh Cương phê bình phép "**bình lệ**' thi hành từ 50 năm về trước, bèn nói:

"*Thương dân thì cần phải thi hành nhân chính, muốn thi hành nhân chính thì cần phải chia đều thuế khoá và dao dịch. Chế độ cũ làm phiền nhiễu dân đinh về việc duyệt tuyển, triều trước rất chán nghét, nên mới lập ra phép "**bình lệ**": Số người đến tuổi ghi tên vào sổ cũng không tính, số người hao hụt đi cũng không miễn trừ. Phép ấy thi hành đến nay đã hơn 50 năm rồi. Trong thời gian ấy, số hộ khẩu ở dân hoặc thêm ra hoặc hụt đi không nhất định, mà nguyên ngạch vẫn theo như cũ, vì thế mà dân đinh phải gánh vác quá nặng, rồi dần dà đi đến chỗ lưu tán.*

Nhân đấy, đã họp bầy tôi trong triều bàn luận, tính kỹ phương pháp cứu vớt lấy dân. Mọi người đều nhất trí: nay ruộng trong nước không kể ruộng công hay tư, đều thi hành việc khám xét đo đạc, rồi liệu lượng chia bổ ngạch thuế, để cho người giàu người nghèo giúp đỡ lẫn nhau, nặng nhẹ gánh vác đều với nhau, định làm phép tắc thi hành mãi mãi."

Vì thế, Trịnh Cương hạ lệnh cho các viên phủ, huyện và hai ty Thừa chính, Hiến sát chia nhau đi kiểm kê, đo đạc ruộng đất dân gian.

Tháng 12 [10/1-7/2/1720]. Nhà Thanh sai Nội các điển bạ Đặng Đình Triết và Hàn lâm viện biên tu Thành Văn sang sách phong nhà Vua làm An Nam quốc vương, ban cho phẩm phục Nhất phẩm và đem lễ vật tế Vua Hy Tông. Lúc bọn Đình Triết mới đến, yêu cầu khi nhận sách phong nhà vua làm lễ 3 lần quỳ 9 lần vái (tam quỳ, cửu khấu lễ), nhưng triều đình theo lễ nghi trong nước, làm lễ 5 lạy 3 vái (ngũ bái, tam khấu). Việc này tranh luận ba bốn lần. Đình Triết mới miễn cưỡng nghe theo. Triều đình lại tiễn chân trọng hậu bằng bạc lạng, sứ bộ đều không nhận. Khi Đình Triết về Trung Quốc, nói nước ta cảnh thổ bình yên, lễ nghi đáng để cho người ngoài quan chiêm. Vua nhà Thanh lấy làm khen ngợi. Đến khi bọn Tả thị lang Hồ Phi Tích sang tạ ơn, vua nhà Thanh ban cho có phần hậu hơn lần trước.

Thanh Thực Lục ghi nguyên văn sắc văn Vua Khang Hy phong Vua Dụ Tông, và việc Sứ thần Hồ Phi Tích dâng biểu tạ ơn Vua Thanh:

"***Ngày 9 Nhâm Tý tháng 2 năm Khang Hy thứ 58* [29/3/1719].** *Mệnh Nội các trung thư Đặng Đình Triết làm Chánh sứ, Hàn lâm viện biên tu Thành Văn làm Phó sứ dụ tế cố Quốc vương An Nam Lê Duy Chính, cùng phong người con nối dõi Lê Duy Đào làm Quốc vương An Nam. Sách văn như sau:*

"Kẻ gần yên vui, người xa tìm đến, phô bày lòng giáo hoá của trời; đạo chỉ có một, phong hoá hỗn đồng, nơi 4 phương vì nghĩa đến sân đình. Đội ơn trên, đời đời dốc lòng trung; mãi mãi không quên lời minh ước, nên con cháu được hưởng phước lành.

Ngươi, Lê Duy Đào, thừa kế Quốc vương nước An Nam,

tuy sinh tại đất Nam Giao nhưng cõi lòng vẫn hướng về nơi kinh khuyết đất Bắc. Ngàn năm giữ địa vị, tôn sùng thanh giáo ơn ban; vạn lý xa thư (2), được phụng hưởng Vương tước. Nay ngươi nối dõi, xin mệnh triều đình; phẩm phục cũ được tăng quang, càng thêm rạng đức tốt; chịu ơn mới thêm sáng, tràn trề bởi lời khen. Đặc sai quan phong ngươi làm Quốc vương An Nam, ngươi hãy kính giữ chức phiên, làm phên dậu lâu dài; chớ thờ ơ với phận sự, khiến lu mờ nghiệp cũ; trung hiếu hai vai, vĩnh viễn chịu ân trạch. Khâm tai! Trẫm mệnh không thay thế!" (**Thanh Thực Lục, Thánh Tổ Thực Lục** quyển 107, trang 7-8; tập 5, trang 87-88)

"***Ngày 22 Kỷ Mão tháng 10 năm Khang Hy thứ 60* [10/12/1721].** *Quốc vương An Nam Lê Duy Đào sai Bồi thần Hồ Phi Tích dâng biểu tạ ơn sách phong, dụ tế cùng; cống sản vật địa phương. Ban yến thưởng như lệ."* (**Thanh Thực Lục, Thánh Tổ Thực Lục** quyển 295, trang 11)

Tại miền Nam vào tháng 3 [20/4-18/5/1719], Chúa Nguyễn Phúc Chu đi thăm dinh Quảng Nam, duyệt binh mã, rồi đến phố Hội An, nhân thấy phía tây phố có cầu, là nơi thuyền buôn tụ họp, nên đặt tên là cầu Lai Viễn, viết chữ biển vàng ban cho.

Tháng 5 năm Canh Tý, Vĩnh Thịnh thứ 16 [6/6-4/7/1720]. (Thanh, năm Khang Hy thứ 59); Chúa Trịnh Cương phong cho con là Giang làm Thế tử.

Tháng 8 [2/9-1/10/1720], Tư thiên giám xem sao, thấy có triệu chứng tai biến, bèn đổi sang niên hiệu từ Vĩnh Thịnh sang Bảo Thái năm thứ nhất; giảm 2/10 thuế vụ hè, quan viên bị lỗi oan đều được cất nhắc.

Tháng 11 [30/11-28/12/1720]. Bắt đầu đánh thuế đồng và vỏ

quế. Trước đây, các sản vật: vỏ quế, muối và đồng, dân gian không được phép bán riêng. Nay mới định phép đánh thuế: Triều đình cử viên quan trông coi việc này, phàm người nào buôn đồng hoặc bóc vỏ quế, khi đi khi về đều phải có giấy tờ khám nghiệm để làm bằng chứng. Nếu trao đổi cho khách buôn nước ngoài, phải đợi lệnh chỉ của phủ Chúa mới được cấp phát giấy tờ; nếu mua bán ở trong nước, thì xin giấy viên quan phụ trách cấp phát, để làm bằng chứng; cấm vận chuyển lén lút vụng trộm.

Tháng giêng năm Tân Sửu, Bảo Thái thứ 2 [28/1-25/2/1721], (Thanh, năm Khang Hy thứ 60); gần đây hình phạt chặt tay, hoặc ngón tay, dùng phép quá nặng. Bèn hạ lệnh:

- Phạm nhân bị luận vào tội chặt ngón tay rồi đày đi một nơi, nay đều giảm xuống làm tội đồ cư tác [đày đi lao công], niên hạn định theo tội phạm năng hay nhẹ.

- Phạm nhân phải luận vào tội chặt hai tay và đày đi châu xa, nay đổi làm tội đồ cư tác chung thân [suốt đời].

- Phạm nhân phải luận vào tội chặt một tay và đày đi châu ngoài, nay đổi làm tội đồ cư tác 12 năm.

- Phạm nhân phải luận vào tội chặt 2 ngón tay và đày đi châu gần, nay đổi làm tội đồ cư tác 6 năm.

Những người phạm tội trộm, cướp không theo thể lệ này.

Tháng 5 [26/5-24/6/1721], động đất, đã lâu không mưa, giá gạo cao vọt. Bèn hạ lệnh cho quan và dân: người nào nộp tiền hoặc thóc sẽ được thăng bổ quan chức, để lấy tiền thóc phát chẩn cho dân. Lúc ấy dân trong kinh kỳ có lời đồn gây nghi ngờ sợ hãi; họ tranh nhau vận chuyển của cải, dắt díu gia quyến về làng, người trước người sau lũ lượt kéo ra cửa thành. Triều đình phải hạ lệnh cho viên Đề lãnh ngăn cấm nghiêm ngặt, mãi sau mới yên được.

Tháng chạp [17/1-15/2/1722] bắt đầu thi hành phép đánh thuế muối. Đặt chức Giám đương trông coi, dân miền biển người nấu muối gọi là "táo đinh", người buôn muối gọi là "diêm hộ", đều được miễn thuế khoá và dao dịch. Số muối đã nấu ra sẽ đánh thuế hai phần mười làm muối công. Người Diêm hộ phải có chứng chỉ của viên Giám đương mới được vào trường xưởng mua muối; trước mua muối công, sau mới đến muối của Táo đinh. Việc mua hoặc bán đều phải có giấy tờ làm bằng cứ.

Tháng giêng năm Nhâm Dần, Bảo Thái thứ 3 [16/2-16/3/1722], (Thanh, năm Khang Hy thứ 61); bắt đầu hạ lệnh cho các quân nhân người nào có học thức, được dự thi Hương. Các hạng binh lính, người nào có học thức, khi gặp khoa thi Hương được nộp đơn xin thi; đợi xét, nếu quả là người thông hiểu nghĩa lý văn chương, sẽ được phép cùng với học trò ứng thí. Nếu gặp khoa thi võ và kỳ thi viết chữ, tính toán, cũng được phép thi ở ngay kinh đô.

Tháng 3 [16/4-14/5/1722], sai Nguyễn Thành Lý Lưu thủ trấn Hưng Hoá, đi kinh lý châu Chiêu Tấn [Phong Thổ, Lai Châu]. Trước đây, Đèo Mỹ Lâm, Thổ tù châu Chiêu Tấn thuộc Hưng Hoá, chiếm cứ Lai Châu, đánh phá châu Quỳnh Nhai [Sơn La], dân ở biên giới phần nhiều bị đốt phá cướp bóc. Triều đình sai Nguyễn Công Chính và Bùi Sĩ Tiêm đem quân đến, được phép tuỳ tiện tiễu trừ hoặc yên ủi. Khi quân tiến đến Mai Châu [Hoà Bình], Công Chính mất, quân lính bèn quay trở về. Đến đây, Đèo Mỹ Ngọc cùng người trong bộ lạc đánh lẫn nhau. Triều đình sai Nguyễn Thành Lý tiến quân bình định. Người mẹ Mỹ Ngọc đem bạc và lụa đoạn đến dâng xin cho Mỹ Ngọc đến trước cửa quân chịu tội; sau Mỹ Ngọc lại dựa vào sự viện trợ của huyện Kiến Thuỷ [Vân Nam] nhà Thanh, chần chừ không quả quyết. Quan quân tiến sát đến lãnh thổ. Mỹ Ngọc đem dân trong động trốn xa, quan quân đuổi theo không kịp; Thành Lý bèn dẫn quân về. Triều đình lấy cớ rằng Mỹ Ngọc là Tù trưởng người thiểu số ở ngoài cương vực, vì hiềm thù riêng đánh lẫn nhau, nay sợ tội trốn tránh, bèn hạ lệnh chiêu tập vỗ về. Khi chiêu tập được đảng này rồi, triều đình đều buông tha cho về.

Tháng 10 [9/11-7/12/1722], Chúa Trịnh Cương bắt đầu đặt sáu quân doanh. Thời Trung Hưng, quân doanh đại lược dựa theo chế độ cũ, đặt chức Đô đốc ở ngũ phủ, chuyên dùng binh lính Thanh Nghệ chầu chực bảo vệ. Đến nay, lựa chọn đinh tráng ở bốn trấn và binh lính mới chọn ở Thanh Nghệ, phân phối cho lệ thuộc ngạch quân, bèn đặt sáu quân doanh là: Trung Dực, Trung Oai, Trung Thắng, Trung Khuông, Trung Nhuệ và Trung Tiệp, mỗi doanh 800 người, bổ dụng bọn Gia quận công Đặng Đình Lân và Thiêm quận công Trương Nhưng, cả thảy 6 người chia nhau thống lãnh.

Ban hành miễn thuế tô ruộng tư của quan viên, người nhiều người ít khác nhau. Lúc ấy, ruộng tư của dân gian đã có lệnh khám đạc để đánh thuế tô, quan viên nào có ruộng, cũng phải tính mẫu nộp tô. Triều đình bèn hạ lệnh, tuỳ theo phẩm trật hiện có của các quan cao hay thấp mà miễn cho thuế tô ruộng; viên quan Nhất phẩm, Nhị phẩm được miễn 50 mẫu, từ tam phẩm đến cửu phẩm, thì số ruộng được miễn tô cứ theo phẩm trật mà bớt dần mỗi trật 5 mẫu.

Bắt đầu cấp khẩu phần ruộng công cho binh lính tứ trấn.

Trước đây ruộng công ở tứ trấn chỉ cấp cho ưu binh Thanh Nghệ; đến nay mới tuyển lính tứ trấn, nên dân xã nào có ruộng công, thì liệu lượng cấp khẩu phần cho lính, hạng nhiều hạng ít khác nhau.

Tại miền Nam, Chúa Nguyễn cho Nguyễn Khoa Đăng làm Nội tán, coi cả việc quân, định lại điều lệ. Bấy giờ đường đi qua rừng Hồ Xá, tức truông nhà Hồ [huyện Vĩnh Linh, Quảng Trị] thường có trộm cướp tụ họp, hành khách lấy làm lo ngại. Chúa sai Khoa Đăng đi kinh lược nơi ấy. Khoa Đăng tìm cách trị bắt nghiêm minh; từ đó trộm cướp im bặt, đường sá không bị cản trở, trăm họ đều ca tụng.

Tháng 5 năm Quí Mão, Bảo Thái thứ 4 [3/6-1/7/1723]. (Thanh Thế Tông, năm Ung Chính thứ nhất); bắt đầu thi hành phép đánh thuế: tô, dung và điệu:

- Phép tô: Theo chế độ cũ thì ruộng công mỗi mẫu đồng niên nộp tiền nhiều ít khác nhau: từ hạng nộp một quan đến hạng nộp 8 tiền, 6 tiền. Nay ấn định: các ruộng công mỗi mẫu nộp 8 tiền. Số tiền này chia làm 3 phần, hạng ruộng hai mùa (nhị thục điền) nộp hai phần ba bằng thóc; hạng ruộng một mùa (nhất thục điền) nộp một phần ba bằng thóc.

Đất bãi công hiện cày cấy được chia làm hai bậc, mỗi mẫu nộp một quan hai tiền. Bãi nào có trồng dâu thì thuế tô bãi ấy một nửa nộp bằng tơ, bãi nào không trồng dâu thì nộp thay bằng tiền.

Ruộng tư, trước không đánh thuế, nay định ruộng tư chia ra hạng hai mùa và hạng một mùa nộp thuế khác nhau; ruộng hai mùa mỗi mẫu nộp 3 tiền, ruộng một mùa mỗi mẫu nộp hai tiền.

- Phép dung: Tức thuế thân; theo chế cũ, thuế thân mỗi

suất đinh đồng niên tuỳ theo từng hạng để nộp tiền, từ 1 quan đến 1 quan 8 tiền. Nay định: mỗi suất đinh nộp 1 quan 2 tiền; sinh đồ [học sinh], lão hạng [từ 50 tuổi trở lên] và hoàng đinh [17 đến 19 tuổi] nộp một nửa số tiền thuế ấy.

- Phép điệu: Theo chế độ cũ, hàng năm các việc bài, biểu (3), từ tự (4), điện, miếu (5), đê đường, cầu cống, kho tàng và trường thi v. v... đều tính theo suất đinh, để tuỳ tiện chia nhau đóng góp đệ nộp, phần nhiều thu quá lệ ngạch, lại đốc thúc bắt bớ lung tung dân không sao chịu được sự phiền nhiễu. Nay định: Mỗi suất đinh mùa hạ và mùa đông nộp 6 tiền; quan trên dùng tiền ấy, đóng góp thay cho dân, gọi là tiền thuế điệu.

Tháng 10 [29/10-27/11/1723]; sai sứ thần sang nhà Thanh. Chánh sứ là Phạm Khiêm Ích sang mừng Vua Thanh Thế Tông lên ngôi; phó sứ là bọn Nguyễn Huy Nhuận và Phạm Đình Kính sang dâng lễ tuế cống và tạ ơn việc nhà Thanh ban cho lụa hoa.

Vua Thanh hay tin sứ bộ trên đường đến kinh đô bằng đường thuỷ; bèn ban sắc dụ cho các địa phương dọc đường gia tăng cung cấp thức ăn, tiếp đãi nồng hậu:

"***Ngày 9 tháng 5 năm Ung Chính thứ 2*** **[29/6/1724].** *Dụ bộ Lễ, bộ Binh:*

'Quốc vương An Nam Lê Duy Đào sai Bồi thần Phạm Khiêm Ích đến mừng lên ngôi cao, cống hiến sản vật địa phương, cùng lễ cống 3 năm; từ Quế Lâm, Quảng Tây theo đường thuỷ đến kinh đô. Nhân từ trước tới nay dịch trạm cung ứng nhiều sự tao nhiễu; Trẫm từng dụ ngoài sự cung cấp theo lệ đã định, không được thêm thắt ứng phó. Nay vì đại lễ khánh hạ, An Nam sai sứ từ xa đến, cần phải gia ơn

cấp tuất; nay qua các địa phương, cung cấp thức ăn, ước lượng tăng gia để được sung túc; nhằm biểu thị tăng ơn huệ với người xa xôi." (**Thanh Thực Lục, Thế Tông Thực Lục**, quyển 20, trang 7)

Sứ bộ đến Bắc Kinh dâng biểu mừng và triều cống; được ban thưởng và yết kiến Vua Ung Chính:

"***Ngày 8 Đinh Sửu tháng 12 năm Ung Chính thứ 2* [21/1/1725]**

Quốc vương An Nam Lê Duy Đào sai Bồi thần Phạm Khiêm Ích dâng biểu mừng lên ngôi cùng cống sản vật địa phương. Ban thưởng theo lệ." (**Thanh Thực Lục, Thế Tông Thực Lục**, quyển 27, trang 5)

"***Ngày mồng 1 Canh Tý tháng giêng năm Ung Chính thứ 3* [13/2/1725]**. *Bọn Bồi thần nước An Nam Phạm Khiêm Ích lần lượt vào hành lễ chúc mừng. Ban thưởng như lệ."* (**Thanh Thực Lục, Thế Tông Thực Lục**, quyển 28, trang 1)

Sử nước ta cho biết thêm chi tiết sứ bộ trở về nước vào tháng giêng năm Bảo Thái thứ 7 [2/2-3/3/1726]; từng được Vua Thanh triệu lên gặp, ban cho 4 chữ "*Nhật nam thế tộ*" ý chỉ nước Nam đời đời hưởng được hưởng phước; lại ban cho 3 bộ sách là 1. **Bội văn vận phủ**, 2. **Uyên giám loại hàm**, 3. **Cổ văn uyên giám**:

"*Tháng giêng, mùa xuân. Bọn Phạm Khiêm Ích từ bên nhà Thanh trở về nước. Trước đây, bọn Khiêm Ích sang sứ bộ sang nhà Thanh, khi đến Yên Kinh, vua nhà Thanh cho triệu vào yết kiến ở điện Kiền Thanh, yên ủi thăm hỏi, rồi chính tay vua viết bốn chữ* "**Nhật nam thế tộ**" *đặc ân ban cho. Năm ấy, viên quan thế sử* [quan coi thiên văn] *tâu lên vua nhà Thanh là mặt trời mặt trăng hợp bích, năm vì sao* *liên châu. Nhân đấy, bọn Khiêm Ích dâng thơ chúc mừng; vua nhà Thanh ngợi khen và dụ bảo, lấy cớ rằng Quốc vương* [Vua nhà Lê] *yêu chuộng văn học, tôn trọng đạo Nho, nên thưởng cho ba bộ sách. Sau này triều đình bàn luận công trạng phụng mạng đi sứ, thăng Khiêm Ích chức tả thị lang bộ Hộ, tước Thuật quận công; Nguyễn Huy Nhuận chức tả thị lang bộ Hình, tước Triệu quận công; Phạm Đình Kính chức hữu thị lang bộ Binh, tước Lại khê hầu*" **Khâm Định Việt Sử Thông Giám Cương Mục**, sđd, tập 2, trang 453.

Tháng 2 năm Giáp Thìn, Bảo Thái thứ 5 [24/2-24/3/1724]. (Thanh Ung Chính, năm thứ 2); lại sai binh lính Thái Nguyên đi thú Cao Bằng. Trước đây, lính ở Thái Nguyên hàng năm luân chuyển nhau đi thú Cao Bằng; đến năm Bảo Thái thứ 2 [1721] vì nơi biên cảnh không xảy ra việc gì, nên bãi bỏ lính thú. Nay theo lời xin của Nguyễn Trù, Đốc trấn Cao Bằng, nên lại hạ lệnh cho phiên thần Thái Nguyên đem quân luân chuyển đi thú, định lệ cứ mỗi năm một lần thay đổi.

Tháng 11 [16/12-13/1/1724], bắt đầu thi Bác cử, nhà vua đến xét duyệt. Lúc này mới đặt khoa thi võ, lấy 4 năm Tý, Ngọ, Mão, Dậu, thi ở trấn gọi là "Sở cử"; 4 năm Thìn, Tuất, Sửu, Mùi thi hội ở kinh đô gọi là "Bác cử". Theo **Kiến văn lục** của Lê Quý Đôn, thì năm này đặt trường thi bác cử ở sở Thịnh Quang. Kỳ đệ nhất, hỏi mười câu về ý nghĩa trong bảy bộ sách binh thư. Kỳ đệ nhị, thi hai tao võ nghệ: trước hết thi cưỡi ngựa múa đầu mâu, sau thi đấu siêu đao, lăn lá chắn và múa gươm giáo, căn cứ vào sự so đọ được hay thua để định người hơn người kém, sau đó lại xét duyệt người nào có khí sắc hùng dũng được thăng lên một bậc, người nào kém phải trụt xuống một bậc. Kỳ đệ tam, thi văn sách hỏi cách thao luyện và phương lược về phép bày trận để đánh kẻ địch, giữ thành trì. Lấy 11 người đỗ tạo sĩ xuất thân, trong số ấy có Văn Đình Dận và Hoàng Nghĩa Bá, sau này đều là những viên tướng nổi tiếng. Đình Dận, người xã Lạc Phổ, huyện Hương Sơn, Hà Tĩnh; Nghĩa Bá, người xã Hoàng Vân, huyện Kim Động, Hưng Yên.

Tại miền Nam, Chúa Nguyễn Phúc Chu lấy Nguyễn Khoa Chiêm làm Tham chính chánh đoán sự. Khi Khoa Chiêm còn làm Thủ hợp, Cai hợp Trấn Đình Ân từng nói rằng người này có thể dùng vào việc lớn; Chúa tin dùng lắm, đến đây cất nhắc lên.

Tháng 8 năm Ất Tỵ, Bảo Thái thứ 6 [7/9-5/10/1725], (Thanh, năm Ung Chính thứ 3); đổi tên sông Hát [sông Đáy] làm sông Vân Bảo: sông Tô Lịch làm sông Địa Bảo. Hai con sông Hát và Tô Lịch là chi lưu của sông Nhị Hà.

Tháng 10 [5/11-4/12/1725], sai các quan trong phủ Chúa là Nguyễn Công Hãng, Lê Anh Tuấn, Trương Nhiêu, Đặng Đình Gián và nội giám là bọn Đỗ Bá Phẩm, Nguyễn Khuê làm Khuyến nông sứ, chia nhau đi tuần hành 4 đạo: Một đạo nằm trong địa phận 6 phủ thuộc xứ Sơn Nam, một đạo về địa phận xứ Sơn Tây; một đạo về địa phận xứ Kinh Bắc và kiêm cả địa phận phủ Thường Tín [Hà Nội]; một đạo về địa phận xứ Hải Dương và kiêm cả địa phận phủ Khoái Châu [Hưng Yên]. Với nhiệm vụ xem xét địa thế rộng hay hẹp, xa hay gần, nhân dân nhiều hay ít, rồi tuỳ theo sự tiện nghi mà phân xử, để nhân dân các xã đều được yên ổn. Lại xem xét rõ địa thế bắt dân đắp đê đắp đập, theo thời tiết lấy nước vào ruộng hoặc tháo nước ra sông, phòng bị việc hạn hán hoặc ngập lụt; xét kỹ chỗ tốt chỗ xấu, chia ruộng ra làm ba bậc để định ngạch thuế.

Tháng 11 [5/12/1725-2/1/1726]; nhân Tham tụng Nguyễn Công Hãng có tờ khải trình bày rằng:

“*Nên cho phép dân sở tại yết bảng ghi chép những lời ca tụng hoặc chê bai, để xem cho biết viên quan nào tốt, viên quan nào xấu. Làm như thế, khiến người ta biết kiêng kỵ răn sợ, mài giũa cho thành người liêm khiết siêng năng. Nhưng những đều yết lên bảng tất phải xuất phát từ lẽ công bằng, cả hạt đều cùng một giọng. Nếu người nào yêu ghét theo ý riêng của mình, sinh ra khen chê càng bậy, thì người ấy sẽ có tội*”.

Chúa Trịnh Cương hạ lệnh cho nhân dân được phép ca tụng hoặc chê bai việc tốt việc xấu của viên quan cai trị dân.

Bấy giờ **Thanh Thực Lục** bắt đầu đề cập đến việc tranh chấp biên giới tại phía bắc tỉnh Hà Giang. Nêu lên sự việc viên Tổng đốc Vân Quí Cao Kỳ Trác tâu rằng An Nam trước đây đã chiếm đất 120 lý, trong đó có 80 lý thời cuối Minh, và 40 lý thời Khang Hy. Riêng Quốc vương Lê Duy Đào [Vua Lê Dụ Tông] tố cáo rằng biên giới hai nước vốn tại sông Đổ Chú, nay tỉnh Vân Nam cho lập bia biên giới cách phía nam sông Đổ Chú đến 120 lý. Vua Vua Ung Chính tỏ thái độ mềm mỏng, hứa sẽ giải quyết:

“***Ngày 22 Kỷ Sửu tháng 4 năm Ung Chính thứ 3* [2/6/1725].** *Trước đó, Tổng đốc Vân Quí Cao Kỳ Trác tâu rằng:*

“*Phủ Khai Hoá, Vân Nam tiếp giáp với Giao Chỉ, có đất cũ của nội địa mất vào Giao Chỉ. Nay nhân mở xưởng đồng, qua lời báo của Bố chính sứ Lý Vệ Tường, thần uỷ quyền cho Tổng binh Khai Hoá khám tra. Nay tra được rằng từ xưởng Đô Long (6) nhìn qua dưới núi xưởng Chì* [Duyên Xưởng] *có 129 lý; có 3,4 chục trại tại Nam Lang, Mãnh Khang, Nam Đinh đều bị Giao Chỉ chiếm. Lại tra* **Vân Nam Thông Chí** *chép phía nam phủ Khai Hoá 240 lý đến sông Đổ Chú của Giao Chỉ làm ranh giới. Sau đến đời cuối triều Minh, nhân đất này rộng và xa chúng bèn đem đồn trấn thủ dời vào nội địa, rồi chỉ cái khe nhỏ dưới núi Duyên Xưởng cưỡng đặt tên là sông Đổ Chú, nên đã mất 120 lý. Triều ta thời Khang Hy thứ 22, 6 trại, thôn Tà Lộ dưới khe nhỏ của núi Duyên Xưởng cũng sáp nhập vào Giao Chỉ; có thể thấy lấy tấn Mã Bá (7) làm biên giới, so sánh với thời cuối Minh đã mất 40 lý. Nếu xét về biên giới cũ, đáng mang 240 lý thu hồi. Thần thấy trong văn thư giao dịch cùng Quốc vương An Nam, thì 2 xưởng Đô Long, Nam Đan đều nằm trong đó; Giao Chỉ dựa vào mối lợi lớn, bèn tìm cách kháng cự, đem những lời sai trái để phân trần, lấy đó mà tâu lên cặn kẽ.'*

Nhận được chiếu chỉ rằng:

'Xem tờ tâu, biết được tình hình biên giới với Giao Chỉ từ xưa và gần đây. Trẫm nghĩ đến đạo nhu viễn, luận về việc chia cương thổ cùng hoà mục với lân bang, thì hoà mục với lân bang hay hơn; so sánh việc sợ uy và nhớ đức, thì nhớ đức đáng ở trên. Cứ bảo rằng hai xứ Đô Long và Nam Đan từ đời cuối Minh, An Nam đã có, như vậy việc xâm chiếm không phải từ triều ta. Kể từ triều ta đến nay, An Nam mấy đời cung thuận, thật đáng khen, đáng tưởng lệ việc này; há lại vì việc tranh giành thước tấc đất đã mất vào thời cuối Minh ư? Đất này quả có lợi ích ư! há Thiên triều lại cùng nước nhỏ tranh lợi? Hoặc không lợi ư! thì tranh chấp để làm gì? Trong lòng Trẫm chỉ muốn đại công, chí chính; coi trong nước ngoài nước đều là con đỏ. Vả lại hai nước đất tiếp giáp, liền biên giới; rất dễ sinh sự gây hấn, càng nên khéo thu xếp để quyến luyến nhau; không chỉ yên dân nước họ, mà cũng chính là để yên dân ta vậy; vậy hãy lấy khe nhỏ làm biên giới, nào có

thương tổn gì! Tham lợi, kiêu hãnh lập công, không thể là mẫu mực dạy đời. Hãy hiểu Trẫm ý, châm chước thi hành.'

Lúc này, Quốc vương An Nam Lê Duy Đào tấu xưng:

"Châu Vị Xuyên (8) *nước thần vốn tiếp giáp với phủ Khai Hoá tỉnh Vân Nam, dùng sông Đổ Chú làm biên giới; phía tây sông thuộc phủ Khai Hoá, phía đông sông thuộc xã Tụ Long* [Đô Long] *châu Vị Xuyên. Hốt nhiên nhận được tờ tư của Tổng đốc Vân Quí gửi cho nước thần rằng:*

'Sáu trại tại xã Tụ Long, thôn Tà Lộ thuộc phủ Khai Hoá đất nội địa; trước đây bị Thổ mục Đô Long xâm chiếm, đến nay đã 40 năm, cần phối hợp để lập lại biên giới.'

Thần đã có văn phúc đáp đầy đủ; rồi Tổng trấn Khai Hoá đến núi Yên Mã tại thôn Tà Lộ, cách sông Đổ Chú 120 lý lập bia biên giới, cùng thiết lập phòng ốc, sai quân phòng thủ. Thần trình bày nguyên do sự tình, kính cẩn tâu đầy đủ.'

Nhận được chiếu chỉ như sau:

'Điều này trước khi Vương chưa tâu, thì lúc Tổng Đốc Vân Quí Cao Kỳ Trác sai người khám biên giới, đã từng tâu lên. Trẫm nghĩ An Nam vào các đời đều cung thuận, Vương kính cẩn nối chức đáng khen. Vả lại đất này đã bỏ đi từ thời triều Minh, dân An Nam cư trú tại đó đã lâu, đất đã ở yên lại phải dời đi, không khỏi lâm vào cảnh khổ lưu ly. Trẫm trong lòng nghĩ đến nhu viễn (9)*, coi người trong nước và ngoài nước như nhau, nên thực không nỡ. Đã phê cho triệt hồi nhân viên tại thôn Tà Lộ, hãy bàn nghị riêng chỗ khác làm biên giới, nhằm thoả đáng. Ước lượng thời gian này lời phê đã đến, sẽ có sự liệu lý riêng. Vương giữ chức vụ, coi dân của ngươi, nên bình tĩnh để đợi."* (**Thanh Thực Lục, Thế Tông Thực Lục** quyển 31, trang 28-31)

Tại miền Nam vào ngày Mậu Tý tháng 4 [1/6/1725], Chúa Nguyễn Phúc Chu mất, Chúa ở ngôi 34 năm, thọ 51 tuổi, có 146 người con. Người con cả là Nguyễn Phước Chú lên nối ngôi; bấy giờ 30 tuổi, hiệu là Vân tuyền đạo nhân.

Bấy giờ kẻ cướp giết Nội tán Nguyễn Khoa Đăng. Khoa Đăng là người cứng thẳng, liêm khiết, công bình; từng đánh dẹp đảng cướp tại Hồ Xá [truông nhà Hồ, Quảng Trị] vào năm Nhâm Dần [1722]. Bọn quyền thế phần nhiều ghét Khoa Đăng, nên bị chúng hại.

Chú thích:

1. Lê Duy Đào: Vua Lê Dụ Tông tên là Duy Đường, nhưng xưng với nhà Thanh là Duy Đào.

2. Xa thư: Sách cùng chung chữ viết, xe cùng chung trục; ý chỉ sự thống nhất.

3. Bài, biểu: Theo "**Quốc dụng chí**" trong **Lịch triều hiến chương** của Phan Huy Chú, thì hàng năm, phàm gặp các lệ tiết chính đán mồng một tết, đoan dương tết Đoan Ngọ, vạn thọ sinh nhật Vua Chúa, khánh thọ mừng thọ v. v... Ở nha môn các triều đều có bài, có biểu kính dâng lễ vật.

4. Từ tự: Ý nói đàn tràng tế tự, như tế giao, tế xã tắc, tế đình, tế tiên nông, tế gió mưa v. v...

5. Điện, miếu: Ý nói các lễ tiết giỗ ở thái miếu nhà Lê và cung miếu họ Trịnh.

6. Đô Long: vùng đất trước đây thuộc Việt Nam, được gọi là Tụ Long; qua hiệp ước Thiên Tân thực dân Pháp đã nhường cho Trung Quốc, hiện nay là địa danh trấn Đô Long, thuộc huyện Mã Quan, tỉnh Vân Nam, trấn này giáp với tỉnh

Hà Giang, Việt Nam.

7. Mã Bá: còn gọi là Mã Bạch, vị trí gần sát phía nam huyện lỵ Mã Quan, thuộc châu tự trị Văn Sơn, tỉnh Vân Nam hiện nay.

8. Vị Xuyên: hiện nay còn huyện Vị Xuyên thuộc tỉnh Hà Giang, giáp với huyện Mã Quan, tỉnh Vân Nam.

9. Nhu viễn: mềm dẻo với nước xa xôi.

134.
Lê Dụ Tông [1705-1728] (3)

Tháng 2 năm Bính Ngọ, Bảo Thái thứ 7 [4/3-1/4/1726], (Thanh, năm Ung Chính thứ 4); cử hành lễ duyệt binh một cách trọng thể, có tế cờ đạo (1), xong lễ lại cho lính về làm ruộng. Lúc ấy, lính mới tuyển ở các trấn tập hợp đến hơn vạn người, Chúa Trịnh thấy hàng ngũ binh lính tề chỉnh, nên ban thưởng cho nhiều ít khác nhau. Từ đây về sau, mỗi năm cứ tháng hai cử hành lễ đại duyệt; việc này đặt thành lệ nhất định.

Tháng 8 [27/8-25/9/1726], bắt đầu đặt chức Tuần thủ ở các trấn. Bổ dụng Trung uý Nguyễn Khắc Xứng làm Tuần thủ trấn Sơn Nam. Còn các trấn Sơn Tây, Kinh Bắc và Hải Dương thì đều chọn một viên quan võ, người nào có thể làm nổi công việc để bổ dụng. Chức Tuần thủ lệ thuộc vào trấn ty, phân phối đi tuần địa điểm trọng yếu và kềm chế trộm cướp trong hạt; chức Tuần thủ được đặt ra bắt đầu từ đây.

Triều đình sai Đông các hiệu thư Vũ Đình Ân hội đồng với người nhà Thanh lập giới mốc ở núi Xưởng Chì [Duyên Xưởng]. Trước đây, đất biên giới hai châu Vị Xuyên [Hà Giang] và Thuỷ Vĩ [Lào Cai] bị thổ ty phủ Khai Hoá nhà Thanh xâm chiếm gồm 120 dặm. Năm Ung Chính thứ 3 [1725], Cao Kỳ Trác, tổng đốc Vân Nam nhà Thanh, lại tâu với vua Thanh là cương giới An Nam có chỗ xâm lấn vào biên cảnh cũ của nội địa [đất Trung Quốc], xin thi hành việc tra xét rõ ràng. Việc này triều đình nhà Lê đưa thư sang biện bạch; Khổng Dục Tuân, Tổng đốc Quảng Tây, tâu bày đề đạt giúp, được vua nhà Thanh y cho. Triều đình bèn hạ lệnh cho bọn Hồ Phi Tích và Vũ Công Tể hội đồng với viên quan phái uỷ nhà Thanh là Phan Doãn Mẫn đi đến nơi khám xét, hai bên vẫn giằng co nhau không giải quyết được. Đến nay có tờ dụ của vua nhà Thanh đưa sang, triều đình bèn sai Đình Ân đi hội đồng lập giới mốc ở dưới núi Xưởng Chì. Đất nước ta được nhà Thanh trả lại 80 dặm, còn 40 dặm là chỗ có xưởng đồng [Đồng Xưởng], vẫn còn bị chìm đắm vào phủ Khai Hoá.

Sở dĩ có việc trả lại cho ta 80 dặm cho ta, bởi theo chỉ dụ đề ngày 22 tháng 4 năm Ung Chính thứ 3 [2/6/1725] nêu trên; Vua Thanh cho rằng số đất 80 lý đã mất vào thời cuối Minh, nên không tính vào.

Tháng 10 [25/10-23/11/1726], tăng thêm ngạch lấy đỗ ở trường thi Hương Phụng Thiên [thành Thăng Long]. Theo ngạch cũ, số người đỗ tam trường [Tú tài] trước lấy hơn một trăm người, nay tăng lên trong vòng 150 người; về hạng đỗ tứ trường [Cử nhân] trước lấy hơn 10 người, nay tăng lên trong vòng 20 người; số này định làm thể lệ lâu dài.

Tại miền Nam vào tháng giêng [2/2-3/3/1726], Chúa Nguyễn Phúc Chú ban huấn điều, khuyên dân chớ rượu chè, cờ bạc.

Buổi quốc sơ mới mở mang bờ cõi; khi dựng lập phủ huyện, hễ những nơi gần núi ven biển thì lập làm thuộc. Phủ Thăng Hoa có 15 thuộc, phủ Điện Bàn 4 thuộc, phủ Quảng Ngãi 4 thuộc, phủ Quy Ninh 13 thuộc, phủ Phú Yên

38 thuộc, phủ Bình Khang 20 thuộc, phủ Duyên Ninh [Ninh Hoà] 14 thuộc, phủ Bình Thuận 20 thuộc, mỗi thuộc đều lấy những thôn, phường, nậu, man (2) lẻ tẻ họp lại, nhưng chưa có lệ đặt chức dịch. Vào tháng 4 [2/5-30/5/1726], Chúa sai Sai Ký lục Chính dinh Nguyễn Đăng Đệ đi tuần xét các phủ xứ Quảng Nam, định rõ chức dịch cho các thuộc mới lập. Đến bấy giờ Chúa cho chiếu theo hộ tịch nhiều ít, phàm thuộc có 500 người trở lên thì đặt một người Cai thuộc, 1 người Ký thuộc, 450 người trở xuống thì đặt 1 Ký thuộc, 100 người trở xuống thì đặt một Tướng thần.

Tháng 7 năm Đinh Vị, Bảo Thái thứ 8 [17/8-14/9/1727], (Thanh, năm Ung Chính thứ 5); Trịnh Cương lập Duy Phường, con thứ của Vua làm Thái tử. Trước kia, con trưởng nhà Vua là Duy Tường 28 tuổi, ra ở ngôi Đông Cung đã hơn 10 năm; Duy Phường là em 19 tuổi, do Trịnh Thị, con Trịnh Cương sinh ra. Trịnh Cương có ý muốn lập cháu mình, nhưng khó tìm được lời lẽ gì để nói. Cương cùng bọn Tham tụng Nguyễn Công Hãng bàn luận trao tước Quận công, hàm chức tứ phẩm cho Duy Tường, và lập Duy Phường làm Thái tử.

Tháng 10 [13/11-12/12/1727], mùa đông. Bỏ thứ thuế ngoài lệ ngạch. Lúc ấy thuế tô, dung và điệu đã ban hành vào tháng 5 năm Bảo Thái thứ 4 [3/6-1/7/1723]; mà người thừa hành vẫn sách nhiễu theo thói cũ, tệ hại không thể kể xiết! Bèn hạ lệnh: các hạng thuế ngoài lệ ngạch nay nhất luật tha cho; duy thuế tô, dung và điệu vẫn phải nộp tiền theo như thể lệ.

Trịnh Cương phong cho con là Giang làm Tiết chế, tước Uy quận công, mở phủ Điện quốc. Sau khi phong cho con là Tiết chế, Cương tự soạn bài văn, xưng là "**Bảo huấn**" ban cho Giang.

Tháng 3 năm Mậu Thân, Bảo Thái thứ 9 [9/4-8/5/1728]; (Thanh, năm Ung Chính thứ 6); dân Thanh, Nghệ và 4 trấn nhiều lần trải qua lụt lớn và gió bão, nên bị đói. Triều đình bỏ ra 6 vạn quan tiền trong kho nội phủ, sai các quan trong tam ty [ty Trấn thủ, ty Thừa chính sứ và ty Hiến sát sứ] chia nhau đi phát chẩn cho dân.

Khâm Định Việt Sử Thông Giám Cương Mục tường thuật việc xảy ra vào tháng 4 [9/5-7/6/1728]; nhà Thanh hoàn trả 40 dặm đất, mà trước đây vào năm Bính Ngọ [1726] vẫn chưa chịu trả. Lại còn thêm chi tiết rằng khi phái đoàn nước ta đến nhận đất và lập giới mốc thì viên Thổ ty Khai Hoá muốn ăn chặn đất, nên chỉ bậy một chỗ khác, nói là sông Đỗ Chú. Quan Tế tửu Nguyễn Công Thái biết là gian trá, bèn xông pha lặn lội lam chướng, qua các xưởng bạc, xưởng đồng, nhận đúng chỗ sông Đỗ Chú, bèn dựng bia nơi giáp giới. Đề cao việc làm của Tế tửu Nguyễn Công Thái, vua Tự Đức có lời **Ngự phê** như sau "*Đạo làm bầy tôi phải như thế*":

"*Nhà Thanh trả lại xưởng đồng Tụ Long. Trước đây, nước ta cùng nhà Thanh lập giới mốc hai bên ở núi Xưởng Chì* [Diên Xưởng], *còn núi Tụ Long ở nước ta vẫn bị mất về nhà Thanh, thổ ti nhà Thanh đặt quan ải để đánh thuế. Đất ở biên giới nước ta bị mất 40 dặm, triều đình đã nhiều lần làm văn thư tâu bày biện bạch việc này, vua nhà Thanh hạ sắc văn dụ bảo quan địa phương bàn luận riêng về việc lập giới mốc, một mặt hạ lệnh cho Ngạc Nhĩ Thái, Tổng đốc Vân Quý* [Vân Nam, Quý Châu], *khám xét lại. Nhĩ Thái lại nghe theo lời viên quan phái uỷ của nhà Thanh là Phan Doãn Mẫn, rồi hắn tâu với vua nhà Thanh là nước ta xâm chiếm đất của phủ Khai Hoá, không chịu giao trả, vua nhà Thanh hạ sắc văn dụ bảo nước ta phải theo lời trả lại. Nhĩ Thái làm tờ tư cho chạy trạm đến địa đầu biên giới Tuyên Quang, nhưng Hoàng Văn Phác, thổ mục giữ quan ải, dùng lời lẽ kháng cự, không chịu tiếp nhận tờ tư, kéo dài đến 5, 6 ngày. Nhĩ Thái ngờ nước ta có mưu kế gì khác chăng, hắn lập tức tư sang tỉnh Quảng Tây chia địa điểm phòng bị nơi biên giới. Một mặt hắn lại đem việc này tâu về triều đình nhà Thanh và xin điều động binh mã ba tỉnh để phòng bị biên giới, nhưng vua nhà Thanh không y cho. Liền đó, vua nhà Thanh sai bọn Hàng Dịch Lộc tả đô ngự sử, và Nhậm Lan Chi nội các học sĩ, đi thẳng sang nước ta tuyên bố chiếu chỉ để hiểu dụ, nhân đấy xem xét sự động tĩnh. Khi bọn Dịch Lộc ra đi chưa đến nước ta, thì ngay lúc ấy, quốc thư nước ta đưa sang nhà Thanh từ trước đến Yên Kinh, trong quốc thư giãi bày "lòng thành thờ nước lớn, sợ mệnh trời", vua nhà Thanh xem quốc thư, rất lấy làm vui lòng và khen ngợi, lập tức sai viết sắc văn khác, lại giao cho bọn Dịch Lộc đưa sang nước ta tuyên bố dụ bảo, trong sắc văn nói về việc tra ra đất xưởng đồng 40 dặm, nay giao trả lại. Lúc ấy, biên giới phương bắc cảnh giới nghiêm ngặt, nên bên nước ta trong kinh ngoài trấn có ý nghi ngờ sợ hãi, nhưng Trịnh Cương quyết đoán, cho rằng, có lý nào không hấn khích gì mà lại sinh sự được, bèn nghiêm sức cho quan lại giữ biên giới, không được hành động càn rỡ.*

Tháng 6 [7/7-5/8/1728], Dịch Lộc đến Đông Đô, quả nhiên giao trả lại đất cũ nước ta, lại lập giới mốc ở sông Đổ Chú. Về nghi lễ tiếp nhận sắc văn của vua nhà Thanh, Dịch Lộc lại yêu cầu cử hành nghi lễ ba lần quỳ chín lần vái, triều đình cũng miễn cưỡng nghe theo. Sau đó, sai tả thị lang bộ Binh Nguyễn Huy Nhuận và tế tửu Nguyễn Công Thái đi lên Tuyên Quang nhận đất và lập giới mốc. Thổ ti phủ Khai Hoá muốn ăn chặn lấy các sách ở Bảo Sơn, nên chỉ láo chỗ khác là sông Đổ Chú. Công Thái biết là gian trá, liền xông pha lăn lộn những nơi lam chướng hiểm trở, đi trải qua các xưởng bạc, xưởng đồng, nhận ra đúng chỗ sông Đổ Chú, bèn dựng bia ở nơi giáp giới. Từ đấy việc cương giới hai bên mới được ấn định.

Lời phê*- Đạo làm bầy tôi phải như thế.*" **Khâm Định Việt Sử Thông Giám Cương Mục,** tập 2, trang 466.

Thời đó ở địa phận xã Tụ Long, huyện Vĩnh Tuy, hai bên bờ nam phía bắc sông Đổ Chú đều đặt bia đá; phía nam của An Nam, phía bắc của Trung Quốc:

Văn bia ở bờ phía nam do bọn Nguyễn Huy Nhuận dựng, lời văn như sau:

"*Giới mốc châu Vị Xuyên, trấn Tuyên Quang, nước An Nam, lấy sông Đổ Chú làm căn cứ. Ngày 18 tháng 9, năm Ung Chính thứ 6* [20/10/1728]*; chúng ta là: Nguyễn Huy Nhuận, tả thị lang bộ binh, và Nguyễn Công Thái, tế tửu Quốc tử giám, được triều đình uỷ sai, vâng theo chỉ dụ, lập bia đá này*".

Văn bia ở bờ phía bắc do bọn Ngô Sĩ Côn dựng, lời văn như thế này:

"*Khai Dương* [phía đông phủ Khai Hoá] *ở xa tận một góc trời, tiếp giáp với đất đai Giao Chỉ. Tra trong sách vở ghi chép lại, thì giới mốc chỗ đất này phải ở vào sông Đổ Chú cách phủ trị Khai Hoá 240 dặm về phía nam. Chỉ vì về sau giới mốc lẫn lộn, viên quan do triều đình phái uỷ khám xét tâu xin lập giới mốc ở núi Xưởng Chì* [Diên Xưởng]. *Hoàng thượng ta ân uy rộng khắp phương xa, nghĩ giao chỉ đời đời giữ đạo cung kính thuận theo, cả ban cho dụ chỉ, lại đem 40 dặm đất tra xét ra được, để trả lại cho. Bọn Sĩ Côn chúng tôi, tuân theo tờ hịch của bộ viện quan Tổng đốc Vân Quý* [Vân Nam, Quý Châu] *uỷ thác, nên ngày mồng 7 tháng 9* [9/10/1728], *chúng tôi hội đồng với bọn Nguyễn Huy Nhuận, viên quan phái uỷ của nước Giao Chỉ, công đồng bàn định, lấy con sông nhỏ ở phía nam vịnh Bạch Mã làm giới mốc. Chỗ này tức chỗ mà trong tờ tâu của quốc vương gọi là sông Đổ Chú đấy. Vậy chúng tôi tuân theo dụ chỉ, lập nhà bia giới mốc ở phía bắc sông. Từ đây biên cương bền vững lâu dài, ức muôn năm được đội ơn không bao giờ mai một.*

Ngày 18 tháng 9, năm Ung Chính thứ 6 [20/10/1728]. *Chúng tôi là Ngô Sĩ Côn, giữ chức Tri phủ Khai Hoá và Vương Vô Đảng, giữ chức Du kích trung doanh trấn Khai Hoá, kính dựng bia đá này."*

Sau đây là những văn kiện trong **Thanh Thực Lục**, giúp phối kiểm và bổ sung thêm. Sự kiện năm Bính Ngọ [1726] phía nhà Thanh vẫn còn chiếm 40 dặm đất; Vua An Nam tiếp tục tâu lời phản đối, khiến Vua Thanh tỏ thái độ tức giận:

"*Ngày 26 Nhâm Tý tháng 4 năm Ung Chính thứ 5* [15/6/1727]. *Dụ nội các:*

Về việc định biên giới An Nam, trẫm đã gia ơn, hãy bàn riêng mà lập giới tuyến. Quốc vương nước này không biết cảm ơn, lại còn tâu lên nữa, và yêu cầu 2 tỉnh Quảng Đông, Vân Nam đề đạt lên. Y ngu muội vô tri, Trẫm đáng ban sắc dụ để tiếp tục mở mang cho biết. Mới đây Ngạc Nhĩ Thái tấu xưng, đã gửi văn thư cho An Nam. Nếu như khi văn thư đến, viên Quốc vương tuân phụng thi hành, thì không cần ban thêm nữa. Nhất thiết mọi việc nên làm, Ngạc Nhĩ Thái hãy thi hành ổn thoả." (**Thanh Thực Lục, Thế Tông Thực Lục**, quyển 56, trang 26-27)

Tiếp đến Vua Thanh sai Phó đô ngự sử Hàng Dịch Lộc, Nội các học sĩ Nhiệm Lan Chi đến An Nam tuyên dụ. Nhưng khi phái bộ chưa đến nơi, Vua Thanh nhận được tờ tâu của Vua An Nam với lời lẽ khiêm nhường; Vua Thanh hài lòng bèn đổi ý sai bọn Phó đô ngự sử Hàng Dịch Lộc đến giao cho An Nam 40 dặm đất:

"*Ngày 28 Kỷ Mão tháng giêng năm Ung Chính thứ* 6 [8/3/1728]. *Trước tiên, vào tháng 4 năm Ung Chính thứ 3* [12/5-10/6/1725], *nguyên Tổng đốc Vân Quý Cao Kỳ Trác điều tra và tâu về biên giới tại nước An Nam, so với biên giới cũ, lấn vào đất nội địa 120 lý cần phải sửa đổi lại, lập biên giới tại sông Đổ Chú. Rồi Quốc vương An Nam tâu đầy đủ đòi xin; Thiên tử sai tân Tổng đốc Ngạc Nhĩ Thái làm cuộc thanh tra mới, lập biên giới cách con sông nhỏ dưới núi Duyên Xưởng 40 lý; Quốc vương An Nam kịch liệt trình tố. Vào ngày 4 tháng 5 năm Ung Chính thứ 5* [22/6/1727], *Thiên tử ban một đạo sắc, dụ Quốc vương An Nam rằng:*

"Trẫm ra lệnh các quan địa phương thanh lý cương giới; cứ viên cựu Tổng đốc Vân Quí Cao Kỳ Trác tuân chỉ, khảo tường tận chí thư biết rằng phủ Khai Hoá cùng châu Vị Xuyên giáp giới đáng tại làng Phùng Xuân cạnh sông Đỗ Chú, phủ Khai Hoá, nên tại các xứ tại thôn Tà Lộ, thiết lập tấn sở (3)*, để nghiêm túc biên cảnh. Rồi nhân Quốc vương đưa tấu biểu đến, tình từ khẩn thiết, Trẫm vốn có lòng hoài viễn* (4)*, miễn cưởng chấp nhận lời xin, ra lệnh viên Đốc triệt hồi tấn sở nhân viên, rồi bàn lại việc lập biên giới, đó là điều đặc ân của Trẫm. Tiếp đến viên tân Tổng đốc Ngạc Nhĩ Thái tấu xưng những lời như sau 'Tra xét hình thế sông núi dưới chân núi Duyên Xưởng, trong ngoài rõ ràng. Vả lại dựa vào chí thư, căn cứ sổ lương thực, tra xét chỗ đặt*

các tấn sở cũ, xét nghiệm cách ăn mặc của dân chúng, thực vùng đất này thuộc nội địa. Nên lập biên giới tại đây, thật là hết sức nhân nghĩa.'

'Trẫm chấp thuận lời tâu, ban dụ cho Quốc vương tuân phụng thi hành. Tính liệu rằng khi Vương nhận được dụ, sẽ hân hoan cổ vũ, đội ơn cảm đức Trẫm ban đất yên ổn dân, hăng hái nhận mệnh. Nhưng viên Quốc vương lại tiếp tục tố cáo biện bạch, thật Vương với lòng chấp mê, tham vọng không cùng, quên tấm lòng cung thuận của tiên nhân, phụ ơn trạch nhu viễn của Trẫm. Cao Kỳ Trác, Ngạc Nhĩ Thái đều là bầy tôi trấn tĩnh công bình, không phải là bọn lắm chuyện tưng công; nên các quan sở tại cũng không dám quanh co tư tình. Trẫm thống trị hoàn vũ, các nước đến thần phục đất nào cũng là đất của ta, nào phải kể đến vùng đất nhỏ nhoi 40 lý! Nhưng phân cương định giới, là việc đầu tiên của chính quyền, dù nơi gần kinh kỳ hoặc chốn hoang dã cũng đồng nhất thể. Trước mắt các nước phiên xa xôi như Mông Cổ, nhận được chỉ dụ của Trẫm, không có ai mà không tranh tiên ứng chực; huống nước các ngươi vốn xưng là lễ nghĩa lại một mình trái với đức hoá ư!

Vương không nên hiềm việc trước đây xâm phạm đất của triều đình, rồi đâm ra nghi sợ nên tiếp tục trình bày biện bạch, đó là lầm lỡ của tiền nhân, không phải là sự sai lầm của Vương. Vương chỉ nên tuân theo lời dụ của Trẫm, Trẫm không thâm cứu về dĩ vãng, mà lại còn gia ơn trong tương lai. Nếu lời tâu bày sắp tới, lại mất lòng cung thuận trước kia, thì Trẫm cũng không còn thi hành chính sách chiếu cố người phương xa nữa. Lòng Trẫm đối với người phương xa, chí thành chí thiết; ân cần hiểu dụ. Hãy suy nghĩ đi! Suy nghĩ đi!'

Lại vào ngày 26 tháng 9 [9/11/1727], *mệnh Phó đô ngự sử Hàng Dịch Lộc, Nội các học sĩ Nhiệm Lan Chi đến An Nam tuyên dụ. Lúc bọn Hàng Dịch Lộc chưa đến An Nam, Quốc vương An Nam tiếp nhận được đạo dụ ngày 4 tháng 5* [22/6/1727], *qua biểu văn tỏ lòng cảm ơn và hối hận. Tổng đốc Vân Quí Ngạc Nhĩ Thái đem tâu trình, biểu văn như sau:*

'Quốc vương An Nam Lê Duy Đào kính cẩn tâu: Vào ngày mồng 2 tháng 12 [12/1/1728], *thần nhận được sắc dụ, đốt hương duyệt đọc, mừng sợ giao tập. Trộm nghĩ châu Vị Xuyên nước thần cùng phủ Khai Hoá, Vân Nam tiếp giáp; nguyên dùng sông Đổ Chú, tức con sông nhỏ tại tấn Mã Bá làm ranh giới. Các viên châu mục tại biên giới đời đời giữ đất, thần chưa từng thấy việc xâm chiếm đất của nội địa. Vả lại chưa nhận được chiếu thư, nên đem mọi việc ra trình tâu. Rồi nhận được sắc dụ, lệnh triệt hồi nhân viên tại thôn Tà Lộ, sẽ bàn riêng để lập biên giới; ngưỡng mong lòng từ chiếu cố, hân hạnh không cùng. Nay lại phụng sắc dụ, định tại con sông nhỏ dưới núi Duyên Xưởng lập biên giới; dụ thần đừng dựa vào ơn ưu đãi, ôm tham vọng không cùng, để rồi can vào quốc điển; thần chịu uy trời trong gang tấc. Trước mắt núi Duyên Xưởng* [xưởng Chì] *đã được Tri phủ Quảng Nam lập cửa quan ải, xây phòng ốc, làm bia biên giới. Các viên châu mục biên giới nước thần, tuân sự nghiêm sức của thần, yên lặng không có lời nói. Nước thần mấy đời dốc lòng thành, theo sự hướng hoá của Thánh triều, được ơn nhu viễn của Thánh Tổ Nhân hoàng đế hơn 60 năm nay; nay nhận mệnh lớn của Hoàng đế bệ hạ, như mặt trời mới mọc, khắp trời biển chỗ nào cũng là đất của Đế vương, riêng 40 dặm đất, thần đâu dám sinh lòng oán vọng. Nay được nghe lời hiểu dụ tha thiết chân thành, thần đội ơn Thánh triều, hân hoan*

trong lòng, xin nguyện vạn phương chầu mệnh, Thánh thọ vô cùng, Thánh triều ngàn vạn năm thái bình, nước thần ngàn vạn năm phụng cống. Cẩn tâu!'

Được chỉ dụ ban như sau:

'Xem lời tâu của Vương, cảm ơn và hối lỗi, lời ý cung kính; khiến Trẫm đặc cách ban ơn lớn, lệnh Tổng đốc Vân Nam lấy 40 dặm đất, thưởng cho An Nam.'

Vẫn ban sắc dụ, đưa đến Vân Nam, rồi ra lệnh Hàng Dịch Lộc, Nhiệm Lan Chi đến An Nam tuyên đọc Thánh dụ. Sắc dụ như sau:

'Trước đây Trẫm lệnh các quan coi đất lập rõ ràng cương giới, chỉ thi hành trong nội địa, chưa ra lệnh thanh tra đến đất An Nam. Viên Tổng đốc Cao Kỳ Trác với chức vụ được phong, khảo rõ chí thư cùng phỏng vấn dư luận, biết rằng chỗ phân giới giữa phủ Khai Hoá và An Nam đáng tại xã Phùng Xuân cạnh sông Đỗ Chú; do đó một mặt thiết lập tấn sở phòng ốc, một mặt tâu lên. Rồi nhân Quốc vương trình tâu, Trẫm đặc giáng chỉ dụ lệnh viên Tổng đốc nghị bàn cách khác về việc thiết lập biên giới. Lại lo rằng Cao Kỳ Trác chấp nhất ý kiến riêng, nên ra lệnh tiếp cho viên tân Tổng đốc Ngạc Nhĩ Thái lấy công tâm mà biện lý. Ngạc Nhĩ Thái thể theo bụng thương yêu người xa xôi của Trẫm, định giới tại con sông nhỏ dưới núi Duyên Xưởng [xưởng chì], *một mặt thiết lập tấn sở phòng ốc, một mặt tâu lên; so sánh với giới tuyến cũ* [do Cao Kỳ Trác lập] *giảm xuống 80 lý, thực là tận nhân tận nghĩa. Sự việc do các quan Đại thần kinh lý biên cương, theo chức phận mà thi hành.*

Trẫm thống ngự hoàn vũ, phàm các nước thần phục, đều lệ vào bản tịch; An Nam là nước được phiên phong, thước đất nào mà không phải của ta, hà tất phải so đo đến 40 dặm đất nhỏ nhoi. Nếu viên Quốc vương chí tình khẩn cầu, Trẫm có thể ban cho, nào có khó khăn gì! Chỉ vì 2 lần các viên Tổng đốc định biên giới, viên Quốc vương khích thiết tâu xin, lời lẽ quá sức oán than, trình bày lắm chuyện, hết sức thiếu cung kính. Viên Quốc vương đã không giữ được đạo thờ người trên, Trẫm cũng không theo cách ban ơn, đó là điều thông thường xử thế trong thiên hạ, cách thức giao tiếp trên dưới, sự việc do Vương gây lấy, nào phải tấm lòng Trẫm sơ hốt!

Mới đây Ngạc Nhĩ Thái đem tờ tâu của Quốc vương vào tháng 12 năm trước dâng lên, biết Quốc vương rất cảm khích sâu xa ơn của triều đình, tự hối trước đây chấp mê sai lầm, hăng hái xin tuân mệnh, lời và ý cung kính. Trẫm xem xong, rất vui lòng. Vương đã biết tận lễ, thì Trẫm có thể gia ân. Huống 40 dặm đất này, nếu thuộc Vân Nam là đất nội địa, tại An Nam là đất ngoại phiên của Trẫm, không có gì đáng phân biệt; nay đem đất này giao cho viên Quốc vương giữ đời đời. Lại sai bọn Đại thần đến nước này, tuyên dụ ý Trẫm. Trẫm nghĩ đã ban ơn huệ cho phiên vương, cũng đáng nhìn xuống sự thuận tiện của dân, Nếu dân chúng cư trú trong đất này, tình nguyện dời vào nội địa, lệnh cho Tổng đốc Ngạc Nhĩ Thái ước lượng liệu lý, cùng dụ cho viên Quốc vương hay biết." (**Thanh Thực Lục, Thế Tông Thực Lục** quyển 65, trang 12-17)

Sau khi tuyên bố trả lại đất, vua Ung Chính ban dụ cho Tổng đốc Vân Quí lệnh thu xếp ổn thoả; định cư những người Trung Quốc muốn rời khỏi phần đất đã trả cho An Nam:

"***Ngày 30 Tân Tỵ tháng giêng năm Ung Chính thứ 6* [3/10/1728].** *Dụ Tổng đốc Vân Quý Ngạc Nhĩ Thái:*

"Xem tấu chương Quốc vương An Nam trần tạ, cảm ơn hối lỗi, nhiệt tình bái mệnh, tình từ hết sức cung thuận. Viên Quốc vương biết xử tận lễ, Trẫm cũng có thể gia ơn. Nay đem 40 dặm đất, thưởng cho viên Quốc vương như cũ. Đặc cách ban một đạo sắc dụ, vẫn sai Hàng Dịch Lộc, Nhiệm Lan Chi đi đến nước này, tuyên dụ Trẫm ý. Nhưng nghĩ rằng Trẫm đã gia ơn cho ngoại phiên, cũng đáng cúi xuống chiều theo sự thuận tiện của dân. Số cư dân trong vòng 40 lý, nếu có người tình nguyện dời vào nội địa, hãy lưu tâm giúp đỡ an sáp. Trước mắt tỉnh Vân Nam đang có việc khai khẩn đất đai, tức lệnh cho bọn họ nhận ruộng cày cấy, nhằm sao cho thích hợp. Nếu có những kẻ tình nguyện sống tại đất ngoài, nơi An Nam quản hạt, cũng chấp nhận ý đó." (**Thanh Thực Lục, Thế Tông Thực Lục** quyển 65, trang 18-19)

Tiếp đến, hai Sứ thần Hàng Dịch Lộc, Nhiệm Lan Chi dâng sớ tường trình chuyến đi đến An Nam, mô tả cảnh dân chúng tại đây hoan nghênh việc trả đất:

*"**Ngày 11 Mậu Tý tháng 10 năm Ung Chính thứ 6** **[12/11/1728]**. Phó đô ngự sử Hàng Dịch Lộc, Nội các học sĩ Nhiệm Lan Chi phụng sứ đến An Nam, dâng sớ tâu:*

'Bọn thần vào ngày 11 tháng 3 [19/4/1728] *năm nay tại tỉnh thành Vân Nam, nhận được dụ của Thiên tử đem đất tại Duyên Xưởng* [xưởng Chì] *cấp cho Quốc vương An Nam; lại ban một đạo sắc dụ, mệnh bọn thần mang đến tuyên đọc. Bọn thần vào ngày 21 tháng 3* [29/4/1728] *khởi hành từ tỉnh Vân Nam theo đường qua Quảng Tây, đến tháng 5* [8/6-6/7/1728] *đến trấn Nam Quan. Bọn Bồi thần An Nam Phạm Khiêm Ích 6 người khấu đầu tiếp đón. Bọn thần đốc suất 1 viên quan văn Đồng tri hộ tòng, 2 viên quan võ Thủ bị, khởi hành trong ngày. Ra khỏi cửa quan, thấy dân chúng An*

Nam vỗ tay hoan hô, tiếng vang cả núi rừng. Vào ngày mồng 8 tháng 6 [14/7/1728] *đến công quán doanh Điêu Giao* [Bắc Ninh], *Quốc vương sai Bồi thần nghênh đón.*

Ngày hôm sau phát hành nghi thức tuyên đọc chỉ dụ, viên Quốc vương xin chiếu theo lễ kính trời của nước này, hành lễ 5 bái, 3 lần khấu đầu. Bọn thần gửi thư trách vấn, bảo rằng định chế của Thiên triều khắp bốn biển đều phải tuân theo, không được sửa đổi, hãy dựa vào thịnh điển này; bọn y đều sợ thẹn tuân mệnh. Ngày 16 [22/7/1728], *bọn thần qua sông Phú Lương* [Hồng Hà], *đến cửa Trường An của nước này; Quốc vương Lê Duy Đào quỳ đón sắc dụ, các tuỳ tòng Đại thần kính cẩn đảnh lễ. Thần bưng sắc dụ, do cửa giữa đi vào, đặt trên điện; viên Quốc vương cùng văn võ Bồi thần hành lễ 3 lần quỳ, 9 khấu đầu. Sau khi nghe tuyên đọc xong, bèn tạ ơn. Bọn thần lại hiểu thị rằng Hoàng thượng coi trong nước, ngoài nước như nhau, nên trước đây không nỡ có ý dùng binh, ân đức dồi dào, từ xưa đến nay chưa hề có như vậy. Từ nay trở về sau đáng tăng thêm lòng trung thuận, răn sức bọn lại mục giữ biên giới, không được sinh sự, để rước lấy hoạ. Quốc vương nghe qua, lấy tay đặt lên trán ba bốn lần, thề đời đời con cháu, vĩnh viễn giữ tiết bề tôi. Lại đưa tiễn đến cửa Trường An, trình bày lòng quyến luyến, đưa lễ vật tống tặng; bọn thần ngưỡng theo đức anh minh của Bệ hạ, thi hành chính sách nhu viễn với nước phương xa, nên từ chối không nhận. Vào ngày 22* [28/7/1728] *khởi hành, đến ngày 29* [4/8/1728] *vào trấn Nam Quan; các viên Bồi thần tuỳ tùng là bọn Ngô Đình Thạc 4 tên, hành lễ giống như nghi thức có sẵn trước, dâng 1 đạo biểu chương tạ ơn của Quốc vương, 1 tờ thân văn cho bộ Lễ, cầu xin thần lúc trở về chuyển tâu.*

Bọn thần nghĩ rằng An Nam là nơi hoang tịch cõi ngoài,

được liệt vào ngoại phiên từ lâu; Hoàng thượng nghĩ rằng nước này đời đời cung thuận, không nỡ vì lý do một mảnh đất, mà mang quân đi chinh thảo; nên khi chúng đem lòng thành cảm ơn hối lỗi, bèn theo ân điển ban thưởng đất rộng rãi, đây là một ơn lớn, kế sách chiêu phủ đã đạt đến nơi vậy. Bọn thần chứng kiến dân nước ngoài nhiệt liệt hoan nghênh, thấy được uy trời rộng lớn; bèn cứ sự thực tâu lên, xin được đưa việc này đến sử quán, để ghi lại cho vạn thế về sau truyền tụng.'

Thiên tử chấp thuận. Quốc vương An Nam Lê Duy Đào dâng biểu tạ ơn được ban 40 dặm tại Duyên Xưởng, hãy đưa xuống cho các bộ hay biết." (**Thanh Thực Lục, Thế Tông Thực Lục** quyển 74, trang 11-13)

Chú thích:

1. Cờ đạo: Theo **Hội điển** nhà Minh, thì cờ đạo liệt vào hạng được thờ tự. Khi nào thiên tử thân hành đi đánh dẹp hoặc sai tướng đem quân đi đánh, thì trước tế cờ đạo rồi sau mới xuất hành.

2. Nậu, man: Nậu nghĩa là làm cỏ ruộng, xưa gọi đám đông người là nậu, ý là hợp nhiều người để làm ruộng; man nghĩa là cỏ lan man ra, phàm những chỗ nhà ở liền nhau thì gọi là man.

3. Tấn sở: nơi quân lính đồn trú canh gác tại biên giới.

4. Hoài Viễn: thương yêu người xa xôi.

135. Vua Lê Duy Phường [1729-1731] và Lê Thuần Tông [1732-1735]

Tháng 4 năm Kỷ Dậu, Bảo Thái thứ 10 [28/4-27/5/1729]. (Từ tháng 4 trở về sau là năm Vĩnh Khánh thứ nhất đời Đế Duy Phường; Thanh, năm Ung Chính thứ 7); Chúa Trịnh Cương ép Vua truyền ngôi cho Thái tử Duy Phường. Duy Phường, là cháu ngoại Trịnh Cương, trước đây 2 năm được lập làm Thái tử, để chuẩn bị nối ngôi. Nay lên ngôi vua, đổi niên hiệu là Vĩnh Khánh năm thứ nhất; ân xá người trong nước. Tôn Vua Lê Dụ Tông làm Thái thượng hoàng, lui ra ở điện Kiền Thọ.

Tháng 7 [26/7-23/8/1729] lụt lớn; nước sông Nhị Hà tràn ngập, đường đê nhiều chỗ bị vỡ. Triều đình sai bọn Tả thị lang Hồ Phi Tích đào sông Nghĩa Trụ [huyện Gia Lâm, tỉnh Bắc Ninh] (1) để cho thuỷ thế lưu thông. Một mặt mở kho thóc Vị Hoàng [Nam Định] chẩn cấp cho dân bị thuỷ tai. Những ruộng cấy lúa mùa, bị ngập lụt được cấp cho thóc giống. Lại sai quan khuyến nông chia ra từng đạo đi khám xét, chia dân lưu vong làm 4 hạng, bàn định thi hành việc cứu vớt.

Chúa Trịnh Cương lại cho sửa phủ đệ ở Cổ Bi [huyện

Gia Lâm, Bắc Ninh]. Lúc ấy nước sông lên to, đê Cự Linh tại huyện Gia Lâm bị vỡ, nước tràn vào Cổ Bi, nhà cửa bị nước cuốn đi và đổ nát. Cương sai hoạn quan đốc suất quân và dân sửa chữa dinh thự đường sá.

Tháng 10 [21/11-19/12/1729], Vua Lê Duy Phường tôn mẹ là Trịnh thị làm Hoàng thái hậu, sách phong chính phi họ Trịnh làm Hoàng hậu.

Chúa Trịnh Cương mất, con là Giang nối ngôi. Sau khi ở Phật Tích [huyện Tiên Du, Bắc Ninh] trở về, Trịnh Cương lại đi Như Kinh [xã Như Quỳnh, Hưng Yên]; khi đi giữa đường, mắc bệnh rồi chết ngay, phải bí mật đưa về phủ, mới phát tang. Cương giữ ngôi Chúa 22 năm, khi mất, truy xưng Nhân Vương, hiệu là Hi Tổ; Trịnh Giang là con cả của Cương. Trước kia, Giang làm Thế tử, viên Bảo phó của Giang là Nguyễn Công Hãng, mật trình với Cương rằng:

"*Giang là người ngu tối ươn hèn, không thể gánh vác được công việc.*"

Cương chần chừ chưa quyết định; nhưng đến lúc Cương mất bất ngờ, Giang bèn nối ngôi. Sau Công Hãng cũng vì việc ấy nên liên luy, bị tội chết.

Tháng 11 [20/12/1729-18/1/1730] sai sứ sang nhà Thanh. Sứ bộ có Chánh sứ Đinh Phụ Ích, Phó sứ là bọn Đoàn Bá Dong và Quản Danh Dương; sang dâng lễ tuế cống và tạ ơn Vua nhà Thanh ban cho bức ngự thư (2) cùng việc trả lại xưởng đồng Tụ Long.

Đến cuối năm sau sứ bộ đến Bắc Kinh, được tiếp đãi, ban yến và tặng đồ vật:

"Ngày 7 Tân Sửu tháng chạp năm Ung Chính thứ 8

[14/1/1731]. *Quốc vương An Nam Lê Duy Đào sai Bồi thần Đinh Phụ Ích dâng biểu tạ ơn cùng tiến cống sản vật địa phương. Ban yến và thưởng như lệ."* (**Thanh Thực Lục, Thế Tông Thực Lục** quyển 101, trang 3)

Tháng 2 năm Canh Tuất, Vĩnh Khánh thứ 2 [19/3-16/4/1730], (Thanh, năm Ung Chính thứ 8); giảm bớt thuế tô, dung, điệu tại 4 trấn và Thanh, Nghệ; nơi nhiều nơi ít khác nhau. Vào tháng 5 năm Bảo Thái thứ 4 [3/6-1/7/1723], theo lời tâu của Nguyễn Công Hãng, cho thi hành đánh thuế tô, dung và điệu; khắc nghiệt quá chừng, nhân dân phần nhiều phẫn uất. Đến nay, Công Hãng bàn sửa đổi lại. Hãng nói: Thi hành phép điệu, chú ý muốn cho dân được tiện lợi, nhưng vì sự chi ra thu vào phiền phức, bọn quan lại nhân đấy làm gian. Vậy xin hạ lệnh cho viên quan có trách nhiệm ở 4 trấn và phủ Trường Yên [Ninh Bình] chiếu theo đường đê cũ, liệu lượng tuỳ tiện bắt dân các hộ sửa đắp, sẽ miễn cho tiền thuế điệu. Lại giảm bớt thuế tô cho ruộng tư: hạng ruộng nhất đẳng và nhị đẳng nộp theo ngạch cũ, còn hạng tam đẳng được giảm nhẹ, chỉ thu mỗi mẫu một tiền. Thanh Hoa và Nghệ An không có đường đê cũng miễn cho tiền thuế điệu, hạng chính đinh được giảm bớt một nửa, hạng hoàng đinh và hạng lão thì nhất luật miễn trừ. Trịnh Giang y theo; từ đây, phép thuế tô, dung, điệu đặt ra từ năm Bảo Thái mới thay đổi lại.

Tháng 4 [17/5-14/6/1730] Chúa Trịnh Giang tự tiến phong là Nguyên soái thống quốc chính, Uy nam vương. Sau khi đã tiến phong, Giang tôn bà nội Trương Thị làm Thái tôn thái phi, mẹ đẻ Vũ Thị làm Thái phi.

Nước to, vỡ đê Mạn Trù [huyện Khoái Châu, Hưng Yên]. Về việc sửa đắp đê, trước đây uỷ thác cho viên quan ở trấn, công việc làm phần nhiều không chu đáo; nên từ năm Bảo Thái thứ 7 [1726], triều đình tự xuất tiền công trong kho để làm, và giao cho quan võ và Nội giám chia nhau đôn đốc công việc sửa đắp. Nhưng bọn này đều làm những việc đục khoét, mưu toan lấy số tiền công còn thừa lại, thành ra công việc làm không được vững bền chắc chắn. Năm nay nước sông Nhị tràn ngập, đê ở châu Mạn Trù bị vỡ, lúa mạ hoa màu thuộc 8, 9 huyện đều bị tai hại.

Tháng 6 [15/7-13/8/1730] bổ dụng Nguyễn Minh Châu làm Trấn thủ Nghệ An, Đặng Đình Lân Trấn thủ Sơn Nam. Trịnh Giang là người hay nghi kỵ, nghĩ rằng các viên Trấn thủ trị nhậm ở trấn lâu ngày, được lòng quân, dân, e sinh ra việc biến động. Bèn đổi Nguyễn Minh Châu hiện trấn thủ Kinh Bắc, đi trấn thủ Nghệ An; Đại tư mã Đặng Đình Lân đi trấn thủ Sơn Nam. Những viên Trấn thủ ở các xứ khác, phần nhiều bị thay đổi.

Tháng 10 [10/11-9/12/1730], Trịnh Giang xây dựng và sửa chữa hai ngôi chùa Quỳnh Lâm và Sùng Nghiêm. Chùa Quỳnh Lâm toạ lạc dưới chân núi Quỳnh Lâm thuộc xã Hà Lôi, huyện Đông Triều [tỉnh Quảng Ninh], do thầy Minh Không thời nhà Lý dựng lên, ở đây có viện Quỳnh Lâm, am Bích Động; chùa Sùng Nghiêm ở xã Nam Giản, huyện Chí Linh [Hải Dương]. Việc sửa chữa xây dựng hai ngôi chùa này, rất phiền phức nặng nề, phải dỡ lấy gỗ ở phủ đệ Cổ Bi [huyện Gia Lâm, Bắc Ninh] thả xuống sông chở xuôi, để cung cấp vào việc xây dựng. Lại hạ lệnh cho dân ba huyện Đông Triều, Thuỷ Đường và Chí Linh phải gánh vác công việc này, sẽ miễn cho một năm số tiền góp về đê đường. Về sau, lại bắt dân khơi đường sông để việc vận tải được lưu thông, dân phải kéo gỗ, xe đá; thường có hàng vạn người làm, ngày đêm không được nghỉ ngơi.

Tháng giêng năm Tân Hợi, Vĩnh Khánh thứ 3 [7/2-7/3/1731], (Thanh, năm Ung Chính thứ 9); Thái thượng hoàng mất; tôn miếu hiệu Dụ Tông. Từ khi rời ngôi Vua, lui ra ở điện Kiền Thọ, Thượng hoàng thường uất ức không vui; đến nay mất. Thượng hoàng ở ngôi 25 năm, nhường ngôi 2 năm, hưởng thọ 52 tuổi; làm lễ an táng ở lăng Cổ Đô; thuộc xã Cổ Đô, huyện Đông Sơn, Thanh Hoá.

Tháng 2 [8/3-6/4/1731], triệt bỏ các trường xưởng mới đặt ở Thanh Hoá. Lấy cớ rằng Thanh Hoá là đất sáng lập cơ nghiệp đế vương, không nên đào xẻ núi đồi, e hại long mạch. Vì thế, phàm trường xưởng mới đặt đều triệt bỏ hết.

Ngày mồng một tháng 12 [29/12/1731], định lại phép thi võ Bác cử. Khoa thi trước đó, kỳ đầu hỏi về nghĩa sách võ kinh để thải bớt người kém, khiến người có võ nghệ và sức mạnh có khi bị bỏ rơi. Bèn định lại phép thi võ:

- Kỳ đệ nhất, thi giương cung, múa siêu đao, đều chia ra ba bậc.

- Kỳ đệ nhị, thi múa siêu đao, múa kiếm, cưỡi ngựa múa đâu mâu, và thi bắn cung; môn bắn cung lại chia ra cưỡi ngựa bắn tên và chạy bộ bắn tên. Về cưỡi ngựa bắn tên, thì dựng ba cái đích, mỗi cái đích cách nhau một trăm bộ, người ứng thí cưỡi ngựa buông cương cho ngựa phi, bắn ba phát tên, người nào được hai mũi tên trúng đích là hạng ưu, được một mũi tên trúng đích là hạng thứ. Thể lệ chạy bộ bắn tên đại lược cũng giống như thế.

- Kỳ đệ tam thi một bài văn sách về võ kinh.

Về phía nhà Thanh, vào tháng 7 ra lệnh kiểm soát gắt

tại các đồn sở tại quan ải nơi biên giới, lùng bắt dân Trung Quốc sang An Nam khai mỏ:

"Ngày 27 Mậu Tý tháng 7 năm Ung Chính thứ 9 **[29/8/1731].** *Lại dụ nội các:*

'Đạo Quảng Tây thông với Giao Chỉ, nghe nói tại địa phương này có dân ngu không biết gì, bỏ cả nghiệp nhà, ngầm đến Giao Chỉ khai mỏ; lại có bọn gian ngầm trốn sang đất khác, không còn tông tích để mà truy tầm; khiến cho sự cấm đoán không thi hành được, mối tệ không được cải tiến. Nay ra lệnh Tuần phủ Quảng Tây, Đề đốc, Trấn thủ dốc tâm bàn bạc trù hoạch điều binh, đặt thêm tấn sở tại các cửa ải và các nơi núi non hoang vu có đường qua lại; cùng ra lệnh quan quân gia tăng tuần tra. Nếu có người xuất cảnh bất hợp pháp, hãy áp giải về nguyên quán, chiếu luật trị tội; khiến cho dân ngu không phải lưu ly nơi đất lạ, mà bọn gian phi thì không thể trốn xa thoát lưới." (**Thanh Thực Lục, Thế Tông Thực Lục** quyển 108, trang 36-37).

Tại miền Nam, vào tháng 4 [6/5-4/6/1731] người Ai Lao là Sá Tốt đem quân Chân Lạp vào cướp Gia Định. Chúa Nguyễn bèn sai Thống suất Trương Phước Vĩnh điều khiển các đạo binh đi đánh. Bấy giờ các dinh ở Gia Định đều đặt Thủ tướng; Chúa cho rằng việc quân ở nơi biên khổn cần phải có người thống nhiếp, nên sai Phước Vĩnh làm việc điều khiển, quan binh các dinh trấn đều thuộc về cả. Lại đặt riêng một nha lỵ ở phía nam dinh Phiên Trấn gọi là dinh Điều khiển; chức Điều khiển bắt đầu đặt từ đấy.

Bấy giờ Cai cơ Đạt Thành đánh nhau với giặc ở sông Lật Giang [sông Vàm Cỏ Đông] (3) không thắng, bị chết.

Thống binh Trần Đại Định (con Trần Thượng Xuyên)

suất lĩnh các thuộc tướng Long Môn đi đánh giặc ở Phù Viên [Vườn trầu, Gia Định]. Giám quân Nguyễn Cửu Triêm lại do sông Lật Giang đánh nhau với giặc. Giặc lùi chạy về Cù Ao [Vũng Cù, Long An]. Quan Điều khiển Trương Phước Vĩnh cùng Trần Đại Định và Nguyễn Cửu Triêm chia quân làm ba đường để tiến. Quân giặc thua to, chạy trốn. Đại Định tiến giữ Cầu Nam. Nặc Tha nước Chân Lạp (con Nặc Yêm) sợ chạy đến Sơn Bô (tên phủ ở Chân Lạp), đưa thư cầu hoãn binh, và xin bắt giặc để chuộc tội. Gặp lúc mưa lụt, Phước Vĩnh nhân thế thuận cho, rút quân các đạo về Gia Định.

Tháng 6 [4/7-2/8/1731], đặt 11 thuyền Ô Tất ở Gia Định. Đất ven rừng ở Gia Định sản xuất nhiều sơn, bèn mộ 500 quân đặt làm 11 thuyền; qui định mỗi tên quân mỗi năm phải nộp 16 cân sơn. Những người xiêu bạt mới về và những người mới xét vào sổ đinh thì nộp một nửa; tổng cộng mỗi năm thu sơn được 6.528 cân.

Tháng giêng năm Nhâm Tý, Vĩnh Khánh thứ 4 [27/1-25/2/1732]. (Từ tháng 8 trở về sau, thuộc niên hiệu Long Đức thứ nhất triều Lê Thuần Tông; Thanh, năm Ung Chính thứ 10); ra lệnh mua và tìm kiếm sách cũ còn sót lại. Phàm sách vở cổ, thơ văn cổ cùng văn bài về việc thi cử của nước ta; không câu nệ văn chương nông cạn, quê mùa, đều được phép đem dâng nộp, sẽ liệu giá mà ban thưởng.

Tháng 3 [26/3-24/4/1732], Chúa Trịnh Giang tự ý sai chế lễ nhạc dùng trong phủ đường, nghi vệ không thua triều đình Vua. Sau khi hoàn tất, ngày Chúa Trịnh ra coi chầu, phường nhạc sắp hàng ở phủ đường, cửa phủ đường bên tả và bên hữu đã mở, thì bắt đầu cử nhạc, các quan văn quan võ lạy xong, lúc ấy tiếng nhạc sẽ ngừng. Phàm khi Chúa đi tuần du hoặc xuất phát quân lính, thì bắn ba tiếng súng, buổi trưa lúc đi nghỉ, ban đêm lúc đi nằm cũng theo quy tắc như thế; khi ra đi thì có cờ lệnh, phường nhạc chia nhau đi trước dẫn đường.

Tháng 4 [25/4-23/5/1732], triều đình sai sứ sang nhà Thanh. Sứ bộ có Chánh sứ Phạm Công Dong, phó sứ Ngô Đình Thạc sang báo việc Dụ Tông mất và xin nhà Thanh phong tước cho vua mới lên ngôi.

Thanh Thực Lục xác nhận sứ bộ đến Bắc Kinh vào cuối năm sau, với sứ mệnh cáo tang, xin phong và triều cống:

"***Ngày 18 Ất Mùi tháng 11 năm Ung Chính thứ 11*** **[23/12/1733]**. *Lê Duy Hỗ (4) Người nối dõi Quốc vương An Nam sai Bồi thần Phạm Công Dong cáo tang cố Quốc vương Lê Duy Đào cùng xin phong tước và cống sản vật địa phương.*" (**Thanh Thực Lục, Thế Tông Thực Lục**, quyển 137, trang 5-6).

Tháng 8 [19/9-18/10/1732], Trịnh Giang truất Thái hậu Trịnh Thị làm Quận quân; Thái hậu tên là Ngọc Trang, mẹ đẻ của nhà Vua. Trịnh Giang truất nhà vua làm Hôn Đức công; lập Duy Tường, con trưởng của Dụ Tông lên ngôi vua, đổi niên hiệu, đại xá trong nước.

Ngày Bính Tý [10/10/1732] làm lễ cáo Thái Miếu, ngày Canh Thìn [14/10/1732] lên ngôi tức Vua Thuần Tông. Đổi niên hiệu là Long Đức, đại xá cho trong nước: tha những thuế bỏ thiếu; tha tiền nộp để chuộc tội còn bỏ thiếu chồng chất; viên quan nào vì lầm lỡ mà bị truất bãi đã lâu, đều cho xét lại rồi bổ dụng.

Tháng 11 [17/12/1732-15/1/1733], Trịnh Giang giết Nguyễn Công Hãng. Công Hãng có tài biện bác, giữ công việc trong phủ Chúa, quả quyết thi thố tài năng của mình, rất được Trịnh Cương tin yêu uỷ nhiệm, nhưng bị nhiều người oán nghét. Từ lúc Giang làm Thế tử, đã giận Công Hãng không muốn lập mình, người ở bên cạnh Giang lại thêu dệt thêm những điều sở đoản của Công Hãng. Giang bèn cho Công Hãng ra giữ chức Thừa chính sứ Tuyên Quang, sau đó bắt ép phải tự tử.

Tại miền Nam, vào tháng giêng [27/1-25/2/1732], giặc Lào lại cấu kết với quân Chân Lạp cướp phá Cầu Nam. Trương Vĩnh Phước tiến quân đánh, và trách Nặc Tha dung túng quân giặc. Nặc Tha sợ Phước Vĩnh đánh, đem nhiều của cải đút lót. Phước Vĩnh bèn lưu Trần Đại Định đóng quân bắt giặc, còn mình thì đem quân về.

Tháng 4 [25/4-23/5/1732], Thống binh Trần Đại Định tiến quân đến Lô Việt. Thế giặc cùng quẫn. Trước kia khi giặc Lào chưa bình xong Chúa xuống thư quở trách; Trương Phước Vĩnh gởi mật biểu đem việc đóng quân không tiến đổ tội cho Đại Định. Kịp Đại Định đem quân về biết việc ấy, muốn kêu với triều đình, bèn nhân đêm vượt biển đến Bút Sơn (thuộc hải phận Quảng Ngãi). Người em họ là Thạnh cho rằng Phước Vĩnh là con nhà thế thần, đời đời làm quan to, không thể tranh phải trái được, khuyên bỏ đi. Đại Định nói rằng:

"*Một nhà cha con ta chịu ơn nhà nước đã dày, nay vì cớ Thống soái che giấu sự thật mà ta tự nhiên bỏ đi, chịu lấy tiếng xấu, chẳng những là làm tôi bất trung, mà làm con cũng bất hiếu*".

Thạnh cố can, xua thuyền nhằm thẳng ra biển đông; Đại Định tuốt gươm chém Thạnh, rồi quay thuyền vào cửa biển

Đà Nẵng làm biểu trần tình, do dinh thần Quảng Nam tâu lên. Bấy giờ các quan bàn muốn trị tội, nhưng Chúa không nỡ, sai giam Đại Định ở Quảng Nam và sai quan đi Gia Định xét hỏi. Phước Vĩnh thêu dệt buộc tội cho Đại Định, chỉ một mình Nguyễn Cửu Triêm cố cãi là oan. Bản án dâng lên, Đại Định đã bị bệnh chết ở trong ngục; Chúa rất thương, truy tặng Đô đốc đồng tri, thuỵ là Tương Mẫn; Phước Vĩnh bị tội vu cáo, giáng làm Cai đội. Bèn dùng Cai cơ Nguyễn Hữu Doãn thay Trương Phước Vĩnh giữ chức Điều khiển Gia Định. Lấy Nguyễn Cửu Triêm thống dinh Trấn Biên. Cửu Triêm ở trong quân, người Chân Lạp sợ như cọp; Chúa nghe tiếng, nên ban mệnh ấy.

Chúa cho rằng Gia Định địa thế rộng rãi, sai quan tại biên giới chia đất đặt châu Định Viễn sau này là phủ Định Viễn thuộc tỉnh Vĩnh Long và dựng dinh Long Hồ, tức tỉnh Vĩnh Long ngày nay.

Tháng 3 năm Quí Sửu, Long Đức thứ 2 [14/4-13/5/1733]. (Thanh, năm Ung Chính thứ 11); tha hai tháng thuế quan ải và bến sông cho Thanh Hoá. Lúc bấy giờ Thanh Hoá giá gạo lên cao, Trấn thủ Nguyễn Thọ Trường làm tờ khải xin cho người vận chở thóc gạo được miễn hai tháng thuế, để việc buôn bán lưu thông, đồ dùng của dân được tiện lợi. Trịnh Giang y theo.

Tháng 8 [8/9-7/10/1733], bãi bỏ chức quan Hà đạo. Trước kia đặt chức quan Hà Đạo, với nhiệm vụ đi khám xét đất bãi bồi các loại, để tăng hoặc giảm thuế tô. Nay lấy cớ rằng đất bãi ở sông khi bồi khi lở còn phải một thời gian lâu, mà người giữ việc khám xét hàng năm bắt bớ đốc thúc, lại thêm những nhiễu dân, bèn bàn bỏ bớt chức này. Phàm đất bãi ở hạt nào, giao cho viên phủ, viên huyện hạt ấy đích thân đi khám xét, rồi tâu sự thật lên phủ Chúa.

Tại miền Nam, vào tháng giêng [14/2-15/3/1733], cho đặt đồng hồ tại các dinh và các đồn tấn dọc bờ biển. Trước đây vào thời đầu nhà Nguyễn, đã phỏng theo cách thức phương Tây để làm đồng hồ, gọi là Tự minh chung [Chuông tự kêu]. Trông như cái Long đình thờ Phật, hình vuông, bốn mặt có cửa, trên có nóc, dưới có chân, cao chừng một thước, mặt trước là một tấm đồng, ở giữa làm vòng tròn khắc thành 12 giờ. Giờ Ngọ [giữa trưa] ở trên, giờ Tý [nửa đêm] ở dưới, giờ Mão ở phía đông, giờ Dậu ở phía tây.

Tháng giêng năm Giáp Dần, Long Đức thứ 3 [4/2-4/3/1734], (Thanh, năm Ung Chính thứ 12); ban phát Ngũ Kinh Đại Toàn cho Học quan các xứ. Trước đây, sai quan hiệu đính kiểm duyệt năm kinh **[Thi, Thư, Dịch, Lễ và Xuân Thu]** theo văn bản của Trung Quốc, rồi khắc thành sách; nay sách đã in xong, ban bố cho trong nước, để theo đấy mà dạy bảo học trò, cấm mua sách của Trung Quốc.

Tháng 5 [2/6-30/6/1734], hạ lệnh cấm dùng đồ vật hoa mĩ. Lấy cớ rằng tập tục dân gian, mỗi ngày đi dần đến xa xỉ, bèn hạ lệnh: quan viên, quân lính và dân thứ, đồ đạc thường dùng không được chạm khắc hình chữ, trang sức hoa mĩ; người thợ không được đua nhau chế tạo thứ lạ, thứ khéo.

Tháng 10 [27/10-24/11/1734], Sứ thần nhà Thanh đến nước ta, có Hàn lâm viện thị giảng học sĩ Xuân Sơn, và Binh khoa cấp sự trung Lý Học Dụ, với sứ mệnh sách phong Vua Lê Thuần Tông và ban lễ tế cho Vua Dụ Tông.

Sứ thần khởi hành tại Bắc Kinh vào tháng 2; Vua Ung Chính sai mang sắc mệnh phong cho Vua Lê Thuần Tông, nguyên văn như sau:

"Ngày 19 Ất Sửu tháng 2 năm Ung Chính thứ 12 **[23/3/1734]**. *Sai Hàn lâm viện thị độc Xuân Sơn, Binh khoa cấp sự trung Lý Học Dụ đến tế cố Quốc vương An Nam Lê Duy Đào, cùng sắc phong cho người nối dõi của cố Quốc vương là Lê Duy Hỗ làm Quốc vương An Nam. Sắc phong như sau:*

'Vương triều ban hành giáo hoá, vạn bang phên dậu trung thành; hải vũ chung một văn phong, 6 cõi núi sông đầy tràn phúc tộ. Xa thư thống nhất, nếp cũ tô bồi; đất nước ngàn năm, ơn mới tràn khắp.

Ngươi Lê Duy Hỗ thừa tự Quốc vương An Nam, vốn được ban cho giữ phương nam, luôn luôn hướng về cung đình cõi bắc. Phiên bình che chở, tuân theo thanh giáo trên ban; phụng tước Quốc vương, dốc lòng trung trinh đền đáp. Nay ngươi vừa nối chức, xin mệnh tại triều; kính cẩn trị an giữ chức, đức tốt sáng soi; được sủng hạnh chốn xa xôi, khen lao vinh hiển. Nay phong làm Quốc vương An Nam, ngươi hãy kính cẩn nhận tước phong, ôm lòng nhân mộ nghĩa, dùi mài tu thân, để mở đường tương lai, vẻ vang tiên tổ, đời đời hưởng ân trạch. Khâm tai! Trẫm mệnh không thay thế." (**Thanh Thực Lục, Thế Tông Thực Lục** quyển 140, trang 8-9)

Tiếp đến vào tháng chạp, Vua Thanh lại ra lệnh sửa đổi cửa ải tại phía đông bắc tỉnh Lạng Sơn, và trả lại vùng đất Cừ Na do bọn Thổ mục tại biên giới Quảng Tây lấn chiếm:

"Ngày 20 Tân Dậu tháng 12 năm Ung Chính thứ 12 **[13/1/1735]**. *Bộ hình bàn rồi tâu lên:*

'Bọn Thổ mục động Thiên Long (5) *thuộc phủ Nam Ninh tỉnh Quảng Tây vượt chiếm đất An Nam, xây cất doanh trại*

và phòng ốc. Cần phân biệt trị tội bọn Thổ mục (6) Vương Nguyên Quang, Thổ luyện (6) Liêu Quảng, Thổ quan Hoàng Chấn Trung.'

Được chiếu chỉ ban:

'Y theo lời bàn. Trước đây lập ải tại Cừ Na, do viên gian dân Liêu Quảng xúi Thổ quan Thiên Long là Hoàng Chấn Trung tấu xằng; nên những viên quan quân phụ trách khám biên giới chỉ biết nghe lời Thổ quan rồi lập quan ải, thiết phòng ốc. Nay qua viên Tổng đốc và Tuần phủ tra rõ địa phương Cừ Na, thật không phải thuộc đất nội địa động Thiên Long, nên đã dời ải Niệm Thê vào thôn Bác Mã, dời ải Bản Mông vào thôn Bạch Tâm; lấy con sông nhỏ từ Thập Vạn Đại Sơn (7) làm biên giới trong ngoài và đưa bọn Thổ quan phân biệt trị tội.

Nay mệnh Tổng đốc Y Kế Thiện, Tuần phủ Kim Cộng Tương khám rõ địa giới, lập lại cửa ải, giao đất Cừ Na cho An Nam quản lý, viết văn thư để trình bày duyên do cho viên Quốc vương hiểu rõ; lại ra lệnh quan quân bất ngờ tuần tra, không để cho dân gian tại nội địa xuất cảnh quấy nhiễu, để đáp ứng với tấm lòng mềm dẻo với người phương xa của Trẫm." (**Thế Tông Thực Lục** quyển 150, trang 12-15).

Tại miền Nam vào tháng 8 [29/8-26/9/1734], Chúa ban biển ngạch cho chùa Hộ Quốc. Chùa này ở phía nam sông Phước Giang [sông Đồng Nai] thuộc tỉnh Biên Hoà; do thống suất Nguyễn Cửu Vân dựng khi đánh Chân Lạp. Chúa nhớ công của Vân, mới đặt tên chùa ấy là chùa Hộ Quốc và viết biển ngạch ban cho, nên bấy giờ gọi là chùa Sắc Tứ.

Tháng giêng năm Ất Mão, Long Đức thứ 4 [24/1-22/2/1735]. (Từ tháng 5 trở về sau là năm Vĩnh Hựu thứ nhất, triều Ý Tông; Thanh, năm Ung Chính thứ 13). Sai Nguyễn Hiệu đi khám dân lưu tán ở Sơn Nam [các tỉnh Nam Định, Thái Bình]. Sơn Nam từ khi trải qua nạn thuỷ tai, nhân dân nhiều người phiêu tán; bèn sai Nguyễn Hiệu đi khám số dân đinh từng nhà, tuỳ theo số dân nhiều hay ít, giảm bớt số hộ khẩu.

Tháng 4 [22/5-20/6/1735], Vua mất. Dâng tôn hiệu là Giản hoàng đế, miếu hiệu Thuần Tông. Nhà vua ở ngôi 4 năm hưởng thọ 37 tuổi, táng ở lăng Bình Ngô; tức thôn Bình Ngô, huyện Thuỵ Nguyên, tỉnh Thanh Hoá.

Chú thích:

1. Sông Nghĩa Trụ: Ở địa phận các xã Lê Xá, Phú Thị, Nông Vụ và Cổ Bi thuộc huyện Gia Lâm, tỉnh Bắc Ninh. Nước ở ruộng bốn xã trên đổ ra, khi chảy đến địa phận xã Xuân Cầu, huyện Thuận Thành, Bắc Ninh, thì hợp làm một dòng, rồi chia thành ba chi: một chi chảy qua địa giới huyện Đường Hào tỉnh Hải Dương làm thành sông Đạo Khê chảy suốt ra cửa biển Thái Bình; một chi từ sông Đạo Khê chảy qua địa phận huyện Cẩm Giàng làm thành sông Vân Đậu chảy vào sông Hàm Giang rồi đổ vào biển; một chi về phía nam chảy vào địa giới huyện Đông An làm thành con sông nhỏ Đông Xá hợp vào với sông Nhị.

2. Ngự thư: Bức thư chính tay Vua viết ra.

3. Sông Lật Giang: còn gọi là sông Lức, phát nguyên từ rừng Quang Hoá, Tây Ninh; chảy qua Bến Lức, Long An; còn gọi là sông Cửu An.

4. Lê Duy Hỗ: tức Vua Lê Thuần Tông, tên huý dùng

trong nước là Lê Duy Tường.

5. Thiên Long: tên động, thời Thanh thuộc phủ Nam Ninh, tỉnh Quảng Tây; hiện nay nằm trong lãnh thổ huyện Ninh Minh.

6. Thổ luyện: huấn luyện viên người bản xứ, Thổ mục: người bản xứ giúp việc cho quan.

7. Thập Vạn Đại Sơn: rặng núi tại huyện Thượng Tư, tỉnh Quảng Tây.

136.
Vua Lê Ý Tông
[1735-1739]

Chúa Trịnh Giang lập Lê Duy Thận, em Vua Thuần Tông lên ngôi. Duy Thận, con thứ mười một của Vua Dụ Tông, lúc ấy 17 tuổi; kém Duy Diêu, con cả Vua Thuần Tông 2 tuổi. Nhưng Trịnh Giang e rằng Duy Diêu tuổi đã trưởng thành, khó kiềm chế; nên Giang mới nói thác rằng diện mạo Duy Thận giống như tiên đế Dụ Tông, nên quyết ý lập làm Vua; bầy tôi không ai dám nói gì cả.

Tháng 4 [22/5-20/6/1735], làm lễ cáo Thái miếu, rồi lên ngôi Vua, đổi niên hiệu là Vĩnh Hựu, tha hai phần mười về thuế tô, thuế dung năm này cho dân.

Ngày mồng một tháng 9 [16/10/1735], Chúa Trịnh Giang giết Vua cũ Lê Duy Phường. Trước đây Giang đã truất ngôi của Lê Duy Phường, nay bắt thắt cổ chết.

Tại miền Nam, vào tháng 5 [21/6-19/7/1735], Tổng binh trấn Hà Tiên là Mạc Cửu chết, Chúa Nguyễn truy tặng chức Khai trấn thượng trụ quốc đại tướng quân Vũ nghị công.

Tháng giêng năm Bính Thìn, Vĩnh Hựu thứ 2 [12/2-11/3/1736], (Thanh, Cao Tông, năm Càn Long thứ nhất); Chúa Trịnh Giang tiến phong cho em là Doanh làm Tiết chế quân thuỷ, quân bộ, chức Thái uý, tước Ân quốc công, mở phủ Lượng quốc. Doanh là con thứ Trịnh Cương, 17 tuổi;

được tiến phong để phụ tá giữ chính quyền, mỗi tháng 3 lần, Doanh tiếp kiến trăm quan ở phủ, nghe trình bày công việc.

Tháng 5 [9/6-8/7/1736], Trịnh Giang cho thi Tiến sĩ ở phủ đường, lấy Trịnh Tuệ đỗ Trạng nguyên. Theo chế độ cũ, cứ 3 năm mở một khoa, các Hương cống dự thi Hội ở bộ Lễ được trúng cách, lại vào thi Đình. Thể lệ thi Đình, chính nhà Vua thân hành ra bài văn sách, rồi lấy đỗ và cho xướng danh người đỗ. Nhưng từ lâu không có người đậu Trạng nguyên; khoa này Trịnh Giang cho triệu sĩ tử vào thi ở phủ Chúa, cất nhắc Trịnh Tuệ đỗ cập đệ đệ nhất danh [Trạng nguyên], còn các sĩ tử khác đỗ cập đệ và xuất thân có người cao người thấp khác nhau. Tuệ, người làng Sóc Sơn, huyện Vĩnh Phúc, thuộc Thanh Hoá, là tộc thuộc họ Trịnh; Tuệ vẫn có tiếng hay chữ; nhưng vì việc tại phủ Chúa, nên người ta bàn tán chê bai.

Vào tháng 11, nhà Lê sai Sứ mừng Vua Càn Long lên ngôi; Tuần phủ Quảng Đông báo tin, triều đình nhà Thanh chấp nhận tiếp đón:

"***Ngày 21 Canh Tuất tháng 11 năm Càn Long thứ nhất* [22/12/1736].** *Tuần phủ Quảng Đông Dương Vĩnh Bân dâng sớ tâu:*

'Lê Duy Y [Vua Lê Ý Tông] *(1), người nối dõi Quốc vương An Nam, sai sứ mừng lên ngôi báu, xin chuẩn cho phụng biểu đến kinh đô.'*

Chấp nhận cho đi." (**Thanh Thực Lục**, **Cao Tông Thực Lục**, quyển 31, trang 3).

Tại miền Nam, vào tháng 2 [12/3-11/3/1736], dùng Mạc Thiên Tứ, con Mạc Cửu, làm Đô đốc trấn Hà Tiên. Cho 3 chiếc thuyền Long Bài được miễn thuế, sai xuất dương tìm mua các của quý để nộp, lại sai mở cục đúc tiền để tiện việc trao đổi. Thiên Tứ đặt các nha môn thuộc lại, kén bổ quan quân, đắp thành luỹ, mở phố chợ, khách buôn các nước đến họp đông. Lại vời những văn nhân, mở Chiêu Anh Các, ngày ngày cùng nhau giảng bàn và xướng hoạ; có 10 bài thơ vịnh Hà Tiên [Hà Tiên thập vịnh]:

1 – Kim Dữ thanh đào [Đảo Kim Dữ sóng trong vắt].

2 – Bình Sơn điệp thuý [Mây biếc chập chùng núi Bình Sơn].

3 – Tiêu Tự thần chung [Chuông sớm chùa Tiêu Tự].

4 – Giang thành dạ cổ [Tiếng trống đêm ở Giang thành].

5 – Thạch động thôn vân [Mây luồn động đá].

6 – Châu nham lạc lộ [Cò đậu núi Châu].

7 – Đông Hồ ấn nguyệt [Trăng in Đông Hồ].

8 – Nam phố trừng ba [Sóng êm Nam phố].

9 – Lộc Trĩ thôn cư [Xóm làng ở Lộc Trĩ].

10 – Lư Khê ngư bạc [Thuyền chài đậu khe Lư].

Tháng 10 [3/11-1/12/1736] Nặc Yêm nước Chân Lạp chết, con là Nặc Tha xin ban mệnh; bèn phong cho Nặc Tha làm Vua nước Chân Lạp. Tháng 10 năm sau [24/10-21/11/1737], nước Chân Lạp lại sai Sứ đến cống.

Tháng 9 năm Đinh Tỵ, Vĩnh Hựu thứ 3 [24/9-23/10/1737], (Thanh, năm Càn Long thứ 2), trộm cướp nổi lên ở Sơn Tây và Thái Nguyên. Tại vùng núi Tam Đảo [Vĩnh Phú] người thầy chùa tên là Nguyễn Đương Hưng, tụ họp đồ đảng, xưng Vương, đặt quan thuộc, bọn bất đắc chí nơi đồng nội núp bóng, quân nổi dậy có đến vài ngàn người. Bèn sai Đốc đồng Nguyễn Bá Lân giữ chức giám quân, cùng Nguyễn Lịch, Nguyễn Trọng Côn chia đường tiến đánh, dẹp yên được. Lúc ấy, nhân trong nước bình yên đã lâu; chợt nghe có tin cấp báo, xa gần đều nghi ngờ lo sợ, người trong kinh đô dắt díu nhau ra ngoài thành, dân sở tại thì đào hố chôn giấu của cải. Vì bọn trộm cướp ở các xứ nổi lên như ong, trạm báo tin không được nhanh chóng, bèn hạ lệnh cho các lộ Sơn Tây và Thanh Hoá đặt đồn hoả hiệu ở trên đỉnh núi, bắt dân sở tại ngày đêm canh giữ, nếu có nguy cấp thì đốt lửa để thông báo về triều.

Vào tháng 2, sứ bộ Đại Việt gồm Nguyễn Trọng Thường, Vũ Huy, Vũ Duy Tể đến triều Thanh cáo ai Vua Thuần Tông mất, xin phong cho Vua nối dõi Ý Tông, và dâng cống; sứ bộ được tặng quà. Sau đó Vua Càn Long bèn sai Hàn lâm viện thị độc Tung Thọ, Tu soạn Trần Viêm đến tế lễ Vua quá cố và ban sắc phong cho Vua đương nhiệm. Trong chuyến đi này, Sứ thần Vũ Huy chẳng may bị bệnh mất; được nhà Thanh ban tiền cấp tuất:

"***Ngày 8 Bính Dần tháng 2 năm Càn Long thứ 2* [8/3/1737]**. *Quốc vương An Nam Lê Duy Hỗ* [Vua Lê Thuần Tông] *mất, người em nối dõi là Lê Duy Y* [Vua Lê Ý Tông] *sai sai bọn Bồi thần Nguyễn Trọng Thường, Vũ Huy, Vũ Duy Tể dâng biểu cáo ai, phụ cống sản vật địa phương. Gửi xuống các bộ để hay biết."* (**Thanh Thực Lục, Cao Tông Thực Lục**, quyển 36, trang 11).

"***Ngày 19 Đinh Sửu tháng 2 năm Càn Long thứ 2* [19/3/1737]**. *Lê Duy Y, người con nối dõi Quốc vương An Nam, sai bọn Bồi thần Nguyễn Trọng Thường, Vũ Huy, Vũ Duy Tể dâng biểu cống các sản vật địa phương cho các năm*

Ung Chính thứ 10 và thứ 13. Ban thưởng như lệ, đình chỉ yến tiệc." (**Thanh Thực Lục, Cao Tông Thực Lục** quyển 37, trang 3)

"***Ngày 20 Mậu Dần tháng 2 năm Càn Long thứ 2* [20/3/1737].** *Do việc phong cho em của cố Quốc vương An Nam Lê Duy Hỗ, là Lê Duy Y làm Quốc vương An Nam; bèn sai Hàn lâm viện thị độc Tung Thọ, Tu soạn Trần Viêm đến phong."* (**Thanh Thực Lục, Cao Tông Thực Lục** quyển 37, trang 9)

"***Ngày 26 Giáp Thân tháng 2 năm Càn Long thứ 2* [26/3/1737].** *Bộ lễ đề xuất và xin:*

'Quốc vương An Nam Lê Duy Hỗ mất, nên theo lệ ban cho lễ tế và táng.'

Chấp thuận. Viên Bồi thần Vũ Huy nước An Nam đi tiến cống, bị bệnh mất; được ban tiền cấp tuất theo lệ." (**Thanh Thực Lục, Cao Tông Thực Lục** quyển 37, trang 14)

Tháng chạp năm Mậu Ngọ, Vĩnh Hựu thứ 4 [10/1-7/2/1739], (Thanh, năm Càn Long thứ 3); các Hoàng thân Lê Duy Mật và Lê Duy Chúc, Lê Duy Quy nổi lên chống họ Trịnh. Lê Duy Mật, Lê Duy Quy đều là con Vua Lê Dụ Tông, Lê Duy Chúc là con Vua cha Hi Tông; giận về nỗi họ Lê mất quyền bính, Trịnh Giang bạo nghịch giết Vua; bèn cùng các quan trong triều là bọn Phạm Công Thế, Vũ Thước mưu đốt kinh thành, nhưng việc không thành. Vì sợ công việc bị lộ, nên Duy Quy chạy đi Cẩm Thuỷ [Thanh Hoá], Duy Mật và Duy Chúc chạy đến Nghi Dương [huyện Kiến Thuỵ, Hải Phòng], được thổ hào là bọn Ngô Hưng Tạo hộ tống vượt biển vào Thanh Hoá. Giang sai binh lính đuổi theo, bắt được Vũ Thước, đem giam vào ngục, rồi giết. Duy Chúc và Duy Quy sau bị bệnh chết; riêng Duy Mật bèn chiếm cứ thượng du vùng tây nam. Lúc ấy Phạm Công Thế đương giữ chức Đông các hiệu thư, theo Duy Mật dấy quân đánh nhau, bại trận rồi bị bắt. Bầy tôi trong triều trách Công Thế rằng:

"Nhà ngươi là người trong khoa giáp, làm sao lại đi theo bọn phản nghịch?".

Công Thế cười nói:

"Danh phận không sáng tỏ đã lâu rồi, còn phân biệt thế nào là thuận với nghịch nữa?".

Rồi, vươn cổ chịu chém, không khuất phục.

Trong năm này các sứ bộ Đại Việt đến nhà Thanh tạ ơn ban sắc phong, làm lễ tế táng, cùng mừng Vua Càn Long lên ngôi; khiến Vua Thanh hài lòng, ban cho Vua Lê cùng các sứ thần lụa đoạn và các phẩm vật:

"***Ngày 28 Canh Tuất tháng 4 năm Càn Long thứ 3* [15/6/1738].** *Người nối dõi Quốc vương An Nam, Lê Duy Y, dâng biểu tâu tạ ơn sách phong cùng ban lễ tế táng.*" (**Thanh Thực Lục, Cao Tông Thực Lục** quyển 67, trang 29-30)

"***Ngày 15 Giáp Tý tháng 9 năm Càn Long thứ 3* [27/10/1738].** *Quốc vương An Nam Lê Duy Y sai bọn Bồi thần Nguyễn Lệnh Nghi dâng biểu mừng Hoàng thượng lên ngôi, cùng phụ cống sản vật địa phương. Nhận được chiếu chỉ:*

'Xem lời mừng của Vương, cùng sự tiến cống sản vật địa phương, thấy được tấm lòng thành, ta đã hiểu rõ. Bộ sở quan cũng hiểu điều này." (**Thanh Thực Lục, Cao Tông Thực Lục** quyển 76, trang 20)

"***Ngày 29 Mậu Dần tháng 9 năm Càn Long thứ 3* [10/11/1738].** *Ban cho Quốc vương An Nam Lê Duy Y những* *tấm đoạn, cùng thưởng cho bọn Sứ thần Lê Hữu Kiểu có sai biệt.*" (**Thanh Thực Lục, Cao Tông Thực Lục** 77, trang 17)

Tại miền Nam, vào tháng 4 [19/5-16/6/1738] Chúa Nguyễn Phúc Chú mất, Chúa ở ngôi 13 năm, thọ 43 tuổi. Con cả là Nguyễn Phúc Khoát lên kế vị, lúc này 25 tuổi.

Tháng 3 năm Kỷ Vị, Vĩnh Hữu thứ 5 [8/4-7/5/1739], (Thanh, năm Càn Long thứ 4), vùng Bạch Thông, Cảm Hoá [xưa thuộc Thái Nguyên] có nhiều hầm mỏ, người Trung Quốc thường lén lút sang khai thác, rất khó kiểm soát về an ninh; bấy giờ viên Lưu thủ Thái Nguyên Lê Đình Tính, làm tờ khải dâng lên phủ Chúa như sau:

"*Châu Bạch Thông* [Bắc Kạn] *và huyện Cảm Hoá* [huyện Ngân Sơn, Na Rì, Bắc Kạn] *tiếp giáp với địa giới Lạng Sơn, Cao Bằng và Bảo Lạc* [Cao Bằng], *trước kia không có đồn ải, những dân ngoài giáo hoá triều đình thường tự do đi lại. Tôi trộm e rằng, nếu việc phòng bị nơi biên cảnh không nghiêm, thì không thể khống chế được bọn giặc cướp táo bạo, rồi sẽ đi đến chỗ giặc cướp lan tràn. Vậy xin đặt đồn ải ở những đường hiểm yếu, bắt phiên thần phái lính canh giữ, để biên cảnh được vững vàng*".

Trịnh Giang chấp thuận.

Tháng 12 [30/12/1739-28/1/1740] sử dụng dân binh, lập phép đoàn kết như sau: Mỗi xã, cứ 10 dân đinh thì lấy 2 người, bắt tự sắm lấy đồ binh khí, đặt điếm canh để canh giữ; cứ 4, 5 xã hoặc 6, 7 xã địa thế tiếp giáp nhau kết hợp làm một đoàn; chọn một người chức dịch ở trấn hoặc thuộc lại ở huyện làm trưởng đoàn. Gặp sự nguy cấp thì người trưởng đoàn đốc suất dân đinh theo tình thế mà chống chọi đánh dẹp; nếu không đủ sức, thì cấp tốc báo ngay đoàn khác tiếp viện đối phó. Vì lập phép này, nên dân gian đâu đâu cũng có binh khí; bọn gian nhân sơ hở, lợi dụng tụ họp đi cướp bóc ngày càng quá tệ. Sau thay đổi lại, chọn người có địa vị danh vọng sung vào việc quản lãnh trông coi, lại dùng quan chức trong triều đi phủ dụ. Nhưng không bao lâu, phép này lại bãi bỏ, những đồ binh khí đã chế ra, phải đem nộp lên quan.

Chúa Trịnh Giang lấn quyền, làm điều càn giỡ mỗi ngày một nhiều, dâm dục chơi bời quá độ; sau mắc chứng bệnh tâm thần, sợ hãi sấm sét. Bọn Hoạn quan Hoàng Công Phụ bày mưu, xui cho đào đất làm cung ngầm dưới hầm cho Giang ở, từ đấy Giang không bước chân ra ngoài, việc chính trị bỏ mặc cho thuộc hạ. Nên Công Phụ cùng đồ đảng chuyên chính lộng quyền, các quan đại thần kế tiếp nhau bị giết, bị phạt; người nào cũng nơm nớp lo sợ không tự bảo toàn được thân mình. Còn chính sự thì hà ngược, thuế khoá nặng nề; nên lòng dân mong sao cho chóng nổi lên loạn lạc. Lúc ấy tại Hải Dương, có bọn Nguyễn Tuyển, Nguyễn Cừ ở Ninh Xá [huyện Đông Triều, Quảng Ninh], Vũ Trác Oánh ở Mộ Trạch [huyện Bình Giang, Hải Dương]; về phía Sơn Nam [Thái Bình, Nam Định] có Hoàng Công Chất; đảng lớn đảng nhỏ, hết chỗ này đến chỗ khác, thúc giục nhau phiến động, chỗ nào cũng tự dấy quân, tự xưng danh hiệu: Nguyễn Tuyển xưng Minh chủ, Trác Oánh xưng hiệu Minh công, hội họp ở xã Ninh Xá, đều mượn tiếng "phò Lê". Dân ở miền đông miền nam, người đeo bừa, người vác gậy đi theo, chỗ nhiều có đến hơn vạn, chỗ nhỏ cũng hàng ngàn, hàng trăm, họ quấy rối cướp bóc làng xóm, vây đánh các ấp các thành, triều đình không thể nào ngăn cấm được.

Bấy giờ loạn lạc xảy khắp nơi, Hỷ Trường nổi dậy tại

vùng biên giới, xưng là Giang giao vương; khiến viên Tổng đốc Vân Nam phải đem sự việc tâu lên triều Thanh:

"**Ngày 30 Ất Hợi tháng 5 năm Càn Long thứ 4 [5/7/1739].** *Tổng đốc Vân Nam Khánh Phục tâu:*

'Quân gian người An Nam tự xưng Đô đồng giang giao Vương tụ tập dân chúng, phát tán lời đồn. Ngoại việc báo tin cho Quốc vương An Nam biết, còn ra lệnh quan quân chia ra bố trí các cửa ải để phòng bị.'

Nhận được chiếu chỉ rằng:

'Cứ liệu biện như vậy, rất hợp phương cách chế ngự ngoại Di. Nhưng sau khi báo, nếu họ xin quân lính can thiệp, thì không thể phát binh ngay; chỉ nên tâu lên trên, để xin chiếu chỉ nên nói với họ những điều gì, và cố thủ nơi biên giới." (**Thanh Thực Lục, Cao Tông Thực Lục,** quyển 93, trang 28)

Mấy tháng sau bọn Giang giao vương xin Tổng đốc Vân Nam đầu thuận, nhưng nhà Thanh cho rằng triều đình khoan dung cho đầu hàng, mà không hỏi đến An Nam, về mặt ngoại giao xét không ổn:

"**Ngày 26 Canh Ngọ tháng 7 năm Càn Long thứ 4 [29/8/1739].** *Đại học sĩ bàn rằng:*

'Cứ Khánh Phục, Trương Duẫn [Tuần phủ] *lần lượt tâu rằng: Quân gian người An Nam tự xưng là Giang giao vương hiện nay bỏ đám đông thuộc hạ, thành tâm đầu thuận xin hướng theo sự giáo hoá. Tên này tại nước nó chắc có tội, nhưng Thiên triều vốn sẵn có lòng nhân không thiên vị, những lời nó tố cáo tuy không thể tin được hết, nhưng lòng thành cũng đáng thương. Trừ việc an sáp tên đầu mục, giải*

tán quân lính, chiêu phủ dư đảng Càn Đường cùng báo cho An Nam hay; xin đợi thần thẩm tra minh bạch, thi hành đầy đủ những lời Thánh huấn, khi mọi việc hợp lý sẽ đem tình hình việc bọn giặc đầu thuận tâu lên.'

Trẫm nghĩ rằng An Nam là ngoại phiên của triều ta, vốn thường cung thuận, so với nội địa không có điều gì khác. Nay quân gian nước này mưu đồ gây hấn sinh loạn, lại nguỵ xưng rằng có binh Thiên triều tương trợ, hành động càng thêm bội nghịch. Lần trước Khánh Phục gửi văn thư cho viên Quốc vương rằng Thiên triều ắt không giúp binh cho kẻ gian, liệu biện việc này rất đúng. Nay trong lời tâu lại có chỗ nói rằng 'Đưa bảng văn ra chiêu hàng mở đường sinh lộ, bọn giặc liên tiếp sai người đến xin đầu hàng. Đổng Phương theo nội dung bảng văn, hứa không bị giết, và đòi hỏi đầu sỏ giặc bỏ quân đích thân đến, bọn giặc Giao bèn giải tán dư đảng, chỉ lưu 300 thân binh tại Mã Lang, 300 đóng tại núi Mã Yên (2), 100 tại sông nơi biên giới; suất lãnh 12 viên Đầu mục, đến doanh tại nơi biên giới, khấu đầu thành khẩn, lại trình bản đồ đời trước. Bọn Đổng Phương khao rượu thức ăn, tạm thời an trí trong doanh trại.'

Cứ theo lời nói, thì dân phản loạn tại An Nam, quan địa phương chấp nhận cho đầu hàng và dung nạp. Tính ra bọn gian tất cả không đến 1000 người, cách biên giới tỉnh Vân Nam rất xa; với binh lực của An Nam thì đánh bắt bọn đầu sỏ và phá tan bè đảng rất dễ. Sở dĩ họ chưa điều binh, vì nghe bọn gian nói rằng 'có Thiên triều giúp binh'; nên không khỏi có ý chờ xem tình hình. Nay Thiên triều lại khoan dung cho đầu hàng, mà không hỏi đến An Nam; hãy đứng vào địa vị nước này, xem họ sẽ làm gì? Giả sử An Nam đem việc dung nạp kẻ phản loạn, khoan dung với kẻ cừu thù nước này để đưa ra hạch hỏi, thì bọn viên Tổng đốc lấy gì để đáp lại? Như vậy so với những văn bản gửi cho họ trước đây không mâu thuẫn ư! Việc này xét ra về tình và lý đều không hợp. Cần phải đưa tin cho bọn Khánh Phục, liệu biện tình hình hiện tại phải bàn luận cho ổn thoả, nhằm thuyết phục được lòng An Nam, không mất đại thể về cách thống ngự ngoại phiên, không thể mưu việc giản tiện cẩu thả, mà kết quả hoàn thành được." (**Thanh Thực Lục, Cao Tông Thực Lục** quyển 97, trang 11-13)

Tuy nhiên Tổng đốc và Tuần phủ Vân Nam đều đồng loạt tâu rằng Giang giao vương Hỷ Trường sau khi đầu thuận, đã đưa về tỉnh lỵ; triều Thanh thấy việc đã rồi, chỉ khuyên thu xếp cho ổn thoả:

"***Ngày 30 Giáp Tuất tháng 7 năm Càn Long thứ 4* [2/9/1739].** *Tổng đốc Vân Nam Khánh Phục, Tuần Phủ Trương Duẫn lần lượt tâu rằng:*

'Đã áp giải đến tỉnh lỵ quân gian An Nam Hỷ Trương, cùng triệt hồi và điều bát quân phòng thủ tại Lâm Nguyên, Quảng La, Nguyên Giang (3); duy tại trấn Khai Hoá (4) tàn dư giặc chưa dẹp xong, tạm giữ quân lính để đàn áp.'

Nhận được chiếu chỉ:

'Đã hiểu. Theo lời báo trước kia, đã ban chỉ dụ. Các ngươi hãy tuân theo chỉ dụ đó, phối hợp với tình hình hiện tại, rồi trù liệu cho chín, liệu biện ổn thoả." (**Thanh Thực Lục, Cao Tông Thực Lục** quyển 97, trang 29)

Tổng đốc Vân Nam muốn làm vừa lòng triều đình, xin áp giải Giang giao vương đến An Nam. Nhưng triều đình cho rằng viên Tổng đốc trước kia đã ra bảng văn hứa sẽ tha tội chết; nay nếu giải giao cho nước này, ắt bị giết chết, như vậy viên Tổng đốc và các quan trong trấn đều mang lỗi thất tín. Vậy nên đem Giang giao vương ra xử tội; rồi sau đó báo tin cho Quốc vương An Nam hay:

"***Ngày 21 Giáp Ngọ tháng 10 năm Càn Long thứ 4* [21/11/1739].** *Tổng đốc Vân Nam Khánh Phục tâu:*

'Thẩm tra rõ giặc Giao là Hỷ Trường tình tội duyên do và thành tâm đầu hàng. Xin giao bọn Hỷ Trường cho Quốc vương An Nam định liệu.'

Được chiếu chỉ rằng:

'An Nam là thuộc quốc của triều ta, nay đưa tình tội của Hỷ Trường ra thẩm tra minh bạch, tức có thể định được kết cục. Viên Tổng đốc lại xin giao cho Quốc vương An Nam định liệu, thật sự liệu biện chưa thoả đáng. Án này hoặc cho giải quyết ngay, hoặc chờ đợi để xem lời tâu báo của nước này rồi bàn định tiếp, Quân cơ đại thần hãy bàn rồi tâu.'

Rồi nhận được lời nghị bàn:

'Bọn giặc Giao Hỷ Trường sợ hãi quan binh, lại thấy cáo thị cho phép được trần tố, mang đồ đảng đến đầu thuận. Nay đã thẩm tra rõ ràng, đáng trị đúng tội lỗi, như vậy mới hợp với thể thống của Thiên triều phân xử những bọn phản loạn cho thuộc quốc. Vả lại trước đây những người của viên Tổng đốc ra bảng văn hứa sẽ tha tội chết; nay nếu giải giao cho nước này, ắt bị giết hết, như vậy viên Tổng đốc và các quan trong trấn đều mang lỗi thất tín. Nay nên lệnh viên Tổng đốc chiếu luật phân biệt kết tội, rồi xin chiếu chỉ thi hành. Vẫn đem việc Hỷ Trường chịu tội báo cho viên Quốc vương hay.'

Nhận được chiếu chỉ:

'Đúng; y theo lời bàn.'" **(Thanh Thực Lục, Cao Tông**

Thực Lục quyển 103, trang 11-12)

Bấy giờ tại miền đông bắc nước ta, Thổ quan châu Lộc Bình cũng nổi dậy chống họ Trịnh, đánh phá tỉnh thành Lạng Sơn; sự việc được tâu lên, triều đình nhà Thanh ra lệnh quan quân tại Quảng Tây chuẩn bị nghiêm mật tại quan ải, với ý đồ muốn can thiệp:

"***Ngày 3 Ất Hợi tháng 12 năm Càn Long thứ 4* [1/1/1740].** *Bọn Đại học sĩ Ngạc Nhĩ Thái bàn rồi phúc tấu:*

'Quyền Tuần phủ Quảng Tây An Đồ tâu Thổ quan châu Lộc Bình [Lạng Sơn], *An Nam phá phủ thành Lạng Sơn, lấy danh nghĩa là trừ tham quan ô lại, thuộc vào loại hô hào nhất thời; bọn chúng xưng là 'Hội đồng 7 châu, cùng diệt Trịnh vương'. Họ Trịnh phản nghịch như thế nào thì chưa rõ ràng; nhưng quan lớn tại biên cương gặp lúc hữu sự; cần nên chuẩn bị đề phòng, đợi khi biết tình hình địch xác, sau đó mới bố trí.*

Nay viên quyền Tuần phủ lại tâu xưng rằng: Nếu Quốc vương An Nam cho gõ cửa quan cầu cứu, lâm thời chờ xin chiếu chỉ mới thi hành, sợ việc chậm hoãn không đáp ứng được tình hình cấp bách. Bởi vậy cần viện trợ, tiến gấp. Vả lại nếu chấp thuận cho tiến quân viện trợ, xin được diệt giặc; nếu chỉ trương yết thị chiêu hàng, hứa cho miễn tội, thì tương lai sẽ kết luận như thế nào?'

Lần này các viên Tổng đốc, Đề đốc căn cứ tờ bẩm khẩn cấp của viên quan Di, đáng tự mang quân giữ ải; viên châu mục Văn Uyên [Lạng Sơn] *đã đến quan ải, cần được phủ tuất. Còn viên Quốc vương tham ô như thế nào? Họ Trịnh chuyên quyền ra sao? Cần điều tra và tâu đầy đủ.'*

Được chiếu chỉ phán:

'Y theo lời bàn cấp tốc thi hành. Lệnh Tổng đốc Mã Nhĩ Thái đến trú trát tại tỉnh thành Quảng Tây, lo liệu việc này; chờ khi xong việc thì về lại Quảng Đông" (**Thanh Thực Lục**, **Cao Tông Thực Lục** quyển 106, trang 8-9)

Văn bản **Thanh Thực Lục** kế tiếp cho biết tình hình tại Lạng Sơn khá trầm trọng; các quan lại, thổ mục chạy sang Trung Quốc trốn tránh, được lệnh cho trú tại biên giới, chờ khi bình an thì tự trở về nước:

"***Ngày 29 Tân Sửu tháng 12 năm Càn Long thứ 4* [27/1/1740].** *Bọn Đại học sĩ Ngạc Nhĩ Thái bàn bạc rồi phúc tấu:*

'Tổng đốc Lưỡng Quảng Mã Nhĩ Thái tâu: 'Tình hình nước An Nam hưng binh, căn cứ viên Tuần phủ An Đồ viết thư hỏi viên Quốc vương, đang còn đợi phúc đáp. Nếu như yên ổn vô sự, cần đem các viên quan nước này trốn đến đây, áp giải trở về, để họ giải quyết.'

Tra ngày tháng tờ tâu của Mã Nhĩ Thái, thì vẫn chưa có dịp đọc qua chiếu chỉ trước, viên Tổng đốc cần tuân theo rồi châm chước cho thích hợp. Còn như các quan châu mục Di và dân Di, thì theo lời tâu của Đàm Hành Nghĩa đã ban dụ được trú tại biên giới, không được tự tiện đi vào nội địa. Nếu như tình hình an ổn vô sự, nên cho họ tự trở về nước; cái gọi là 'áp giải trở về để họ giải quyết', không cần phải liệu lý như vậy.'

Nhận được chiếu chỉ:

'Y lời bàn, cho thi hành gấp." (**Thanh Thực Lục**, **Cao Tông Thực Lục** quyển 107, trang 23)

Riêng **Cương Mục** nước ta xác nhận viên Thổ quan

châu Lộc Bình nổi dậy chống họ Trịnh tên là Toản Cơ; viên Trấn thủ Lạng Sơn Ngô Đình Thạc bị bắt, không chịu khuất phục nên bị giết:

"*Toản Cơ, thổ tù ở phiên trấn Lạng Sơn, làm phản, đánh phá Đoàn Thành* [thành Lạng Sơn]. *Tổng phủ Ngô Đình Thạc bị chết. Đình Thạc lấy tư cách Thượng thư bộ Hộ, tham tụng, ra trấn thủ Lạng Sơn mới được vài tháng. Toản Cơ làm phản, vây Đoàn Thành, trong thành không có binh lính. Có người khuyên Đình Thạc bỏ chạy, may ra được thoát. Đình Thạc nói:*

'Chức phận của ta là ở chỗ giữ lấy đất của triều đình, ta phải sống chết với thành này, toan chạy đi đâu?'.

Rồi bị sa vào tay giặc. Đình Thạc giữ tiết tháo, không khuất phục, để chết. Sau được truy tặng hàm Thiếu bảo." **Khâm Định Việt Sử Thông Giám Cương Mục**, sđd, tập 2, trang 521.

Cũng vào thời gian này, viên Đề đốc Quảng Tây tâu báo về triều, tình hình bất ổn tại An Nam, 3 Hoàng thân nổi dậy chống họ Trịnh chuyên quyền. Tuy tin tức tổng quát không sai; nhưng những chi tiết như việc Vua Lê Dụ Tông sủng ái vợ người cậu họ Trịnh không đúng sự thực, và Hoàng thân cử binh chống họ Trịnh tên là Lê Duy Mật, chứ không phải là Duy Trạc:

"***Ngày mồng 1 Kỷ Tỵ tháng 9 năm Càn Long thứ 4* [3/10/1739]**. *Thự Đề đốc Quảng Tây Đàm Hành Nghĩa tâu:*

'Trinh thám cho biết cố Quốc vương Lê Duy Đào [Vua Lê Dụ Tông] *sủng ái vợ người cậu họ Trịnh, sau đó lại có ý đoạt quyền họ Trịnh, nên bị hại, ba người con trốn vào Thanh Hoá* (5). *Họ Trịnh lập người cháu họ Lê tên là Duy Hữu, Duy Hữu*

chết, lại lập người trong họ tên là Duy Y; trong ba đời chỉ có tên mà không có quyền. Vào tháng 3 năm nay, con thứ Lê Duy Đào là Duy Trạc sai em trở về để gặp mẫu thân và gia quyến, lại bị họ Trịnh giết hại. Lúc này Trấn thủ Thanh Hoá là Thiệu Quận công cùng Duy Trạc [Lê Duy Mật] *khởi binh báo thù, chiếm cứ 3 phủ, liên tiếp đánh bại quân Trịnh, Duy Trạc hiện đã xưng Vương. Thần hiện tại thông sức mật các quan binh trong tỉnh, chuyên cần thao luyện, cùng xem động tĩnh.'*

Được chiếu chỉ:

'Những điều tâu liên quan đến sự thực, cũng chỉ nên nghiêm phòng biên giới, để từ từ xem sự động tĩnh.'

Lại dụ Quân cơ đại thần rằng:

'Cứ Tổng đốc Vân Nam Khánh Phục tấu báo tình hình quân gian sinh sự tại An Nam, Trẫm đã ra lệnh các ngươi truyền chỉ hiểu dụ. Nay trong bản trần tấu của Đàm Hành Nghĩa, tuy chỉ là tin tức thám thính, xác thực đúng hay sai, chưa có thể tin hoàn toàn. Tuy nhiên trước đây Khánh Phục tâu có những lời rằng 'Quân gian An Nam cấu kết với Thổ mục, giả hiệu chiếm đất, thế lực có phần hoành hành'; Trẫm nghĩ rằng trong 3 phần đất, An Nam trú trọng binh, nhưng không ra lệnh xuất phát tiễu trừ; như vậy có lẽ trong nước này có sự cố, như Đàm Hành Nghĩa tâu cũng chưa biết chừng.

Tổng chi, sự việc liên quan đến nước Phiên bên ngoài; các quan lớn nơi biên giới cần nghiêm sức quan quân, tra xét phòng ngừa, xem sự động tĩnh. Tức tương lai tại An Nam do họ Trịnh nắm giữ, hoặc giả lấy danh nghĩa Quốc vương để xin giúp tiễu trừ; vì An Nam thần phục Thiên triều, tuy theo nghĩa không thể khước từ; tuy nhiên tình hình hư thực trong nội bộ của họ, việc làm thuận hay nghịch cũng chưa biết đích xác, nên chưa tiện cử sự. Viên Tổng đốc chỉ nên tâu đầy đủ rồi nhận chiếu chỉ, hãy tâu rõ ràng chi tiết sự việc hoãn hay gấp, đợi Trẫm ước lượng ra chỉ thị, để không tổn thương quốc thể, cũng không làm lỡ việc tại biên giới. Bọn các ngươi hãy đưa tin cho Khánh Phục và viên Tuần phủ để hay biết. Trẫm phê vào tờ tâu của Đàm Hành Nghĩa rồi sao lục gửi đi một lượt." (**Thanh Thực Lục**, **Cao Tông Thực Lục**, quyển 100, trang 1-2)

Về mặt biển, viên Tổng đốc Lưỡng Quảng Mã Nhĩ Thái tâu trình về việc các thuyền nước ngoài trôi dạt đến Trung Quốc; trong năm Càn Long thứ 3 [1738], có vài chiếc thuyền An Nam trôi dạt đến các cảng Thanh Lan, Bảo Bình thuộc đảo Hải Nam:

***"Ngày 16 Canh Thân tháng 9 năm Càn Long thứ 4* [18/10/1739].** *Tổng đốc Lưỡng Quảng Mã Nhĩ Thái tấu báo:*

'Vào năm Càn Long thứ ba, bọn Đặng Hưng người An Nam, nhân chèo thuyền đánh cá, lênh đênh trên biển hốt nhiên gặp bão, thế rất mãnh liệt. Trong lúc hoảng hốt, sức người không làm gì được, tuy cực lực cứu hộ, thuyền không đến nỗi bị lật. Nhưng gió to sóng lớn, không thể chọn chỗ để ghé, đành để cho gió thổi đi; may mắn vào ngày mồng 4 tháng 5 năm Càn Long thứ 3 [20/6/1738], *gió đẩy đến cảng Thanh Lan* (6), *huyện Văn Xương.*

Lại có bọn Phan Lãnh Phụng người An Nam dùng thuyền chở lúa, vào ngày 13 tháng 5 năm Càn Long thứ 3 [29/6/1738], *thuyền trôi dạt đến cảng Bảo Bình, châu Nhai* (7).

Lại có người An Nam Nguyễn Văn Hùng dùng thuyền chở hàng, vào ngày mồng 8 tháng 7 năm Càn Long thứ 3

[22/8/1738], *bị gió thổi đến vùng biển Đại Hoạch.*

Lại có bọn di nước ngoài tên Nhược Ca dùng thuyền chở gạo, vào ngày 28 tháng 2 năm Càn Long thứ 3 [16/4/1738], *thuyền phiêu dạt đến vùng biển Áo Môn* (8).

Lại có bọn Phất Lãng Tây Cô người nước phiên Lữ Tống (9) *đi buôn bán bị gió thổi hư thuyền, vào ngày mồng 8 tháng 8 năm Càn Long thứ 3* [21/9/1738] *phiêu dạt đến biển Áo Môn.*

Sự việc căn cứ các quan địa phương báo rõ ràng, đều được quan Tổng đốc tiền nhiệm là Ngạc Nhĩ Đạt phê, khiến Bố chánh thi hành cấp cho lương ăn, an ủi, và cho về nước.'

Nhận được chiếu chỉ:

'Gửi cho bộ liên hệ hay biết." (**Thanh Thực Lục, Cao Tông Thực Lục** quyển 101, trang 1-2)

Tại miền Nam, Nặc Bồn nước Chân Lạp oán Mạc Cửu làm mất đất. Cửu chết, Thiên Tứ mới lĩnh chức, vào tháng giêng [8/2-9/3/1739] Bồn cử binh đến gây hấn. Thiên Tứ đem hết quân bản bộ ra đánh, đuổi tới Sài Mạt [vùng biển Campuchia], ngày đêm đánh hăng lương thực không tiếp kịp. Vợ là Nguyễn thị đốc suất vợ lính vận lương đến nuôi quân, quân không bị thiếu ăn, hăng hái cố đánh phá được quân Bồn. Tin thắng trận báo lên, Chúa Nguyễn Phúc Khoát khen ngợi, đặc biệt cho Thiên Tứ chức Đô đốc tướng quân, ban cho áo bào đỏ và mũ đai, phong Nguyễn thị làm phu nhân. Do đó Chân Lạp không dám dòm ngó Hà Tiên nữa.

Tháng giêng năm Canh Thân, Vĩnh Hữu thứ 6 [29/1-26/2/1740], (từ tháng 5 trở về sau thuộc năm Cảnh Hưng thứ nhất đời Lê Hiển Tông- Thanh, năm Càn Long thứ 5); Trịnh Doanh nắm quốc chính, tôn Trịnh Giang làm Thái thượng vương. Trước đó Giang mắc chứng bệnh tâm thần, sợ hãi sấm sét, bọn Hoạn quan Hoàng Công Phụ để Giang ở dưới nhà hầm, tự tiện nắm quyền quốc sự. Trịnh thái phi Vũ Thị là vợ Trịnh Cương và mẹ của Giang và Doanh, cho triệu Bồi tụng Nguyễn Quý Cảnh đến; bảo Quý Cảnh khuyên Trịnh Doanh thay Trịnh Giang để trừ hoạn nạn trong phủ.

Bấy giờ Hoàng Công Phụ nhận thấy Nguyễn Tuyển trước khi làm giặc đã từng ở trong nhà y, nên muốn thân hành đi phủ dụ, mong dẹp yên Nguyễn Tuyển, lập công to, để hiếp chế triều đình. Nhân đấy Quý Cảnh hết sức khuyên. Công Phụ bèn đem binh lính bản bộ sang đò qua sông, lúc ấy trong hoàng thành bỏ trống rỗng. Bọn Quý Cảnh lợi dụng thời cơ, phân phối hương binh sung vào việc bảo vệ kinh thành, rồi hội họp trăm quan, phò Trịnh Doanh lên nối ngôi giữ quốc chính. Doanh nhún nhường từ chối không dám nhận. Quý Cảnh e rằng nếu để chậm sẽ sinh biến cố khác, bèn đem việc này tâu lên Vua. Nhà Vua sai người dụ bảo hai ba lần, Trịnh Doanh không từ chối nữa, nhận sắc mệnh lên giữ chức; trăm quan cùng đến lạy mừng.

Sau khi Doanh đã lên nối ngôi, tuyên bố lời dụ khiến trong kinh ngoài trấn rất lấy làm vui vẻ. Lời dụ gồm 15 điều:

1. Khôi phục hai ban văn vũ theo chế độ cũ, để triều đình được nghiêm trọng;

2. Ba năm xét công trạng các quan một lần, để phân biệt người tốt, người xấu;

3. Lục dụng người không mắc tội mà phải giáng truất, cất nhắc người có tài bị chìm đắm;

4. Nghiêm ngặt đối với những đơn xin chức tước hoặc bảo toàn tính mệnh, để con đường làm quan được trong

sạch;

5. Tăng thêm khẩu phần ruộng, để binh lính đủ lương ăn;

6. Rộng xá thuế tô, thuế dung, để cứu chữa sự đau khổ cho dân;

7. Đình chỉ tất cả công việc xây dựng, để sức lực của dân được thư thả;

8. Triệt bỏ các sở tuần ti, bến đò đặt trái phép, để tỏ rõ chính thể khoan hồng;

9. Cấm chỉ sự ức hiếp và lối đặt tiền trước để mua hàng;

10. Định lệnh thưởng và phạt tướng sĩ có công hoặc có tội, ra ân rộng rãi cho quân sĩ đã chết vẫn được hưởng;

11. Định rõ việc khiếu tố các viên quan cai quản làm việc hà khắc nhũng lạm;

12. Đê đường, giao cho viên quan ở trấn đốc thúc sửa đắp, để việc làm ruộng được thuận tiện;

13. Tiền của cải giao về bộ Hộ giữ gìn quản trị, để việc chi dùng trong nước được đầy đủ;

14. Các việc kiện tụng, cấm dâng tờ khải khiếu tố càn rỡ;

15. Miễn tô ruộng cho hai xứ Thanh và Nghệ.

Chúa Trịnh Doanh luận công thăng thưởng cho bầy tôi phò giúp như Vũ Tất Thận, Nguyễn Công Thái, Nguyễn Quý Cảnh. Sau đó, hạ lệnh bắt giết đồ đảng thân tín của Hoàng Công Phụ. Công Phụ còn đóng quân ở Văn Giang [Bắc Ninh], hay tin, hắn cùng hơn mười người thủ hạ bỏ trốn. Do đấy cung cấm trong phủ đường được nghiêm chỉnh, yên tĩnh.

Từ thời trung hưng trở về sau, lấy lính ở Thanh, Nghệ

sung vào việc bảo vệ, gọi là "ưu binh"; về ngạch lính, cứ 3 suất đinh lấy một lính. Năm Bảo Thái thứ 2 [1721] định lại chế độ binh lính, cứ 5 suất đinh lấy một lính. Đến nay tuyển thêm lính, lại theo ngạch cũ 3 suất đinh lấy một lính. Tuyển được người nào thì đưa đi luyện tập, sau dẫn vào phủ đường thi khảo, rồi bổ vào các đội ngũ.

Hạ lệnh người nào dâng vật liệu dùng về việc binh, sẽ được ban thưởng. Lúc ấy các đạo đánh dẹp, binh khí phần nhiều dùng thuốc súng bắt lửa. Vì thế, mới hạ lệnh cho các phiên mục dâng nộp diêm tiêu, lưu hoàng, sẽ miễn cho việc đánh thuế mỏ và miễn tiền thuế dung, thuế điệu của dân đinh trong khu vực mà người phiên mục ấy cai quản. Nếu phiên mục nào muốn làm quan, sẽ cân nhắc số vật liệu đã dâng nhiều hay ít để trao cho quan chức. Những khách buôn ở các cửa hàng trong kinh kỳ và phố Hiến [Hưng Yên], nếu người nào tình nguyện dâng nộp sẽ được thưởng chức sắc; nếu người nào không muốn chức sắc thì trả lại bằng tiền; người nào ẩn giấu sẽ phải tội.

Vùng Sơn Nam [Thái Bình, Nam Định] địa thế rộng rãi, bọn Hoàng Công Chất thường cướp phá luôn, chúng ra vào không nhất định, một mình Đốc lãnh Hoàng Kim Trảo không thể chống cự được. Triều đình bèn sai quan quân chia làm ba đạo tiến đi càn quét: Cao quận công Trịnh Kính tiến theo thượng đạo ven núi; Trình quận công Hoàng Công Kỳ tiến theo tả đạo ven sông; Nhạc Thọ hầu Phạm Trần Tông tiến theo hữu đạo ven sông, cho phép các tướng được tuỳ tiện thi hành mọi việc, nhưng không thắng được.

Lúc ấy, quân của Duy Mật tràn ra Sơn Tây; các huyện Phúc Lộc [Phúc Thọ, Hà Tây], Tiên Phong [Ba Vì, Hà Tây] đều bị đánh phá. Bèn bổ dụng Đình Miên giữ chức Đốc lãnh

Sơn Tây, đem quân đi đánh. Sau đó, lại sai Bồi tụng Nguyễn Bá Lân đem quân và voi tiến lên, vừa đánh dẹp vừa phủ dụ. Bá Lân chiêu tập dân binh ba huyện thượng du đi bình định, bắt được nhiều người; quân của Duy Mật lui về miền núi.

Bọn Vũ Đình Dung, Đoàn Danh Chấn và Tú Cao ở Ngân Già [huyện Nam Trực, Nam Định], liên kết quân binh, uy hiếp phố Chân Ninh [huyện Mỹ Lộc, Nam Định], thanh thế rất lừng lẫy. Đốc lãnh Hoàng Kim Trảo cùng tướng hiệu dưới quyền là bọn Nguyễn Thế Siêu, Trần Danh Quán chống cự lại, nhưng bại trận đều bị giết.

Tháng 2 [27/2-27/3/1740] bổ dụng Vũ Công Tể, Nguyễn Quý Cảnh và Nguyễn Công Thái là Tham tụng. Công Tể từng làm quan Bồi tụng, ra trấn thủ Cao Bằng, sau lại triệu về. Vì là người văn học, nên Công Tể được trọng đãi. Lúc ấy, Trịnh Doanh mới lập, mọi việc chính sự đổi mới nên hạ lệnh cho Công Tể cùng Quý Cảnh, Công Thái cùng vào phủ đường giữ công việc chính trị.

Nguyễn Trọng Uông, thống lãnh Bắc đạo, đánh nhau với Nguyễn Tuyển ở xã Bình Ngô [huyện Gia Bình, Bắc Ninh], thua trận bị giết; triều đình bổ dụng con là Đức Thân lên thay. Trọng Uông là người khoẻ mạnh, quả cảm, chiến đấu giỏi, thường một mình một ngựa xông pha trong trận giặc. Đến nay gặp Nguyễn Tuyển, Trọng Uông đem hết sức lực chiến đấu gay go. Nguyễn Hữu Nhuận, thuộc tướng của Uông, bỏ chạy trước, cả một đội quân kinh sợ, tan vỡ; quân tiếp ứng phía sau của bọn Đặng Đình Sắt, Phạm Hữu Tá cũng đều bỏ chạy. Giặc đem hết quân bao vây, Trọng Uông kiệt sức, bị hại. Chúa Trịnh Doanh rất thương, truy tặng hàm Thái bảo, tước Quận công. Doanh nhận thấy Đức Thân, con Trọng Uông, là người có tài làm tướng, bèn hạ lệnh cho cầm quân thay. Lại giết bọn Hữu Nhuận và Đặng Đình Sắt, đày Phạm Hữu Tá đi châu xa.

Tháng 3 [28/3-25/4/1740] bãi bỏ mọi việc xây dựng. Việc xây dựng các chùa Quỳnh Lâm [huyện Đông Triều, Quảng Ninh], Hồ Thiên [huyện Lạng Giang, Bắc Giang], Hoa Long [Bạch Hạc, Phú Thọ], Tử Trầm [huyện Yên Sơn, Sơn Tây] và Tây Phương [huyện Thạch Thất, Sơn Tây] đều bãi bỏ hết; những ruộng đất trước kia chiếm làm chùa quán, nay trả lại dân.

Hạ lệnh đề cử người có tài cán mưu lược và lựa xét bổ dụng con cháu bầy tôi có công. Phàm người nào có phương pháp, mưu lược, biết võ, khoẻ mạnh, có thể dùng vào việc cầm quân, cùng người nào có thuật đặc biệt, có mưu kỳ lạ, không cần câu nệ về tư cách phẩm trật, hết thảy được đề cử tên từng người để triều đình biết, sẽ tuỳ theo tài năng bổ dụng. Sau lại hạ lệnh con cháu bầy tôi có công được vào kinh đô để lựa chọn; người nào có sức mạnh, chiến đấu khoẻ, sẽ cấp cho lương bổng, rồi cho theo đi quân thứ chịu sự điều khiển.

Vũ Tá Lý, Chinh tây đại tướng quân, đánh nhau với Tế và Bồng ở huyện Yên Lạc [Vĩnh Phúc]; bắt được bọn này. Tên Tế, giặc ở Sơn Tây, và Bồng ở Bình Ngô, đều nổi tiếng là giặc tinh quái hung tợn. Tá Lý đón đánh ở Yên Lạc, bắt được bọn này; Trịnh Doanh ban cho Tá Lý cờ, kiếm và ấn, để tuyên dương công trạng.

Nguyễn Danh Phương, dư đảng của tên Tế, chiếm cứ núi Tam Đảo [Vĩnh Phúc], nhân địa thế hiểm trở làm thành luỹ, chiêu mộ binh lính, vơ vét lương ăn, chứa khí giới, họp đồ đảng, ẩn náu nơi núi rừng. Nhiều lần Danh Phương xin hàng để hoãn binh, Trịnh Doanh biết mưu giả trá, đem việc ấy bàn với bầy tôi. Doanh cho rằng:

"Sự thế đánh dẹp cần phải biết việc hoà hoãn, việc khẩn cấp mà định kế đánh trước, đánh sau. Danh Phương chẳng qua chỉ là tên giặc giữ một xó thôi. Còn như vùng đông nam là nơi đẻ ra của cải thuế khoá của quốc gia; nay vùng này bị Hữu Cầu và Công Chất liên kết với nhau, hàng ngày đốt phá cướp bóc thả cửa, vậy bây giờ trước hết phải quét sạch vùng đông nam, để gỡ mối lo nguy cấp cho dân. Sau khi đã bình định được hai tên giặc này rồi, lúc ấy sẽ quay cờ kéo lên mặt tây, thì Danh Phương dầu giảo quyệt đến đâu cũng không thể lọt lưới của ta được".

Bèn hạ lệnh cho trấn thủ Sơn Tây nhận lời cho Phương hàng, liệu lượng lưu quan quân ở lại đóng đồn phòng ngự. Còn bao nhiêu binh sĩ đều đổ dồn hết về đạo đông nam, để góp sức đánh dẹp càn quét.

Trịnh Doanh say sưa phép tỉnh điền (10) đời cổ, muốn cho người nghèo người giàu đều nhau, để thuế khoá và lực dịch được quân bình. Các quan chấp chính trong phủ đường bàn rằng:

"Từ đời Tam Đại (11) trở về sau, chế độ ruộng đất bỏ đổ nát, không sổ sách nào có thể làm bằng chứng được. Các đời Vua triều Lê cũng chưa có đời nào thi hành. Vả lại, hiện nay sổ đinh, sổ điền ở các trấn cũng có chỗ tăng lên, chỗ hụt đi, trộm giặc ở quận huyện chưa dẹp yên được. Nếu phân phối người đo khám xét đo đạc, chỉ thêm phiền nhiễu cho dân, người nghèo chưa chắc đã trở về sum hợp, mà người giàu sẽ sinh lòng nghi ngờ trở ngại. Vậy muốn thi hành phép này phải đợi khi thái bình rồi sẽ bàn định".

Vì thế nên việc này nửa chừng lại thôi.

Chú thích:

1. Lê Duy Y: tức vua Lê Ý Tông, làm vua 5 năm [1736-1740], tên huý dùng trong nước là Lê Duy Thận.

2. Núi Mã Yên: núi tại phía tây huyện Thiên Bảo 3 dặm, thuộc phủ Trấn An, Quảng Tây; giáp giới Vân Nam.

3. Nguyên Giang: tên châu đời Thanh, phía nam tỉnh Vân Nam, giáp với các tỉnh Lai Châu, Điện Biên nước ta.

4. Khai Hoá: một phủ tại phía đông nam tỉnh Vân Nam.

5. Theo **Khâm Định Việt Sử Thông Giám Cương Mục** tập 2, trang 501-502, ba Hoàng thân tham gia cuộc nổi dậy, thì Lê Duy Mật, Lê Duy Qui là con của Vua Dụ Tông; còn Lê Duy Chúc con của Vua cha Hy Tông.

6. Cảng Thanh Lan tại huyện Văn Xương, phía đông đảo Hải Nam.

7. Châu Nhai thuộc đảo Hải Nam.

8. Áo Môn thuộc tỉnh Quảng Đông, là nơi nhượng địa cho người Tây phương đến buôn bán từ thời nhà Minh.

9. Lữ Tống thuộc nước Phi Luật Tân ngày nay.

10. Tỉnh điền: Chế độ ruộng đất nhà Chu (1121-250 tr.c.n), lấy thửa đất 900 mẫu làm một dặm, vạch ra thành 9 khu, mỗi khu 100 mẫu. Khu giữa là ruộng công của Vua, còn 8 khu chung quanh chỉ chia cho mỗi gia đình một khu làm ruộng tư, 8 gia đình được chia ruộng này phải góp sức lại để cày cấy ruộng công cho vua, mà ruộng tư của mình không phải nộp thuế. Cách chia ruộng ấy theo hình chữ "tỉnh" (井), nên gọi "tỉnh điền".

11. Tam đại: Tức 3 nhà, Hạ, Thương và Chu, đời thượng cổ Trung Quốc.

137.
Vua Lê Hiển Tông [1740-1786] (1)

Tháng 5 năm Canh Thân, Cảnh Hưng thứ nhất [25/5-23/6/1740], (Thanh Càn Long năm thứ 5); Chúa Trịnh Doanh yêu cầu Vua Ý Tông truyền ngôi cho Thái tử Lê Duy Diêu (tức Hiển Tông), con trưởng của Thuần Tông; tôn Vua làm thái thượng hoàng. Duy Diêu, râu rồng, mắt phượng, là con trưởng Vua Thuần Tông, cháu Vua Ý Tông. Duy Diêu ở địa vị người con trưởng, đáng được lập làm vua từ trước; nhưng vì chú ruột là Duy Mật dấy quân, nên Trịnh Giang truất đi, từ lâu vẫn bị giam cấm. Trịnh Doanh mật sai người dời Duy Diêu đến ở nhà Bính quận công Vũ Tất Thận. Doanh muốn nhờ vào phúc đức Duy Diêu, mới cùng các đại thần bàn định tôn lập làm Vua và xin nhà Vua Ý Tông nhường ngôi cho Duy Diêu. Trong tờ chiếu nhường ngôi có lời rằng:

"*Nghĩ bọn ngoan ngu quấy rối chốn biên cương, nên muốn cho kinh kỳ được yên, bốn biển được tĩnh; theo lẽ chính đáng nên suy tôn người đích trưởng, cốt là để kính trọng tông thống, thuận theo lòng dân*".

Tờ chiếu ban ra, lòng người vui vẻ; Thượng hoàng Ý Tông sau khi nhường ngôi, ở điện Kiền Thọ.

Tháng này, Nguyễn Đăng Hiển, viên tướng chỉ huy đạo quân thuỷ, đánh bại được Nguyễn Tuyển ở huyện Phú

Xuyên [Hà Tây] và Thượng Phúc [huyện Thường Tín, Hà Tây]. Nguyễn Tuyển đem quân qua sông Hồng, xâm phạm các huyện Phú Xuyên và Thượng Phúc. Đăng Hiển đem quân tiến đánh, Tuyển thua, bỏ chạy.

Hạ lưu vùng đông nam, có nhiều giặc ở sông biển. Bèn hạ lệnh chọn thêm lính ở các huyện ven sông thuộc Sơn Nam, Sơn Tây và Kinh Bắc, cứ 5 suất đinh lấy một người, phân phối cho lệ thuộc vào đội ngũ lính thuỷ. Cấp cho thuyền công, mỗi thuyền 10 người, lại cho ưu binh Thanh, Nghệ xen lẫn vào, để thao diễn luyện tập, chuẩn bị khi cần điều động.

Lúc ấy, Nguyễn Tuyển, Nguyễn Cừ dấy quân lâu ngày, thanh thế trở nên lừng lẫy. Cừ chiếm cứ Đỗ Lâm thuộc Gia Phúc [Hải Dương], Tuyển chiếm cứ Phao Sơn thuộc Chí Linh [Hải Dương], đồn luỹ liên tiếp nhau, mỗi người đều có vài vạn quân; nhiều lần các tướng đánh phá càn quét, nhưng không thắng được. Trịnh Doanh muốn thuyết phục hiểu dụ để chia rẽ đảng của họ; bèn hạ lệnh rằng: "*Nếu biết bỏ đường nghịch, theo đường thuận, vứt kinh khí, về đầu hàng, sẽ nhất luật cho đổi mới, người nào có thể đái tội lập công cũng sẽ được tha tội lỗi, ban ân thưởng.*"

Tháng 6 [24/6-22/7/1740] kén chọn hương binh. Bấy giờ dùng nhiều quân đánh dẹp, nên không đủ lính; bèn hạ lệnh tuyển lính tại thôn làng, cứ năm đinh lấy một người, chia thành đội ngũ luyện tập.

Định phép thông dụng tiền và bạc. Khoảng năm Long Đức- Vĩnh Hựu [1732-1740], sự chi tiêu trong nước chuyên dùng bằng tiền, giá bạc hơi hạ. Đến lúc dùng quân đánh dẹp, phần nhiều đem bạc cấp lương cho lính, bọn nhà buôn lại càng giảm giá bạc xuống, thành ra sự ăn tiêu của binh lính gặp khó khăn. Bèn hạ lệnh viên quan giữ chức trách định giá chợ, cho phép tiền và bạc đều được thông dụng. Ở chợ đặt chức thị trưởng, phân biệt bạc thực bạc giả để mua bán; do đấy giá cao hạ được thăng bằng, mà bọn phú thương không thể vơ vét mối lợi.

Tháng 7 nhuận [22/8-20/9/1740], bọn Thống lãnh Hoàng Nghĩa Bá đánh bại được Nguyễn Tuyển ở Phao Sơn [huyện Chí Linh, Hải Dương]. Ban thưởng cho Nghĩa Bá thẻ bài bằng vàng, để tuyên dương công trạng.

Tháng 10 [19/11-18/12/1740], Trịnh Doanh đem đại quân đánh giặc Ngân Già Vũ Đình Dung, bình định được. Chỗ ở của bọn này không có tường luỹ gì, chỉ dựa vào nơi bùn lầy làm hiểm trở, đồ đảng thì nanh ác mạnh tợn, không sợ chết; gặp quan quân, chúng liền vác dao xông vào chém bừa bãi, các tướng nhiều lần bị thua. Bấy giờ Trịnh Doanh hạ lệnh bình định xong mặt nam, liền tiếp tục chuyển quân hướng về mặt đông. Bèn sai quan đi ngựa loan báo cho các huyện ấp biết trước: Quân trẩy đến đâu, nhân dân cứ việc ở yên không phải sợ hãi; người bị giặc bắt hiếp phải theo, nay nếu về đầu hàng sẽ không phải tội; quan lại vẫn được trở về giữ chức việc như cũ; nhân dân được phép nhận điền sản của mình. Lại đặt chức hành quân phỏng sát (1), cấm chỉ việc bắt người, cướp của. Vì thế, quan quân đến đâu, phụ lão ở đấy đón đường vui mừng nghênh tiếp, có người tình nguyện nộp của cải để giúp cho quân; có người xin theo đi đánh giặc. Trịnh Doanh đóng quân ở bến Mộc Hoàn [huyện Duy Tiên, Hà Nam], sắm sửa khí giới, tập trận thuỷ chiến, binh sĩ rất hăng hái, thanh thế lẫy lừng. Trịnh Doanh bàn rằng:

"*Giặc Ninh Xá* [Nguyễn Tuyển, Nguyễn Cừ] *chưa thể phá ngay được, bây giờ không gì bằng trước hết đánh tan được giặc Ngân Già để cắt đứt sự cứu viện của đảng giặc*".

Doanh bèn dẫn quân xuống mặt nam.

Tháng 11 [19/12/1740-16/1/1741], quân tiến đến đóng tại xã Vũ Điện [Hà Nam], sau kéo đến Hiến Doanh, chia các tướng thành từng bộ phận, hẹn ngày đều tiến quân: Sáng sớm xuất phát từ Hiến Doanh, chiều đến sông Vị Hoàng [Nam Định] sáng sớm hôm sau đến Lục Đạo [huyện Giao Thuỷ, Nam Định]. Bọn Đình Dung đem hết quân ra đánh để kháng cự. Doanh sai các tướng là bọn Đinh Văn Giai, Nguyễn Đình Hoàn, Vũ Tất Thận và Trương Khuông đốc suất quân các doanh ra đánh. Trương Khuông đem quân cánh tả tiến sát đến chỗ đồi cỏ rậm rạp, phục binh của giặc thình lình nổi dậy, giết một tì tướng của Khuông. Trịnh Doanh nổi giận, thúc voi tiến lên, chỉ huy các quân góp sức lại đánh một trận lớn. Đình Hoàn đem quân đánh tập hậu vào quân của giặc, nhân đấy buông lửa đốt ấp trại, khói bốc đầy trời, quân giặc tan vỡ tứ tung, quan quân nhân đà thắng, cùng nhau đánh kẹp lại: thây giặc chết nằm chồng chất nhau. Bắt chém tướng suý cầm đầu của giặc, bình định được giặc Ngân Già. Trịnh Doanh ban cho bọn Đình Hoàn thẻ bài bằng vàng và 200 lạng bạc; sai Trịnh Tự Thành săn bắt đảng giặc còn sót lại; yên ủi vỗ về nhân dân, để họ trở về yên nghiệp làm ăn.

Trước kia, khi đại quân trẩy xuống mặt nam, Nguyễn Cừ ở Ninh Xá cùng đồ đảng là Trần Diệu, nhân lúc sơ hở, tiến thẳng quân sát bến Bồ Đề [BắcNinh], trong kinh thành không có quân, lòng người rất lo sợ. Lúc ấy. thái phi Vũ Thị ở trong cung điều khiển bọn Trịnh Đạc giữ bốn cửa thành; lại sai quan văn là bọn Phạm Kinh Vĩ, Nguyễn Bá

Quýnh đem hết dân cư ngoài thành ra bến sông bố trí hàng ngũ, để làm nghi binh; Đề lãnh Đặng Đình Mật đem quân trong cơ của mình sang qua sông, đánh Nguyễn Tuyển, Đình Mật bị bại, bèn quay về. Trước đây, Diệu quận công Trần Cảnh cùng thống lãnh Bằng Thọ hầu đóng quân ở Lang Tài [huyện Thuận Thành, Bắc Ninh], được tin nguy cấp, liền đem quân đi vội đến làng Phù Lưu và Đình Bảng [huyện Từ Sơn, Bắc Ninh], theo đánh mặt sau của giặc. Dận quận công Đặng Đình Miên, trấn thủ Sơn Tây, đem quân đi đêm vào hộ vệ kinh thành, trước hết hắn sai con là Đình Trí do đường xã Thuỵ Hương huyện Từ Liêm sang đò tắt ở bờ phía bắc Gia Lâm [Hà Nội], tung quân đánh úp. Vì thế, giặc bèn mất hết nhuệ khí, phải dẫn quân đi.

Lúc Trịnh Doanh mới dẹp được giặc Ngân Già, chợt được tin báo ở kinh thành đưa đến, Doanh hạ lệnh cho các đạo quân phải tinh sương đi mau trở về để cứu nơi căn bản. Khi đạo quân kéo về đến xã Kim Lan [huyện Gia Lâm, Hà Nội], thì giặc đã trốn chạy xa rồi, kinh sư vẫn được yên ổn. Việc làm của Vũ Thị vợ Trịnh Cương, được Vua Tự Đức đời Nguyễn đề cao với lời **Ngự Phê** như sau:

"Vũ Thị cũng là một người anh kiệt trong phái phụ nữ, cho nên mới có thể mấy lần (2) định được kế mưu lớn."

Tháng 12 [17/1-15/2/1741], Trần Viêm, Đốc đồng trấn Sơn Tây, đánh nhau với quân Nguyễn Tuyển ở Khoái Châu, bị thua, Viêm chết trận. Lúc ấy, quân của Nguyễn Tuyển, Nguyễn Cừ cướp phá các lộ Hồng Châu [Hải Dương], Khoái Châu [Hưng Yên]. Viêm lấy chức phận là Đốc đồng đi phủ dụ Khoái Châu, bèn đem hương binh đi tiểu bắt, chợt gặp giặc ở địa phận xã Đồng Lạc và Canh Hoạch [huyện Tiên Lữ, Hưng Yên], vì bên nhiều bên ít không địch nổi, Viêm bị chết tại trận. Đoàn Vinh Kiêm giám sinh, người đồng quận với Viêm cùng vài chục người làng đều bị chết theo. Triều đình biết việc này, bèn truy tặng Trần Viêm hàm Đông các đại học sĩ, tước Hải Thọ bá, cấp cho 15 mẫu ruộng để thờ tự.

Tình hình biên giới nước ta có việc liên quan đến 2 tỉnh Quảng Tây và Vân Nam. Về phía Quảng Tây, sau khi viên Thổ quan châu Lộc Bình đánh phá phủ thành Lạng Sơn; Vua Càn Long sai Tổng đốc Lưỡng Quảng đến biên giới liệu biện gấp. Nhưng viên Tổng đốc cho rằng nếu đến ngay dân chúng sẽ cho rằng biên cương có báo động, trong lòng sinh nghi hoặc; nên hứa trong vòng 2, 3 tháng, sẽ đến với lý do tuần tra biên giới:

"***Ngày 29 Tân Mùi tháng giêng năm Càn Long thứ 5* [26/2/1740].** *Tổng đốc Lưỡng Quảng Mã Nhĩ Thái mật tâu:*

'Năm ngoái giặc phỉ tại An Nam nổi lên, trước đó có Hỷ Trường tự xưng là dòng đích của Giao Giang vương, cùng họ Trịnh đối địch, chiếm đoạt vùng Hưng Hoá của nước này, chẳng mấy lâu đầu thuận tỉnh Vân Nam. Sau đó có Thổ quan châu Lộc Bình Vi Phúc Quan đánh chiếm Lạng Sơn, muốn diệt họ Trịnh; rồi nghe rằng nước này đã giảng hoà được, tạm thời ninh thiếp, chưa xâm phạm biên cương nước ta. Thần chỉ bí mật tăng tuần phòng, phía trong bố trí, phía ngoài chứng tỏ trấn tĩnh. Nay nhận được chỉ dụ, lệnh thần đến Quảng Tây lo liệu việc này. Sợ binh dân cho rằng biên cương có báo động, trong lòng sinh nghi hoặc; cần trong vòng 2, 3 tháng, lấy lý do tuần tra biên giới hai tỉnh và quan binh các trấn tại duyên hải; trước hết đến các địa phương tại Tả Hữu giang (3) để lo liệu việc này cho ổn thoả.'

Nhận chiếu chỉ phán:

"Lời tâu rất đúng, mọi việc tuỳ cơ mà thi hành." (**Thanh Thực Lục, Cao Tông Thực Lục** quyển 109, trang 20-21)

Mấy tháng sau viên Tổng đốc Lưỡng Quảng tâu rằng đã đến Quế Lâm hội họp, bàn định gia tăng phòng thủ biên giới, nghiêm mật đề phòng:

"***Ngày 29 Mậu Tuất tháng 5 nhuần năm Càn Long thứ 5* [22/7/1740].** *Tổng đốc Lưỡng Quảng Mã Nhĩ Thái lại tâu:*

'Quốc vương họ Lê tại An Nam mấy đời được cho là cung thuận, gần đây nghe tin bị quyền thần họ Trịnh lộng quyền gian manh, sinh ra gây hấn. Viên châu mục Vi Phúc Quan thông đồng với Lê Duy Yết định đánh thành nhà Lê; đây là việc dân Di đời đời vẫn xảy ra. Hiện tại nước này chưa có lời thỉnh cầu, chỉ nên gia tăng tuần tiễu biên giới, nghiêm mật phòng thủ. Thần hiện tại tra xét việc binh nơi biên giới, mật thám tình hình Giao Di, trên đường lại tiếp nhận tờ báo cáo của 2 viên Tuần phủ, Đề đốc về việc các sắc tộc Sở, Việt, Miêu, Giao cấu kết phiến động; bèn đến ngay Quế Lâm, họp hội đồng bàn định.'

Nhận được chiếu chỉ rằng:

"Lâu không nhận được tờ tâu, thực rất mong nhớ! Hai tỉnh liệu biện về bọn Miêu, Dao; nếu trì hoãn ứng phó sinh lỡ việc, khanh giỏi về phản ứng nhanh, kinh lý thì rất tốt." (**Thanh Thực Lục, Cao Tông Thực Lục** quyển 119, trang 32-33)

Ngoài ra viên Đề đốc Quảng Tây tâu báo tình hình An Nam, lập Vua mới Lê Hiển Tông:

"***Ngày 30 Mậu Thìn tháng 8 năm Càn Long thứ 5***

[20/10/1740]. *Đề đốc Quảng Tây Đàm Hành Nghĩa lại tâu:*

'Do thám sai đi cho biết vào ngày 12 tháng 5 năm nay, An Nam tập hợp các quan lập con của Long Đức tên là Bưu làm Vương [Vua Hiến Tông], *đổi thành năm Cảnh Hưng thứ nhất. Hiện tại cho dán bảng văn ân xá tại các xứ, sai quan gia phong Vi Phúc Quan làm Quận vương, lại phong cho 7 viên Thổ châu quan chức. Nhưng bọn Nguyễn Siêu Hầu, Vũ Mỹ Ngọc tại các xứ đông, nam vẫn còn động binh chưa dừng.'*

Tờ tấu dâng lên, đem báo để hay biết." (**Thanh Thực Lục, Cao Tông Thực Lục** quyển 125, trang 23)

Về phía Vân Nam, viên Tổng đốc tâu rằng An Nam xin đưa Giang giao vương Hỷ Trường về nước để trị tội. Bọn Đại học sĩ triều Thanh cho rằng trước đây bọn Hỷ Trường đầu thuận đã hứa khoan hồng, nên không thể giao cho An Nam, viên Tổng đốc nên tìm giải pháp ổn thoả:

"Ngày 11 Canh Thìn tháng 6 năm Càn Long thứ 5 [4/7/1740]. *Bọn Đại học sĩ bàn bạc rồi phúc tấu:*

'Tổng đốc Vân Nam bọn Khánh Phục tâu những lời như sau: Thổ mục Đô Long (4) *Ông Quí Hốt mang mấy trăm lính địa phương đến núi Mã Yên* (5) *rêu rao rằng đến để xin lãnh Hỷ Trường trở về. Quân lính tại cửa tấn bố phòng cẩn mật, họ đều biết đó là lời giả dối; thực ra muốn dùng những lời này để doạ dư đảng của Hỷ Trường, để bọn này không dám tiếp tục đến Đô Long nữa.*

Duyệt tư văn của An Nam gửi đến lần thứ 2 nói rằng: Mới đây Thổ mục Đô Long đã đến biên giới xin lãnh đầu đảng giặc dữ, hy vọng được cho giải đến rồi mang về, để phanh thây ngoài chợ, nhằm làm rõ sự trừng phạt...

"Nay cứ theo lời tâu của viên Tổng đốc, Thổ mục Đô Long rêu rao xin lãnh Hỷ Trường, An Nam 2 lần gửi thư phản hồi cũng nói xin lãnh đầu đảng giặc. Bọn họ thỉnh cầu mấy lần, và xin đợi mệnh; nhưng thực bất tiện không thể giải giao Hỷ Trường cho nước này. Bọn thần bàn rằng, lúc Hỷ Trường thừa cơ sinh loạn, vốn là kẻ phản loạn của nước này; nhưng vào lúc đó nước này chưa mang quân đánh bắt; phải chăng nếu tướng sĩ nơi biên cương dùng binh đàn áp, hịch dụ rạch ròi, thì tập đoàn cướp càng dấy lên, mê hoặc dân chúng càng lớn, kế sách này nếu áp dụng, thực không khỏi gây nguy hiểm lớn. Bởi vậy tạm gác lại để chiêu an, nhằm làm tan đảng cướp tụ tập. Rồi Hỷ Trường đã chấn sợ binh uy, cúi đầu xin tha tội. Thiên triều vì nghĩa không giết kẻ hàng, nên tạm hoãn tội chết, việc này do quyền nghi [giải quyết linh động] *nhưng tín nghĩa nằm trong đó. Trước kia nếu nước này nghe tin Hỷ Trường dấy loạn, bèn đánh dẹp ngay, cùng tư giấy xin đánh bắt; thì một lần bắt trói, đáng giao cho nước này, để trị đúng tội. Kẻ phản loạn tại An Nam là giặc của Trung Quốc, tại bên đó hay bên này, nào có gì khác! Nay viên Tổng đốc đã hoạch định theo chiếu chỉ, cách thức cũng không khác gì tại nước này, vậy không cần áp giải đến, cũng không phải từ xa đến chờ xin lãnh. Nên bảo viên Tổng đốc châm chước những ý này để phúc đáp cho An Nam. Còn việc nên đưa Hỷ Trường đến chỗ nào, viên Tổng đốc cần điều tra suy nghĩ rồi tâu lên để xin chiếu chỉ."*

Thiên tử chấp thuận....(**Thanh Thực Lục**, **Cao Tông Thực Lục**, quyển 118, trang 20-23)

Tiếp theo Tổng đốc Vân Nam báo cáo việc họ Trịnh phế lập Vua Lê; và xin đem an sáp bọn Hỷ Trường, Ông Đinh tại các tỉnh lân cận:

“Ngày 10 Đinh Mùi tháng 10 năm Càn Long thứ 5 **[28/11/1740]**. *Bọn Đại học sĩ bàn rồi phúc tấu:*

‘Tổng đốc Vân Nam Công tước Khánh Phục tâu những lời như sau: Thám báo cho biết Bồi thần họ Trịnh làm việc phế lập đổi niên hiệu; nên phản loạn tại nước này dấy lên từ bốn phương, đều lấy danh nghĩa phục Lê diệt Trịnh. Họ Lê là bề tôi triều cống nước ta, nên ban văn thư hỏi duyên do, trách vấn bằng đại nghĩa, khiến phản thần biết mà lo sợ.

Điều tra biết được họ Trịnh chuyên quyền đã lâu, nay lại làm việc phế lập, theo điều nghĩa đáng trách vấn. Nhưng việc này thực hư chưa được thẩm tra, lại không biết người mới được lập thuộc dòng Vương cũ nào; túng sử gửi văn thư sang nước này, thư phúc đáp đều qua tay họ Trịnh; bọn này tất sẽ lựa lời chối bỏ. Hơn nữa một lần ban thư cật vấn, thì cả nước đều biết; tuy lúc này họ Trịnh tạm hoãn mưu nghịch, nhưng bọn lấy danh nghĩa diệt Trịnh, sẽ rầm rộ xin quân, việc này khó có thể ứng phó.’

Lời tâu được y theo. Lại bàn luận rồi phúc tấu:

‘Tổng đốc Vân Nam Công tước Khánh Phục tâu những lời như sau: ‘Thẩm xét vụ án giặc Giao Hỷ Trường, xin đem an sáp bọn giặc Giao gồm đầu đảng Hỷ Trường, tòng phạm bọn Lôi Hầu, cùng bọn Ông Đinh tại các tỉnh Quảng Đông, Quí Châu và Tứ Xuyên; còn các phạm nhân khác sẽ phân biệt phát vãng.’

Tra duyên do việc Hỷ Trường khởi sự, rồi thành tâm đầu thuận được đề cập rõ ràng qua tấu án, đáng cho kết thúc như vậy. Nhưng Quí Châu tiếp giáp với Vân Nam, gần với đất cũ của bọn này; đáng giao cho các quan tại Quảng Đông, Tứ Xuyên gia tăng ước thúc.’

Lời tâu được y theo.” (**Thanh Thực Lục, Cao Tông Thực Lục**, quyển 128, trang 6-7)

Tháng giêng năm Tân Dậu, Cảnh Hưng thứ 2 [16/2-16/3/1741], (Thanh, năm Càn Long thứ 6); triều đình sai Đặng Đình Luận làm Đốc lãnh thượng đạo Hải Dương, Trần Trọng Liêu và Nhữ Trọng Thai giữ chức Hiệp đồng, đem quân đi đánh Nguyễn Tuyển. Bọn này tiến quân đóng ở Đông Triều [Quảng Ninh]. Tuyển sai người xin hàng, Đình Luận tin lời, không phòng bị. Đêm đến, Tuyển đánh úp doanh trại; Đình Luận, Trọng Liêu và Trọng Thai đều bị bắt, Tuyển cho ở riêng một chỗ. Sau này Tuyển bị thua, bọn Đình Luận trốn về, đều bị lột hết quan chức.

Đong thóc ở Sơn Nam và Nghệ An. Từ lúc dùng quân đánh dẹp đến nay, dân phải khổ sở về đói kém, chỉ có Sơn Nam và Nghệ An hàng năm được mùa, nhà giàu phần nhiều chứa thóc. Bèn hạ lệnh đong thóc ở Sơn Nam 150 vạn bát quan, ở Nghệ An 200 vạn bát quan, cứ 50 bát quan thóc [mỗi bát đếm được 84.000 hạt thóc] trị giá một quan tiền, nhà giàu lấy làm đau đớn.

Tháng 2 [17/3-15/4/1741], Thống lãnh trấn Hải Dương Hoàng Nghĩa Bá đem quân tiến đánh, phá tan được các đồn giặc ở Phao Sơn [huyện Chí Linh, Hải Dương] và Ninh Xá [huyện Đông Triều, Quảng Ninh]; Nguyễn Tuyển thua chạy, rồi chết. Nhân đấy, Nghĩa Bá tiến đánh bọn Vũ Trác Oánh và Nguyễn Cừ ở Gia Phúc, được thắng trận. Lại tập hợp quân thuỷ đuổi theo càn quét ở sông Bạch Đằng, đảng giặc bị tan tác. Trác Oánh không biết chết ở đâu, còn Nguyễn Cừ lẩn lút đến Lạng Sơn. Nhân đấy Nghĩa Bá xin kéo quân về.

Trương Khuông, Đốc trấn Hải Dương, đánh nhau với

giặc tên là Kình. Khuông bị bại trận; Nhữ Đình Toản hiệp mưu, bị Kình bắt được. Kình vẫn kính trọng thanh danh Đình Toản, dùng lễ tân khánh đối đãi. Nhân gặp cơ hội, Đình Toản đem sự hoạ phúc dụ dỗ; Kình bèn đến cửa quân đầu hàng.

Ưu binh nổi loạn, phá huỷ nhà Tham tụng Nguyễn Quý Cảnh. Ưu binh là lính tuyển ở Thanh, Nghệ; gặp lúc trong nước nhiều việc nguy cấp, ưu binh phải đi đánh dẹp luôn, nên triều đình dùng quan tước để thưởng công, từ chức Thập trưởng trở lên đều ban cho sắc mệnh. Vì thế, ưu binh càng kêu ngạo, những người không được dự vào hạng quân công, lại xin tính số xã dân được cấp, để liệu lượng trao cho chức phẩm. Quý Cảnh lấy cớ là trái thể lệ, bác bỏ lời xin của ưu binh. Bọn này nổi giận, đem đời tư Quí Cảnh ra để sỉ nhục:

"*Từ Hương cống* [Cử nhân] *lên đến địa vị Thượng thư, thì thể lệ nào?*".

Rồi họ bèn cùng đem nhau đến phá nhà, lùng tìm Quý Cảnh để giết, nhưng Quý Cảnh đã đi vội vào trong phủ từ trước, nên được thoát nạn. Chúa Trịnh Doanh giữ Quý Cảnh ở trong phủ, rồi tra hỏi bắt giết người cầm đầu việc nổi loạn. Còn những người khác, đều bắt buộc vào khuôn phép, cấm đoán nghiêm ngặt. Nhưng ưu binh kêu ngạo, hung hãn đã thành thói quen, chung quy không thể nào kiềm chế được.

Tháng 3 [16/4-14/5/1741], dân Hải Dương bị nạn đói. Triều đình hạ lệnh trích số thóc đong ở Sơn Nam lấy 10 vạn bát quan phát chẩn cho dân nghèo. Lại hạ lệnh ban bố 4 điều răn:

1. Các thuyền buôn thóc gạo được thông hành mua bán,

miễn cho việc nộp thuế;

2. Miễn tiền lễ tạ, tiền khám xét cho dân nghèo bị kiện;

3. Tôi tớ những nhà quyền quý không được thiện tiện đến nhà dân sách nhiễu;

4. Không có chỉ bài cấp phát không được trái phép bắt dân làm việc chuyển đệ văn thư.

Tháng 5 [13/6-12/7/1741], Lê Lệ, Đốc lãnh Sơn Tây và Nguyễn Quai, Hiệp đồng Tuyên Quang, đánh phá được Nguyễn Diên. Trước kia Diên cùng với chú là bọn Nguyễn Tuyển, Nguyễn Cừ nổi loạn. Khi Tuyển và Cừ thất bại, Diên tập hợp đồ đảng, quấy nhiễu cướp bóc vùng Sơn Tây. Trịnh Doanh hạ lệnh cho Lê Lệ đốc lãnh các đạo quân đi đánh, cả phá được Diên ở An Lạc [huyện Ứng Hoà, Hà Tây]. Diên lại sai đồ đảng đem binh thuyền thuận dòng sông xuôi xuống, hẹn đến ngày 13 tháng 6 [25/7/1741] qua bến đò Cốc [huyện Vĩnh Tường, tỉnh Vĩnh Phúc]. Nguyễn Quai, đánh úp, thuyền của Diên bị đắm hết. Trước đây, Quai hỏi tù binh, biết được mưu kế của Diên, nhân đấy, Quai tuyển quân lính nhanh nhẹn, mang cờ đen, đội nón nan, giống như quân trang của Diên, rồi sai bọn này dùng thuyền đi trước. Quả nhiên Diên dẫn quân đến, trông thấy toán quân giả hiệu của Quai tưởng là quân mình kéo đến, thành ra không phòng bị gì cả. Lúc ấy, Quai thình lình đến đánh, Diên hoang mang sợ hãi bỏ chạy, quân nhu và khí giới vứt bỏ đi hầu hết.

Bắt đầu cấp liêm điền cho các quan về hàng văn; viên quan nhất phẩm được cấp 50 mẫu, từ viên quan nhị phẩm đến bát phẩm mỗi phẩm trật rút dần đi 5 mẫu. Việc này giao cho Hộ phiên tuỳ theo sự thuận tiện của từng người mà cấp ruộng, gọi là "liêm điền".

Mùa xuân năm trước, bọn Phụ đạo Thoan và Thiều ở sách Đông Quang [huyện Trấn Yên, Yên Bái] nổi loạn, cướp bóc nhũng nhiễu, đánh phá xã Đại Đồng [Tuyên Quang]. Vào tháng 6 [13/7-10/8/1741] Lưu thủ Văn Đình Dận [con Lưu thủ Văn Đình Nhậm, người xã Lạc Phố, huyện Hương Sơn, Hà Tĩnh] tiến đánh, phá tan được; đồ đảng của giặc tan vỡ, đất nơi biên giới hết thảy đều được bình định.

Tháng 7 [11/8-9/9/1741], lúc ấy binh lính phần nhiều bỏ trốn, các viên quan ở trấn phải thúc giục bắt bớ, làm phiền nhiễu dân. Triều đình bàn định cải tổ, cho phép chọn mỗi xã một người làm Thủ dịch, xã nào hàng năm không khuyết ngạch lính, sẽ được thưởng; xã nào trong 10 năm hoàn toàn không có lính trốn, không thiếu ngạch lính, thì đều được tuỳ theo hạng định xã lớn hoặc nhỏ mà ban thưởng cho: xã lớn trao cho chức Thiên hộ, xã vừa chức Phó thiên hộ, xã nhỏ chức Bá hộ. Các binh lính đã đem phân phối vào đội ngũ rồi, mà bỏ trốn, thì do viên quan cai quản trách cứ tróc nã, người lính trốn sẽ phải phạt 60 trượng; nếu trốn lần thứ 2 sẽ phải luận vào tội đồ; nếu lại cố ý trốn mới giao viên quan ở trấn tróc nã đích thân và bắt cả những người chứa chấp lính trốn đều đem trị tội. Đến như khi theo đi đánh dẹp mà mướn người đi thay, hoặc bỏ trốn, hoặc khi ra trận mà ẩn núp trốn tránh ở một nơi, phải theo luật luận tội.

Mỗi trấn đặt một viên Đại sứ và một viên Phó sứ, chuyên giữ công việc đồng ruộng, thân hành đi khuyên bảo nông dân. Lại đặt Khuyến nông lại, để khuyên dân hết sức làm ruộng, tuỳ theo tiện nghi mà giúp đỡ dân. Hàng năm, cứ tháng 11 Âm lịch, sai người đi xem xét dò hỏi, xem nơi nào ruộng nương bỏ hoang hoặc khai khẩn, thức ăn của dân đầy đủ hay thiếu thốn, để định việc cất nhắc hoặc truất bãi các quan chức địa phương. Lại bàn định việc đồn điền, có 3 sở đồn điền dùng lính kinh kỳ cày cấy, 7 sở dùng lính thuộc 4 trấn, 9 sở dùng lính binh trấn. Ngoài ra, tuỳ theo nơi đồn ải chia làm 14 sở nữa, tổng cộng gồm 33 sở đồn điền. Những lính trước đóng ở đồn nào, nay đều giữ lại ở đồn ấy để tiện việc cày cấy. Từ đấy, binh lính đều biết làm ruộng, lương thực của quân không đến nổi quá thiếu.

Phạm Đình Trọng, Hiệp đồng đạo Đông Triều [Quảng Ninh], bắt được Nguyễn Cừ ở núi Ngoạ Vân, đóng cũi đưa về kinh sư giết chết. Trước đây, Cừ cùng Tuyển đứng đầu làm loạn, đồ đảng vây cánh rất nhiều. Cừ chiếm cứ Gia Phúc [huyện Gia Lộc, Hải Dương], Tuyển chiếm cứ Phao Sơn [huyện Chí Linh, Hải Dương], hai bên làm thanh thế viện trợ lẫn nhau. Đến khi Tuyển bị bại, thế lực của Cừ mỗi ngày một cô đơn, từ lúc bị thua trận ở Gia Phúc và Bạch Đằng, bè đảng tan tác bỏ đi. Vì đến bước đường cùng, Cừ trốn lên Lạng Sơn, nương nhờ thổ phỉ là Toản Cơ. Đến nay, lại định mưu trở về phía Đông, khi đi đến Đông Triều, hết lương ăn, quân chúng tan tác. Cừ cùng con lẻn đến núp ở nhà dân dưới núi Ngoạ Vân. Hiệp đồng Phạm Đình Trọng và tuần thủ Nguyễn Thự bí mật dò la biết được, bắt đóng củi đưa về kinh sư giết đi. Vì có công Đình Trọng được thăng chức tả Thị lang bộ Công. Nguyễn Thự thăng chức Tổng binh đồng tri.

Tháng 8 [10/9-9/10/1741], dân bị đói to. Triều đình bèn hạ lệnh lấy thóc trong kho chia ra phát chẩn cho dân phiêu tán, cứ 10 ngày phát chẩn một lần. Từ cuối năm Vĩnh Hựu [1740], trộm giặc các nơi nổi dậy, vùng Hải Dương càng nhiều hơn, dân gian bỏ cả cấy cày, các thứ tích trử ở làng xóm hầu như hết sạch; chỉ có vùng Sơn Nam còn hơi khá một chút. Dân phiêu tán dắt díu nhau đi xin ăn đầy đường. Giá gạo cao vọt, một trăm đồng tiền không được một bữa ăn no, Nhân dân phần nhiều phải ăn rau, ăn củ, đến nổi ăn cả thịt rắn, thịt chuột, chết đói chồng chất lên nhau; số dân còn lại mười phần không được một. Làng nào vốn có tiếng trù mật cũng chỉ còn lại độ năm ba hộ mà thôi.

Tháng 9 [10/10-7/11-1741]. Trịnh Doanh sai Đặng Đình Mật đánh úp, phá được Lê Duy Mật ở Sơn Tây; Duy Mật rút quân giữ Ngọc Lâu [huyện Thạch Thành, Thanh Hoá]. Trước kia, Duy Mật bỏ trốn ra ngoài, cùng với chú là Duy Chú đóng ở đầu nguồn thuộc Thanh Hoá, quần chúng suy tôn Duy Chúc làm minh chủ. Chưa bao lâu, Duy Chúc mất, Duy Mật bèn thống lãnh quần chúng, rồi do đường An Hoá, Phụng Hoá thuộc Thiên Quan [Ninh Bình], vượt qua Mỹ Lương [phủ Quốc Oai, Sơn Tây] và Minh Nghĩa [Sơn Tây], kéo ra quảng sông Đà, sông Thao. Trịnh Doanh sai Đặng Đình Mật thống lãnh đạo Thanh Hoá, đốc suất cả quân các đạo An Sơn, Mỹ Lương và Chương Đức tiến đánh. Đình Mật nhân lúc không ngờ, đương đêm tiến quân sát đến đồn luỹ của Duy Mật, phá vỡ được ba trùng luỹ, cùng vài chục sở đóng quân. Duy Mật rút quân giữ huyện Văn Lãng thuộc Thái Nguyên, sau lại trở về Thanh Hoa dựng doanh luỹ ở xã Ngọc Lâu, xưng hiệu là Thiên Nam đế tử.

Về phía nhà Thanh, hai viên Tổng đốc Lưỡng Quảng và Tuần phủ Quảng Tây đều nhắc nhở triều đình An Nam chậm kỳ cống vào năm nay; nhân đó lưu ý rằng tại An Nam Thổ mục Vi Phúc Quan khởi binh chiếm thành Lạng Sơn, nên đường đi cống có thể bị ngăn trở. Sau khi triều đình nghị bàn, Vua Càn Long chấp nhận cho thong thả:

"Ngày 30 Ất Sửu tháng 2 năm Càn Long thứ 6

[15/4/1741]. *Lưỡng Quảng Tổng đốc Mã Nhĩ Thái tâu:*

'Theo lệ An Nam dâng hai kỳ cống một lần. Kể từ năm Càn Long thứ 3 đến năm thứ 6, nay đúng vào hai kỳ cống; theo lệ vào tiết giao mùa xuân hạ, có Sứ giả đến báo, nay đã chậm trễ, đáng gửi thư trách vấn. Tuy nhiên từ năm Càn Long thứ 4 đến nay, tại nước An Nam có tên Thổ mục Vi Phúc Quan khởi binh, đến nay vẫn chưa yên, đường đi cống có thể bị ngăn trở; lại nghe rằng Quốc vương mới được lập. Vậy nước này trong hoàn cảnh nhiễu nhương, việc tiến cống có thể chậm trễ, cũng không cần phải thúc giục.'

Chiếu chỉ phán:

'Quân cơ đại thần bàn rồi tâu.'

Rồi nghị bàn:

'Xin lệnh viên Tổng đốc gửi văn thư cho Quốc vương, chấp nhận cho thong thả. Chờ đến khi đường sá khai thông, sẽ đến cống. Nhằm biểu lộ lòng thể tuất nước Phiên bên ngoài.'

Nhận được chiếu chỉ:

'Chấp nhận theo lời bàn mà thi hành." (**Thanh Thực Lục, Cao Tông Thực Lục** quyển 137, trang 18)

"*Ngày 29 Giáp Ngọ tháng 3 năm Càn Long thứ 6* **[14/5/1741]**. *Quyền Tuần phủ Quảng Tây Dương Tích Phật tâu:*

'Năm nay đúng kỳ An Nam dâng hai lần cống vào tháng 3, nhưng chưa nhận được lời báo. Tra xét được biết từ khi viên Thổ quan châu Lộc Bình nổi loạn đến nay; gần thành nhà Lê có anh em Vương Nho Bồng chiếm cứ các địa phương cạnh bến đò, Quốc vương nước này sai viên Đốc trấn Nguyễn Siêu Hậu mang quân đánh dẹp. Viên Đốc trấn mang quân ra khỏi

kinh đô thì bội phản, chiếm cứ xứ Đông, đó là nơi đường Cống sứ đi qua, nên việc cống bị đình trệ; bởi vậy không cần phải theo lệ ban hịch hỏi lý do.'

Nhận được chiếu chỉ:

'Qua lời tâu của Mã Nhĩ Thái, đã có chiếu chỉ ban." (**Thanh Thực Lục, Cao Tông Thực Lục**, quyển 139, trang 39)

Quyền Tuần phủ Quảng Tây và Tổng binh trấn Hữu Giang đều tâu tình hình an ninh tại 2 tỉnh Cao Bằng, Lạng Sơn thuộc An Nam vẫn chưa hồi phục; nên xin tăng cường quân tại biên giới để phòng thủ:

"***Ngày 30 Quí Tỵ tháng 5 năm Càn Long thứ 6* [12/7/1741].** *Tổng binh trấn Hữu Giang Quảng Tây, Trương Triều Tuyên tâu:*

'Phủ Trấn An tiếp giáp với các châu Mục Mã, Bảo Lạc, tỉnh Cao Bằng, Giao Chỉ. Hiện gặp lúc Thổ quan châu Lộc Bình Vi Phúc Quan, Nguyễn Siêu Hầu tại nước này nổi loạn, nên ra lệnh lập thêm đồn, đóng binh, để phòng thủ cửa ải.'

Nhận được chiếu chỉ:

'Nhận rõ lời tâu. Hiện nay đúng lúc các ngươi cần phòng giữ; hãy lưu tâm mọi sự cho ổn thoả." (**Thanh Thực Lục, Cao Tông Thực Lục**, quyển 143, trang 30)

"***Ngày 8 Tân Sửu tháng 6 năm Càn Long thứ 6* [20/7/1741].** *Bộ Hộ lại bàn chấp thuận lời tâu của quyền Tuần phủ Quảng Tây Dương Tích Phật rằng:*

'Thổ quan Vi Phúc Quan tại An Nam gây nội loạn gần biên giới, đã ra lệnh các quan ải gần biên giới gia tăng đề phòng. Nhưng cửa ải thì nhiều, mà quân các doanh như Tân

Thái, Long Bằng, Thủ Đạo, ngoại trừ các thành và tấn [đồn biên phòng], *thì không đủ phân bố. Lại điều 100 tên từ trấn Tả Giang đến thổ châu Hạ Thạch thuộc phủ Thái Bình để trú trát và đàn áp. Xứ này thuỷ thổ ác liệt, cách Nam Ninh trên 500 dặm, binh lính từ xa đến đất lam chướng, thật là khổ sở. Ngoại trừ các năm Càn Long thứ 5 đã xét thưởng, xin từ năm Càn Long thứ 6, mỗi tên được cấp lương ăn hàng ngày, do Thông phán Thái Bình chuyên chở từ kho thuế dự trử đến.'*

Lời tâu được chấp thuận." (**Thanh Thực Lục, Cao Tông Thực Lục**, quyển 144, trang 12)

Tiếp đến, viên Tổng đốc Lưỡng Quảng tâu trình rằng An Nam vừa gửi văn thư đến, xin hoãn kỳ cống và trình bày thêm tình hình tại An Nam, viên Thổ quan Vi Phúc Quan lấy danh nghĩa phù Lê diệt Trịnh đánh phá tại Lạng Sơn:

***"Ngày 29 Nhâm Tuất tháng 6 năm Càn Long thứ 6* [10/8/1741].** *Tả đô ngự sử quản Tuần phủ Quảng Tây, kiêm lý Tổng đốc Lưỡng Quảng Vương An Quốc lại tâu:*

'Đường đi cống của An Nam bị tắc trở, đã theo lệ gửi văn thư sang xin hoãn kỳ hạn cống. Tra xét nước này có viên quyền thần họ Trịnh lấn quyền, mưu đồ soán đoạt, làm việc phế lập. Bọn Thổ quan Vi Phúc Quan lấy danh hiệu phù Lê diệt Trịnh, khởi binh làm loạn. Hiện nay đã nghiêm sức các quan văn vũ trong địa phương, phát binh phòng thủ nơi biên giới; không để bọn giặc người Di lén vào biên cảnh cấu kết với dân gian tại nội địa. Vì nước này có loạn, người người mong chiếm cứ một phương, dùng binh đã lâu, việc thắng bại ắt sẽ đến. Tương lai sẽ có người mượn tiếng xin cầu viện, hoặc thế cùng xin đầu thuận. Nếu các quan Tổng đốc, Tuần

phủ nơi biên giới nắm được đại thể, không chuộng lợi nhỏ; thi hành sách lược vạn toàn mà không tham công, thì quốc uy phấn chấn, dân biên giới hưởng phúc được an dưỡng.'

Chiếu chỉ ban:

'Xem qua; lời bàn rất đắc thể." (**Thanh Thực Lục, Cao Tông Thực Lục**, quyển 28, trang 29)

Vào tháng 10, viên Tổng binh Quảng Tây Đàm Hành Nghĩa tâu trình Thổ quan Vi Phúc Quan 7 lần thua trận, phải bỏ chạy. Đến tháng 12 lại báo Phúc Quan bị giết, tình hình các tỉnh biên giới Cao Bằng, Lạng Sơn trở nên yên ổn:

"***Ngày 30 Tân Dậu tháng 10 năm Càn Long thứ 6*** **[7/12/1741]**. *Tổng binh Quảng Tây Đàm Hành Nghĩa tâu:*

'Đốc trấn Mục Mã, Giao Chỉ Nguyễn Thế Khải điều binh đánh dẹp Vi Phúc Quan; từ ngày 21 đến 26 tháng 9 [30/10-4/11/1741] liên tiếp 7 lần thắng trận. Vi Phúc Quan chạy đến vùng Bát Bách, đất mới; viên quan Mục Mã tiến thẳng đến Lạng Sơn, Lộc Bình. Hiện tại trăm họ đã yên; từ bấy giờ đường đi cống được khai thông.'

Báo cho mọi nơi biết." (**Thanh Thực Lục, Cao Tông Thực Lục** quyển 153, trang 28)

"***Ngày 29 Canh Thân tháng 12 năm Càn Long thứ 6*** **[4/2/1742]**. *Đề đốc Quảng Tây Đàm Hành Nghĩa lại tâu:*

'Nghịch thần An Nam Vi Phúc Quan đã bị tru lục. Hiện tại nước này đem người trong họ của Vi Phúc Quan là Vi Phúc Ngọc quản lý châu Lộc Bình. Đem hai đạo quân tại xứ đông, xứ Bắc triệt hồi hết; chỉ để lại 1000 quân Mục Mã đóng tại Lạng Sơn. Nay các xứ tại 7 châu được yên ổn, biên cảnh ninh thiếp." (**Thanh Thực Lục, Cao Tông Thực Lục** quyển

157, trang 28-29)

Về cuộc nổi loạn của viên Thổ quan đánh phá thành Lạng Sơn; sử Việt **Cương Mục**, chép sự kiện tương tự, nhưng tên người thì ghi khác. Sử Trung Quốc ghi viên Thổ quan Vi Phúc Quan nổi loạn, sử Việt ghi là Toản Cơ; sử Trung Quốc chép kẻ dẹp loạn là Đốc trấn Nguyễn Thế Khải, sử Việt ghi là tướng thuỷ đạo Nguyễn Đăng Hiển. Xin trích dẫn **Cương Mục** để rộng đường tham khảo:

"*Tháng giêng năm năm Cảnh Hưng thứ 3* [5/2-6/3/1742] *Nguyễn Đăng Hiển, tướng thuỷ đạo, đuổi bắt và giết được Toản Cơ ở Hoành Bồ* [Quảng Yên]. *Cuối năm Vĩnh Hựu, thổ tù Toản Cơ (sót họ) nổi loạn, đánh phá đoàn thành* [thành Lạng Sơn], *đốc trấn Ngô Đình Thạc bị giết. Khi Trịnh Doanh nối ngôi, hạ lệnh cho Nguyễn Đăng Hiển, tướng thuỷ đạo, tiến quân đánh phá; Toản Cơ thua chạy ra Yên Quảng. Đến nay, đuổi bắt được ở Hoành Bồ, chém chết.*" **Khâm Định Việt Sử Thông Giám Cương Mục**, sđđ, tập 2, trang 555.

Phía tỉnh Vân Nam, năm ngoái viên Tổng đốc tâu xin lưu đày bọn Hỷ Trường. Năm nay lại tâu về triều, xin phân chia chi tiết từng loại tội phạm, cho lưu đày kẻ xa người gần; lời tâu được Vua Càn Long chấp thuận:

"***Ngày 20 Bính Ngọ tháng 7 năm Càn Long thứ 6* [30/8/1741].** *Bộ Hình bàn định xin chấp nhận lời tâu của Tổng đốc Vân Nam Khánh Phục như sau:*

"Án về nguỵ Giao Giang vương Hỷ Trường người An Nam, cấu kết với Thổ mục tụ dân làm loạn, cuối cùng đầu thuận. Theo tội đáng đem bọn Hỷ Trường 11 người xử chém, nhưng đã đầu thuận, chiếu luật giảm tội 2 bực; mỗi người bị đánh 100 trượng, tội đồ 3 năm. Dân Di a tòng bị phạt gông

40 ngày, phát vãng đến các tỉnh Quảng Đông, Tứ Xuyên; giao cho các quan địa phương nghiêm cấm quản thúc. Người nhà, tài sản được miễn nạp quan. 20 người tuỳ tòng của Hỷ Trường đều bị phạt gông. Những người gốc phủ Quảng Nam [Vân Nam]*, đều cho trở về an sáp (6) tại quê quán; đối với người Giao Chỉ thì cho sống tại tỉnh Vân Nam, nơi có các quan Đề đốc, Trấn thủ trú đóng, giao cho các quan văn võ địa phương quản thúc. Đối với bọn chưa đầu thuận như Lôi Ngạn Bân, nếu là người Giao Chỉ thì báo cho nước này để tra bắt. Lại đem đầu đuôi sự việc kẻ bị Ông Đinh tố tranh quyền tên là Ông Quí ra điều tra. Các đồ tịch thu được như ấn đồng, sách Vạn Niên, bản đồ địa lý; xét để phân biệt thiêu huỷ hoặc trử vào kho.'*

Lời tâu được chấp thuận." (**Thanh Thực Lục, Cao Tông Thực Lục** quyển 147, trang 9)

Tại miền Nam, Chúa Nguyễn sai kiểm tra thuế thóc và thuế muối. Thuế ruộng muối Thuận Hoá, mỗi năm thu được hơn 2.500 sọt; Quảng Nam đánh thuế người làm muối, hàng năm mỗi đinh phải nộp 6 sọt.

Riêng thuế lúa thì tuỳ đất mà đặt kho, kho ở xã nào thì lấy xã ấy mà đặt tên, thu chứa thóc để tiện cho dân chở nộp. Thuận Hoá gồm có 7 kho: kho Thọ Khang huyện Phú Vang, kho Nguyệt Biều huyện Hương Trà, kho Thạch Hãn huyện Hải Lăng, kho Lai Cách huyện Minh Linh, kho An Trạch huyện Lệ Thuỷ, kho Trung Trinh và kho Trường Dục huyện Khang Lộc. Từ Quảng Nam trở về nam gồm có 12 kho: kho Tân An phủ Thăng Hoa, kho An Khang, kho Tư Cung phủ Quảng Ngãi; kho Phú Đăng, kho Thời Phú, kho Đạm Thuỷ, kho Càn Dương phủ Quy Ninh; kho An Toàn, kho Xuân Đài phủ Phú Yên; kho Phú Yên phủ Bình Khang, kho Phước Yên

huyện Diên Ninh, kho Tân Định xứ Gia Định. Lại cho rằng Gia Định đất rộng, lập thêm 9 khố trường Quy An, Quy Hoá, Cảnh Dương, Thiên Mụ, Quản Thảo, Hoàng Lạp, Tam Lạch, Ba Canh, Tân Thịnh để nộp riêng.

Chú thích:

1. Hành quân phỏng sát: Chức quan có nhiệm vụ dò la xem xét trong khi hành quân.

2. Lời phê này có ý khen Vũ Thị lần trước chủ trương việc lập Trịnh Doanh thay Trịnh Giang và lần này điều khiển các tướng bảo vệ kinh thành.

3. Các sông Tả Giang, Hữu giang vị trí tại các phủ Thái Bình, Nam Ninh và Trấn An tỉnh Quảng Tây.

4. Đô Long: vùng đất trước đây thuộc Việt Nam, được gọi là Tụ Long; qua hiệp ước Thiên Tân thực dân Pháp đã nhường cho Trung Quốc, hiện nay còn địa danh trấn Đô Long, thuộc huyện Mã Quan, tỉnh Vân Nam, trấn này giáp với tỉnh Hà Giang, Việt Nam.

5. Núi Mã Yên: núi tại phía tây huyện Thiên Bảo phủ Trấn An 3 dặm.

6. An sáp: bắt định cư xen kẽ với gia đình thường dân.

138.
Vua Lê Hiển Tông [1740-1786] (2)

Tháng 3 năm Nhâm Tuất, Cảnh Hưng thứ 3 [5/4-4/5/1742], (Thanh, năm Càn Long thứ 7); Chúa Trịnh Doanh tự tiến phong là Đại nguyên soái, tổng quốc chính, thượng sư, Minh vương. Doanh hăng hái lưu ý xét hỏi công việc, đặt cái ống bằng đồng ở cửa phủ, hạ lệnh cho người có việc hoặc bị oan ức làm đơn tố cáo bỏ vào trong ống, cứ 5 ngày người có trách nhiệm đem ống ấy tiến trình. Lúc ấy, sĩ phu, dân chúng bí mật trình bày việc tham lam nhũng nhiễu của quan lại; nhưng khi xét nghiệm ra, phần nhiều không đúng sự thật. Doanh dần dần sinh ra chán nản. bãi bỏ cái ống đồng.

Tháng 10 [28/10-26/11/1742] Đặng Đình Mật đánh bại được Lê Duy Mật ở xã Thịnh Mỹ [huyện Thọ Xuân, Thanh Hoá]. Trước kia, Hoàng thân Lê Duy Mật nhiều lần bị Đình Mật đánh bại, phải chạy đến Nghệ An, rồi chiếm cứ động Cổ Nam [huyện Quan Hoá, Thanh Hoá], sau lại ra huyện Lôi Dương [huyện Thọ Xuân, Thanh Hoá], phá đồn Bái Thượng, định mưu qua đò Lương Giang để về An Trường. Đình Mật cùng bọn Hà Huân, Nguyễn Nghiễm [thân phụ Thi sĩ Nguyễn Du] tiến quân, giao tranh ở xã Thịnh Mĩ, đánh bại được Duy Mật; Duy Mật chạy đến châu Lang Chánh [huyện Lang Chánh, Thanh Hoá]. Sau này bàn thưởng công, Đình Mật được tăng làm Tham đốc, vẫn giữ chức Thống lãnh, toan tính việc đánh Duy Mật.

Tháng 12 [27/12/1472-25/1/1473], bắt đầu thu thêm tiền tô ruộng. Từ năm Bảo Thái [1720-1728] trở về trước, duy ruộng công phải chịu tô, còn ruộng tư không phải chịu. Đến lúc Nguyễn Công Hãng làm Tham tụng giữ chính quyền, mới bàn đánh thuế theo từng hạng ruộng, chia ra ba hạng: nhất đẳng, nhị đẳng và tam đẳng. Ruộng nhất đẳng, mỗi mẫu 3 tiền, ruộng nhị đẳng mỗi mẫu 2 tiền, ruộng tam đẳng mỗi mẫu 1 tiền. Đến nay vì việc chi dùng trong nước không đủ, bầy tôi trong phủ Chúa xin tạm thời bổ thêm "tiền gia tô", mỗi mẫu đều nộp 30 đồng, thu vào hai mùa đông và hạ. Về sau, việc này bèn thành thể lệ nhất định.

Tỉnh Lạng Sơn sau mấy năm loạn lạc vì cuộc nổi dậy của Vi Phúc Quan, dân chúng bị đói khổ, trốn sang vùng biên giới tỉnh Quảng Tây; viên Tuần phủ Quảng Tây Dương Tích Phật bèn đem sự việc tâu trình lên Vua Càn Long:

"***Ngày 29 Đinh Hợi tháng 5 năm Càn Long thứ 7* [1/7/1742].** *Tuần phủ Quảng Tây Dương Tích Phật tâu:*

'Dân Di An Nam tại vùng Lạng Sơn sau khi trải qua sự phản nghịch của họ Vi, bị nạn đói nên trốn vào các châu Ninh Minh, Long Châu, Thổ Giang, Thổ Tư (1) *tại nội địa để xin ăn. Hiện ra lệnh phân biệt phủ tuất, lượng cấp lương ăn rồi đưa về quê, cùng gửi văn thư cho quan Di tại Lạng Sơn để cấp tốc lo việc vỗ về yên ổn.'*

Nhận được chiếu chỉ:

'Lo liệu khá ổn thoả, đã hiểu được việc làm." (**Thanh Thực Lục**, **Cao Tông Thực Lục** quyển 167, trang 26)

Nhân việc một số dân Lạng Sơn đói chạy trốn sang Trung Quốc, lại có một vài người tỉnh Quảng Tây tham gia cuộc nổi dậy của Vi Phúc Quan; Vua Càn Long ra lệnh các tỉnh tra xét cấm đoán nghiêm mật tại các quan ải:

"***Ngày 12 Kỷ Hợi tháng 6 năm Càn Long thứ 7* [13/7/1742].** *Dụ các Quân cơ đại thần:*

'Căn cứ Đề đốc Quảng Tây Đàm Hành Nghĩa tâu trước đây, về việc người Giao là Vi Phúc Quan quấy nhiễu Lạng Sơn, có Nho sinh bị đuổi người huyện Sùng Thiện, Quảng Tây tên là Hiệp Trăn, người Quảng Đông tên Chu Lão Lục trốn đến đất Di, dụ dỗ chỉ vẽ cho Phúc Quan, giúp đỡ việc phản nghịch; công việc bại bèn lén bỏ trốn, nhập cảnh nội địa thì bị bắt. Trẫm đã giáng chỉ mệnh các viên Tổng đốc, Tuần phủ ước lượng lo liệu.

Nay cứ theo Tuần phủ Dương Tích Phật tâu những lời như: 'Dân đói tại An Nam đến các châu như Ninh Minh, mỗi nơi có đến 3,4 chục người; trừ người già yếu ốm đói tạm thời cấp lương ăn, đợi khi bệnh khỏi sẽ đưa ra khỏi quan ải; những kẻ còn đi được thì cấp cho ăn, tiền đi đường, rồi đưa trở về nguyên quán. Lại nghiêm cấm dân nội địa mua con cái của dân Di để kiếm lời.'

Việc Dương Tích Phật lo liệu tương đối ổn thoả. Nhưng các xứ Điền [Vân Nam], *Việt* [Lưỡng Quảng] *giáp An Nam; toàn dựa vào các ải nghiêm cấm hạch hỏi, khiến bên này hoặc bên kia không có thể tự tiện ra vào, gây ra nhiễu loạn tạo thành chuyện. Nay bọn Hiệp Trăn lén đi ra làm điều gian, dân Di đói lại trốn vào nội địa, do các cửa ải không khỏi có mối tệ để cho người lén ra vào, thực trái với qui tắc phòng giữ tại biên cảnh. Các ngươi hãy gửi văn thư cho các Tổng đốc, Tuần phủ, lệnh phải hết sức trù tính, hội đồng bàn bạc rõ ràng, lập phép tắc chỉnh đốn, để từ nay trở về sau mọi việc đều ổn thoả, rồi tâu lên đầy đủ. Việc làm này khiến cho các quan ải tra xét cấm chỉ được nghiêm mật, để biên cương được yên tĩnh."* (**Thanh Thực Lục**, **Cao Tông Thực Lục** quyển 168, trang 19-20)

Quyền Tổng đốc Lưỡng Quảng Khánh Phục hứa sẽ cho áp giải những người An Nam ra khỏi quan ải và tiến hành điều tra 2 tội phạm Hiệp Trăn và Chu Lão Lục, từng liên hệ với Vi Phúc Quan:

"***Ngày 29 Ất Mão tháng 8 năm Càn Long thứ 7* [27/9/1742].** *Quyền Tổng đốc Lưỡng Quảng Khánh Phục lại tâu:*

'Giao Chỉ đói kém, dân đói tìm vào nội địa, tốt xấu không phân biệt được. Đã ra lệnh tra rõ từng trường hợp, kẻ bệnh đói tạm lưu để cấp tuất, những người khoẻ thì cấp lương ăn, rồi áp giải ra khỏi quan ải; cùng nghiêm sức dân không được mua bán với họ. Lại thẩm tra người dân Hiệp Trăn từng qua lại liên lạc với Vi phúc Quan, được biết y chưa từng chủ mưu đa sự tại đất Di; và Chu Lão Lục cũng chưa từng dạy đấu quyền bổng; đợi đem án này liệu biện chung thẩm.'

Được chiếu chỉ:

'Đúng, đã hiểu rõ." (**Thanh Thực Lục, Cao Tông Thực Lục** quyển 173, trang 43)

Tại miền Nam vào năm này, Chúa Nguyễn cho đổi phủ Quy Ninh thành phủ Quy Nhơn; phủ Diên Ninh thành phủ Diên Khánh, tức tỉnh Khánh Hoà sau này.

Tháng 2 năm Quí Hợi, Cảnh Hưng thứ 4 [24/2-

25/3/17431743], (Thanh, năm Càn Long thứ 8). Bổ dụng Hoàng Ngũ Phúc giữ chức Đốc lãnh lính kỳ đạo. Ngũ Phúc người xã Phụng Công, huyện Yên Dũng [Bắc Ninh], do hoạn quan xuất thân, là người có mưu kế, lập được chiến công, là viên tướng nổi tiếng một thời.

Lạng Sơn giáp với Kinh Bắc [Bắc Ninh, Bắc Giang], núi non thung lũng hiểm trở, bấy giờ thổ phỉ Cần Dinh hô hào tụ tập đồ đảng trong hang núi, rồi bao vây Đoàn Thành [thành Lạng Sơn]. Đốc trấn Vũ Tá Vịnh Tá đem sự nguy cấp báo cáo; triều đình hạ lệnh cho Trần Đình Cẩm, trấn thủ Kinh Bắc, đến cứu viện. Đình Cẩm không chịu tiến quân, lấy cớ rằng còn phải hội quân để tiểu trừ giặc biển ở Đồ Sơn. Vì thế, bọn Tá Vịnh kiệt sức bị hại, Đoàn Thành vỡ. Phiên mục Lạng Sơn, Nguyễn Đình Sính, đem thổ binh đánh; giặc thua chạy, khôi phục được thành.

Tháng 6 [21/7-18/8/1743], Nguyễn Hữu Cầu, giặc vùng Hải Dương, cướp huyện Thanh Hà; Hoàng Công Kỳ cùng Hoàng Ngũ Phúc đánh phá được. Trước đây, Nguyễn Cừ bị bại, đồ đảng là Nguyễn Hữu Cầu lại hô hào tụ tập, lén lút chiếm cứ Đồ Sơn [Hải Phòng], rồi cướp bóc xã Lão Phong [huyện Kiến Thuỵ, Hải Phòng]. Trịnh Bảng, Đốc lãnh thuỷ đạo, đem quân và thuyền tiến đánh. Bên giặc đem ra hơn mười chiếc thuyền, khi thấy quan quân, giả vờ chạy trốn, Bảng đuổi theo đến cửa biển Giai Môn [huyện Kiến Thuỵ, Hải Phòng], giặc rút lui vào bến Cát Bạc [huyện Kiến Thuỵ]. Gặp lúc thuỷ triều cuồn cuộn nổi lên, gió thổi mạnh, thuyền của quan quân cao lớn, chèo chở không thuận lợi, bèn đỗ ở bờ biển. Giặc nhân cơ hội, đem hơn trăm chiếc thuyền nhanh nhẹn tiến ra đánh phá; quan quân tan vỡ. Trịnh Bảng trong mình trúng hơn mười vết thương, bị giặc bắt, Bảng chửi mắng không ngớt mồm, rồi chết. Từ đấy, thanh thế Hữu Cầu ngày càng lừng lẫy, tự xưng là Đông Đạo tổng quốc bảo dân đại tướng quân, chiếm cứ ven biển Đồ Sơn [Hải Phòng] và Vân Đồn [Quảng Ninh] làm nơi căn bản. Trịnh Doanh sai Hoàng Công Kỳ thống lãnh đạo bộ binh ở Hải Dương, Trần Cảnh thống lãnh đạo thuỷ binh, lúc ra đi Công Kỳ dâng tờ khải nói:

"*Giặc nương vào núi, dựa vào biển làm nơi kiên cố; vả lại nước biển khi lên khi xuống không nhất định, muốn phá Đồ Sơn, không tranh chiếm địa lợi trước là không được, mà muốn tranh chiếm địa lợi, cần phải dùng thuỷ binh. Vậy xin giữ quân thuỷ của đội Tứ Trạch lại để phòng bị việc điều khiển*".

Trịnh Doanh y cho. Công Kỳ cùng tướng thuỷ đạo là Nguyễn Công Hiển, góp sức nhau cùng càn quét. Hữu Cầu đánh nhau, bị bại trận, chạy trốn ra bãi biển, nhưng bọn Công Kỳ không lập tức đuổi bắt tận sào huyệt, Công Hiển lại tự dẫn đại binh về kinh sư.

Hữu Cầu biết quân triều đình sơ hở yếu ớt, lại trở về chiếm cứ Đồ Sơn, thường ra cướp phá vùng đông nam, thế lực mạnh dần, không ai có thể chống cự được. Bấy giờ lại đem quân cướp huyện Thanh Hà [Hải Dương], Công Kỳ bị vây đã hàng tuần, bèn sai người vượt ra ngoài vòng vây, về triều cáo cấp. Quân cứu viện chưa kịp đến, thì Hoàng Ngũ Phúc, đốc lãnh lính kỳ đạo thúc quân đến cứu. Khi quân của Ngũ Phúc đến huyện Vĩnh Lại [huyện Bình Giang, Hải Dương], bị giặc chẹn lại, không tiến lên được. Về phía Công Kỳ, có Tán lý Vũ Khâm Lân bày mưu rằng:

"*Quân ở kinh sư chưa thể đến ngay, nếu cứ ngồi để đợi*

viện binh, thì làm thế nào có thể kịp được? Nay giặc đánh nhau với binh lính kỳ đạo, chúng tất dồn quân về mặt trước, nếu ta tranh cướp lấy mặt sau mà đem quân ra, hai đạo quân hợp sức lại để đánh, thì thế nào cũng phá được quân địch".

Công Kỳ nghe theo kế ấy, bèn nhân đêm kéo ra cửa sông Ngư Đại [huyện Thanh Hà, Hải Dương], gặp quân giặc có ít, đánh thắng được, rồi hợp sức phá nhổ kè, tiến ra sông Tranh [huyện Ninh Giang, Hải Dương] phối hợp với Hoàng Ngũ Phúc tiến đánh, phá tan quân địch.

Tháng 8 [18/9-16/10/1743], từ đầu năm Cảnh Hưng [1740] luôn mấy năm binh lửa và mất mùa, khoa thi Hương phải hoãn, đến nay lại cử hành. Lúc ấy tại trường thi Nghệ An, đến kỳ đệ tam sĩ tử đắc chí đốt phá vi trong trường thi. Sau tra ra người cầm đầu đem giết, rồi cho thi lại kỳ đệ tứ.

Tháng 11 [16/12/1743-14/1/1744], Sai Đinh Văn Giai và Nguyễn Đình Hoàn hội quân tiễu trừ giặc cỏ. Từ khi Nguyễn Cừ, Nguyễn Tuyển nổi loạn, các huyện bị tàn phá luôn, bọn cường bạo tập hợp nhau đi theo giặc, cướp bóc tứ tung. Một dãy phía bắc sông Hồng, làng xóm tan tác phiêu lưu, cỏ mọc ngập mắt. Đến khi Cừ và Tuyển bị bại, đồ đảng còn sót lại đều hô hào nhau tụ tập thành từng toán, toán lớn vài ngàn người, toán nhỏ cũng không kém năm, sáu trăm người, đến đâu cướp bóc đấy, lấp ló ở nơi đồng nội sông chằm, nên người ta gọi là "giặc cỏ"; trong số đó, Hoàng Văn Chất [còn có tên là Hoàng Công Chất] là tay kiệt hiệt nhất.

Bọn thống lãnh là Trương Nhiêu và Lê Đoan Khải chia quân ra đuổi bắt, nhưng quân giặc chợt tan, chợt lại tụ họp, không thể dập tắt được. Vì nhiều lần bị quan quân đánh phá, chúng dâng thư xin hàng. Theo bàn luận của bầy tôi, đều không muốn chiêu an; chỉ có Nguyễn Đình Hoàn và Trần Huy Mật cố sức chủ trương cho chúng đầu hàng. Trịnh Doanh cũng chán nản việc dùng quân đánh dẹp, nhân đấy trao cho chúng quan tước và cho chiếu theo từng địa điểm mà cai quản lấy. Nhưng bọn Văn Chất nắm lấy quân, không chịu giải tán. Bầy tôi trong chính phủ xin nghiêm hạn, bắt chúng phải đến trình diện nơi cửa khuyết. Bọn Văn Chất lại làm phản, chiếm cứ Khoái Châu [Hưng Yên], đến đâu đốt phá, cướp bóc đấy. Trịnh Doanh hạ lệnh giao trách nhiệm cho Đình Hoàn thống lãnh quân đạo đông nam, Trần Huy Mật làm Tán lý, cùng Trấn thủ Đinh Văn Giai, nghiêm hạn nhật kỳ phối hợp càn quét. Sau đó, Văn Giai cùng Đình Hoàn phá tan được bọn Văn Chất ở Đỗ Xá [huyện Kim Động, Hưng Yên]. Gặp lúc ấy nước sông Hồng lên cao, Đình Hoàn xin khơi nước sông cho tràn vào quân của Văn Chất. Trịnh Doanh không y cho, vì lấy cớ rằng làm như thế sẽ hại lây đến huyện lân cận. Đình Hoàn tự nhận mình có chuyện trách khống chế mặt nam, thiện tiện tự ý càn bắt dân phu theo đi đánh giặc, làm náo động cả dân địa phương. Nghe được tin này, Trịnh Doanh giận lắm, nghiêm ngặt trách phạt Đình Hoàn và bãi đi ngay; rồi giao trách nhiệm cho Văn Giai. Nhưng giặc cỏ tung hoành bạo ngược càng ngày càng dữ, dân vùng Hải Dương, Kinh Bắc không ngày nào được yên.

Về phía nhà Thanh, viên Tuần phủ Quảng Tây đàn hặc quan lại châu Tầm đã cho khám xét thuyền sứ bộ An Nam; việc làm sai trái, bị Vua Càn Long quở trách nặng. Đến cuối năm sứ bộ đến Bắc Kinh dâng biểu tạ ơn đã ban tế cho cố Quốc vương Lê Thuần Tông, sách phong Vua Lê Hiển Tông; cùng dâng hai kỳ cống:

"Ngày 29 Quí Mùi tháng 3 năm Càn Long thứ 8

[23/4/1743]. *Tuần phủ Quảng Tây Dương Tích Phật lại tâu:*

'Bọn Bồi thần An Nam Nguyễn Kiều đi qua Tầm Châu [Quảng Tây], *nghe tin quản lý xưởng thuế Lưu Vi Đàm chiếu theo lệ, ngoài việc khám thuyền tuỳ tòng, còn khám thuyền Bồi thần, thi hành công việc thuộc loại cố chấp; đợi điều tra đích xác đầy đủ, sẽ dâng tấu lên.'*

Chiếu chỉ ban:

'Điều này không những sai vì cố chấp, lại sai bởi chính sách nhu viễn. Hãy tham hặc viêc này để làm điều răn trong tương lai." (**Thanh Thực Lục**, **Cao Tông Thực Lục** quyển 187, trang 25-26)

"***Ngày 11 Canh Dần tháng 11 năm Càn Long thứ 8* [26/12/1743].** *Quốc vương An Nam Lê Duy Vĩ* [Lê Hiển Tông] *sai sứ dâng biểu tạ đã ban tế cho cố Quốc vương Lê Duy Hỗ* [Lê Thuần Tông], *cùng ơn sách phong; lại cung tiến hai kỳ cống tạ ơn bằng sản phẩm địa phương, và 2 lần cống cho các năm Càn Long thứ 3, Càn Long thứ 6. Báo cho các bộ hay biết."* (**Thanh Thực Lục, Cao Tông Thực Lục** quyển 204, trang 17)

Tuần phủ Quảng Tây, Tổng đốc Lưỡng Quảng tâu trình về tình trạng loạn lạc tại các tỉnh biên giới An Nam, khiến một số dân chạy sang Trung Quốc tỵ nạn; trong khi đó lại có một số người Trung Quốc sang An Nam tham gia bạo loạn. Quân cơ đại thần nhà Thanh và Vua Càn Long chủ trương nghiêm phòng biên giới, tìm cách đưa dân về nước, cho quản thúc an sáp tại địa phương:

"***Ngày 7 Canh Dần tháng 4 năm Càn Long thứ 8* [30/4/1743].** *Các Đại học sĩ bàn rồi phúc tấu:*

'Tổng đốc Lưỡng Quảng Khánh Phục tâu rằng: Giang Giao vương tại An Nam chiếm cứ các địa phương Bảo Lạc [Cao Bằng], *Niệm Thai; vùng Mục Mã* [huyện Thạch An, Cao Bằng], *vùng đất này lại tiếp giáp với các quan ải Bình Nhi* (2) *và Thuỷ Khẩu* (3). *Hiện nay đã nghiêm sức các quan binh địa phương gia tăng phòng bị. Các dân đến nội địa khó có thể tiếp tế đầy đủ, ngoài việc phân loại để đưa về nước họ, cần phải có điều lệnh minh bạch. Hiện tại đã giao cho quan phủ cùng 2 ty bàn bạc thi hành.*

Sưu tra dân nội địa làm khách trú tại ngoại bang; hiện tại ngoại bang lắm việc, nếu xét có thân thuộc là dân lương thiện có thể ở nhờ, các quan ải tra xét rồi cho họ trở về. Nếu không có, hoặc những kẻ lấy cớ để trốn vào, tất sẽ sinh sự. Cần theo lời xin của viên Tổng đốc, đợi bàn bạc thi hành ổn thoả. Còn vùng Khâm Châu, tuy bảo rằng giặc phỉ đã trốn rút, không dám gây chuyện; nhưng đây là đất quan yếu tại biên cương, quan hệ phòng thủ. Cần lệnh viên Tổng đốc thông sức cho các quan văn võ địa phương, tăng gia tuần tiễu thám báo, bất thường tâu lên.'

Thiên tử chấp thuận." (**Thanh Thực Lục, Cao Tông Thực Lục** quyển 188, trang 11)

"*Ngày 21 Giáp Thìn tháng 4 năm Càn Long thứ 8* **[14/5/1743]**. *Các Đại học sĩ bàn và phúc tấu:*

'Tuần phủ Quảng Tây Dương Tích Phật tâu rằng: An Nam suốt năm lắm việc, bọn gian thừa cơ phiến động; dân nội địa lén vào xứ này, dựa vào tình cảnh gây rối. Những tên đứng đầu như Mạc Vũ Khang, Lý Tam Tổng đều là người nội địa lưu lạc vào đất Di, sung vào quan tiên phong.

Đúng như lời tâu, lệnh các tỉnh phụ cận như Giang Tây,

Quảng Tây, Phúc Kiến, Quảng Đông tra bắt, cùng lệnh nước này ra sức bắt giữ, không cần huý kỵ. Nói về An Nam, từ khi Vi Phúc Quan gây nghịch tại Lạng Sơn, viên Quốc vương cho điều quan quân tại Cao Bằng, Mục Mã đến đánh dẹp, lại kêu vời dân nội địa hợp lực đánh bắt. Đến lúc giặc họ Vi bị công phá, bọn dân này không thoả mãn sự đòi hỏi, lại tiếp tục cướp phá; như vậy người Di đã dựa vào dân thổ phỉ dẫn đến sự gian nguy, phong cách này không thể không biết! Cần phải gửi văn thư cho viên Quốc vương, tuyên bố chính sách nhu viễn của Thiên triều, cho từ nay nếu dân nội địa gây sự tại nước này, lập tức tống xuất. Còn các cửa ải, ra lệnh các quan văn võ quân lính ra sức phòng thủ.'

Nhận được chiếu chỉ:

'Y theo lời bàn mà thi hành." (**Thanh Thực Lục, Cao Tông Thực Lục** quyển 189, trang 8-9)

***"Ngày 30 Quí Sửu tháng 4 năm Càn Long thứ 8* [23/5/1743].** *Tuần phủ Quảng Tây Dương Tích Phật tâu:*

'Bọn giặc phỉ tại Bảo Lạc, An Nam là Vương Huy Diệu quấy phá chưa yên. Hiện sai các quan văn võ duyên biên thêm binh lính giữ nghiêm quan ải; không để cho một người ra vô.'

Nhận được chiếu chỉ:

'Tốt; các ngươi có thể lưu tâm chiêu phủ an ninh địa phương.'

Lại tâu:

'Dân nội địa tại Giao Chỉ, nếu như do bọn giặc phỉ quấy nhiễu nên muốn trở về nước, giao cho các bảo giáp [dân binh] (4) *ước thúc. Kẻ nào không phải dân nội địa, đều bị ngăn trở, không hứa cho vào.*

Nhận được chiếu chỉ:

"Tốt, đáng thi hành như vậy." (**Thanh Thực Lục**, **Cao Tông Thực Lục** quyển 189, trang 25)

Viên quyền Tổng đốc Vân Nam tâu rằng trong 5 phủ tiếp giáp với An Nam, 2 phủ Quảng Nam và Khai Hoá có những vấn đề đáng lo. Phủ Quảng Nam sát tỉnh Quảng Tây; nằm trên đường giao liên, dân Trung Quốc dùng để qua lại An Nam bất hợp pháp, nên cần ngăn chặn. Tại phủ Khai Hoá bấy giờ tiếp giáp với Đô Long mới trả cho An Nam, chỗ này nhiều hầm mỏ, nhân dân tụ tập đến hàng chục vạn, gặp lúc quân giặc tiến công, Thổ mục Ông Quế bỏ thành chạy trốn, dân xưởng mỏ sợ hãi; nên cần phải bố trí phòng thủ, ngăn chặn giặc xâm nhập vào nội địa, nhưng không mang binh gây hấn:

"***Ngày 29 Nhâm Ngọ tháng 4 năm Càn Long thứ 8*** **[21/6/1743]**... *Quyền Tổng đốc Vân Nam Trương Duẫn Tuỳ tâu:*

'Có 5 phủ: Khai Hoá, Quảng Nam, Lâm An, Nguyên Giang, Phổ Nhĩ thuộc tỉnh Vân Nam đều tiếp giáp với An Nam. Trừ các phủ như Lâm An, Phổ Nhĩ, Nguyên Giang có thể chiếu theo phép thường mà phòng thủ; riêng phủ Quảng Nam có những đường lưu thông với An Nam tại 2 xứ Miệt Na, Lang Hải; trước đây đã đặt đồn trạm, mỗi đồn trạm điều binh luyện 26 tên, nay thêm 4 tên binh, 10 tên Thổ luyện, tổng cộng mỗi trạm 40 tên. Lại có các xứ như Bản Giang Hà, Đổng Ngang, Mỹ Thang, Na Hắc, Đổng Bố Lý Thoả, Đổng Bố Nhai, tiếp giáp với Hồ Điệp, Phổ Viên, Ngưu Dương (5) thuộc phủ Khai Hoá; trước đây đã đặt 7 đồn trạm, mỗi trạm có 5 tên lính, 5 tên Thổ luyện; có một viên Thiên tổng trú tại Đổng Bố. Nay

tại 4 xứ phụ cận Khai Hoá như Thảo Chả, Mặc Đả, Hàm Long, Na Tát; mỗi nơi đều thêm 1 đồn. Lại tại 2 địa phương Quỉ Mã, Thạch Động cách Đổng Bố xa, quan sát điều động khó; tại địa điểm Ba Hạo thuộc Quát Trung lập 1 đồn tấn [tấn 汛], đặt 9 đồn trạm [tạp 卡], vẫn ra lệnh các viên biền binh phối hợp tuần tra.

Ba mặt của phủ Khai Hoá đều tiếp giáp An Nam, kể cả thuỷ bộ có 6 đồn trấn. Đường thuỷ tối quan trọng là đồn trấn Bá Sái, nơi này chướng lệ ác độc, riêng tuyển 1 viên Thiên tổng quen với thuỷ thổ mang binh phối hợp với Thổ luyện hợp đồng tuần tra. Đường bộ tối quan trọng là đồn trấn Ngưu Dương, trừ 1 viên Bả tổng đã đặt, lại điều thêm 1 viên Thiên tổng, mang 50 lính cùng với Thổ luyện đất này lo việc phòng thủ. Lại tra thuế buôn tại ải Mã Bạch (6), *vốn do viên Đồng tri phủ Khai Hoá lo thu và nạp, cần qui trách nhiệm cho viên Đồng tri lập thẻ yêu bài* (7) *(腰牌) đóng dấu khác hoả (恪火). Gặp những khách thương xuất khẩu buôn bán, xét không mang hàng cấm, điền vào yêu bài; khi đến cửa khẩu tra xét hàng hoá bán được. Còn như những nạn dân Giao Chỉ xin vào nội địa, quan địa phương tra rõ, cấp cho lương ăn, lộ phí rồi đuổi ra khỏi cửa khẩu.'*

Nhận được chiếu chỉ:

'Cai trị con người, không cai trị phép tắc; theo ý thiện mà thi hành là được.'

Lại tâu:

"An Nam từ khi biến loạn đến nay, thôn trại trong 10 nhà có 9 nhà trống, giặc muốn cướp cũng không có chỗ để cướp, thế không ở lâu được. Nhưng tại xưởng Đô Long (8), *tụ tập dân Di không dưới 10 vạn; trong đó có bọn du thủ du*

thực, nếu thừa cơ theo giặc thì đất xưởng không khỏi không lo, vì vậy không thể không gia tăng phòng ngừa. Ngoại trừ phủ Khai Hoá đã điều động 450 tên tại phủ thành đến đồn trấn Mã Bạch tại sông Đổ Chú trú trát để dương uy đàn áp, lại hịch điều 300 quan binh tại Quảng La đến Khai Hoá để viên trấn thủ tại đây tuỳ cơ điều động làm mạnh thế quân; cùng treo bảng tại Đô Long hiểu thị dân khách trú [kiều dân Trung Quốc] *giữ vững xưởng, đừng kinh sợ bỏ trốn rồi thất nghiệp.'*

Nhận được chiếu chỉ:

'Đáng biện lý như vậy." (**ThanhThực Lục, Cao Tông Thực Lục** quyển 191, trang 21-22)

"*Ngày 6 Bính Tuất tháng 7 năm Càn Long thứ 8* [24/8/1743]. *Các Quân cơ đại thần bàn rồi tâu lên:*

'An Nam suốt năm bất ổn, bọn gian thừa cơ dấy lên, trong đó kẻ thuận, nghịch, ngay, cong, khó mà phân biệt; nhưng ước tính tình thế, nhất thời khó có thể chấm dứt ngay. Nay lại tụ tập xâm bức Đô Long, thế giặc khá mạnh. Xét về vùng phủ Khai Hoá tại phía nam tỉnh Vân Nam, cách biên giới khoảng 100 lý [58km], *tuy bọn gian tặc vẫn chưa dám xâm phạm biên giới, nhưng nội địa Đô Long nhân dân tụ tập rất đông; quân giặc tiến công, dân tại xưởng mỏ sợ trốn, nếu nhất loạt vào quan ải thì lo liệu tốn phí, bởi vậy việc phòng giữ càng nên nghiêm mật.*

"Nay cứ theo lời bào của bọn Trương Duẫn Tuỳ, giặc người Giao cấu kết đánh nhau, viên Thổ mục Ông Quế bỏ thành chạy trốn, dân xưởng mỏ sợ hãi. Trương Duẫn Tuỳ một mặt cho dán tờ cáo thị, không cho phép giặc sát thương thương nhân [thương nhân Trung Quốc tại Đô Long]; *một*

mặt ra lệnh các quan văn võ chỉnh bị quân lính, không cho bọn giặc tự tiện vào nội địa. Bọn người Giao đều nhất nhất tuân theo, không dám vi phạm chút nào, về lý thì có vẽ liệu biện tốt. Còn Tổng binh trấn Khai Hoá Tái Đô thì có những lời cho rằng 'Phòng bị biên giới và đánh nhau, phí tổn tương đương; xin điều động quan binh, thay trời thảo phạt'. Không biết rằng bọn giặc cỏ người Giao kia, nếu dùng binh lực của Thiên triều, thì không kẻ nào mà không chấn phục; còn nếu bọn chúng dám phạm vào biên giới thì tiêu diệt không tha. Nhưng nước này vốn không trái mệnh, lại không xin cầu viện, rồi bất chợt vượt cảnh chinh phạt, xuất sư không có lý do, thật không hợp với chính sách nhu viễn, việc này quyết không thể thi hành.

'Nhưng trấn Khai Hoá gần với chỗ giặc nổi lên, dân Di chạy trốn, không phải chỉ 1 người, cần phải lo phòng thủ đàn áp. Cứ viên Tổng đốc tấu xưng, đã điều động 300 quân từ Quảng La, trấn Lâm Nguyên điều thêm 300 quân phụ thêm để đề phòng. Bọn thần ước tính rằng bọn Di không dám phạm biên giới, số quân đã đủ dùng. Nếu đặt thêm đồn trấn cũng không đủ; vả lại binh từ Quảng La, Quảng Nam cũng có thể điều động đến khi cần, binh trong nội địa cũng có thể phái đến; nay chỉ cần biểu dương thanh uy tại biên giới. Vả lại đất Di khí nóng bốc lên, lam chướng rất mạnh; quân ta trú đóng, không miễn tổn thương; vậy nếu không có vấn đề quan trọng, đừng nên gây sự nghi ngờ; bởi thế không nên thêm quân gia phòng, chỉ cần trấn tĩnh là đắc sách.'

Nhận được chiếu chỉ:

'Chuẩn y lời bàn, cho thi hành." (**Thanh Thực Lục**, **Cao Tông Thực Lục** quyển 196, trang 6-8)

Về mối loạn tại vùng châu Bảo Lạc tỉnh Cao Bằng, Tuần phủ Quảng Tây xác nhận có nhiều dân Trung Quốc tham gia. Nguyên nhân dưới thời Khang Hy nhà Thanh, một số con cháu họ Mạc bị an sáp tại các huyện Lăng Vân, Tây Lâm, Tây Long [Bách Sắc thị], phủ Tứ Thành, thuộc lưu vực sông Hữu Giang, Quảng Tây. Nay chúng thừa dịp trở về quê cũ Cao Bằng mưu phục quốc:

"***Ngày 29 Tân Hợi tháng 5 năm Càn Long thứ 8*** **[20/7/1743]**. *Tuần phủ Quảng Tây Dương Tích Phật lại tâu:*

'Bọn giặc phỉ Mạc Khang Vũ quấy nhiễu Bảo Lạc [Cao Bằng], *quá nửa là dân nội địa. Hiện đã bắt được Chu Đạo Nam, Hoàng Hán; bọn này gian nguỵ hung hãn, phản phúc khác thường, đáng nghiêm cấm thêm. Đợi bắt thêm nữa, cho cứu xét một lần.'*

Nhận được chiếu chỉ:

'Việc này đáng xử nặng để cảnh cáo. Hà tất lần lữa cho sống tạm!" (**Thanh Thực Lục, Cao Tông Thực Lục** quyển 193, trang 22)

Con đường thuận tiện nhất cho con cháu nhà Mạc từ phủ Tứ Thành trở về Cao Bằng, phải qua phủ Quảng Nam, Vân Nam. Nên Vua Càn Long ta lệnh Tổng đốc Trương Duẫn Tuỳ phải lưu ý cho canh gác phòng bị:

"***Ngày 25 Bính Tý tháng 6 năm Càn Long thứ 8*** **[14/8/1743]**. *Dụ các Quân cơ đại thần:*

'Phủ Trấn An tỉnh Quảng Tây và phủ Quảng Nam tỉnh Vân Nam đều có cửa ải thông An Nam. Từ năm ngoái bọn giặc phỉ quấy nhiễu châu di Bảo Lạc; các viên quan lớn văn võ tại hai tỉnh Vân Nam, Lưỡng Quảng đáng nghiêm sức quân

lính phòng thủ tại quan ải, ra sức phòng ngừa, không để cho bọn phỉ vãng lai ra vào, nhằm tảo thanh biên cảnh. Trẫm nghe rằng Lưỡng Quảng kê tra có phần nghiêm, nhưng tỉnh Vân Nam thì hầu như sơ hốt. Dân phủ Quảng Nam xuất cảnh đến đất Giao rầm rộ, thực rất hỗn tạp. Trương Duẫn Tuỳ cũng không thường xuyên tâu tình hình cửa ải, không khỏi coi thường sự việc. Các ngươi cần mật dụ Trương Duẫn Tuỳ, lệnh phải chú ý phòng bị." (**Thanh Thực Lục, Cao Tông Thực Lục** quyển 195, trang 20)

Viên Tuần phủ Quảng Tây xác nhận bắt được hàng trăm người dân Tây Long, phủ Tứ Thành; về Cao Bằng theo Mạc Khang Vũ nổi dậy:

"***Ngày 29 Kỷ Dậu tháng 7 năm Càn Long thư 8*** **[16/9/1743]**. *Tuần phủ Quảng Tây Dương Tích Phật tâu:*

'Trước đây bọn giặc phỉ Mạc Khang Vũ quấy nhiễu An Nam, người hai châu huyện Tây Lâm, Tây Long [phủ Tứ Thành, Quảng Tây] *đến đất Giao. Nay cứ theo lời báo của viên Tổng đốc Trương Duẫn Tuỳ, bắt được người dân Tây Long hơn 100 người, hiện đang giải quyết. Tái bút: Dân Tây Long đến đất Giao, do đường từ phủ Quảng Nam, tỉnh Vân Nam, nay trở về nội địa cũng bắt tại Quảng Nam."*

Nhận được chỉ dụ:

"Đã xem; tuy bắt được tại Vân Nam, nhưng nếu không bỏ đi từ Quảng Tây thì Vân Nam làm sao bắt được! Lời nói tuy khéo nhưng lại vụng." (**Thanh Thực Lục, Cao Tông Thực Lục** quyển 197, trang 27)

Tuần phủ Quảng Tây và Tổng đốc Lưỡng Quảng đều trưng lên bằng chứng về việc người họ Mạc nổi dậy tại Cao Bằng cấu kết chặt chẽ với người họ Mạc bị an sáp tại phủ

Tứ Thành; nên chủ trương canh gác biên giới, phòng bị nghiêm mật:

"*Ngày 30 Kỷ Dậu tháng 9 năm Càn Long thứ 8* **[15/11/1743].** *Tuần phủ Quảng Tây Dương Tích Phật tâu:*

'Bắt được phạm nhân tên Lương Điểm Đậu thuộc họ Mạc [đổi tên] *tại huyện Lăng Vân* [Quảng Tây] *từ Giao Chỉ trốn về; sau khi tra tấn biết rõ y là tên họ Mạc quấy nhiễu tại Giao Chỉ. Khám xét y phục của tên này tìm được hai lá thư của tên Mạc Bảo tại Giao Chỉ ước hẹn với người nhà là Mạc Tạo, Mạc Khoá. Thực tình bọn này là họ Mạcbị an sáp tại Tứ Thành, hậu duệ của Mạc Đăng Dung. Hiện tại tra xét duyên do để đề phòng.'*

Nhận được chiếu chỉ:

'Việc ngươi liệu biện tình hình biên giới tại Giao Chỉ, chỉ có một việc này là đáng khen. Đáng cấp tốc tra xét thêm, nhưng không thể có kết cuộc [sai lầm] *như vụ án cũ.*" [**Thanh Thực Lục, Cao Tông Thực Lục** quyển 201, trang 42]

"*Ngày 30 Kỷ Mão tháng 10 năm Càn Long thứ 8* **[15/12/1743].** *Quyền Tổng đốc Lưỡng Quảng Sách Lăng tâu:*

'Huyện Lăng Vân [Quảng Tây] *bắt được gian phỉ An Nam là Lương Kính Hồng, lục trong áo bông lấy ra được 2 phong thư của Mạc Chính Thần tại Giao Chỉ* [An Nam] *gửi cho 2 anh của y là Mạc Tạo, Mạc Khoá. Trong thư cho biết người chồng của chị ruột y là Sầm Tế Khang mạo xưng họ Mạc, hiện trú tại biên cảnh không được dân chúng phục; y mong đợi anh trưởng sang để khôi phục đất xưa; cùng lệnh bọn Mạc Khoa kiểm soát, mang theo những tài liệu về họ Mạc và đến để thương nghị. Bọn phỉ người Di giao thông, lại tham vọng báo oán xưa, chứng cứ hiển nhiên, án tình trọng đại.*

Đã mật lệnh cho 2 ty Bố chánh và Án sát, đưa phạm nhân ra lo liệu thẩm vấn.'

Nhận được chiếu chỉ:

'Hiểu rõ lời tâu.'

Tổng binh trấn Hữu Giang Tỉ Ánh tâu:

'Điều tra được tình hình Lương Kính Hồng cùng bọn Mạc Tạo, Mạc Khoa giao thông với Di phỉ, cùng truy cứu về tài liệu đồ hình. Hiện sức các cửa ải dọc biên giới gia tăng nghiêm phòng.'

Nhận được chiếu chỉ:

Hiểu rõ lời tấu. Nghiêm xét sự ra vào tại biên giới, làm yên tĩnh địa phương là được." (**Cao Tông Thực Lục** quyển 203, trang 25-26)

Vào tháng 8, Tổng đốc Lưỡng Quảng Sách Lăng và Tổng đốc Vân Nam Trương Duẫn Tuỳ tổng kết tình hình chung các tỉnh biên giới tại An Nam: Tại các tỉnh Quảng Ninh, Bắc Giang quân An Nam đánh tan giặc Triệu Hiếu tại Đào Sơn [huyện Lục Ngạn, Bắc Giang]. Tại Cao Bằng tên Hỉ Dương cùng bọn Mạc Chính Báo chiếm cứ vùng An Biên [xã Linh Hồ, huyện Vị Xuyên, Hà Giang], Bảo Lạc [Cao Bằng]; Mạc Chính Báo vốn tên là Mạc Năng Nhân, người phủ Tứ Thành, Quảng Tây. Tại Đô Long bấy giờ thuộc Tuyên Quang, Di phỉ Giao Cương sai bọn Đầu mục Lục Nguyên đánh chiếm. Trước đó Thổ mục Ông Quế bỏ trốn, sau đoạt lại Đô Long, Tổng đốc Vân Nam bèn ra lệnh cho phủ Khai Hoá, đưa những dân tỵ nạn hộ tống xuất khẩu, giao cho Ông Quế lãnh:

"Ngày 29 Kỷ Mão tháng 8 năm Càn Long thứ 8

[16/10/1743]. *Tướng quân Quảng Châu tạm giữ ấn tín Tổng đốc Lưỡng Quảng Sách Lăng tâu:*

"Di mục đất An Nam mang binh thuyền, vào các ngày mồng 8 và 19 tháng 7 [26/8/1743 và 6/9/1743] *cùng với bọn giặc phỉ tại Đào Sơn* [huyện Lục Ngạn, Bắc Giang] *là Triệu Hiểu đánh nhau, giết bọn giặc phỉ hơn 1000 tên, bắt được thuyền giặc hơn 100 chiếc, Triệu Hiểu vẫn trốn về Đào Sơn. Đào Sơn cách xa Khâm Châu một biển, liệu không thể vượt qua trùng dương xa xôi để lén vào nội địa. Nhưng việc biên phòng không thể không cẩn thận, hiện truyền hịch cho các Đốc trấn tại duyên hải mang quân lính, điều bát binh thuyền, gia tăng tuần tiễu.*

"Lại chuẩn lời tâu của Tổng đốc Vân Nam Trương Duẫn Tuỳ xưng rằng 'An Nam sau khi Hỉ Trường đầu thuận, lại có tên Hỉ Dương mạo tên là Vũ Hữu Khanh cùng bọn Mạc Chính Báo tại vùng An Biên, Bảo Lạc nước này, hô hào tụ tập. Lại xưng rằng 'Mạc Chính Báo vốn tên là Mạc Năng Nhân, người phủ Tứ Thành 泗城*, thủ hạ chúng phần đông người gốc Quảng Tây. Thần tra địa phương Tứ Thành trước đây là đất an sáp họ Mạc, con cháu hiện này vẫn còn ngụ tại huyện Lăng Vân, đã chiếu gửi cho hành ty tra cứu. Tái bút: Các vùng Mục Mã, Lạng sơn nước này dùng binh liên miên; tương lai đói kém, đạo tặc vẫn còn nổi lên. Hiện tại bất thường đột xuất nghiêm sức văn võ các quan, tăng cường đề phòng, đôn đốc việc tra xét.'*

Nhận được chiếu chỉ:

'Thấy được rất đúng, đáng liệu biện như vậy.'...

Tổng đốc Vân Nam kiêm Tuần phủ Trương Duẫn Tuỳ lại tâu:

'Bắt được tên nguỵ Thượng thư Lô Anh do tên nguỵ họ Vũ thị vương Hỉ Dương sai đến Đô Long, tra tấn khai là người phủ Khai Hoá. Hiện thông sức Án sát sứ đem phạm nhân này, cùng những tên đã bắt lần trước như Lâm Bằng Ô người đạo Tuyên Quang giam cấm; đợi bắt tiếp bè đảng, nghiêm ngặt thẩm tra một lần, rồi đề tham lên đầy đủ. Lại chỉ riêng vùng Mộc Tô Tranh đã bắt được 146 tên Sa phỉ từ Giao Chỉ trở về, vùng Mộc A, Tái Pha Đầu bắt được 329 Sa phỉ; thu hoạch các khí giới cung, nỗ, đao, thương 236 cái.

Điều tra trong nước An Nam, bọn Hỷ Dương, Mạc Chính Báo; một người xưng là hậu duệ của Giao Cương, một người xưng là con cháu họ Mạc tại Cao Bằng, lấy danh nghĩa khôi phục đất phong cũ, các Di phỉ trong ngoài quây quần phụ hoạ. Thông qua lệnh của thần sai các quan văn võ địa phương tìm cách chiêu dụ và bắt, trước sau bắt được quan nguỵ 2 tên, chiêu hồi và bắt Di phỉ hơn 1000 tên. Hiện đem nguỵ quan giam cấm thẩm vấn, các Sa phỉ cấp lương ăn cho từng tên, phân chia giải về nguyên tịch tại các tỉnh Quí Châu và Lưỡng Quảng, giao cho quan địa phương quản lý an sáp. Còn 2 lần bắt được dân Giao tỵ nạn, cấp cho lương thực; đợi cho thế giặc An Nam hơi yên tĩnh, cho về quê theo nghiệp cũ.

Lại cứ Thổ mục châu Bảo Lạc, An Nam Nùng Yến Triều sai bọn Đầu mục Tưởng Triều Thông cạo tóc, đổi y phục, đến doanh Quảng Nam tố cáo, xin tiễu trừ hai họ Vũ, Mạc. Thần sai phủ Khai Hoá hiểu dụ bọn Tưởng Triều Thông để chuyển lời cho viên Thổ mục rằng: trong ngoài đã có giới hạn, không có lý để đại quốc vượt biên giới tiễu trừ đạo tặc cho thuộc quốc. Nên đến ngay viên Quốc vương để xin quân, cấp cho phí tổn. Rồi ra lệnh cho trở về.'

Nhận được chỉ dụ:

'Mọi việc đều thoả hiệp; đã hiểu.'

Lại tâu:

'Di phỉ Giao Cương tại An Nam là Vũ Hiền Khanh, tức Hỷ Dương, sai bọn Đầu mục Lục Nguyên, Vương Kỳ đánh chiếm Đô Long. Thổ mục Ông Quế bỏ trốn, quân giặc lại đánh Nam Sơn. Tra Nam Sơn với cầu Thiên Sinh tại Khai Hoá chỉ cách một con sông; nhân thông sức phủ, trấn Khai Hoá chỉnh bị quân uy, yểm trợ người Giao từ đằng xa. Nếu như bọn giặc dám vượt biên giới một bước lập tức bắt giết. Lại hiểu dụ Thổ mục Nam Sơn ra sức cố thủ. Vào ngày 7 tháng 6 [27/7/1743], Ông Quế đoạt lại Đô Long, bèn ra lệnh phủ Khai Hoá, đưa những dân tỵ nạn trước đây tư cấp đầy đủ, rồi hộ tống xuất khẩu, giao cho Ông Quế lãnh, để trở về với nghiệp cũ. Nhưng Ông Quế thì quân ít, không được tiếp viện, thế khó mà giữ. Đô Long tiếp cận nội địa, hiện sai Lãnh binh phòng bị thanh viện đằng xa, để biên giới được yên tĩnh.'

Nhận được chỉ dụ:

'Những điều tâu đều hiểu rõ." (**Thanh Thực Lục, Cao Tông Thực Lục** quyển 199, trang 15-17 cùng 19-21)

Chú thích:

1. Các châu Ninh Minh, Long Châu, Thổ Giang, Thổ Tư đều thuộc phủ Thái Bình, tỉnh Quảng Tây.

2. Bình Nhi: tên ải, nơi sông Kỳ Cùng tỉnh Lạng Sơn chảy sang Trung Quốc.

3. Thuỷ Khẩu: tên ải, nằm tại nhánh sông chảy vào Tả Giang, giữa tỉnh Cao Bằng và huyện Long Châu, Quảng Tây.

4. Bảo giáp: phép dùng dân binh của Vương An Thạch

đời Tống, lấy dân làm lính, đặt người dạy dân tập luyện võ nghệ.

5. Năm Canh Ngọ [1690] Sứ thần nhà Lê gồm Chánh sứ Nguyễn Danh Nho sang nhà Thanh đòi đất bị mất, trong đó có Ngưu Dương, Hồ Điệp, và Phổ Viên nhưng nhà Thanh không trả lại.

6. Mã Bạch: còn gọi là Mã Bá, vị trí gần sát phía nam huyện lỵ Mã Quan, thuộc châu tự trị Văn Sơn, tỉnh Vân Nam hiện nay.

7. Yêu bài: thẻ đeo vào eo bụng, để nhận diện.

8. Đô Long: vùng đất trước đây thuộc Việt Nam, được gọi là Tụ Long; qua hiệp ước Thiên Tân thực dân Pháp đã nhường cho Trung Quốc, hiện nay còn địa danh trấn Đô Long, thuộc huyện Mã Quan, tỉnh Vân Nam, trấn này giáp với tỉnh Hà Giang, Việt Nam.

139.
Vua Lê Hiển Tông [1740-1786] (3)

Tháng 2 năm Giáp Tý, Cảnh Hưng thứ 5 [14/3-12/4/1744], (Thanh, năm Càn Long thứ 9); có con cá lớn vào sông Cái. Con cá đầu như đầu voi, mình dài hơn 4 trượng [16 mét], từ cửa biển Thần Đầu [huyện Yên Mô, Ninh Bình] vào cửa sông, rồi theo sông Châu Kiều [sông Châu Giang, Hà Nam] ngược dòng bơi lên, đến miếu thờ tại khúc sông Thuần Lương [xã Hương Lâm, huyện Phú Xuyên, Hà Tây] ở đấy 3 ngày, rồi lại bơi ra biển.

Tháng 3 [13/4-11/5/1744], bổ dụng hoạn quan Hoàng Công Kỳ giữ chức Trấn thủ Sơn Nam, kiêm thống lãnh mặt đông nam; triệu Nguyễn Công Thái về, lại vào phủ Chúa giữ chức Tham tụng. Trước đây Công Thái ra trấn thủ Sơn Nam, có tài về việc vỗ về dân, chống giặc cướp, vì thế mà bọn giặc cỏ Hoàng Công Chất không dám quá hung ngược, dân địa phương tạm được yên ổn. Trịnh Doanh nghĩ công lao của Công Thái, cho triệu về kinh, bổ dụng Công Kỳ đến thay.

Bắt đầu cấp thái ấp cho bầy tôi trong chính phủ. Cấp thái ấp cho Tham tụng Đào Hoàng Thực và Nguyễn Công Thái, mỗi người 2 xã, gọi là ngụ lộc; việc này sau trở thành lệ.

Tháng 5 [11/6-9/7/1744], bổ dụng Mai Thế Chuẩn làm Đốc trấn Cao Bằng. Trước kia, họ Mạc bị quan quân tiến đánh, dắt díu gia quyến chạy sang trú ngụ ở phủ Tứ Thành [Bách Sắc thị] Quảng Tây. Đến nay, mầm mống còn sót lại, nhân thấy trong nước có việc nguy cấp, bèn tụ họp xâm phạm biên giới. Triều đình đã mấy lần sai quân đi đánh dẹp, bọn Đặng Công Diễn và Nguyễn Đình Bá cũng có phen đánh được, nhưng vì làm trái phương pháp vỗ yên dân, chống cự giặc, nên dân man sau lại hưởng ứng với giặc, thế giặc lại mạnh to lên. Chúng hoạt động vùng Hưng Hoá, Thái Nguyên, Cao Bằng, Tuyên Quang làm lòng người náo động. Lê Hữu Kiều xin chọn bầy tôi Nho học đi yên ủi vỗ về dân chúng. Vì thế, bèn cho Thế Chuẩn, Tiến sĩ xuất thân, đi giữ chức này.

Trước kia, Hoàng Ngũ Phúc đánh Nguyễn Hữu Cầu ở Đồ Sơn [Hải Phòng], không thắng nổi, tì tướng là Trịnh Bá Khâm bị chết tại trận. Đến nay Ngũ Phúc lại tiến quân bao vây, Hữu Cầu phá vòng vây để ra, đi gấp đường đến Kinh Bắc, chiếm cứ sông Thọ Xương [thị xã Bắc Giang] đắp luỹ ở hai bên bờ sông để giữ, từ Quế Nham [Bắc Giang] đến Khê Kiều [Bắc Giang] đều cắm kè bằng gỗ, bày la liệt hơn vài trăm thuyền chiến, đồn luỹ liên lạc. Trấn thủ Trần Đình Cẩm tiến quân từ Thiết Sơn [huyện Yên Dũng, Bắc Giang] đến Trai Thị, bị giặc đánh bại, tất cả quân lính tan vỡ. Đình Cẩm lưu giữ Thị Cầu [Bắc Ninh], giặc nhân thế thắng đuổi đánh, Đình Cẩm lại bị thua, giặc đuổi theo, bèn chiếm được trấn thành Kinh Bắc, tung lửa đốt doanh trại, Đình Cẩm cùng đốc đồng Vũ Phương Đề bỏ ấn tín chạy. Nửa đêm tin báo đến kinh, trong kinh thành nhốn nháo kinh sợ. Triều đình sai vệ binh chia nhau đóng ở trường tập bắn và xã Vân Canh [huyện Từ Liêm, Hà Nội], xã Nhân Mục [huyện Thanh Trì, Hà Nội], cầu Yên Quyết [Cầu Giấy] để phòng bị. Ngũ Phúc được tin Kinh Bắc thất thủ, bèn dẫn quân tiến đến đóng ở Võ Giàng [huyện Từ Sơn, Bắc Ninh]; Chúa Trịnh Doanh sai người quở trách rằng:

"Bọn ngươi đi đánh dẹp hơn một năm, tiến sát đến Đồ Sơn đã năm sáu tháng mà phòng bị sơ hở, để giặc hung hãn rời khỏi được sào huyệt; rồi lại đến 7, 8 ngày sau mới đuổi theo, để cho đồ đảng của giặc xâm phạm một cách đột ngột, làm kinh sợ náo động cả lòng người. Như thế có xứng đáng với phận sự người tướng giữ ngoài biên trấn không? Nhà ngươi phải cố nghĩ tự mình hết sức để chuộc tội lỗi ".

Ngũ Phúc dâng tờ khải nói:

"Hữu Cầu sau khi bị thua, phải trốn tránh, quân đã ít mà lại phân tán, thì cái thế đánh phá được chúng tưởng cũng dễ dàng. Nếu được quân sử dụng bằng voi giúp uy thế, tôi sẽ ngầm lùa voi xông ra đánh trận, làm cho chúng mặt trước mặt sau không cứu ứng lẫn được nhau, thì có thể bảo đảm được tất thắng. Vả lại, ý định của chúng chẳng qua chỉ muốn liên kết với bọn giặc cỏ, tiến quân quấy rối sông Nhị mà thôi. Nay tôi đóng ở Võ Giàng, nếu chúng muốn đem hết quân tiến lên mặt trước, lại sợ tôi đánh chặn ở mặt sau, cho nên chẳng qua chỉ liều chết cố thủ, không làm gì được".

Trịnh Doanh nhận được báo cáo của Ngũ Phúc, mừng lắm, lập tức sai Cổn quận công Trương Khuông cùng Ngũ Phúc chia làm 5 đạo đuổi đánh; Trương Khuông theo đường Yên Dũng đánh mặt trước, Nguyễn Trọng Thân đánh phía tả mặt trước, Vũ Tá Liễn đánh phía hữu mặt sau, Lê Lệ đánh phía tả mặt sau, Hoàng Ngũ Phúc chặn ngang dòng sông để phòng bị giặc chạy trốn. Tháng 7 [8/8-5/9/1744], Hoàng Ngũ Phúc và Trương Khuông thu phục được thành Kinh Bắc.

Tháng 8 [6/9-5/10/1744], dân chúng ở Hải Dương đến kinh khuyết xin triều đình xuất quân tiễu trừ giặc, nhưng không được trả lời. Lúc ấy giặc cỏ ở Hải Dương thấy triều đình đương bận việc đánh dẹp mặt bắc, nhân cơ hội sơ hở, bèn quấy rối cướp bóc các lộ Hồng Châu, Khoái Châu, đi đến đâu vơ vét đến đấy. Bắt được nhân dân, chúng đặt ra từng hạng để sách nhiễu phải chuộc, chúng treo người lên cần tre, đổ nước vào mũi, làm đủ mọi sự ác ngược, hoặc bỏ hạt thóc vào trong mắt rồi khâu lại, hoặc đưa vào nhà giam có rắn, rết và đỉa để làm cho người ta phải khổ sở, thậm chí lấy giáo xiên trẻ con, dùng lửa thiêu phụ nữ, rất là thảm khốc. Dân sở tại kéo đến cửa khuyết kêu về việc nguy cấp, xin triều đình sai tướng đem quân đến để cứu vớt lấy dân. Các quan trong triều lấy cớ rằng giặc ở mặt bắc đương kịch liệt, chưa có thì giờ ngó tới mặt đông được, rồi bỏ ỉm tờ sớ ấy đi, không trả lời cho dân biết.

Tháng 10 [4/11-3/12/1744], tướng giặc tên Tương, cướp huyện Yên Sơn [huyện Quốc Oai, Hà Tây]; Thống lãnh Đặng Đình Quỳnh bỏ binh lính, chạy trốn. Triều đình sai Trịnh Đạc tiến đánh, phá được.

Trước đây, tên Tương chiếm cứ xã Vĩnh Đồng, huyện Mỹ Lương [huyện Quốc Oai, Hà Tây], Trịnh Doanh sai Tổng binh đồng tri Đặng Đình Quỳnh làm Thống lãnh, Hiệu thư Phạm Gia Ninh làm Tán lý, đem quân đi đánh. Đình Quỳnh không biết mưu mô làm tướng, vì lấy Quận chúa [con gái Chúa Trịnh] nên được lên chức. Khi phụng mạng đi đánh giặc, Quỳnh dắt cả quận chúa cùng đi, đóng ở xã Sơn Lộ huyện Yên Sơn [huyện Quốc Oai, Hà Tây], dùng chợ làm đồn đóng quân, không xếp đặt điếm canh phòng; Gia Ninh cũng vào trú ở nhà dân. Khi giặc kéo đến xã Tiên Lữ [huyện

Quốc Oai, Hà Tây], Gia Ninh được tin, đến chỗ Đình Quỳnh, thì Quỳnh đã dắt quận chúa trốn đi từ trước rồi. Giặc ập đến bao vây, Gia Ninh sa vào tay giặc, bị chết. Trịnh Doanh lại sai đại tư đồ Doãn trung công Trịnh Đạc làm thống lãnh đi đánh, Tương bỏ trốn. Vì cớ lấy quận chúa, nên Đình Quỳnh chỉ bãi chức; việc này khiến tướng sĩ bực tức.

Tháng 11 [4/12/1744-2/1/1745] Trương Khuông, Hoàng Ngũ Phúc, Vũ Tá Liễn hẹn nhau cùng đánh kẹp Nguyễn Hữu Cầu tại Ngọc Lâm [huyện Yên Dũng, Bắc Giang]. Khuông tự đem quân bản bộ đánh mặt trước, dùng bộ thuộc là Trịnh Phương, làm tiên phong. Hữu Cầu giữ nơi hiểm trở, đặt quân mai phục, bề ngoài phô trương quân gầy còm để làm ra sức yếu. Trương Khuông nhân thế sắc bén liều lĩnh tiến quân. Hữu Cầu giả vờ thua, bỏ đồn chạy, dữ quân Trương Khuông vào trong chỗ hiểm trở; tướng sĩ của Khuông bám nhau theo đội hình hàng dọc như xâu cá để tiến quân. Thình lình quân mai phục nổi dậy, Hữu Cầu thống suất sĩ tốt liều chết ùa ra đánh, quân của Khuông thua to. Quan quân ở bốn đạo không đánh mà tự vỡ, thế giặc lại lớn lên, đài phong hoả đốt lửa báo động báo thông về. Trịnh Doanh viết thư nghiêm khắc quở trách Trương Khuông và triệu về, bèn bổ dụng Đinh Văn Giai làm Thống lãnh thượng tướng quân, kiêm đốc suất quân bốn đạo, bồi tụng Ngô Đình Oánh làm tán lý, đem quân đi đánh. Khi Văn Giai đã đến nơi, đóng quân lại, không tiến lên, nhiều người lấy làm nghi ngờ. Nhân đấy Hữu Cầu đặt mưu kế, nói dối bọn thủ hạ rằng:

"Văn Giai đã ước hẹn xin hàng, nhưng nếu đến đầu hàng một cách rõ ràng, sợ liên luỵ đến gia quyến, nên bí mật hẹn khi ra trận bị bắt, để che lấp miệng người ngoài. Nay mai giao chiến, các ngươi cứ theo hướng chỉ huy của ta mà bắt

lấy hắn, thì lo gì không bình định được thiên hạ".

Đồ đảng của Hữu Cầu tin lời. Kịp khi giao chiến, quân giặc tranh nhau nhằm chỗ voi có hiệu cờ của Văn Giai mà xông pha tiến vào, hăng hái một người địch nổi trăm người. Toán quân của Văn Giai đổ ngã, giặc xúm quanh chân voi leo lên như đàn kiến. Văn Giai khí sắc không thay đổi, dùng phi thương chém bên tả, chém bên hữu, giết được giặc rất nhiều. Hai con hắn ở mặt trận sau la thét to mà tiến lên, quân giặc hơi lùi, bèn thu thập sĩ tốt còn sót lại kéo về doanh trại. Được tin báo, Trịnh Doanh giận lắm, nghiêm khắc quở trách. Sau đó, giặc vây doanh trại Thi Cầu, Ngũ Phúc chia ra ba cánh để tiến quân: Ngũ Phúc tự mình đem quân bản bộ đánh mặt trước, Đàm Xuân Vực đánh mặt tả, Nguyễn Danh Lệ đánh mặt hữu. Hữu Cầu bị thua, qua sông để chạy, bèn giải được vây. Trịnh Doanh lại triệu văn Giai về, bổ dụng Ngũ Phúc làm Thống lãnh đạo Kinh Bắc, lại kiêm Trấn thủ Hải Dương và cho Phạm Đình Trọng làm Hiệp trấn Hải Dương. Còn Đinh Văn Giai và Ngô Đình Oánh khi về đến triều, đều bị giáng xuống ba trật.

Tại vùng Sơn Tây, Nguyễn Danh Phương thúc giục dân chúng nổi dậy, số quân có hơn vạn, chiếm cứ Việt Trì [Phú Thọ], rồi cướp phá Bạch Hạc. Viên Đốc suất Sơn Tây Văn Đình Ức, đem vệ binh đến bao vây, bọn hào mục bản thổ đem quân đến họp hàng vài vạn người, thanh thế quân lính rất hùng mạnh. Sau đó, Đình Ức lại ra đóng ở xã Nghĩa Yên [huyện Vĩnh Tường, Vĩnh Phúc], Danh Phương bèn nhân ban đêm vượt vòng vây ra, lui về xã Thanh Lãnh [huyện Tam Đảo, Vĩnh Phúc].

Về phía nhà Thanh viên quyền Tuần phủ Quảng Tây tâu xin ngăn bớt dân chúng hai nước vượt biên giới buôn lậu bằng cách chính thức mở cửa khẩu Do Thôn gần phố thị tại Lạng Sơn, cho qua lại buôn bán:

"Ngày 29 Ất Hợi tháng 6 năm Càn Long thứ 9 [7/8/1744]. *Quyền Tuần phủ Quảng Tây Thác Dung lại tâu:*

"Ba phủ Nam Ninh, Thái Bình, Trấn An tiếp giáp với Di Giao Chỉ; trước đây đã đặt 3 cửa quan, 100 cửa ải. Qua viên Tuần phủ trước đây là Kim Hồng qui định: hai cửa quan Bình Nhi và Thuỷ Khẩu, cho phép dân buôn ra vào, trấn Nam Quan là đường đi cống của nước này; còn lại 100 ải đều bị ngăn cấm. Tuy nhiên trong vòng 3 cửa quan, 100 cửa ải đều có đường nhỏ, nhiều lam chướng độc hại, vết chân người ít khi gặp; nhưng dân Mèo sinh sống tại nơi này, quen việc vượt núi qua lãnh; nếu việc tuần tra lỡ bị sơ hốt, bọn gian sẽ lén vượt.

Mấy năm gần đây, trong nước An Nam có loạn, viên Tổng đốc tiền nhiệm Sách Lăng tâu xin nghiêm cấm Hán gian ra vào, không cho dân buôn đến nước Di giao dịch, ở lâu tại đất Phiên rồi lấy phụ nữ Phiên. Sau khi thần đến nhậm chức, duyệt đọc án từ, gặp các viên ty, đạo để tìm hiểu, rồi cho lấy gạch gỗ ngăn chặn các cửa ải, lập bảo giáp [nhân dân tự vệ]; *lại xin đem ải Do Thôn* (1), *thuộc phủ Thái Bình, do Đồng tri Minh Giang quản lý, được mở cửa ra vào, để tiện cho dân buôn qua lại. Lại cứ theo lời bẩm, dọc theo biên giới một dãy Thập Vạn Sơn kéo dài hơn một ngàn lý, người có thể vin leo mà qua, thực khó cấm chỉ. Thần trước sau lưu tâm hỏi han được biết ải Do Thôn cách châu Ninh Minh 110 lý, dân buôn tại Ninh Minh muốn qua ải này để buôn bán. Nhân vì ải Do Thôn thông với các xứ Lộc Bình, Văn Uyên, Kỳ Lừa* [đều thuộc Lạng Sơn] *thuộc Giao Chỉ, các nơi này là chỗ hàng hoá tụ tập đông; nếu ra vào tại các cửa quan Bình Nhi*

(2), *Thuỷ Khẩu* (3) *phải qua đường vòng mấy trăm lý, hành trình hơn 10 ngày, không bằng đi đường tắt qua Do Thôn cho tiện. Tuy Do Thôn trước đây nghiêm cấm, dân vẫn trèo vượt không thể chấm dứt được. Vả lại Minh Giang có 53 trại thổ dân, nguyên do Thổ phủ Tư Minh quản hạt; dân ngang ngạnh lờn pháp luật, Thổ phủ Hoàng Quan Châu không quản thúc được, bèn chia đất cho các quan lưu động đến cai quản. Vào năm Ung Chính thứ 10, nhập vào châu Ninh Minh quản hạt. Bọn Thổ dân này đều dựa vào gánh hàng hoá sinh sống, nếu ngăn cấm ải Do Thôn, sợ chúng thất nghiệp tụ tập thành thổ phỉ, tìm mọi cách ôm hàng hoá trốn vượt, việc biên phòng trở nên vô ích. Lại hỏi ra vùng ven biển Giao Chỉ, sản xuất muối rất nhiều, không cấm tư nhân làm muối, cho dân phơi ruộng lấy muối rồi bán. Bọn buôn muối nạp 20 đồng tiền, có được một gánh nặng; khi gánh được đến nội địa 1 cân có thể bán được từ 1,2 đến 5,6 phân bạc. Dân tại biên giới tham lợi đi buôn, nếu gặp quân lính, thì dựa vào đám đông mà cự lại. Hiện tại thông sức các ty, đạo tìm cách cấm đoán; một mặt cho dân buôn sự tiện lợi, để không sinh ra chuyện.'*

Nhận được chiếu chỉ:

'Lưu tâm như vậy, cứ thực tâu bày, thực đáng khen. Vẫn cần thực tâm liệu biện ổn thoả, nhằm gần với dân tình và bỏ được mối tệ, chiết trung hành động là được." (**Thanh Thực Lục, Cao Tông Thực Lục** quyển 219, trang 22-24)

Viên Tổng binh trấn Tả Giang báo cáo tình hình an ninh tại An Nam, con cháu họ Mạc vẫn còn tụ tập tại châu Bảo Lạc, Cao Bằng:

***"Ngày 30 Giáp Tuất tháng 8 năm Càn Long thứ 9* [5/10/1744].** *Tổng binh trấn Tả Giang tỉnh Quảng Tây Dương*

Cương tâu:

'Các châu như Quy Thuận thuộc phủ Trấn An tỉnh Quảng Tây tiếp giáp với châu Bảo Lạc [Cao Bằng], *Giao Chỉ; hiện bọn phỉ Mạc Bảo có thù với nhà Lê, tụ tập đảng nơi đây để báo phục. Các quan Đốc, Trấn mang binh giữ chắc, ước lượng bọn phỉ không dám trốn vào nội địa.'*

Nhận được chiếu chỉ:

'Hãy làm vững nơi phòng ngự, khiến bọn chúng không dám quấy nhiễu mới được. Há lại dự liệu chúng không quấy nhiễu, rồi buông lỏng sự phòng thủ ư!"

Lại tâu:

'Hiện nay vùng Bảo Lạc duyên biên Giao Chỉ, bị bọn phỉ chiếm cứ, tình hình không yên ổn. Bảo Lạc cách phủ biên giới Trấn An không xa, đáng phối hợp với viên Tri đạo trạm dịch muối là Vương Hà cùng khám xét. Tái bút: Đang lưu tâm bắt bọn giặc phỉ Lý Tiệp Tam, Liêu Sĩ Mỹ; lần này chắc bắt được.'

Nhận được chiếu chỉ:

'Tra xét việc biên ải thực rất quan hệ, đừng dối trá ẩn giấu, làm việc thận trọng chu đáo. Bọn phạm nhân Lý Tiệp Tam 2 tên, rất cần tầm nã bắt để làm yên nhân tâm địa phương." (**Cao Tông Thực Lục** quyển 223, trang 34-35)

Viên Tổng đốc Lưỡng Quảng chủ trương phân loại dân qua lại bất hợp pháp để trị tội; riêng dân An Nam đến biên giới xin ăn thì giao cho quan nhà Lê đưa về:

"***Ngày 30 Quí Mão tháng 11 năm Càn Long thứ 9* [2/1/1745].** *Tổng đốc Lưỡng Quảng Na Tô Đồ lại tâu:*

'Ba phủ Nam Ninh, Thái Bình, Trấn An tiếp giáp với An

Nam. Mới đây nhân bọn gian phỉ dấy lên, dân Di bỏ việc cày ruộng, buôn bán đình trệ, hiện tại giá gạo lên cao, sợ sinh sự quấy nhiễu, cần nên đề phòng. Nghĩ nên lập tức phân loại tra bắt bọn dân gian Hán, Thổ cùng giặc phỉ An Nam ngầm đến quan ải để cướp đoạt lương thực. Còn các dân Di lương thiện đến biên giới xin ăn, thì báo cho quan Di họ Lê đem về an sáp. Như vậy kẻ gian người ngay không đến nỗi hỗn tạp, chính sách nhu viễn cũng nằm trong sự phòng ngự vậy.'

Nhận được chiếu chỉ:

"Lời tâu đã hiểu rõ." (**Cao Tông Thực Lục** quyển 229, trang 21)

Tại miền Nam vào ngày Kỷ Mùi tháng 4 [23/5/1744] Chúa Nguyễn Phước Khoát lên ngôi Vương tại chính dinh Phú Xuân, bắt đầu gọi dinh này là đô thành.

Bấy giờ hạt Trấn Biên [tỉnh Đồng Nai] nước lụt, bãi Ngô Châu và bãi Tân Trào tách ra làm hai. Bãi Ngô Châu và bãi Tân Trào đều ở phía bắc sông Phước Giang [sông Đồng Nai]. Trước hai bãi liền nhau, đến đây mới tách làm hai, ở giữa là một giải sông con, phía đông là Ngô Châu, phía tây là Tân Trào [khoảng 4 km. phía bắc tỉnh lỵ Biên Hoà], dân ở phía bãi Tân Trào trồng nhiều vườn trầu không, rất thơm ngon, người ta gọi là trầu Tân Trào.

Tháng giêng năm Ất Sửu, Cảnh Hưng thứ 6 [1/2-2/3/1745]. (Thanh, năm Càn Long thứ 10); quân họ Mạc đánh chiếm Thái Nguyên, Lưu thủ Văn Đình Ức cùng Thống lãnh Hoàng Ngũ Phúc đem quân tiến đánh, phá được giặc thu phục lại thành. Trước kia, mầm mống họ Mạc nhân trong nước xảy ra việc nguy cấp, chúng tự Long Châu [Quảng Tây] lẻn về, họp tập bè đảng, quấy rối cướp bóc. Lê Hữu Kiều

Trấn thủ Vũ Nhai [Thái Nguyên], vì có bệnh xin về, Thái Nguyên bèn bị giặc Mạc đánh chiếm. Trịnh Doanh bổ Đình Ức làm Trấn thủ để thay Hữu Kiều. Đình Ức hội hợp với quân của Hoàng Ngũ Phúc, rồi theo đường xã Úc Kỳ [huyện Phú Bình, Thái Nguyên] đến thẳng Thái Nguyên đánh phá, mầm mống họ Mạc bỏ trốn, bèn khôi phục được trấn thành. Đình Ức là con Văn Đình Dận, gia đình 3 đời làm tướng; người xã Lạc Phố [xã Sơn Châu] huyện Hương Sơn, Hà Tĩnh; là một người trẻ tuổi nhất trong các hàng tướng tá, đã có sức mạnh, lại nhiều trí mưu, cho nên đi đánh giặc nhiều lần lập được chiến công.

Phía bắc Thái Nguyên, trước đây họ Mạc vây Cao Bằng hơn hai tháng. Trong thành hết lương, đốc đồng Trần Danh Lâm vỗ về sĩ tốt, hết sức chống giữ, lại tuỳ tiện trích bạc công mộ người đưa thư đến các thổ quan ở phủ Trấn An, Long Châu và Bằng Tường nhà Thanh, dùng đồ thưởng trọng hậu đút cho bọn này, hẹn ứng phó giúp đỡ. Quân Mạc thấy thế, sợ hãi, phải rút lui; Danh Lâm lại đuổi đánh, phá tan được. Bốn châu Thạch Lâm, Quảng Uyên, Thượng Lang và Hạ Lang thảy đều bình định, lại chiêu tập an ủi dân phiêu tán, cho họ trở về yên nghiệp làm ăn. Tin thắng trận tâu về triều, Danh Lâm được thăng chức hai bậc, phong tước hầu.

Tháng 4 [2/5-30/5/1745], ChúaTrịnh Doanh cho con trưởng là Trịnh Sâm giữ ngôi Thế tử, bèn bổ dụng Phủ doãn Dương Công Chú và Cấp sự trung Nguyễn Hoàn đều là Tiến sĩ xuất thân giữ chức Tả hữu tư giảng [thầy dạy] cho Thế tử.

Tháng 8 [27/8-25/9/1745] Nguyễn Hữu Cầu bị bọn Ngũ Phúc đánh bại tại Xương Giang [Bắc Giang], nhân đêm chạy trốn, sai đồ đảng là tên Thông đem thuyền nhanh nhẹ chở các đồ quý trọng, thuận theo dòng nước để về vùng phía đông; quan quân lại đón đánh, bắt được rất nhiều; tên Thông bỏ thuyền chạy. Hữu Cầu lại ra Yên Quảng, chiếm cứ Hạc Động [huyện Vân Đồn, Quảng Ninh], nhờ vào biển để cố giữ, thường dùng hạng thuyền nhanh nhẹ cướp bóc vùng đông nam. Đình Trọng cùng Ngũ Phúc đem các tướng đi đánh, chém được bọn tên Thông hơn 10 người, quân nhu và ngựa chiến hết thảy đều bị quan quân bắt được. Thông là người nhanh nhẹn, mạnh khoẻ, có trí mưu, Hữu Cầu dựa vào Thông như là người ruột thịt, nay Thông bị chết, thế lực Hữu Cầu thành ra cô đơn, chạy trốn lẩn lút, chỗ ở không nhất định, những người phục tòng cũng tan tác dần.

Tháng 12 [23/12/1745-21/1/1746], Hoàng Công Kỳ do hoạn quan xuất thân, nhưng cũng có chút tài cán mưu mô, đã mấy lần lập được chiến công, các quân sĩ đều nương dựa vào. Khi trấn thủ Sơn Nam, Công Kỳ tiểu trừ được giặc cỏ, nên dân nhờ đấy được yên ổn. Nhưng Kỳ vốn có tính khinh địch; lúc ấy doanh luỹ mới xây đắp, Kỳ cưỡi voi đi xem xét, trù tính, lính theo hầu có độ vài mươi người. Quân mai phục của bọn Hoàng Công Chất, ở Khoái Châu [Hưng Yên] kéo đến đánh úp, bắt được; Công Kỳ không chịu khuất phục nên bị chết.

Về phía nhà Thanh, viên Tổng đốc Lưỡng Quảng sợ dân Quảng Tây ham lợi mang gạo đổi muối cho An Nam, nên cho tăng cường tuần phòng các con đường nhỏ dọc theo biên giới, lại xin mang đủ muối đến bán cho dân:

"***Ngày 30 Nhâm Thân tháng 2 năm Càn Long thứ 10 [1/4/1745]***. *Tổng đốc Lưỡng Quảng Na Tô Đồ tâu:*

'Tại nước Di đánh nhau, giá gạo nơi này tất cao, sợ dân nội địa vượt biên giới mua muối, không thể không đưa gạo

ra, sinh nhiễu loạn gây hấn nơi biên giới. Cần thông sức các quan văn võ quân lính, tại những nơi đồn trấn, cùng đường nhỏ hiểm trở nơi núi rừng, phải đặt quân tuần phòng. Riêng một phủ Trấn An từ trước đến nay dùng muối của Di, nếu nay ngăn đường không cho đến, phủ này cần được cung cấp mỗi tháng hơn 1000 bao muối, quan phụ trách về muối phải chu cấp đủ số. Còn một số ít nơi khác dọc biên giới thiếu muối, cần bổ sung, sẽ tiếp tục lo liệu.'

Nhận được chiếu chỉ:

'Hãy lo châm chước cho ổn thoả." (**Thanh Thực Lục, Cao Tông Thực Lục** quyển 235, trang 21)

Ngoài ra viên Tổng đốc này lại xin đặt thêm đồn ải, gia tăng tuần phòng, ngăn cấm di chuyển lương thực sang An Nam:

"***Ngày 30 Nhâm Dần tháng 3 năm Càn Long thứ 10* [1/5/1745].** *Tổng đốc Lưỡng Quảng Na Tô Đồ tâu:*

'Dân Di có nội loạn, đáng phải quan tâm phòng thủ biên giới. Tra 3 phủ Thái Bình, Nam Ninh, Trấn An thuộc tỉnh Quảng Tây, quan ải trải rộng, có nhiều đường riêng đến đất Việt, thực không thể chặn tắc ngay được. Xin chọn những nơi hiểm yếu đặt đồn hai chỗ, phân ra làm thế ỷ dốc; loại thứ yếu đặt một đồn, cửa ải nghiêm khoá chặt; hoặc sai phái binh biền, đề phòng cẩn mật. Tái bút: Dân biên giới ham lợi, không thể không mang lương thực từ nội địa đến đổi muối của dân Di. Tuy đã đặt bảo giáp để biên tra, lại nghe có nơi đặt Đầu mục chuyên quản lý; nhưng cũng có những thôn trại bị bỏ sót chưa biên tra; cần ra lệnh cho các quan Hán, Thổ ra sức tra khám.'

Nhận được chiếu chỉ:

'Lời tâu hiểu rõ.'... (**Thanh Thực Lục, Cao Tông Thực Lục** quyển 237, trang 20-21)

Quân cơ đại thần nhà Thanh bác lời đề nghị của Tổng đốc Lưỡng Quảng xin triệu vua Lê Hiển Tông và Mạc Khang Vũ đến trấn Nam Quan tuyên dụ bỏ việc binh đao; cho rằng đề nghi này không hiệu quả:

"Ngày 22 Giáp Ngọ tháng 3 năm Càn Long thứ 10 **[23/4/1745].** *Quân cơ đại thần bàn rồi phúc tấu:*

'Tổng đốc Lưỡng Quảng Na Tô Đồ tâu rằng: Tên rể họ Mạc, Giao Chỉ là Sầm Kính Khang đổi tên là Mạc Khang Vũ mạo xưng là con của Mạc Kính Quang, ngầm vào biên cảnh Giao Chỉ, chống lại quan người Di, chiếm cứ các xứ Thái Bình [thuộc Lạng Sơn], *Cao Nguyên; từng gây can qua với quan của họ Lê người Di. Xin tuyển chọn một viên quan lớn, triệu Lê Duy Vĩ* [vua Lê Hiển Tông] *và Mạc Khang Vũ đến trấn Nam Quan tuyên dụ, ra lệnh bỏ việc binh đao.*

Trộm nghĩ việc Lê, Mạc gây hấn, xét theo sự thể nếu sai Sứ giả đến nơi đó, vị tất gọi một lần mà đến ngay. Nếu hôm nay sợ uy mà đến, thì sau khi nhận mệnh trở về, dân Di giảo hoạt không tránh khỏi buổi sáng minh ước, mà buổi chiều chống lại. Xưa dưới thời Hán Vũ đế, Đông Việt đánh lẫn nhau, sai Cấp Ảm đến dụ, nhưng đến đất Ngô rồi trở về và tâu rằng 'Dân Việt vốn có tục đánh lẫn nhau, không nên để nhục mệnh Thiên tử cử Sứ giả đi.' Lời nói này rất hợp sự thể, điều xin đưa Sứ giả đến dụ, không thể thi hành được. Nên ra lệnh viên Tổng đốc Na Tô Đồ cần tuân chiếu chỉ trước, thông sức các quan văn vũ quân lính chiếu theo hình thế của địa phương gia ý phòng bị, không được để xâm nhiễu biên giới.'

Chiếu chỉ ban:

'Có thể chấp thuận được." (**Cao Tông Thực Lục** quyển 237, trang 8)

Theo sử Việt, vào tháng giêng năm Cảnh Hưng thứ 6 [1/2-2/3/1745] quân triều đình đánh tan quân nhà Mạc tại các tỉnh Thái Nguyên, Cao Bằng, Lạng Sơn; nhưng phía nhà Thanh nhận tin tức trễ và thiếu chính xác; nên đến tháng 12 viên Tổng đốc Lưỡng Quảng vẫn tâu trình rằng Mạc Khang Vũ mang quân chiếm cứ nhiều nơi:

"***Ngày 30 Đinh Mão tháng 12 năm Càn Long thứ 10* [21/1/1746].** *Tổng đốc Lưỡng Quảng Sách Lăng tâu:*

'Bọn Di phỉ An Nam Mạc Khang Vũ trước đây chỉ chiếm cứ các xứ như Văn Lan, Kỳ Lừa [Lạng Sơn]. *Nay cứ theo lời bẩm báo từ biên giới những lời như: Các quận tại các xứ Đông, Nam, Tuyên Quang, Thanh Hoá, Yên Quảng, Thái Nguyên đều do Mạc Khang Vũ chiếm. Lấy danh nghĩa trả thù cho con cháu Mạc Đăng Dung, đến chỗ nào cũng không chém giết. Khi bắt được Di mục, cho được chiêu an dân dưới quyền; lúc truy đuổi, nếu gần biên giới nội địa, có đặt văn bản chỉ dẫn, đều tuân pháp độ của Thiên triều. An Nam chỉ còn các xứ như Tây, Bắc, dần dần chống không nổi.*

Tra việc An Nam suốt năm này đến năm khác binh đao không ngớt, tại nội địa duy chỉ biên phòng nghiêm cẩn để được trấn tĩnh; lại thông sức gia tăng đề phòng, thêm quân cho các ải. Tóm lại để cho bọn phỉ bên ngoài và quân gian bên trong không được ngầm ra lén vào, thóc gạo cùng các hành cấm đoán, kê tra kỹ.'

Nhận được chiếu chỉ:

'Điều thấy được, đúng. Đã hiểu." (**Thanh Thực Lục**, **Cao**

Tông Thực Lục quyển 255, trang 35)

Nhưng rồi đến tháng 5 năm sau, chính viên Tổng đốc này xác nhận An Nam đánh bại quân Mạc, đám tàn dư chạy đến biên giới:

*"**Ngày 29 Giáp Tý tháng 5 năm Càn Long thứ 11** [17/7/1746]. Tổng đốc Lưỡng Quảng Sách Lăng tâu:*

'Bọn giặc phỉ An Nam Mạc Khang Vũ bị quân An Nam đánh bại, mang đàn ông đàn bà mấy ngàn người đến châu Thất Nguyên [huyện Thất Khê, Lạng Sơn] *cư trú, hàng ngày cướp phá. Thần hiện thông sức lực lượng biên giới ra sức phòng thủ, nghiêm cấm xuất khẩu gạo lương...'*

Nhận được chỉ dụ:

'Nhận rõ được như vậy, thật hợp Trẫm ý." (**Thanh Thực Lục, Cao Tông Thực Lục** quyển 267, trang 30)

Chú thích:

1. Do Thôn: thời nhà Thanh ải Do thuộc châu Thượng Thạch Tây, hiện nay thuộc Bằng Tường thị.

2. Bình Nhi: quan ải Bình Nhi tại nơi sông Kỳ Cùng chảy qua biên giới.

3. Thuỷ Khẩu: quan ải Thuỷ Khẩu tại nơi sông Bằng chảy qua biên giới.

140.
Vua Lê Hiển Tông [1740-1786] (4)

Tháng 3 năm Bính Dần, Cảnh Hưng thứ 7 [21/4-19/5/1746], (Thanh, năm Càn Long thứ 11); phong Nguyễn Hữu Cầu tước Hương Nghĩa hầu, rồi cho triệu về triều, nhưng Hữu Cầu không đến. Hữu Cầu bị Đình Trọng đánh dồn, thua luôn, thế lực mòn mỏi. Nhân sai đồ đảng tên là Hựu đem nhiều bạc đút lót cho quyền thần là Đỗ Thế Giai và nội giám Nguyễn Phương Đĩnh, để xin đầu hàng. Trịnh Doanh y cho, hạ lệnh cho Hữu Cầu cùng đồ đảng là bọn Hoàng Phùng Cơ được phép xoá hết tội trước, ban cho hiệu cho Cầu là Ninh Đông tướng quân và phong tước Hương Nghĩa hầu, tướng lãnh của Cầu đều được thăng làm quan, lại ban thưởng rất hậu, rồi hạ lệnh triệu về kinh sư. Nhưng thực ra Hữu Cầu không có ý đầu hàng, thường lấy cớ bị Đình Trọng ngăn đón để tố cáo về triều. Trịnh Doanh sai Thiêm tri Nguyễn Phi Sảng đem lệnh chỉ đến phủ dụ và triệu về, mặt khác dụ bảo Đình Trọng hoãn lại đừng đánh Hữu Cầu. Trước kia, Hữu Cầu nhiều lần bị Đình Trọng đánh bại, bèn đào mả mẹ Đình Trọng quẳng xuống sông, Đình Trọng khóc lóc tố cáo với Trịnh Doanh, thề quyết chí giết Hữu Cầu, Doanh rất khen chí khí Đình Trọng. Nay Phi Sảng đem dụ chỉ đến, Đình Trọng nói:

"Người làm tướng ở ngoài chiến trường, có khi không chịu nhận mệnh lệnh của vua. Tôi với Hữu Cầu không cùng đội trời chung, tôi đã từng nói ở trước Chúa thượng. Nay ông tự nhận mệnh lệnh đi chiêu hàng, tôi tự nhận mệnh lệnh đi giết giặc, nếu gặp thế có thể đánh được giặc, thì tôi cũng không vì cớ ông đến chiêu hàng mà ngần ngại".

Phi Sảng nghe câu nói ấy sợ thất sắc, nhân từ giả ra đi. Phi Sảng đến quân doanh Hữu Cầu, bày tỏ dụ chỉ của Chúa Trịnh, lại đem câu nói của Đình Trọng bảo cho Hữu Cầu biết. Câu chuyện chưa nói dứt lời thì Đình Trọng ập đến đánh úp. Hữu Cầu sai người dẫn Phi Sảng theo đường tắt trở về, rồi ra đánh nhau, Đình Trọng đánh cho Hữu Cầu đại bại, Cầu phải bỏ trốn. Trước kia, Đình Trọng nhận mệnh lệnh đi đánh giặc, chiêu mộ các người mạnh khoẻ ở Thanh Hà [Hải Dương], Tứ Kỳ [Hải Dương], Vĩnh Lại [huyện Bình Giang, Hải Dương] và Thượng Hồng [huyện Bình Giang] làm nghĩa binh, đặt hiệu riêng là bốn cơ Thanh, Kỳ, Hồng, Vĩnh, mà dùng hai người thủ hạ để quản lãnh. Đến nay, Thế Giai gièm pha nói:

"Đình Trọng cầm quân ở ngoài, đặt bộ ngũ riêng, chắc không khỏi có ý khác"

Trịnh Doanh biết Đình Trọng nguyện một lòng trung thành, nên bỏ lời Thế Giai đi không hỏi, lại đặc chỉ ban cho bài thơ để yên ủi Đình Trọng.

Tháng 10 [13/11-11/12/1746], định lại thuế ruộng đất ở Thanh Hoa. Từ khi dụng binh đánh dẹp, đồng ruộng ở Thanh Hoa bỏ hoang, thuế tô nộp vào kho phần nhiều ít hơn ngạch cũ. Bèn hạ lệnh cho viên quan cai trị, khám xét sự thực, đánh thuế theo từng hạng khác nhau.

Tại miền Nam, bắt đầu đúc tiền kẽm trắng. Trước kia thời Chúa Nguyễn Phước Chú [1726-1738] sai đúc tiền đồng, sở phí rất nhiều mà dân gian lại nhiều người phá để làm đồ dùng, số tiền đồng ngày thêm hao giảm. Đến đây người nước Thanh là họ Hoàng xin mua kẽm trắng của Tây để đúc tiền cho rộng việc tiêu dùng. Chúa Nguyễn Phúc Khoát nghe lời, mở cục đúc tiền ở Lương Quán [huyện Hương Thuỷ, Thừa Thiên]. Vành tiền và giữa theo thể thức tiền Tường Phù nhà Tống; lại nghiêm cấm đúc riêng, từ đó tiền của lưu thông, công tư đều tiện.

Người Chàm đất Thuận Thành [Bình Thuận] là Dương Bao Lai và Diệp Mã Lăng nổi loạn. Lưu thủ dinh Trấn Biên [Biên Hoà] là Nguyễn Cương đem quân đi đánh, đắp luỹ Cổ Tỉnh để chống giặc, thừa lúc sơ hở đánh úp bắt được Bao Lai và Mã Lăng giết đi.

Tháng giêng Đinh Mão, năm thứ 8 [9/2-10/3/1747], (Thanh, năm Càn Long thứ 12); Chúa Trịnh cấm dùng thủ đoạn ngang ngược bắt dân phu theo đi đánh giặc. Lúc ấy, tướng sĩ đi đánh giặc, có nhiều người dùng thủ đoạn ngang ngược, để bắt dân phu, gọi là đánh giặc theo nghĩa vụ [nghĩa chiến], gây những nhiễu không kể xiết, cho nên hạ lệnh cấm.

Tháng 6 [8/7-5/8/1747], dân Lào tại Lạc Hòn [Lạc Biên, Lào] tại tây nam Nghệ An lại đến nạp cống. Năm trước, Lạc Hòn cùng Cao Châu [Cam Môn, Cam Cớt; Lào] đến cống, nay lại sai sứ thần đến cống, và xin định 3 năm một lần cống voi khoẻ. Ngoài ra, các thổ sản như sừng tê, vải hoa, chiêng đồng, tuỳ theo có thứ gì cống thứ ấy. Sau đó, lại dâng voi trắng, nhưng triều đình không nhận.

Tháng 9 [4/10-2/11/1747] Chúa Trịnh Doanh chăm về công

việc chính trị, hạ lệnh đặt chuông và mõ ở cái điếm tại cửa phía tả phủ đường. Có người nào trình bày công việc hiện thời hoặc có tài nghệ mà tự mình tiến cử, thì đánh chuông; người nào bị bọn quyền quý ức hiếp hoặc có sự oan uổng chưa được bày tỏ, thì đánh mõ. Những người này đều phải làm đủ giấy tờ niêm phong kín. Lại phiên lập tức dâng lên để Chúa biết.

Về phía nhà Thanh, 3 viên Tổng đốc Lưỡng Quảng, Tuần phủ và Đề đốc Quảng Tây cùng tâu về triều sự việc quân An Nam tại huyện biên giới Thượng Lang [huyện Trùng Khánh, Cao Bằng] truy kích giặc vào ban đêm, lỡ giết lầm quân Thanh tại đồn biên giới Ngạnh Hán thuộc châu Qui Thuận [Tĩnh Tây thị, Quảng Tây]:

"***Ngày 29 Bính Tuất tháng 10 năm Càn Long thứ 12* [1/12/1747].** *Tổng đốc Lưỡng Quảng Sách Lăng, quyền Tuần phủ Quảng Tây Ngạc Xương, Đề đốc Quảng Tây Đậu Bân tâu:*

'Tại đồn Ngạnh Hán châu Qui Thuận, nhân bọn giặc phỉ An Nam cướp phá thôn, quân lính nước này truy bắt trong đêm, xông ngược lên núi. Quân lính nội địa đóng trong đồn, nghe tiếng súng nổ nơi biên giới, tiến lên ngăn chặn; vừa lúc viên Đầu mục Phiên dẫn quân đến, bắn lên triền núi, vì tối trời không phân biệt được, lỡ giết quân trong đồn. Sau khi nghe các quan văn võ nội địa tra hỏi, bèn đem những tên lính lầm lỗi, lục tục tống tiến. Hiện tại chiếu hội viên quốc vương cho điều tra chánh phạm Phiên mục lỡ giết quân binh, đưa đến biên giới, để được các quan nội địa chứng giám hành quyết.'

Chiếu báo đã nhận được.

Tổng đốc Sách Lăng lại mật tâu:

'Việc lính đồn Ngạnh Hán bị giết lầm, ngoại trừ 2 viên Tuần phủ và Đề đốc tâu đầy đủ; thần điều tra đích xác việc gây hấn do An Nam truy đuổi giặc phỉ, trời tối không phân biệt được, nên có đánh giết. Nhưng quan ải nơi biên giới liên quan đến thể thống của Thiên triều, không tiện coi đó là việc lầm lỡ, để buông thả sự đề phòng trong ngoài. Thần đã gửi hịch cho viên Quốc vương, bắt điều tra rõ để liệu biện. Nội dung hịch gửi đi, nói rằng chưa tâu lên triều đình, để viên Quốc vương có thì giờ suy nghĩ, lo lắng hối tội trong lòng. Mong ân tạm hoãn giáng chỉ, đợi viên Quốc vương phúc trình, đến lúc đó thần sẽ phân tích tâu lên.'

Nhận được chiếu chỉ:

'Đã xem." (**Thanh Thực Lục**, **Cao Tông Thực Lục** quyển 301, trang 29-30)

Tại miền Nam vào tháng giêng [9/2-10/3/1747], khách buôn người Thanh tên là Lý Văn Quang đánh úp dinh Trấn Biên [Đồng Nai]; Cai cơ Tống Phước Đại đánh dẹp được. Văn Quang người Phước Kiến sang ngụ ở bãi Đại Phố [cù lao Phố, Biên Hoà]. Bấy giờ trong nước bình yên đã lâu, ít dùng binh; Văn Quang ngấm ngầm có ý dòm ngó, bèn mưu làm loạn. Hắn tụ đảng hơn 300 người, tự xưng là Đông Phố đại vương, lấy đồng đảng là Hà Huy làm Quân sư, Tạ Tam, Tạ Tứ làm tả hữu Đô đốc, mưu đánh úp dinh Trấn Biên. Sợ Cai bạ Nguyễn Cư Cẩn võ nghệ giỏi nên chúng mưu trừ trước. Bèn nhân tiết Nguyên đán phục quân để đâm; Cư Cẩn bị thương mà còn tự tay đâm chết được 5, 6 người, sau vì vết thương nặng mà chết. Quân dưới quyền nghe tin tới cứu; Văn Quang chạy, chặn cầu để chống. Lưu thủ Nguyễn

Cường đem binh của dinh dàn ở bờ phía bắc, gửi hịch báo Cai cơ đạo Hưng Phước là Tống Phước Đại hợp quân đánh dẹp. Bắt được Văn Quang và đồ đảng 57 người. Chúa thấy là người Thanh nên không giết vội, đều bắt hạ ngục.

Tháng 4 [9/5-7/6/1747], Đô đốc trấn Hà Tiên Mạc Thiên Tứ, uỷ người đi thuyền Long bài, đem dâng ngọc kim cương thuỷ hoả, ngọc hạc đính, gà tây, chim vẹt ngũ sắc, chiếu hoa, vải tây. Chúa khen, ban bốn đạo sắc bổ nhiệm Cai đội và Đội trưởng làm việc ở trấn, cùng ban gấm đoạn và đồ dùng, rồi cho về.

Tháng 8 [5/9-3/10/1747], giặc biển tên là Đức cướp bóc miền ngoài biển Long Xuyên [Cà Mâu]. Mạc Thiên Tứ được tin báo, tức thì sai cai đội Từ Hữu Dụng đem 10 chiếc chiến thuyền, bắt được bọn giặc đem giết hết.

Tháng giêng năm Mậu Thìn, Cảnh Hưng thứ 9 [30/1-27/2/1748], (Thanh, năm Càn Long thứ 13). Trước đây, phân phối vệ binh lệ thuộc vào các vệ, người đứng cai quản phần nhiều đem binh lính làm việc riêng, kỷ luật lỏng lẻo, về đường thực dụng không có ích gì. Triều đình bèn hạ lệnh cho vệ binh lệ thuộc vào trấn, chia đặt từng cơ, từng đội, cứ 200 người làm một cơ, cho phép một nửa ở quân ngũ, một nửa về làm ruộng, thay đổi lẫn nhau. Người nào ở quân ngũ thì hàng tháng cấp cho 6 tiền làm lương ăn; do đấy vệ binh bèn bãi bỏ.

Tháng 8 [24/8-22/9/1748], lúc ấy, giặc cỏ Sơn Nam [Thái Bình, Nam Định] chưa dẹp yên, mà bất thần có lúc giặc ở Sơn Tây tràn xuống gần kinh thành. Nhân đấy, hạ lệnh cho bọn Lê Hữu Kiều, Hà Huân, Vũ Khâm Lân và Ngô Đình Oánh chia nhau giữ nơi xung yếu, ngày đêm tuần hành xem xét, dự định mưu kế ngăn ngừa. Bầy tôi trong chính phủ lại dâng kế phòng thủ, đại lược xin trồng tre, trồng cây để hàng rào doanh trại được vững bền; đặt tám cửa thành để xét hỏi người ra vào. Trịnh Doanh theo lời, vì thế chia trong kinh kỳ làm 36 khu, gồm làm 9 điện, mỗi điện 4 khu, đặt một người làm Điện chánh.

Tháng 9 nhuận [22/10-20/11/1748], Nguyễn Hữu Cầu xâm phạm Sơn Nam. Sai Phạm Đình Trọng đi đánh. Hữu Cầu đã xin hàng, nhưng vẫn cướp bóc không thôi. Trịnh Doanh sai Hiệu lý Nguyễn Thế Khải vào trại quân Hữu Cầu dụ bảo triệt bỏ quân lính đi, Hữu Cầu không nhận mệnh lệnh. Sau đó, Hữu Cầu giao thông với giặc là tên Lân, lẻn lút đến Duyên Hà [Thái Bình] đánh úp Sơn Nam, nhưng không thắng được. Đến nay, lại hợp sức với bọn giặc cỏ, tiến quân sát đến Sơn Nam. Trấn tướng Vũ Tá Sắt đánh nhau với bọn Hữu Cầu, không thắng lợi. Trịnh Doanh nhận thấy Hữu Cầu vốn sợ Đình Trọng, nên sai Đình Trọng đi đánh.

Phạm Đình Trọng đuổi đánh, Hữu Cầu thua chạy. Hữu Cầu bị Đình Trọng đánh bại ở Cẩm Giàng [Hải Dương], nhân đấy bàn với đồ đảng rằng:

"*Ta mới bị thua, tin thắng trận đưa về, tất nhiên ở kinh sư không phòng bị, ta đem quân đánh úp thế nào cũng thắng được*".

Cầu bèn nhân ban đêm mang quân đi gấp, hẹn trống canh năm đến bến Bồ Đề [Bắc Ninh], lẻn cho quân sang sông; nhưng khi đến bến, thì trời đã sáng rồi. Trịnh Doanh tự làm tướng, chống cự ở bến sông phía Nam. Đình Trọng được tin, đem hết quân lính đuổi theo, lại đánh thắng được, Hữu Cầu bỏ trốn. Trước kia, năm Canh Thân và Tân

Dậu [1740-1741] liền hai năm mất mùa, vùng Hải Dương lại kém đói hơn cả. Hữu Cầu cướp thuyền buôn lấy được thóc gạo, bèn đem chia cho dân; nhờ đấy nhiều người được cứu sống. Hữu Cầu lại đưa đẩy bằng mưu mô xảo quyệt, sai khiến bằng uy quyền võ lực, nhân dân người bị uy hiếp, người bị dụ dỗ, thành ra lâu ngày tự nhiên tín phục, cho nên Hữu Cầu tuy thường bị thua đau, chỉ một thân thoát nạn, nhưng hễ giơ tay hô một tiếng, thì chốc lát quần chúng lại sum họp như mây, vì thế mà có thể tung hoành ở mặt đông bắc, kiệt hiệt trong một đời.

Về phía nhà Thanh, viên Tổng đốc Lưỡng Quảng Sách Lăng tiếp tục giải quyết việc đầu mục An Nam đuổi giặc, lỡ giết lầm binh lính Trung Quốc tại đồn biên giới Ngạnh Hán vào năm ngoái. Sách Lăng thi thố 2 biện pháp, bị Vua Càn Long trách rằng chưa thoả đáng: Khi quan An Nam Hoàng Phương Thuỵ đến dâng cáo trạng, đáng giữ trong nội địa, để tra hỏi sự thực; nhưng Sách Lăng đã cho trở về nước, như vậy là buông lỏng. Nay trong tờ tâu lại muốn bức bách An Nam, ra kỳ hạn nạp tội phạm, doạ bởi binh uy; Càn Long cho như vậy là quá đáng:

*"**Ngày 24 Mậu Dần tháng 2 năm Càn Long thứ 13 [22/3/1748]**. Lại dụ các Quân cơ đại thần:*

'Án tại đồn Ngạnh Hán, tỉnh Quảng Tây, trong đêm tối Đầu mục Phiên truy đuổi giặc phỉ, giết lầm binh dõng tại đồn. Trước đây Sách Lăng tâu rõ đã cho viên Quốc vương An Nam biết phải đem tên chánh phạm đến biên giới, theo quốc điển xử tử. Nay bọn Sách Lăng lại tâu những lời rằng: Bọn dân Di Hoàng Phương Thuỵ mang cáo trạng đến, lời lẽ che đậy, cho mang trở về An Nam; lệnh căn cứ hịch đã truyền trước đó để thi hành.

Xét viên Di mục giết quân lính nội địa, không đưa đến trị tội, lại mang cáo trạng lời lẽ che đậy đến, thật thuộc loại giảo hoạt; không thể nhân vì thuộc đất ngoại Di, rồi xét xử cẩu thả, để đó không hỏi tội. Lần này người Di mang cáo trạng đến, đáng giữ lại, cật vấn sự thực, lại cho trở về, chỉ ra lệnh tuân theo hịch dụ trước mà thi hành; xử sự như vậy không khỏi sai vì quá buông lỏng. Sự việc quan hệ đến quốc thể, hãy truyền dụ Sách Lăng lưu tâm lo liệu. Sau khi liệu tính xong, thẩm xét kết cuộc như thế nào, đem tình hình tâu lên đầy đủ." (**Thanh Thực Lục, Cao Tông Thực Lục** quyển 309, trang 25-26)

"***Ngày 29 Nhâm Tý tháng 5 năm Càn Long thứ 13* [24/6/1748].** *Dụ Quân cơ đại thần:*

'Tổng đốc Lưỡng Quảng Sách Lăng lại tâu về vụ án Đầu mục Phiên trong đêm tối truy đuổi giặc phỉ đã giết lầm binh dõng đồn Ngạnh Hán, xưng rằng 'Định hạn trong 2 tháng, phải tống xuất hung phạm; nếu còn kéo dài che đậy, thì đốc suất Trấn tướng mang quân ra lệnh nạp hung phạm.'

Trước đây Sách Lăng biện lý án này, được coi là sai lầm. Khi bọn Hoàng Phương Thuỵ đến dâng cáo trạng, đáng giữ trong nội địa, để tra hỏi sự thực; nhưng Sách Lăng đã cho nguyên phạm trở về nước, như vậy là buông lỏng làm cho chúng càng thêm giảo hoạt. Nay trong tờ tâu lại muốn bức bách ra kỳ hạn, doạ bởi binh uy; vậy trước đây sai vì khoan, nay lại quá đáng vì nghiêm vậy.

'An Nam vốn là nước cung thuận, đất đai lại ngoài xa biên giới; nếu chỉ vì việc vụn vặt, mang quân đi hỏi tội, một khi gây hấn hiềm khích, đưa đến chỗ lỡ việc sinh mối hận, mầm loạn không dứt. Há lại dựa Thiên triều to lớn, để làm khó

các nước nhỏ nơi hoang dã? Vả lại vụ án đối với viên Phiên mục thuộc loại giết lầm binh nội địa, xét về tình có thể châm chước, mà viên Quốc vương phúc đáp cũng khiêm tốn thuận tòng, nên chưa thể cử sự khinh suất. Hãy truyền dụ bọn Sách Lăng lượng sự thế rõ ràng, đừng để mất quốc thể, nhưng cũng nhằm yên tĩnh biên cương không nhân đó mà gây hấn, nhằm vẹn toàn cả hai. Cũng không vì chiếu chỉ này của Trẫm mà làm quá điều phải, coi nhẹ nước Di xa xôi." (**Thanh Thực Lục, Cao Tông Thực Lục** quyển 315, trang 39-40)

Vào cuối năm, sứ bộ An Nam sang tiến cống; nhân viên Bồi thần Nguyễn Thế Lập mất, nhà Thanh cho làm lễ tế:

"***Ngày 18 tháng 12 năm Càn Long thứ 13*** **[6/2/1749].** *Nước An Nam tiến cống, Bồi thần Nguyễn Thế Lập mất. Theo lệ, sai quan đến tế."* (**Thanh Thực Lục, Cao Tông Thực Lục** quyển 331, trang 27)

Tại miền Nam vào tháng giêng [30/1-27/2/1748] Chúa Nguyễn sai Điều khiển Nguyễn Hữu Doãn đi đánh Chân Lạp, dẹp yên. Trước kia Nặc Tha nước Chân Lạp lên ngôi Vua. Nặc Thâm từ nước Xiêm về, Tha không chịu nhận. Thâm cử binh đánh, Tha chạy sang Gia Định; Thâm liền chiếm lấy đất. Đến khi Thâm chết, con là Đôn, Hiên, Yếm tranh nhau làm vua. Bề tôi là Sô Liên Tốc nhân nổi lên cướp phá Mỹ Tho. Hữu Doãn đem quân tiến đánh, Sô Liên Tốc thua to. Hữu Doãn đốt hết chiến thuyền, thừa thắng đến thẳng Nam Vang. Đôn, Hiên và Yếm đều trốn chạy. Hữu Doãn báo tin thắng trận; rồi đưa Nặc Tha về nước.

Vào tháng 6 [26/6-24/7/1748], Nặc Nguyên, con thứ hai Nặc Thâm, cùng Cao La Hâm và ốc Đột Lục Mân cầu viện quân Xiêm về đánh Nặc Tha. Tha lại chạy sang Gia Định, rồi bị bệnh chết; Nặc Nguyên bèn làm Vua nước Chân Lạp

Tháng 10 [21/11-19/12/1748] bắt đầu đặt đường trạm ở Gia Định. Đất Gia Định nhiều nơi lầy lội; khi mới mở mang, đường bộ chưa thông, hành khách đi lại vất vả, việc báo cáo về biên cương cũng không tiện. Chúa sai Hữu Doãn ngắm đo địa thế, chăng dây lấy thẳng bắt đầu từ phía bắc Tất Kiều [cầu Sơn, huyện Bình Dương xưa, nay thuộc Sài Gòn] Gia Định, đến địa phận Hưng Phước [huyện Phước An xưa, tức huyện Xuân Lộc, Đồng Nai], tuỳ chỗ mà đặt trạm, gọi là đường thiên lý. Hễ gặp sông to thì sai dân sở tại đặt bến đò, cho miễn dao dịch.

Tháng 3 năm Kỷ Tỵ, Cảnh Hưng thứ 10 [17/4-15/5/1749], (Thanh, năm Càn Long thứ 14). Có thuỷ tai lớn gần kinh thành; nước tràn ngập, đê bị vỡ. Triều đình hạ lệnh tạm bắt dân phu bồi đắp, hoãn thu tô.

Lê Duy Mật đem quân đến huyện Hoài An [huyện Chương Mỹ, Hà Tây], Trịnh Doanh thấy gần với khu vực kinh kỳ, bèn sai bọn đô đốc Văn Đình Ức và hiệu điểm Mai Thế Chuẩn chia quân chiếu theo địa thế phòng ngự, ngăn chặn quân Lê Duy Mật.

Tháng 6 [14/7-12/8/1749], bấy giờ vì có việc đánh dẹp, nên các quan bàn định bắt thêm lính để tăng thêm thế lực quân đội. Bèn hạ lệnh cho bọn Vũ Tá Quán tuyển lấy đinh tráng ở các huyện Nam Xang [huyện Lý Nhân, Hà Nam], Phú Xuyên [Hà Tây] và Thượng Phúc [huyện Thường Tín, Hà Tây] sung vào quân ngũ, miễn cho thuế đinh, bắt phải tự sắm lấy khí giới để thao luyện diễn tập, hẹn khi nào dẹp yên được giặc sẽ tha cho về.

Tháng 7 [13/8-11/9/1749], sửa đắp thành bằng đất ở kinh

đô. Chúa Trịnh Doanh hạ lệnh xem xét địa thế trong kinh kỳ, liệu lượng công trình đắp đất, số dân phu phải làm; rồi bắt dân các huyện chung quanh góp sức sửa đắp. Khi đắp xong, mở tám cửa, mỗi cửa đặt hai ô tả và hữu, phân phối binh lính canh giữ để phòng.

Tháng 10 [10/11-9/12/1749], Trịnh Doanh hội hợp quan quân ba đạo ở bờ phía bắc sông Bồ Đề [Bắc Ninh], hạ lệnh cho Hoàng Ngũ Phúc vẫn kiêm chức Thống lãnh, Phạm Đình Trọng vẫn giữ chức Hiệp thống lãnh đem quân đi đánh Nguyễn Hữu Cầu. Bọn Ngũ Phúc đã từng nhiều năm đi đánh dẹp, biết rõ được địa thế, địch tình, đến nay họ xem xét thời cơ chặn đánh, nhiều lần thắng trận, đồ đảng của Hữu Cầu phần nhiều đến cửa quân đầu hàng, nên dần dần chuyển sang cái thế có thể dẹp yên được.

Về phía nhà Thanh tiếp tục giải quyết việc quân An Nam giết lầm tại đồn Nganh Hán. Lúc này An Nam bằng lòng áp giải phạm nhân đến để thẩm vấn; Vua Càn Long nhân đó dùng biện pháp "*giơ cao, đánh sẽ*", cho thuộc hạ nghiêm khắc chấp pháp, sau đó nhà Vua sẽ mở đường khoan hồng:

"***Ngày 27 Đinh Sửu tháng 11 năm Càn Long thứ 13*** [15/1/1749]. *Lại dụ các Quân cơ đại thần:*

'Thư Lộ tâu những lời rằng: Lính đồn Nganh Hán bị giết, do quân An Nam truy đuổi giặc phỉ, vì trời tối không phân biệt được. Nhưng viên Quốc vương vốn xưng cung thuận, nay lại tuân lệnh áp giải phạm nhân đến để thẩm vấn; tuy vẫn sai vì mấy lần cầu xin tha, tuy nhiên xin chuẩn theo lời xin tỏ thêm sự khoan hồng.

Bọn Di bên ngoài giết hại lính đóng đồn của Trung Quốc, tội không tha được, quan Đại thần coi đất nơi biên giới đáng chấp pháp định đoạt. Trẫm có nghĩ đến viên Quốc vương vốn cung thuận, cuối cùng sẽ giảm nhẹ để làm rõ ơn nhu viễn (1). *Hãy truyền dụ Thư Lộ, cứ theo luật mà kết tội, rồi nghe tiếp chỉ dụ."* (**Thanh Thực Lục, Cao Tông Thực Lục**, quyển 329, trang 34-35)

Viên Tuần phủ Quảng Tây Thư Lộ thi hành đúng theo vai trò của mình; khi An Nam đưa phạm nhân đến bèn xin đưa ra nơi biên giới chém đầu:

***"Ngày 28 Đinh Sửu tháng giêng năm Càn Long thứ 14* [16/3/1749].** *Tuần phủ Quảng Tây Thư Lộ tâu:*

'Trấn Mục An Nam Vũ Đình Dung áp giải bọn Hoàng Phúc Vệ phạm tội giết lính đồn [Ngạnh Hán] *vào biên cảnh. Trình bày nước họ đội ơn sâu, cung thuận cẩn trọng, trời đất soi xét. Vào trước giờ ngọ* [12 giờ trưa] *hôm đó, người dân Phiên truy đuổi giặc phỉ, rồi đến tối thì lầm mà phạm phải; nhân phụng theo hịch dụ, áp giải đến để được thẩm xét. Thần nghĩ người xa tuân hịch giải phạm nhân đến, thưởng cho trâu rượu; rồi lập tức theo phép nước, sai quan nghiêm minh tra xét, thấy được vì trời tối giết lầm. Thấy bất tiện chiếu theo luật xử người bình thường, xin đưa ra nơi biên giới chém đầu chính pháp.'*

Nhận được chiếu chỉ:

'Đã hiểu." (**Thanh Thực Lục, Cao Tông Thực Lục** quyển 333, trang 38-39)

Cuối cùng Vua Càn Long thể theo chính sách nhu viễn, khoan miễn tội chết cho 2 phạm nhân Hoàng Phúc Vệ, Lý Phúc Trị; giao cho viên Quốc vương tuỳ nghi xử trị:

"Ngày 20 Đinh Mão tháng 5 năm Càn Long thứ 14

[4/7/1749]. *Nha môn bộ Hình phúc tấu:*

'Tổng đốc Lưỡng Quảng Thạc Sắc tâu: Địa phương đồn Ngạnh Hán châu Qui Thuận tiếp giáp An Nam, đã xây tường đặt binh để phòng ngự. Nhân bọn giặc phỉ họ Mạc An Nam cướp phá thôn xóm, Phiên mục mang quân đuổi bắt đến giới hạn bờ tường; binh phòng thủ trong đồn cũng đồng thời truy đuổi, trong lúc tối trời không thể biện biệt, nên 2 binh dõng bị giết, lại bị bắt đi 2 tên. Sau khi nội địa điều tra, lại căn cứ vào viên Quốc vương Lê Duy Vĩ xưng: Nước tôi cung thuận Thiên triều, án này do Thổ binh Hoàng Phúc Vệ, Lý Phúc Trị cùng với viên Thổ mục Lê Hữu Qui trong đêm tối đuổi giặc phỉ, gây nên việc giết lầm. Đã đem viên Thổ mục cách chức trị tội, lại giải hung phạm đến để thẩm vấn, xin phân biệt cố tình hay giết lầm.

Đáng đem Thổ binh Hoàng Phúc Vệ, Lý Phúc Trị chiếu theo lệ quân binh xuất chinh phạm pháp loạn kỷ luật, xử chém. Lại ra lệnh quan địa phương và Phiên mục nước này cùng chứng kiến phạm nhân bị chính pháp tại biên giới. Thổ mục Nùng Công Phái, chiếu theo luật tự tàn huỷ thân xác, bị đánh trượng phạt lưu đày. Phiên mục Lê Hữu Qui đích thân chỉ huy Phiên binh, gây nên việc đánh giết, cần ra lệnh viên Quốc vương trị tội nặng.

Đáng theo lời đề nghị của viên Tổng đốc.'

Nhận được chiếu chỉ:

'Hoàng Phúc Vệ, Lý Phúc Trị giết hại lính nội địa, đáng chịu án xử chém. Nhưng Trẫm duyệt kỹ sự tình vụ án, những phạm nhân này cùng binh lính nội địa truy đuổi bọn giặc phỉ họ Mạc, nhân tối trời không biện biệt được, nên gây giết lầm. Như vậy bọn Hoàng Phúc Vệ vốn vô tâm, vả lại viên Quốc

vương nhận được văn thư từ Tổng đốc, Tuần phủ, tức đem hung phạm hiến, không một chút bao che, thấy được tấm lòng hằng cung kính. Nay khoan miễn tội chết cho Hoàng Phúc Vệ, Lý Phúc Trị; giao cho viên Quốc vương xử trị; các điều khác y theo lời xin." (**Thanh Thực Lục, Cao Tông Thực Lục** quyển 341, trang 10-11)

Tháng 11 năm Canh Ngọ, Cảnh Hưng thứ 11 [29/11-28/12/1750], (Thanh, năm Càn Long thứ 15); bắt đầu thu tiền Thông kinh (2). Vì phải dùng quân đánh dẹp, chi phí rất nhiều, tài dụng trong nước không đủ; nên năm này gặp khoa thi hương, hạ lệnh cho mỗi người nộp ba quan tiền, sẽ miễn phải khảo hạch và đều cho đi thi, gọi là tiền Thông kinh. Do đấy, người làm ruộng, buôn bán, đồ tể, đều hớn hở nộp quyển đi thi. Ngày vào trường thi, học trò giày xéo lẫn lên nhau đến nỗi có người chết. Trong trường thi thì kẻ mang sách, kẻ mướn người làm giùm, quan trường cùng người gian trá, làm như họp chợ; phép thi hết sức thối nát.

Tháng 12 [29/12/1750-26/1/1751]. Trịnh Doanh tự đốc suất đại quân đi đánh Nguyễn Danh Phương. Khoảng đầu năm Vĩnh Hựu [1740], giặc ở Sơn Tây là Tế và Bồng nổi loạn, khi Tế và Bồng bị bại, Danh Phương tập hợp quân chúng còn sót lại được vài vạn người, chiếm cứ núi Độc Tôn thuộc huyện Tam Dương [Vĩnh Phúc]. Sau khi thua trận ở Bạch Hạc [huyện Việt Trì, Phú Thọ], Danh Phương chỉ dựa vào nơi hiểm trở để cướp bóc vặt, không dám khinh thường đem quân ra. Đến lúc Hoàng Phùng Cơ đầu hàng, được triều đình sẵn lòng vỗ về yên ủi, Danh Phương thấy thế, cũng có ý muốn xin hàng. Y bèn dùng lễ vật rất hậu bí mật đút lót cho vợ Chúa Trịnh là Nguyễn Thị và hoạn quan Đàm Xuân Vực; Xuân Vực giúp dâng tờ hiểu đầu hàng, Trịnh Doanh y cho.

Nhưng khi triệu vào triều thì Danh Phương không nhận mệnh, lại làm phản, chiếm cứ núi Ngọc Bội [huyện Bình Xuyên, Vĩnh Phúc] làm sào huyệt, gọi là đại đồn, sau đến đồn Hương Canh [huyện Vĩnh Tường, Vĩnh Phúc] gọi là trung đồn, Úc Kỳ [huyện Phú Bình, Thái Nguyên] gọi là ngoại đồn; còn các đồn lẽ khác lại nhiều gấp hai. Quân đóng ở đâu đều làm ruộng, chứa thóc, làm kế giữ lâu. Lại tự tiện giữ mối lợi về chè, sơn, tre, gỗ ở miền thượng du và xưởng mõ ở Tuyên Quang, do đó mà thóc gạo của báu chứa cao như núi. Danh Phương chia quân chặn giữ nơi hiểm yếu, để kháng cự với quan quân; triều đình nhiều lần sai quân đi đánh, thì y lại cho chở của đút lót cho quan quân. Các tướng ham lợi, cứ dung túng cho giặc để bảo toàn lấy thân. Vì thế nên thế lực ngày càng vững vàng, hơn 10 năm trời. Các huyện thuộc Tam Đái [Vĩnh Phúc], Lâm Thao [Phú Thọ] và Đà Dương [huyện Yên Bình, Yên Bái] đều bị Danh Phương chiếm cứ. Đến nay Trịnh Doanh tự đốc suất đại binh đi đánh, bèn chia binh làm bốn đạo quân, bổ dụng Hoàng Ngũ Phúc trông coi việc quân. Nguyễn Nghiễm làm Tán lý, Đoàn Chú làm Hiệp đồng, hẹn ngày xuất phát.

Trịnh Doanh đi đường Thái Nguyên, thừa lúc không ngờ, đương đêm, đánh úp đồn Úc Kỳ, phá vỡ được, lại tiến quân sát đến đồn Hương Canh. Danh Phương đem hết quân ra chống cự, đạn bay như mưa; quan quân không sao tiến lên được. Lúc ấy trong hàng các tướng, chỉ có Nguyễn Phan, vốn gọi là một viên tướng vô địch. Trịnh Doanh đem thanh kiếm trao cho Phan nói:

"*Nếu không phá được đồn này, lập tức phải xử theo quân pháp*".

Phan đem quân tiến lên, cởi chiến bào, nhảy xuống ngựa,

đánh nhau dưới đất. Phan ngoảnh lại bảo thủ hạ rằng:

"Các quân sĩ đã ghi tên trong sổ quân lệnh, tự phải giữ phép quân. Bọn người đều là tôi tớ của ta, nay chính là lúc ta bỏ mình đền ơn nước, mà cũng chính là ngày các ngươi đền ơn ta. Vậy những ai có cha mẹ già, con bé, không nở dứt mối tình riêng, thì đều cho lui ra, còn thì đều nên cùng ta quyết liều chết để báo ơn nước, không nên sống uổng cái thân mày râu!".

Mọi người nghe lời Phan nói, không ai chịu lùi. Phan tự xông lên trước quân sĩ, cố sức đánh, phá tan được. Danh Phương thu nhặt số quân còn sót lại giữ đại đồn Ngọc Bội. Đồn Ngọc Bội là sào huyệt của giặc, thế núi cao vót hiểm trở, giặc đã lấp cửa ngõ các đường tắt từ trước, bố trí một loạt súng ở trên núi để cố thủ.

Vào tháng 2 năm Cảnh Hưng thứ 12 [26/2-26/3/1751] Trịnh Doanh lại sai Phan tiến đánh. Phan sai mọi người đều cầm gươm mác, hễ nghe tiếng súng thì nằm phục xuống, bằng không thì trèo đá mà vượt lên. Phan tiến lên trước, tam quân kế tiếp theo sau, quân sĩ tiến lên núi trông như đàn kiến. Quân giặc đổ vỡ tan tành, Danh Phương lủi vào núi Độc Tôn [huyện Tam Đảo, Vĩnh Phúc]. Quan quân lại đuổi theo đánh phá tan vỡ. Danh Phương cùng đồ đảng đốt doanh luỹ, rồi nhân đêm chạy trốn. Quan quân đuổi theo, bắt được Danh Phương ở xã Tĩnh Luyện, huyện Lập Thạch [Vĩnh Phúc].

Về phía nhà Thanh, viên Tuần phủ Quảng Tây tâu rằng sứ bộ An Nam triều cống vào tháng 12 năm Càn Long thứ 13 [6/2/1749], bấy giờ trên đường trở về nước, nhưng vẫn chưa tới được trấn Nam Quan. Chắc rằng biên giới có loạn, cống sứ phải đi đường vòng, bèn nghiêm sức quan quân tại biên giới nghiêm mật tuần phòng:

"***Ngày 29 Nhâm Thân tháng 3 năm Càn Long thứ 15*** **[5/5/1750].** *Tuần phủ Quảng Tây Thư Lộ tâu:*

'Cống sứ An Nam trở về nước, vẫn chưa tới trấn Nam Quan. Cứ viên Di mục Văn Uyên [Lạng Sơn] *báo rằng có bọn giặc phỉ Triều Hiểu dày xéo, có thể vòng qua đường đến quan ải. Điều tra biết Triều Hiểu trước đây theo giặc họ Mạc, từng gây hấn với An Nam; sau đó họ Mạc thua chạy, Triều Hiểu cũng ẩn tích, nay lại xuất hiện gây loạn. Đất An Nam một dải tiếp biên giới, quan ải cần nghiêm cẩn; thông sức binh lính tuần phòng, không vì đất An Nam có việc, rồi quấy nhiễu thêm. Hiện đã nghiêm sức quân lính các doanh tại biên giới ra sức phòng thủ, không được vượt biên gây sự.'*

Mệnh tấu báo để hay biết." (**Thanh Thực Lục, Cao Tông Thực Lục** quyển 361, trang 24)

Ngoài ra tại Quảng Tây lại xảy thêm sự cố khác; đó là việc viên Thổ châu Phú Châu (3) tỉnh Vân Nam lén vượt núi Pha Lợi [châu Tiểu Trấn An, Quảng Tây] để sang An Nam bắt người, nhưng bị đốt chết tại núi này:

"***Ngày 26 Mậu tuất tháng 4 năm Càn Long thứ 15*** **[31/5/1750]**

Lại dụ các Quân cơ đại thần:

'Cứ Tuần phủ Thư Lộ tỉnh Quảng Tây tâu: Thổ châu Phú Châu tỉnh Vân Nam sai bọn Thổ mục Lý Thế Xương đến Giao Chỉ, tầm nã bọn trộm cướp; lén vượt sau sườn núi Pha Lợi, bị đốt lửa chết 5 người. Xem thư só, cùng hỏi han các quan văn võ được biết viên Thổ mục đến Giao Chỉ bắt hung

phạm, vượt qua ải Vĩnh Lịch 2 lần vào tháng 7 và tháng 9 năm ngoái, đều bị các viên Châu tại đây cản trở đuổi về; nên bọn Thổ mục lén vượt tại núi đất, rồi xảy ra trọng án chết người.'....

Lại tâu: Ba phủ Nam Ninh, Thái Bình, Trấn An tại tỉnh Quảng Tây đều tiếp giáp với An Nam, đặt tất cả 3 cửa quan (4), *100 ải, lại đặt hơn 120 đồn, bình thời đều ngăn cấm; ải Vinh Lịch tại châu Qui Thuận đều nằm trong sự cấm đoán đó. Rồi vào hai tháng 7 và 9 năm ngoái, Phú Châu, Vân Nam sai Thổ mục Lý Thế Xương muốn từ ải này đến đất Giao Chỉ bắt tội phạm; đều bị các viên Châu biện đuổi về. Duy chưa bẩm báo, lại không tuần phòng cẩn thận, đến nỗi Thổ mục ngầm vượt tại sau núi Pha Lợi, thực lỗi lầm không chối được. Còn núi Pha Lợi từ trước tới nay chưa lập đồn ải, nhưng cách ải Bình Mãnh không quá 5 lý* [2.9 km], *quân lính tại ải này không đến nơi để tuần phòng, cũng là điều sơ hốt. Hiện đã sai bắt thủ phạm Hỷ Thường Liệu và 5 tên đốt lửa, lại thông sức điều tra bắt thêm. Cách phối trí tuần phòng binh dõng tại các đồn, ải sẽ xin bàn kỹ sau.'*

Nhận được chiếu chỉ:

'Từ nay trở về sau hãy lưu tâm sửa đổi sai lầm; mọi việc đã nhận rõ sự thực, cũng có thể chấp nhận được." (**Thanh Thực Lục**, **Cao Tông Thực Lục** quyển 363, trang 22-24)

Thực hiện lời hứa cho phối trí tuần phòng, viên Tuần phủ Quảng Tây xin cho đặt thêm đồn tại núi Pha Lợi; ngoài ra quân lính mỗi ngày đi tuần sang đến đồn bên cạnh, phải ghi tên đăng ký, nhằm kiểm soát việc tuần phòng liên tục:

"***Ngày 30 Kỷ Tỵ tháng 9 năm Càn Long thứ 15*** **[29/10/1750]**. *Tuần phủ Quảng Tây Thư Lộ tâu:*

'Phía sau núi Pha Lợi, phủ Trấn An tiếp giáp với thôn Hồng Hoàng, Di Giao Chỉ; trước đây chưa đặt đồn tuần phòng, nên vào năm ngoái viên Sai mục Phú Châu, Vân Nam ngầm đi qua, gây thành vụ trọng án chết người. Điều tra xứ này tuy cách xa ải Bình Mãnh chỉ 5 lý, bình dõng không cho là đường quan trọng, nên mỗi lần đi tuần không vòng qua để tra xét. Trước đây đất Giao Chỉ có nội loạn, từng lập trại đào hào tại đây, nhưng thời gian qua lâu nên đã phế mục. Nay đáng chọn chỗ cao, bằng, đặt thêm một đồn; rút quân 2 tên từ đồn trấn, 4 Thổ dõng đến trú đóng phòng thủ; tu chỉnh thêm hàng rào cũ, đào hào rộng và sâu thêm.

Ngoài ra các ải tại biên giới, mỗi nơi làm 1 cây cờ đi tuần, 1 quyển sổ hiệu; lệnh binh dõng trong ải mỗi ngày cầm cờ, mang khí giới đi tuần đến đồn bên cạnh; đến nơi ghi tên vào sổ hiệu, duyên do đăng ký. Suốt ngày đi tuần; nếu tuần tiễu không đến nơi, ải bên cạnh trình lên, không trình sẽ chịu tội; đêm tối đánh mõ, cẩn thận đề phòng. Ngoài các quân nhóm 5, hoặc 10 người lo tuần tiễu; chỉ huy các đồn ải bất thường qua lại tra xét; các chức Quản, Đô mỗi tháng thanh tra 1, 2 lần; nếu quân lính trốn việc, đồn trấn lười biếng, trình rõ để cách chức.'

Nhận được chiếu chỉ:

Đúng, hãy thực hiện đi." (**Thanh Thực Lục**, **Cao Tông Thực Lục** quyển 373, trang 19-20)

Viên Tuần phủ Quảng Tây còn tâu lên Vua Càn Long về thực trạng dân Trung Quốc vào sinh sống trong lãnh thổ An Nam cách quan ải sâu đến 2,3 chục lý [10-15 km]. Với tham vọng bành trướng, y khẳng định đó là đất nội địa; Càn Long cũng hùa theo, sai điều tra mật tình hình ngoài ải, rồi sẽ trù tính:

"Ngày 29 Kỷ Hợi tháng 8 năm Càn Long thứ 15

[29/9/1750]

Tuần phủ Quảng Tây Thư Lộ tâu:

'Tra các châu, huyện thuộc 3 phủ Nam Ninh, Thái Bình, Trấn An có hơn 2000 lý tiếp giáp với An Nam. Trong đó đặt 3 cửa quan, 100 ải, trên 120 đồn, tuỳ đất mà bố trí phòng thủ; khác với biên giới miền tây bắc, có phân định rõ ràng trong ngoài. Có chỗ tuy ở ngoài ải nhưng vẫn là đất nội địa; cách đất Di xa thì 2,3 chục lý; gần thời vài lý không chừng. Từ trước tới nay những dân nghèo không có nghề ở trong nội địa đến đó làm nhà tranh, lấy đất cày cấy. Hiện nay An Nam thần phục, không có mầm mống gây hấn. Nhưng những loại dân nghèo này, đã sống ngoài ải; phía ngoài không có người câu thúc ngăn trở, trong nội địa thì không có nhân viên kê tra; không thể đoan chắc rằng bọn chúng không chứa chấp dân gian tại nội địa, dẫn dân phỉ bên ngoài đến đất Giao gây hấn. Vì bọn chúng canh tác nơi này đã lâu, không tiện đuổi về sinh thất nghiệp. Còn việc ruộng đất canh tác được bao nhiêu mẫu? Thôn xóm chỗ nào? Cách biên giới Di bao xa? Đều nên lần lượt tra rõ. Từ trước đến nay không có viên chức đến ngoài ải, nếu hốt nhiên sai người đến tra khám, dễ sinh kinh nghi. Hiện ban dụ ra lệnh 3 Tri phủ Nam Ninh, Thái Bình, Trấn An, mỗi viên mật tra tình hình ngoài ải; không được để lộ ra chút nào; đến lúc đó sẽ trù tính kỹ rồi tâu riêng.'

Chiếu ban đã nghe qua." (**Thanh Thực Lục**, **Cao Tông Thực Lục** quyển 371, trang 18-19)

Tại miền Nam vào tháng 2 năm Canh ngọ [8/3-6/4/1750], Chúa Nguyễn sai Nguyễn Cư Trinh làm Tuần phủ Quảng Ngãi, ban sắc giao cho trọng trách như sau:

"Thuộc lại gian tham ngươi phải xét trị; hào cường lấn cướp ngươi phải ngăn trừ; án giam không quyết ngươi phải xét cho ra lẽ; hộ khẩu không đông người phải làm cho phồn

thịnh; nhân dân ương ngạnh ngươi phải giáo hoá; kẻ gian trộm cắp ngươi phải bắt vào khuôn phép. Nhất thiết tình trạng của quân, nỗi khổ của dân, cho ngươi được tuỳ nghi làm việc, chỉ cần thành công, chớ có sợ nhọc".

Bấy giờ bộ lạc Chiêm Thành tại Thuận Thành [Bình Thuận] có nhiều người xiêu dạt sang ở đất Chân Lạp, gọi là Côn Man. Nặc Nguyên nước Chân Lạp xâm lấn người Côn Man. Chúa Nguyễn cùng bầy tôi bàn đi đánh; nhưng e rằng Nặc Nguyên sẽ chạy sang nương nhờ Xiêm La [Thái Lan], nên sai sứ đưa thư sang cho nước Xiêm ngăn chặn trước:

"Đấng vương giả dùng binh là để dẹp loạn giết bạo, cho nên vua Văn vương giận [rợ Sùng Mật] *bất kính, vua Tuyên vương đánh* [rợ Hiểm Doãn] *chiếm đất, đó là việc bất đắc dĩ chứ không phải ưa thích chiến tranh. Nước Chân Lạp bé nhỏ kia là phiên thần của nước ta, mà dám tụ họp côn đồ, dựa thế lấn nơi biên giới. Việc làm như thế, dẫu nước Xiêm cũng phải ghét vậy. Nay sai quan võ đem quân hỏi tội, chúng tất ngóng gió mà tan chạy, gián hoặc chúng có chạy sang nước Xiêm, tức thì nên bắt giao cho quân thứ, đừng để cho kẻ bề tôi phản nghịch trốn khỏi búa rìu".*

Chú thích:

1. Nhu viễn: chính sách mềm dẻo với các nước thuộc quốc xa xôi.

2. Thông kinh: nguyên là Minh Kinh, nhưng vì kỵ huý tước của Trịnh Doanh là Minh vương nên đổi là Thông Kinh, nghĩa là thông hiểu kinh điển.

3. Thổ châu Phú Châu thuộc phủ Quảng Nam, tỉnh Vân Nam; phủ này giáp giới tỉnh Quảng Tây.

4. Ba quan ải gồm: Trấn Nam quan, Bình Nhi, Thuỷ Khẩu.

141. Vua Lê Hiển Tông [1740-1786] (5)

Tháng giêng năm Tân Vị, Cảnh Hưng thứ 12 [26/2-26/3/1751], (Thanh, năm Càn Long thứ 16); Phạm Đình Trọng bắt được Nguyễn Hữu Cầu ở Nghệ An. Hữu Cầu lúc còn nhỏ là hạng trộm cắp, sau theo Nguyễn Cừ, tướng giặc vùng Ninh Xá, Cừ gả con gái cho. Khi Cừ bị bại, Hữu Cầu lại hô hào tụ họp đồ đảng cướp bóc. Hữu Cầu là người mạnh khoẻ, nhanh nhẹn, chiến đấu hăng, trí mưu quỷ quyệt trăm đường, nhiều lần bị vây mấy vòng, chỉ một mình một ngựa vượt vây xông ra, rồi vài hôm sau lại có quân chúng hàng vạn. Khi ra trận, một mình cưỡi ngựa, cầm siêu đao, đi lại như bay, quân sĩ không ai là không sợ hãi chạy giạt, đến các tướng cũng phải tránh uy phong của y; chỉ một mình Đình Trọng quyết chí giết cho bằng được, nên triều đình vững lòng dựa vào Đình Trọng. Đình Trọng cầm quân có kỷ luật, hễ trận nào Hữu Cầu gặp Đình Trọng liền bị thua. Các tướng lúc bấy giờ, Hữu Cầu chỉ sợ có Đình Trọng mà thôi. Từ khi bị thua trận Bồ Đề [Bắc Ninh], Hữu Cầu hợp lực với Hoàng Công Chất, đánh phá cướp bóc các huyện Thần Khê [huyện Hưng Hà, Thái Bình], Thanh Quan [huyện Thái Thuỵ, Thái Bình]. Đình Trọng cùng Ngũ Phúc đốc suất binh sĩ đi đánh, sang đò Hoàng Giang qua huyện Nam Xang [huyện Lý Nhân, Hà Nam], đến huyện Bình Lục [Hà Nam], đánh nhau với Hữu Cầu ở các sông Mã Não [huyện Bình

Lục] và Hương Nhi [huyện Bình Lục], quân Cầu bị thua. Lại đuổi đến xã Quang Dực và Lộng Khê [huyện Quỳnh Phụ, Thái Bình], đánh luôn mấy trận đều phá tan được. Công Chất chạy vào Thanh Hoá, Hữu Cầu cũng trốn vào Nghệ An nương nhờ Nguyễn Diên. Diên giúp cho binh lính, lương thực, Hữu Cầu nương thân ở Nguyên Lãm. Ít lâu sau, Đình Trọng đem đại binh đuổi theo đến nơi, quân của Hữu Cầu bèn tan vỡ. Hữu Cầu bị khốn quẫn bức bách, liền vượt ra biển. Vì gặp gió bão thình lình nổi lên, Hữu Cầu bèn cùng mấy chục thủ hạ lên bộ, tranh cướp lấy đường mà chạy, ẩn trốn trong núi Hoàng Mai [huyện Quỳnh Lưu, Nghệ An], bị Phạm Đình Sĩ, thuộc tướng của Đình Trọng, bắt được, liền đóng cũi đưa về quân thứ Trịnh Doanh.

Tháng 2 [26/2-26/3/1751], sau khi Nguyễn Danh Phương bị bắt, Nguyễn Hữu Cầu bị nhốt vào cũi cũng giải đến quân thứ. Trịnh Doanh bèn mở tiệc lớn ở quân thứ Xuân Hi [huyện Sóc Sơn, Hà Nội] để khao tướng sĩ. Trong khi yến ẩm, Trịnh Doanh sai Hữu Cầu thổi sáo, Danh Phương rót rượu, ba quân xúm quanh lại xem, tiếng vui mừng nổi lên như sấm, bèn kéo quân về kinh sư. Khi về kinh sư, đến cửa khuyết dâng công thắng trận, bèn làm lễ dâng tù binh ở Thái Miếu. Sau đó Hữu Cầu lập mưu vượt ngục, bị lộ chuyện; liền đem giết cùng với Danh Phương.

Sai Nguyễn Quai và Dương Công Chú đi bảo ban, yên ủi dân các lộ Sơn Tây, Bắc Ninh và Thái Nguyên. Bọn Nguyễn Quai bái từ ra đi, Trịnh Doanh bảo:

"Dân gặp giặc cướp làm cay đắng đã lâu, nay nên để ý hỏi han yên ủi, các ngươi đi đến đâu cần tuyên truyền đức ý triều đình và đề đạt nguyện vọng người dưới; những việc ăn uống đưa đón, nhất thiết chớ làm phiền đến dân".

Bèn ban cho bọn Quai 300 quan tiền hành lý.

Tháng 3 [27/3-25/4/1751] thi lại Cống sĩ mới đỗ ở lầu Ngũ Long. Từ lúc có thể lệ nộp tiền để đi thi, học trò quen thói đua nhau chạy chọt, quan trường lại coi thường kỷ luật, trường thi gửi gấm công khai, người thi đỗ phần nhiều không có thực học, vì thế lời bàn tán bên ngoài rất xôn xao. Trịnh Doanh nổi giận, bèn bắt thi lại, đánh hỏng hơn 200 người; quan trường đều bị biếm chức hoặc bãi chức, duy Vũ Công Trấn, giữ chức Đề điệu trường thi Kinh Bắc, được miễn nghị.

Tháng 6 [22/7-20/8/1751], chấn chỉnh các quan giữ việc chính trị. Trịnh Doanh lấy cớ rằng trong nước gần được được bình định, cần phải chấn chỉnh chức trách các viên quan giữ việc chính trị. Bèn hạ lệnh cho Tham tụng Nhữ Đình Toản châm chước điển lệ các triều, xếp đặt quan chức, phẩm trật thành từng loại, gọi là "**Tấn thân thực lục**". Lại ban hành 9 điều nói rõ chức trách công việc các quan trong kinh, ngoài trấn:

1. Giúp đỡ Vua, làm cho Vua nghĩ được ngay thẳng.

2. Phân biệt, kén chọn quan lại.

3. Bàn định chính sách đối với dân.

4. Định kỹ luật quân ngũ.

5. Xếp đặt việc chi dùng trong nước.

6. Sách tỏ về thể lệ kiện tụng.

7. Bàn định việc tính toán chi thu.

8. Việc thưởng, việc phạt phải cho đúng lẽ.

9. Hiệu lệnh phải tin thật.

Ngoài ra lại cho ban bố giáo điều đời Cảnh Trị thứ nhất [Vua Lê Huyền Tông,1663]. Bấy giờ Phạm Công Trứ giữ công việc trong chính phủ, phụng mệnh làm Giáo điều gồm 47 mục, mỗi xã đặt một viên quan, cứ ngày đầu năm và ngày xã điền (1) đem giáo điều đọc cho dân nghe. Từ khi trong nước nhiều việc, bỏ trễ nãi không nhắc đến. Đến nay hạ lệnh cho làm lại, nhưng nhân dân có ý lơ là, coi như việc không đáng để ý đến.

Về phía nhà Thanh, có một tên lính địa phương, vượt qua sông đến vùng biên giới Đô Long nước ta lấy củi, bị quân lính giết lầm. Vua Thanh giải quyết bằng cách chuyển giao tội phạm cho viên Thổ mục Đô Long nước ta, cho tự quyết việc xử trị:

"***Ngày 22 Kỷ Sửu tháng 4 năm Càn Long thứ 16* [17/5/1751].** *Bộ hình bàn và phúc tấu:*

'Tổng đốc Vân Nam, Quí Châu Thạc Sắc tâu lính người Giao Nguyễn Thế Khôi, giết lầm Thổ luyện Hỉ Niệm; xin định tội giảo giam hậu (2).'

Nhận được chiếu chỉ:

'Lính Di tại Đô Long (3) Nguyễn Thế Khôi giết Thổ luyện nội địa, đáng phải chiếu theo luật thi hành. Nhưng xét kỹ vụ án, Nguyễn Thế Khôi truy đuổi bọn giặc Sa, cũng chưa dám vào biên giới; thực nhân Hỉ Niệm vượt qua sông hái củi, ăn mặc sắc phục giống như bọn giặc Sa, nên bị giết lầm; sự tình có thể châm chước. Viên Thổ mục Hoàng Văn Kỳ bắt hiến hung thủ, thẩm tra rõ ràng, xét cũng có công. Nay khoan giảm cho Nguyễn Thế Khôi miễn tội chết, giao cho viên Thổ mục tự quyết việc xử trị." (**Thanh Thực Lục, Cao Tông Thực Lục,** quyển 387 trang 14-15)

Năm ngoái viên cựu Tuần phủ Quảng Tây Thư Lộ tâu rằng dân Trung Quốc vào sinh sống trong lãnh thổ An Nam, cách quan ải sâu đến 2,3 chục lý [10-15 km]. Với tham vọng bành trướng, y ra lệnh trồng tre làm biên giới mới tại vùng đất dân Trung Quốc ở, mưu lấn chiếm. Dân An Nam tại biên giới đồng loạt phản ứng, nhổ hàng rào tre, dời bảng ghi giới hạn ruộng đất; khiến triều đình nhà Thanh vô cùng bối rối:

"***Ngày 26 Tân Dậu tháng 6 năm Càn Long thứ 16* [17/8/1751].** *Lại dụ các Quân Cơ đại thần:*

'Theo lời báo của Tuần phủ Định Trường về vụ án trồng tre tại duyên biên Quảng Tây, qua lời bẩm trước sau của Hộ lý trấn Tả Giang Phạm Vinh, Tri phủ Thái Bình Bình Trị, có những lời: Bọn Di nhổ hàng rào tre, dời bảng ghi giới hạn ruộng đất, hiện đang nghiêm sức điều tra liệu biện.

Trẫm đã minh bạch phê rằng, việc phủ ngự Di bên ngoài cần trung hoà giữa khoan và nghiêm, để sau đó được yên ổn vô sự; bởi vậy không thể tỏ ra yếu với ngoại Di, cũng không thể tạo mối lo gây lắm chuyện, viên Tuần phủ cần thoả hiệp liệu biện.

Việc này bắt đầu từ Thư Lộ, bảo rằng cẩn thận thông sức việc biên phòng, rồi một mặt tâu lên, một mặt thực hiện. Định Trường kế tiếp nhậm chức, tra rõ việc đang thực hiện; các viên chức giữ biên giới cũng nhân đó báo lên. Hoặc do binh dân giáp biên giới thừa cơ vượt chiếm đất Di, khiến cho người Di không phục; hoặc chính bọn y thấy việc làm khó, nên cầu an không muốn trồng tre rồi đổ cho bọn Di, để mong công việc nửa chừng bỏ dở; giữa 2 con đường đều chưa thấy định rõ, nhưng cái việc không để yên ổn vô sự thì đã thấy khái quát.

Yên biên thuỳ là nhiệm vụ trọng yếu của Đại thần được phong đất, việc này chỉ một người lo không xuể; nếu không nhân lúc này trù hoạch cho tận thiện, tương lai di luỵ cho địa phương thực bất tiện. Công việc thời Thư Lộ tại chức chưa làm xong, đến việc Di nước ngoài không tuân, không thể để đó không xét. Nay viên Tổng đốc Trần Đại Thụ trông coi Lưỡng Quảng đã 2 hai năm, nhưng chưa đến Quảng Tây; trước mắt công việc tại Quảng Đông đã vào nền nếp, hoặc nhân lúc rảnh đích thân đến Quảng Tây, xem duyệt việc biên giới, cùng với Tuần phủ và các trưởng quan giáp mặt bàn luận, tất có thể thấy được con đường ninh tĩnh lâu dài. Nếu như chưa tiện đến đó, thì cứ tâu lên sự thực. Hãy thực lực trù biện án này, không để đình trệ, nhưng cũng không quá khẩn trương, xử trí hợp cách việc sắp xếp biên thuỳ; cùng đem tình hình hiện tại nhất nhất tâu lên đầy đủ.'

Rồi Tổng đốc Trần Đại Thụ tâu:

'Di Giao Chỉ vốn được coi là cung thuận, Thư Lộ bàn xin trồng tre, nguyên do muốn phòng việc lén vượt biên giới; tuy không phải là việc gấp nhưng đã cho khởi hành. Dân Di bèn cho nhổ đi, lại phá huỷ hàng rào cũ cùng bảng hiệu chỉ ruộng đất nội địa; xét về việc liên quan đến thể chế không tiện để yên. Theo kế hoạch hiện nay, việc trồng tre không nên dừng nửa chừng, mốc biên giới không thể không rõ ràng. Hiện nay thần đã hội bàn với Tuần phủ Định Trường, đợi đến ngày các ty, đạo khám đích xác; thì một mặt đem nguyên do việc trồng tre, nói minh bạch với các quan nước Di; một mặt ra lệnh các châu huyện Hán, Thổ biên giới, y theo những điều đã bàn định, trừ núi cao vách dốc không trồng được; kỳ dư chiếu theo biên giới mà trồng; không phạm đến biên

giới Di một chút nào, mà cũng không thoái nhường một tấc đất. Việc Thổ dân Bằng Tường trồng gian dối, xét theo luật trừng phạt, các viên chức quân lính làm điều trái sẽ phân biệt đối xử; nhưng phải báo cho Quốc vương, lệnh tìm ra những người nhổ tre, phá hàng rào và bảng hiệu để trừng trị đến cùng.

Tái bút: Việc này nguyên do dân nội địa trồng gian dối sinh gây hấn, còn người Di sau khi phá tan bảng hiệu, lại không gây sự thêm, chắc trong lòng đã biết sợ. Nếu bây giờ thần đến đất này, sợ dân vô tri sinh ra nghi và lo, có thể đưa điều oán cho Thổ dân, rồi sinh tranh giành, gây ra chuyện lớn. Thần xin tâu rõ rằng mùa đông năm nay sẽ tuần duyệt quân ngũ tại tỉnh Quảng Đông, năm sau đến Quảng Tây duyệt binh, đợi đến lúc đó đến tuần tra duyệt xét các đồn ải biên giới.'

Nhận được chiếu chỉ:

'Việc liệu biện rất ổn." (**Thanh Thực Lục, Cao Tông Thực Lục**, quyển 393, trang 14-15)

Nhằm giữ quốc thể, viên Tổng đốc Tổng đốc Lưỡng Quảng Trần Đại Thụ xin tiếp tục việc trồng tre, nhưng chiếu theo biên giới cũ mà trồng; không phạm đến biên giới An Nam; nhưng ý Vua Càn Long không bằng lòng:

*"**Ngày 7 Tân Mùi tháng 7 năm Càn Long thứ 16** **[27/8/1751]**. Lại dụ:*

'Trước đây Tuần phủ Định Trường tâu về vụ án trồng tre lại biên giới Quảng Tây, Trẫm đã truyền dụ cho viên Tổng đốc Trần Đại Thụ, lệnh thừa lúc rảnh đích thân đến tỉnh Quảng Tây xem xét, cùng với Tuần phủ Định Trường họp mặt lo liệu. Nay nhận được lời tâu của Trần Đại Thụ, Trẫm nghĩ từ

trước tới nay đặt hàng rào tường đá, nhờ vào đó để ngăn cách, nguyên đã có định giới, việc này không cần phải làm nữa. Nhưng Thư Lộ đã tâu xin làm rõ biên giới bằng việc trồng tre; nếu chỉ y theo biên giới cũ, không những nhiễu đến dân Di, sao đến nỗi dân Di tự tiện phá hàng rào tre? Như vậy chắc binh dân duyên biên mượn việc trồng tre thừa cơ xâm chiếm, để đến nỗi đám đông Di có hành động ngang ngược. Vì phương pháp chế ngự Di không thể tỏ ra yếu, nhưng cũng không được mượn việc xâm lăng để gây ra chuyện. Nay lại truyền dụ viên Tổng đốc, hãy tuân theo chỉ dụ trước, hội đồng với viên Tuần phủ, lấy sự công chánh mà tra xét, không thể chuyên bao che ý kiến của binh dân, khiến cho lòng dân Di không phục. Nhằm để binh, dân đừng vượt biên giới xâm chiếm, dân Di cũng không có hành động làm càn; vĩnh viễn tuyệt mối gây hấn, biên cảnh được yên ổn." (**Thanh Thực Lục**, **Cao Tông Thực Lục** quyển 394, trang 13)

Tiếp đến viên quyền Tổng đốc Lưỡng Quảng Tô Xương, cùng Tuần phủ Quảng Tây Định Trường chê viên viên cựu Tuần phủ Thư Lộ, trù hoạch việc trồng tre chưa ổn thoả; nhân đó các viên Thổ mục Trung Quốc tại biên giới thừa cơ xâm chiếm, khiến dân An Nam không chịu được:

"***Ngày 30 Quí Tỵ tháng 9 năm Càn Long thứ 16* [17/11/1751]**. *Dụ các Quân cơ đại thần:*

'Bọn Tô Xương, Định Trường tâu về việc uỷ viên tra khám vùng duyên biên thổ châu Tư Lăng tỉnh Quảng Tây bị người Di nhổ tre, chiếm đất như sau: Tỉnh Quảng Tây và An Nam tiếp giáp, từ trước tới nay biên cảnh yên ổn. Năm ngoái cựu Tuần phủ Thư Lộ tâu xin trồng tre tại biên giới, để ngăn chặn việc ngầm vượt; một mặt tâu, một mặt giao cho các quan địa phương thực hiện. Cách thức làm, chưa được trù hoạch

tường tất, cũng không giao cho các viên chức phụ trách thanh tra ổn thoả; nhân đó các viên Thổ mục Bằng Tường, Tư Lăng thừa cơ xâm chiếm đất Giao, khiến dân Giao không chịu được. Rồi Thổ mục đưa việc nhổ tre, huỷ tường a dua bẩm báo kể tội nước Phiên chống sự giáo hoá, không tuân sự ước thúc.

"Hiện cứ theo các viên Tuần phủ, Tri đạo tra xét rõ và kết luận, điều này trước hết do Thư Lộ khinh suất xướng xuất ra, rồi sau đó thực hành không tốt, nên gây ra chuyện. Các Tổng đốc, Tuần phủ nơi biên cương cần thận trọng chu đáo, để mưu đồ vĩnh viễn ninh thiếp; há lại tự ý hành động sai trái? Nay ra lệnh bộ xét bàn rồi tâu đầy đủ." (**Thanh Thực Lục, Cao Tông Thực Lục** quyển 399, trang 24-25)

Vua Càn Long quyết định vãn hồi bình yên vô sự, không cho trồng tre, cũng không sai Tuần phủ đích thân khám xét biên phòng, gây sự nghi ngờ:

"***Ngày 28 Tân Dậu tháng 10 năm Càn Long thứ 16* [15/12/1751].** *Dụ các Quân cơ đại thần:*

'Tiếp được chỉ dụ về việc trồng tre tại biên giới, Định Trường [Tuần phủ Quảng Tây] *xin vào đầu tháng 12 đích thân đến những địa phương quan ải khẩn yếu để tra khám; việc đi này thực không nên. An Nam là nước vốn cung thuận đã hơn một trăm năm, biên giới hai bên vốn đã có sẵn, hà tất lại đặt hàng rào, lắm phiền nhiễu; việc trồng tre không đáng làm. Nếu viên Tuần phủ đích thân khám việc biên phòng, nước Phiên nghe tin, không khỏi gây khủng hoảng, mà các Thổ ty trong nước cũng không khỏi nghi sợ. Không bằng để yên vô sự, là hợp cách. Huống chi lời tâu của Định Trường, nhân bởi nhận được dụ truyền, miễn cưỡng tuân theo, không phải*

ý thành tự trong lòng. Sự hiểu biết của Định Trường còn ít, phải biết học hỏi thêm để khuyếch sung." (**Thanh Thực Lục, Cao Tông Thực Lục** quyển 401, trang 19-20)

Ngoài việc dẹp bỏ trồng tre, triều đình nhà Thanh còn muốn chấm dứt rắc rối về sau; bèn quyết định đem phạm nhân tranh chấp đất tại các châu Bằng Tường, Tư Lăng đày đến châu huyện xa xôi:

"Ngày 7 Canh Ngọ tháng 11 năm Càn Long thứ 16 [24/12/1751]. *Các Đại học sĩ phúc tấu:*

'Quyền Tổng đốc Lưỡng Quảng Tuần phủ Quảng Đông Tô Xương tâu rằng: Thổ Tri châu Bằng Tường Lý Chương tuổi nhỏ, chú của y là Lý Tư Khôn quản lý việc trong châu, không ràng buộc được Thổ dân, để bọn thổ mục Trương Thượng Trung vượt biên giới trồng tre; khiến cho dân Di nhổ tre, phá hàng rào. Định đem bọn Lý Tư Khôn, Trương Thượng Trung phạt đóng gông; đem bọn Ải mục, đầu nhóm, thổ binh, doanh binh phạt đánh trượng có sai biệt; lại khu hoạch rõ ràng biên giới, cấm thổ dân chiếm để canh tác. Về việc những người Di tự tiện nhổ tre, hội ý với nước này tra cứu.

Tra xét án này nếu so sánh bọn Thổ mục Tư Lăng hùa nhau kết tội người Di phá tường chiếm đất thì tội trạng tương đối nhẹ, nhưng việc Lý Tư Khôn, Trương Thượng Trung gây hấn một cách sai trái; điều mà viên Tổng đốc nghĩ định trách phạt chưa đủ nói hết tội. Bọn Thổ mục này vốn tính ngang ngạnh, nếu vẫn cho lưu lại nguyên quán, sẽ mưu đồ phục thù gây sự. Nên đưa 2 phạm nhân đến châu huyện xa xôi an sáp, những điều khác nên y theo lời tâu. Riêng An Nam tương đối cung thuận, biên giới phân hoạch đã yên ổn từ lâu, nên đình chỉ ngay chuyện mượn việc trồng tre để làm vững rào giậu.'

Thiên tử chấp thuận." (**Thanh Thực Lục**, **Cao Tông Thực Lục** quyển 402, trang 5-6)

Tại miền Nam, vào tháng 10 [18/11-17/12/1751], Tuần phủ Nguyễn Cư Trinh dâng thư nói về tình trạng đau khổ của dân gian. Cho rằng: Dân là gốc của nước, gốc không bền vững thì nước không yên. Nay có ba việc sinh tệ cho dân là nuôi lính, nuôi voi và nộp tiền án. Ngoài ra còn nhiều sự nhũng phí khác kể không xiết được. Lại trình bày thêm bốn thói tệ là:

1. Phủ huyện là chức quan cai trị dân mà gần đây không giao trách nhiệm làm việc, chỉ lo khám hỏi kiện tụng. Xin từ nay trở đi, các thứ thuế ruộng và thuế sai, hết thảy giao cho tri huyện biên thu rồi chuyển nộp cho quan Quảng Nam, để bớt phiền nhiễu.

2. Từ trước đến nay, phủ huyện chỉ trông vào sự bắt bớ tra hỏi mà kiếm lộc, khiến của dân càng hao, tục dân càng bạc. Nay xin định cấp cho lương bổng và căn cứ liêm tham siêng lười mà thăng hay truất.

3. Dân lậu có hai hạng, có hạng trốn thuế mà đi lang thang, có hạng vì cơ hàn thiết thân mà xiêu dạt nơi khác. Xin xét những dân lậu còn có cách sinh nhai thì thu thuế như lệ thường, còn người nào đói rét khốn cùng thì cho miễn và tuỳ phương chăm nuôi, để cứu sống dân nghèo.

4. Dân nên để cho tĩnh, không nên làm cho động, vì động thì dễ loạn, tĩnh thì dễ trị. Nay sai người đi săn bắn ở núi rừng, tìm gà đòi ngựa, bọn ấy không theo được ý tốt của bề trên mà quấy rối dân địa phương, khiến mọi người đều than oán. Xin từ nay kẻ nào nhiễu dân thì xét trị, ngõ hầu lòng

dân được yên tĩnh, khỏi hoang mang.

Hai nước Thuỷ Xá, Hoả Xá ở phía trên nước Nam Bàn (4), thôn xóm có hơn năm chục, giữa có núi Bà Nam rất cao, vua Thuỷ Xá ở phía đông núi, vua Hoả Xá ở phía tây núi. Lúc Chúa Nguyễn mới mở nước, vì cớ họ giáp giới với Phú Yên, cứ 5 năm một lần sai người đến các nước ấy cho quà áo gấm, mũ, nồi đồng, chảo sắt và chén đĩa bằng sứ. Vua hai nước ấy nhận được vật cho, tức thì sắm sửa phẩm vật địa phương kỳ nam, sáp ong, nhung hươu, mật gấu, voi đực để hiến. Tới đây sai sứ sang cống, Chúa ban thưởng hậu rồi cho về.

Tháng giêng năm Nhâm Thân, Cảnh Hưng thứ 13 [15/2-15/3/1752], (Thanh, năm Càn Long thứ 17); Chúa Trịnh Doanh sai bọn Vũ Công Trấn và Đỗ Duy Kỳ chiêu tập phủ dụ dân các lộ Tây và Nam. Lúc nổi cơn binh lửa, dân ở các nơi bị điêu tàn, các huyện Chương Đức [huyện Ứng Hoà, Hà Tây], Mỹ Lương [huyện Quốc Oai, Hà Tây], Yên Sơn [huyện Quốc Oai] và Thạch Thất [Hà Tây] bị phiêu tán nhiều hơn cả. Triều đình bèn sai sứ thần chia nhau đi yên ủi chiêu tập nhân dân.

Sai bọn Đàm Xuân Vực đánh giặc là tên Tương ở Sơn Tây, phá tan được. Trước đây, Tương cùng Lê Duy Mật chiếm cứ xã Ngọc Lâu [huyện Nho Quan, Ninh Bình] và Vĩnh Đồng [huyện Quốc Oai, Sơn Tây], khi nào quan quân kéo đến thì chúng phân tán chạy ngay, khi quan quân đi rồi quay lại cướp bóc. Đến nay, bọn Xuân Vực và Nguyễn Nghiễm đánh phá được. Tương thua trận, rồi chết, Duy Mật trốn biệt. Trịnh Doanh rất khen ngợi bọn Xuân Vực, sai Nguyễn Hoàn đến quân thứ, tuyên dương yên ủi tướng sĩ, thưởng cho 20 lạng bạc và 2000 quan tiền.

Tháng 7 [9/8-7/9/1752], định thể lệ đánh thuế bảy họ người Nùng ở Tuyên Quang. Bảy họ người Nùng gồm: Sơn Trang bạch tộc, Sơn Trang hắc tộc, Sơn Tử bạch tộc, Sơn Tử hắc tộc, Đại Tiểu bản tộc, Bát Tiên tộc và Cao Lan tộc. Qui định người Nùng hàng năm mỗi suất đinh nộp 6 tiền, mỗi nhà nộp 7 quan. Lại có lệ đánh thuế nóc nhà hiện tại [kiến ốc chính thuế] cứ 3 năm nộp một kỳ, mỗi nhà hai lạng bạc.

Tại miền Nam vào tháng 2 [16/3-13/4/1752], Chúa Nguyễn sai Cai cơ kiêm Hình bộ Hân đức hầu Nguyễn Hữu Bác, Tri bạ Chính Dinh Thức lượng hầu Trần Đình Hý làm Khâm sai tuần sát kinh kỳ và các châu huyện thuộc miền bắc. Ban sắc rằng:

"*Hiện nay khí xuân nhuần thấm, ta thiết tha nghĩ việc chăm dân, nhưng còn lo các quan dinh trấn trái phép vỗ về, các quan phủ huyện ít người giỏi giang, dân tình hoặc vì đó chưa thấu đến trên, ơn Chúa chưa thấm đến dưới. Tuyên bố được ý của ta là trông cậy ở bọn trung thần các ngươi. Vậy đặc mệnh các ngươi đi tuần sát ba huyện trong kinh kỳ và các châu huyện Vũ Xương* [huyện Triệu Phong, Quảng Trị], *Hải Lăng* [Quảng Trị], *Minh Linh* [huyện Vĩnh Linh, Quảng Trị], *Lệ Thuỷ* [Quảng Bình], *Khang Lộc* [huyện Quảng Ninh, Quảng Bình], *Bố Chính* [các huyện Quảng Trạch, Bố Trạch, Tuyên Hoá; Quảng Bình]. *Phàm quan lại bị người thưa kiện, đều được xét hỏi; võ từ cai đội, văn từ ký lục trở lên thì tâu lên để định đoạt; đội trưởng, cai án, phủ huyện trở xuống thì chiếu phép xử tội, cốt làm sao cho quan lại trong sạch, xứng với lòng uỷ thác của ta*".

Năm ấy đói, một phương gạo trị giá hơn 3 quan, dân nhiều người chết đói.

Tháng giêng năm Quí Dậu, Cảnh Hưng thứ 14 [3/2-4/3/17531753], (Thanh, năm Càn Long thứ 18); triều đình nhà Lê bàn định về việc mở đồn điền. Các lộ vùng Đông, Nam từng bị binh lửa, ruộng đất phần nhiều bỏ hoang. Trước đây, đã hạ lệnh cho quan sở tại đặt thêm lính đồn điền để khai khẩn. Đến nay bàn định lấy quân lính đi đánh giặc đã được rút về, phân phối đi cày cấy ở các lộ, tích trử thóc lúa, để việc phòng bị nơi biên giới.

Bổ dụng Mai Thế Chuẩn làm Đốc trấn Lạng Sơn. Thế Chuẩn đắp rộng thêm thành Lạng Sơn, chu vi 577 trượng [1 trượng = 4.7 mét].

Khởi phục Nguyễn Công Thái giữ chức Tham tụng. Trước đây, Công Thái về kinh giữ chức trong triều, bị bọn Đỗ Thế Giai ghen ghét; Công Thái nhân lấy cớ tuổi già xin thôi việc. Đến nay Trịnh Doanh lại khởi phục Công Thái để bổ dụng. Công Thái xin bỏ thể lệ nộp "tiền thông kinh" trong khoa thi Hương, Trịnh Doanh y theo. Sau lại hạ lệnh kiêm giữ công việc Quốc Tử giám.

Tháng 4 [3/5-1/6/1753], miễn thuế thuỷ sản ở các đạo. Thuế thuỷ sản ở các đạo phần nhiều không theo ngạch cũ, có nơi sản vật không có thường xuyên, mà quan sở tại cứ đốc thúc thu thuế, làm cho dân đau khổ không sao kể xiết! Triều đình biết tệ ấy, nên hạ lệnh tha cho.

Tháng 7 [30/7-27/8/1753], mùa thu. Trấn Ninh xưa gọi là Bồn Man thuộc Lào, đến dâng sản vật địa phương.

Bãi bỏ trường đúc tiền ở các trấn. Triều đình lấy cớ rằng các trấn đúc tiền phần nhiều quá lạm, lại mỏng mảnh, nên hạ lệnh bãi bỏ, duy trong kinh kỳ vẫn để hai trường đúc ở Nhật Chiêu [Nhật Tân, Hà Nội] và Cầu Giền [phường Bạch

Mai, Hà Nội], giao cho đại thần trông coi.

Tháng 10 [26/10-24/11/1753], gió to; 3 xứ Đông, Nam và Bắc gió thổi mạnh, nước dâng lên, thóc lúa mất, nhân dân bị đói. Triều đình hạ lệnh miễn tiền tô thu thêm trước đó; gọi là "gia tô" mỗi mẫu 30 đồng.

Chúa Trịnh Doanh hạ lệnh cho Phạm Đình Trọng, đốc suất Nghệ An, trình bày việc cốt yếu thay đổi điều tệ hại, để cứu dân trong vùng. Nhân đấy, Đình Trọng trình bày bốn việc nên bỏ, được Trịnh Doanh y theo:

1. Đốc thúc bắt lính trốn làm phiền phí cho dân;

2. Thu tiền phạt chuộc tội làm nhủng nhiễu dân.

3. Con cháu công thần đã được miễn mọi khoản, khiến dân vẫn phải chịu khống.

4. Miễn cho thợ đóng thuyền địa phương khỏi phải về kinh sư.

Tháng 12 [24/12/1753-22/1/1754] Trịnh Doanh phong cho con là Sâm làm Thế tử, bổ dụng Nguyễn Công Thái giữ chức Sư phó để dạy Sâm.

Về phía nhà Thanh Tổng đốc và Tuần phủ Vân Nam cùng tâu quân An Nam hiện đang truy kích Sa phỉ, tại vùng Đô Long giáp biên giới; nên đã sai Tổng binh phủ Khai Hoá phái quân lính ra sức tuần phòng, để bọn phỉ không chạy trốn vào nội địa:

"***Ngày 30 Bính Thìn tháng 2 năm Càn Long thứ 18* [3/4/1753].** *Tổng đốc Vân Nam, Quí Châu Thạc Sắc, Tuần phủ Vân Nam Viên Tất Đạt tâu:*

'Duyên biên phủ Khai Hoá tiếp giáp với An Nam; các đồn

trấn Bạch Mã, Bát Trại (5) [八寨], *Bá Sái cùng với Mường Khương, Hồng Thuỷ, nơi Sa phỉ chiếm cứ giáp giới. Nay được tin nước này đánh dẹp Sa phỉ; sợ bọn chúng cùng quẫn chạy trốn vượt biên. Ngoài ra lính Giao từ xa tới, sợ không am tường địa giới, truy đuổi vào nội địa. Thần đã cấp tốc thông sức cho Tổng binh phủ Khai Hoá, sai phái quân lính, đôn đốc các đồn trấn hiệp lực tuần phòng.'*

Báo cho biết đã nghe hiểu." (**Thanh Thực Lục**, **Cao Tông Thực Lục** quyển 433, trang 24-25)

Tiếp đó Tổng đốc Vân Quí lại tâu rằng giặc phỉ người Dao là Bàn Đạo Kiềm chạy trốn vào An Nam, xin yêu cầu nước này đánh bắt; được Vua Càn Long chấp thuận:

*"**Ngày 23 Đinh Mùi tháng 6 năm Càn Long thứ 18*** **[23/7/1753]**. *Lại dụ:*

'Thạc Sắc [Tổng đốc Vân Quí] *tâu rằng bọn giặc phỉ Hà Thánh Liệt với bọn giặc phỉ người Dao là Bàn Đạo Kiềm cấu kết với nhau làm việc phi pháp. Trong đó có những lời rằng: Bọn phỉ người Dao hiện bỏ trốn, nếu như An Nam bắt và giết đi thì thôi; nếu chưa bắt được thì cũng nên tìm cơ hội để làm việc này.*

Xét dân Di tại nội địa xuất cảnh để trợ giúp giặc phỉ, đáng phải nghiêm trị. Bọn Phỉ người Dao bỏ trốn, tuy tại đất Phiên, nhưng nếu để yên không hỏi đến, thì cũng sai về thể chế. Nên gửi văn thư cho Quốc vương An Nam rằng bọn phỉ người Dao Bàn Đạo Kiềm, tụ đám đông làm điều phi pháp tại nước này, lại có mối liên quan cấu kết với bọn phỉ trong nội địa. Hiện đã bắt được bọn giúp cho đảng phỉ là Hà Thánh Hiến, lập tức phân biệt trị tội; riêng Dao phỉ Bàn Đạo Kiềm thì vẫn đang trốn tránh, nếu nội địa mang quân đánh bắt, không thể không gây tao động đến nước ngươi. Bởi vậy viên Quốc vương nên cấp tốc cho người truy bắt, hẹn kỳ tiêu diệt sạch, không để cho bọn hung đồ gây sự."

Nay truyền dụ cho Thạc Sắc hay biết." (**Thanh Thực Lục**, **Cao Tông Thực Lục** quyển 441, trang 10)

Vào năm sau An Nam bắt được Bàn Đạo Kiềm, giải giao đến quan ải, nhà Thanh bèn ra lệnh xử tử:

"***Ngày 20 Canh Ngọ tháng 3 năm Càn Long thứ 19*** **[12/4/1754].** *Bộ hình bàn và phúc tấu:*

'Bọn Tổng đốc Vân Quí Thạc Sắc tâu: Bọn phỉ người Dao, An Nam là Bàn Đạo Kiềm, cấu kết với người nội địa; đã hành quyết bọn Hà Thánh Liệt, chiêu hồi bọn không tuân pháp luật, cùng tuân chỉ báo cho Quốc vương An Nam biết để truy bắt diệt trừ. Nay cứ theo bọn Di mục Binh Tam, thuộc Bát Bảo, An Nam cho biết đã dụ bắt được bọn Bàn Đạo Kiềm, Trịnh Thịnh Ngọc, rồi giải tống đến. Điều tra rõ được biết tại Giao Chỉ xưng Vương, cấu kết với dân Di tại nội địa, phát tán truyền đơn kêu gọi.' Đáng theo lời xin, đem 2 phạm nhân phân biệt hành quyết.'

Chiếu chỉ chấp thuận." (**Thanh Thực Lục, Cao Tông Thực Lục** quyển 459, trang 7)

Riêng tại Lưỡng Quảng, viên quyền Tổng đốc tâu rằng Quốc vương An Nam xin giải tên cướp Lương Hành Tu người tỉnh Quảng Đông đến ải Nam Quan. Vì hành động tên này phương hại đến An Nam, nhằm chứng tỏ sự công bằng Vua Càn Long cũng cho đem tên này đến nơi biên giới hai nước hành quyết:

"***Ngày 20 Nhâm Dần tháng 8 năm Càn Long thứ 18***

[16/9/1753]. *Dụ các Quân cơ đại thần:*

'Bọn Ban Đệ [quyền Tổng đốc Lưỡng Quảng] *tâu những lời rằng: Chấp nhận cho Quốc vương An Nam xin giải tên cướp Lương Hành Tu, người gốc huyện Tăng Thành, tỉnh Quảng Đông. Đợi khi đến ải Nam Quan điều tra rõ ràng, rồi chuyển giải đến tỉnh Quảng Đông xét xử.*

An Nam vốn là nước cung thuận, nay có dân nội địa ngầm vào nước này, trợ giúp bọn phản nghịch; viên Quốc vương không tự tiện giết, lại đem đến nội địa để xét xử. Khi bọn tội phạm như vậy giải đến nơi, đáng cho hành quyết ngay, để biểu thị chính lệnh của Thiên triều. Nếu cứ theo lệ giải đến Quảng Đông, chiếu theo luật xử; người nước này chưa hiểu rõ luật lệ, lại không biết sâu về việc làm của Trung Quốc, nên sẽ không thoả hiệp. Nên truyền dụ cho viên Tổng đốc rằng hãy đem tên Lương Hành Tu đến nơi biên giới hai nước hành quyết. Làm như vậy thì nước này càng nhớ đức, mà dân nội địa cũng không dám vượt biên giới gây sự, lại làm sáng tỏ được ý nghĩa của việc trừng trị kẻ gian và chính sách nhu viễn." (**Thanh Thực Lục**, **Cao Tông Thực Lục** quyển 445, trang 6)

Tại miền Nam vào tháng 3 [4/4-2/5/1753], Chúa Nguyễn Phúc Khoát cử Nguyễn Cư Trinh làm Ký lục dinh Bố Chính [Quảng Bình]. Bấy giờ hoàng tử nhà Lê là Duy Mật giận họ Trịnh lấn tiếm, chiếm giữ thành Trình Quang thuộc Trấn Ninh [Lào], mưu diệt họ Trịnh. Trịnh Doanh sai quân các đạo đi đánh không được, bèn đưa thư xin mượn đường Bố Chính để tiến đánh Trấn Ninh; Chúa sai Cư Trinh làm thư khước từ.

Định lệ kế toán hằng năm, sai quan Chưởng thái giám

Mai Văn Hoan kiểm tra số vàng bạc và tiền xuất nhập từ năm Bính Dần [1746] đến năm Nhâm Thân [1752]. Về tiền, có năm thu hơn 338.100 quan, số chi hơn 364.400 quan. Cũng có năm thu hơn 423.300 quan, chi mới có hơn 369.400 quan. Lượng số thu mà chi, nếu tiền không đủ thì cho dùng bạc để thay thế. Về vàng bạc, tính chung trong 7 năm số vàng cộng là 5.768 lạng 4 đồng 8 phân 7 ly, giáp ngân [bạc tốt] 9.978 lạng, dung ngân [bạc loại thường] 14.276 lạng 5 tiền, kê ngân [bạc có hình con gà] 21.150 đồng). Từ đó cứ đến hết năm phải kiểm tra làm thành sổ, đến mồng 3 tháng giêng năm sau thì tâu lên, làm lệ vĩnh viễn.

Tháng 11 [25/11-23/12/1753], chuẩn bị đánh Chân Lạp, sai Cai đội Thiện Chính làm Thống suất, Ký lục Nguyễn Cư Trinh làm Tham mưu, điều khiển tướng sĩ năm dinh Bình Khang, Bình Thuận, Trấn Biên, Phiên Trấn, Long Hồ, sang đánh Chân Lạp. Tiến đóng quân ở Ngưu Chử [Bến Nghé], dựng dinh trại gọi là dinh Đồn, tức nay là chợ Điều Khiển, thuộc huyện Bình Dương, Gia Định [Sài Gòn]; kén quân lính, chứa nhiều lương thực để làm kế lâu dài.

Chú thích:

1. Ngày xã điền: Ngày trong xã tế ông tổ sinh ra việc làm ruộng. Tiết lập xuân, ngày "mậu" thứ năm là ngày xuân xã; tiết lập thu, ngày "mậu" thứ năm là ngày thu xã.

2. Theo chế độ nhà Thanh, một số tử tù không bị hành quyết ngay, chờ đến mùa thu xử lại; loại này nếu tội chém gọi là trảm giam hậu, tội thắt cổ gọi là giảo giam hậu.

3. Đô Long: vùng đất trước đây thuộc Việt Nam, được gọi là Tụ Long; qua hiệp ước Thiên Tân, thực dân Pháp đã

nhường cho Trung Quốc, hiện nay còn địa danh trấn Đô Long, thuộc huyện Mã Quan, tỉnh Vân Nam, trấn này giáp với tỉnh Hà Giang, Việt Nam.

4. Nam Bàn: khi Lê Thánh Tông đánh được Chiêm Thành, bèn chia thành 3 nước: Chiêm Thành, Hoà Anh, và Nam Bàn. Nước Nam Bàn, cắt cho đất từ núi Thạch Bi về phía tây.

5. Bát Trại [八寨]: thời bấy giờ thuộc nước ta, ngày nay là một trấn thuộc huyện Mã Quan, tỉnh Quảng Tây.

142.
Vua Lê Hiển Tông [1740-1786] (6)

Tháng giêng năm Giáp Tuất, Cảnh Hưng thứ 15 [23/1-21/2/1754], (Thanh, Càn Long thứ 19); triều Lê Trịnh ban ơn cho tù nhân bị giam. Hạ lệnh cho bọn Vũ Công Trấn và Nguyễn Quai xem xét trong nhà ngục, phát chẩn cho tù bị đói; người nào can tội nhẹ thì xét xử ngay và phân phối đi các nơi.

Phạm Đình Trọng, Thượng thư bộ Binh, tước Hải quận công, giữ chức Đốc suất xứ Nghệ An mất. Đình Trọng có tài cán trí mưu, sau khi thi đỗ, liền tham dự việc binh, vì có công đánh dẹp, nên từ chức Hiệu thảo [Chánh thất phẩm] thăng lên chức Thị lang [Chánh tam phẩm]. Đến nay, giữ địa vị là Thượng thư bộ Binh, mất lúc 40 tuổi, được truy tặng hàm Thái bảo.

Đặt quan khuyến nông ở các lộ. Trước đây, triều đình lấy cớ rằng ruộng ở các lộ phần nhiều bỏ hoang, nên hạ lệnh quan sở tại cho người đầu hàng chia nhau cày cấy. Có nhiều người lĩnh canh khai khẩn, về sau tranh chấp, xâm chiếm, không thể nào xét rõ được. Đến nay trong nước gần được bình định, dân phiêu tán lần lượt trở về, bèn đem hết ruộng ấy trả lại cho dân, hạ lệnh cho quan đại thần giữ chức khuyến nông, chia nhau đi đốc suất, định lại cột mốc, xét xử kiện tụng. Duy ruộng công cùng ruộng người phạm tội, ruộng thừa đã tịch thu sung công, thì giao cho quan quản lý cày cấy; những người đầu hàng cũng chuẩn cho trở về quê quán, giao trả lại điền sản. Ngoài ra tô thuế ở các đạo còn thiếu chồng chất từ năm Nhâm Tuất [1742] đến năm nay tức 13 năm, đều được miễn.

Dân Cao Bằng bị đói, hạ lệnh xuất 300 lạng bạc trong kho nội phủ phát chẩn cho dân. Nhân đấy, hạ lệnh cho ti Trấn thủ xét đúng sự thật về số dân trong hạt mà thổ tù hiện cai quản và số hộ khẩu bị lưu tán.

Tháng 6 [20/7-17-8/1754], nhà Vua ra sông Nhị Hà duyệt binh. Trịnh Doanh lấy cớ rằng trong nước mới bình yên, cho quân lính phô trương sức mạnh, mời nhà Vua ngự ra xét duyệt, trăm quan làm lễ chầu mừng. Bèn hạ lệnh cho thuỷ binh bày chiến thuyền ở giữa sông, dung nghi quân sĩ rất tề chỉnh, bơi chèo ngược dòng nước, thuyền phóng đi như bay. Nhà Vua rất bằng lòng, gần tối, xa giá trở về cung.

Nước sông dâng lên, đê xã Bộ Đầu [huyện Thường Tín, Hà Tây] và Võng Xuyên [huyện Phúc Thọ, Hà Tây] bị vỡ, dân cư và ruộng lúa phần nhiều bị ngập lụt. Triều đình hạ lệnh cho ti Hiến sát khám xét thực trạng tâu lên, để bàn định thi hành phát chẩn cứu đói.

Tháng 9 [16/10-13/11/1754], lại cấm đạo Thiên Chúa. Trước kia, vào khoảng năm Nguyên Hoà [1633-1548] đời Lê Trang Tông, Y-Nê-Xu, người Tây Dương, đem đạo ấy vào vùng ven biển, thuộc các huyện Giao Thuỷ [Nam Định], Nam Chân [huyện Nam Trực, Trực Ninh; Nam Định], lén lút truyền giáo, gọi là "đạo Thiên Chúa" cũng gọi là "Thập Tự giáo". Giáo lý này dùng thiên đường địa ngục để phân biệt báo ứng về điều thiện, điều ác, cũng gần giống đạo Phật; có thêm vào thuyết xưng tội, rửa tội nữa. Khoảng năm Cảnh Trị [1663-1671] và Chính Hoà [1680-1704], triều đình đã nhiều lần ra cấm lệnh rõ ràng, nhưng rút cuộc không thay đổi được.

Tháng 12 [12/1-10/2/1755], lại thu các sắc thuế tô, dung và điệu ở các trấn vùng biên giới. Trước đây các trấn vùng biên giới, vì dân bị chiến tranh điêu tàn, nên được miễn đánh thuế; đến nay lại bàn định trưng thu; thể lệ bằng một nửa phần thuế ở bốn trấn tại đồng bằng.

Về phía nhà Thanh, nhân Sa phỉ quấy phá đất Mãnh Thoa tại biên giới Vân Nam rồi rút lui về An Nam; Vua Càn Long ra chỉ dụ chê trách quân địa phương Vân Nam không ra tay truy đánh, phản ứng kịp thời:

"***Ngày 8 tháng 11 năm Càn Long thứ 19*** [21/12/1754]. *Dụ các Quân cơ đại thần:*

'Cứ lời bọn Thạc Sắc tâu: Sa phỉ Nguyễn Trọng Trấn đánh chiếm thành trại Mãnh Thoa, lần lượt điều 800 tên Thổ luyện, cùng phái Du kích Mã Bỉnh Tường mang quân lính, tuỳ cơ mà đánh đuổi. Viên Du kích ra lệnh Thiên tổng, Bả tổng đến thám thính hư thực trước, được biết Sa phỉ di chuyển loanh quanh trong vùng Mạn Mao, hiện sai Thổ luyện đến trước tra thám.

Bọn Sa phỉ đánh lẫn nhau, là việc thường xảy ra. Chỉ cần tuỳ cơ mà hiểu dụ đàn áp, bất tất phiền đến binh lực nội địa. Viên Tổng đốc đã điều bát Thổ luyện đến 800 tên, làm việc này không trúng cách. Nhưng vốn đã điều binh, mà cứ lời tâu tại Mãnh Sa bọn phỉ không quá 3, 4 chục tên; sao không đánh đuổi được một cách mau chóng? Lại còn Du kích Mã Bỉnh Tường không đích thân đến Mãnh thành, chỉ sai Thiên tổng, Bả tổng khám phá hư thực; khi biết Sa phỉ trốn tại Mạn Mao, đáng mang quân truy đuổi, lại chỉ sai Thổ luyện đi trước tra thám. Sự chậm chạp rụt rè như vậy vốn là tập tục hủ lậu của lính Lục kỳ (1), làm lầm lỡ quân cơ đều do tại đó; viên Tổng đốc đáng nghiêm xét mà trị tội; nếu còn ngoan cố sai trái, thì theo quân pháp mà xử trí. Thạc Sắc, Viên Tất Đạt làm việc này quá khoan dung, nay ra lệnh chuyển chiếu chỉ này để báo cho biết." (**Thanh Thực Lục, Cao Tông Thực Lục** quyển 476, trang 9-10)

"***Ngày 11 tháng 12 năm Càn Long thứ 19* [22/1/1755].** *Dụ Quân cơ đại thần:*

"Thạc Sắc tâu rằng đã xua đuổi bọn Sa phỉ ra khỏi biên giới đất Mãnh. Việc này viên Đốc trước đây đã liệu biện một cách thất sách, còn Du kích Mã Bỉnh Tường thì không mang binh truy đuổi ngay; nên đã truyền dụ bọn Tổng đốc, Tuần phủ nghiêm khắc thân sức đàn hạch thuộc cấp. Nay cứ theo lời tâu thì bọn Sa phỉ từ Mạn Mao, Mãnh Lặc trốn vào đất Giao Chỉ; có thể biết được rằng trước đây lúc được sai phái, bọn Mã Bỉnh Tường có thể đến bắt ngay, nào phải đợi đến nửa tháng sau đến nơi thì không thấy đâu, rồi dùng những lời che đậy là chúng đã trốn ra khỏi biên giới! Xem sự việc thấy bọn Sa phỉ không chạy trốn; chỉ do quân lính khiếp nhược trì hoãn, nên bọn chúng cướp đoạt đầy túi, rồi thung dung xuất cảnh. Như vậy trước đây phái binh đinh đi, xét ra có ích gì? Nay ra lệnh viên Tổng đốc rằng lương thực dùng trong cuộc hành quân này không chuẩn cho khai tiêu vào kho công, bắt viên Tổng đốc, Tuần phủ, và tên khiếp nhược Mã Bỉnh Tường phải bồi thường. Vẫn ra lệnh điều tra rõ Mã Bỉnh Tường thường ngày làm việc quân ngũ như thế nào; nếu thuộc loại tầm thường, thì cứ thực đàn hặc nghiêm

khắc, để cảnh cáo trừng trị." (**Thanh Thực Lục, Cao Tông Thực Lục** quyển 478, trang 15-16)

Nhân Quốc vương An Nam báo tin sai Sứ thần đến cống; Vua Càn Long chấp nhận và cho ban yến tiệc:

"***Ngày 19 tháng 12 năm Càn Long thứ 19*** **[30/1/1755].** *Quốc vương An Nam Lê Duy Vĩ tâu:*

'Xin cung tiến biểu văn và sản vật địa phương cho lễ cống vào năm Càn Long thứ 15, và thứ 19; lại nhân 2 vụ án về bọn Phiên Hoàng Phúc Vệ chống cự giặc phỉ, sát thương Binh luyện nội địa; đều được hưởng khoan điển, nên tấu tạ ơn.'

Mệnh đưa xuống bộ để hay biết." (**Thanh Thực Lục, Cao Tông Thực Lục** quyển 479, trang 5).

"***Ngày 29 Quí Mão tháng giêng năm Càn Long thứ 20*** **[11/3/1755]**

Bộ Lễ đề xuất:

'Quốc vương An Nam Lê Duy Vĩ sai Bồi thần đến cống sản vật địa phương.'

Ban yến tiệc cùng thưởng theo lệ." (**Thanh Thực Lục, Cao Tông Thực Lục** quyển 481, trang 29)

Tại miền Nam vào tháng 3 [22/4-21/5/1754], Chúa Nguyễn Phúc Khoát cho sửa sang đô ấp; dựng hai điện Kim Hoa, Quang Hoa, ba gác Dao Trì, Triêu Dương, Quang Thiên và các nhà Tựu Lạo, Chính Quan, Trung Hoà, Di Nhiên, cùng đài Sướng Xuân, đình Thuỵ Vân, hiên Đồng Lạc, am Nội Viện, đình Giáng Hương. Ở thượng lưu sông Hương lại có phủ Dương Xuân, điện Trường Lạc, hiên Duyệt Võ; đều chạm vẽ hết sức tinh xảo. Vườn hậu uyển thì có non bộ, đá lạ, hồ vuông, hào cong, cầu vòng, thuỷ tạ; tường trong, tường ngoài đều xây đắp các hình rồng, hổ, lân, phượng, hoa cỏ. Gác Triêu Dương nhìn xuống dòng sông, quy mô càng rộng rãi sáng sủa. Phía trên phía dưới đô thành đều đặt nhà quân xá và đệ trạch của các công hầu, chia ra từng ô như bàn cờ. Phía ngoài thành thì chợ phố liên tiếp, cây to um tùm, thuyền chài, thuyền buôn đi lại như mắc cửi. Thực là một nơi đô hội lớn, văn vật thanh sắc lừng lẫy, đời trước chưa từng có.

Tháng 6 [20/7-17/8/1754], quan quân chia đường tiến đánh Chân Lạp. Thống suất Thiện Chính tiến theo đường Mỹ Tho; Nguyễn Cư Trinh đem kỳ binh tiến theo đường sông Bát Đông [sông Tiền Giang]. Cư Trinh tới đâu, giặc đều tan chạy. Trinh đem quân qua Tần Lê Bắc ra Đại Giang [sông Mekong], hội với quân Thiện Chính ở đồn Lô Yêm. Bốn phủ Lôi Lạp [Vĩnh Long], Tầm Bồn [Vĩnh Long], Cầu Nam, Nam Vang [Campuchia] đều hàng. Nặc Nguyên chạy đến Tầm Phong Thâu. Cư Trinh bèn sai thuộc tướng đi chiêu dụ người Côn Man [Chiêm Thành] để làm thanh thế, gặp mưa lụt, phải đóng quân lại.

Bấy giờ nghe tin Nặc Nguyên đến cầu viện ở Nghệ An; Chúa Nguyễn lo họ Trịnh nhân việc này động binh, bèn báo cho các Thổ tù Cam Lộ, Tầm Linh [huyện Hướng Hoá, Quảng Trị], phàm các đường núi thông sang nước Chân Lạp đều phải sai dân dò thăm tin tức báo lên.

Tháng 7 [18/8-16/9/1754], dân đội Hoàng Sa ở Quảng Ngãi đi thuyền ra đảo Hoàng Sa, gặp gió dạt vào hải phận Quỳnh Châu [đảo Hải Nam] nhà Thanh. Tổng đốc Thanh cấp cho lương thực, rồi cho đưa về; Chúa sai viết thư cám ơn. Hoàng Sa ở ngoài biển, thuộc huyện Bình Sơn tỉnh Quảng Ngãi, có hơn 130 bãi cát cách nhau hoặc đi một ngày đường, hoặc vài trống canh, kéo dài không biết mấy nghìn dặm, tục gọi là "Vạn lý trường sa". Trên bãi có giếng nước ngọt, sản vật có hải sâm, đồi mồi, ốc hoa, vích, ba ba v. v... Buổi quốc sơ đặt đội Hoàng Sa 70 người, lấy dân xã An Vĩnh [huyện Lý Sơn, Quảng Ngãi] sung vào, hằng năm, đến tháng 3 thì đi thuyền ra, độ ba đêm ngày thì đến bãi, tìm lượm hoá vật, đến tháng 8 thì về nộp. Lại có đội Bắc Hải, mộ người ở thôn Tứ Chánh thuộc Bình Thuận hoặc xã Cảnh Dương sung vào, sai đi thuyền nhỏ đến các xứ Bắc Hải, Côn Lôn [đảo Côn Lôn], để tìm lượm hoá vật; đội này cũng do đội Hoàng Sa kiêm quản.

Tháng 3 năm Ất Hợi, Cảnh Hưng thứ 16 [11/4-10/5/1755], (Thanh, năm Càn Long thứ 20); nhà Vua sai Tham tụng Nguyễn Công Thái đem bảo sách phong cho Trịnh Doanh làm Thượng sư thượng phụ anh đoán văn trị võ công Minh vương.

Tháng 5 [10/6-8/7/1755] Trấn Ninh [Trung Lào] sai sứ giả đến dâng thư và lễ cống. Trong bức thư Trấn Ninh không xưng họ tên Tù trưởng, xin cho 6 năm một lần dâng lễ cống, và xin cấm chỉ sứ thần Ai Lao không được đi qua cảnh thổ của Trấn Ninh. Triều thần bàn luận, cho rằng phong tục người Man như thế, không nên quở trách quá, vì thế chỉ dặn về bảo cho biết: Từ sau cứ ba năm một lần dâng lễ cống, trong thư dâng lễ cống phải viết đủ họ tên người Tù trưởng; còn đường sứ thần đi nhất định y theo lệ cũ.

Tháng 12 [2/1-30/1/1756]. Trịnh Doanh có ý muốn dời đô, bèn hạ lệnh sửa sang xây dựng cung miếu ở Cổ Bi [huyện Gia Lâm, Bắc Ninh], nhân đấy đích thân đến xem xét.

Về phía nhà Thanh, Tổng đốc Lưỡng Quảng Dương

Ứng Cư tâu xin tăng cường canh phòng tại biên giới Quảng Tây, Quảng Đông; sai các tướng đích thân tuần tra, cho tu bổ hàng rào, trồng tre, đào sâu hào, tăng binh lính; lời tâu được Vua Càn Long chấp thuận:

"***Ngày 29 tháng 5 năm Càn Long thứ 20* [8/7/1755].** *Tổng đốc Lưỡng Quảng Dương Ứng Cư tâu:*

'Các phủ Thái Bình, Trấn An, cùng động Thiên Long phủ Nam Ninh, tỉnh Quảng Tây đều giáp giới An Nam; đường biên giới dài 2000 lý, có 3 cửa quan, 100 cửa ải. Chỉ có 2 cửa quan Bình Nhi, Thuỷ Khẩu, cùng cửa ải Do Thôn thuộc phủ Thái Bình theo lệ cho khách thương qua lại; còn các chỗ khác đều ngăn cấm. Nhưng những nơi bình địa cũng dễ lén vượt, như vào năm Càn Long thứ 6,7 [1741-1742], *nước An Nam có nội loạn, bọn gian phỉ thường ngầm ra vào. Qua sự tra khám của viên Tổng đốc tiền nhiệm Mã Nhĩ Thái, xin dùng đá ngăn chặn cửa ải, tại nơi bằng phẳng thì lập hàng rào gỗ cùng phái quân lính đến phòng thủ. Lo rằng sự kiểm tra không chu mật, thời gian lâu sinh buông lỏng, xin từ nay trở về sau vào mùa đông thì sai Tri phủ cùng Tham tướng đích thân tuần tra một lần, cho tu bổ hàng rào, đào sâu hào, kiểm tra binh dõng thiếu đủ; chỉ thị ghi rõ ràng có đóng dấu, để khỏi coi như giấy tờ thông thường.'*

Nhận được chiếu chỉ:

'Phải, cứ như vậy mà thi hành." (**Thanh Thực Lục, Cao Tông Thực Lục** quyển 489, trang 40-41)

"***Ngày 14 Giáp Dần tháng 10 năm Càn Long thứ 20* [17/11/1755]**

Các bộ trong đó có bộ binh bàn về lời tâu của Tổng đốc Lưỡng Quảng Dương Ứng Cư rồi tâu rằng:

'Các ải Tùng Bách, gò La Phù thuộc nhai Đông Hưng, châu Khâm, tỉnh Quảng Đông tiếp giáp An Nam, trước đây trồng tre làm hàng rào. Đất tại đây nước thuỷ triều ngấm, cát vùi; hàng rào tre trở nên khô cằn, tu bổ lại vẫn xác xơ. Xin lập các đồn trấn, mỗi trấn đặt 15 tên lính. Còn đồn trấn Tư Lặc giáp với Giang Bình, An Nam, trước đây đặt 17 tên lính không đủ tra phòng, xin cho thêm 5 tên. Tất cả đều do ngạch binh tại đồn trấn Đông Hưng lấy ra, vẫn do ngạch binh đồn trấn quản lý.'

Được chấp thuận." (**Thanh Thực Lục, Cao Tông Thực Lục** quyển 498, trang 26)

Tại miền Nam, vào mùa xuân năm Ất Hợi [1755], Thống suất Thiện Chính đem quân từ Nam Vang rút về đồn Mỹ Tho [Tiền Giang] trước; ra lệnh cho người Côn Man [dân Chiêm Thành tại biên giới Việt- Campuchia] bỏ Kha Khâm đem bộ lạc và xe cộ đến đóng ở Bình Thanh. Người Côn Man đi đến Vô Tà Ơn bị quân Chân Lạp hơn vạn người đuổi theo đánh úp; thế bí bèn xếp xe lại làm luỹ để chống giữ và cáo cấp; Thiện Chính bị chằm nước ngăn trở không ứng cứu được. Nguyễn Cư Trinh tức thì đem năm đội tuỳ binh đến cứu, quân Chân Lạp phải rút lui; Cư Trinh bèn hộ vệ hơn 5.000 trai gái Côn Man về đóng ở chân núi Bà Đinh [núi Bà Đen, Tây Ninh]; rồi hặc tâu Thiện Chính về tội bỏ lỡ cơ hội và bỏ rơi dân mới quy phụ; Chúa giận, triệu Thiện Chính về, giáng xuống làm Cai đội. Sai Cai đội Trương Phước Du thống suất quân đội, dùng người Côn Man làm hướng đạo, sang đánh Cầu Nam, Nam Vang [Campuchia]. Nặc Nguyên chạy về Hà Tiên, nương dựa Đô đốc Mạc Thiên Tứ.

Tháng 4 [11/5-9/6/1755], nước Xiêm sai bầy tôi là Lãng Phi Văn Khôn và Khu Sai Lũ Reo đem thư trình bày rằng nước ấy thường sai người đi thuyền sang Hạ Môn [Phúc Kiến], Ninh Ba [Chiết Giang] và Quảng Đông mua sắm hoá vật, có khi vì bão phải ghé vào cửa biển nước ta, bị hữu ty đánh thuế đến nỗi lấy mất cả hàng hoá. Vậy xin chiếu tính số bạc trả lại, và xin cấp cho 10 tấm long bài kiểm điểm nhân khẩu làm bằng, khiến khi thuyền công của hai nước ghé vào cửa biển nào đều được miễn thuế. Chúa bảo các quan rằng:

"Việc đánh thuế thuyền buôn buổi quốc sơ đã có định ngạch, quan sở tại chẳng qua chiếu lệ mà thu, có lẽ nào lấy cả hoá vật. Người Xiêm nói thế chỉ là muốn miễn đánh thuế mà thôi, đâu dám đòi ta phải trả lại bạc. Duy việc xin long bài thì cấp cho họ cũng không hại gì, nhưng cho một tấm cũng đủ rồi, chứ lấy nhiều làm gì".

Bèn sai gửi cho một tấm long bài và viết thư trả lời.

Về thuế thuyền buôn buổi mới mở nước, vì xứ Thuận Hoá Quảng Nam bờ biển kéo dài, người các nước đến buôn nhiều, nên đặt quan cai trị để đánh thuế. Thể lệ như sau: Thuyền Thượng Hải mới đến nộp 3.000 quan, khi về nộp 300 quan; thuyền Quảng Đông mới đến nộp 3.000 quan, khi về 300 quan; thuyền Phúc Kiến mới đến nộp 2.000 quan, khi về 200 quan; thuyền Hải Đông mới đến 500 quan, khi về 50 quan; thuyền Tây Dương [các nước Âu Châu] mới đến 8.000 quan, khi về 800 quan; thuyền Ma Cao [Quảng Đông], Nhật Bản mới đến 4.000 quan, khi về 400 quan; thuyền Xiêm La, Lữ Tống [Philippines] mới đến 2.000 quan, khi về 200 quan. Thuyền nào giấu giếm hàng hoá thì có tội, tịch thu thuyền và hàng hoá sung công; thuyền không có hàng hoá thì không vào cửa biển. Đại ước hằng năm số tiền thu thuế, ít là không dưới một vạn quan, nhiều là hơn ba vạn quan, chia làm 10 thành, lấy 6 thành nộp kho, còn 4 thành cấp phát cho quan lại và quân nhân.

Nước Xiêm giao trả cho ta 50 người quân và dân bị bão. Trước đây tuần biển ở Gia Định và thuyền dân đi biển bị bão dạt vào hải phận Lục Khôn, đều bị người Xiêm giữ cả. Biên thần Gia Định gửi thư trách về sự giam giữ ấy; người Xiêm được thư, bèn cho đưa trả về.

Tháng giêng năm Bính Tý, Cảnh Hưng thứ 17 [31/1-29/2/1756], (Thanh, Càn Long thứ 21); nước Ai Lao đến nạp cống nhà Lê. Trước kia, đường đi cống của Ai Lao qua Trấn Ninh, đi suốt đến Nghệ An, dân Trấn Ninh thường bị sứ thần Ai Lao hà hiếp quấy nhiễu. Đến nay, Tù trưởng Trấn Ninh sai người cáo tố với triều đình, xin phái quan quân hộ tống, kiềm chế sứ thần Ai Lao, để khỏi bị họ làm khổ. Trịnh Doanh chuẩn y, cho rút bớt số phu trạm đệ, và răn bảo sứ thần Ai Lao không được quấy rối Trấn Ninh.

Tháng 4 [29/4-28/5/1756], sai bọn Lê Quý Đôn (2) đi dò la xét hỏi quan lại các lộ miền tây nam. Quý Đôn dâng lời: các quan ở phủ huyện, có bọn Nguyễn Duy Thuần thanh liêm, cần mẫn; bọn Trịnh Thụ tham nhũng, thối nát; xin thăng và truất 13 người.

Chúa Trịnh Doanh bắt đầu ra lệnh cho dẫn người được tuyển bổ vào yết kiến trong phủ. Hạ lệnh cho bộ Lại, khi tuyển bổ cất nhắc người nào phải dẫn người được tuyển vào phủ đường yết kiến, để trực tiếp hỏi về công việc chính trị, người nào có tài năng mới trao cho quan chức. Việc này định thành lệ tiếp tục thi hành.

Chúa Trịnh lại thân hành thi cống sĩ ở phủ đình, lấy đỗ bọn Ngô Thì Sĩ (3) 48 người. Trong số ấy, sau này có 12 người đỗ tiến sĩ và 3 người đỗ khoa thi Hoành từ. Người ta khen khoa ấy tuyển được nhân tài xứng đáng.

Bấy giờ chính quyền nhà Thanh có việc xảy ra liên quan đến Chúa Nguyễn tại miền Nam. Do thuyền của viên Thiên tổng Mân Chiết [Phước Kiến và Chiết Giang] Lê Huy Đức, bị bão trôi dạt vào hải phận nước ta. Chúa hậu đãi rồi cho về, nhân tiện cho đưa về Phước Kiến những người Thanh bị bắt là bọn Lý Văn Quang 16 người. Vào tháng 7 [27/7-25/8/1756] Chúa sai Hàn lâm viện Nguyễn Quang Tiền viết thư cho nhà Thanh, xưng là An Nam quốc vương. Quang Tiền cố chấp cho là không thể viết như thế, Chúa giận bãi chức. Sau rồi Chúa nghĩ ra, bèn cho viết bức thư với tư cách Trấn thủ mà gửi đi.

Sau khi biết sự việc, Vua Càn Long răn dạy thuộc hạ khi cho người xuất cảnh phải tra xét kỹ, hiểu dụ rõ ràng phải yên phận buôn bán, không được quấy nhiễu tại nước ngoài, rồi sinh sự gây hấn:

"***Ngày 23 tháng 8 năm Càn Long thứ 21*** [17/9/1756]. *Dụ các Quân cơ đại thần:*

'Căn cứ vào lời tâu của Khách Nhĩ Cát Thiện về việc An Nam đuổi bọn Lý Văn Quang, 16 người gốc Quảng Đông trở về. Việc này nguyên do từ hơn 10 năm về trước, huống hồ bọn Lý Văn Quang tại An Nam buôn bán không chịu yên bổn phận đã sai người tranh giành giết nhau; không bàn đến chuyện gian ngay như thế nào, nhưng chúng không phải là dân lành thì có thể thấy được. Nay đã đem bọn Văn Quang trở về, lời cung khai chỉ có một bên mà thôi, xa cách trùng dương, không thể cật vấn. Nếu truy cứu thêm về tội tự tiện giết người, giấy tờ đi về, rất ư phiền nhiễu. Vả lại nếu mà người trong nước sai, rồi tìm cách che chở giúp đỡ, thì trái

với sự minh bạch công chính; bởi vậy việc này nên theo lệ mà kết thúc.

Từ nay trở về sau đáng nghiêm sức các quan địa phương khi cho người xuất cảnh phải tra xét kỹ, hiểu dụ rõ ràng phải yên phận buôn bán, không được quấy nhiễu nơi nước ngoài, sinh sự gây hấn. Hãy đem dụ này truyền Khách Nhĩ Cát Thiện, để Tổng đốc, Tuần phủ tại Lưỡng Quảng truyền hay biết." (**Thanh Thực Lục, Cao Tông Thực Lục** quyển 519, trang 11-12)

Lại nhân viên Bả tổng trong đám thuyền bị bão tâu rằng các đạo Quỳnh Châu và Lôi Châu thuộc Quảng Đông từng đưa thuyền đến miền Nam An Nam, nên Vua Càn Long ra lệnh điều tra:

"***Ngày 10 tháng 9 nhuần năm Càn Long thứ 21* [2/11/1756].** *Dụ các Quân cơ đại thần:*

Viên Bả tổng Phúc Kiến Thẩm Thần Lang được uỷ ra ngoài, thuyền gặp bão phiêu dạt đến An Nam, rồi lúc trở về chở bọn Lý Văn Quang; lại cung khai rằng các đạo Quỳnh Châu và Lôi Châu lệnh thuyền đưa người đến xứ này. Nay bọn Dương Ứng Cư [Tổng đốc Lưỡng Quảng] *tâu rằng 'Tra rõ tại Quảng Đông không có việc 2 đạo Quỳnh Châu và Lôi Châu sai chở người đến An Nam; chỉ có người được đi ra ngoài là Lê Đức Huy phiêu dạt đến An Nam, hiện chưa về.'*

Như vậy những lời của Thẩm Thần Lang tâu trước đây thuộc loại tạo dựng ra; còn có chỗ nào nên tra hỏi Lê Đức Huy, đợi khi y trở về quân doanh thì Tổng đốc, Tuần phủ ra lệnh điều tra. Án này cung từ khai trước sau không phù hợp; các Tổng đốc, Tuần phủ tại Phúc Kiến, Quảng Đông cần làm việc này. Ai có tội trưng ra rõ ràng để trừng trị. để ngăn chặn sự gian dối. Hãy ra lệnh thi hành rồi tâu đầy đủ minh bạch. Có thể truyền dụ để hay biết." (**Thanh Thực Lục, Cao Tông Thực Lục** quyển 522, trang 11-12)

Tại miền Nam vào năm Bính tý [1756], Nặc Nguyên nước Chân Lạp trình bày rằng việc đánh cướp Côn Man vào năm trước là do tướng Chiêu Chuỳ Ếch gây ra, nay xin hiến đất hai phủ Tầm Bồn, Lôi Lạp [Vĩnh Long] và nộp bù lễ cống còn thiếu về ba năm trước để chuộc tội. Mạc Thiên Tứ đem việc tâu lên. Chúa cùng các quan bàn, ra lệnh hãy bắt Chiêu Chuỳ Ếch đem nộp. Nặc Nguyên trả lời rằng Ếch đã bị xử tử rồi. Bèn sai bắt vợ con, Nguyên lại kiếm cớ xin tha. Chúa biết là nói dối, không y lời xin; nhưng Nguyễn Cư Trinh tâu rằng:

"Từ xưa việc dụng binh chẳng qua là để trừ diệt bọn đầu sỏ và mở mang thêm đất đai. Nặc Nguyên nay đã biết ăn năn xin hàng nộp đất, nếu truy mãi lời nói dối ấy thì nó tất chạy trốn. Nhưng từ đồn dinh Gia Định đến La Bích [Longvek, Campuchia], *đường sá xa xôi, nghìn rừng muôn suối, không tiện đuổi đến cùng. Muốn mở mang đất đai cũng nên lấy hai phủ này trước để củng cố mặt sau của hai dinh. Nếu bỏ gần cầu xa, e rằng hình thế cách trở, binh dân không liên tiếp, lấy được tuy dễ, mà giữ thực là khó. Khi xưa mở mang phủ Gia Định tất phải trước mở đất Hưng Phước* [huyện Xuyên Mộc, Bà Rịa], *rồi đến đất Đồng Nai, khiến cho quân dân đông đủ, rồi sau mới mở đến Sài Gòn. Đó là cái kế tằm ăn dần. Nay đất cũ từ Hưng Phước đến Sài Gòn chỉ hai ngày đường, dân cư còn chưa yên ổn, quân giữ cũng chưa đủ. Huống từ Sài Gòn đến Lâm Bôn, xa sáu ngày đường, địa thế rộng rãi, dân số đến vạn người, quân chính quy đóng giữ thực sợ chẳng đủ. Thần xem người Côn Man giỏi nghề bộ chiến, người*

Chân Lạp cũng đã sợ lắm. Nếu cho họ đất ấy khiến họ chống giữ, "lấy người Man đánh người Man", cũng là đắc sách. Vậy xin cho Chân Lạp chuộc tội, lấy đất hai phủ ấy, uỷ cho thần xem xét hình thế, đặt luỹ đóng quân, chia cấp ruộng đất cho quân và dân, vạch rõ địa giới, cho lệ vào châu Đinh Viễn, để thu lấy toàn khu".

Chúa bèn y chấp thuận.

Chú thích:

1. Thời nhà Thanh các đạo quân chia ra từng sắc cờ, quân người Hán mang cờ xanh biếc, gọi là Lục kỳ.

2. Lê Quý Đôn: Người xã Duyên Hà, huyện Duyên Hà [huyện Hưng Hà, tỉnh Thái Bình], Quý Đôn lúc còn bé có tiếng là thần đồng, đỗ Bảng nhãn khoa Nhâm Thân [1752] năm Cảnh Hưng.

3. Ngô Thì Sĩ: Người làng Tả Thanh Oai [xã Tả Thanh Oai, huyện Thanh Trì, Hà Nội], huyện Thanh Oai, đỗ Tiến sĩ khoa Bính Tuất (1766).

143.
Vua Lê Hiển Tông [1740-1786] (7)

Tháng giêng năm Đinh Sửu, Cảnh Hưng thứ 18 [18/2-19/3/1757], (Thanh Càn Long thứ 22); ra lệnh cấm cờ bạc. Trịnh Doanh hạ lệnh rằng: "*Dân có nghề nghiệp nhất định, thì sự vật lạ không thể cám dỗ thay đổi được ý chí; trong nước không có người dân phóng túng chơi bời, thì phong tục tự nhiên thuần hậu. Vậy nếu xét thấy có người nào không theo về nghề nghiệp tứ dân* [sĩ, nông, công, thương], *tính tình hung hãn, chơi bời cờ bạc, thì quan sở tại trình bày đàn hặc để trị tội.*"

Tháng 2 [20/3-17/4/1757], thi hội các Cống sĩ, cho bọn Bùi Đình Dự đỗ Tiến sĩ xuất thân và Đồng tiến sĩ xuất thân, cao thấp khác nhau. Từ khoa Quý Hợi (1623) trở về sau, Cống sĩ vào thi đình không ai bị đánh hỏng. Khoa này thi hội này, có Nguyễn Khiêm Hanh, người thôn Nhân Nội, huyện Thọ Xương [Hà Nội], được dự hạng trúng cách, đến khi thi đình, can tội mang sách vào trường thi nên bị đánh hỏng.

Tháng 10 [12/11-10/12/1757], các huyện thuộc Sơn Tây bị đói to, phát sinh chứng dịch, dân cư mười phần chỉ còn một hai phần.

Tháng 12 [10/1-7/2/1758], quả núi ở châu Bạch Thông [Bắc Kạn] bị lở hơn 20 chỗ, nước dâng lên làm ngập lụt, người, súc vật, và thóc lúa phần nhiều tổn hại.

Về phía nhà Thanh, thuộc hạ tại vùng biển tâu trình đã tịch thu khí giới trong thuyền An Nam bị nạn. Việc này bị Vua Càn Long khiển trách, cho rằng trái với thể thống, không đáng làm như vậy:

"***Ngày mồng 1 Tân Dậu tháng 6 năm Càn Long thứ 22* [16/7/1757].** *Lại dụ:*

'Theo lời tâu của Mã Phụ Thư: Thuyền của An Nam phiêu dạt đến đồn trấn Vĩnh Ninh, hiện giao cho binh lính canh giữ, lại sai quan địa phương đưa khí giới trong thuyền tạm tàng trử tại kho huyện, đợi lúc khởi hành trở về sẽ trả lại.

'Thuyền của ngoại Phiên đi lại ngoài biển, mang khí giới để đề phòng, việc đó không có gì lạ. Khi phiêu bạt đến cửa khẩu, cho quân lính xem xét, sự lý đáng làm như vậy; còn việc mang khí giới thu trử vào kho chỉ sợ khỏi sinh sự mà thôi. Không biết rằng nếu chúng định sinh sự, thì đã xảy ra trước khi xét thu rồi! Đây là ý kiến của con nít, đàn bà, noi theo lệ cũ, thực là vô sỉ; chứng tỏ sự khiếp nhược khiến thiên hạ cho rằng sự hiểu biết của Trung Quốc nhỏ hẹp, làm trò cười cho dân Phiên, thực trái với thể thống. Từ nay trở về sau hãy đình chỉ việc tra thu, cùng truyền dụ cho Tổng đốc, Tuần phủ, Đề, Trấn tại các tỉnh duyên hải hay biết." (**Thanh Thực Lục, Cao Tông Thực Lục** quyển 540, trang 1-2)

Tại miền Nam vào năm Đinh Sửu [1757], Vua nước Chân Lạp, Nặc Nguyên, chết. Người chú họ là Nặc Nhuận tạm coi việc nước; các quan tại nơi biên cương tâu xin nhân đó lập Nhuận để tỏ sự ân nghĩa. Chúa bắt phải hiến hai phủ Trà Vinh, Ba Thắc [Ba Xắc, Sóc Trăng], rồi sau mới y cho. Khi ấy xảy việc con rể Nặc Nhuận là Nặc Hinh giết Nặc Nhuận để cướp ngôi, con Nặc Nhuận là Nặc Tôn chạy sang Hà Tiên.

Thống suất Trương Phước Du thừa thế tiến đánh; Nặc Hinh chạy đến Tầm Phong Xuy, bị viên quan Chân Lạp là Ốc Nha Uông giết chết. Bấy giờ Mạc Thiên Tứ cũng tâu giúp cho Nặc Tôn; Chúa bèn sắc phong cho Nặc Tôn làm vua nước Chân Lạp, sai Thiên Tứ cùng với tướng sĩ năm dinh hộ tống về nước. Nặc Tôn bèn dâng đất Tầm Phong Long [An Giang]. Phước Du và Cư Trinh tâu xin dời dinh Long Hồ đến xứ Tầm Bào (nay là thôn Long Hồ, tức tỉnh lỵ Vĩnh Long). Lại đặt đạo Đông Khẩu ở xứ Sa Đéc [Đồng Tháp], đạo Tân Châu [An Giang] ở Tiền Giang, đạo Châu Đốc [An Giang] ở Hậu Giang, lấy quân dinh Long Hồ để trấn áp. Bấy giờ Nặc Tôn lại cắt năm phủ Hương úc, Cần Vọt, Chân Sum, Sài Mạt, Linh Quỳnh để tạ ơn Mạc Thiên Tứ, Thiên Tứ hiến cho triều đình. Chúa cho lệ năm phủ ấy vào quản hạt Hà Tiên, Thiên Tứ lại xin đặt Giá Khê làm đạo Kiên Giang, Cà Mâu làm đạo Long Xuyên, đều đặt quan lại, chiêu tập dân cư, lập thôn ấp, làm cho địa giới Hà Tiên ngày càng thêm rộng.

Tháng 2 năm Mậu Dần, Cảnh Hưng thứ 19 [9/3-7/4/1758]. (Thanh, Càn Long thứ 23); định rõ thể lệ khiếu nại về việc kiện tụng. Theo thể lệ cũ, các việc kiện tụng lên đến lục bộ (1) và Ngự sử đài xét xử là kết thúc, hoạ hoặn nếu người nào còn oan uổng, mới được làm tờ khải lên phủ Chúa, kêu xin xét lại. Nhưng có nhiều người làm trái thể lệ, tố cáo vượt cả thứ tự, nên định rõ thể lệ khiếu nại.

Tháng 10 [1/11-30/11/1758], Trịnh Doanh phong cho con là Sâm làm Tiết chế thuỷ bộ chư quân, chức Thái uý, tước Tĩnh quốc công.

Sau khi Sâm được tiến phong, mở phủ Lượng Quốc, hết thảy công việc nhà nước đều giao cho Sâm quyết định. Nguyễn Hoàn, viên quan giữ việc giảng nghĩa sách cho Sâm, làm 10 bài châm dâng lên, Sâm đều thu nạp:

1. Bụng nghĩ phải ngay thẳng;

2. Học hỏi phải rộng khắp;

3. Tề chỉnh việc chính trị trong nước;

4. Phòng ngừa việc đối với người thân cận;

5. Thống nhất căn bản chính sự;

6. Cẩn thận việc sai phái, cất nhắc;

7. Mở rộng việc thu nhận những lời khuyên can;

8. Giữ phép tắc đã sẵn có;

9. Hiệu lệnh phải cho tin thực;

10. Việc nào đáng rộng rãi hay đáng nghiêm ngặt, nên suy xét kỹ càng.

Về phía nhà Thanh, nhân việc An Nam báo tin sẽ cho áp giải những người Trung Quốc phạm pháp đến biên giới để nhà Thanh phân xử, Vua Càn Long ban lệnh cho Tổng đốc Lưỡng Quảng Lý Thị Nghiêu cho xử tử 2 tên đứng đầu ngay tại biên giới, số còn lại đem an trí tại vùng Tân Cương:

"***Ngày 26 tháng 7 năm Càn Long thứ 23*** [29/8/1758]. *Dụ các Quân cơ đại thần:*

'Cứ theo lời tâu của Lý Thị Nghiêu: Chấp thuận theo lời báo của An Nam, có người nội địa tên Trương Phủ Năng, Vương Bố Đốc đến nước này làm giặc, quấy nhiễu các địa phương; hiện đã bắt được, xin áp giải đến nội địa, để theo pháp luật trị tội. Lại còn bọn phạm nhân 30 tên, cũng từ nội địa đến, thẩm vấn thuộc loại tòng phạm, đã cảnh cáo nhẹ rồi thả trở về.

Hai phạm nhân vốn là dân nội địa, ngầm trốn ra khỏi biên giới, mê hoặc nhân dân làm việc trái pháp luật, là loại cực sâu mọt tại biên giới. Viên Quốc vương không lập tức xử trí, áp giải đến nội địa để được xử theo quốc pháp, cung thuận đáng khen. Nay truyền dụ cho Lý Thị Nghiêu, đợi khi 2 phạm nhân được giải tới, thẩm vấn xác minh; rồi trước mặt uỷ viên cùng nhân viên áp giải của nước này, cho hành quyết ngay tại biên giới. Còn bọn tòng phạm 30 tên, tuy theo lời viên Quốc vương đã cho trừng trị nhẹ rồi tha về; tuy nhiên chúng là bọn giặc, không yên phận, không tiện lưu tại quê quán; khi nước này trục xuất giải đến Lưỡng Quảng, hãy tra xét nghiêm rồi theo lệ mới phát vãng đến xứ Ba Lý Khôn (2). Vẫn nghiêm sức các quan địa phương, bất thường tìm cách tra khám, cẩn thận biên phòng, không để cho bọn phỉ ra nước ngoài sinh chuyện." (**Thanh Thực Lục**, **Cao Tông Thực Lục** quyển 567, trang 17-18)

Tại miền Nam vào tháng 4 năm Mậu Dần [7/5-5/61758], Chúa Nguyễn sai Nguyễn Khoa Trực làm Tuần phủ Phú Yên, đốc thu các thứ thuế sai dư và thường tân. Lúc mới mở nước, Phú Yên là đất mới khai thác, tuy đã đặt quan lại cai trị, nhưng thuế má vẫn còn rộng rãi đơn giản, so với các phủ tại miền bắc có phần nhẹ hơn. Đến khi các phủ Bình Khang [Khánh Hoà], Diên Khánh [nam Khánh Hoà], Bình Thuận, Gia Định dần dần mở mang, thì lệ thuế cũng như tỉnh Phú Yên. Đến đây các loại thuế sai dư và thường tân của Phú Yên còn thiếu nhiều cho nên sai quan đi đốc thu.

Tháng 2 năm Kỷ Mão Cảnh Hưng thứ 20 [27/2-27/3/1759]; (Thanh, Càn Long thứ 24); Thanh Hoá và huyện Đông Thành [huyện Yên Thành], huyện Quỳnh Lưu thuộc Nghệ An bị đói to. Hạ lệnh cho Hà Huân đi ngay đến nơi thăm hỏi xem xét, hiệp đồng với viên quan ở trấn, tuỳ phương tiện phát chẩn cho dân. Còn dân phiêu tán ở hai xứ này nếu có người nào đến kiếm ăn tại các trấn khác, sẽ đem tiền gạo chẩn cấp cho.

Tháng 6 [25/6-23/7/1759] hạn hán, ban bố cách thức chế xe nước, bắt dân y theo để chế tạo, để lấy nước tưới vào ruộng; lại phát thóc công chẩn cấp cho dân.

Tháng 6 nhuận [24/7-22/8/1759]. Thượng hoàng Lê Ý Tông mất, táng ở lăng Phù Lê (3). Sau khi đã truyền ngôi, thượng hoàng ở điện Kiền Thọ, đến nay mất, dâng tôn thuỵ là Huy Hoàng đế; Thượng hoàng ở ngôi 6 năm, nhường ngôi 20 năm, hưởng thọ 41 tuổi.

Tháng 2 năm Canh Thìn, Cảnh Hưng thứ 21 [17/3-15/4/1760], (Thanh, Càn Long thứ 25); miễn thuế diêm tiêu [dùng làm thuốc súng] cho hai trấn Tuyên Quang và Hưng Hoá.

Tháng 7 [11/8-8/9/1760], năm ấy tương đối được mùa, triều đình hạ lệnh: người nào có thể nộp thóc được 6 vạn bát quan, hứa sẽ trao cho chức Tri phủ ở phủ đông người nhiều việc (4), người nào nộp được 4 vạn bát quan, sẽ trao cho chức tri huyện ở huyện đông người nhiều việc (4). Vua Tự Đức đọc sử đến chỗ này, có lời phê như sau:

"Phủ huyện là người tiêu biểu của dân, triều đình giao phó cho cai trị hàng trăm dặm đất, trách nhiệm không nhỏ. Thế mà lại cho người nộp của để làm quan ở phủ huyện, vậy thì coi việc vui mừng việc đau khổ của dân, quá khinh thường lắm ru?"

Về phía nhà Thanh, nhân Sa phỉ từ An Nam sang các trại biên giới tại Vân Nam quấy phá, viên Tổng đốc Viên Tất Đạt cho truy đuổi đến biên giới, rồi thông báo cho An Nam đánh bắt tiếp. Chủ trương không vượt biên truy đuổi, bị Vua Càn Long chê là thiếu cương quyết:

"***Ngày 24 Kỷ Tỵ tháng 3 năm Càn Long thứ 25* [9/5/1760].** *Lại dụ rằng:*

'Bọn Viên Tất Đạt tâu: Sa phỉ Quận Tầm bị Giao mục Tô Do gây khó khăn, bèn xâm nhập vùng duyên biên 2 trại Mạn Trác, Mã Lộc, cướp đoạt gây sự. Đồn trấn dùng binh truy đuổi, bèn chạy trở về. Hiện đang gửi văn thư thông sức cho viên Quốc vương An Nam bắt gấp giải đến để cứu xét; nếu vượt biên giới truy đuổi, thì không khỏi gây sự nghi ngờ sợ sệt.

Làm việc này thật không đúng. Tỉnh của y tiếp giáp với An Nam, giữ biên giới không phải không nghiêm, nhưng chỉ hiệu quả lúc dân Di bên ngoài cung thuận giữ pháp luật mà thôi. Nay bọn Sa phỉ nhân Giao mục mà tự tiện quấy nhiễu các trại, rõ ràng chúng là bọn giặc, thì lại không giữ được biên giới! Phàm bọn xâm nhập, dám vượt biên giới của Thiên triều, mà kẻ truy đuổi không dám xông vào biên cảnh của ngoại Di, chỉ án binh tại biên giới, rồi gửi văn thư đòi bắt, kéo dài năm tháng, coi như vậy là xong chuyện; việc làm như vậy thuộc thể chế nào? Vả lại quan binh ra khỏi quan ải truy đuổi giặc, chỉ muốn bắt bọn Sa phỉ mà thôi, đâu có gây khó khăn cho dân lương thiện, vậy không đáng gọi là quấy nhiễu; nhưng lại mượn việc làm của những tên lính hư hỏng để nêu lên ý kiến rằng vượt cảnh có thể gây nghi sợ. Việc này bắt chước đời Minh trở về trước, người Hán quen thói sợ sệt sai lầm, lại nói rằng không muốn gây hấn biên giới; không biết rằng nhân việc này ngoại Di thấy được hư thực, khinh thị triều đình Trung Quốc, mối tệ đời đời trải qua có thể thấy được....." (**Thanh Thực Lục, Cao Tông Thực Lục** quyển 609, trang 16-17)

Nhân Tổng đốc Vân Nam đưa công văn sang nước ta yêu cầu hội quân để đánh bắt; vào ngày mồng một tháng 5 [13/6/1760], triều đình bèn hạ lệnh cho ĐinhVăn Thản giữ chức Trấn thủ Hưng Hoá, hẹn ngày phối hợp với quân Thanh.

Tại miền Nam vào tháng 2 [17/3-15/4/1760], Thế tử Hiệu mất, tặng Thái bảo quận công, cấm hát xướng trong trăm ngày; Thế tử là người hiền hiếu, nhân từ, thông minh, ai cũng tiếc. Con thứ hai [tức là Hưng tổ Hiếu khang hoàng đế, thân phụ Vua Gia Long] 28 tuổi, khôn ngoan, thông tuệ, sáng suốt, quả quyết, Chúa muốn lập làm Thế tử. Sai Nội hữu cai cơ Trương Văn Hạnh làm thầy, Nho học huấn đạo Lê Cao Kỷ làm thị giảng; cho cùng với các quan đại thần dự bàn việc quân, việc nước.

Tháng 2 năm Tân Tỵ, Cảnh Hưng thứ 22 [7/3-4/4/1761], (Thanh, Càn Long thứ 26); dân tộc thiểu số (không rõ tên) xin phụ thuộc vào nước ta, triều đình hạ lệnh đặt sở Tuy Viễn ở Sơn Nam, lấy đất bãi xã Yên Lệnh [huyện Phú Xuyên, Hà Tây] và Nễ Độ [huyện Lý Nhân, Hà Nam] cấp cho cày cấy, cư trú; giao cho viên quan ở trấn thu nhận và chăm sóc họ.

Tháng 3 [5/4-4/5/1761], Trịnh Doanh nghĩ đến công lao bầy tôi giúp đỡ phò lập lên ngôi Chúa, bèn phong thêm thái ấp cho họ, người nhiều người ít khác nhau. Số được phong gồm 10 người: Trịnh Đạc, Vũ Tất Thận, Nguyễn Quý Cảnh, Nguyễn Đình Hoàn, Giáp Nguyễn Khoa, Vũ Đình Trác, Trương Khuông, Trịnh Trụ, Đinh Văn Giai và Nguyễn Công Thái. Trong đó có Đạc và Trụ là thân thuộc họ Trịnh; Giáp

Nguyễn Khoa, Vũ Đình Trác đều là Hoạn quan.

Năm trước [13/6/1760] triều đình hạ lệnh cho Trấn thủ Đinh Văn Thản phối hợp với nhà Thanh đem quân đánh bắt tên Thành, mà phía nhà Thanh gọi là quận Tầm. Nhưng Thản nuông giặc không đánh, lại giam hãm quân sĩ ở nơi nước độc, nhiều người nhiễm chướng khí, sốt rét rồi chết; Thản bị triều đình vặn hỏi quở trách nhiều lần, vì thế y lo sợ mà chết. Nhằm trừng phạt, triều đình hạ chiếu truy lột hết quan tước và đánh vào áo quan. Vào tháng 5 [3/6-1/7/1761] hạ lệnh cho Đốc chiến Lê Đình Châu và Tham mưu Nguyễn Quốc Khê hội đồng với Đốc đồng Tuyên Quang Phan Cảnh, đi đánh phá. Nhân lúc ấy nước to, tên Thành xông ra vòng vây để chạy, bị bắt đưa về kinh sư chém chết. Riêng Hoàng Công Chất tại Thanh Hoá, từng liên kết với tên Thành cũng bị truy đuổi, phải chạy đến động Mãnh Thiên [tỉnh Điện Biên]; từ đấy trấn Hưng Hoá được bình định.

Phía nhà Thanh, viên Tổng đốc Vân Quí cho biết đã điều binh phối hợp với Đinh Văn Thản, nhưng cũng chưa lập được thành tích rõ ràng:

"***Ngày 29 tháng 2 năm Càn Long thứ 26*** **[4/4/1761].** *Tổng đốc Vân Nam và Quí Châu Viên Tất Đạt tâu:*

'Sa phỉ An Nam quận Tầm, tức Cổn Tầm xâm nhập nội địa quấy nhiễu, trước đây đã báo cho Quốc vương An Nam cấp tốc sai Trấn mục Hưng Hoá Đinh Văn Thản điều binh vây bắt, một mặt truyền hịch cho phủ Khai Hoá, cùng quân lính tiếp giáp đất Giao tại 2 phủ Lâm An và Quảng Nam đến biên giới Bá Sái tuần tra chống cự; cùng giao cho Uỷ viên chuẩn bị trâu, dê để khao thưởng. Điều tra biết quận Tầm tụ tập dân chúng miền thượng du, liên kết đảng giặc, xây thành

chắc dày, tại các con đường đều lập pháo đài, lại xây thuỷ thành, xung quanh đào hào sâu. Bị Đinh Văn Thản dùng xe chứa lửa, thiêu huỷ thuỷ thành. Hiện đang tập hợp các lộ tiên phong đánh phá các đồn, rồi lập tức tiến chiếm thành.'

Báo đã nghe." (**Thanh Thực Lục, Cao Tông Thực Lục** quyển 631, trang 29)

Đến tháng 9, nhà Thanh nhận được lời báo từ An Nam cho biết đã bắt được quận Tầm, tức tên Thành. Viên Tổng đốc Vân Quí yêu cầu áp giải đến Trung Quốc, nhưng sử nước ta ghi rằng "*đưa về kinh sư chém chết*", như vậy việc xin áp giải đã không thực hiện:

"***Ngày 30 tháng 9 năm Càn Long thứ 26*** [27/10/1761]. *Tổng đốc Vân Quí Ngô Đạt Thiện, Tuần phủ Vân Nam Lưu Tảo tâu:*

'Sa phỉ An Nam bọn quận Tầm trốn vào nội địa, đốt phá thôn trại, mấy lần bị viên Quốc vương mang quân hợp lực đánh. Nay theo lời báo đầy đủ của viên Quốc vương, vào ngày 5 tháng 9 đã bắt được quận Tầm tại vùng Thanh Ba [Phú Thọ]; *lập tức thông sức áp giải đến nội địa để thẩm vấn và liệu biện.'*

Nhận chiếu chỉ ghi:

'Được." (**Thanh Thực Lục, Cao Tông Thực Lục** quyển 645, trang 25)

Vào tháng 2, sứ bộ Đại Việt gồm Chánh sứ Trần Huy Mật, Phó sứ Lê Quí Đôn, Trịnh Xuân Chú đến triều Thanh cáo ai, xin phong và dâng cống. Trước đó Vua Lê Ý Tông lên làm Vua từ năm 1735 đến năm 1740; rồi nhường ngôi cho Vua Lê Hiển Tông, lên làm Thái thượng hoàng. Việc nhường ngôi không báo cho nhà Thanh biết, năm Kỷ Mão [1759] Vua Ý Tông mất, bèn cử sứ bộ sang tâu báo; nên nhà Thanh sai Sứ thần sang điếu tế và phong tước:

"***Ngày 15 tháng 2 năm Càn Long thứ 26*** **[21/3/1761].** *Quốc vương An Nam Lê Duy Vĩ* (5) [Ý Tông] *mất, người nối dõi là Lê Duy Diêu* [Hiển Tông] *sai bọn Bồi thần Trần Huy Mật, Lê Quí Đôn, Trịnh Xuân Chú dâng bản cáo ai, phụ cống sản vật địa phương; gửi xuống bộ để hay biết.*

Phong Lê Duy Diêu, cháu cố Quốc vương An Nam Lê Duy Vĩ làm Quốc vương An Nam; bèn sai Hàn lâm viện thị độc Đức Bảo, Đại lý tự thiếu khanh Cố Nhữ Tu đến phong, và tế cố An Nam Quốc vương Lê Duy Vĩ." (**Thanh Thực Lục, Cao Tông Thực Lục** quyển 630, trang 23)

Tháng 11 [26/11-25/12/1761] Sứ thần nhà Thanh là Hàn lâm thị độc Đức Bảo, và Đại lý thiếu khanh Cố Nhữ Tu, đưa sách văn phong Vua Hiển Tông làm An Nam quốc vương và dụ ban lễ tế Vua Ý Tông. Lúc ấy, nhân trong nước thái bình, Trịnh Doanh muốn phô trương nhân tài nước ta đông đúc, bèn sai bầy tôi văn học như bọn Ngô Thì Sĩ giao thiệp ứng đối. Bọn Thì Sĩ là người học hỏi sâu rộng, nên sứ thần nhà Thanh rất ngợi khen kính trọng.

Tháng 12 [26/12/1761-24/1/1762] Trịnh Giang mất. Giang trước đây giữ ngôi Chúa, khiến đất nước chôn vùi trong loạn lạc, nên phải nhường chính quyền cho Doanh. Đến nay mất, hưởng thọ 51 tuổi, truy tôn là Thuận Vương.

Về phía nhà Thanh, viên Tổng đốc Lưỡng Quảng tâu rằng biên giới châu Khâm và xứ Móng Cái nước ta chỉ cách nhau một con sông nhỏ, nên bọn cướp thường qua lại quấy nhiễu; xin cho tăng binh phòng thủ:

"*Ngày 30 tháng giêng năm Càn Long thứ 26* [6/3/1761]. *Tổng đốc Lưỡng Quảng Lý Thị Nghiêu tâu:*

Vùng nhai Đông Hưng thuộc châu Khâm tỉnh Quảng Đông tiếp giáp với Móng Cái, An Nam; cách nhau một con sông. Năm ngoái tháng 11, có bọn Di phỉ khoảng một, hai trăm tên đến Móng Cái cướp của đốt nhà. Tuy đã tra rõ không có Hán gian tham gia vào việc này; nhưng con sông này là nhánh chảy ra biển, khoảng cách không lớn, khi nước thuỷ triều lên phải qua đò, khi thuỷ triều xuống có thể lội qua được; đây là nơi biên giới quan trọng, việc canh giữ cần nghiêm nhặt.

Tra cứu vào năm Càn Long thứ 5 [1740], *nhân trong nước Di nội loạn, từng điều bát binh từ hiệp Long Môn đến Đông Hưng phòng giữ, nay cũng xin điều 50 tên binh từ hiệp này đến tăng phòng. Còn đồn trấn Tư Lặc* [trấn Giang Bình, Quảng Tây] *cũng là cũng là khu vực quan yếu nơi ra vào cửa biển, cũng nên điều bát binh phòng thủ. Chờ khi quan sát tình hình cho phép, lại cho triệt hồi.'*

'Báo để hay biết." (**Cao Tông Thực Lục** quyển 620, trang 21-22)

Tại miền Nam vào tháng 2 [7/3-4/4/1761], nước Vạn Tượng đến cống. Vị trí Vạn Tượng ở giữa Ai Lao và Lục Hoàn; thời nhà Nguyễn mới mở nước, Vạn Tượng cùng với dân tộc thiểu số tại Cam Lộ [Quảng Trị] qua lại buôn bán, nên thường sai sứ đến thông hiếu. Nay lại đến cống voi đực, sáp ong, sừng tê, khăn đỏ; khi sứ về Chúa gửi cho tù trưởng gấm, vóc, lụa.

Chú thích:

1. Lục bộ: bộ trong triều, gồm: bộ Lại, bộ Hình, bộ Lễ, bộ Binh, bộ Hộ, bộ Công.

2. Ba Lý Khôn: tên hồ, tại phía tây bắc huyện Trấn Tây, thuộc tỉnh Tân Cương.

3. Lăng Phù Lê: Ở xã Phù Lê, huyện Thuỵ Nguyên, Thanh Hoá.

4. Đông người nhiều việc: do nguyên văn chữ "phiền". Thời xưa chia các địa phương hành chánh thành 4 loại: xung, phiền, bì, nan. Xung là đất kinh kỳ đô hội, phiền là nơi đất rộng người nhiều, bì là nơi cằn cỗi, nan là chỗ nhiều dân du thủ du thực khó cai trị.

5. Lê Duy Vĩ tức vua Lê Ý Tông; **Cương Mục** chép là Lê Ý Tông làm Vua từ năm 1735-1740, rồi nhường ngôi cho Lê Duy Diêu tức Vua Lê Hiển Tông, lên làm Thái thượng hoàng. Việc nhường ngôi không báo cho nhà Thanh biết, năm Kỷ Mão [1759] mất, năm Tân Tị [1761] báo tang cho nhà Thanh.

144. Vua Lê Hiển Tông [1740-1786] (8)

Tháng giêng năm Nhâm Ngọ, Cảnh Hưng năm thứ 23 [25/1-23/2/1762]. (Thanh, Càn Long thứ 27); đặt chức Giám đốc trường đúc tiền ở phường Nhật Chiêu [Hà Nội], ô Cầu Giền [Hà Nội] và các trường đúc ở Sơn Tây, Thái Nguyên. Bắt các trường đúc ghi dấu khác nhau, để đề phòng việc đúc tiền quá lạm hoặc mỏng.

Tháng 4 [24/4-23/5/1762], khí trời nóng nực dữ dội, nhân dân nhiều người bị bệnh dịch; triều đình hạ lệnh cho quan tại các lộ lập đàn cầu đảo.

Tháng 5 [22/6-20/7/1762], thi viết chữ và tính toán; định thể thức thường hành 12 năm thi một lần. Khoa thi này, về thi viết chữ lấy 978 người trúng cách; về thi tính toán lấy 120 người trúng cách. Lại hạ lệnh thải bớt hạng thư lại thừa ở các nha môn trong kinh, ngoài trấn; để nha môn nhiều việc và nha môn ít việc có số lượng nhân viên hợp lý.

Tháng 6 [21/7-18/8/1762], định rõ thuế muối ở Sơn Nam. Hạ lệnh cho ti Trấn thủ xét thực số ruộng muối ở bãi biển để đánh thuế, cứ 50 mẫu làm một bếp, thuế đồng niên mỗi bếp 30 quan tiền.

Tháng 7 [9/8-17/9/1762], hạ lệnh cho các trấn Sơn Tây, Thái Nguyên và Hưng Hoá khai các mỏ bạc, mỏ đồng, mỏ gang và mỏ diêm tiêu ở xã Thượng Dã [Thái Nguyên], xã Tiên Nông [huyện Tam Nông, Phú Thọ] và động Trình Lạn [Lào Cai]; đều định hạn ba năm sẽ đánh thuế.

Tháng 10 [16/11-14/12/1762], đặt Bí thư các; bổ dụng Nguyễn Bá Lân và Lê Quý Đôn sung làm Học sĩ trong Bí thư các, để duyệt sách vở; chọn người có văn học là bọn Ngô Thì Sĩ sung giữ chức Chính tự trong các.

Vào tháng 11 năm ngoái [26/11-25/12/1761], khi Sứ thần nhà Thanh là Hàn lâm thị độc Đức Bảo và Đại lý thiếu khanh Cố Nhữ Tu đến An Nam ban sắc phong, có xảy ra cuộc tranh luận về lễ nghi. Vua Hiển Tông nước ta đề xuất chỉ làm lễ khấu đầu vái thôi; nhưng Sứ thần nhà Thanh đòi hỏi phải theo lễ nghi thời Hàng Dịch Lộc sang trả đất vào năm Ung Chính thứ 6 [1728], quì 3 lần, khấu đầu 9 lần. Cuối cùng thì triều đình nước ta chấp nhận; nhưng lúc trở về đến quan ải Nam Quan, Phó sứ Cố Nhữ Tu còn gửi văn thư nhắc lại, trách cứ Quốc vương An Nam. Viên Tuần phủ Quảng Tây bèn đem sự việc tâu lên; khiến Vua Càn Long giận dữ, cho rằng Cố Nhữ Tu là người không thông đạt, có thái độ thô bỉ:

"***Ngày 6 tháng 3 năm Càn Long thứ 27*** **[30/3/1762]**. *Dụ:*

'Cứ Hùng Học Bằng tâu trình đầy đủ văn thư qua lại An Nam của Chánh Phó Sứ thần đến An Nam là Đức Bảo và Cố Nhữ Tu; trong đó có văn thư của Cố Nhữ Tu gửi trách Quốc vương An Nam, nên sao lục văn bản này trình lên để xem. Viên Tuần phủ nhân bọn Đức Bảo đi sứ trở về, bèn đem tất cả các văn thư lưu tâm xem xét, rồi cứ sự thực tâu lên, đáng tư cách là viên quan Đại thần được phong đất.

Triều đình sai mang cờ tiết sách phong, biểu thị chính sách nhu viễn và làm sáng tỏ uy tín. Nếu như viên Quốc vương về nghi thức có chút sai lầm nhỏ, thì căn cứ vào lễ tiết trước mặt nói cho biết; để tuân theo làm đúng không được giả dối. Nếu đã cung thuận thi hành, thì những gì không liên quan đến thể thức, không nên để ý đến. Thế mà khi ở trong biên cảnh của [viên Quốc vương] *thì ẩn nhẫn, chờ khi ra khỏi thì viết thư trách; điều đó xét tổng quát thấy vẻ nhỏ nhen khiếp nhược, không đáng phó thác để không nhục mệnh vua. Nước này đời đời dốc lòng thành phụng sự bề trên, lại ở nơi hải ngoại xa xôi; không nói sự trọng khinh, không biết Cố Nhữ Tu nêu lên sự trách cứ để làm gì? Thật là thô bỉ. Cố Nhữ Tu vốn là người không thông đạt, huống khi đi sứ nước ngoài, lại không bàn bạc với Chánh sứ, tự tiện gửi thư trách; nhưng việc hỏi trách lại không hợp đại thể; nay giao cho bộ hãy nghiêm khắc bàn xử. Riêng Đức Bảo là Chánh sứ, cớ sao không biết ngăn cản, lại cho văn thư được gửi đi? Bắt phải tâu minh bạch, những văn bản của Hùng Học Bằng tấu sao cũng được gửi đi kèm."*

Dụ các Quân Cơ đại thần:

'An Nam đời đời là thuộc quốc của triều đình, phàm Sứ thần của triều đình đến nước này sách phong, đáng phải tuân theo lễ quì 3 lần, khấu đầu 9 lần. Nhưng viên Quốc vương này quen theo hủ tục của nước nhỏ, gặp sứ triều đình bàn luận chỉ khấu đầu vái thôi, việc này cũng do không hiểu biết mà thôi. Sau khi Đức Bảo và Cố Nhữ Tu viện dẫn chỉ thị của Sứ thần Hàng Dịch Lộc (1) đã trở thành lệ, thì kính cẩn tuân theo. Nước nhỏ không tuân theo thể chế, Bồi thần cần bảo cho biết [để sửa chữa]. *Nay truyền cho bộ Lễ ghi nhớ, từ nay trở về sau nếu gặp việc sách phong An Nam, phải theo điển lệ năm Ung Chính thứ 6 và lần này để tuân hành lễ 3 lần quì, 9 lần khấu đầu. Hãy thông báo cho Chánh, Phó sứ, lệnh phải*

vĩnh viễn tuân theo, không làm sai nghi lễ.” (**Thanh Thực Lục, Cao Tông Thực Lục**, quyển 656, trang 7-9)

Bộ Lại tâu rằng hành động của Phó sứ Cố Nhữ Tu trái với thể chế, đề nghị xin cách chức; được Vua Càn Long chấp thuận:

“Ngày 8 Tân Mùi tháng 4 năm Càn Long thứ 27 **[1/5/1762].** *Bộ lại bàn và tâu:*

‘Đại lý tự thiếu khanh Cố Nhữ Tu đi sứ An Nam, sau khi ra khỏi biên cảnh nước này tự tiện gửi thư trách hỏi viên Quốc vương, thực trái với thể chế, đáng theo lệ cách chức.’

Nhận được chiếu chỉ:

‘Lệnh cách chức Cố Nhữ Tu.” (**Cao Tông Thực Lục** quyển 658, trang 14)

Viên Chánh sứ Đức Bảo cũng bị giáng 3 cấp, vì bị qui lỗi không ngăn cản nổi Cố Nhữ Tu gửi thư cho An Nam:

“Ngày 21 Giáp Thân tháng 4 năm Càn Long thứ 27 **[14/5/1762].** *Dụ rằng:*

‘Đức Bảo, Cố Nhữ Tu đi sứ An Nam; Cố Nhữ Tu đã rời khỏi nước này, rồi tự viết thư trách, thật hẹp hòi sai quấy. Đức Bảo tuy nói rằng đã từng ngăn trở nhưng Nhữ Tu không theo; nhưng Đức Bảo là Chánh sứ, như vậy đã làm tròn trách nhiệm chưa? Vả lại không đưa sự việc để hạch tấu. Nay nhận mệnh đến hành tại (2), Đức Bảo gốc Mãn Châu, giữ chức Hàn lâm, tại sao đến trễ đứng sau Cố Nhữ Tu? Tuy khai rằng đã đến Linh Nham trước để viết tờ tâu, nhưng khi Trẫm đến Linh Nham thì y chưa quì dâng, đến chiều mới nạp tờ tâu, tên này lời lẽ xảo trá thiếu khả năng, rõ ràng không đợi phải nói. Cố Nhữ Tu đã bị cách chức, nay giao Đức Bảo cho bộ

xem xét rồi tâu lên.'

Bộ bàn rồi tâu:

'Đức Bảo phạm tội che giấu, xin giáng 3 cấp điều dùng, không chuẩn khoan thứ'

Thiên tử phán:

'Chấp nhận theo" (**Thanh Thực Lục, Cao Tông Thực Lục** quyển 659, trang 8)

Sự việc chưa chấm dứt, sau khi Cố Nhữ Tu soạn bản cảo về hành trình đến An Nam sắp in thành sách; y bèn dâng bản cảo lên Vua Càn Long. Nhà Vua ban dụ cùng lời châu phê chê nội dung sách nhàm lời, nhắc đến lễ tiết mà Quốc vương An Nam đã tuân theo. Ngoài ra sách chép những sự kiện như An Nam trưng bày nhiều binh khí tại công quán, cho 3 con voi đứng tại nơi giao lộ, giăng cờ xí dọc đường; cho rằng có mưu thuật tinh vi muốn gia hại Sứ thần. Vua Càn Long có cái nhìn khác, cho rằng nước nhỏ lo hoàn bị cơ ngơi vật chất, cùng nghi thức nhằm kính phụng Sứ tiết; ngoài ra nhà Vua bắt buộc Cố Nhữ Tu phải sao lục đầy đủ đạo dụ này cùng lời châu phê để in kèm, nếu không tuân sẽ bị tội:

*"**Ngày 27 Canh Dần tháng 4 năm Càn Long thứ 27** **[20/5/1762]**. Dụ rằng:*

'Cố Nhữ Tu phụng sứ sách phong An Nam, trên đường trở về bèn tự tiện riêng viết văn thư trách hỏi Quốc vương An Nam, thật rất hẹp hòi sai quấy. Duyệt bản cảo sách của y, thấy sự thô lậu đáng cười, không phải chỉ có một chỗ. Như mở đầu chương tặng lúc lâm biệt, thấy lời lẽ tầm thường như trò chuyện giữa bạn bè, không phải cách Sứ triều đình

đối với ngoại Phiên, thật không đúng thể thức lập ngôn; những điều khác càng đáng chỉ trích. Lại nói đến chỗ kém cõi nhỏ nhen của Cố Nhữ Tu, tự hứa là không nhục mệnh vua, nhưng tập hợp những điều khoe khoang đưa vào trong bản cảo, thì không thể để yên mà không hỏi đến. An Nam là một phiên bang nhỏ bé, đời đời triều cống, nay xin sứ thần đến phong cho người nối dõi, sự cung thuận không cần nói cũng thấy. Nhân lúc triệu đến gặp mặt đầu tiên, bàn về nghi tiết, xin dùng lễ nước này kính trời 5 vái; bị Chánh sứ Đức Bảo cùng Cố Nhữ Tu gửi văn thư trách; viên Quốc vương bèn kính cẩn tuân 3 lần quì, 9 lần khấu đầu, như vậy là công việc xong, lễ đã thành.

Còn như việc nước này xây công quán nơi khoáng dã, trong đó trưng bày nhiều binh khí, dụng ý che sự sáng suốt, ngăn sự thông minh, khiến con người gần với sự nóng nảy tối tăm; y nói những lời gì như vậy? Hạ quốc lo hoàn bị cơ ngơi vật chất, cùng nghi thức để để kính phụng Sứ tiết; lại cho rằng có mưu thuật tinh vi muốn gia hại! Việc nước này tiếp đãi Sứ thần, không có một mưu thuật nào thi thố trong đó; nếu như họ muốn gia hại, thử hỏi 2 người này [Chánh sứ và Phó sứ] vốn cho là yếu đuối, thì dễ dàng chẳng khác gì trói con gà! Vả lại An Nam gia hại 2 người này để làm gì? Là một nước nhỏ, ở nơi xa xôi không ai hỏi đến, 2 người này có thông minh nào mà bị che chắn đi?

Thậm chí đến việc cho 3 con voi đứng tại nơi giao lộ, giăng cờ xí dọc đường, khiến trong lòng y sợ hãi kinh nghi; sự khiếp nhược cho dù một đứa trẻ nít cũng không đến nỗi như vậy. Trẫm nghĩ rằng một viên Sứ thần không thông sự lý, không khỏi gây trò cười nơi chốn xa xôi; hoặc có thể làm cho người Giao đâm nghi hoặc, hiểu sai ý Trẫm rồi sinh gây hấn nơi biên giới, thì đó là điều sai lớn.

Triều đình coi trong ngoài như một nhà, nơi biên thuỳ phía tây mấy vạn lý, cách thức mở mang chốn biên cương, ai làm chủ, ai làm tôi; kẻ mạnh, yếu, to, nhỏ, so với An Nam như thế nào? Cố Nhữ Tu không đoái hoài suy nghĩ điều đó, lại gửi hịch quở trách; nên Trẫm phải nói rõ ràng để khỏi sinh ra sự cố. Còn về việc không nhục mệnh vua, tuỳ cơ mà hành động không bàn ở đây; chỉ riêng nói về điều đáng chê cười hủ lậu của Nhữ Tu, phân tích cặn kẽ sự sai trái, không hợp nhân tình để chỉ thị rõ.

Nếu Nhữ Tu đem bản cảo ra in thành sách, phải sao lục đầy đủ đạo dụ này cùng lời châu phê để in kèm; để mọi người xem phân biệt được minh bạch. Nếu tự ý in khắc, sau này phát giác Trẫm sẽ trị tội nặng; để làm răn việc trộm danh lừa đời. Bản cảo lời châu phê cùng được phát ra." (**Thanh Thực Lục, Cao Tông Thực Lục** quyển 659, trang 14-16)

Sứ bộ nhà Thanh đến, được triều đình An Nam tặng quà cho cả quân lính và đám tuỳ tùng; lúc trở về đến Quảng Tây, viên Tuần phủ xin truy thu trả lại cho An Nam. Triều đình nhà Thanh quyết định trường hợp sai sứ đi; ngoại trừ Chánh, Phó sứ không được nhận quà biếu, còn các tuỳ tòng thì không cấm:

"***Ngày 7 Đinh Mão tháng 7 năm Càn Long thứ 27* [25/8/1762].** *Dụ các Quân cơ đại thần:*

'Hùng Học Bằng tâu về việc trước đây quân lính và những người phục dịch theo các Sứ thần Đức Bảo, Cố Nhữ Tu đến An Nam, nhận được từ nước này tiền biếu về cuộc hành trình, nay xin truy thu để trả lại; lời xin không khỏi quá đáng. Trẫm trước đây đã giáng chỉ lệnh đem tiền biếu của nước

này trả lại, sau đó theo lệ vĩnh viễn thi hành, đó là muốn tôn sùng chế độ của triều đình và chỉ thị cho người phương xa hiểu rõ; lệnh này chỉ liên quan đến Sứ thần mà thôi. Nay truyền lệnh đối với những tuỳ tòng cấp thấp, được nước này theo tiền lệ khao thưởng, không quá quan hệ đến đại thể, không thể so với những Sứ thần cầm cờ tiết; nếu cứ tiếp tục suy diễn không dừng, thì đâm ra vụn vặt. Nay ra lệnh cho viên Tuần phủ [Hùng Học Bằng], *lần này càng đáng bỏ qua không hỏi, không nên truy thu cho quá khứ, khiến gây phiền nhiễu. Tương lai gặp trường hợp sai sứ đi, thì ngoại trừ Chánh, Phó sứ, còn các tuỳ tòng không cấm* [nhận quà biếu]*; nhưng không được bày cách đòi hỏi quá đáng; khiến cho sự lý có phân biệt cân nhắc nặng nhẹ, không vô tình gồm vào một mối. Hãy dụ một cách rõ ràng để mọi người hay biết."* (**Thanh Thực Lục, Cao Tông Thực Lục** quyển 666, trang 7-8)

Tại miền Nam vào ngày Kỷ Dậu tháng giêng [8/2/1762], cháu ruột Chúa Nguyễn Phúc Khoát tức Thế tổ Cao hoàng đế Gia Long sinh; ngài là con bà Nguyễn thị, vợ chánh của Hoàng tử thứ hai.

Tháng giêng năm Quý Mùi Cảnh Hưng thứ 24 [13/2-14/3/1763], (Thanh Càn Long thứ 28); Chúa Trịnh Doanh từ kinh thành trở về Thanh Hoá, để lo sửa sang tô điểm các thắng cảnh tại Ninh Bình, như núi Dục Thuý [thành phố Ninh Bình] và động Bích Đào [huyện Yên Mô], nên dân phải phục dịch khó nhọc. Bèn hạ lệnh tha một năm thuế cho 6 huyện: Gia Viễn [Ninh Bình], Yên Mô [Ninh Bình], Yên Khang [huyện Yên Khánh, Ninh Bình], Tống Sơn [huyện Hà Trung, Thanh Hoá], Nga Sơn [Thanh Hoá] và Thuần Lộc [huyện Hậu Lộc, Thanh Hoá].

Tháng 5 [11/6-10/7/1763] Đốc suất trấn Nghệ An Văn Đình Ức can tội, bị bãi chức; bổ dụng Bùi Thế Đạt tạm giữ công việc trấn Nghệ An. Bấy giờ Lê Duy Mật đánh úp phủ Trấn Ninh [Lào], Trịnh Cao [Lào], Tù trưởng Trấn Ninh Lưu Cầm cho người báo cáo tình hình nguy cấp; Đình Ức bắt giữ sứ giả của Lưu Cầm, mà không đem việc ấy tâu ngay cho triều đình biết. Đến lúc Duy Mật chia đường cướp phủ Quỳ [Nghệ An] và phủ Trà Long [Nghệ An], lòng dân xôn xao lo sợ. Viên Án trấn Vũ Tá Đoan nhiều lần xin triều đình chọn viên tướng khác giữ nơi biên khổn. Vì thế, Đình Ức phạm tội dối trên lừa dưới, phải luận vào tử hình, nhưng Trịnh Doanh lấy cớ rằng Đình Ức là người có công, nên chỉ lột hết quan chức, cho về làm dân; rồi bổ dụng Bùi Thế Đạt tạm giữ công việc trọng trấn, sau hạ lệnh cho kiêm giữ chức Đốc suất, được tuỳ tiện xếp đặt công việc.

Tháng 6 [11/7-8/8/1763], dùng lại Đỗ Thế Giai chức điều hành phủ Chúa. Thế Giai muốn ức chế bọn quyền thần để lấy lại uy thế, bèn tra ra việc ghi chép và truyền lệnh trái lệ, xử bọn Nội giám [Hoạn quan] Lê Đình Viên vào tội tử hình, nhưng Trịnh Doanh tha cho và bắt trở về làm dân. Nguyên do trong phủ Trịnh Sâm [con trưởng Trịnh Doanh] bấy giờ có hai phi tần tên gần giống nhau; một là Ngọc Khoan và người kia là Ngọc Hoan. Một hôm, Sâm sai Nội giám Lê Đình Viên truyền lệnh triệu Ngọc Khoan, nhưng Nội giám cố ý làm sai lạc đi mà truyền lệnh cho Ngọc Hoan. Khi Sâm thấy Ngọc Hoan, có ý không bằng lòng, nhưng đã triệu đến cũng gượng chung chăn gối, sau Ngọc Hoan sinh con là Trịnh Tông, tức Đoan Nam Vương sau này. Bọn Nội giám Lê Đình Viên đã ghi chép và truyền lệnh về việc trong cung cấm trái thể lệ như thế, nên Thế Giai mới tra ra mà luận vào tội tử hình.

Tháng giêng năm Giáp Thân, Cảnh Hưng thứ 25 [2/2-2/3/1764), (Thanh Càn Long thứ 29); Vua Hiển Tông lập con là Duy Vĩ làm Hoàng thái tử. Duy Vĩ, con trưởng của nhà vua, sáng suốt, chăm học; Trịnh Doanh rất kính trọng; đến nay lập làm Thái tử.

Tháng 7 [29/7-26/8/1764], giặc tên là Thai tụ họp nổi loạn tại các trấn Sơn Tây và Hưng Hoá. Triều đình sai các quan trấn phối hợp đánh dẹp. Bắt được tên Thai và đồ đảng 159 người, đều luận tội tử hình; Trịnh Doanh thương tình, sai xét lại, nhiều người được khoan hồng tha cho.

Lại hạ lệnh cấm khách buôn Trung Quốc không được ở lẫn với dân. Trước đây, khách buôn phương Bắc đến buôn bán, chỉ cho trú ngụ ở châu Vân Đồn, Vạn Ninh thuộc Yên Quảng [Quảng Ninh] và xã Cần Hải [huyện Quỳnh Lưu, Nghệ An], Hội Thống [huyện Nghi Xuân, Hà Tĩnh], Triều Khẩu [huyện Hưng Nguyên, Nghệ An], không được ở lẫn với dân. Lúc này dân ở châu Vạn Ninh nhiều người phiêu tán, nên cũng có khách buôn nhân tiện chiếm ở, trú ngụ ngay chỗ đất bỏ không, lại có nhiều người mở phố xá ở Vĩnh Đại [huyện Đức Thọ, Hà Tĩnh] và Triều Khẩu. Vì thế, mới hạ lệnh cho quan ở trấn sức sở tại dẫn đưa ra ngoài, xếp đặt cho họ ở riêng ra như trước.

Bổ dụng Hoạn quan Đàm Xuân Vực giữ chức Thống suất Thanh và Nghệ. Trước đây, Duy Mật chạy trốn ra ngoài, xưng là theo mệnh lệnh vua Ý Tông, chế tạo riêng ấn tỉ và cờ, kiếm, chiêu dụ các tù trưởng ở Thanh Hoá giúp cho lính, lén lút chiếm cứ miền thượng du; truyền hịch kể tội ác họ Trịnh. Trịnh Doanh sai quân đi đánh, mấy năm chưa dẹp yên được. Đến nay, Duy Mật đánh úp Trấn Ninh [Lào], bắt giam Xà Bồn [Tù trưởng] Lư Cầm Hương. Tại động Trình Quang thuộc Trấn Ninh, Duy Mật đặt làm nội phủ và ngoại phủ, bốn mặt ngoại phủ chia đặt 16 đồn ải, có luỹ vững, hào sâu, có nơi đứng cao để nhòm ngó, có điếm canh từ phía xa, phòng bị cẩn thận, chặt chẽ. Duy Mật đem quân đánh chiếm những kẻ không thần phục, khống chế các người Lào, cả đến các động ven biên giới Hưng Hoá; phía đông từ Lạc Hòn [Lào], Trịnh Cao [Lào], phía bắc đến 7 tổng phủ Quỳ [Nghệ An], phủ Trà Long [Nghệ An], đều bị Duy Mật thống thuộc sai khiến. Nhân đấy, Duy Mật chia quân tràn xuống địa đầu Thanh Hoa, vì thế, dân nơi biên giới náo động. Triều đình bèn hạ lệnh cho Đàm Xuân Vực làm Thống suất hai xứ, phàm cơ mưu đánh dẹp, tiểu nã, và việc thưởng công, phạt tội, phong quan, bãi chức; Xuân Vực đều được tuỳ tiện xử trí.

Tháng 12 [23/12/1764-20/1/1763], lại thu nửa tiền thuế gia tô [tô thuế thu thêm]. Lúc ấy vì Duy Mật chiếm cứ Trấn Ninh lâu ngày, phải dùng quân đánh dẹp, bèn hạ lệnh thu một nửa thuế gia tô theo ngạch cũ. Lệnh rằng: "*Có ruộng thì có tô, là lẽ thường xưa nay. Nhà nước thu lấy của dân, đều có ngạch thuế nhất định. Trước kia, nơi biên giới, nên ngoài số thuế chính ngạch, quyền tạm bổ riêng thuế gia tô, để giúp chi dùng vào việc binh. Từ khi việc binh tạm thư, đã nhiều lần rộng tha cho; nay có việc điều khiển lính đi đánh dẹp, chi dùng khá nhiều, cần phải liệu lượng thu một nửa và nộp cả vào mùa xuân để tiện cho việc thu nộp*".

Phía nhà Thanh, Tổng đốc Lưỡng Quảng Tô Xương tâu trình về việc bọn cướp người An Nam cướp bóc thuyền đánh cá Trung Quốc, đã gửi văn thư cho Vua Lê yêu cầu bắt gấp:

"***Ngày 9 tháng 12 năm Càn Long thứ 28*** [11/1/1764]. *Dụ các Quân cơ đại thần:*

'Tô Xương dâng bản tâu về việc bọn giặc tại An Nam cướp bóc dân Liêu đánh cá. Đất châu Khâm tiếp giáp với An Nam, bọn giặc người Di cướp phá, đáng bắt điều tra để trừng trị. Trong tờ tâu viên Tổng đốc cho biết đã gửi văn thư cho viên Quốc vương yêu cầu bắt gấp bọn phỉ, đáng làm như vậy. Còn dân nội địa, đã có lệ không được vượt cảnh đánh bắt; nay bọn Trần Quốc Giám đáp thuyền dân Liêu bắt cá, nên bị giặc cướp đoạt; như vậy quan địa phương thường ngày đã quản lý được việc gì? Khi án này phát giác, viên Tổng đốc sao không nhân đó mà đàn hạch ước thúc các quan lại quản lý địa phương. Nay truyền lệnh Tô Xương thi hành, rồi đem sự thực tâu lên." (**Thanh Thực Lục, Cao Tông Thực Lục** quyển 700, trang 9)

Sau khi triều đình ta giải giao tội phạm; Viên Tổng đốc xin Vua Càn Long cho hành quyết tại biên giới:

"***Ngày 24 tháng 3 năm Càn Long thứ 29*** [24/4/1764]. *Lại dụ rằng:*

'Tô Xương tâu 'Án về giặc tại An Nam cướp thuyền, hiện tại đã bắt giải thẩm vấn tra tấn xong, bọn giặc người Di bị bắt nhiều; nếu sau khi tâu lên lại chờ phúc nghị, thì phải câu lưu nơi quan ải quá lâu, sợ bị lỡ lầm để trốn thoát. Xin sau khi thẩm định được sự thực, cho hành quyết trước khi phúc tấu.'

"Việc xử các án thuộc dân Di nước ngoài, cách thức làm việc không giống với thủ tục trong nước. Viên Tổng đốc tâu giặc Di nhiều, câu lưu lâu ngày sợ bị sơ hốt; nên chấp nhận

theo lời xin, sau khi kết án xong, thì một mặt cho hành quyết, một mặt tâu lên." (**Thanh Thực Lục, Cao Tông Thực Lục** quyển 707, trang 15-16)

Lại một trường hợp phạm tội khác, lần này dân Trung Quốc tại huyện Tĩnh Tây vào An Nam cướp phá; nhà Thanh quyết định xử như trường hợp trước, bắt hành quyết tại biên giới:

"***Ngày 16 tháng 7 năm Càn Long thứ 29*** [13/8/1764]. *Dụ các Quân cơ đại thần:*

'Tô Xương tâu rằng người tại châu Qui Thuận [huyện Tĩnh Tây, Quảng Tây] *là bọn Dương Á Đạo cướp phá đất biên giới tại An Nam, xin xử vào tội chết. Bọn phạm tội là dân nội địa, cướp bóc tại đất Di, tội không thể tránh được. Nhưng nếu chỉ xét theo luật trị tội tại nội địa, mà không xử tử ngay tại nơi cướp phá để cho dân Di cùng biết, việc làm như vậy chưa được thoả mãn đôi bên. Đáng như trong tờ tấu của viên Tổng đốc nhắc nhở 'bọn Di phỉ cướp phá dân ta, bị nước này tầm nã, bèn cho hành quyết tại biên giới'; còn về án này dân tại nước ngoài phải chịu đựng, vậy sau khi thẩm vấn minh bạch cần thông tri cho nước này, tập trung dân chúng, cho hành quyết tại xứ sở của họ; như vậy không những pháp luật quốc gia được thi hành, mà lòng người Di cũng khâm phục. Ngoài ra sau này khi nhận được hịch văn truy tầm giặc cướp, nước này biết rằng triều đình Trung Quốc chấp pháp công minh, ân uy rõ ràng, nên sẽ không lần lữa nhìn ngó nữa. Án này truyền dụ cho bộ liên hệ, chờ đề bản gửi đến, bàn một cách thoả đáng để kết thúc; cùng đem việc này dụ rõ ràng cho Tô Xương hay biết."* (**Thanh Thực Lục, Cao Tông Thực Lục** quyển 715, trang 2)

Tại miền Nam vào năm Giáp Thân [2/2/1764-20/1/1765], Hoàng tử Lê Duy Mật sai người đến dinh Ai Lao đưa thư cầu viện. Chúa Nguyễn Phúc Khoát không muốn gây hiềm khích nơi biên giới với họ Trịnh, nên hậu đãi người đưa thư, rồi cho về.

Tháng 2 năm Ất Dậu, Cảnh Hưng thứ 26 [21/3-19/4/1765], (Thanh, năm Càn Long thứ 30); thay đổi phép thi Hương, lại thu tiền thông kinh. Trước đây, Đỗ Thế Giai giữ công việc trong phủ Chúa, lấy cớ rằng dùng quân đánh dẹp, chi phí mất nhiều, phàm gặp khoa thi Hương, hạ lệnh cho nộp tiền thông kinh, sẽ được miễn khảo hạch; rồi đến lúc Nguyễn Công Thái giữ việc trong phủ Chúa, xin bãi bỏ thể lệ này. Đến nay, Thế Giai lại được phục chức; bèn thay đổi, cho phép huyện lớn lấy 70 người, huyện vừa 50 người, huyện nhỏ 40 người; người nào khảo hạch không trúng, theo thể lệ nộp tiền thông kinh, cũng được vào thi.

Tháng 6 [18/7-15/6/1765], Lê Quý Đôn, giữ chức Tham chính Hải Dương xin bãi chức. Từ khi sang sứ nhà Thanh trở về nước, rồi được bổ làm Tham chính Hải Dương; Quý Đôn không vừa ý, nên tự giãi bày chín tội và xin bãi chức. Trong lời giãi bày có đoạn nói: "*Tôi đem cái thân sống sót ở muôn dặm trở về nước, mà nay xiêu giạt nơi giang hồ, xin cho tôi được về quê quán*". Trịnh Doanh tuy không bằng lòng, nhưng vẫn y cho.

Tháng 7 [16/8-14/9/1765], bổ dụng Nguyễn Đình Huấn, Hoạn quan, giữ chức Tham đốc (3). Đình Huấn làm Đề lãnh bốn cửa thành, trong kinh kỳ được nghiêm chỉnh yên tĩnh. Trịnh Doanh nhận thấy là người có tài, nên trao cho giữ chức này.

Tháng 10 [13/11-11/12/1765], bấy giờ bọn quý tộc cậy thế, phần nhiều lộng quyền trái luật; thiện tiện đánh thuế tuần ti, thuế xưởng mỏ và thuế thổ sản ở ngoại trấn, đi đến đâu cũng nhũng nhiễu, làm khổ cho dân. Triều đình hạ lệnh cho ti Trấn thủ tra bắt, người nào không có giấy tờ quan cấp sẽ trị tội.

Tại miền Nam vào ngày Giáp Ngọ tháng 5 [7/7/1765] Chúa Nguyễn Phúc Khoát mất, ở ngôi 27 năm, thọ 52 tuổi. Bầy tôi dâng thuỵ là Kiền Cương Uy Đoán Thần Nghị Thánh Du Nhân Từ Duệ Trí Hiếu Vũ vương, táng ở núi La Khê.

Bấy giờ Hoàng tử cả là Chương đã mất; Hoàng tử thứ chín là Hiệu được yêu quý nên được lập làm Thế tử cũng mất, Hoàng tôn là Dương còn thơ ấu. Hoàng tử thứ hai [Hưng tổ Hiếu khang hoàng đế, thân phụ Vua Gia Long] khi nhỏ khôi ngô khác thường, theo vai vế thì đáng được lập; Chúa sai Nội hữu Trương Văn Hạnh làm thầy, muốn để cho nối ngôi, bắt đầu cho chức Chưởng cơ, thường được tham dự triều chính. Riêng Hoàng tử thứ 16, Nguyễn Phước Thuần, mới 12 tuổi; quyền thần Trương Phúc Loan (con Trương Phúc Phan) lợi dụng Hoàng tử còn trẻ tuổi dễ bề lung lạc, bèn mật cùng Thái giám Chử Đức và Chưởng dinh Nguyễn Cửu Thông đổi di mệnh lập lên ngôi Chúa. Mẹ là Nguyễn thị, nhân cuộc biến năm Giáp ngọ [1774] đi tu, năm Gia Long thứ 3 [1804], ban hiệu là Tuệ tĩnh thánh mẫu nguyên sư.

Hoàng tử thứ hai [Hưng tổ] bị Trương Phúc Loan ghét, bắt giam vào lãnh thất. Nội hữu Trương Văn Hạnh, Thị giảng Lê Cao Kỷ đều bị Loan giết. Hưng tổ lo buồn sinh ốm, vào ngày Quý Mùi tháng 9 [24/10/1765], về phủ đệ thì băng, thọ 33 tuổi; táng tại xã Cư Chính [thuộc huyện Hương Trà,

Thừa Thiên].

Chúa lên ngôi, thăng Trương Phúc Loan làm Quốc phó, giữ bộ Hộ, quản cơ Trung tượng, kiêm Tàu vụ, cho thu thuế sản vật nguồn vàng Thu Bồn và các nguồn Đồng Hương, Trà Sơn, Trà Vân làm ngụ lộc. Loan sai người riêng trưng thu, hằng năm được số vàng vô số mà nộp thuế cho nhà nước chỉ 1, 2 phần 10. Các thứ thuế nguồn về ngà voi, sáp ong, mật ong, mỗi năm thu bạc đến hơn 200 lạng. Của báu chất như núi. Con là Thặng và Nhạc đều lấy Công chúa; Thặng lấy công chúa Ngọc Nguyện, Nhạc lấy công chúa Ngọc Đảo, làm quan đến Chưởng dinh cai cơ. Cả nhà Loan đều quyền thế, át cả trong ngoài.

Tháng 6 [18/7-15/8/1765], triệu Tham mưu dinh Điều khiển Gia Định là Nguyễn Cư Trinh về, thăng làm Lại bộ, khởi phục Nguyễn Quang Tiền làm Hàn lâm viện. Bấy giờ Trương Phúc Loan chuyên nắm quyền bính, sợ dư luận không ưa, nên cất nhắc hai người có danh vọng đương thời, Chúa theo lời, nên có mệnh ấy. Lấy Thị giảng Nguyễn Hữu Tôn làm Binh bộ, vẫn kiêm chức Thị giảng.

Tháng 5 năm Bính Tuất, Cảnh Hưng thứ 27 [7/6-6/7/1766], (Thanh Càn Long thứ 31); Hạt Kinh Bắc [Bắc Ninh] nước sông dâng lên, vỡ đê, ruộng nương nhà cửa bị ngập lụt. Triều đình hạ lệnh cho quan trong kinh thành đi hộ đê; nơi bị đê vỡ làm tổn hại đều được liệu lượng phát chẩn.

Tháng 10 [2/11-11/12/1766], giặc ở thượng du vùng Sơn Tây tự xưng hiệu là Thuận Nghĩa, tụ hợp quân chúng đi cướp bóc. Triều đình hạ lệnh cho bọn trấn tướng là Nguyễn Địch Bàn và Hoàng Phùng Cơ phối hợp đi đánh bắt, phá tan được bọn giặc này.

Về phía nhà Thanh, quyền Tổng đốc Lưỡng Quảng và Tuần phủ Quảng Tây đều tâu có những người Trung Quốc vào đất An Nam phụ hoạ với giặc gây loạn, đến lúc thua bại lại chạy về nội địa; Vua Càn Long chấp thuận cho bắt bọn này đem đến biên giới hành quyết:

"***Ngày 30 tháng 3 năm Càn Long thứ 31*** **[8/5/1766].** *Quyền Tổng đốc Lưỡng Quảng Dương Đình Chương, Tuần phủ Quảng Tây Tống Bang Tuy tâu:*

'Sa phỉ từ lâu vốn là mối hoạn biên giới tại Giao Chỉ, tàn dư không dẹp yên; trong đó có những người dân gốc Vân Nam, dại dột nghe lời mê hoặc, trốn vào đất Giao, phụ hoạ với giặc đất này cướp phá; nếu bại thì trốn vào nội địa để mong sống còn, bọn chúng là giặc tai hại nơi biên giới. An Nam là nước cung thuận, nhiều năm nội phụ, đáng trị những bọn cướp để tỏ lòng thể tuất. Xin thẩm xét rõ ràng minh định tội trạng, rồi xin chiếu chỉ đem bọn phạm nhân áp giải đến cửa ải, cùng thông báo cho viên Quốc vương phái các Di mục đến nơi để cùng mắt thấy việc hành quyết, nhằm làm rõ ràng uy đức.'

Chiếu chỉ phê:

Phải." (**Thanh Thực Lục, Cao Tông Thực Lục**, quyển 757, trang 25)

Tại miền Nam vào tháng 8 [4/9-3/10/1766], thám tử của Hà Tiên từ Xiêm La trở về báo vua Phung Xiêm La (vua Xiêm có bệnh hủi, nên gọi là vua Phung) đã sửa soạn chiến thuyền định ngày sang đánh Hà Tiên. Tổng binh Mạc Thiên Tứ lấy làm lo, phi báo về dinh Điều khiển Gia Định xin quân tiếp viện.

Tháng 10 [2/11-11/12/1766], Thống suất Nguyễn Cửu Khôi

và Tham mưu Nguyễn Thừa Mân sai bọn Cai đội Nguyễn Cửu Siêu, Nguyễn Cửu Tự đem 3 chiếc thuyền đi biển, 20 chiếc thuyền sai và 1.000 tinh binh đóng giữ Hà Tiên để phòng ngừa giặc Xiêm.

Chú thích:

1. Vào năm Ung Chính thứ 6 [1728] Sứ thần Hàng Dịch Lộc sang nước ta để trả lại đất; xin xem văn bản **Thanh Thực Lục** năm Ung chính thứ 6.

2. Hành tại: nơi vua ở ngoài cung điện chính thức.

3. Tham đốc: Theo "**Chức quan chí**" trong **Lịch Triều Hiến Chương** của Phan Huy Chú, thì Tham đốc thuộc về hàng võ, trật chánh nhị phẩm.

145.
Vua Lê Hiển Tông [1740-1786] (9)

Tháng giêng năm Đinh Hợi, Cảnh Hưng thứ 28 [30/1-27/2/1767], (Thanh Càn Long thứ 32); sai bọn Nguyễn Đình Huấn và Ngô Thì Sĩ đi xếp đặt công việc, chuẩn bị hồi hương phu mỏ Trung Quốc ở Thái Nguyên. Trước đây, các xưởng mỏ ở thượng du và vỏ quế ở núi rừng đều giao cho người Nùng ở Hoá Vi nước ta khai khẩn và bóc lấy; từ khi xưởng mỏ mở ra nhiều, viên quan Giám đương phần nhiều tập hợp người nhà Thanh khai thác. Do đấy, người làm thuê trong mỗi xưởng kể đến hàng vạn, phu mỏ, nhà lò tụ tập thành từng đàn, trong số ấy phần nhiều là người Triều Châu [Quảng Đông, Trung Quốc], tính tình hung hãn, hay đánh nhau; mỗi khi tranh nhau cửa lò, liền nổi quân để đánh lẫn nhau, người nào chết thì vứt xuống hố. Triều đình coi họ là hạng người ngoài vòng giáo hoá, nên chỉ cốt thu đủ thuế mà thôi, ngoài ra không hỏi gì đến cả. Ngô Thì Sĩ giữ chức Đốc đồng ở Thái Nguyên, nêu lên 3 điều không nên:

"*Thổ sản ở núi rừng, để giúp cho việc cần dùng trong nước, thế mà nộp vào thuế khoá nhà nước, mười phần không được một phần. Vả lại, những nơi hiểm yếu ở hang động, núi khe trong nước, hết thảy bị người nước ngoài thông tỏ và nương náu. Đấy là một điều không nên. Địa mạch nước ta, Thái Nguyên ở về mạn thượng du, bọn kia cứ thấy chỗ nào có khí sắc loài kim là họ khai quật, chở đất ra ngoài cửa lò, chứa thành trăm ngàn đống ở nơi đất bằng, trong lò có thể chứa được hàng trăm người, như thế thì thương tổn địa mạch biết là chừng nào! Đấy là hai điều không nên. Người nhà Thanh lấy được bạc, liền đem về nước họ, thì của ấy không phải là của nước ta nữa; đấy là ba điều không nên.* “

Rồi đề ra biện pháp xua đuổi người Trung Quốc về nước:

*“Tôi thấy nhà Thanh có định thể lệ: “Nhân dân ở nội địa Trung Quốc, nếu người nào không có giấy ‘**thân chiếu**’ do quan cấp, không được đi ra nước ngoài”. Vậy xin đưa công văn sang cho quan chức hai tỉnh Quảng, tra xét xem người nào không có giấy cấp ‘**thân chiếu**’ thì nhất luật bắt phải về nước. Còn những hộ chịu thuế ở trường xưởng thì vẫn lấy người Nùng Hoá Vi nước ta sung vào. Nếu người nhà Thanh người nào không có giấy cấp ‘**thân chiếu**’ mà tình nguyện ở lại, thì cho phép để tóc và thay đổi y phục, biên tên vào sổ hộ nước ta, để cắt đứt mối tranh giành”.*

Trịnh Doanh y theo lời. Sau tiếp được công văn của Lưỡng Quảng xác nhận không cấp giấy cho người nào cả. Vì thế, triều đình hạ lệnh cho Thì Sĩ và Đình Huấn đem binh lính 17 cơ đội đến ngay xưởng Tống Tinh [huyện Bạch Thông, Bắc Kạn], tuỳ tiện yên ủi hoặc tiểu nã. Bọn Thì Sĩ đi đến Dã Giang [huyện Sóc Sơn, Hà Nội], gặp lúc Trịnh Doanh mất, nên trở về, thành ra việc này bèn thôi.

Sử nước ta, **Khâm Định Việt Sử Thông Giám Cương Mục** chép rằng vì Chúa Trịnh Doanh mất, việc đuổi phu mỏ người Hoa bị bãi bỏ. Sự thực hoàn toàn không đúng như vậy, qua nhiều văn bản trong **Thanh Thực Lục** xác nhận vào năm Càn Long thứ 40 [1775] phu mỏ người Hoa tại xưởng

Tống Tinh, vũ trang chia phe đánh lẫn nhau; bị quan binh An Nam đánh dẹp, bắt đuổi về nước, qua 3 đợt, đến hơn 3.500 tên (1).

Trịnh Doanh mất lúc 48 tuổi, truy tôn là Ân vương. Trịnh Sâm nối ngôi, tiến phong làm Nguyên soái Tĩnh Đô vương; mẹ đẻ là Nguyễn thị Hoa Dung được phong làm Thái phi.

Tháng 4 [28/4-27/5/1767], Lê Duy Mật chiếm cứ Trấn Ninh [Xiêng Khoáng, Lào]; hay tin Trịnh Doanh mất, bèn sai đồ đảng đem lính và voi tràn xuống địa phận huyện Hương Sơn [Hà Tĩnh] và Thanh Chương [Nghệ An]; dân ở biên giới nôn nao rối loạn. Viên đồn thủ là Hà Lãm đem quân đi đánh, bị thua. Tin báo về triều, Trịnh Sâm sai Nguyễn Nghiễm làm Hiệp đốc cùng Bùi Thế Đạt đem quân đi đánh, Duy Mật rút quân.

Trịnh Sâm nhận thấy rằng, nếu không diệt trừ được Duy Mật, chung quy vùng Thanh Hoá, Nghệ An bị ngăn trở; bèn dụ hỏi Thế Đạt về hình thế đóng quân của Duy Mật và kế hoạch tiến quân, tải lương. Thế Đạt đem hết tình trạng Duy Mật bày tỏ ở triều đình:

"*Có 2 con đường có thể tiến quân vào Trấn Ninh được; đường chính là con đường Trà Lân, có đường thuỷ* [sông Lam], *có thể vận lương, quân đi được yên ổn thuận tiện*".

Trịnh Sâm bèn hạ lệnh lấy thuyền đi biển của Thanh và Nghệ, dự tải thóc công chứa ở kho Vĩnh Doanh [Vinh, Nghệ An] và Sa Nam [Nam Đàn, Nghệ An], để phòng bị cấp phát cho quân. Một mặt, sai Lê Đình Châu thống suất bọn Trịnh Phương, Nguyễn Trọng Điển và Nguyễn Đình Đống đem 5 ngàn quân, lệ thuộc quyền chỉ huy của Thế Đạt để chuẩn bị đi đánh. Trịnh Sâm lại lấy cớ là xứ Thanh Hoá gần liền phủ

Trấn Ninh, bèn hạ lệnh cho lưu thủ Nguyễn Đình Diễn chia quân đóng đồn phòng ngự, chặn giữ nơi xung yếu.

Tháng 7 [26/7-23/8/1767], mấy tuần không có mưa, Trịnh Sâm thân hành cầu đảo ở lầu Kính Thiên, hạ lệnh các quan trong kinh ngoài trấn dâng tờ khải trình bày việc nên làm. Nguyễn Bá Lân dâng tờ rằng:

"*Chính sự vua chúa, thông cảm với trời. Nay vương thượng mới cầm quyền, nên chuộng điều khoan hậu, vậy xin: Lục dụng Lê Quý Đôn và Phan Cẩn để nâng đỡ người bị oan ức lâu ngày; rộng gia ơn về việc chuộc tội, cứu vớt dân phiêu tán, để dân khỏi đau khổ. Như thế, may ra có thể thu phục được lòng người, và báo đáp được tội lỗi mà trời quở trách*".

Trịnh Sâm cho là phải, bèn khởi phục Lê Quý Đôn giữ chức Thị thư (Chánh lục phẩm), Phan Cẩn giữ chức Cấp sự trung (Tòng bát phẩm). Một mặt liệu lượng tha thuế tô cho những nơi bị thiệt hại từ bốn phần trở lên; ngoài ra những thuế thiếu từ năm Kỷ Mão [1759] trở về trước, đều được tha cả.

Tháng 9 [23/9-22/10/1767] định lại thể lệ khám đê điều và cửa cống ở các lộ. Mỗi năm cứ đến tháng 8 âm lịch viên quan ở huyện đi khám lần đầu, rồi đem tình hình trình lên ti Thừa chính ở trấn; tháng 9 âm lịch ti Thừa chính ở trấn đi khám, trình lên quan Chính đường; tháng 11 âm lịch các quan chia nhau đi khám lại, rồi sẽ khởi công xây đắp sửa chữa.

Tháng 9 nhuận [23/10-21/11/1767], em của Trịnh Sâm là Lệ định mưu giết Sâm. Việc bại lộ, Lệ bị bắt giam vào ngục; giết đồ đảng là Phạm Huy Cơ. Lệ là người có cơ mưu, lúc Trịnh Doanh còn sống, Lệ đã có ý cướp ngôi con trưởng.

Trước kia theo học Huy Cơ; Huy Cơ vì có tội phải giam, mang lòng oán hận, bèn ngầm xui Lệ làm sự trái phép, dựng bè đảng vây cánh, dắt Dương Trọng Khiêm và Nguyễn Huy Bá làm gia khách, bí mật hẹn nhau, định đến ngày 24 tháng này sẽ khởi sự. Nhưng bọn Trọng Khiêm lại sợ rằng việc không thành, sẽ bị vạ lây, bèn lén lút đem âm mưu tố cáo với Nội giám Phạm Huy Đĩnh, Huy Đĩnh đem báo cáo với Sâm. Sâm lập tức hạ lệnh cho bầy tôi hội hợp điều tra; Huy Cơ tự biết không thể nào thoát nạn, tự ra nhận tội, phải luận vào tội xử trảm, còn Lệ thì bị bắt giam vào ngục.

Trịnh Sâm lấy cớ rằng nhân dân trong nước điêu tàn, nếu đặt nhiều quan chức chỉ phiền nhiễu cho dân, bèn thay đổi bằng cách cho hợp lại để bỏ bớt 4 phủ, 29 châu huyện. Những phủ và châu huyện này đều cho phủ huyện kế cận, tuỳ tiện kiêm lý.

Hạ lệnh cho Nguyễn Nghiễm giữ công việc Quốc Tử giám, Vũ Miên kiêm giữ chức Tế tửu. Lê Quý Đôn và Phan Lê Phiên giữ chức Tư nghiệp. Trịnh Sâm bảo bầy tôi rằng:

"*Trường học là nơi giáo dục nhân tài. Đế vương đời xưa không ai không cho việc học là việc trước nhất. Nước nhà ta, các bậc thánh vương nối tiếp trị vì, phép giáo dục đầy đủ, chọn người hiền, dùng người đức hạnh, thu được khá nhiều nhân tài. Ít lâu nay, thể văn dần dần biến đổi, học trò đục gọt tô điểm câu văn đã thành thói quen. Nay cần nghĩ cách thay đổi tệ cũ, khen thưởng bồi dưỡng cho học trò trở thành người giỏi, để thu lấy công hiệu được nhiều người có tài*".

Sâm bèn hạ lệnh cho Tế tửu và Tư nghiệp, hàng ngày đến nhà Thái Học, hội họp học trò giảng bàn Kinh, Sử; mỗi tháng cứ ngày mồng một và ngày rằm tập văn; mỗi năm cứ 4 tháng trọng (2) thi khảo xét duyệt, nhất nhất theo như phép thi. Trong số học trò có người nào học hỏi trội hơn, văn chương sâu rộng quán xuyến, thì kê tên tâu lên triều đình biết, để cất nhắc trao cho quan chức. Ở ngoài các trấn thì do viên Đề đốc học chính trong ti Thừa chính và Hiệu quan [viên quan giữ chức dạy học ở phủ] cứ 4 tháng trọng, thi khảo học trò, theo như phép thi khảo ở trường Quốc Học.

Tháng 10 [21/11-20/12/1767], Hoàng Công Chất đem quân hai vạn quấy nhiễu cướp bóc các châu Mai [Hoà Bình], châu Mộc [Sơn La] thuộc Hưng Hoá; sau đó chia quân đi cướp các động, các sách Quan Gia, Cổ Lũng, Thiết Úng, Ái Chữ và Bất Mộc thuộc Thanh Hoá; rồi lại lập mưu đánh úp huyện Phụng Hoá [huyện Nho Quan, Ninh Bình], định nhân đấy chiếm cứ châu Lang Chánh [Thanh Hoá]. Văn thư cáo cấp, Trịnh Sâm bèn hạ lệnh cho Thiếu phó Phương Nghĩa hầu Trịnh Phương đem binh lính bản bộ đến Hưng Hoá, Điển Vũ hầu Nguyễn Trọng Điển đem binh lính bản bộ đến Thanh Hoá, dưới quyền viên Trấn thủ Nguyễn Đình Diễn, hội hợp quân sĩ tiến đánh; Công Chất bèn chạy trốn.

Tháng 3 tại miền Nam [30/3-27/4/1767], Diến Điện cử binh đánh phá Xiêm La, bắt được vua Xiêm [Vua Phung tức Vua bị bệnh hủi] và con là Chiêu Đốc Đa, lùa mấy vạn dân đem về. Con thứ vua Xiêm là Chiêu Xỉ Xoang chạy sang Chân Lạp, Chiêu Thuý chạy sang Hà Tiên. Mạc Thiên Tứ đem việc ấy báo lên, lại gửi thư cho bọn Điều khiển Nguyễn Cửu Khôi triệt quân viện về để khỏi khó nhọc. Thiên Tứ lại sợ quân Diến Điện thừa thế đến lấn, bèn sai thuộc tướng là Cai đội đội Thắng Thuỷ, Trần Đại Lực, đem binh thuyền đi trấn giữ đất Chân Bôn (địa đầu Xiêm La); lại sai quân đi tuần xét các hải đảo Cổ Công, Cổ Cốt [Kokut, Campuchia], và Dần Khảm. Bấy giờ có người Triều Châu [Quảng Đông] nước Thanh là Hoắc Nhiên rủ nhau họp đảng, thấy đảo Cổ Công là nơi hiểm trở hẻo lánh, dùng làm sào huyệt, thường ẩn hiện ở vùng duyên hải đón cướp thuyền buôn, vây cánh ngày một nhiều, có ý ngầm nhòm ngó Hà Tiên. Quân đi tuần thám biết tình hình; Thiên Tứ mật sai quân tinh nhuệ ngầm đến vây bắt, Hoắc Nhiên bị giết chết, dư đảng đều tan.

Tháng 5 [28/5-25/6/1767], Lại bộ Nguyễn Cư Trinh chết, Cư Trinh là người có cơ trí mưu lược, giỏi quyết đoán, phàm có kiến nghị tâu bày đều nói ngay bàn thẳng. Trong khi tham dự việc quân ở miền Nam, 11 năm mở mang đất đai, giữ yên biên giới, công lao danh vọng rỡ ràng. Lại giỏi văn chương, ưa ngâm vịnh; khi ở Gia Định, cùng với Tổng binh Hà Tiên Mạc Thiên Tứ thường lấy thơ văn tặng nhau, có tập Hà Tiên thập vịnh lưu hành. Lại làm truyện **Sãi Vãi** vấn đáp, tôn sùng chính học, bài bác mê hoặc, dùng lối văn biền ngẫu quốc âm, người đều truyền tụng. Khi chết, tặng Tá lý công thần chính trị thượng khanh, thuỵ là Văn Định.

Tháng giêng năm Mậu Tý, Cảnh Hưng thứ 29 [18/2-17/3/1768], (Thanh Càn Long thứ 33); sai Hoạn quan Nguyễn Đình Huấn làm Thống lãnh các đạo Thanh Hoá, Sơn Tây và Hưng Hoá, đem quân đi đánh Hoàng Công Chất. Công Chất lén lút chiếm cứ động Mãnh Thiên [Điện Biên], nhân địa thế hiểm trở để cướp bóc, chiếm lấy đất 10 châu thuộc phủ An Tây (3). Lúc ấy triều đình cũng chán về việc dụng binh, không để ý đến. Văn Chất bèn cướp Hưng Hoá, sau lại cướp Thanh Hoá; quan quân chia đường tiến đánh, phải rút lui. Đến nay Trịnh Sâm bổ dụng Phạm Ngô Cầu, Trấn thủ Hải Dương, sung làm Hiệp thống lãnh, Phan Lê Phiên làm Tán lý, Nguyễn Xuân Huyên làm Hiệp đồng, Đoàn Nguyễn Thục làm Giám quân, cùng với Chánh thống lãnh Nguyễn Đình Huấn hội quân các đạo để tiến đánh.

Tháng 3 [17/4-15/5/1768], hạ chiếu tìm bộ **Thiên Nam Dư Hạ Lục**. Trước kia, vào niên hiệu Hồng Đức năm thứ 14 [1483] Vua Thánh Tông hạ lệnh cho danh Nho bầy tôi là bọn Thân Nhân Trung, Đỗ Nhuận soạn định các tập **Chức Quan Chế Bản Triều** (triều Lê) và **Điều Lệ, Điển Chương**, gồm 100 quyển, đặt tên sách là **Thiên Nam Dư Hạ Lục**. Đến nay, sách ấy tan tác mất nhiều, nên hạ chiếu tìm kiếm. Lúc ấy Ngô Thì Sĩ, Hiến sát sứ Thanh Hoá, đem dâng sách ấy, triều đình hạ lệnh thưởng cho 30 lạng bạc.

Tháng 5 [15/6-13/7/1768], hạn hán, dân bị đói to. Nghệ An và các trấn Kinh Bắc, Sơn Tây, Sơn Nam giá gạo cao vọt, nhân dân đói khổ; một trăm đồng tiền không đủ một bữa ăn no. Trịnh Sâm lấy làm lo, triệu bầy tôi bàn định chính sách cứu đói: hạ lệnh cho quan trấn Nghệ An hiểu dụ dân trong hạt, ai nộp thóc sẽ được trao cho quan chức, để lấy số thóc ấy phát chẩn cho dân nghèo. Ty Hiến sát các trấn dò hỏi sự đau khổ ở dân gian, cấm các tuần ti và bến đò đánh thuế ngang trái; do đấy việc buôn bán trao đổi không đình trệ, giá gạo dần dần giảm xuống. Lại hạ lệnh cho nhà giàu Thanh Hoá nộp thóc, đem chứa ở kho Nghệ An, sẽ liệu lượng phong cho quan chức từng cấp bậc.

Tháng 6 [14/7-11/8/1768], các động ở Cao Châu [Trình Cao, Lào] bị Lê Duy Mật khống chế, dân địa phương phải phiêu tán đi nơi khác, rồi đem nhau quy phụ với triều đình. Bèn hạ chiếu đem ruộng bỏ hoang ở Hương Sơn [Hà Tĩnh] cấp cho họ cày cấy.

Tháng 8 [11/9-10/10/1768], người đất Triều Châu, [Quảng

Đông] là Trịnh Quốc Anh tự lập làm Vua Xiêm La. Cha Quốc Anh là Yển lưu ngụ ở Xiêm La, làm trưởng đất Mường Tát. Yển chết, Quốc Anh nối chức, xưng là Phi Nhã Tân (tên quan nước Xiêm), thừa lúc nước Xiêm trống trải suy yếu, bèn dấy quân đánh úp lấy đất, tự xưng làm Quốc vương, đòi nước Chân Lạp tiến cống. Vua Chân Lạp là Nặc Tôn cho rằng Quốc Anh không phải dòng dõi Xiêm La, cự tuyệt không nhận.

Tháng giêng năm Kỷ Sửu, Cảnh Hưng thứ 30 [7/2-7/3/1769], (Thanh Càn Long thứ 34); Thống lãnh Đoàn Nguyễn Thục kéo quân vào An Tây, đánh đuổi bọn Hoàng Công Toản, con Hoàng Công Chất tại động Mãnh Thiên [Điện Biên]. Trước đây, Nguyễn Đình Huấn vâng lệnh đi đánh Hoàng Công Chất, khi kéo quân đến Cổ Pháp [huyện Ba Vì, Hà Tây], chần chừ không tiến, nhiều lần Trịnh Sâm sai người thúc giục, Đình Huấn bèn đóng quân ở Việt Sơn, bắt dân cung cấp lương thực, dân đều trốn tránh, lùng bắt không được người nào, ngờ có quân mai phục, trong bụng càng sợ hãi, bèn bàn kế rút quân về. Bọn Phạm Ngô Cầu cũng phụ hoạ với lời bàn của Đình Huấn, chỉ có giám quân Đoàn Nguyễn Thục cố tranh cải, cho là không nên rút quân. Bọn Đình Huấn liền cho người phi ngựa đệ tờ khải cho Chúa Trịnh Sâm rằng:

"*Trong quân lương ăn không được kế tiếp, tiến thoái đều khó. Vả lại quân sĩ nhiều người mắc bệnh, xin cho thuốc thang cứu chữa*".

Lúc ấy, Đoàn Nguyễn Thục cũng làm tờ khải trình bày, nói rõ là Đình Huấn hiệu lệnh không thống nhất; khinh rẽ lấn át tướng tá, buông lỏng cho quân lính đi cướp bóc; chần chừ không chịu tiến quân; tất cả mười việc. Đương đêm,

Trịnh Sâm nhận được tờ khải của Đình Huấn, đã có ý không bằng lòng, cho triệu các quan trong chính phủ vào bàn định, nghiêm khắc quở trách Đình Huấn. Tiếp đó lại thấy tờ khải của Nguyễn Thục, Trịnh Sâm nổi giận nói:

"Ta vẫn biết Đình Huấn không thể dùng được, nay quả nhiên như thế".

Lập tức hạ lệnh triệu Đình Huấn về, mà bổ Đoàn Nguyễn Thục kiêm giữ chức thống lãnh các đạo Sơn Tây, cầm quân thay Đình Huấn, lại đổi bổ Vũ Huy Đĩnh giữ chức Giám quân, Nguyễn Trọng Hoành giữ chức tán lý. Lúc ấy, Hoàng Công Chất đã mất, con là Công Toản tự xưng là Quốc công, thống suất đồ đảng vẫn chiếm cứ khu đất này. Nguyễn Thục sau khi đã thay làm tướng, quyết kế tiến đánh, cầm gươm ra lệnh cho tướng sĩ rằng:

"Nếu người nào không theo mệnh lệnh, sẽ trông vào thanh kiếm này".

Tướng sĩ không ai là không tuân lệnh. Nguyễn Thục bèn tiến quân vào An Tây, quân trẩy đến đâu không tơ hào xâm phạm của dân. Công Toản giữ ở Thẩm Cô để kháng cự lại, các nơi xung yếu đều có đặt quân mai phục. Nguyễn Phục sai toán quân sắc bén tiến lên trước đánh úp, tiếp đó sai toán quân mạnh khoẻ theo đường tắt hợp sức cùng đánh, phá tan được quân địch. Công Toản chạy trốn sang Vân Nam, dâng các châu Quảng Lăng và Hoàng Nham. Nguyễn Thục vào chiếm lấy thành, sai quan quân chia đường truy nã, bắt được quân nhu, khí giới và thóc lúa tích trữ nhiều không sao kể xiết, bèn san phẳng cả thành, rồi kéo quân trở về. Sau triều đình bàn công đánh dẹp: Đoàn Nguyễn Thục tuy có công tiến đánh, nhưng sau khi hạ được thành, không lập tức đuổi theo, để Công Toản chạy thoát được, nên chỉ được thăng hai bậc, trao cho chức Tự khanh; Đình Huấn vì nhút nhát rút lui nên phải giáng chức và tước mất lộc; còn các người khác đều căn cứ vào công hoặc tội, mà cho thăng chức hoặc truất giáng có thứ bậc khác nhau.

Tháng 2 [8/3-6/4/1769], nhân vùng An Tây mới được bình định, Đoàn Nguyễn Thục trình bày cách khu xử khéo léo, để chinh phục lòng dân:

"Dân trong châu sau khi qua loạn lạc, số người xơ xác hao hụt, thị tộc người Man, người Nùng áo xanh phần nhiều nay đây mai đó theo tục di cư của họ, Tù trưởng ở phiên trấn buông lỏng kỷ luật, lúc phụ thuộc vào nhà Thanh, lúc theo về nước Nam Chưởng [Phong sa ly, Sầm Nưa; Lào], *không nhất định thuộc về nước nào cả. Vậy xin bàn luận rộng ơn thương dân, định lại điều lệ, để cho dân mười châu được biên tên vào sổ hộ khẩu nước ta mãi mãi".*

Trịnh Sâm hạ lệnh hết thảy các việc đều cho thi hành. Vì thế, hạ chiếu tha thuế tô năm nay cho các châu thuộc Hưng Hoá, cùng người Nùng, các người Man ở sơn trang; lại tha những thuế còn thiếu; cấm hẳn việc thiện tiện mua phẩm vật, tha tội cho các Tù trưởng và vẫn được làm Thổ tù; binh lính bản thổ ở các châu thì liệu lượng quân số, chia thành từng hiệu để tự giữ lấy đất đai. Một mặt, hạ lệnh cho viên quan ở trấn nghiêm cấm Thổ tù không được theo thói cũ đánh cướp lẫn nhau, không được theo ý riêng nối ngôi Tù trưởng, không được thiện tiện giết hại thổ dân trong hạt. Lại cấm dân các châu châu Lai Châu, Luân Châu, Chiêu Tấn và Quỳnh Nhai không được bắt chước mặc kiểu áo người nhà Thanh và nộp tô thuế riêng biệt.

Sự kiện Hoàng Công Toản chạy trốn sang Vân Nam gây rắc rối lớn về mối bang giao Hoa Việt, khiến hai bên phải thư từ trao đổi suốt mấy năm trời. Theo thông lệ ngoại giao lúc bấy giờ, người Việt làm loạn chạy trốn sang nhà Thanh, nước này sẽ bắt, rồi trả về An Nam; nhưng trường hợp Hoàng Công Toản thì nhà Thanh đã tránh không giải quyết như vậy, bởi Công Toản đã bí mật dâng cho nhà Thanh các châu Quảng Lăng và Hoàng Nham, và chỗ y bị nhà Lê nước ta đánh tại trại Mãnh Thiên thuộc tỉnh Điện Biên, thì khai rằng Mãnh Thiên thuộc nước Nam Chưởng kế cận:

"***Ngày 4 Ất Dậu tháng 5 năm Càn Long thứ 34* [7/6/1769]**. *Lại dụ:*

'Cứ theo lời tâu của Vĩnh Thuỵ 'Viên Di mục An Nam Hoàng Công Toản trước đây đóng tại trại Mãnh Thiên [tỉnh Điện Biên] *nước Nam Chưởng* [Phong Sa Ly, Lào], *nay bị Lê Duy Mật* [Diêu?] *đánh, không chống nổi, bèn đem dân chúng quyến thuộc hơn 400 người, khẩn cầu nội phụ.'*

'Hoàng Công Toản vốn là dư đảng còn lại của họ Mạc, trốn tránh vào đất Nam Chưởng [Phongxali, Sầm Nưa; Lào]; *gần đây bị Lê Duy Mật* [Diêu] *đánh, quẩn bách bèn xin nội phụ. Nhưng An Nam rõ ràng là nước cung thuận, Hoàng Công Toản là người nước này, theo lý không nên dung nạp; nhưng bọn y hiện cùng quẩn xin quy thuận, nếu như cự tuyệt không cho, thì không đúng với chính sách triều Trung Quốc thi hành chung một lòng nhân. Theo ý Trẫm lúc này nên cử một viên quan lớn hiểu việc tại phủ, hoặc đạo, đến phủ dụ những người đầu thuận cho biết sẽ được đưa đi an trí; không cần nói cho biết đã đem việc này tâu lên triều đình. Nếu như bọn chúng không yên bổn phận, sinh những điều rắc rối, thì đừng ngại hãy đem ra hành quyết để cảnh cáo.*

'Còn bọn Hoàng Công Toản, hoặc bị tội tại An Nam nên chạy trốn ra ngoài; Lê Duy Mật [Diêu], *hoặc người của viên Quốc vương này sai bắt, cũng khó mà định rõ. Nay ra lệnh Quân cơ đại thần soạn một văn thư gửi đi, lấy ý làm sáng tỏ đức tốt, hỏi viên Quốc vương An Nam đầu đuôi sự thực như thế nào, chờ phúc đáp mới tìm cách khu xử, để cho công việc thích hợp.....'"* **(Thanh Thực Lục, Cao Tông Thực Lục** quyển 834, trang 6-8)

Vua Càn Long sai viên quan thân cận người Mãn Châu là Phó Hằng đến Vân Nam để giải quyết vấn đề; Phó Hằng sai Tướng quân Vĩnh Thuỵ đem Hoàng Công Toản đến Đằng Việt (4), nơi đông bắc tỉnh này để hỏi han, cùng tìm đất cho an trí Toản tại nội địa. Ý Vua Càn Long muốn báo tin cho An Nam hay, nhưng nếu nước này đòi hỏi đưa Hoàng Công Toản trở về thì thì phải bác đi, nên đem sự việc ra hỏi Phó Hằng:

"*Ngày 14 Ất Mùi tháng 5 năm Càn Long thứ 34* [17/6/1769]. *Dụ các Quân cơ đại thần:*

'Trước đây theo tờ tâu của Vĩnh Thuỵ rằng người cháu dòng dõi họ Mạc là Hoàng Công Toản đưa thuộc hạ đến đầu thuận, từng giáng chỉ tạm thời an sáp những dân Di này, cùng lệnh Quân cơ đại thần nghĩ soạn một bản cảo, rồi sai Minh Đức gửi cho Quốc vương An Nam. Trong văn thư ra lệnh viên Quốc vương tra rõ tình tiết rồi phúc đáp, lại truyền dụ cho Phó Hằng lưu tâm tra xét, thực hiện ổn thoả. Nay cứ theo bọn Phó Hằng tâu đến, hiện đã gửi văn thư cho Vĩnh Thuỵ đem Hoàng Công Toản đến Đằng Việt (4) *để hỏi han, cùng tìm đất để an sáp cư trú; lời tâu rất hợp, đã có riêng lời phê trong tấu triệp. Qua việc này có thể thấy rằng Phó Hằng căn cứ vào sự việc rồi thực tâm nêu ý kiến xử trí, khác với A*

Lý Cổn, A Quế thì bỏ đó mà không hỏi.

Còn việc Hoàng Công Toản cùng khốn đến qui phụ, đáng gia ân chiêu phủ dung nạp; nay nếu không cho viên Quốc vương hay, cũng không phải là không được. Nhưng nghĩ rằng Hoàng Công Toản vốn là người thuộc An Nam, mà viên Quốc vương thì cung kính giữ phận Phiên thuộc, vốn xưng cung thuận, nay truyền dụ cho biết tình tiết, càng rõ thể chế quang minh chính đại của triều đình Trung Quốc, đối với sự lý càng thêm chu đáo. Di văn đã soạn ra trong kỳ trước, nên mang đến nơi gần để gửi đi, chắc rằng viên Quốc vương không dám có những lời khác; nếu không biết điều nặng nhẹ, hướng nội địa đòi hỏi người đã qui thuận thì phải bác đi rằng: 'Nước các ngươi không biết hoà hợp với người dưới, khiến họ phải sống lâu ngoài biên cảnh, áp bức đến cùng nên không có chỗ nương tựa. Nay họ đã có lòng thành nội phụ, lại đem lời hỏi han, cuồng vọng đòi về, thực trái lễ phụng sự Thiên triều. Vả lại nước ngươi vốn là Phiên thần, người thuộc nước ngươi cũng là dân của triều đình, không có gì khác; vậy có phải riêng ngươi làm chủ mà thôi đâu.

Cứ như vậy đả kích sự sai trái, viên Quốc vương càng sợ phục thêm, việc an sáp dân Di càng thêm thoả hiệp. Đem dụ này truyền cho Phó Hằng hay biết." (**Thanh Thực Lục, Cao Tông Thực Lục** quyển 834, trang 26-28)

Viên cận thần Phó Hằng nêu ý kiến sợ nếu gửi thư, An Nam sẽ vin vào đó đòi gấp Hoàng Công Toản trở về; nên Vua Càn Long nghe theo, không gửi nữa:

"Ngày 7 tháng 6 năm Càn Long thứ 34 **[9/7/1769].** *Lại dụ:*

'Cứ bản tấu của bọn Phó Hằng về điều 'xin xem xét việc

gửi hịch cho An Nam'; đều thấy được rất đúng. Trước kia nhân Vĩnh Thuỵ tâu rằng bọn Hoàng Công Toản cùng quẫn xin nội phụ, nên không tiện cự tuyệt; nhưng An Nam là nước vốn xưng cung thuận, người của nước đó đến qui phụ, đáng gửi hịch cho biết để chứng tỏ đại nghĩa, thu phục lòng người. Nay cứ theo lời tâu của bọn Phó Hằng, biên cảnh tỉnh Vân Nam đường sá không thông với An Nam, thư gửi đi không đến nơi. Trường hợp nước này gửi văn thư đến hỏi, thì không ngại cho biết Thiên triều có lòng nhân sâu, không có nơi xa xôi nào không tới; đối với người tại nơi hoang dã cũng đáng thể tuất. Nếu tự gửi thư đến hỏi han, ý làm rõ đức sáng, sợ nước này có những lời quá đáng, cho rằng đó là bọn phản nghịch và xin đem Hoàng Công Toản trở về nước, để vơi lửa giận; lúc bấy giờ hoặc giữ lại, hoặc cho đi khó mà thi thố, điều đó không thể không lo nghĩ tới. Bởi vậy hịch văn trước đây định gửi, không cần phải chuyển đi nữa." (**Thanh Thực Lục, Cao Tông Thực Lục** quyển 836, trang 11-12)

Theo lời Phó Hằng, Vua Càn Long cho đình chỉ gửi thư cho An Nam và an trí Hoàng Công Toản tại thổ ty Lục Khổn:

"***Ngày 15 Ất Sửu tháng 6 năm Càn Long thứ 34* [17/7/1769]**. *Lại dụ:*

'Trước đây nhân Hoàng Công Toản có lòng thành đầu thuận, từng sai Quân cơ đại thần soạn bản di văn gửi cho An Nam để làm rõ đức sáng, định giao phái viên đến biên giới chuyển giao; nhưng sau khi nhận được phúc tấu, lại cho đình chỉ việc giao phát. Nay Phó Hằng phúc tấu, lúc này chưa nhận được tin về việc đình chỉ gửi văn thư; xét ra từ Vân Nam đến An Nam đường sá khó thông đạt, bản cảo đã gửi đi lập tức cho chuyển trở lại. Đợi trong tương lai, nhân dịp có người An Nam đến tỉnh Quảng Đông, lệnh Lý Thị Nghiêu xem xét gửi

cho, thì thuận tiện hơn.

Còn việc người của Hoàng Công Toản hiện được an sáp tại Na Khả Lạc thuộc thổ ty Lục Khổn (六困), được vỗ về yên chỗ, đáng thông sức an tĩnh giữ phận, đừng gây lắm chuyện. Nhưng tương lai khai khẩn đất tại địa phương thành thục, trong vòng 1, 2 năm theo lệ của Thổ ty, ước lượng thâu thuế, để đi vào con đường chịu sự khống trị. Hãy đem đạo dụ này gửi cho Phó Hằng, thông sức thuộc hạ liệu biện, rồi nhân dịp dâng tấu để nghe biết." (**Thanh Thực Lục**, **Cao Tông Thực Lục** quyển 836, trang 11-12)

Tháng 3 [7/4-5/5/1769], Trịnh Sâm truất ngôi Thái tử Duy Vĩ, rồi bắt giam vào ngục. Thái tử lúc còn nhỏ, thông minh, nhanh nhẹn, xem rộng sách Kinh, Sử, đối với sĩ phu rất lễ độ; Trịnh Doanh rất trọng tài của, nên đem con gái trưởng là Tiên Dung quận chúa gả cho. Trịnh Sâm lúc lớn lên làm Thế tử, đối với Thái tử vẫn ghen ghét về địa vị tài năng. Một hôm, Thái tử và Sâm cùng ở phủ đường, được Chúa Trịnh ban cho ăn cơm và bảo cùng ngồi một mâm, lúc ấy vợ Trịnh Doanh là Nguyễn Thị ngăn đi và nói:

"*Thế tử, với Thái tử có danh phận vua tôi, lẽ nào được ngồi cùng mâm? Nên phân biệt ngồi làm hai chiếu*".

Sâm đổi nét mặt, bước ra về, nói với người ngoài rằng:

"*Ta với Duy Vĩ hai người, phải một chết một sống, quyết không song song cùng đứng với nhau được*".

Đến khi Sâm nối ngôi, bàn riêng với Hoạn quan Hoàng Ngũ Phúc và Phạm Huy Đĩnh định mưu truất bãi Thái tử, nhưng không tìm ra tội trạng, bèn vu cho thái tử tư thông với người thiếp của Trịnh Doanh, rồi đem tâu bày với nhà Vua, bắt Thái tử giam vào ngục. Bấy giờ Thái tử trốn ở điện của nhà Vua. Huy Đĩnh trước hết vào tìm khắp trong Đông cung, nhưng không thấy; bèn vào thẳng điện đình kể tội trạng Thái tử và nói với nhà Vua rằng:

"Tôi nghe biết Thái tử ẩn nấp trong điện của bệ hạ, xin bắt giao cho tôi".

Nhà vua ôm lấy Thái tử, không nỡ ly biệt; Huy Đĩnh cứ quỳ mãi ở dưới sân. Thái tử tự nghĩ không thể nào thoát nạn được, vừa khóc vừa lạy trước mặt nhà Vua, rồi rảo chân bước ra chịu trói. Khi đưa về phủ Chúa Trịnh, Huy Đĩnh bắt trút mũ ra để nhận tội, Thái tử không chịu, nói:

"Bỏ vua này, lập vua khác, bạo nghịch giết vua, là việc làm đã quen của nhà bay, chứ ta có tội gì đâu? Việc này đã có sử xanh chép để ngàn đời!"

Sau đó Trịnh Sâm giả thác mệnh lệnh của nhà Vua, truất Thái tử làm thứ nhân, rồi giam vào ngục.

Tháng 8 [31/8-29/9/1769]. Trịnh Sâm lại thác mệnh Vua, tự tiến phong làm Đại nguyên soái tổng quốc chính thượng sư Tĩnh vương. Lập Duy Cận con thứ tư của nhà Vua làm Hoàng thái tử. Sau khi Duy Vĩ đã bị truất, Duy Cận thường ra vào phủ Chúa Trịnh, tôn thờ mẹ Trịnh Sâm là Thái phi Nguyễn Thị rất kính cẩn, Sâm tâu nhà Vua xin lập làm Hoàng thái tử.

Trịnh Sâm sai tướng là bọn Bùi Thế Đạt đi đánh Lê Duy Mật tại Trấn Ninh [Xiêng Khoáng, Lào]. Trước kia, Duy Mật thường ra vào vùng Sơn Tây và Thanh Hoá, sau đó chiếm cứ thành Trình Quang tại Trấn ninh, dần dần số người đông, của cải nhiều, kiêm tính các châu Quỳ [Phủ Quì, Nghệ An], châu Trà [Trà Lân, Nghệ An], châu Cao [Trình Cao, Lào], châu Hợp [Qui Hợp, Hương Khê, Hà Tĩnh] bắt phải phục dịch lệ thuộc vào mình, thế lực có phần cường thịnh. Trịnh Doanh nhiều lần sai quân đi đánh, nhưng vì chỗ ấy vừa hiểm trở vừa xa xăm, không thể nào đánh được. Lúc Trịnh Sâm mới lên ngôi, sai Nguyễn Mậu Dĩnh, Tham nghị Nghệ An, đem sắc thư dụ dỗ, nhưng không được vào thành, đành phải trở về; đến nay quyết kế dùng mưu đánh dẹp. Sai Bùi Thế Đạt làm Thống lãnh Nghệ An, Nguyễn Phan làm Chánh đốc lãnh Thanh Hoá, Hoàng Đình Thể làm Đốc lãnh Hưng Hoá, điều động binh mã ba đạo đi đánh.

Tại miền Nam vào tháng 2 [8/3-6/4/1769], vua nước Xiêm gọi là Phi Nhã Tân sai tướng là Phi Nhã Sô Sĩ [tên chức quan] Bôn Ma [tên người] đem quân đưa Vua nguỵ nước Chân Lạp là Nặc Nộn về nước. Quân Bôn Ma đến Lô Khu, cùng Vua Chân Lạp Nặc Tôn đánh nhau mãi không được, bèn bắt dân đem về. Mạc Thiên Tứ được tin, càng thêm cẩn thận việc biên phòng.

Người Triều Châu [Quảng Đông] là Trần Thái họp đảng ở núi Bạch Mã, mưu đánh úp Hà Tiên, ngầm kết với người họ Mạc là bọn Mạc Sùng, Mạc Khoan làm nội ứng. Mạc Thiên Tứ biết rõ tình hình, liền cho mai phục, bắt được bọn Sùng, Khoan, đuổi đánh đồ đảng ở chùa Hương Sơn; bọn Trần Thái phải chạy sang Xiêm La.

Bấy giờ được bình yên đã lâu, ruộng đất ngày càng thêm mở rộng, hộ khẩu ngày càng tăng nhiều, thuế khoá về đinh điền thu vào chứa đầy kho tàng. Chúa Nguyễn mới lên ngôi, muốn biết rõ số mục các thứ, bèn sai quan sở tại làm bản tổng kết thu thuế khoá đinh điền và những thuế nguồn, cửa quan, bến đò, họp thành sổ tâu lên, thành lệ thường hằng năm:

Tại Thuận Hoá, 2 phủ, 8 huyện, 1 châu, ruộng hơn 153.180 mẫu, đinh hơn 126.850 người. Từ Quảng Nam đến Gia Định, 9 phủ, 25 huyện, 1 châu, ruộng 270.000 mẫu khoảnh (5), đinh hơn 165.060 người. Số thu vào trong một năm thì Thuận Hoá thóc 3.533.356 thăng, gạo 63.655 thăng, tiền 153.600 quan. Quảng Nam đến Gia Định thóc hơn 6.048.500 thăng, gạo hơn 782.000 thăng, tiền hơn 241.900 quan.

Các thứ thuế nguồn, tấn, đầm, ao, tuần ty, chợ, đò, mỗi năm thu vào tiền hơn 76.460 quan, vàng 148 lạng, bạc 1.450 lạng. Từ Quảng Nam trở về Nam chiếm 6 phần, Thuận Hoá chiếm 4 phần. Ngoài ra các loại như lụa, nhiễu, vải trắng, ngà voi, sừng tê, sáp ong, dầu nước, dầu thơm, đường cát, mật mía, mật ong, song, mây nước, đuốc trám, đèn nến thì không ở trong số thuế này.

Bấy giờ Trương Phúc Loan cầm quyền, chính trị tự chuyên. Nội hữu chưởng dinh Tôn Thất Nghiễm, chưởng Thuỷ cơ Tôn Thất Viên được Chúa thân yêu, nhưng chỉ say mê tửu sắc, không để ý đến việc nước. Loan thấy thế bèn không kiêng nể gì, bán quan, buôn tước, ăn tiền tha tội, hình phạt phiền nhiễu, thuế má nặng nề, nhân dân đều lấy làm khổ.

Núi Đá Bia thuộc huyện Tuy Hoà, tỉnh Phú Yên bị sét đánh, đá sắc đen đổi hết thành sắc trắng, đứng xa trông bia đá sừng sững hình như vôi trắng. Trước kia Vua Lê Thánh Tông vào Nam đánh Chiêm Thành, mở đất đến đây. Trên vách đá cheo leo ở đỉnh núi, nhà Vua sai mài sườn núi khắc chữ vào đá để làm chỗ chia giới mốc với Chiêm Thành, cho nên gọi tên là núi Đá Bia.

Chú thích:

1. Tư liệu sẽ nêu lên vào năm Ất Vị, Cảnh Hưng thứ 36 [1775]

2. Bốn tháng trọng gồm: trọng xuân, tức tháng 2; trọng hạ, tháng 5; trọng thu, tháng 8; và trọng đông, tháng 11.

3. Mười Châu: thuộc phủ An Tây gồm Chiêu Tấn, Quỳnh Nhai, Lai Châu, Ninh Biên, Quảng Lăng, Hoàng Nham, Hợp Phì, Lễ Tuyền, Khiêm Châu và Tuy Phụ. Nay 4 châu Chiêu Tấn, Quỳnh Nhai, Lai Châu và Luân Châu thuộc Hưng Hoá; 2 châu Quảng Lăng và Hoàng Nham bị mất vào Vân Nam; còn 4 châu Hợp Phì, Lễ Tuyền, Tuy Phụ và Khiêm Châu không khảo cứu được.

4. Đằng Việt (騰越): tên trấn, tại huyện Đằng Xung, tỉnh Vân Nam.

5. Mẫu khoảnh: ở đây dùng chữ mẫu khoảnh, có lẽ phần lớn là mẫu, còn những nơi mới khai thác chưa đo được chính xác thì tính là khoảnh, cũng đại loại trên dưới một mẫu.

146.
Vua Lê Hiển Tông [1740-1786] (10)

Tháng giêng năm Canh Dần, Cảnh Hưng thứ 31 [27/1-24/2/1770], (Thanh Càn Long thứ 35); Bùi Thế Đạt và Nguyễn Phan tiến quân đánh phá được Lê Duy Mật ở thành Trình Quang [Trấn Ninh; Xiêng Khoáng, Lào]. Duy Mật giữ lấy chỗ gò cao thành Trình Quang, dựa vào hang hốc núi non làm kiên cố. Được tin quân Trịnh ba đạo kéo vào, Duy Mật quyết tử thủ giữ vững lấy thành, rồi cho toán quân lưu động lẻn ra đón đường chặn đánh làm cho quan quân mỏi mệt. Thế Đạt và Nguyễn Phan đốc suất quân hai đạo Thanh, Nghệ, bám sát sườn núi tiến vào, nhân đấy tiến sát đến ngoài gò cao thành Trình Quang, chia ra đặt doanh trại. Duy Mật cho quân đóng yên một nơi không hành động, hai viên tướng chưa biết thực hư thế nào không dám cho quân tiến thẳng vào. Gặp lúc ấy, Hoàng Ngũ Phúc chiêu dụ được mẹ tên Lại Thế Thiều, viên tướng và cũng là rể của Duy Mật; Ngũ Phúc sai bà này viết thư dụ dỗ Thế Thiều để làm nội ứng. Thế Thiều nhận được thư của mẹ, bèn phản Duy Mật, hắn ngầm khuyên đồ đảng là Lê Văn Bản mở cửa thành ngoài cho quan quân tiến vào. Khi quan quân đã vào, bèn bắc thang trèo lên bắn vào trong thành, tiếng súng suốt ngày đêm không ngớt. Duy Mật tự biết rằng vỡ lỡ ngay từ trong nội bộ, liền tụ tập vợ con, tung lửa đốt để tự thiêu. Bọn Thế Đạt vào thành, thu thập được khí giới, ngựa, voi, và vàng lụa kể cả hàng vạn. Dùng Thổ tù là Lư Cầm Uẩn, Lư Cầm Khâm làm chánh xà và phó xà (1) để giữ đất ấy; toàn bộ vùng Trấn Ninh đều bình được. Sau bàn luận công đánh dẹp, Trịnh Sâm gia phong Bùi Thế Đạt làm Đại tư đồ, Nguyễn Phan làm Thái tể, Hoàng Đình Thể làm Thiếu bảo; còn Tán lý, Tham mưu, Giám quân và tướng hiệu đều thăng thưởng từng cấp bậc khác nhau.

Tháng 3 [27/3-23/4/1770], vì đã bình định được Trấn Ninh, nên bãi binh cho lính bốn trấn trở về làm ruộng.

Tháng 12 [16/1-14/2/1771], định phép đánh thuế tơ và muối. Thuế tơ thì thì tính theo số dật, mỗi dật 24 lạng; tơ trắng mỗi dật nộp thuế 5 tiền; tơ vàng mỗi dật nộp thuế 3 tiền 20 đồng. Thuế muối thì căn cứ vào số ruộng hiện làm muối để thu thuế; ruộng muối công mỗi mẫu nộp thuế 8 tiền, ruộng muối ở ngoại đê mỗi mẫu nộp kém đi 2 tiền, ruộng muối tư mỗi mẫu nộp 3 tiền.

Về phía nhà Thanh, vào năm trước Vua Càn Long theo lời khuyên của viên cận thần Phó Hằng, quyết định không báo cho An Nam biết sự kiện Hoàng Công Toản chạy sang nương náu tại Trung Quốc. Nhưng rồi chính triều đình An Nam đã gửi văn thư cho Tổng đốc Lưỡng Quảng Lý Thị Nghiêu đòi hỏi nhà Thanh trả Hoàng Công Toản về nước:

"***Ngày 10 Nhâm Ngọ tháng 10 năm Càn Long thứ 35* [26/11/1770].** *Quân cơ đại thần bàn rồi tâu:*

'Cứ theo lời tấu của bọn Phó tướng quân A Quế rằng tiếp nhận di văn của Quốc vương An Nam, nhân đó tra biết rằng năm ngoái bọn Hoàng Công Toản mang quyến thuộc đến nội phụ, được ban dụ cho an trí ngoài biên giới. Viên Quốc vương cho biết viên Di mục Hưng Hoá, trong địa phương có

trại Mãnh Lại giáp giới với trại Mãnh Thiên thuộc châu Kiến Thuỷ [Trung Quốc], *đem sự việc trình báo; nên mới nêu ra.*

"Nhưng Hoàng Công Toản khốn cùng đến xin qui phụ, đã được an sáp, viên Quốc vương sao lại được tự tiện hướng về nội địa đòi hỏi. Vả lại nếu bảo bọn Hoàng Công Toản đã mang tội với người nước này; nếu biết rằng đã trốn vào nội địa, sao không sớm báo cho quan tại biên giới xin nhờ tầm nã; cớ sao khi nghe tin nội địa an sáp, mới gửi văn thư xin bắt trở về? Xin ra lệnh bọn A Quế, lập tức gửi văn thư bác trách, mới đúng cách.'

Nhận được chiếu chỉ:

'Y theo lời bàn thi hành gấp." (**Thanh Thực Lục, Cao Tông Thực Lục** quyển 870, trang 24-25)

Vì lúc Hoàng Công Toản thua chạy đã bí mật nộp đất cho nhà Thanh; nên Vua Càn Long ra sức bao che, sợ nếu cho Hoàng Công Toản về nước, âm mưu đen tối sẽ bị tiết lộ. Bèn sai Quân cơ đại thần cẩn thận soạn thư nhân danh Tổng đốc Lý Thị Nghiêu gửi sang An Nam, mượn cớ khéo léo từ chối trả Công Toản về nước:

"Ngày 13 tháng 2 năm Càn Long thứ 36 **[28/3/1771].** *Dụ các Quân cơ đại thần:*

'Lý Thị Nghiêu tâu rằng Quốc vương An Nam gửi văn kiện liên quan đến văn thư phúc đáp của Chương Bảo bác việc đòi hỏi Hoàng Công Toản trở về; thanh ngôn rằng sẽ sai Uỷ viên dâng bản tâu lên. Hiện đã gửi thư cho tỉnh Vân Nam liệu biện để đợi Chương Bảo [quyền Tổng đốc Vân Quí] *phúc đáp; hoặc dùng ý kiến mình* [Lý thị Nghiêu] *gửi hịch văn bác bỏ; hoặc gửi giùm viên Quốc vương bản tâu lên. Nay xin được chiếu chỉ cho biết để tuân hành."*

"Viên Quốc vương đã gửi thư, đáng phải truyền hịch phúc đáp, cũng không cần phải chờ Chương Bảo liệu biện. Nay đã ra lệnh Quân cơ đại thần thay mặt Lý Thị Nghiêu soạn bản cảo (2) tờ hịch, để gửi cho Quốc vương nước này biết. Lý Thị Nghiêu nhận được, hãy cấp tốc chiếu theo lệ gửi đi. Trước đây Lý Thị Nghiêu từng xin đến kinh đô bệ kiến, đã được chấp thuận; nếu viên Tổng đốc lúc này đã khởi hành, giữa đường nhận được chiếu chỉ, thì hãy giao cho Đức Bảo [Tuần phủ Quảng Tây] *liệu biện ổn thoả; nội dung văn bản vẫn do viên Tổng đốc đứng tên. Hãy gửi dụ này để hay biết, ngoài ra cũng gửi kèm bản cảo tờ hịch do Quân cơ đại thần thay mặt nghĩ giùm như sau:*

"Hịch dụ để Quốc vương An Nam hiểu rõ: Tiếp văn thư gửi đến cho biết việc Hoàng Công Toản xin đầu thuận nội địa, Quốc vương đã đòi lấy, nhưng chưa được đem trở về, và muốn Bản bộ viện (3) thay mặc chuyển đạt. Nhân tra án này liên quan đến Đốc bộ viện (3) Vân Quí lo liệu; đầu đuôi vụ án đều xảy ra tại tỉnh Vân Nam, Bản bộ viện không thể phân tích sâu đầu đuôi, và cớ sao phải làm phiền Thiên tử nghe. Nhưng đọc kỹ văn thư gửi đến, thấy rằng nước ngươi lo liệu việc này đầu đuôi không được thoả đáng. Nếu như người này thuộc loại trốn tránh, thì lúc mới trốn đáng thông tư ngay cho Đốc bộ viện Vân Quí để ngăn việc lén xâm nhập; thì Hoàng Công Toản không thể mượn cớ xin tá túc, và Đốc bộ viện Vân Quí không thể cho lưu giữ và sẽ giúp các ngươi bắt giữ khi bọn chúng còn ẩn nặc nơi hoang dã. Đến khi bọn Hoàng Công Toản đã đầu thuận, Đốc bộ viện Vân Quí cho rằng nước các ngươi thần phục đã lâu, vốn rất cung thuận; lê dân (4) khốn cùng của nước ngươi cũng là con đỏ (4) của Thiên triều, nên thương sự lưu ly mà an sáp; đó là ngưỡng

theo ơn sâu chiếu cố người xa xôi của Thiên tử, giúp nước các ngươi chiêu tập người cùng khổ.

Đến khi viên Quốc vương biết được đã trốn vào nội địa và đã được an sáp, thì chỉ nên trình bày đầu đuôi việc cha con Hoàng Công Thư đắc tội và yêu cầu Đốc bộ viện Vân Quí điều tra liệu biện; thì tỉnh Vân Nam sẽ điều tra rõ ràng, há lại dung người mang tội tại thuộc quốc. Ngươi trước đây đòi hỏi Đốc bộ viện Vân Quí để mang bọn chúng về xử trị, sự đòi hỏi thẳng thừng đòi cho được như vậy, nên không lạ trong đó có những lời trách. Rồi ngươi nhận được tư văn của Đốc bộ viện Vân Quí, lại có lời phẫn hận, càng không thận trọng đúng cách. Còn việc bảo sẽ viết bản tâu, rồi sai Uỷ viên đệ tấu; nay tra về lệ qui định cho các ngoại Phiên, thì chỉ có kỳ đi cống mới có bản tâu dâng lên trước, mà bản tâu này phải chờ bộ phúc chuẩn mới được đưa lên; ngoài ra các văn án khác đều thuộc loại thông tư mà thôi. Nếu như viên Quốc vương muốn chờ đến lúc cống, dâng văn bản phụ với tấu triệp, Bản bộ đường khó mà ngăn cản; Đại hoàng đế xem qua rồi sẽ giao cho bộ bàn, bộ sẽ không chấp thuận thi hành [như lời xin]. *Nếu không theo thủ tục mà gửi tấu triệp đến biên giới, Bản bộ viện cũng không dám làm trái lệ, để tấu thay. Nhưng Quốc vương nghĩ đến Bản bộ viện là Đại thần nơi biên giới, đã đem những lời thỉnh cầu, thì không thể không thực tình báo cho biết. Quốc vương từ trước tới nay giữ lễ, đại Hoàng đế quyến luyến gia ơn, nay lại vì thiên kiến, dùng lời quá khích, thấy được thiếu thận trọng. Thảng hoặc điều này Thiên tử nghe được, thì không khỏi bị khiển trách. Còn về nội dung vụ án này, Bản bộ viện cần gửi cho Đốc bộ viện Vân Quí lo liệu, ngoài ra phúc đáp trước cho Quốc vương để châm chước liệu biện ổn thoả, để không phụ lời khuyên giải của Đốc bộ viện.'*

Lại dụ:

'Cứ theo lời tâu của Lý Thị Nghiêu, Quốc vương An Nam gửi văn thư về việc Hoàng Công Toản, muốn được dâng tấu triệp lên; đã thay thế Lý Thị Nghiêu soạn bản thảo tờ hịch để gửi đi. Viên Quốc vương trước đây đòi hỏi Hoàng Công Toản từ nội địa, việc làm này không đúng; lần này lời lẽ văn từ không khỏi quá khích, càng sai với lễ. Nhưng Hoàng Công Toản là người nước này bỏ trốn, nếu như về sau viên Quốc vương gửi văn thư dùng lời cung thuận, thì không ngại có thể châm chước liệu biện cho trở về cũng không quan ngại; nhưng cần bố trí hợp cách, không để sơ hở và làm cho xong chuyện. Hãy đem việc này truyền báo cho Chương Bảo biết về lời dụ Lý Thị Nghiêu, cùng bản cảo viết thay tờ hịch; lại đợi khi Chương Bảo đến kinh đô sẽ đích thân dụ một cách rõ ràng." (**Thanh Thực Lục**, **Cao Tông Thực Lục**, quyển 878, trang 19-22)

Nhà Thanh duyệt văn thư của An Nam đòi hỏi trả Hoàng Công Toản; trong văn thư có các chi tiết như viên Tri châu Kiến Thuỷ thuộc phủ Lâm An, Vân Nam, dò hỏi lý lịch Hoàng Công Thư; sau đó từ chối rằng không có Hoàng Công Toản chạy sang Vân Nam. Vua Càn Long cho rằng trả lời như vậy là không hợp cách; đòi mang viên Tri châu đến kinh đô để Quân cơ đại thần hạch hỏi:

"***Ngày 14 tháng 2 năm Càn Long thứ 36*** [29/3/1771]. *Lại dụ:*

'Mới đây Lý Thị Nghiêu tâu An Nam nhân việc tỉnh Vân Nam an sáp Hoàng Công Toản nên đã gửi thư cho viên Tổng đốc; bèn truyền dụ cho Chương Bảo tra xét liệu biện cho ổn

thoả. Nhưng duyệt nguyên văn thư của viên Quốc vương rằng 'Vào tháng 10 năm Càn Long thứ 34 [29/10-27/11/1769] tiếp tờ tra trong văn bài của Ninh châu Chánh đường tên là Thượng Hiến, thuộc châu Kiến Thuỷ, quyền Tri phủ Lâm An; trong đó hỏi viên coi trại Mãnh Thiên [Điện Biên] tiếp giáp biên giới rằng Hoàng Công Thư thuộc họ Mạc hay họ Hoàng. Rồi Trấn mục Hưng Hoá Hoàng Đình Thể (5) đem đầu đuôi việc cha con Hoàng Công Thư làm giặc ra phúc trình, thì nhận được di văn của châu Kiến Thuỷ cho biết trong biên cảnh nội địa không có người nào mang tên Hoàng Công Toản; như vậy nội dung văn thư đem so với văn bài gửi trước thì không đúng.'

Lúc bấy giờ người nào coi châu Kiến Thuỷ? Kẻ tra hỏi lần trước thuộc loại lắm chuyện, lần sau phúc đáp lại không hợp cách. Bảo rằng Thượng Hiến tra hỏi, điều này có liên quan đến viên nào? Đốc, Tuần, Đề, Trấn hay bởi Đại thần Tướng quân coi về việc binh? Văn thư phúc đáp là do ý kiến riêng của viên này, hoặc đã thính thị qua cấp trên; lệnh theo đó để triệt để điều tra. Lúc bấy giờ Tri châu Kiến Thuỷ tên gì, hiện nay còn giữ chức hay không và 2 lần hành văn là do ý kiến của ai; tất cả phải điều tra rõ ràng chi tiết, rồi cứ sự thực phúc tấu. Nếu như viên Châu mục vẫn còn làm việc trong tỉnh Vân Nam, thì lúc Chương Bảo khởi hành đến triều đình bệ kiến, thì mang y đến kinh đô để cùng Quân cơ đại thần hạch hỏi. Còn như việc viên Quốc vương đòi đem Hoàng Công Toản về, thì mới đây đã dụ Chương Bảo rằng nếu tương lai y dùng lời cung thuận, thì cho trở về cũng không sao; nay suy nghĩ kỹ việc này rất quan hệ, không thể không thận trọng thêm. Xem ra ý viên Quốc vương chỉ nghĩ về có thuyết cho rằng Hoàng Công Toản là con cháu nhà Mạc, mà nơi y bị an sáp gần biên giới An Nam sợ y mưu đồ khôi phục và cũng sợ Trung Quốc trợ giúp binh lực. Di nước ngoài ý kiến hẹp hòi tất lo đến việc đó và cho rằng y trú gần biên giới sẽ là đầu mối sinh sự. Lại có thể bọn họ biết mấy năm gần đây nước ta có mối lo về bọn giặc Miến Điện, nên dám dùng lời một cách quá khích; nhưng nước này thần phục đã lâu, vốn xưng cung thuận, nên không đáng nhân đó mà trách cứ. Nếu viên Quốc vương không tiếp tục gửi thư trình bày, thì để đó không hỏi đến. Nếu còn đệ trình văn thư, hoặc lộ vẻ ý đề phòng họ Mạc, thì nên nghiêm cách phúc đáp. Còn nơi Hoàng Công Toản hiện trú ngụ có gần biên giới An Nam không, bọn chúng hiện đang làm gì, không thể không điều tra xem xét. Lúc này nên đem bọn chúng đến nội địa nơi gần tỉnh, thu xếp cung đốn như thế nào, lệnh Chương Bảo lo liệu rồi gửi tấu văn lên. Trong tương lai trù biện đại cục, đợi Chương Bảo đến kinh đô sẽ đích thân truyền bảo. Đưa dụ này truyền ra để hay biết." (**Thanh Thực Lục**, **Cao Tông Thực Lục** quyển 878, trang 24-26)

Viên Tổng đốc Vân Quí trình bày sự kiện cũng qui lỗi cho viên Châu mục Kiến Thuỷ Trương Nhan Liệt và cho biết dự định an sáp bọn Hoàng Công Toản tại Côn Minh, Vân Nam:

*"**Ngày 14 tháng 3 năm Càn Long thứ 36** [28/4/1771]. Dụ các Quân cơ đại thần:*

'Cứ theo Chương Bảo điều tra rồi tâu về việc bọn Di mục An Nam Hoàng Công Toản đầu tiên khẩn xin đầu thuận, liên quan đến Tướng quân Vĩnh Thuỵ báo tin cho Tuần phủ Các Ninh A, viên này thông tri cho quyền Tri phủ Lâm An Trương Nhược Đình, để chuyển sức cho Tri châu Kiến Thuỷ Trương Nhan Liệt điều tra phúc trình; sự sai lầm bắt đầu từ Vĩnh Thuỵ. Tuy nhiên từ lúc tên Di này nội phụ đến nay, các quan

địa phương lo liệu việc tra hạch lý lịch, thì không có gì sai lớn. Đợi đến lúc viên Di mục An Nam gửi văn thư cho cho Trương Nhan Liệt châu Kiến Thuỷ, đòi lấy Hoàng Công Toản về để xử trị; viên Châu mục không bẩm báo với cấp trên, rồi viết văn thư phúc đáp rằng trong xứ không có người tên là Hoàng Công Toản; lỗi này không thể tha thứ được. Chương Bảo đã tra rõ, thì cứ sự thực mà tham hặc. Việc này trước đây không làm đến nơi, đợi đến khi Quân cơ đại thần ra lệnh từ từ tra xét, chứ không phải bỏ đó không xét; nhưng viên Tổng đốc vẫn dửng dưng không hỏi đến, điều này không thể tránh được lỗi. Nay truyền dụ Chương Bảo theo sự thực tâu lại minh bạch; kỳ dư đợi viên Tổng đốc đến kinh đô sẽ trực tiếp ra chỉ dụ.

Quyền Tổng đốc Vân Quí Chương Bảo tâu trước đây an sáp viên Di mục An Nam tại địa phương Khả Hà Lạc, sảnh Tư Mao, huyện Phổ Nhĩ; nay vẫn còn 126 người. Đất này tuy không quá gần biên giới An Nam, nhưng hoang vu; tra thấy huyện Côn Minh vẫn còn đất trống, nên đưa đến tỉnh; hàng ngày cấp tiền gạo tiêu dùng. Báo đã nghe biết." (**Thanh Thực Lục**, **Cao Tông Thực Lục**, quyển 880, trang 17-18)

Tổng đốc Vân Quí tâu thêm rằng qua cuộc điều tra biết được viên quyền Tri phủ Lâm An Trương Nhược Đình đã sai Tri châu Kiến Thuỷ Trương Nhan Liệt báo tin dối cho An Nam rằng không có tên Hoàng Công Toản tại Trung Quốc; Vua Càn Long bèn ra lệnh đưa Trương Nhược Đình đến kinh đô để điều tra:

"***Ngày 6 Bính Tý tháng 4 năm Càn Long thứ 36*** **[19/5/1771]**. *Dụ các Quân cơ đại thần:*

'Chương Bảo tâu nội dung về văn thư phúc đáp An Nam

đòi đưa Hoàng Công Toản trở về. Cứ theo lời bẩm của Trương Nhược Đình, lúc bấy giờ giữ chức quyền Tri phủ Lâm An cho biết viên quyền Tri châu Kiến Thuỷ Trương Nhan Liệt trình diện, đưa một văn thư của viên Trấn thủ Hưng Hoá, An Nam, tập nã Hoàng Công Toản. Y cùng viên quyền Tri châu bàn nên phúc đáp những lời rằng trong lãnh thổ nội địa không có tên đó. Đây là việc lừa ngoại Di, tuy rằng do Trương Nhan Liệt viết, nhưng chủ kiến do Trương Nhược Đình, nên sự lầm lỗi lại nặng hơn Trương Nhan Liệt. Còn cái điều khai rằng đã bẩm qua quan Kinh lược, thì thật hoang đường! Năm ngoái khi Đại học sĩ Phó Hằng trở về bộ binh thì bị bệnh nặng, như vậy Trương Nhược Đình làm sao có dịp bẩm rõ điều này. Nếu như Trương Nhược Đình quả đã đem sự việc bẩm Phó Hằng, thì sao phải ra lệnh [cho Nhan Liệt] *tạo lời để che đậy, rồi bảo rằng đã liệu biện ổn thoả; chuyện này không tin được, hãy tra hỏi một lần thì mọi việc sẽ rõ ràng, như chuyện nước rút thì đá phải nhô lên. Nay Trương Nhan Liệt đã đến kinh đô để tra hỏi, lệnh giải chức Trương Nhược Đình để đến kinh đô, giao Quân cơ đại thần hạch hỏi. Nếu như hiện nay Trương Nhược Đình bàn giao chưa xong, vẫn ở Vân Nam, Đức Bảo hãy ra lệnh khởi hành đến kinh đô. Nếu như viên này đã đến nhiệm sở mới đạo Kiến Xương, thì A Nhĩ Thái hãy tuân chỉ báo cho biết. Hãy đưa chỉ dụ này truyền cho Đức Bảo, A Nhĩ Thái hay biết."* (**Thanh Thực Lục, Cao Tông Thực Lục** quyển 882, trang 9-10)

Sau khi viên quyền Tri phủ Lâm An Trương Nhược Đình đến triều đình nhận lỗi; Vua Càn Long biết được Nhược Đình là con của Đại học sĩ Trương Đình Ngọc, bèn tha cho:

*"**Ngày 9 Đinh Mùi tháng 7 năm Càn Long thứ 36** **[18/8/1771]**. Dụ rằng:*

'Nguyên giữ chức coi đạo Kiến Xương là Trương Nhược Đình, liệu biện về việc Hoàng Công Toản, đã không bẩm trình với cấp trên rõ ràng, rồi sai viên Tri châu phúc đáp với An Nam rằng trong châu không có người tên Hoàng Công Toản; thực thất tín với ngoại Di, đáng bị phạt tội. Nhưng nghĩ rằng y là con của Đại học sĩ Trương Đình Ngọc, hiện nay con cháu của Trương Đình Ngọc không có ai ra làm quan, cũng đáng thương. Nay Trương Nhược Đình được ban ơn miễn tội, cho dùng tại kinh với chức tứ phẩm." (**Thanh Thực Lục, Cao Tông Thực Lục** quyển 888, trang 19)

Ngoài ra để tránh An Nam đòi hỏi, Vua Thanh ra lệnh an sáp Hoàng Công Toản và đồng bọn tại Ô Lỗ Mộc Tề thuộc tỉnh Tân Cương; trên đường đi xa xôi vạn dặm, nếu có kẻ thừa dịp bỏ trốn, sẽ bị bắt hành quyết ngay bên đường. Đây là bài học đắt giá, cho những kẻ phản quốc, mong nương dựa vào Trung Quốc:

"***Ngày 6 Bính Ngọ năm Càn Long thứ 36*** [18/6/1771]. *Dụ các Quân cơ đại thần:*

'Trước đây người dân An Nam là Hoàng Công Toản mang quyến thuộc đến nội phụ, được Tổng đốc Chương Bảo thu xếp, xin đem bọn Hoàng Công Toản cùng quyến thuộc hơn 100 người di chuyển đến Ô Lỗ Mộc Tề an sáp. Ai có phận sự lo việc áp tống, giao Chương Bảo sắp xếp nhân số, cắt đặt lo liệu ổn thoả; các tỉnh đi qua đều cần lưu tâm giúp đỡ việc áp giải. Nay truyền lệnh các viên Tổng đốc, Tuần phủ, trong tương lai tỉnh Vân Nam giải tống bọn Hoàng Công Toản qua cảnh, cần phái các quan binh văn võ thích hợp nhiệm vụ, lo bố trí dọc đường để giúp việc áp giải, đừng để sơ hốt. Nếu có kẻ thừa dịp bỏ trốn, tức tốc tầm nã ngay; rồi cho hành quyết ngay tại địa phương. Khi đã đến tỉnh Cam Túc, các viên Tổng

đốc, Tuần phủ dự liệu báo cho quan Đại thần biện sự tại Ô Lỗ Mộc Tề để ước lượng cấp phát đất đai phòng ốc, lệnh cho họ cày cấy tự túc. Cách an sáp quản lý như thế nào, lệnh cho viên Đại thần cùng viên Tổng đốc bàn bạc ổn thoả rồi tâu lên. Để cho các Tổng đốc, Tuần phủ tiện việc tâu bày; nên truyền dụ này trước để hay biết.

Sau đó Văn Thụ tâu rằng:

"Thần hiện truyền hịch đến các châu huyện dọc đường thuộc Thiểm Tây, Cam Túc, đợi lúc Hoàng Công Toản được giải đến thì lưu tâm giúp việc áp giải; lại truyền hịch cho Đại thần biện sự tại Ô Lỗ Mộc Tề ước lượng cấp đất cùng phòng ốc để cho yên nghiệp."

Nhận được chiếu chỉ cho biết đã xem." (**Thanh Thực Lục, Cao Tông Thực Lục** quyển 884, trang 16-17)

Vào tháng 9, áp giải bọn Hoàng Công Toản đến Tân Cương, đồng bọn được cấp ruộng đất nông cụ, giao cho Bả tổng đồn Thành Đầu quản chế:

***"Ngày 30 Đinh Mão tháng 9 năm Càn Long thứ 36* [6/11/1771]**

Lại tâu 'Bọn dân An Nam Hoàng Công Toản được đưa đến Ô Lỗ Mộc Tề để an sáp quản lý. Tra địa phương Thổ Đôn Tử thuộc thành Địch Hoá đất tốt, nước đủ, có thể sinh sống được; nên cho làm đất khai khẩn tại Ô Lỗ Mộc Tề. Mỗi hộ được ban cấp 30 mẫu; cho mượn nông cụ, đồ dùng trồng lúa, ngựa và nhà ở; giao cho Bả tổng đồn Thành Đầu chế phục.'

Nhận được chiếu chỉ:

Cho thi hành theo lời bàn." (**Thanh Thực Lục, Cao Tông Thực Lục** quyển 893, trang 27-28).

Nhằm trả lời thư thứ hai từ An Nam, Vua Càn Long lại sai Quân cơ đại thần soạn sẵn văn thư nhân danh Tổng đốc Vân Nam Quí Châu, Chương Bảo trả lời. Nội dung thư trách trước đây lúc Hoàng Công Toản mới chạy sang Vân Nam, An Nam đã không trình báo; chờ đến khi bọn Công Toản đã đầu thuận nội địa và được an sáp lại muốn đòi về. Nhà Thanh cố tình che giấu việc cướp đất; còn kể công rằng đã an sáp tại Ô Lỗ Mộc Tề thuộc đất Tân Cương xa xôi, khiến Hoàng Công Toản không còn khả năng trở về quấy phá An Nam nữa:

"***Ngày 5 Quí Mão tháng 7 năm Càn Long thứ 36* [14/8/1771].** *Lại dụ:*

'*Cứ Lý Thị Nghiêu* [Tổng đốc Lưỡng Quảng] *tâu đã tiếp nhận tờ tư của Quốc vương An Nam về việc xin đưa Hoàng Công Toản về, lời lẽ so với trước cung thuận hơn, nên cũng không cần trách cứ thêm. Nhưng bọn Hoàng Công Toản đã được phân biệt an sáp miền cực bắc, cách tỉnh Vân Nam rất xa; chỉ bằng cho họ biết để ngoại Di không còn có mối lo sợ sai lầm. Nhân sai Quân cơ đại thần, thay soạn bản thảo; khi viên Tổng đốc Vân Quí nhận được, chép lại tươm tất rồi gửi ngay đi. Đem dụ này báo cho Chương Bảo* [Tổng đốc Vân Quí] *hay; ngoài ra gửi Quân cơ đại thần thay mặt soạn đạo hịch dụ:*

"*Hịch dụ Quốc vương An Nam hiểu rõ: Trước đây cứ văn thư của nước ngươi, nhân bọn Hoàng Công Toản đầu thuận nội địa, bèn hướng Bản bộ viện* [Tổng đốc Vân Quí] *đòi bắt trở về để xử trị. Bọn chúng nguyên bị bức bách cùng cực đến qui thuận, Bản bộ viện ngưỡng trông lòng nhân của Thiên Tử, chọn đất an sáp; chúng như được sống lại, há lại nghe lời về nước ngươi để chịu chết. Huống lúc sự việc xảy ra trước đây nước các ngươi không trình báo, đến lúc nghe tin đã đầu thuận nội địa và được an sáp lại muốn đòi về, xét về tình lý không hợp. Vả lại văn thư của ngươi trước đây, dùng lời lẽ không hợp; nên đã thông sức cho biết; đó là do nước ngươi làm để chịu lời trách, không phải do Bản bộ viện bài xích quá đáng. Mới đây Đốc bộ viện Lưỡng Quảng gửi văn thư cho biết việc nước ngươi muốn liệu biện đầu đuôi vụ Hoàng Công Toản, vì vụ án không xảy ra tại Lưỡng Quảng, nên phải gửi văn thư đến Bản bộ viện điều tra và phúc trình. Nay nhận được thư của Lưỡng Quảng Đốc bộ viện mới gửi tới bảo nước ngươi mới gửi văn thư đến; duyệt bản văn lần này biết được nặng nhẹ phân lượng, hợp với đại thể ngoại Phiên cung thuận, nên những lời trước kia không cần đem ra trách cứ.*

"Còn bọn Hoàng Công Toản lúc mới đến, nhân thương vì cùng khốn nên cho an sáp; đến khi xem kỹ tính tình không phải là người ưa yên tĩnh. Từ khi trú tại biên cảnh có lúc tranh chấp với Thổ ty, nên cho dời vào nội địa; rồi cũng không giữ pháp độ. Hiện được Bản bộ viện tâu lên đại Hoàng đế đem bọn Hoàng Công Toản giải đến các xứ vùng cực bắc Hắc Long Giang, Ô Lỗ Mộc Tề để phân tán an sáp; đất này cách tỉnh Vân Nam đến mấy vạn lý. Trong việc thành toàn này cũng ngụ ý ban ơn, để cho nước ngươi thấy rằng đại Hoàng đế thi hành trọn vẹn nhân nghĩa và việc làm của Trung Quốc quang minh chính đại, không để cho các ngươi lo bọn chúng cậy vào việc an sáp để có dịp mưu đồ báo thù sau này. Nay soạn văn thư này để Quốc vương biết." (**Thanh Thực Lục, Cao Tông Thực Lục** quyển 888, trang 5-7)

Viên Tổng đốc Lưỡng Quảng Lý Thị Nghiêu lo rằng trong dịp cống sắp tới, Sứ thần An Nam sẽ gửi văn bản tâu về vụ Hoàng Công Toản; nếu trường hợp này xảy ra, thì sẽ gửi trả lại. Khác ý một chút, Vua Càn Long lại sai Quân cơ đại thần soạn sản văn thư cho Tổng đốc Lưỡng Quảng để gửi cho An Nam, nội dung cho biết nước này dâng tấu triệp phụ vào việc cống, thì không tiện ngăn trở; nhưng nếu lại cử riêng người để tâu bày thì bác bỏ cho trở về:

"Ngày 6 Giáp Thìn tháng 7 năm Càn Long thứ 36 **[15/8/1771]**. *Lại dụ rằng:*

'Lý Thị Nghiêu tâu về văn thư của Quốc vương An Nam gửi đến xin tỉnh Vân Nam điều tra lại và phúc đáp về việc liên quan đến Hoàng Công Toản. Lời thư có phần cung thuận, đã báo cho Chương Bảo [Tổng đốc Vân Quí] *hay; lại sai Quân cơ đại thần soạn hịch để đưa đến nơi gần biên giới phúc đáp. Còn việc viên Tổng đốc xưng rằng khi viên Quốc vương tiến cống, nếu như có văn bản phụ tâu về việc này, thì sẽ gửi trả lại; sự liệu biện chưa được thoả đáng. Nước này dâng tấu triệp phụ vào việc cống, không tiện ngăn trở; nhưng nếu lại cử riêng người để tâu, thì bác bỏ cho trở về. Lại cũng sai Quân cơ đại thần thay mặt thảo một tờ hịch gửi đến, khi viên Tổng đốc nhận được thì theo lệ chép lại tươm tất rồi gửi đi ngay; nay truyền dụ để hay biết.'*

Ngoài ra gửi kèm hịch dụ do Quân cơ đại thần thay mặt soạn:

'Hịch dụ Quốc vương An Nam hiểu rõ: Trước đây căn cứ vào văn thư gửi đến, đã chuyển cho Đốc bộ viện Vân Quí tra xét. Bản bộ viện nghĩ rằng nước ngươi gần biên cảnh, vốn giữ lễ giáo; không nên vì một lần dùng từ không đúng đắn, làm phiền Thiên tử nghe, khiến phải chịu tội. Nay tiếp được thư đến, dùng từ đắc thể hơn trước; như vậy ngươi đã rõ được hoạ phúc, giữ được sự an toàn vĩnh viễn. Ngươi Quốc

vương, đời đời được phong làm Phiên quốc, biểu dương cung thuận; ngưỡng nhờ đại Hoàng đế gia ơn, ngươi vốn hiểu sâu lẽ đó. Về vụ án Hoàng Công Toản, Đốc bộ viện tại Vân Nam Quí Châu ắt phải có sự phân xử, nay chuyển văn thư của ngươi tới tỉnh Vân Nam, họ sẽ gửi phúc đáp đến nơi gần biên giới. Còn như trong thư gửi đến nói rằng mong sớm được phúc đáp, miễn phải phiền tâu trình trong kỳ cống; lời nói này không hợp lý. Ngoại Phiên dâng biểu tiến cống, đã có định chế, ngoài nội dung việc cống ra không được trình bày gì khác. Nếu muốn dâng tấu triệp trình bày điều gì, lệnh Sứ thần kèm với tờ cống dâng lên; Bản bộ viện không tiện coi thường mà kiểm duyệt, ngăn trở lời nghe của Thiên tử; đáng sẽ cùng với tờ tâu về việc cống, trình lên một lần. Khi tấu triệp của ngươi đến, tất sẽ giao cho bộ bàn bạc chấp thuận hay không, bộ sẽ theo lệ khảo xét rồi chờ đại Hoàng đế định đoạt; như vậy không phải tấu triệp dâng lên đều được như sự mong muốn. Nếu sau khi Cống sứ đã khởi hành, lại sai người tiến dâng tấu triệp; thì ngoại Phiên không có lệ gửi Sứ thần mang công hàm riêng biệt (6), nên Bản bộ viện nghiêm cẩn tuân theo định chế, không dám cho vào, nên sẽ bác và giao cho Sứ thần mang về. Bản bộ viện cứ lý mà xét, rồi phúc đáp tường tất; mong Quốc vương hiểu kỹ khỏi phụ tấm lòng canh cánh thành thực phúc đáp." (**Thanh Thực Lục, Cao Tông Thực Lục** quyển 888, trang 9-11)

Văn thư do Quân cơ đại thần soạn cho Tổng đốc Lưỡng Quảng để gửi An Nam, chưa kịp gửi đi, thì Sứ thần An Nam đến; làm đúng thủ tục đem vụ án Hoàng Công Toản phụ tâu lúc nạp cống, nên phía Thanh đuối lý không ngăn cản được, cuối cùng đành phải bác đi. Trong bản phu tâu, An Nam đả kích nặng nề, có những từ như "*nhược bất vấn nghĩa lý chi thị phi*" [nếu không đếm xỉa đến nghĩa lý phải trái], khiến tình hình trở nên căng thẳng; triều Thanh bèn ra lệnh cho Tổng đốc Lý Thị Nghiêu lưu tâm tra xét biên giới, nghiêm mật đề phòng các quan ải:

"*Ngày 13 Mậu Thân tháng 3 năm Càn Long thứ 37* [15/4/1772]. *Dụ các Quân cơ đại thần:*

'Cứ theo lời tâu của Lý Quốc vương An Nam cố chấp mê muội đem vụ án Hoàng Công Toản phụ tâu lúc nạp cống, nên không cần phải Thị Nghiêu 'gửi văn thư phúc đáp.' Viên Quốc vương cố chấp ý kiến mình, nhất định muốn trình tâu, viên Tổng đốc cho rằng không cần gửi văn thư phúc đáp là đúng. Đợi tấu triệp của y tới nơi, giao cho bộ bác bỏ; viên Tổng đốc lúc này cũng không cần tranh luận với họ.

Riêng duyệt văn thư của viên Quốc vương, trong đó có những cụm từ như "tề chính tu giáo, chính nghị minh đạo" [sửa dạy theo đường chính, bàn lẽ phải làm sáng đạo], *hoặc như "nhược bất vấn nghĩa lý chi thị phi"* [nếu không đếm xỉa đến nghĩa lý phải trái] *vv...đều thuộc loại cũ kỹ vu khoát không hợp thời, chuyên dùng nhai văn nhả chữ, chắc từ tay tên Hán gian nào đó viết. Biên giới An Nam tiếp giáp với Quảng Tây, dân nội địa qua lại rất tiện; sợ quân gian không tuân pháp luật trốn vào nước này, việc này rất quan hệ. Nay truyền lệnh cho Lý Thị Nghiêu lưu tâm tra xét, thông sức các cửa quan ải, nghiêm mật xét hỏi, nếu gặp người phạm vào việc cấm đoán ra vào, thì tra xét kỹ trị năng tội này.'*

Đem dụ này truyền để hay biết." (**Thanh Thực Lục, Cao Tông Thực Lục** quyển 904, trang 32-33)

Tại miền Nam, vào tháng 3 [27/3-23/4/1770], cho làm sổ ruộng các huyện tại Thuận Hoá. Chúa Nguyễn cho rằng xứ

Thuận Hoá khẩn ruộng ngày một nhiều, mà sổ sách lâu năm hư hỏng, sai chiếu số ruộng các xã thôn phường thuộc các huyện, làm sổ thành tập. Huyện Hương Trà [Thừa Thiên] 10 tổng, 222 xã, thôn, phường, ruộng quy thành 8 tập; Quảng Điền [Thừa Thiên] 8 tổng, 137 xã, thôn, phường, quy thành 4 tập; Phú Vang [Thừa Thiên] 6 tổng, 352 xã, thôn, phường, quy thành 15 tập; Đăng Xương [huyện Triệu Phong, Quảng Trị] 5 tổng, 188 xã, thôn, phường, quy thành 5 tập; Khang Lộc [huyện Quảng Ninh, Quảng Bình] 6 tổng, 83 xã, thôn, phường, quy thành 6 tập; Lệ Thuỷ [Quảng Bình] 5 tổng, 73 xã, thôn, phường, quy thành 4 tập; Nam Bố Chính [nam Quảng Bình] 2 tổng, 54 xã, thôn, phường, quy thành 1 tập. Duy còn 1 huyện Hải Lăng [Quảng Trị], nay không khảo được.

Chúa thấy địa thế văn miếu ở xã Triều Sơn [tổng Hương Cần, huyện Hương Trà, Thừa Thiên] ẩm thấp, nên sai dời đến xã Long Hồ [tổng Long Hồ, huyện Hương Trà, Thừa Thiên].

Chưởng tại bộ Hình là Tôn Thất Dục bị bãi. Dục học rộng, có tài lược, triều đình xem là trọng thần. Bấy giờ Trương Phúc Loan chuyên quyền, thấy Dục là bầy tôi Tôn thất có tiếng đương thời, muốn kéo bè giúp mình, bèn đem con gái gả cho. Dục không vì thế mà chịu khuất, giữ ngay thẳng, không a dua. Loan ghét, ngầm sai người vu cho Dục mưu phản. Tra xét mãi không có chứng cớ gì, đến đấy bãi về. Dục đã về nhà, tuyệt nhiên không nói gì đến việc nước nữa, chỉ ngày cùng các khách ngâm vịnh. Dục hiếu học, giỏi thơ, càng tinh về thuật số và âm nhạc, tục truyền đàn Nam Cầm [một loại đàn bầu] là do Dục chế ra.

Tháng 7 [21/8-18/9/1770], lính trốn ở Hà Tiên là Phạm

Lam họp đảng ở Hương Úc và Cần Vọt [Hà Tiên] cùng với người Chà Và là Vang Ly Ma Lư và người Chân Lạp là Ốc Nha Kê hợp quân hơn 800 người và 15 chiếc thuyền, chia đường thuỷ bộ đánh úp trấn Hà Tiên. Vừa tới ngoài luỹ, Mạc Thiên Tứ đem quân chống cự, đánh tan được, đâm chết Phạm Lam ở giữa sông, bắt được Lư và Kê đem chém. Bấy giờ Hà Tiên luôn gặp binh hoả, quân lương hao tổn, lòng dân dao động, Thiên Tứ dâng sớ tự trách. Chúa ban thư tỏ lòng khoan hồng và yên ủi; lại sắc cho Điều khiển Gia Định rằng hễ Hà Tiên có tin báo động thì phải tiếp ứng mau.

Kẻ sĩ ẩn dật ở Thuận Hoá là Ngô Thế Lân dâng thư bàn về tiền tệ, đại lược như sau:

"Trộm nghe, khi tiên chúa mở mang, đất còn hẹp, dân còn thưa, phía nam chưa có đất Gia Định màu mỡ (Gia Định là đất tốt bậc nhất, rất hợp trồng lúa, rồi đến trồng cau. Phương ngôn có câu "Nhất thóc nhì cau"); phương Bắc còn có việc phòng giữ ở Hoành Sơn, liền năm chinh chiến, mà dân không đói kém, nhà nước thừa tiêu. Ngày nay thiên hạ bình tĩnh đã lâu, đất rộng dân đông, những đất trồng lúa đã khai khẩn hết, những nguồn lợi núi chằm đã khai thác hết. Hơn nữa, ruộng ở Phiên Trấn [Gia Định] *và Long Hồ* [Vĩnh Long] *lại không bị hạn lụt bao giờ. Thế mà từ năm Mậu Tý* [1768] *tới nay, giá thóc cao vọt, nhân dân đói kém, là cớ làm sao? Không phải là thiếu thóc mà chính vì đồng tiền kẽm gây nên vậy. Nhân tình ai cũng ưa cái bền chắc, ghét cái chóng hư. Nay lấy đồng tiền kẽm chóng hư mà thay đồng tiền đồng bền chắc, cho nên dân đua nhau chứa thóc mà không chịu chứa tiền. Tuy nhiên, cái tệ tiền kẽm đã lâu rồi, nay muốn đổi đi, thế rất là khó, mà nạn đói của dân thế lại rất gấp. Thần trộm nghĩ phương kế ngày nay, không gì bằng phỏng theo*

phép nhà Hán, mỗi phủ đặt một kho Thường bình, đặt quan phụ trách, định giá thường bình, rồi hễ thóc rẻ thì theo giá mà đong vào, thóc đắt thì theo giá mà bán ra. Như thế thì giá thóc không đến nỗi rẻ quá để hại cho nhà nông, mà cũng không đến nỗi đắt quá để lợi cho bọn phú thương, rồi sau sẽ dần dần sửa đổi cái tệ tiền kẽm, thế là vật giá sẽ được bình ổn".

Sớ dâng lên, không thấy trả lời; sau Lân theo Tây Sơn.

Chú thích:

1. Chánh xà, Phó xà: dân Lào gọi người Tù trưởng là xà.

2. Bản cảo: bản nháp. Bản này do Quân cơ đại thần soạn sẵn để Tổng đốc Lưỡng Quảng Lý Thị Nghiêu chép lại rồi gửi sang An Nam.

3. Bản bộ viện: lời tự xưng của vị quan lớn đứng đầu một cơ quan. Đốc bộ viện: chỉ viên Tổng đốc và cơ quan dưới quyền.

4. Lê dân: dân đen, con đỏ tức xích tử; hai từ này đều chỉ dân thường.

5. Hoàng Đình Thể: người xã Hà Thượng, huyện Hậu Lộc, tỉnh Thanh Hoá; từng giữ chức Đốc lãnh Hưng Hoá.

6. Nguyên văn dùng chữ "chuyên hàm", ý chỉ công hàm riêng biệt, không liên quan đến việc triều cống.

147.
Vua Lê Hiển Tông [1740-1786] (11)

Tháng 3 năm thứ Cảnh Hưng thứ 32 [15/4-13/5/1771], (Thanh, Càn Long thứ 36); Thổ quan châu Tư Lăng [Quảng Tây] trả lại đất thuộc châu Lộc Bình. Lúc ấy, dân thổ châu Tư Lăng, tranh chiếm địa giới xã Tĩnh Gia thuộc châu Lộc Bình. Triều đình hạ lệnh cho Đốc đồng Lạng Sơn Phạm Đồng Viện sai người đi phân giải. Thổ quan châu Tư Lăng bèn trả lại đất ấy, sau đó lại đem dâng ngựa để tạ lỗi.

Chúa Trịnh Sâm cho dời trấn lỵ Thanh Hoá đến xã An Lãng [huyện Thiệu Hoá, Thanh Hoá]. Sâm lấy cớ rằng phủ An Trường là nơi cỗi gốc, mà địa phận An Lãng tiếp giáp với An Trường, nên hạ lệnh dựng lỵ sở trấn Thanh Hoá ở đấy.

Tháng 4 [4/5-12/5/1771], nước Nam Chưởng tức Lão Qua xưa, đến cống nạp. Nam Chưởng là một bộ lạc của Nam Chiếu, từ thời nhà Minh trở về trước gọi là Đại Man, đến nhà Thanh mới phong làm một nước. Đất nước này phía đông nam giáp Hưng Hoá, phía tây qua Nam Giang đến Xiêm La, phía bắc qua Mường Lự thông sang Vân Nam. Từ trước, nước này chưa cống nạp nước ta, đến nay mới thông hiếu.

Tháng 6 [12/-9/8/1771], xây chùa Tiên Tích [gần ga Hàng Cỏ, Hà Nội], ở ngoài cửa Đại Hưng.

Mồng một tháng 9 [8/10/1771], nhật thực. Bổ dụng Lê Quý Đôn làm Tả thị lang bộ Công, quyền giữ chức Đô ngự sử. Quý Đôn trình bày bốn việc:

1. Cống sĩ thi hội trúng kỳ đệ tam, phần nhiều được trao chức vượt bậc; xin xét lại bắt trở về bậc cũ;

2. Hiến sát phó sứ và Tham nghị là người có chuyên trách ở một địa phương, thế mà ít lâu nay dùng bọn cầu may để làm quan, phần nhiều không do các quan trong triều đình bảo cử. Nay xin thu hồi lệnh trước, cho các quan trong triều đình bảo cử, như lệ cũ;

3. Đất bãi ở các lộ xin phái các quan chia nhau đi khám lại;

4. Những dân xã ở các lộ, trước đây phụng mệnh được miễn trừ, gần đây vì chép lại sổ sách, rồi sinh ra sự thay đổi thêm bớt gian trá. Xin sai quan thân cận xét thực để chỉnh đốn lại cho được đúng.

Trịnh Sâm cho là phải, lập tức hạ lệnh thi hành.

Tháng 11 [6/12/1771-4/1/1772] Ngô Thì Sĩ, Tham chính Nghệ An, bị bãi chức. Trước đây, Tiến sĩ Nguyễn Lệnh Tân, nhà ở Hồ Tây, họp kẻ sĩ cùng dạo thuyền vịnh thơ với nhau. Ngô Thì Sĩ tham dự, làm thơ có câu "***Tình vũ cánh nghi chu***" [Trời tạnh càng nên dạo thuyền]. Câu này ý ca tụng phong cảnh trong hồ; sau có kẻ ác ý đổi ra là "***Thảo mộc khủng phi Chu***" [dùng chữ chữ đồng âm, chỉ nhà Chu, có nghĩa là cây cối đất nước sợ không thuộc về nhà Chu; ý chê họ Trịnh chuyên quyền lấn át Vua Lê. Trịnh Sâm rất tức giận, gặp lúc ấy, học trò trường Nghệ An khiếu tố về việc hai ti Thừa chính và Hiến sát khảo hạch không công bằng, nên quyết định bãi chức Ngô Thì Sĩ.

Tháng 12 [5/1-3/2/1772], Trịnh Sâm giết cựu Thái tử Lê Duy Vĩ. Sau khi Thái tử đã bị giam, Sâm muốn giết đi, nhưng chưa tìm được chỗ sơ hở. Đến nay, Hoàng Ngũ Phúc và Phạm Huy Đĩnh nhờ người khác vu cáo rằng "*bọn Trần Trọng Lâm và Nguyễn Hữu Kỳ cùng với bọn gia khách của Thái tử là cống sĩ Vũ Bá Xưởng và Tự thừa Lương Giản định mưu dấy quân, để cướp lấy Thái tử ra khỏi ngục*". Rồi Huy Đĩnh đem việc ấy nói cho Sâm biết; Trịnh Sâm sai Huy Đĩnh thắt cổ giết Thái tử; cùng phạt tội bọn Trần Trọng Lâm.

Tại miền Nam vào tháng 8 [9/9-7/10/1771], Mạc Thiên Tứ được tin nước Xiêm La chuẩn bị giáp binh, định ngày lấn chiếm; bèn gửi hịch xin quân viện ở Gia Định. Điều khiển Nguyễn Cửu Khôi cho rằng năm trước Hà Tiên đã báo tin sai, nay sợ làm mệt cho quan quân, nên không cho binh đến cứu.

Tháng 10 [7/11-5/12/1771, vua Xiêm thấy Chiêu Thuý đã chạy sang Hà Tiên, sợ có mối lo về sau, bèn phái hai vạn quân thuỷ và bộ, dùng tên giặc núi Bạch Mã là Trần Thái làm hướng đạo, vây trấn Hà Tiên. Mạc Thiên Tứ quân lính ít ỏi, bám giữ thành cố đánh, chạy hoả bài cáo cấp với dinh Long Hồ [Vĩnh Long]. Quân Xiêm đóng giữ núi Tô Châu [Hà Tiên], dùng đại bác bắn vào thành, thế rất nguy cấp. Đương đêm, kho thuốc súng ở núi Ngũ Hổ phát cháy, trong thành bối rối. Quân Xiêm từ phía sau thành chặt cửa sấn vào, phóng hoả đốt doanh trại.

Thiên Tứ thân hành đốc suất quân binh dưới quyền, chống đánh tại các cửa ngõ. Một lát quân dân tan vỡ, thành bị hãm. Cai đội Đức Nghiệp hộ vệ Thiên Tứ lên thuyền chạy.

Mạc Tử Hoàng, Mạc Tử Thảng, Mạc Tử Duyên ở đạo Châu Đốc cũng đều đem thuỷ quân phá vòng vây, do đường biển chạy xuống Kiên Giang, rồi qua Trấn Giang [Cần Thơ] dừng lại. Quan nước Xiêm là Trần Liên đuổi theo, vừa gặp Lưu thủ dinh Long Hồ là Tống Phước Hợp đem binh thuyền đến cứu, kéo thẳng tới sông Châu Đốc để chống cự. Quân Xiêm rút lui, vào nhầm ngách sông cụt, đại binh ta đuổi ập tới, chém được hơn 300 đầu. Trần Liên phải bỏ thuyền, dẫn quân chạy về Hà Tiên, lại bị Cai đội đạo Đông Khẩu là Nguyễn Hữu Nhân đón đánh, quân Xiêm chết quá nửa. Vua Xiêm bèn lưu Trần Liên ở lại giữ Hà Tiên, rồi tự đem quân thẳng sang Chân Lạp. Nặc Tôn bỏ chạy. Vua Xiêm lập Nặc Nộn làm vua Chân Lạp; quân Xiêm đóng tại thủ phủ Nam Vang, có ý nhòm ngó Phiên Trấn [Gia Định].

Tháng 11 [6/12/1771- 4/1/1772], Nguyễn Cửu Khôi và Nguyễn Thừa Mân gửi giấy mời Thiên Tứ đến dinh để hỏi thăm yên ủi. Thiên Tứ trình bày duyên do thất thủ và dâng thư xin chịu tội. Chúa ban thư rộng miễn, lại cấp thêm lương. Hạ lệnh quan Điều khiển cho quân đưa Thiên Tứ về đạo Trấn Giang [Cần Thơ], khiến chiêu dụ dân lưu vong để tính lại việc đánh lấy Hà Tiên.

Vào năm này [1771] ở huyện Phù Ly [huyện Phù Cát, Bình Định] đất Quy Nhơn, có Nguyễn Nhạc khởi binh chống. Nguyên ông tổ bốn đời của Nguyễn Nhạc là họ Hồ, cùng một tổ với Hồ Quý Ly ngày trước, người ở huyện Hưng Nguyên, tỉnh Nghệ An. Vào thời Vua Lê Thần Tông [1653-1657] gặp lúc Trịnh, Nguyễn đánh nhau, bị bắt đem vào ở ấp Tây Sơn [huyện Tây Sơn, Bình Định] thuộc đất Quy Nhơn. Đến đời ông thân sinh là Hồ Phi Phúc dời nhà sang ở ấp Kiên Thành, nay là làng Phú Lạc, huyện Tuy Viễn, sinh được 3 người con:

trưởng là Nhạc, thứ là Lữ, thứ ba là Huệ. Anh em Nhạc muốn nổi dậy, mới lấy họ mẹ là Nguyễn để dễ thu phục nhân tâm, vì đất trong Nam vẫn là đất của Chúa Nguyễn. Nguyễn Nhạc trước làm Biện lại, cho nên người ta thường gọi là Biện Nhạc. Nhưng vì tính hay đánh bạc, tiêu mất cả tiền thuế, sợ phải tội, bỏ đi vào rừng rồi nổi dậy. Đến năm nay mới lập đồn trại ở đất Tây Sơn, chiêu nạp quân sĩ, người theo về càng ngày càng đông. Thường hay lấy của nhà giàu cho nhà nghèo, cho nên những kẻ nghèo khổ theo rất nhiều.

Tháng giêng năm Cảnh Hưng thứ 33 [4/2-3/3/1772], (Thanh Càn Long thứ 37); nước Ai Lao đến nạp cống nhà Lê.

Mồng một tháng 3 [3/4/1772], nhật thực. Dùng lại Nguyễn Nghiễm chức Tham tụng. Mùa đông năm trước, Nguyễn Nghiễm giữ chức Tham tụng, viện lệ nghỉ hưu thôi làm quan. Triều đình hạ chiếu cho thăng chức Đại tư đồ, sai quan hộ vệ đưa về tận làng tại huyện Nghi Xuân, Hà Tĩnh. Nay Trịnh Sâm nhận thấy Nghiễm là người có tài, bèn khởi phục bổ dụng.

Sai Lê Quý Đôn đi dò hỏi tình trạng dân Lạng Sơn. Vũ Trần Thiệu đến cửa Nam Quan chờ nhận lệnh nhà Thanh, khi trở về triều, nói hạt Lạng Sơn dân gian bị đói khổ. Triều đình bèn hạ lệnh cho Lê Quý Đôn đi xét hỏi. Nhân đấy, Quý Đôn trình bày tình trạng hà khắc nhũng nhiễu của viên đốc trấn Lê Doãn Thân; Doãn Thân phạm tội, bị bãi chức.

Tháng 5 [1/6-30/6/1772], bãi bỏ lệnh cấm nhân dân gần biên giới tàng trữ binh khí. Theo chế độ cũ, cấm dân gian tàng trữ binh khí riêng; đến nay Hoàng Đình Thể, Lưu thủ trấn Hưng Hoá dâng thư rằng:

"Đất nơi biên viễn, binh lính do ở nông dân mà ra. Vả lại, binh khí do dân chế tạo, họ đều tự dùng để chống giữ, nay nhất luật cấm chỉ, e rằng bọn giặc cướp sẽ nhân chỗ sơ hở mà cướp bóc, thì không có gì phòng bị được".

Vì thế, các ngoại trấn nơi biên giới đều được bãi bỏ lệnh cấm trước.

Tại miền Nam vào tháng 2 [4/3-2/4/1772], Chúa cho rằng Điều khiển Gia Định giữ quân không đến cứu viện, nên thành Hà Tiên bị hãm; bèn giáng Nguyễn Cửu Khôi làm Cai đội.

Sai Chưởng cơ Nguyễn Cửu Đàm [con Nguyễn Cửu Vân] làm Khâm sai chánh thống suất đốc chiến, Cai bạ dinh Quảng Nam là Trần Phước Thành làm Khâm sai tham tán, lĩnh 10.000 quân thuỷ và bộ thuộc hai dinh Bình Khang và Bình Thuận và 20 chiếc thuyền chiến để chuẩn bị hành quân.

Tháng 6 [1/7-29/7/1772], Nguyễn Cửu Đàm tiến quân theo sông Tiền Giang, cùng với Cai bạ dinh Long Hồ là Nguyễn Khoa Thuyên lĩnh quan quân đạo Đông Khẩu [Sa Đéc, ĐồngTháp] tiến theo đường Kiên Giang; Lưu thủ Tống Phước Hiệp theo đường Hậu Giang tiến đóng giữ Châu Đốc [An Giang] để tiếp ứng cho hai cánh quân trên. Bấy giờ Cai đội đạo Đông Khẩu là Nguyễn Hữu Nhân ốm, một mình Khoa Thuyên đem 3.000 quân và 50 thuyền, đánh nhau với quân Xiêm không được, lui về đầm Kiên Giang, rồi dùng người Chân Lạp là Nhẫm Lạch [chức quan] Tối [tên người] làm tiên phong, tiến đến Nam Vang đánh phá được quân Xiêm. Vua Xiêm chạy sang Hà Tiên, Nặc Nộn chạy đến Cầu Vọt; quân ta bèn thu phục Nam Vang, đem Nặc Tôn trở về nước. Chân Lạp được dẹp yên. Cửu Đàm thu quân về dinh, đắp luỹ Tân Hoa kéo dài 15 dặm bao quanh đồn dinh, chắn ngang đường bộ để đề phòng bất trắc.

Vua Xiêm đến Hà Tiên, gởi thư cầu hoà với Mạc Thiên Tứ. Thiên Tứ từ chối. Vua Xiêm bèn uỷ Trần Liên giữ Hà Tiên, tự mình đem quân đi, bắt con trai con gái Thiên Tứ và Chiêu Thuý đem về, rồi giết Chiêu Thuý.

Chúa sai quan biên thần Gia Định lập đạo Trường Đồn ở xứ Mỹ Tho [Định Tường], đặt Cai cơ và Thư ký để làm việc.

Tháng 3 năm Cảnh Hưng thứ 34 [23/3-21/4/1773), (Thanh Càn Long thứ 38); bổ dụng Phó đô ngự sử Nguyễn Khản [còn có tên là Lệ, con Nguyễn Nghiễm, anh Nguyễn Du] làm Đồn điền sứ phủ Trường Yên [Ninh Bình]. Phủ Trường Yên ruộng ven biển mỗi ngày một mở mang, chất đất màu mỡ, cấy lúa tốt. Triều đình hạ lệnh cho Nguyễn Khản xem xét địa thế, đắp đê ngăn nước mặn, mộ dân làm đồn điền, nộp thóc. Nhân đấy, dựng kho ở Dục Thuý [tỉnh lỵ Ninh Bình] để chứa.

Tháng 4 [21/5-19/6/1773], hạn hán dữ dội, đầm hồ đều khô cạn, có người đi đường bị chết nắng. Chúa Trịnh Sâm hạ lệnh cho bầy tôi bàn luận tìm xét chính trị thiếu sót; miễn cho dân tiền thuế gia tô [tô thuế đánh thêm], xá những thuế còn để thiếu lâu ngày, bãi việc xây dựng, xét hình ngục; lại hạ lệnh cho các trấn ty trình bày sự đau khổ của dân.

Tháng 5 [20/6-19/7/1773], khởi phục Nguyễn Bá Lân giữ trọng trách tại bộ Lễ. Trước kia, Bá Lân vì già yếu, xin từ chức, Trịnh Sâm nhận thấy Bá Lân là bầy tôi cũ triều trước, am hiểu tinh tường về điển lệ cũ, nên cho ở nhà tại kinh thành, để phòng khi hỏi han đến; nay lại khởi phục bổ dụng.

Chúa Trịnh Sâm nhận thấy trong nước thái bình, số hộ

khẩu ngày thêm nảy nở, bèn cho làm lại sổ hộ tịch để sửa đổi lại số đinh; Lê Quý Đôn hết sức tán thành. Sâm bèn hạ lệnh các đại thần bàn định phép làm sổ, nói rằng:

"Nhà nước lúc bắt đầu trung hưng, chiếu theo phép cũ, ba năm một lần làm sổ hộ; năm Cảnh Trị [1669], mới lập ra phép bình lệ không tính số đinh tăng lên hay sút đi, phép ấy thi hành hơn 50 năm, phần nhiều sai suyễn; năm Bảo Thái [1724] tiếp tục làm sổ cũng chỉ dựa theo ngạch cũ, rồi sau không kế tiếp sửa lại, đến nay lại đã 50 năm rồi. Bây giờ nên cân nhắc phép đời trước, châm chước việc ngày nay, tham khảo mọi mặt định thành điều lệ, xét thực số nhân đinh, sửa đổi lại sổ hộ, cho phép dân được tự liệu lượng nhân khẩu mà chịu số hộ, để cho đủ ngạch trong sổ".

Vì thế hạ lệnh cho Nguyễn Nghiễm, Nguyễn Phương Đĩnh và Lê Quý Đôn phụ trách công việc này.

Tháng 7 [18/8-15/9/1773], nước lụt làm vỡ đê Đông Trạch [huyện Thanh Trì, Hà Nội]. Tại các lộ Thường Tín [Hà Tây], Ứng Thiên [huyện Ứng Hoà, Hà Tây] và Lý Nhân [Hà Nam], nước cuốn hơn một ngàn nhà, thóc lúa bị ngập lụt.

Tháng 8 [16/9-15/10/1773], hạ lệnh cho dân nộp tiền của sẽ trao cho quan chức. Lúc ấy đê điều vỡ lở, việc sửa đắp đều khó nhọc phí tổn; bầy tôi bàn định rằng:

"Công việc phiền phức trọng đại, tất phải lấy của lấy sức ở dân, nhưng muốn lấy, cần phải có đạo lý. Vậy nay nên dùng chức tước để chiêu mộ lấy của ở người giàu thì người giàu không tiếc của, dùng tiền của để chiêu mộ lấy sức ở người nghèo, thì người nghèo không tiếc sức, của cải sức lực đều đầy đủ, mới có thể hoàn thành công việc được".

Trịnh Sâm theo lời, bèn hạ lệnh lấy của nhà giàu nộp vào

để mộ dân đắp đê.

Tháng 10 [14/11-13/12/1773], lại hạ lệnh cấm đạo Hoà Lan [đạo Thiên Chúa]. Hạn định trong hai tháng người theo đạo Hoà Lan phải thay đổi hết tập tục cũ, người nào trái lệnh sẽ có tội. Về phần dân trong xã, nếu người nào cố ý dung túng sẽ bị tội lây, người nào cáo tố được sự thực sẽ tha dao dịch cho con cháu.

Về phía nhà Thanh, bấy giờ có người Việt tên là Bác Tam xích mích với Thổ quan trong nước, chạy sang Vân Nam xin tá túc. Viên Tổng đốc Vân Quí đề xuất xin trả về An Nam, được triều đình chấp thuận:

*"**Ngày 22 tháng 3 năm Càn Long thứ 38** [13/4/1773]. Dụ các Quân cơ đại thần:*

'Bọn Chương Bảo [Tổng đốc Vân Quí] *tâu: Người Giao Chỉ tên là Bác Tam có xích mích với viên Thổ mục Nguyễn Ngọc Huân nên bỏ trốn. Bác Tam đem gia quyến trốn vào nội địa, nên bị quân tại đồn trấn bắt được; xin đem Bác Tam cùng gia quyến trả lại nước này để tự họ tra xét.'*

'Việc làm đúng; vụ Bác Tam đã được tra xét rõ. Tại Giang Bang, Giao Chỉ bị Thổ mục Nguyễn Ngọc Huân sinh sự; nhưng không tiện cho lưu lại nội địa; đáng đem bọn Bác Tam trở về lại nước này gấp để họ điều tra giải quyết. Đáng theo lệ trước đây đã giải Nguyễn Ngọc Hán, trả về từ Quảng Tây; vẫn truyền hịch cho Uỷ viên của viên Quốc vương tiếp nhận tại biên giới. Hãy chuyển dụ này với độ khẩn 600 lý 1 ngày (1), để chuyển cho Chương Bảo, Lý Hồ hay biết." (**Thanh Thực Lục**, **Cao Tông Thực Lục** quyển 929, trang 13)

Mấy tháng sau nhà Thanh lại nhận được văn thư của An Nam về vụ Hoàng Công Toản, luận điệu vẫn khăng khăng cho là phải. Phía Thanh đem vụ Bác Tam trốn vào nội địa, đã bắt đem trở về nước; để lấp liếm biện luận rằng trước kia vụ án Hoàng Công Toản tỉnh Vân Nam đã liệu biện xong; An Nam mới gửi văn thư khiếu nại nhiều lần; thì đã lỡ chậm rồi không thể truy trở lại:

"**Ngày 5 Nhâm Tuất tháng 7 năm Càn Long thứ 38 [22/8/1773].** *Lại dụ:*

'Cứ Lý Thị Nghiêu tâu: Xét duyệt văn thư của Quốc vương An Nam, nội dung viên Quốc vương này tiếp nhận lời bác của bộ không trả bọn Hoàng Công Toản trở về; miễn cưỡng bảo rằng không dám không tuân, nhưng luận điệu vẫn sai trái khăng khăng, lời lẽ rất vụn vặt đáng ghét; xin dùng ý kiến riêng để ban hịch dụ.'

'Đáng nên bác, trong tấu triệp đã phê sẵn. Nhưng ở cõi ngoài viết hịch sợ không đủ nghiêm khắc hợp cách; nên đặc mệnh Quân cơ đại thần nghĩ soạn bản thảo rồi tiến trình, để gửi cho viên Tổng đốc phát hành. Đã truyền dụ Lý Thị Nghiêu không cần đến Quí Châu lần nữa, chắc lúc nhận được vẫn chưa khởi hành. Lại trước đây nhận được tấu văn cho biết tại huyện Hoài Viễn tra xét vụ án Long Vân trốn vào An Nam sinh sự; đợi khi liệu biện về vụ án xong, có thể khởi trình về tỉnh Quảng Đông. Nay gửi dụ này để hay biết, lại gửi trả lại văn thư của An Nam; cùng gửi thêm bản thảo tờ hịch do Quân cơ đại thần soạn giùm.

"Hịch dụ Quốc vương An Nam hiểu rõ: Xét về vụ án Hoàng Công Toản, qua những văn bản trình hỏi của nước ngươi; Bản bộ đường tra xét đầu đuôi vụ án, do trước đó nước ngươi không báo rõ cho Đốc bộ đường Vân Quí nên gây sự lầm lỡ; nếu như các ngươi báo trước, thì bắt trở về

nào có khó gì! Như vụ tên Bác Tam trốn vào nội địa, hiện đã bắt để đưa trở về; nước ngươi hãy xét lấy sự việc thì rõ. Còn về vụ án Hoàng Công Toản, thì chờ khi tỉnh Vân Nam đã liệu biện xong từ lâu; nước ngươi mới biết được và gửi văn thư khiếu nại nhiều lần; thì đã lỡ rồi không thể truy trở lại; rồi thư trát đi lại nhiều lời nào có ích gì! Bản bộ đường nghĩ nước ngươi trước đây đem lòng thành thỉnh giáo, nên không ngại trăn trở trình bày; còn như trước sau vẫn chấp mê, nghe không ra ngọn ngành, rồi đòi dâng kèm tấu triệp lúc dâng cống; Bản bộ đường đã tuỳ lúc ngăn trở, bàn sự việc nên theo, và cho biết rằng nếu nước ngươi mạo muội tâu trình, sự việc đem ra bộ bàn sẽ bị bác bỏ.

'Ngươi, Quốc vương, vẫn cố chấp thiên kiến, sai lầm dâng tấu lên; đại Hoàng đế với tấm lòng rộng như bể, không trách cứ thêm mà cho đưa xuống bộ nghị bàn; nhưng nội vụ đã bị bộ chiếu theo lý mà bác. Có thể thấy được Bản bộ đường lấy lòng thành báo cho biết, ước tính sự việc chính xác không hề vu cáo, ngươi Quốc vương cần biết để tỉnh ngộ. Nay bảo rằng nhận được lời bàn của bộ, cẩn thận nghe mệnh, dám đâu không tuân theo; lời nói đó hợp lý. Những vẫn dài dòng thêm những phiền ngôn, múa văn khua bút; đã không thuyết phục được ai, mà lại làm thêm ghét. Mọi sự do nước ngươi ở nơi hoang dã, không rành thể chế của Thiên triều, nên ngươi có hành động khinh suất như vậy; nhân đó ta có lời khắc thiết chỉ đường. Tại Trung Quốc ta, những lời tâu của các quan, sau khi được bộ nghị bàn và nhận được chiếu chỉ hoặc chuẩn y hoặc bác; tất đều được kính cẩn tuân hành, không dám đem ra biện luận trở lại nữa, vốn kỷ cương nằm trong đó, nhất định không sai chạy. Ngươi, Quốc vương, là nước đời đời được phong, vốn xưng cung thuận, cái đạo thờ

nước lớn theo lẽ thường; há lại dùng lời lẽ buông tuồng, có phần sai pháp độ; huống hồ bộ lễ đã dâng sớ đàn hạch rằng viên Quốc vương tấu trái lệ căn bản không hợp; nhưng nghĩ ngươi thường nhật cẩn trọng, nên được khoan thứ miễn nghị, lại được ơn trên chấp nhận cho thi hành. Ngươi Quốc vương đáng phải cảm khích tuân theo, để vĩnh viễn nhận ơn; nếu lại cứ lải nhải thêm lời, tất tự dẫm vào tội lỗi, chắc đó là điều ngươi không muốn. Lệnh trên nghiêm nhặt, không thể mạo phạm; Bản bộ đường thấy được nỗi lòng của ngươi, nên đem điều chính nghĩa ra nói và đem văn thư ngươi gửi đến bác trả lại. Viên Quốc vương hãy suy nghĩ nghe lời, tuân theo lý, yên phận, khỏi phụ những lời thành thực khuyên răn của Bản bộ đường. Nhân đem lời dụ rõ." (**Thanh Thực Lục**, **Cao Tông Thực Lục** quyển 938, trang 17-19)

Bấy giờ cống sứ An Nam, trong chuyến đi sứ thường ghé Nam Kinh đặt các hàng lụa gấm, điều, đoạn với mẫu hoa văn riêng; đến năm sau trở về lấy hàng. Viên Tổng đốc Lưỡng Giang đề xuất cho tập hợp con buôn đến khảo giá; sau khi giao tiền, sẽ lo thực hiện, lại sai quan địa phương kiểm tra đốc thúc:

"Ngày 29 tháng 6 năm Càn Long thứ 38 [17/8/1773]. *Tháng này Tổng đốc Lưỡng Giang* [Giang Tô, An Huy] *Cao Tấn tâu:*

'Người An Nam đến triều cống, đều dùng đường thuỷ đến kinh đô, đi về đều đổi thuyền tại Giang Ninh [Nam Kinh]. *Viên Cống sứ mỗi lần đều mang sẵn mẫu hoa văn, đến phố đặt dệt các hàng điều, đoạn; đến năm sau trở về Giang Ninh lấy hàng. Nếu hàng chưa xong, đôi khi còn nấn ná lâu ngày. Tra về Sứ thần ngoại Phiên, tuy không có lệ cấm mua điều, đoạn; nhưng riêng tư giao dịch, sợ sinh chuyện. Bởi vậy từ*

nay trở về sau sức cho bọn Sứ thần, Thông sự [Thông dịch viên] *nếu cần mua hàng thì khai đơn rõ ràng, trình lên quan địa phương để tập hợp con buôn tại phố đến khảo giá; sau khi giao tiền, phố được giao sẽ lo thực hiện, lại có quan địa phương kiểm tra đốc thúc. Khi viên Cống sứ trở về Giang Ninh, trong vòng nửa tháng, chiếu theo số lượng giao xong. Không được phép trao nhận riêng tư, quan địa phương không được giao cho gia nhân tôi tớ kinh doanh việc này, nếu trái lệnh sẽ bị hạch tội.'*

Nhận được chiếu chỉ khen." (**Thanh Thực Lục, Cao Tông Thực Lục** quyển 937, trang 49-50)

Tiếp theo Tổng đốc Lưỡng Quảng Lý Thị Nghiêu gửi hai bản tâu về bọn Long Vân, Thái Tân Thuỵ là dân nội địa, giả mạo viên chức sai phái của tỉnh Vân Nam, lén vượt vào An Nam; triều đình nhà Thanh ra lệnh cẩn thận điều tra:

***"Ngày 17 Ất Tỵ tháng 6 năm Càn Long thứ 38* [5/8/1773].** *Dụ Quân cơ đại thần:*

'Cứ lời tâu của Lý Thị Nghiêu 'Trên đường qua châu Đức Khánh, tiếp nhận công văn của Quốc vương An Nam cho biết có dân nội địa là bọn Long Vân tại nước này hống hách đòi hỏi, tự xưng là người của ty niết [ty tư pháp] *Vân Nam, được sai đi bắt tội phạm trốn tránh, rồi vượt sang nước này sinh sự. Sẽ nhận tên phạm này, rồi cho giải đến tỉnh Vân Nam.'*

"Hiện tại Lý Thị Nghiêu định trú tại địa phương Hoài Viễn [Quảng Tây], *tức đến gần để thẩm tra minh bạch, rồi dâng tấu triệp đầy đủ, việc làm rất đúng. Bọn Long Vân là dân nội địa, dám giả mạo viên chức sai phái của tỉnh Vân Nam, lén vượt đến nước Di, hống hách xảo trá sinh chuyện, đúng là bọn không tuân pháp luật; đáng lập tức nghiêm khắc thẩm*

vấn biện lý. Viên Tổng đốc tạm trú tại Hoài Viễn, tức gần chỗ thẩm xét; có thể giảm việc giải đến Vân Nam, thì thực thuận tiện. Chương Bảo [Tổng đốc Vân Quí] *bệnh đã thuyên giảm, trước đây đã có chỉ dụ cho Lý Thị Nghiêu không cần đến Vân Nam, viên Tổng đốc đợi vụ án này giải quyết xong, sẽ về Lưỡng Quảng lo việc. Đưa dụ này truyền theo độ khẩn 400 lý một ngày để hay biết; nguyên bản công văn của An Nam được phát hoàn để giúp hoàn bị án."* (**Thanh Thực Lục, Cao Tông Thực Lục** quyển 937 trang 5-6).

"***Ngày 4 Canh Dần tháng 8 năm Càn Long thứ 38*** **[19/9/1773]**. *Lại dụ:*

Cứ Lý Thị Nghiêu tâu 'Nước An Nam tống giải dân nội địa tên Thái Tân Thuỵ, giả mạo làm người sai phái của huyện Kiến Thuỷ [Vân Nam] *có mang thiếp bài, đến nước này đòi hỏi quấy nhiễu. Vì văn thư có lời cho rằng y là người giả làm sai dịch huyện Kiến Thuỷ, mà tại Lưỡng Quảng không có bằng chứng để tra hạch; lại trong văn thư có đề cập đến Đèo Ninh là Thổ mục của nước này, trong cáo thị lại bảo rằng y là người nội địa, cần đến bắt đem về. Nhân tỉnh Vân Nam hiện có Thổ ty họ Đèo trốn ra Giang Ngoại, người này có hay không cùng họ với Đèo Ninh, chúng có quan hệ gì với nhau không? Hoặc tung tích Đèo Duy Bình cũng có thể từ đây mà lần ra gốc; nhân vậy chuyển giải đến Vân Nam để thẩm xét.'*

"Sau khi Đèo Duy Bình đào thoát, không biết ở đâu; nay nước này có người họ Đèo, hoặc nhân đó điều tra ra tung tích cũng chưa biết chừng. Còn cái gọi là mang cáo thị đến bắt về, vậy cáo thị này do huyện Kiến Thuỷ từng cấp phát, hay do Thái Tân Thuỵ giả tạo ra; điều này cũng đáng tra cứu xác đáng. Nay truyền dụ Chương Bảo đợi đến khi tỉnh Lưỡng Quảng giải Thái Tân Thuỵ đến, hãy điều tra kỹ để phán quyết;

cùng hỏi thêm người nước này và phạm nhân về nguồn gốc của Đèo Ninh là người xứ nào, ai đã giả làm cáo thị để đòi giải về, tên này có hay không cùng họ với Đèo Duy Bình, cần biết rõ tung tích; tất cả đều điều tra rõ ràng rồi cứ sự thực tâu. An Nam lại có văn thư giải trở về người dân tỉnh Lưỡng Quảng là Diêu Quốc Khâm, lệnh cho Lý Thị Nghiêu thẩm tra hoàn tất. Hai văn kiện của An Nam được gửi trả lại để bổ sung vào hồ sơ vụ án." (**Cao Tông Thực Lục** quyển 940, trang 8-9)

Viên Tổng đốc Vân Quí Chương Bảo chịu trách nhiệm điều tra, xác nhận Hà Vạn Châu, Thái Tân Thuỵ là dân nội địa, lén đến cư trú tại biên cảnh, lại cấu kết với gian dân Long Vân, giả tạo giấy tập nã của Án sát Vân Nam, đòi hỏi quấy nhiễu tại An Nam. Triều đình nhận xét Tri huyện Kiến Thuỷ và các viên chức địa phương có liên quan; mệnh thẩm xét xác đáng, không thiên vị bạn đồng liêu và viên Tổng đốc cũng không được bao che cho thuộc hạ:

"***Ngày 11 Đinh Dậu tháng 8 năm Càn Long thứ 38* [26/9/1773].** *Lại dụ:*

'Cứ Chương Bảo dâng tấu triệp nội dung chuẩn nhận Tổng đốc Lưỡng Quảng Lý Thị Nghiêu gửi tư văn cùng áp giải bọn mượn cớ đến biên giới An Nam trưng đòi gồm Hà Vạn Châu, Long Vân, Mã Đức An, Lô Hữu Tài; cùng nước này tiếp tục giải bọn Thái Tân Thuỵ; đã tiếp thu và thẩm cứu.

Hà Vạn Châu, Thái Tân Thuỵ là dân nội địa, lén đến cư trú tại biên cảnh đất Di, lại dám cấu kết với gian dân Long Vân, giả tạo giấy tập nã của Án sát Vân Nam, tại đất Di đòi hỏi quấy nhiễu; thực đúng bọn phỉ không tuân pháp luật, các viên Tổng đốc cần nghiêm khắc thẩm cứu, trị tội nặng.

Trong tấu triệp trình bày rằng tên sai dịch của huyện Kiến Thuỷ là Lưu Thuận cùng với Đầu mục Đèo Chính Ôn đất Mãnh Lạt đem người sai dịch Giao Chỉ tên là Sán Vũ về nội địa, sau khi thẩm vấn minh bạch, phóng thích Sán Vũ trở về và khiển trách Lưu Thuận. Lại nói Đèo Chính Ôn, nhân người coi trại là Đèo Ninh bị Giao Chỉ bắt đi, người trong trại không yên, xin huyện Kiến Thuỷ ra cáo thị bắt về; viên Tri huyện Khương Dục Vị lại không bẩm báo lên trên, lập tức cấp phát cáo thị. Xét thấy Uỷ viên điều tra vụ án này không khỏi có ý che chở, Đèo Ninh có phải là người nội địa không, hay là Di mục Giao Chỉ, điều này điều tra không khó. Viên Tri huyện nghe biết điều này, cũng không trình lên cấp trên để điều tra liệu biện, rồi tự tiện sai người đi thám thính, khiến cho tên sai dịch Lưu Thuận tại đất này sinh sự. Rồi nghe riêng lời Đèo Chính Ôn, lại không bẩm báo lên trên, cấp cáo thị đòi lấy Đèo Ninh, thực hành động rất khinh hốt sai quấy. Như vậy viên Tri huyện và sai dịch, mỗi người có riêng tội, cứ theo sự thực thẩm vấn minh bạch, phân biệt trừng trị. Cùng đáng nghiêm sức Uỷ viên thẩm xét xác đáng, không tơ hào nể vị bạn đồng quan; viên Tổng đốc cũng không được có ý che chở cho thuộc hạ, để cho tình lý được thoả đáng, không che giấu chút nào. Việc giả tạo ty niết bài văn, phải tra cứu đến gốc rễ, xử trị nặng nề mới đủ thu phục lòng người Di bên ngoài. Còn việc văn thư An Nam gửi đến, dùng lời lẽ không hợp thể chế, phải dùng lời lẽ phải mà thông sức, để nước này tỏ lòng phục biết kính trọng. Hãy đem vụ án thẩm xét rồi tâu đầy đủ.

"Mới đây tâu rằng bọn Hà Vạn Châu, Thái Tân Thuy, Lưu Thuận đều mang tội ngầm ra khỏi biên giới cư trú nhiều năm, bày việc sách nhiễu, đã thẩm vấn minh bạch, xét xử

nặng phân biệt xử trảm và trảm giam hậu (2). Tri huyện Kiến Thuỷ Khương Dục Vị tự tiện ban cấp cáo thị đáng xin cách chức, phát vãng hiệu lực (3) tại Y Lê [tỉnh Tân Cương] *để chuộc tội; viên Tri phủ Vương Ứng Giai đáng giao bộ bàn xử thêm. Còn tên Đào Ninh sống cả đời tại Mãnh Lạt cách Cửu Long Giang, Phổ Nhĩ rất xa, đi lại không thông; so với Đèo Duy Bình không cùng họ và chi phái. Quốc vương An Nam dùng từ có chỗ sai trái, đã soạn bản thảo hịch để thân sức, rồi đem xuống pháp ty bàn và thi hành."* (**Thanh Thực Lục, Cao Tông Thực Lục** quyển 940, trang 19-21).

Tại miền Nam vào tháng 2 [21/2-22/3/1773], Chúa Nguyễn mật sai Mạc Thiên Tứ cho xá nhân là Mạc Tú đưa thư và đồ lễ sang Xiêm, mượn tiếng giảng hoà để dò thăm tình hình động tĩnh. Vua Xiêm rất mừng, đưa trả những con trai con gái đã bắt và triệu Trần Liên về. Bấy giờ thành luỹ nhà cửa ở Hà Tiên đã bị quân Xiêm tàn phá hầu hết, Thiên Tứ bèn lưu lại Trấn Giang, sai con là Hoàng về trước để sửa sang.

Lúc này thế quân Tây Sơn mỗi ngày một mạnh, quân Chúa Nguyễn đánh không được. Vả lại Nhạc là một người có can đảm và lắm cơ trí; hôm định vào lấy thành Qui Nhơn, bèn lập mưu, ngồi vào trong cái cũi, cho người khiêng vào nộp quan Tuần Phủ ở đấy là Nguyễn Khắc Tuyên; Khắc Tuyên tưởng là thật, cho đưa vào trong thành. Đến nửa đêm, Nhạc phá cũi ra, mở cửa thành cho quân mình vào đánh đuổi quan quân, giữ lấy thành Qui Nhơn làm chỗ căn bản. Nguyễn Nhạc bèn chiếm giữ lấy thành, thả tù ra, lùa dân làm binh, dựng cờ hiệu Tây Sơn và cho bè đảng chia nhau đi đánh phá, trăm họ đều náo động. Việc báo lên, Chúa sai bọn Chưởng cơ Nguyễn Cửu Thống (con Nguyễn Cửu Thông, lấy công chúa Ngọc Huyên), Nguyễn Cửu Sách (con

Nguyễn Cửu Pháp, lấy công chúa Ngọc Anh), Cai cơ Phan Tiến, Cai đội Nguyễn Vệ, Tổng nhung Tống Sùng, Tán lý Đỗ Văn Hoảng đem quân đi đánh không được. Sùng và Hoảng đều chết ở trận. Bấy giờ bình an đã lâu, tướng sĩ không quen trận mạc, khi phải đi đánh, phần nhiều thác cớ cầu miễn. Trương Phúc Loan thì lại ăn hối lộ, mọi người đều căm oán, ra trận là chạy ngay. Do đó thế giặc càng thịnh; bọn lái buôn người Thanh là Tập Đình và Lý Tài đều hưởng ứng, Nhạc kết nạp họ để giúp mình. Tập Đình xưng là Trung nghĩa quân, Lý Tài xưng là Hoà nghĩa quân. Nhạc lại lấy những người thổ dân cao lớn, cho cạo đầu bím tóc, cải trang làm người Thanh, khi đánh thì uống rượu say, cởi trần, mình đeo giấy vàng bạc mà xông trận để tỏ ra là liều chết, quân Nguyễn không ai đương được.

Tháng 6 [20/7-17/8/1773], Trương Phúc Loan giết Chưởng cơ Tôn Thất Văn. Bấy giờ Tôn thất đại thần nhiều người oán Loan, muốn hại, mật sai Hàn lâm Ngô Đình Thứ và Tri phủ Trần Giai dùng trộm ấn của Loan, làm mạo bức thư Loan thông với nguyễn Nhạc, rồi bỏ ở đường. Tham mưu Tá bắt được, đem cáo với Văn. Văn nói với Chúa, xin trị tội Loan. Loan cãi việc ấy là vu, Chúa không bắt tội. Loan ngờ bức thư ấy do Tá làm ra, bắt giam rồi giết. Lại vì thế mà Loan oán Văn, giả thư của Tây Sơn nói Văn cùng thông mưu; khiến người tố cáo Văn làm phản, xét trị rất gấp. Văn sợ bỏ trốn, Loan sai Cai đội Tôn Thất Hương đuổi bắt được, dìm chết ở phá Tam Giang.

Tháng 12 [12/1-10/2/1774], dùng Tôn Thất Hương làm Tiết chế, đem nội quân và quân Tam Kỹ tiến đến núi Bích Kê [huyện Phù Mỹ] thuộc tỉnh Bình Định, bị tướng Tây Sơn là Tập Đình và Lý Tài phục binh giết chết, dư chúng đều tan vỡ. Quân Tây Sơn chiếm giữ phủ Quảng Ngãi; Cai cơ Tôn Thất Bân chống đánh không được, đem quân về. Nhạc lại sai đồ đảng đánh cướp các phủ Diên Khánh [Khánh Hoà], Bình Khang [Ninh Thuận]; thế là từ Quảng Ngãi trở về Nam cho tới Bình Thuận đều bị chiếm cả.

Cai đội Nguyễn Cửu Dật (con Nguyễn Cửu Pháp) đánh bại quân Tây Sơn ở kho Mỹ Thị. Bấy giờ quân Tây sơn xâm lấn Quảng Nam, quân nhà Nguyễn đánh mãi không lợi. Cửu Dật đem quân dưới quyền chống đánh, ban đêm cho dân phu đốt nhiều đuốc ở trong rừng để làm nghi binh, rồi đem quân đánh úp; quân Tây Sơn cho là đại binh tiến đến, sợ chạy.

Chú thích:

1. Độ khẩn 600 lý 1 ngày: 1 lý tương đương 500 mét; 600 lý 1 ngày tức văn thư tối thiểu phải chuyển 300 km 1 ngày.

2. Xử trảm tức xử chém. Trảm giam hậu: bị xử chém, nhưng còn chờ đưa lên triều đình chấp thuận mới thi hành.

3. Hiệu lực: thời gian quan lại phải phấn đấu làm việc khó khăn để chuộc tội gọi là hiệu lực.

148.
Vua Lê Hiển Tông [1740-1786] (12)

Tháng 2 năm Cảnh Hưng thứ 35 [12/3-10/4/1774], (Thanh, Càn Long thứ 39); Nghệ An bị đói to, nhiều người chết đói. Triều đình hạ lệnh cho các quan bàn định thi hành việc phát chẩn, cứu giúp; giữ lại số tiền do nhà giàu trong trấn đệ nộp để phát chẩn cho dân; tha các thuế tuần ti trong hạt để việc buôn bán được lưu thông; khoan dung việc đốc thúc bắt lính trốn; đình hoãn việc bắt xét các vụ kiện tụng; lại hạ lệnh cho ti Hiến sát dò hỏi tỉ mỉ về sự đau khổ của dân, rồi trình bày để triều đình rõ.

Tháng 6 [9/7-6/8/1774], định thuế mỏ đồng Tụ Long. Trước đây, mỏ đồng Tụ Long bị Trung Quốc xâm chiếm, khoảng năm Bảo Thái thứ 9 [1728] người nhà Thanh mới trả lại. Đến nay định ngạch thuế, mỗi năm thu đồng đỏ một vạn cân.

Tháng 7 [7/8-5/9/1774] định thể lệ thuế phủ Trà Lân. Theo ngạch thuế cũ của bốn huyện Kỳ Sơn, Hội Nguyên, Vĩnh Hoà và Tương Dương thuộc phủ Trà Lân, Nghệ An; mỗi năm phải nộp 190 lạng vàng và 500 cân diêm tiêu. Từ lúc Lê Duy Mật chiếm cứ Trấn Ninh, thuế khoá đã lâu không nộp; khi dẹp được Duy Mật rồi, chiêu tập nhân dân trở về, đến nay liệu lượng ấn định thể lệ thuế khoá, mười phần chỉ thu hai phần.

Tại miền Nam vào tháng giêng [11/2-11/3/1774], Chúa Nguyễn sai Chưởng cơ Tôn Thất Thăng điều bát các quân đến dinh Quảng Nam đánh quân Tây Sơn. Thăng sợ thế địch lớn; bỏ quân, trong đêm chạy về.

Tháng 4 [10/5-8/6/1774], Lưu thủ dinh Long Hồ [Vĩnh Long] là Tống Phước Hiệp và Cai bạ Nguyễn Khoa Thuyên thống lĩnh tướng sĩ 5 dinh Bình Khang, Bình Thuận, Trấn Biên, Phiên Trấn, Long Hồ. Các dinh này do Điều khiển Gia Định Nguyễn Cửu Đàm thống lĩnh, bấy giờ uỷ cho Phước Hiệp đốc suất đi đánh Tây Sơn và đưa hịch mộ binh ứng nghĩa các đạo, thuỷ lục đều tiến. Quân dưới quyền Tống Phước Hiệp đánh bại quân Tây Sơn, thu lại được 3 phủ Bình Thuận, Diên Khánh [Khánh Hoà], Bình Khang [Ninh Thuận]; rồi đóng quân ở Hòn Khói [thuộc tỉnh Khánh Hoà], chống cự với quân địch.

Mạc Thiên Tứ ở Trấn Giang [Cần Thơ] nghe tin quân Tây Sơn nổi dậy, sai thuộc hạ chở một thuyền thóc về kinh để giúp quân lương. Thuyền đến ngoài biển Quy Nhơn thì bị quân Tây Sơn đón cướp mất.

Tháng 5 [9/6-8/7/1774] Trịnh Sâm sai tướng Hoàng Ngũ Phúc làm Thống tướng, đem quân các đạo vào xâm lấn miền Nam. Từ khi đã bình định được Hoàng Công Chất, Lê Duy Mật tại Hưng Hoá và Trấn Ninh; Trịnh Sâm quen mùi thắng trận, thích lập chiến công. Nhân Tôn Thất Văn, con Tôn Thất Dục, oán Trương Phúc Loan hà ngược, từ trong Nam trốn ra Bắc, mách bảo về nội bộ miền Nam bên trong có quyền thần, phía ngoài Tây Sơn nổi dậy. Lại nhân Bùi Thế Đạt, Trấn thủ Nghệ An, cho trạm chạy văn thư về triều nói hiện trạng Thuận Hoá có thể đánh lấy được; Hoàng Ngũ Phúc và Nguyễn Nghiễm đều tán thành việc này, Trịnh Sâm bèn quyết chí đánh.

Bấy giờ Hoàng Ngũ Phúc vì tuổi già nghỉ việc về nhà, Sâm liền khởi phục ra làm Thống tướng, lại bổ dụng Phan Lê Phiên và Uông Sĩ Điển giữ chức Tuỳ quân tham biện, Đoàn Nguyễn Thục giữ chức Đốc thị Nghệ An, thống lãnh tướng sĩ 33 doanh cùng quân thuỷ, quân bộ các đạo Thanh, Nghệ, vùng đông nam; số quân gồm ba vạn, tiến thẳng vào Nghệ An. Bọn Hoàng Phùng Cơ và Hoàng Đình Thể đều thuộc quyền chỉ huy của Ngũ Phúc. Một mặt hạ lệnh cho Nguyễn Khản và Hoàng Đình Bảo [cháu Hoàng Ngũ Phúc, còn có tên là Tố Lý] cũng lệ thuộc theo sự điều khiển. Sâm nhận thấy vùng Thuận Hoá luôn mấy năm mất mùa đói kém, lương ăn của lính không thể dựa vào dân được, bèn trù tính phải tải lương, chia đặt ba trường sở lương thực: Trường sở Sơn Nam đặt ở Mỹ Lộc [Nam Định], dùng bọn Nguyễn Đình Diễn quản lãnh việc chi tiền, bắt bốn trấn đong thóc trong hạt giã thành gạo, hợp với số lương chứa trong kho, rồi do đường thuỷ tải vào Nghệ An; trường sở Nghệ An đặt ở Hà Trung [huyện Kỳ Anh, Hà Tĩnh], dùng bọn Đoàn Nguyễn Thục quản lãnh, bắt mua thóc gạo nhà giàu trong hạt, hợp với số lương của trường sở Sơn Nam, rồi tuỳ tiện hoặc theo đường thuỷ hoặc theo đường bộ tải vào Quảng Bình; trường sở Quảng Bình đặt ở Động Hải [huyện Quảng Ninh, Quảng Bình], sai bọn Ngô Dao giữ việc vận tải tất cả số lương, dự bị xếp đặt điều khiển để cung cấp lương thực cho binh lính. Khi Ngũ Phúc đã hành quân, Sâm lại tự tay viết thư đưa cho, trong thư nói:

"Ông đến Nghệ An, nên tuỳ cơ mà trù tính định liệu, trước hết đưa thư cho các tướng giữ biên giới, nói thác ra rằng: 'Việc hành quân này chỉ cốt phòng bị giặc Tây Sơn chạy

trốn'. Nói như thế để thăm dò tình hình của họ. Nếu họ đã bình định được giặc Tây Sơn, thì lại đưa thư để đạt ý chí rồi dẫn quân về, đừng làm cho họ sinh nghi, lại gây hấn khích ở nơi biên giới".

Tháng 7 [7/8-5/9/1774], tại miền Nam Chúa Nguyễn thấy thế quân Tây Sơn lớn mạnh, sai Chưởng dinh Tôn Thất Cảnh quyền coi việc nước, để Chúa ngự giá thân chinh. Chuẩn bị thuyền đóng ở cửa biển Tư Dung [huyện Phú Lộc, Thừa Thiên], sai Trương Phúc Loan luyện quân ở núi Quy Sơn [huyện Bình Sơn, Quảng Ngãi].

Tháng 9 [5/10-3/11/1774], quân Trịnh đến châu Bắc Bố Chính [Quảng Bình]. Tri phủ Trần Giai chạy sang phe Hoàng Ngũ Phúc xin làm hướng đạo. Phúc sai Giai coi quân hậu đạo, và sai thuộc hạ là Nguyễn Ngô Dao đóng trại ở xã Đại Đan [huyện Quảng Trạch, Quảng Bình] để phô trương thanh thế. Thư ngoài biên giới cáo cấp, Chúa triệu Tôn Thất Nghiễm hộ giá về kinh thành và sai Nguyễn Cửu Dật làm Tả quân đại đô đốc lĩnh quân thuỷ bộ ở lại chống cự quân Tây Sơn. Cửu Dật làm tướng, liệu thế địch mà tìm cách chế thắng, hơn mười trận đánh đều được; quân giặc rất sợ.

Tháng 10 [4/11-2/12/1774], Thuận Hoá bị đói to, ngoài đường có xác chết đói, người nhà có khi ăn thịt nhau.

Cũng trong tháng 10 [4/11-2/12/1774] phía Trịnh, Hoàng Ngũ Phúc đóng đại bản doanh ở xã Hà Trung [huyện Kỳ Anh, Hà Tĩnh], bề ngoài mượn tiếng là đem quân giúp Chúa Nguyễn giết giặc, mà bề trong thì sai người lẻn lút liên kết với người biền lại (1) giữ biên giới, rồi nhân đêm đem quân lẻn qua đò sông Gianh [Quảng Bình], sáng sớm hôm sau quân sĩ đều lên bờ, đóng ở xã Cao Lao [huyện Quảng Trạch,

Quảng Bình]. Tôn Thất Tiệp, trấn thủ doanh Bố Chính, sai Cai đội là Quý Lộc và Câu kê là Kiêm Long đến khao quân để làm cách hoãn binh. Ngũ Phúc sai người bí mật giao thiệp với hai người này. Kiêm Long nói: "*Đường không đi thì không đến, chuông không đánh thì không kêu*".

Ngũ Phúc hiểu ý, bèn tiến quân, sai bọn Hoàng Đình Thể, tướng cầm quân ở một đạo khác, lẻn đem quân tiến sát đến doanh luỹ Trấn Ninh [huyện Quảng Ninh, Quảng Bình]. Nhân Cai đội mã quân là bọn Hoàng Văn Bật và Lê Thập Thí, tự làm người tiếp ứng bên trong, mở cửa đồn ra hàng. Quân sĩ của Ngũ Phúc vừa đánh trống vừa reo hò tiến vào; tướng giữ đồn là Tống Hữu Trường bỏ chạy. Đồn luỹ Trấn Ninh có tiếng là hiểm trở thiên nhiên, sau khi Ngũ Phúc đã kéo quân vào, bèn sang phẳng luỹ ấy.

Trịnh Sâm thấy Ngũ Phúc đem đạo quân trơ trọi một mình đi vào quá sâu, e sẽ xảy ra sự bất trắc, bèn quyết kế thân đi tuần hành nơi biên giới để làm thanh thế viện trợ cho Ngũ Phúc; dùng bọn Nguyễn Đình Thạch, Nguyễn Hoàn, Nguyễn Đình Huấn và Lê Quý Đôn ở lại trấn thủ kinh thành, rồi chia binh sĩ làm bốn đạo quân: bổ dụng Phạm Huy Đĩnh làm Tiền tướng quân, Trương Khuông làm Hậu tướng quân, Nguyễn Nghiễm và Lê Đình Châu làm Tả tướng quân và Hữu tướng quân, còn Trịnh Sâm tự thống suất đại binh ở giữa để tiếp ứng.

Tháng 11 [3/12/1774-1/1/1775], Trịnh Sâm tiến quân đến đóng ở Hà Trung.

Tháng 12 [2/1/1775-30/1/1775], sau khi đã vào luỹ Trấn Ninh, Hoàng Ngũ Phúc tiến quân đóng ở xã Hồ Xá [huyện Vĩnh Linh, Quảng Trị], làm tờ hịch kể tội trạng Trương

Phúc Loan lấn quyền, bưng bít người trên, và nói: việc hành quân này chỉ cốt trước hết trừ khử một Phúc Loan, sau nữa tiễu trừ bọn giặc kiệt hiệt, thực không có ý gì khác cả.

Bọn Tôn Thất Huống, Nguyễn Cửu Pháp nhân thế, cùng nhau bắt Phúc Loan đưa nộp cho Ngũ Phúc và giam đồng đảng là Hộ bộ Thái Sinh vào ngục. Ngũ Phúc nhận được Phúc Loan rất mừng, ngả cờ im trống mà đi đến huyện Đăng Xương [huyện Triệu Phong, Quảng Trị]. Bấy giờ có người học trò là Trần Duy Trung đem bài thơ đến yết kiến Ngũ Phúc và nói rằng quân Nguyễn không quen đánh bộ, chỉ giỏi thuỷ chiến, quân Trịnh ở xa đến đừng nên tranh đấu về món sở trường ấy. Phúc khen lời nói phải, lưu lại trong quân, cho làm chức Câu kê. Phúc lại gửi thư cho Chúa Nguyễn nói rằng giặc Tây Sơn chưa trừ được, xin họp quân ở Phú Xuân để tiện sách ứng.

Chúa không tin, sai Tôn Thất Hiệp làm Thống binh và Thuộc nội cai đội Đặng (không rõ họ) quản quân cấm vệ để chống giữ; rồi sai Cai đội Tuyên Chính (không rõ họ), Tham mưu Thành Đức (không rõ họ) trá hàng để dụ quân Trịnh. Lại sai Cai đội Phẩm Bình (không rõ họ) đi dụ hào mục ở các dinh Quảng Bình, Bố Chính hưởng ứng việc nghĩa, chia đóng đồn để quấy rối sau lưng địch. Thế rồi, Phẩm Bình bị quân Trịnh bắt được, Tôn Thất Tiệp lại bị biệt tướng của Trịnh là bọn Nguyễn Tiến Khoan, Hoàng Phùng Cơ đánh thua. Quân của Cai đội Đặng không đánh mà cũng tự vỡ. Quân Trịnh tiến đóng ở Bái Đáp [huyện Quảng Điền, Thừa Thiên].

Chúa sai Tôn Thất Chí tiết chế bộ binh, Tôn Thất Doanh tiết chế thuỷ binh, Nguyễn Đăng Trường tham tán quân cơ lãnh 20 chiếc thuyền đi biển, chia đường chống đánh, nhưng không được.

Chúa vời Tôn Thất Chí về. Sai Nội tả chưởng dinh Nguyễn Văn Chính điều bát các dinh thuỷ bộ. Văn Chính đến quân thứ, hỏi tội Cai đội Đặng về việc rút lui, lập tức đem chém để cảnh cáo mọi người. Bấy giờ lòng người trong nước đều oán Trương Phúc Loan chuyên quyền, mà bao nhiêu tướng giỏi quân mạnh các dinh thì đã điều vào Quảng Nam đánh giặc cả, từ sông Hiền Sĩ trở ra, binh tướng toàn là già yếu, không quen đánh trận, cho nên khi quân Trịnh đến thì chẳng ai chống giữ. Chỉ một mình Nguyễn Văn Chính đem quân sở bộ ra chống đánh, binh uy có hơi phấn chấn; Hoàng Ngũ Phúc cũng đã e sợ. Nhưng Văn Chính không biết mưu lược cầm quân, chỉ uống rượu nói suông, ngoài ra không có kế đánh giữ gì cả. Ngũ Phúc mật sai bọn Hoàng Đình Thể và Hoàng Nghĩa Phát do đường núi qua các ghềnh Trầm và Ma (2), rồi mặt trước mặt sau đánh khép lại; Văn Chính cố sức đánh, bị chết trận, các quân đều tan vỡ.

Ngày Đinh mùi [29/1/1775], quân Trịnh đến thành Phú Xuân

Chúa sai Tham mưu Trung dinh là Tống Phước Đạm đem hết số quân còn lại ra cửa bắc chống giữ và sai các đội trưởng Tả thuỷ, Trung thuỷ, Tiền thuỷ là Nguyễn Cốc, Vũ Di Nguy, Trương Phước Dĩnh chỉnh bị thuyền ghe để đợi. Sai hoàng tôn là Dương con Thế tử Hiệu đi trước, qua cửa Hải Vân.

Ngày Mậu Thân [30/1/1775], Chúa đi Quảng Nam, thuyền qua cửa Tư Dung; Hoàng Ngũ Phúc bèn chiếm giữ Thuận Hoá.

Về phía nhà Thanh, viên Tổng đốc Lưỡng Quảng Lý Thị

Nghiêu tâu trình có những kẻ phạm pháp từ sảnh Long Châu, phủ Thái Bình lén vượt vào An Nam gây chuyện. Triều đình nhà Thanh ra lệnh cho Lý Thị Nghiêu đem cách chức và bắt hỏi tội các quan cai quản tại phủ châu không chịu tra xét, để các phạm nhân trốn vượt xuất ra nước ngoài:

"Ngày 5 Kỷ Sửu tháng 12 năm Càn Long thứ 38 **[16/1/1774]**. *Dụ:*

Cứ bọn Lý Thị Nghiêu tâu đầy đủ về việc đem bọn trốn vượt đến An Nam gây chuyện là Diêu Quốc Khâm ra định tội. Đã phê giao cho bộ cứu xét rồi cấp tốc tâu lên. Bọn phạm nhân Diêu Quốc Khâm, Vi Sĩ Hồng, Hoàng văn Đỉnh nhiều năm từ sảnh Long Châu, phủ Thái Bình lén vượt. Người trong nước rần rần xuất khẩu gây chuyện; các quan địa phương buông tuồng không kê tra, để cho chúng ra vào không cấm kỵ; điều sai trái này không thể so sánh với việc thiếu quan sát trong trường hợp bình thường. Nay ra lệnh cách chức các quan phủ châu từng trấn nhậm tại các địa phương này.

Dụ Quân cơ đại thần:

Cứ bọn Lý Thị Nghiêu dâng tấu triệp về việc đem bọn Diêu Quốc Khâm trốn vượt đến An Nam ra định tội, đã phê giao bộ cứu xét rồi cấp tốc tâu lên. Trong tấu triệp trình bày rằng những viên chức không quan sát việc xuất khẩu, xin được tra rõ thêm, rồi sẽ hạch tội. Việc làm không đúng! Về việc những phạm nhân Diêu Quốc Khâm, Vi Sĩ Hồng, Hoàng Văn Đỉnh đã được Trẫm nêu trong tấu triệp đều do những năm trường tại sảnh Long Châu, phủ Thái Bình lén vượt. Dân nội địa tại nơi này rần rần xuất khẩu gây chuyện, quá đủ để Di nước ngoài chê cười; nhưng các quan địa phương buông tuồng không kê tra, cho ra vào không cấm kỵ, không thể so sánh với việc thiếu quan sát trong trường hợp bình thường. Lý Thị Nghiêu tra xét án này đã lâu, đáng phải đem những quan địa phương không chịu kê tra ra hỏi tội, tại sao lại phải chờ để điều tra rõ mới tâu, ý muốn kéo dài để bỏ lơ. Lý Thị Nghiêu lo liệu công việc từ trước tới nay thoả đáng, cớ sao trong vụ án này lại chậm chạp khoan túng như vậy. Nay truyền lệnh cho Lý Thị Nghiêu đem cách chức, bắt hỏi tội các quan cai quản tại phủ châu không chịu tra xét các phạm nhân trốn vượt xuất khẩu. Lệnh viên Tổng đốc đem danh sách các viên chức từng trấn nhậm tại các địa phương có liên hệ, đưa lên bộ để tra xét.

Nay truyền dụ này để hay biết." (**Thanh Thực Lục**, **Cao Tông Thực Lục** quyển 948, trang 10-11)

Bấy giờ thuyền buôn Trung Quốc từ hải ngoại trở về nước báo tin quân Tây Sơn đến thành An Nam tức thành nhà Nguyễn gây chiến. Vùng Tả Giang tại tỉnh Quảng Tây tiếp giáp phía bắc An Nam, cũng xác nhận trong nước này có nội loạn. Vua Càn Long ra lệnh điều tra chi tiết, để hiểu nguyên do:

"***Ngày 30 Nhâm Ngọ tháng 5 năm Càn Long thứ 39* [8/7/1774]**. *Tổng đốc Lưỡng Quảng Đại học sĩ tước Bá Lý thị Nghiêu tâu 'Thương thuyền do Phùng Vạn Hưng làm chủ chở hàng hoá đến Gia Lạt Ma (3) buôn bán, bị gió thổi đến An Nam; bèn đem tất cả hàng hoá chở về. Lập tức truyền hỏi thì khai rằng trên biển binh thuyền qua lại rất đông; nghe rằng anh Quốc vương An Nam từ trước tới nay chia đóng tại Tây Sơn, gần đây mang quân đến gần thành An Nam gây chiến, tiếng súng ngày đêm không dứt, nên không dám ghé tại đó. Tra tại vùng Tả Giang tỉnh Quảng Tây tiếp giáp với An Nam; nay trong nước này có nội loạn, không thể đoan chắc rằng*

không có người Di trốn vào nước ta gây chuyện; nên hiện tại đã thông sức thuộc viên quân lính ra sức phòng bị.'

Nhận được chiếu chỉ:

'Tốt, thấy được sự lưu tâm, đã hiểu. Nước này có loạn đã nghe được, không biết có liên quan gì đến giặc Miến Điện không, nên điều tra chi tiết nguyên do." (**Thanh Thực Lục, Cao Tông Thực Lục** quyển 959, trang 27)

Chú thích:

1. Biền lại: danh từ thời quân chủ, dùng để gọi quan lại bậc thấp về hàng võ.

2. Hai ghềnh Trầm và Ma: Ở địa phận xã Cổ Bi, huyện Quảng Điền, Thừa Thiên.

3. Gia Lạt Ma: vùng đất tại Lữ Tống, Phi Luật Tân.

149.
Vua Lê Hiển Tông [1740-1786] (13)

Tháng giêng năm Cảnh Hưng thứ 36 [31/1-1/31775]. (Thanh, Càn Long thứ 40); Trịnh Sâm ở Hà Trung [huyện Kỳ Anh, Hà Tĩnh], sai Nguyễn Quỳnh đem cho Ngũ Phúc 100 lạng vàng và viết lời dặn bảo rằng:

"*Nay đã bình được Thuận Hoá rồi, còn Quảng Nam cũng nên lần lượt bình định nốt. Việc này, nếu không phải tay nguyên lão, không ai có thể đương nổi trách nhiệm. Vậy phàm điều khiển các việc, vỗ về hay đánh dẹp, đều cho phép được tuỳ tiện thi hành*".

Trịnh Sâm sai sứ thần dụ bảo nhân dân Thuận Hoá: Tha cho tô thuế; đình hoãn việc bắt phu; cho phép kỳ lão hào mục được giãi bày điều lợi hại về tình trạng của dân.

Bổ dụng Nguyễn Khản giữ chức Tham lãnh Nghệ An. Khản là người có văn học, từng kết giao với Trịnh Sâm lúc Sâm chưa lên ngôi Chúa. Lúc Sâm lên nối ngôi, bèn cất nhắc Khản cùng với cha là Nguyễn Nghiễm giữ công việc trong phủ Chúa. Khản thường sắp xếp cảnh trí ở vườn và sân của họ Trịnh, lại trang điểm cho hầu gái vào chầu để Chúa Trịnh vui thích. Đến nay giữ chức Tham lãnh, bèn hạ lệnh mua vét hết thóc nhà giàu để cung cấp lương quân lính. Sau khi Khản đã được mệnh lên giữ chức, thủ hạ của hắn cậy thế làm càn, nhân dân nhiều người ta oán; Trịnh Sâm biết được tình tệ ấy, cho triệu về triều, giáng chức ba bậc.

Về phía nhà Nguyễn, vào tháng giêng Chúa Nguyễn Phúc Thuần dừng chân ở Bến Giá thuộc tỉnh Quảng Nam, triệu Tả quân Nguyễn Cửu Dật đến hành tại. Chúa lập hoàng tôn Dương làm Thế tử, gọi là Đông cung, cho Trấn phủ Quảng Nam, tổng lý các công việc trong ngoài, và sai các tướng duyệt quân thuỷ bộ làm kế tiến thủ. Chúa ở được vài ngày thì quân Tây Sơn sai Tập Đình và Lý Tài đem thuỷ binh ra cửa biển Đại áp [huyện Tam Kỳ, Quảng Nam], bộ binh của Nguyễn Nhạc thì theo ven núi ra sông Thu Bồn, hai đạo cùng đánh. Nguyễn Cửu Dật đánh không lợi, chạy ra Trà Sơn [Đà Nẵng]. Đông cung lui về Cu Đê [Đà Nẵng]. Chúa đi Liên Chử, sai quan hầu truyền bảo Đông cung rằng:

"Hiện nay đằng trước có giặc Tây Sơn, đằng sau có quân họ Trịnh, mà số quân tinh giỏi của ta không đầy một nghìn, lương thảo thiếu thốn. Vả lại Cu Đê là đất hẹp hòi, quân cô thế không có cứu viện, mà quân ở Gia Định thì đã lâu không tin tức gì. Đã bàn cho Nguyễn Cửu Thận là Hữu quân đại đô đốc cùng ngươi lưu giữ nơi này, còn Nguyễn Cửu Dật thì chỉnh bị chiến thuyền hộ giá đi Gia Định, thu quân về đánh Phú Yên, Quy Nhơn để chia thế giặc. Quân Cu Đê sẽ nhân đó mà hợp sức tiến đánh. Đó là cái kế đánh xa để cứu gần vậy".

Đông cung vâng mệnh ở lại Cu Đê; Tôn Thất Tĩnh, Tôn Thất Chí và Tống Phước Đạm đều dưới quyền.

Tháng 2 [2/3-30/3/1775], Trịnh Sâm từ Hà Trung [huyện Kỳ Anh, Hà Tĩnh] trở về kinh sư; sai Hoàng Ngũ Phúc đem quân lấn chiếm Quảng Nam.

Ngày Canh Dần [13/3/1775], Chúa Nguyễn Phúc Thuần vượt biển, gặp gió to, thuyền đi theo của Tôn Thất Kính và Nguyễn Cửu Dật đều đắm. Bấy giờ Nguyễn vương Ánh [Nguyễn Phúc Ánh, Gia Long] mới 14 tuổi, cùng Chúa ngồi chung thuyền, chỉ riêng thuyền này không việc gì. Đến Bình Khang [Khánh Hoà] thì bọn Tống Phước Hiệp, Nguyễn Khoa Thuyên tự Yên Cương [Hòn Khói, Khánh Hoà] đến nghênh đón.

Chúa tức thì cho Phước Hiệp làm Tiết chế Kính quận công. Khoa Thuyên làm Tham chính. Bộ thuộc và quân ứng nghĩa là bọn Nguyễn Văn Nhân đều được trao chức Cai đội, Đội trưởng. Khoa Thuyên cùng Chưởng cơ Trương Phước Thận theo Chúa vào Nam.

Ngày Nhâm Dần [25/3/1775], thuyền Chúa đến Gia Định. Chúa dừng đóng ở Bến Nghé [Sài Gòn]. Mạc Thiên Tứ đem các con tới hành tại bái yết. Chúa khen và uỷ lạo, thăng chức Đô đốc quận công, cho con là Hoàng làm Chưởng cơ, Thảng làm Cai cơ Thắng thuỷ, Diên làm Tham tướng Cai cơ, đều sai về đạo Trấn Giang [Cần Thơ] đóng giữ.

Riêng Đông cung đóng ở Cu Đê [Đà Nẵng], Nguyễn Nhạc mưu đón rước Đông cung lập làm Chúa để mượn tiếng đánh lừa dân chúng, bèn sai người trong đảng là Thống suất Diện, Tiên phong chính thống bộ là Tường đem 2.000 quân đóng đồn ở Thuý Loan và Bồ Bản [Quảng Nam] làm thượng đạo; Tập Đình và Lý Tài đem 2.000 quân đóng đồn ở Ba Độ làm trung đạo; Đốc chiến Phong, Hổ tướng Hãn đem 2.000 quân đóng ở Hà Thân, làm hạ đạo; hẹn ai rước được Đông cung thì có trọng thưởng. Đông cung biết tin, sai mưu sĩ là Giáo Quý đến nói với tướng thượng đạo là Diện và Tường rằng:

"*Tây Sơn dẫu một thời gian hung hăng, nhưng phía bắc có quân Trịnh, phía nam có đại binh Gia Định, trước mặt sau lưng đều bị địch, khó giữ lâu được, bọn ngươi nếu không sớm biết thời cơ, sau này không khỏi là bè đảng giặc. Chi bằng tránh chỗ tối, hướng chỗ sáng, theo ta vào Nam, ước hẹn với quân Gia Định cùng mưu đồ khôi phục, để công danh ghi sử sách, há chẳng hay ư"*

Bọn Diện, Tường đều vâng mệnh theo Đông cung, do đường núi mà đi, dân đi theo đông. Tập Đình và Lý Tài đem binh đuổi theo đến Ô Da, đánh phá được bọn Diện, Tường, ép mang Đông cung về phố Hội An. Tập Đình nhiều lần muốn hại Đông cung, Lý Tài khuyên mãi mới thôi.

Hoàng Ngũ Phúc vượt đèo Hải Vân, từ đồn Trung Sơn và xã Câu Đê tiến quân. Văn Nhạc phân phối sai Tập Đình làm tiên phong, Lý Tài làm trung quân, đón đánh quân của Ngũ Phúc ở Cẩm Sa [Đà Nẵng]. Quân của Tập Đình đều người Quảng Đông, đầu đội vải đỏ, cổ đeo giấy vàng, giấy bạc, tay cầm lá chắn bằng mây và siêu đao lớn, cỡi trần xông pha đánh chém, thế rất mạnh tợn. Đội tiền quân của Ngũ Phúc không thể địch được, Quế Vũ bá, nha hiệu của Ngũ Phúc, bị chết tại trận. Bấy giờ thuộc tướng là Hoàng Đình Thể, Hoàng Phùng Cơ đem kỵ binh nhanh nhẹn vào phá trận, Ngũ Phúc lùa quân ồ ạt tiến đánh. Tập Đình thua chạy; Nguyễn Nhạc và Lý Tài lui quân giữ Bản Tân [phía nam Quảng Nam]. Nhạc và Lý Tài cùng mưu giết Tập Đình; Tập Đình mang nhiều châu báu của cải chạy về quê Quảng Đông, sau bị Tổng đốc tỉnh này là Lý Thị Nghiêu giết. Nguyễn Nhạc bèn đón Đông cung về Quy Nhơn; riêng Hoàng Ngũ Phúc thì đóng quân ở Quảng Nam.

Tháng 5 [29/5-27/6/1775], dùng lại Ngô Thì Sĩ, cho giữ chức Hiệu lý trong viện Hàn Lâm. Lúc Thì Sĩ làm quan ở Thanh Nghệ, đi đến đâu đều có thơ đề vịnh; khi hành quân vào Nam. Sâm đọc thơ, rất trọng tài của Sĩ; cho nên nay từ chỗ bị cách về nhà được khởi phục ra làm quan.

Tại miền Nam, Lưu thủ doanh Long Hồ [Vĩnh Long] Tống Phước Hiệp tiến quân lấy được Phú Yên, quân bộ đóng ở Xuân Đài, quân thuỷ đóng ở Vũng Lấm, sai Tri huyện Đồng Xuân là Bạch Doãn Triều ra lệnh cho quân Tây Sơn rằng:

"*Trả Đông cung ta, nếu không thì đại binh sẽ đến, không còn đường chạy*".

Nguyễn Nhạc cả sợ, giả cách nhận lời; rồi dời Đông cung đến Hà Liêu, An Thái để tránh. Lại nhân sau khi thua trận ở Cẩm Sa, đồ đảng của Nhạc phần nhiều ly tán; quân của Hoàng Ngũ Phúc tiến đóng ở Châu Ổ [huyện Bình Sơn, Quảng Ngãi]. Nhạc bèn sai thuộc hạ là bọn Phan Văn Tuế đem vàng lụa đến xin hàng và xin làm tiền khu. Ngũ Phúc tin lời, nhân dâng biểu xin cho Văn Nhạc làm Tiền phong tướng quân, giữ chức Hiệu trưởng Tây Sơn. Rồi sai người gia khách giữ công việc thư ký là Nguyễn Hữu Chỉnh đem sắc, ấn, cờ và kiếm ban cho Nguyễn Nhạc.

Nhạc lại mưu lập Đông cung để thu lòng dân, bèn rước Đông cung về đất Bông Giang, đem con gái là Thọ Hương gả cho. Nhiều lần xin Đông cung lên ngôi vương, nhưng Đông cung không nhận. Nhạc bèn sai quan hầu của Đông cung là Tôn Thất Tĩnh đi Quảng Ngãi phủ dụ quân dân, giao kết với các sách dân thiểu số; lại sai Tôn Thất Chí vào Phú Yên lấy cái ý tôn lập Đông cung để dụ Tống Phước Hiệp. Sau khi đi được vài tháng, Chí nghe tin Tĩnh bị Tây Sơn giết, bèn vào Gia Định không trở về nữa.

Tháng 7 [27/7-25/8/1775], Tống Phước Hiệp giao tranh với quân Tây Sơn tại Phú Yên, bị thua. Bấy giờ Nguyễn Nhạc

sai người đến xin hàng, Phước Hiệp tin lời không phòng bị; Nhạc sai Nguyễn Huệ đánh úp phá được. Cai đội Nguyễn Văn Hiền cố sức đánh, bị chết trận; Huệ bắt được Cai cơ Nguyễn Khoa Kiên đem về, và lưu Lý Tài đóng ở Phú Yên. Phước Hiệp lui giữ Hòn Khói [Khánh Hoà]; Chưởng cơ Tống Phước Hoà giữ Ô Cam.

Nguyễn Nhạc đem công Huệ đánh phá được Phú Yên xin với Hoàng Ngũ Phúc cho Huệ làm Tây Sơn hiệu tiền phong tướng quân. Gặp lúc có bệnh dịch, quân Trịnh chết quá nữa; vì vậy Phúc bí mật định kế hồi binh. Bọn văn thần Nguyễn Nghiễm, Nguyễn Lệnh Tân đều muốn lưu quân ở Quảng Nam, đặt quan trấn thủ. Ngũ Phúc không nghe, gửi thư cho Trịnh Sâm xin đem quân về Thuận Hoá, bỏ đất hai phủ Thăng Hoa và Điện Bàn để bước sau sẽ tính; Sâm y cho.

Tháng 10 [24/10-22/11/1775] tại kinh đô Thăng Long mở khoa thi hội; cho bọn Ngô Thế Trị và Phan Huy Ích 18 người đỗ Đồng tiến sĩ xuất thân; xử tội Đinh Thì Trung đày đi châu xa; giam Lê Quý Kiệt vào ngục. Quý Kiệt con Lê Quý Đôn cùng Đinh Thì Trung đổi quyển cho nhau trong trường thi. Việc bị lộ, Đinh Thì Trung phải tội lưu đày đi Yên Quảng, Quý Kiệt phải trở về làm dân. Nhân Đinh Thì Trung phát giác bức thư riêng của Quý Kiệt và cáo tố là do Quý Đôn chủ sự. Trịnh Sâm lấy cớ Lê Quý Đôn là bậc đại thần, bỏ đi không xét; luận thêm tội Quý Kiệt, bắt giam ở ngục.

Tháng 11 [23/11-23/12/1775] Chu Văn Tiếp đem quân về theo Chúa Nguyễn. Chu Văn Tiếp người huyện Đồng Xuân, tỉnh Phú Yên; dũng cảm, có tài lược. Lúc đầu họp quân ở Trà Lang hơn 1.000 người, từng hợp tác với Tây Sơn lập Đông cung. Sau bất bình với Tây Sơn theo Chúa Nguyễn; Tống Phước Hiệp đem việc này báo lên. Chúa sai Văn Tiếp đem quân bản bộ đóng giữ thượng đạo, để tiếp ứng với quân 5 dinh, do đó quân thế dần dần lại mạnh lên.

Tướng Tây Sơn là Lý Tài bị Tây Sơn đối đãi bạc bẽo; nhân đóng giữ Phú Yên, bèn đem hết binh mã sở thuộc đến dinh Tống Phước Hiệp đầu hàng. Việc báo lên, Chúa bằng lòng nhận, cho theo quyền tiết chế của Phước Hiệp.

Chúa Nguyễn sai Tham tán Trần Văn Thức đem quân giữ Phú Yên, cùng quân Tống Phước Hiệp làm thế dựa nhau để chống giặc; lấy Bùi Hữu Lễ làm Ký lục dinh Long Hồ [Vĩnh Long].

Tháng 12 [21/1-18/2/1776] Hoàng Ngũ Phúc bi bệnh phải đưa về triều, chết trên đường; bèn sai Bùi Thế Đạt và Nguyễn Đình Đống trấn giữ Thuận Hoá, dùng bọn Phan Lê Phiên, Uông Sĩ Điển và Nguyễn Lệnh Tân phụ tá. Sau đó, bổ dụng Lê Quý Đôn và Nguyễn Mậu Dĩnh giữ chức Hiệp đồng, xếp đặt công việc trong quân, cho phép cứ 10 ngày một lần đề đạt tình hình về triều. Lại bổ dụng Ngô Phúc Oánh giữ chức lưu thủ đồn Động Hải [huyện Quảng Ninh, Quảng Bình], Phan Cận giữ chức Hiệp đồng.

Trước kia vào năm Cảnh Hưng thứ 28 [1767], Ngô Thời Sĩ làm Đốc đồng tỉnh Thái Nguyên, hiểu luật lệ nhà Thanh về việc người xuất cảnh hợp pháp phải được cấp giấy "**Thân chiếu**". Riêng dân Trung Quốc trốn sang làm phu mỏ tại nước ta thuộc loại nhập cảnh bất hợp pháp; nên xin triều đình liên lạc với quan lại nhà Thanh tìm cách đuổi họ về nước. Nay triều đình ta tiếp tục chính sách đó, phục chức cho Ngô Thì Sĩ, và liên lạc với nhà Thanh để giải quyết số dân Trung Quốc sống bất hợp pháp tại An Nam. Viên Tổng đốc Lưỡng Quảng Lý Thị Nghiêu thấy được quá nhiều dân

Trung Quốc nhập cảnh bất hợp pháp, nên hạn chế bằng cách chỉ cho dân buôn có giấy **Thân chiếu** được ra vào tại hai cửa quan Bình Nhi, Thuỷ Khẩu; riêng ải Do Thôn gần trấn Nam Quan thì chiếu theo lệ cũ đóng cửa:

"Ngày 15 Tân Dậu tháng 5 năm Càn Long thứ 40 [12/6/1775]. *Đại học sĩ tước Bá, giữ chức Tổng đốc Lưỡng Quảng tâu:*

'Điều tra đất Thổ ty tại các phủ Thái Bình, Long Châu, Trấn An giáp giới An Nam. Vào năm Càn Long thứ 9 [1744], *viên Tổng đốc tiền nhiệm Mã Nhĩ Thái cho mở cửa ải Do Thôn* (1) *để thông buôn bán. Từ đó nhân dân nội địa dựa vào để đưa hàng hoá xuất nhập khẩu; do vậy dân ngu vụ lợi đông như bầy vịt, thường thường gây chuyện. Nếu không dùng biện pháp để phòng bị, dân nội địa sẽ rầm rộ đến ngoại Phiên gây sự. Xin từ nay trở về sau cấp giấy ra vào cho những dân lương thiện, có vốn hàng hoá; do hai cửa quan Bình Nhi* (2), *Thuỷ Khẩu* (3) *xét hỏi cho xuất khẩu; còn ải Do Thôn thì chiếu theo lệ cũ đóng cửa, những dân buôn nhỏ và bọn gánh hàng cấm không được ra khỏi quan ải.'*

Nhận được chiếu chỉ:

'Đúng, y theo lời bàn.'

Dụ quân cơ đại thần rằng:

'Lý Thị Nghiêu dâng tấu triệp về việc cấm tại biên giới An Nam, lời bàn đúng; đã phê cho y theo tấu nghị. Biên giới ngoại Di không nên dung dưỡng dân nội địa tự tiện ra vào, bọn gian vượt biên giới gây sự; việc dĩ vãng khó mà truy xét, chuyện chưa xảy ra đáng nghiêm khắc cấm đoán. Còn việc thuộc quốc mang quân đánh bắt, tuy rằng gian dân phải chịu, nhưng xét lý thì cũng không thích hợp; mà dân lưu

manh ham lợi ở nước ngoài, ở lâu không về cũng không đúng thể thức. Trước đây tại ải Do Thôn cấp giấy cho dân ra vào, do Mã Nhĩ Thái liệu biện sai; đến nay đã trên 30 năm, ngày ngày chồng chất, khiến giới hạn trong ngoài không rõ ràng, kẻ gian người ngay lẫn lộn, sự việc rất quan hệ. Nay Lý Thị Nghiêu xin cấm đóng ải Do Thôn; dân buôn nhỏ, kẻ đi một mình với cái gánh, bị đình chỉ không cấp giấy cho ra ngoài; vốn thuộc bỏ sự thái quá. Còn những người dân lương thiện, có vốn buôn bán, vẫn chấp nhận cấp giấy ra vào; ý cho dân được thông thương. Nhưng bọn người dân lương thiện có vốn buôn bán, tất phải có bạn đồng hành; khó bảo đảm rằng trong đó không có loại muốn lén vượt. Bảo rằng mậu dịch có đi, phải có lại; giống như những thuyền buôn ngoài cửa biển, đến, đi phải kê hạch; nếu chỉ xét nghiệm khi ra, mà không nói đến định hạn lúc nào để xét trở về, thì sợ rằng đi mà không trở lại, lưu cựu tại nước ngoài, mối tệ chưa thể tận trừ. Lại được biết hai xứ Quảng Đông, Quảng Tây tiếp giáp với An Nam; ngoài các các cửa chính quan ải, chỗ còn lại thì chưa thiết lập rào dậu, nên việc ra vào không bị ngăn trở; quả thực chưa liệu biện ổn thoả. Đa số dân lén vượt đều là dân du thủ du thực không có nghề, viên Tổng đốc nói rằng họ cần an phận mưu sinh tại nội địa, chăm chỉ làm ăn, mới đúng theo lẽ. Nhưng do các Tổng đốc, Tuần phủ nơi biên giới, không coi trọng tình hình biên cảnh, khiến lần lữa ngày tháng.

Lý Thị Nghiêu là người đảm đang gánh vác công việc, trù tính tất có thể chu đáo; nay truyền dụ viên Tổng đốc lo liệu cách nào để việc phòng cấm xác thực liệu biện ổn thoả. Nhưng sự buông lỏng xảy ra đã lâu, nay bắt đầu sửa đổi lại; nếu khẩn trương gấp rút sách nhiễu, sợ dân ngu dễ bị nghi hoặc kinh sợ; hãy nên đừng để lộ thanh sắc, từ từ thi hành, trì cửu theo phương sách chính yếu, thì công việc mới thực sự giải quyết." (**Thanh Thực Lục**, **Cao Tông Thực Lục**, quyển 982 trang 23-25)

Tuần vũ Quảng Tây, Hùng Học Bằng, tâu trình dân phu mỏ Trung Quốc gây sự tại xưởng Tống Tinh, Thái Nguyên [tỉnh Bắc Kạn ngày nay], bị quan lại An Nam can thiệp đánh đuổi:

"Ngày 28 Giáp Thìn tháng 6 năm Càn Long thứ 40 **[25/7/1775].** *Dụ Quân cơ đại thần:*

"Hùng Học Bằng tâu 'Cứ theo lời bẩm của phủ Thái Bình, tại xưởng Tống Tinh (4) An Nam, có bọn dân nội địa tên Trương Đức Dụ, Lý Kiều Quang sinh hiềm khích dùng vũ khí đánh nhau; nghe rằng có quan Di mang binh đến can thiệp. Lại được quan Tổng đốc thông tri việc này, nên khẩn cấp điều tra liệu biện.'......" (**Thanh Thực Lục**, **Cao Tông Thực Lục** quyển 985, trang 17-20)

Sau đó khoảng nửa tháng, Hùng Học Bằng tiếp tục tâu rằng tại ải Động Long giáp giới tỉnh Cao Bằng, có 320 phu mỏ từ xưởng Tống Tinh trở về. Vua Càn Long muốn an sáp bọn này tại xứ Ô Lỗ Mộc Tề thuộc tỉnh Tân Cương để khỏi trốn về, và giúp định cư canh tác đất mới chiếm được:

"Ngày 9 Giáp Dần tháng 7 năm Càn Long thứ 40 **[4/8/1775].** *Dụ các Quân cơ đại thần:*

'Theo Hùng Học Bằng tâu: Tại ải Động Long (5) có dân làm mỏ tại An Nam kéo về gồm 320 tên khai là dân Quảng Đông, làm công sống qua ngày tại xưởng Tống Tinh. Nay do đám đông làm xưởng bị tan rã, bèn chạy về nước kiếm sống, hình thù tiều tuỵ giống như dân ăn mày. Hiện đã sai Tri phủ Triệu Do Thục chia giải đến tỉnh Quảng Đông, để được Lý

Thị Nghiêu thẩm xét lo liệu.

Giải quyết rất tốt, trong tấu triệp đã phê. Chúng là bọn vô loại, tự tiện vượt đến đất Di nước ngoài, mỗi ngày một nhiều, dễ sinh gây hấn, làm mối lo biên giới. Cứ Lý Thị Nghiêu, Hùng Học Bằng lần lượt tâu, tại xưởng Tống Tinh An Nam có người dân nội địa tên Trương Đức Dụ gây đánh nhau, rồi quan Di mang quân đến can thiệp. Mấy lần ra chỉ dụ cho các viên Tổng đốc, Tuần phủ cùng nhau bàn bạc tìm cách ngăn cấm, không để cho trốn vượt tiếp; lại định chương trình mậu dịch, dụ rõ ràng cho viên quốc vương đúng thời điểm liệu biện ổn thoả. Lần này số người tại ải Động Long chạy trở về, đều là người làm việc trong xưởng, số lượng đến trên 300 tên; vì do trước đây làm không tốt nên gây ra như vậy, theo Hùng Học Bằng thì đã cho áp giải đến Quảng Đông thẩm vấn và liệu biện. Nay truyền dụ Lý Thị Nghiêu, cho thi hành thiết thực tra vấn, nếu như trong đó điều tra được bọn cấu kết với Trương Đức Dụ, Lý Kiều Quang gây hấn, thì chiếu theo luật xử lý; nếu chỉ là hạng người không có chỗ kiếm ăn, chạy về nội địa, không can dự vào bọn phỉ, thì phân biệt an sáp. Nhưng bọn chúng là những người không yên bổn phận, nếu lưu tại Lưỡng Quảng lâu ngày, thì suy nghĩ cũ lại nổi lên, khó chắc rằng không vượt biên đi lần nữa; chi bằng chia ra để an sáp tại các xứ như Ô Lỗ Mộc Tề (6), lệnh đóng đồn định cư canh tác thì tiện lợi cả hai. Lại lệnh Lý Thị Nghiêu hiểu dụ các phạm dân rằng các ngươi là dân nghèo du thủ du thực, khó kiếm ra miếng ăn, nay phát vãng đến Tân Cương trồng trọt, mỗi người có ruộng tốt cày cấy mưu sinh, được an cư lạc nghiệp; cần yên tĩnh giữ pháp luật, để đáp ứng với lòng nhân ưu cấp; nếu giữa đường hoặc lúc đến nơi, dám đào thoát thì lập tức bị truy nã, chiếu theo án phạm nhân tại Tân Cương bỏ trốn, bắt xử tử,

các ngươi hãy lấy đó làm răn, đừng tự đi đến chỗ chết. Răn đe như vậy khiến cho các phạm nhân cùng biết mà cảnh giác; ngoài ra cần thông tri cho các Tổng đốc, Tuần phủ thuộc các địa phương trên đường giải phạm nhân, điều động quân hộ tống.'

Đem dụ này chuyển theo độ khẩn 400 lý một ngày [200 km] *truyền cho Lý Thị Nghiêu tuân theo liệu biện, xong việc phúc tấu; cùng gửi bản sao tấu triệp của Hùng Học Bằng cho Lý Thị Nghiêu xem; lại dụ Hùng Học Bằng hay biết.*" (**Cao Tông Thực Lục** quyển 986, trang 10-12)

Nữa tháng sau Hùng Học Bằng tâu thêm rằng lại có hơn 1.100 tên phu mỏ từ An Nam trốn về tại 3 xứ Tiểu Trấn An, Bách Sắc, Qui Thuận thuộc tỉnh Quảng Tây. Với số lượng đông như vậy, nếu áp giải một lượt đến Ô Lỗ Mộc Tề xa xôi, sợ chúng bỏ trốn hoặc gây loạn, nên Vua Càn Long đề ra các biện pháp an ninh như chia ra từng toán nhỏ, không cho biết chỗ đến, các tỉnh trên đường đi phải lưu tâm canh phòng, kẻ bỏ trốn bị bắt xử tử ngay:

"***Ngày 19 Giáp Tý tháng 7 năm Càn Long thứ 40* [14/8/1775]**. *Dụ các Quân cơ đại thần:*

Trước đây cứ Hùng Học Bằng tâu: Có hơn 300 trăm người từ xưởng tại An Nam qua ải Đồng Long trở về, đã chia ra rồi gửi đến Quảng Đông cho Lý Thị Nghiêu thẩm vấn liệu biện.

Giải quyết tốt, đây là bọn người không yên bổn phận, nếu lưu tại Lưỡng Quảng lâu ngày, khó đoan chắc rằng không đào thoán lần nữa; nên đã ra lệnh cho Lý Thị Nghiêu tra vấn minh bạch, nếu trong đó có bọn phạm nhân cùng bọn Trương Đức Dụ, Lý Kiều Quang gây hấn, thì trị tội nặng. Nếu chỉ là dân nghèo không kiếm ra miếng ăn, hỏi ra không có lý do nào khác, thi chia ra cho phát vãng đến các xứ tại Ô Lỗ Mộc Tề, lệnh tụ tập tại đó để trồng trọt mưu sinh. Nếu như bỏ trốn, khi bắt được chiếu theo lệ những phạm nhân phát vãng đến Tân Cương đào thoát, đem xử tử.

Nay theo lời Hùng Học Bằng tâu thêm rằng: Ba xứ Tiểu Trấn An, Bách Sắc, Qui Thuận (7) có hơn 1100 tên; nên sai quyền Án sát Chu Thăng Hoàn đích thân đến Nam Ninh, đôn đốc liệu biện. Việc làm tốt; mới đây Lý Thị Nghiêu tâu rằng số người nhiều, đường dài áp giải sợ có sơ suất; nên lệnh Tri đạo Hữu Giang Hoàng Bang Ninh đến tại Trấn An thẩm tra, trích ra những phạm nhân quan trọng giải về Quảng Đông; đó cũng là biện pháp giản tiện. Nay số phạm nhân có hơn 1100 tên, so với trước hơn gấp 3, giải đến tỉnh Quảng Đông càng không dễ; viên Tuần phủ đã đích thân đến xứ này, lại có cả quyền ty Niết (8) tại nơi gần đó thẩm tra, như vậy càng thêm đỡ mệt sức. Duy số người quá đông, lưu tại đất đó càng bất tiện; cần phải phân phát đến các xứ tại Ô Lỗ Mộc Tề trồng trọt, để không gây hậu hoạn một lần nữa.

Nhưng bọn phỉ này phần lớn thuộc loại du thủ du thực, tụ tập một nơi, không thể không lưu tâm đề phòng; nếu cho chúng biết bị phát vãng đến Tân Cương, chúng sợ phải đi xa, tìm cách gây hấn. Cần cư xử trấn tĩnh, làm coi như không có chuyện gì, chớ lộ vẽ khẩn trương; lúc chia ra để áp giải, chỉ nói là phân phát đến tỉnh bên cạnh an sáp, để có đủ cơm áo. Khiến cho tâm lòng chúng không nghi, bảo phái viên quản giải trên đường giải thích cho chúng biết rằng Hoàng thượng vì các ngươi mà trù hoạch sinh kế, khiến mọi người có đủ ăn, an cư lạc nghiệp, đây là điều phúc cho các ngươi; nếu không tự thương mình, lo giữ pháp luật, trên đường đi tìm cách bỏ trốn, thì sẽ bị bắt tức thời rồi chiếu theo lệ trị người bỏ trốn tại Tân Cương đem xử tử ngay, các người đừng để phải xử hình phạt đó. Chờ khi rời phủ Trấn An khá xa, không thể trốn về được; mới cho biết rõ sự thực; cách làm như vậy, tương đối ổn thoả hơn.

Nay truyền lệnh Hùng Học Bằng, cần điềm tĩnh đừng để lộ thanh sắc, lo liệu một cách ổn thoả, chớ tỏ vẽ khẩn trương. Nhưng cần thông tri cho các Tổng đốc, Tuần phủ các địa phương trên đường đi qua, để mang quân hộ tống. Lại báo cho Đô thống Ô Lỗ Mộc Tề, đợi khi các phạm nhân được giải tới, cho an trí các nơi tại Ô Lỗ Mộc Tề để trồng trọt; đừng để tụ tập tại một nơi gây sự. Đưa dụ này theo độ khẩn 500 lý một ngày [250 km] truyền cho Lý Thị Nghiêu, Hùng Học Bằng hay biết, sao gửi tấu triệp của Hùng Học Bằng để Lý Thị Nghiêu duyệt khán; mỗi người hãy đem tình hình đã liệu biện tâu lên." (**Thanh Thực Lục**, **Cao Tông Thực Lục** quyển 987, trang 6-8)

Đến tháng 8, Tổng đốc Lưỡng Quảng Lý Thị Nghiêu tâu số dân xưởng mỏ từ An Nam trở về lên đến trên 2000; Vua Càn Long nhận xét địa phương Ô Lỗ Mộc Tề không thể định cư hết số lượng đông như vậy, nên phải nghĩ đến giải pháp khác. Ngoài ra Quốc vương An Nam đã cho bắt và giải đến 18 tên thủ phạm, tòng phạm, trong vụ gây rối tại xưởng mỏ Tống Tinh; đề nghị bọn chúng được khoan dung, miễn bị tra cứu. Càn Long lại sai Quân cơ đại thần soạn thay cho Tổng đốc Lưỡng Quảng thư trả lời An Nam, nội dung từ chối lời xin của Quốc vương, phải chiếu theo luật để nghiêm trừng, nhằm cảnh giới trong tương lai, không muốn bọn phỉ lại trở lại quấy nhiễu An Nam nữa. Kết quả triều đình nước ta đã khéo léo nương theo chính sách của nhà Thanh nghiêm khắc với dân sống bất hợp pháp tại nước ngoài; nhờ đó có thể trục xuất người Hoa một cách ổn thoả, làm lợi cho đất nước:

"***Ngày 8 Quí Mùi tháng 8 năm Càn Long thứ 40* [2/9/1775]**. *Dụ các Quân cơ đại thần:*

Trước đây theo lời tâu tiếp của Hùng Học Bằng cho biết bọn dân làm mỏ từ An Nam trốn về Tiểu Trấn An có đến trên 1000 tên, số lượng so với lần đầu tăng thêm hơn 3 lần; càng bất tiện lưu lại đất này. Nên đã ra chỉ dụ cho các viên Tổng đốc, Tuần phủ đem bọn dân xưởng mỏ phân phát đến Ô Lỗ Mộc Tề; nhưng hiểu dụ rằng chớ cho biết rõ nơi sẽ đến sinh sống, thì công việc mới ổn thoả. Nay cứ lời tâu của Lý Thị Nghiêu: Dân trốn trở về, hiện đã lên đến trên 2000 người, nghiêm xét những phạm nhân chính yếu gây chuyện thì trị tội nặng; nếu thuộc loại buôn bán, làm công tại nơi phụ cận, thì điều tra rõ rồi cho trở về quê, giải giao cho quan địa phương để nghiêm khắc quản thúc.

"*Việc liệu biện chưa ổn thoả, do bởi khi Lý Thị Nghiêu gửi tấu triệp này thì vẫn chưa nhận được 2 chỉ dụ mới gửi trước đây, nên mới tâu như vậy. Bọn phỉ này, phần lớn là du thủ du thực, không yên bổn phận; nếu cho chúng ở lại quê nhà, nhưng bọn chúng đã quen đường đi An Nam, lâu ngày rồi cũng tìm cách trốn đến đất Di để gây sự. Duy về số lượng lên đến trên 2000 thì quá nhiều, một vùng Ô Lỗ Mộc Tề cũng không dung nổi số giặc phỉ như vậy; lại về việc áp giải dọc đường, do số lượng đông lo liệu cũng không dễ, đáng phải phân biệt ra cho ổn thoả.*

Nhưng công việc quan hệ như vậy, sợ một mình Hùng Học Bằng không quản lý nổi; nay truyền Lý Thị Nghiêu cấp tốc đến tỉnh Quảng Tây, điều tra kỹ dân trốn về. Nếu tại An

Nam gây chuyện, không tuân theo pháp luật, thì chiếu theo lệ có biện pháp; trường hợp trong đó có bọn ngu ngốc không có khả năng, hoặc bà con có sản nghiệp có thể dựa được, thì cho trở về quê để quan địa phương nghiêm thi hành quản thúc; lệnh tại địa phương cày cấy làm mướn sinh sống, không được xuất cảnh gây chuyện một lần nữa, sau này nếu vi phạm, thì tội thêm nặng. Nếu chỉ có một mình, không có ai nương nhờ, thì quyết không thể lưu tại quê, khiến cho sau này lại nãy ý đi theo đường cũ. Lý Thi Nghiêu cần cho gia tăng khám xét quan sát cho kỹ, kẻ hình dáng có vẽ hung hãn, cho phát vãng đến các xứ Ô Lỗ Mộc Tề, lệnh ra sức làm đồn điền. Đối với những kẻ nhân tuần, yếu đuối, thì ước lượng cho an sáp tại các tỉnh trong nội địa để mỗi người được mưu sinh; nhưng không được an sáp tại các tỉnh dọc theo đường chính, biên cương, hoặc giáp giới với Lưỡng Quảng, đề phòng cho sau này không thể trốn tránh gây sự.

Lại lúc bắt đầu giải đi, dụ một cách rõ ràng rằng đây là do chiếu chỉ đặc ân, do các ngươi nghèo khổ không nơi nương dựa, bèn ban cho ruộng đất để tự mưu sinh, không phải là bị đày. Lại ra lệnh cho các nhân viên giải tống đề phòng ổn thoả, đừng để đào thoát dọc đường; nếu có tên nào trên đường đào thoát, ngay trong ngày bắt được, chiếu theo lệ người bị đày đến Tân Cương bỏ trốn đem xử tử. Tại các nơi gần biên giới, phải nghiêm mật phòng bị, ước định kế hoạch toàn thiện, không được phép lại có người trốn tới An Nam gây chuyện. Lý Thị Nghiêu sắp xếp ổn thoả, hãy phúc tấu ngay. Ngày khởi hành đến Quảng Tây đầu tiên thi hành theo chiếu chỉ này, hãy tâu cho biết. Lúc Lý Thị Nghiêu chưa đến nơi, Hùng Học Bằng cần xử sự trấn tĩnh, không thể vì người nhiều, chuyện lớn rồi đâm ra hoảng hốt. Còn điều xưng rằng 'Quốc vương

An Nam bắt được và cho giải đến gồm thủ phạm bọn Trương Đức Dụ 3 tên, và bọn Trương Học Xương 15 tòng phạm; hiện giao cho đạo Tả Giang tiếp thu, để giải đến tỉnh Quảng Đông.'

"Sự việc cần chiếu theo luật lệ mà làm, không được bỏ qua một chút nào. Nếu như đã giải ngay đến Quảng Đông, thì hãy giam cấm tại tỉnh này để có biện pháp riêng; bất tất vì Lý Thị Nghiêu hiện đến tỉnh Quảng Tây, rồi lại giải trở lại. Nếu vẫn chưa giải, thì đợi Lý thị Nghiêu đến, rồi cùng thẩm biện một lần. Nhưng hiện nay tại vùng Nam Ninh, các phạm nhân trốn về đều tụ tập tại đó, vậy những phạm nhân đầu sỏ, không nên giải đến đó, khiến cho số còn lại đâm kinh ngờ; lệnh Lý Thị Nghiêu hãy tìm một phủ dọc đường, đem chúng giam cấm nghiêm nhặt; đợi đến khi liệu biện xong mọi việc ổn thoả trở về, lại thẩm xét bọn này một lần nữa.

Lại trong tờ tư của Quốc vương An Nam 'Cầu xin cho bọn này được dung thứ miễn trị tội.' Tuy do viên Quốc vương có ý tốt, nhưng dân nội địa vượt biên giới gây chuyện, đáng phải ràng buộc bởi pháp luật nội địa, không tiện khoan giảm. Đáng dùng hịch này, để viên Quốc vương biết rằng Thiên triều có đủ uy đức, không giả tá chút nào; hiện ra lệnh Quân cơ đại thần thay Lý Thị Nghiêu soạn bản thảo như sau:

'Tiếp được viên Quốc vương gửi tờ tư đến, cùng đem bọn 3 thủ phạm gây sự tại xưởng là Trương Đức Dụ, Cổ Vũ Thang, Lý Kiều Quang, và 15 tên a tòng giải đến quan ải. Trong tư văn thanh minh rằng bọn phạm nhân đã nhận tội, giao nạp khí giới, nghe theo sự phân xử; lại xưng bọn đi theo là những người làm ăn, không sinh sự; khi đến cửa khẩu để trở về quê quán tuân theo pháp luật, xin được khoan dung, miễn bị tra cứu.

Mỹ ý của Quốc vương, muốn xin giùm cho được thương xót; duyệt qua tờ tư rất vui lòng; tuy nhiên chúng là dân nội địa vượt biên giới gây sự, luật của triều đình đã có điều khoản rõ ràng, khó có thể giảm nhẹ. Không những 18 tên thủ phạm bị bắt cần dựa theo luật trừng trị nặng; đối số còn lại trốn trở về, Bản bộ đường hiện đích thân đến vùng gần tỉnh Quảng Tây nghiên cứu cặn kẽ sự việc, nếu trong đó còn có những kẻ phụ hoạ với thủ phạm làm điều trái pháp luật, thì vẫn y theo luật trừng trị. Đối với bọn ô hợp, nghe tin bị nã bắt thì tan hàng; tuy đối với bọn cầm vũ khí chống lại thì có khác, nhưng đã đến ngoại quốc gây sự thì không thể không hỏi. Nay Bản các, Bản bộ đường cùng tra vấn, xem tình tiết khinh trọng; phân biệt cho quản chế tại nội địa, vùng ngoài biên, hoặc trở về quê quán; để khỏi sinh sự một lần nữa, nếu kẻ nào vi phạm sẽ bị trị tội thêm gấp bội; nội dung sẽ tâu lên đại Hoàng đế, để chờ chiếu chỉ chấp thuận cho thi hành.

Nội dung pháp độ Trung Quốc không có một chút nào giả tá, không thể theo lời xin của Quốc vương, mà uốn cong pháp luật chiều theo tình riêng. Vả lại lý do bản Các, Bộ đường chiếu theo luật để nghiêm trừng, nhằm cảnh giới trong tương lai, không muốn bọn phỉ lại trở lại quấy nhiễu, đó là ý bảo hộ nước ngươi. Viên Quốc vương nên thể theo thâm tâm của bản Các, Bộ đường chấp pháp nghiêm nhặt.

Tái bút: Bản Các, Bộ đường hiện tại định nghiêm chương trình, không cho phép dân nội địa lại đến biên cảnh Quốc vương cư trú gây chuyện; từ nay trở về sau nếu có dân chúng tại biên thuỳ ngầm vượt biên giới đến cư trú, viên Quốc vương nên tuỳ lúc báo cho biết, để tiện ban hịch giải giao để trừng trị, thì công việc càng thêm ổn thoả.'

"Nay giao bản cảo này cho viên Tổng đốc, hãy chép lại rồi

gửi cho viên Quốc vương, lại đưa nguyên văn tờ tư của An Nam trả về cho viên Tổng đốc lưu giữ. Gửi theo độ khẩn 600 lý một ngày [300 km.], *truyền dụ để hay biết.*" (**Thanh Thực Lục**, **Cao Tông Thực Lục** quyển 988 trang 12-17)

Cuối cùng phu mỏ tại An Nam đào thoát trở về nước được điều tra phân loại xong; Tổng đốc Lưỡng Quảng xin cho đày đến Tân Cương 156 tên thuộc loại hung hãn gây sự; số còn lại hoặc an sáp tại 4 tỉnh Giang Tô, An Huy, Chiết Giang, Hà Nam; hoặc bà con có thể nương dựa được, thì cho đưa về nguyên quán ra lệnh quản thúc:

"***Ngày 2 Bính Tý tháng 10 năm Càn Long thứ 40*** **[25/10/1775].** *Dụ Quân cơ đại thần:*

Lý Thị Nghiêu tâu về vụ án dân làm mỏ tại An Nam đào thoát trở về 'Ngoại trừ loại hung hãn gây sự gồm 63 tên, nên phát vãng Y Lê [Tân Cương], *cấp đất làm tôi tớ cho quân lính, đợi xét rõ sẽ phân biệt biện lý; số bị đuổi tại xưởng, tung tích hung dữ, phát vãng đến các xứ Ô Lỗ Mộc Tề* [Tân Cương] *để ra sức đồn điền, gồm 93 tên. Bọn buôn bán nơi phụ cận, nghe hơi tình hình rồi bỏ trốn, thuộc loại đơn chiếc không có kẻ nương nhờ; ước lượng phát vãng đến Giang Tô 240 tên, An Huy 180 tên, Chiết Giang 240 tên, Hà Nam 147 tên; báo tin cho các Tuần phủ địa phương phân tán đến các phủ huyện an sáp để tự mưu sinh. Số người mà bà con có nghề nghiệp có thể dựa được, gồm 280 cho giải về nguyên quán, ra lệnh quan địa phương gia tăng quản thúc.'*

Việc liệu biện rất tốt, cứ theo sự phân biệt như vậy mà phát vãng...." (**Thanh Thực Lục, Cao Tông Thực Lục** quyển 992, trang 4-5).

Sau khi an sáp xong phu mỏ từ An Nam đào thoát trở về

nước, và đóng cửa ải Do Thôn khiến việc buôn bán giữa hai nước bị đình trệ; nhà Thanh đề xuất chọn một địa điểm tại biên giới để buôn bán chung. Nhưng phía An Nam không muốn người Hoa ra vào, nên từ chối rằng 4 tỉnh giáp giới thực không có thổ sản để buôn bán chung:

"***Ngày 22 Ất Mùi tháng 11 năm Càn Long thứ 40*** **[12/1/1776]**. *Dụ các Quân cơ đại thần:*

Cứ theo lời tâu của Lý Thị Nghiêu 'Tiếp nhận lời phúc đáp của An Nam rằng 4 tỉnh giáp giới của nước này, thực không có thổ sản để buôn bán chung. Hiện đã phúc đáp cho đình chỉ việc buôn bán.'

Bọn gian xuất cảnh buôn bán là đầu mối gây sự, vốn nên cấm chỉ. Huống hồ mới đây có bọn Trương Đức Dụ khai mỏ tại An Nam gây án giết người, rồi dân chạy trốn trở về nội địa rất nhiều; không thể không chỉnh đốn việc biên phòng, hạch hỏi cấm chỉ. Còn việc định ngày buôn bán chung, vốn lo An Nam có thể trông nhờ đồ vật của nội địa, khó có thể ngăn cấm hoàn toàn; nên ra lệnh viên Tổng đốc lấy ý riêng thông tri bàn luận với viên Quốc vương, rồi trình lên để liệu biện.

Nay viên Quốc vương cho rằng buôn bán chung không tiện, như vậy thì bọn gian thương không thể lợi dụng trốn vượt, biên cảnh càng thêm nghiêm túc thanh sạch. Cần nghiêm sức các quan văn võ dọc đường biên giới ra sức kê tra, không để cho một người trốn vượt. Lại nên bảo viên Quốc vương nhất thể lưu tâm, nếu như có dân nội địa ngầm đến nước này, hãy tróc nã trình tống. Viên Tổng đốc đã liệu biện rất chu toàn ổn thoả, nay lệnh Quân cơ đại thần thay mặt soạn bản thảo tờ hịch, sai viên Tổng đốc dụ nước này như sau:

'Về vụ án dân nội địa tên Trương Đức Dụ tụ đám đông gây

sự tại xưởng Tống Tinh, nước ngươi đã giải đến thẩm vấn; lại còn số khác lục tục trốn về rất nhiều, đều được bản Các, Bộ đường tâu lên rõ ràng để phân biệt nghiêm trừng. Nhân dân nội địa vốn không được phép ngầm vượt biên cảnh; huống gì Quốc vương được tiếng cung thuận, thì cái bọn không yên bổn phận càng không được quấy nhiễu tại vùng đất ngươi, nên đã nghiêm sức cho các viên chức cấm chỉ nhân dân xuất khẩu. Nhưng chỉ lo cho nước ngươi, hoặc có nơi ngưỡng vọng hàng hoá của Trung Quốc, nếu ra lệnh cấm triệt để, khiến cho việc sinh hoạt tại nước ngươi có phần bất tiện. Do đó bản Các, Bộ đường nghĩ ra việc cho nhân dân tại biên giới buôn bán chung, khiến việc mậu dịch tại nước ngươi có chỗ nhờ; vậy trong sự điều chỉnh cũng có ý thể tuất; nhân đó gửi văn thư cho viên Quốc vương bảo tra xét tình hình tại xứ ngươi, rồi phúc trình. Gần đây qua lời phúc tấu của viên Quốc vương xưng rằng 'Nơi biên giới tục dân hủ lậu, không cần đến hàng hoá quan trọng của Trung châu; phép hỗ thị chỉ đặt không vậy thôi, trù tính cặn kẽ thì thấy không tiện.' Nước ngươi không cần việc đưa hàng hoá buôn bán chung với nội địa; nếu vậy thì biên cảnh được nghiêm túc tảo thanh, đối với nước ngươi càng thêm hữu ích; bởi vậy ban hịch để phúc đáp. Nay đã nghiêm sức các quan văn võ binh lính ra sức tuần tiễu kê tra, không cho phép một người xuất khẩu, lại thông sức vĩnh viễn tuân hành. Lần này sau khi tra cấm, nếu còn có bọn phỉ ngầm trốn vượt đến nước ngươi lưu trú, viên Quốc vương hãy cho điều tra bắt giải tống, bản Các, Bộ đường sẽ chiếu theo pháp luật trừng tri; bọn gian ắt phải tuân sợ, biên cảnh của người sẽ được vĩnh viên an ninh; viên Quốc vương hãy tuân theo, đừng để sơ hốt.'

"Đem truyền dụ Lý Thị Nghiêu hay biết, cùng chép nguyên

văn mà phát vãng." (**Thanh Thực Lục**, **Cao Tông Thực Lục** quyển 997, trang 15-17).

Trong sử liệu chép vào tháng 2 nêu trên [2/3-30/3/1775] cho biết Nguyễn Nhạc và Lý Tài mưu giết Tập Đình; Tập Đình mang nhiều châu báu của cải chạy về quê tại Quảng Đông, Trung Quốc. Sau đó vào cuối năm, việc Tập Đình và đồng bọn trốn về nước, đã đến tai vua Càn Long; trong văn bản **Thanh Thực Lục** cái tên Tập Đình dùng tại An Nam, được đổi lại theo tên chính thức của y tại quê hương Triều Châu, Quảng Đông là Lý A Tập [李阿集]. Nhằm phúc đáp lời tâu của Tổng đốc Lưỡng Quảng Lý Thị Nghiêu về vụ án Lý A Tập và đồng đảng; vua Càn Long đích thân đề ra biện pháp xử lý, cùng tỏ ra lưu tâm đến việc tịch thu tài sản bọn chúng cướp được tại Thuận Hoá, An Nam:

"***Ngày 7 Canh Thìn tháng 11 năm Càn Long thứ 40* [28/12/1775]**. *Lại dụ:*

Bọn Lý Thị Nghiêu tâu: 'Lại bắt được Lý A Tập [李阿集] *ngầm vượt đến An Nam gây chuyện, trong vụ án có bọn Lưu A My, Tôn A Hiển, 9 tên. Cùng tại trang viên của tên tội phạm A Kỳ, thuộc vùng trang trại của A Nhiễm; tìm ra một quyển sổ ghi 72 tên tội phạm, người tại vùng Triều Châu. Hiện tại sai Uỷ viên, chiếu theo tên mà tróc nã; rồi giải đến tỉnh phúc thẩm, định tội.'*

Bọn phỉ này dám từ đất Quảng Đông ngầm vượt đến An Nam nhận chức quan của nguỵ, đúng là loại không tuân pháp luật. Nếu trên biển cướp đoạt tài sản, hoặc hung ác giết người; đáng tróc nã gấp để xử tội nặng. Nếu chỉ nấn ná tại nước ngoài gây chuyện, rồi sợ tội trốn trở về; không như tên Trương Trọng Trung tại tỉnh Tứ Xuyên, trốn cùng quân nội địa, rồi trở thành kẻ chủ mưu; thì có thể khoan hồng giảm cho tội chết. Nay truyền dụ cho Lý Thị Nghiêu, khi bắt được các phạm nhân; ngoại trừ gia sản của chúng, cùng những vật kiện vàng bạc cướp được tại Thuận Hoá, thì điều tra rõ rồi đem nạp quan; lại đem các phạm nhân ra tra tấn, nếu như phạm tội cướp của giết người, thì thẩm vấn minh bạch rồi xử tử. Số còn lại hạch hỏi kỹ tình tội, những kẻ hơi nặng phát vãng đến Y Lê, Ách Lỗ Đặc (9) làm nô lệ; tội ít hơn thì phát vãng đến các xứ Ô Lỗ Mộc Tề làm nô lệ cho quân lính. Loại tối nhẹ thì phân phát đến các tỉnh an sáp, nhưng không được cho lưu tại quê nhà, khiến lâu ngày nãy ý đi theo con đường cũ. Những kẻ lúc giải đi mà đào thoát, bắt được lập tức cho xử tử tại chỗ. Đem dụ này theo độ khẩn 400 dặm 1 ngày [200 km.], *truyền dụ để hay biết.*" (**Cao Tông Thực Lục** quyển 996, trang 12-13)

Tiếp tục nhận được tờ tâu thứ hai của Lý Thị Nghiêu, trình lên những người có công trong vụ bắt Lý A Tập và bè đảng, vua Càn Long khen lao và đòi hỏi phải đưa những nhân viên này lên bộ, dẫn gặp mặt trực tiếp. Phải chăng Càn Long cho rằng đây là vụ án lớn, có nhiều đồ quí giá tịch thu được, nên phải dẫn các viên chức phụ trách vụ án đến kinh đô Bắc Kinh xa cách hàng vạn dặm, để hỏi han cho rõ ràng, tránh sự che giấu của thuộc cấp:

"***Ngày 9 tháng 12 năm Càn Long thứ 40*** **[29/1/1776].**
Dụ các Quân cơ đại thần:

Cứ lời tâu của Lý Thị Nghiêu qua tấu triệp nội dung 'Theo lời bẩm báo của doanh Hải Khẩu, Tham tướng Vương Trung Lập về việc bắt được các phạm nhân cướp biển; Tuần kiểm Lưu Dục Tú bắt được đầu sỏ giặc Hồng A Hán, cùng tra cứu việc bọn Lý A Tập lén vượt biên đến nước Phiên bên ngoài,

nhận chức tước nguỵ.'

Việc liệu biện rất tốt; họ Lê, Nguyễn tại An Nam hai bên cừu địch, cùng Nguyễn Ông Cổn [Nguyễn Nhạc] *đầy tham vọng; hãy xếp lại đó không bàn. Còn như bọn Lý A Tập là dân nội địa, to gan dám vượt biên ra nước Phiên bên ngoài; nhân cảnh nội chiến, nhận chức nguỵ, thực thuộc loại không tuân pháp luật quá lắm; đáng phải cấp tốc thẩm vấn minh bạch, xử theo tội nặng. Những đồ vật vàng bạc chúng cướp đoạt được, cùng tài sản các phạm nhân hiện đang gửi giấu, đều phải điều tra minh bạch, tịch thu nạp vào cửa quan. Còn như binh đinh Quách Anh Lý nhận hối lộ, thu vén gửi cho người đàn bà nước Phiên, thực trái pháp luật, đáng tra tấn xử tội nặng. Các địa phương tại duyên hải, nếu gặp bọn dân gian tại biển gây sự; các quan văn võ lưu tâm quan sát điều tra, bẩm báo đúng lúc, nghiêm cách tróc nã tra xử, thì bọn nhỏ bé tự nhiên phải nghe tiếng mà rụt lại; nơi cương giới ven biển chẳng mấy lúc trở nên ninh thiếp.*

Tỉnh Quảng Đông liệu biện vụ án này, thấy được ngày thường đã tuần phòng nghiêm mật. Những viên chức đã tra bắt được bọn cướp như Tham tướng Vương Trung Lập, Tri huyện Uông Cấu, Tuần kiểm Lưu Dục Tú, cùng Phòng hộ gian dân Phó tướng Ngô Bản Hán, cùng các Tri huyện Hứa Hiến, Nhậm Quả thẩm tra truy nã dân gian dân; đều là những người trung thực được việc. Nay ra lệnh cho bọn Tổng đốc hỏi han khảo sát, rồi dẫn lên bộ để gặp. Đem dụ này theo độ khẩn 400 dặm 1 ngày [200 km] *để truyền hay biết."* (**Thanh Thực Lục**, **Cao Tông Thực Lục** quyển 998 trang 15-16)

Rồi các phạm nhân từ An Nam trở về tỉnh Phúc Kiến cung khai thêm, vua Càn Long đòi hỏi Lý Thị Nghiêu phải điều tra tiếp. Riêng về của cải châu báu tịch thu được, trong văn bản xác nhận triều đình chỉ mới nhận được ngọc quí **Bình Định Ngọc Phù**, còn các loại khác thì qui định rằng vàng và châu báu thì đem nạp triều đình, bạc nén đưa vào ngân khố tỉnh, riêng tài sản nặng cùng ruộng đất được đem bán hoá giá:

"***Ngày 19 Nhâm Tuất tháng 12 năm Càn Long thứ 40* [8/2/1776].** *Dụ các Quân cơ đại thần:*

Hôm nay bọn Chung Âm tâu'Bọn Lý A Tập tại An Nam nhận chức nguỵ từ Nguyễn Ông Cổn Nguyễn Nhạc, dùng binh gây sự. Căn cứ vào bọn Âu Thịnh Tổ, Vương Tứ Hải từ An Nam trở về đất Mân [Phúc Kiến], *rồi bị bắt khai rằng: Họ Lê tại An Nam trú tại Đông Kinh, vốn triều cống và được triều đình ta phong tước hiệu. Phía tây nam nước này, vốn bị họ Nguyễn chiếm cứ. Gần đây vương họ Nguyễn mất, người con thứ nối dõi; có Nguyễn Nhạc, tức Nguyễn Ông Cổn, tự xưng là Tây Sơn vương, lấy danh nghĩa trừ gian, lập dòng đích. Y chiêu tập dân nội địa là bọn Lý A Tập, Lý A Trí, chia quản binh mã thuyền bè, tranh đoạt các nơi; lại lừa dối dân Phiên sai khiến nhận chức. Rồi Vương Đông Kinh* [Vua Lê] *sai viên Quốc lão (10) mang quân đánh, Nguyễn Nhạc thua bại, bọn Lý A Trí, Lý A Tập chia nhau trốn tránh.'*

Án này trước đây đã được Lý Thị Nghiêu lần lượt tấu báo rằng đã bắt được bọn tội phạm, tra tấn lấy cung đều xưng Nguyễn Nhạc chiêu tập dân Phiên, dấy binh gây sự, cuối cùng binh bại người tan; không nói đến việc Vương Đông Kinh sai quốc lão mang binh đánh nên thua. Nay bọn Âu Thịnh Tổ tại tỉnh Mân cung khai về sự tình, so với nguyên cung từ Quảng Đông không phù hợp. Hai họ Lê, Nguyễn từ trước đến nay vốn không hoà mục; nay họ Nguyễn gây hấn với nhau, vốn không liên quan đến họ Lê, vậy Vương họ Lê không đáng phải mang binh công kích. Hoặc giả họ Lê thừa cơ họ Nguyễn có nội chiến, mượn tiếng hưng binh dẹp loạn, hy vọng thôn tính đất này để trừ hậu hoạn, cũng không chừng? Về vụ án bọn Lý A Tập hiện còn tại Quảng Đông, lệnh Lý Thị Nghiêu lập tức cho thẩm vấn thêm rõ, nhằm được tình tiết xác thực, sao lục cung từ tâu lên.

"Tái bút: Tra xét các vật Lý A Tập cướp được tại thuyền trong đó có Bình Định ngọc phù được trình tiến, ngoài ra có hay không các vật trân quí khác, cùng với các tài sản cộng lại được bao nhiêu, thì chưa tâu đến. Lệnh Lý Thị Nghiêu, lại cho tra rõ lần nữa, trong số tài vật của Lý A Tài như các loại vàng, châu ngọc; phải tâu rõ giải giao về kinh đô; riêng bạc lượng tồn trữ tại tỉnh nhập vào cửa quan lưu dùng; các vật thô nặng và ruộng đất tài sản thì hoá giá sung công. Nay đem gộp các văn kiện, truyền dụ để hay biết." (**Thanh Thực Lục, Cao Tông Thực Lục** quyển 990, trang 15-16)

Chú thích:

1. Ải Do Thôn: tại biên giới, giữa huyện Ninh Minh tỉnh Quảng Tây và huyện Cao Lộc tỉnh Lạng Sơn ngày nay.

2. Quan ải Bình Nhi: tại biên giới huyện Tràng Định tỉnh Lạng Sơn, chỗ sông Kỳ Cùng chảy sang Trung Quốc.

3. Quan ải Thuỷ Khẩu: tại biên giới huyện Phục Hoà tỉnh Cao Bằng, nơi sông Bằng chảy sang Trung Quốc.

4. Xưởng Tống Tinh: Theo **Đại Nam Nhất Thống Chí** (bản dịch tập 4, trang 208) châu Bạch Thông tỉnh Thái Nguyên, có mỏ bạc Tống Tinh. Nay thuộc huyện Bạch Thông,

tỉnh Bắc Cạn.

5. Ải Động Long: tại châu Tiểu Trấn An, tỉnh Quảng Tây; giáp với thôn Quì, tỉnh Cao Bằng.

6. Ô Lỗ Mộc Tề: hiện nay là thủ phủ tỉnh Tân Cương, thuộc phía tây bắc Trung Quốc.

7. Các châu Tiểu Trấn An, Bách Sắc, Qui Thuận đều thuộc phủ Trấn An, tỉnh Quảng Tây.

8. Quyền ty niết: chỉ quyền Án sát.

9. Ách Lỗ Đặc tức Ngạch Lỗ Đặc, tên một bộ lạc Mông Cổ xưa, nay thuộc tỉnh Tân Cương.

10. Quốc lão: chỉ Hoàng Ngũ Phúc, danh tướng của Chúa Trịnh

150.
Vua Lê Hiển Tông [1740-1786] (14)

Tháng giêng năm Cảnh Hưng thứ 37 [19/2-19/3/1776], (Thanh, Càn Long thứ 41); vì mùa thu năm trước, gió bão quá mạnh, nước biển lên cao, các vùng ven biển tại Sơn Nam, Hải Dương và Yên Quảng, ruộng lúa bị ngập. Ty Hiến sát đem tình trạng tâu bày, bèn hạ lệnh xá tô ruộng năm nay, nơi nhiều nơi ít khác nhau.

Triều đình hạ lệnh mở trường đúc tiền ở Thuận Hoá; đem súng đồng, khí dụng và tiền tệ đã tịch thu mà không thể dùng được, đúc hơn ba vạn quan tiền "**Cảnh Hưng Thuận Bảo**". Lại mộ người khai mỏ vàng ở núi đất xã Nam Phố [huyện Phú Vang, Thừa Thiên], công việc làm vài tháng, nhưng không lấy được vàng bèn thôi.

Dân tộc Lào Lạc Hòn [phía tây Nghệ An] từ lâu bỏ việc cống; đến nay sai bầy tôi là bọn Thiều Mang Khoa đem voi đực và sản vật địa phương, nhờ viên quan châu Quy Hợp xin cho vào cống.

Hạ lệnh cho 6 bộ tiếp tục biên soạn **Quốc Triều Hội Điển**. Vào đầu niên hiệu Long Đức [Lê Thuần Tông 1732-1734], hạ lệnh chia cho các bộ tập hợp các tài liệu về chính sự, rồi chia ra từng môn loại, biên soạn thành sách, nhan đề là **Quốc Triều Hội Điển**; đến nay lại hạ lệnh chiếu theo năm tháng tiếp tục biên soạn.

Tháng 3 [18/4-17/5/1776], hạ lệnh cho các trấn mộ dân khai khẩn ruộng bỏ hoang, mỗi người được nhận 5 mẫu ruộng, nhà nước cấp cho trâu cày, dụng cụ làm nông và 15 quan tiền; mỗi năm nhà nước thu một số lượng thóc vào kho.

Tại miền Nam Nguyễn Nhạc đắp thêm thành Trà Bàn, xưng là Tây Sơn vương, đúc ấn vàng, phong cho em Nguyễn Huệ chức Long Nhương tướng quân; cho dời Đông cung [Hoàng tôn Dương] đến chùa Thập Tháp.

Tháng 4 [18/5-15/6/1776], tướng phe Trịnh là Trương Công Phụng giữ núi Hải Vân, vượt núi vào Quảng Nam thu hoạch lúa; Nguyễn Nhạc sai đồ đảng đánh, Phụng thua chạy.

Bấy giờ quân Tây Sơn vào đánh Sài Gòn, quân lực phía Nguyễn yếu. Chúa triệu Tống Phước Hiệp đem quân cứu viện và lưu bọn Trần Văn Thức, Chu Văn Tiếp đóng giữ các đạo Phú Yên, Bình Thuận; lại sai Đỗ Thanh Nhân truyền hịch mộ quân cần vương ở các đạo. Quân Phước Hiệp chưa đến, Thanh Nhân họp nghĩa quân ở Đông Sơn là bọn Nguyễn Huỳnh Đức, Trần Búa, Đỗ Hoành, Đỗ Ky, Vũ Nhàn, Đỗ Bảng là 3.000 người, tự xưng là Đông Sơn thượng tướng quân, từ Tam Phụ [Ba Giồng, thuộc Định Tường) kéo đến đánh úp Nguyễn Lữ, ba lần đều thắng. Lữ cướp lấy thóc kho hơn 200 thuyền, chạy về Quy Nhơn. Thanh Nhân đánh chiếm lại Sài Gòn, bèn nghênh Chúa trở về hành tại Bến Nghé. Chúa khen công, thăng làm Chưởng dinh ngoại hữu Phương quận công; các tướng sĩ dưới quyền đều được thưởng theo thứ bậc.

Tống Phước Hiệp tự Bình Khang [Khánh Hoà] về, đến dinh Trấn Biên [Biên Hoà], lưu Chưởng cơ Tống Phước

Hoà đóng giữ đất ấy, đích thân đem thuộc tướng là Lý Tài đến hành tại bái yết.

Tháng 6 [15/7-13/8/1776], Tiết chế Tống Phước Hiệp chết. Phước Hiệp là người khẳng khái, có tài lược, lấy việc đánh giặc làm nhiệm vụ của mình, đương thời xem là chỗ dựa quan trọng; Chúa thương tiếc mãi, tặng Hữu phủ quốc công.

Hàng tướng là Lý Tài giữ núi Châu Thới [thuộc tỉnh Biên Hoà]. Trước đó Lý Tài theo Tống Phước Hiệp vào cứu viện, Chúa muốn thu dùng, Thanh Nhân nói Lý Tài là đồ chó lợn, dùng không ích gì; bởi thế Lý Tài và Thanh Nhân hiềm khích nhau. Đến khi Phước Hiệp chết, Lý Tài cảm thấy nguy sợ, bèn đem quân dưới quyền giữ núi Châu Thới. Thanh Nhân đánh không được, đắp luỹ ở Bến Nghé và Nghi Giang [sông Thị Nghè] để giữ.

Tháng 7 [14/8-12/9/1776], Trịnh Sâm ra lệnh cho nhân dân Thuận Hoá phải đổi quần áo theo phong tục Bắc Hà; thuộc hạ xuống làng doạ nạt quấy nhiễu, dân lấy làm khổ.

Tại miền Bắc hạn hán, mất mùa, dân bị đói; giá gạo cao, mà ruộng chiêm thì khô nẻ. Người nghèo phải đến từng cửa để xin làm thuê hoặc vay mượn mà cũng không được, họ họp nhau đi ăn cắp, ăn trộm.

Tháng 8 [13/9-11/10/1776], Trịnh Sâm điều bọn Bùi Thế Đạt, Lê Quý Đôn, Phan Lê Phiên từ Thuận Hoá về; 13 cơ đội quân cũng đều rút về cả. Sai Tạo quận công Phạm Ngô Cầu, trấn thủ Sơn Nam thay Bùi Thế Đạt và lưu bọn Nguyễn Lệnh Tân, Nguyễn Mậu Dĩnh giúp việc; đổi phái cơ hiệu đội 10 doanh đến đóng giữ.

Tháng 10 [1/11-10/12/1776], Đông cung đến Sài Gòn. Khi

Đông cung ở Quy Nhơn, mật bàn với gia nhân rằng:

"*Tây Sơn mượn tiếng ta để đánh lừa dân chúng, nếu ta cứ tạm bợ cầu yên ở đây, năm dinh với các đạo nghĩa binh thấy có ta ở đây thì ném chuột sợ vỡ đồ, không dám đánh mạnh, bao giờ mới trừ được giặc nước, phục được nghiệp cũ? Chi bằng quyết kế bỏ đi, ra khỏi vòng lung lạc, để mưu đồ việc lớn*".

Khi ấy có người chủ thuyền tên là Tiến đậu thuyền ở cửa biển Thị Nại; Đông cung ngầm sai bọn mưu sĩ Quý ước hẹn sắp sẵn thuyền để chờ. Ngày Quý Mão [15/11/1776], Đông cung cùng với Trương Phước Dĩnh và bọn mưu sĩ Quý ban đêm đi thuyền. Người lái thuyền nói: "*Gió ngược đi làm sao*?". Đông cung nói: "*Cứ đi thì rồi gió thuận*". Khi thuyền đi, quả nhiên gió thuận, thuyền đi như tên. Ngày Ất Tỵ [17/11/1776], thuyền đến hải phận Vị Nê [thuộc tỉnh Bình Thuận] thì Tôn Thất Xuân từ Quảng Nam đi thuyền vừa tới, bèn cùng vượt biển vào Nam. Xuân vào trước tâu Chúa; Chúa sai quan ra đón về hành tại.

Đông cung xin Chúa sai Tham mưu Nguyễn Danh Khoáng đi dụ Lý Tài. Lý Tài lấy làm ngờ, giữ Khoáng ở trong quân, rồi đem hết quân bản bộ xuống thẳng Sài Gòn. Quân của Đỗ Thanh Nhân thấy, bỏ chạy; Lý Tài chia quân làm bốn đạo, thúc trống tiến lên. Đông cung sai người mở cờ làm hiệu, cờ có sáu chữ: "*Đông cung phụng mệnh chiêu an*". Quân Lý Tài trông thấy, bỏ súng, rồi rước Đông cung về Dầu Mít. Được vài ngày, Đông cung sai Nội tả Nguyễn Mẫn đi Sài Gòn uý dụ quan quân, chiêu an dân chúng.

Bấy giờ nước Chân Lạp khổ vì quân Xiêm cướp phá, trong nước túng thiếu. Nặc Tôn nhường ngôi cho em là Nặc

Vinh làm Vua chính, tự mình làm Vua thứ hai. Nặc Vinh nhận thấy nước ta nội loạn nên không nộp cống. Nguyễn vương Phúc Ánh vâng mệnh Chúa, đem bọn Phó tiết chế Nguyễn Cửu Tuấn, Chưởng cơ Trương Phước Thuận, cầm quân đi đánh giặc; Nặc Vinh xin hàng.

Ngày Kỷ Tỵ tháng 11 [11/12/1776], Lý Tài rước Đông cung về Sài Gòn, sai Trương Phước Thận tâu xin đưa hành tại về chùa Kim Chương ở ngoài tỉnh thành. Lý Tài rước Đông cung đến hành tại làm lễ mừng; ngày Nhâm Thân [14/12/1776], Chúa đại hội các quan văn võ, nhường ngôi cho Đông cung. Đông cung cho rằng sự thế đương ngặt nghèo, bất đắc dĩ phải vâng mệnh, xưng là Tân Chính vương, tôn Chúa làm Thái thượng vương. Rồi thăng các quan theo thứ bực; duy có Đỗ Thanh Nhân ghét Lý Tài, nên không chịu đến dự hội. Bấy giờ Nguyễn vương Ánh biết Lý Tài là người kiêu ngạo ngang ngược, khó kiềm chế, nói với Chúa xin đi Tam Phụ [Định Tường] chiêu phủ quân Đông Sơn để mưu đồ khôi phục. Lý Tài đem quân ép đưa Chúa đi Dầu Mít, hôm sau lại rước trở về Sài Gòn. Bấy giờ Đội trưởng Võ Di Nguy và Tô Văn Đoài đem hơn 200 quân sĩ từ Quy Nhơn đến yết kiến ở hành tại.

Về phía nhà Thanh, nhân tỉnh Tân Cương tâu trình một số xưởng dân tại An Nam bị an sáp tại vùng này, xin được đem gia đình tại quê quán cùng đến đoàn tụ; triều đình nhà Thanh chấp thuận việc này. Vua Càn Long lại nhắc nhở nghiêm sức các thuộc viên cẩn thận trông coi việc áp giải, nếu có kẻ bỏ trốn không bắt được, phải trình báo ngay, không được lơ là:

"***Ngày 6 Kỷ Tỵ tháng 6 năm Càn Long thứ 41* [20/7/1776]**. *Lại dụ:*

"Y Lặc Đồ (1) tâu 'Xét bọn xưởng dân tại An Nam bị an sáp tại vùng Ba Lý Khôn [巴里坤] (2) có bọn Kỳ Sơn Côn, Kỳ Thịnh Tiểu 33 người, xưng rằng nguyên tại quê quán còn cha mẹ vợ con. Nay xin gửi văn thư cho tỉnh địa phương tra rõ, để gửi tới Ba Lý Khôn, cùng cư trú. Tại Y Lê, Ô Lỗ Mộc Tề cũng cho tra xét để liệu biện cùng một lượt.'

"Lời tâu có thể chuẩn cho thi hành; bọn Kỳ Sơn Côn tại quê hương còn có thân thuộc, tình nguyện cho di chuyển đến định cư. Nếu đem đến được, bọn chúng yên ổn sống; tức có thể mượn cách này để ràng buộc, tránh được sự đào thoát lúc bị đi đày; đối với việc an sáp bọn tội phạm nơi cõi ngoài cũng có sự hữu ích.

"Trước đây lúc bắt đầu phát khiển đi, đáng phải hỏi han các phạm nhân có hay không bà con, khai rõ để phân biệt cùng điều động; điều này do Hùng Học Bằng lo liệu chưa tốt. Nay truyền dụ cho Lý Thị Nghiêu chờ Y Lặc Đồ gửi văn thư đến, tra rõ từng người về người nhà của các xưởng dân, cấp lương thực và xe, báo cho các tỉnh có đường đi qua, để gửi tống đến Ba Lý Khôn cư trú. Về vụ án bọn xưởng dân, 4 tỉnh tại Giang Tô, An Huy, Chiết Giang, Giang Nam đều được phân phát an sáp; nay truyền dụ đến các viên Tổng đốc, Tuần phủ tra hỏi các tội phạm, nếu như tình nguyện đem gia quyến đến nơi phát phối (3) để cùng cư trú, thì báo cho tỉnh địa phương để cùng lo liệu một lần, rồi chờ lúc thuận tiện báo lên."

Lại dụ rằng:

"Y Lặc Đồ tâu dâng tấu triệp về bọn xưởng dân, trong đơn khai 'Sai đày đến Ô Lỗ Mộc Tề, Ba Lý Khôn gồm 903 tên; trừ dọc đường bị bệnh lưu lại, đào thoát, và bị chết 142 tên.'

"Bọn xưởng dân này lén vượt biên gây sự, rồi trốn trở về nội địa, tội của chúng vốn không tránh được. Nhân vì số lượng quá nhiều, nên đã ước lượng tình tiết khinh trọng, phát vãng đến Tân Cương cùng các tỉnh an sáp. Nhiều lần giáng chỉ cho các Tổng đốc, Tuần phủ thuộc các tỉnh dọc đường nghiêm sức các thuộc viên cẩn thận trông coi việc áp giải, không đến nỗi sai sót; nếu như đào thoát thì chiếu theo lệ áp giải phạm nhân, xử tử ngay tại chỗ. Từ khi phân ra để áp giải đến nay, kinh qua địa phương các tỉnh cũng nhiều; nhưng chỉ có Hồ Quảng, Giang Tây tâu lên 3 án, kỳ dư các tỉnh vẫn chưa báo về sự đào thoát dọc đường. Về Hồ Quảng, Giang Tây đã tâu 3 án; trừ Lại Bằng Vạn, Dương Đức Vạn đã bắt được và xử tử; còn phạm nhân Vu Triều Long đến nay vẫn chưa báo bắt được. Có thể thấy các tỉnh đối với phạm nhân quan trọng tẩu thoát, không coi là chuyện đáng lưu ý. Cái gọi là phái binh lùng bắt, chỉ nằm trên giấy tờ tắc trách, không có một chút thực tế; hủ tập đó ăn sâu bền đến không thể phá, thì lấy gì để trừng phạt gian ngoan và khiến quan lại cai trị trở nên nghiêm túc? Nay truyền chỉ thân sức về vụ án áp giải bọn xưởng dân đi qua các tỉnh, các Tổng đốc, Tuần phủ tra rõ đào thoát mấy tên tại tỉnh nào, tại sao không tâu đầy đủ, đã bắt được tên nào hay chưa; hãy phúc tấu lập tức."
(**Thanh Thực Lục, Cao Tông Thực Lục** quyển 1010, trang 8-10)

Tháng giêng năm Cảnh Hưng thứ 38 [8/2-8/3/1777]. (Thanh Càn Long thứ 42). Trịnh Sâm nhận thấy bọn Lê Quý Đôn, Phan Lê Phiên và Uông Sĩ Điển đều ở Thuận Hoá về kinh, biết rõ được tình thế đất đai và tình trạng dân gian ở đấy, bèn hạ lệnh cho bọn này chiếu theo ngạch ruộng đất và binh, dân mà tra cứu, rồi xét định chia bổ tô thuế. Đại lược việc xét định này, tại Thuận Hoá về tô giảm hai phần mười, về số binh giảm một phần ba; nhân đây giao cho Trấn phủ Phạm Ngô Cầu châm chước thi hành.

Trịnh Sâm bổ dụng Nguyễn Nhạc giữ chức Trấn thủ tuyên uý đại sứ ở Quảng Nam. Sau khi đã chiếm cứ Quảng Nam, Văn Nhạc sai bộ thuộc là Đỗ Phú Tuấn xin với Trịnh Sâm để được trấn thủ địa phương này; bấy giờ Trịnh Sâm ngại về việc dụng binh, nhân đấy chuẩn y cho. Nguyễn Nhạc bèn sắm sửa binh khí, tích trữ lương thực, ngăn chặn nơi hiểm yếu, phòng giữ nơi quan ải, tiến dần lên thế thịnh vượng hùng cường. Nguyễn Lệnh Tân, Phó đốc thị, muốn trừ diệt sớm đi, nhưng bị Trấn phủ Phạm Ngô Cầu ngăn cản. Lệnh Tân bèn làm tờ khải mật trình bày với Sâm rằng: "*Ngô Cầu là người nhút nhát, không có kế mưu, nếu giao phó trong tay Ngô Cầu, tất nhiên Thuận Quảng sẽ bị mất. Xin bãi Ngô Cầu đi mà phái uỷ viên tướng khác, ngõ hầu mới có thể giữ được Thuận Quảng*". Trịnh Sâm cho Ngô Cầu là người trầm tỉnh cẩn trọng, không cho lời Lệnh Tân nói là đúng, bèn triệu Lệnh Tân về. Từ đấy, Nguyễn Nhạc được thế vùng vẫy, thế lực của Tây Sơn không ai có thể kiềm chế được.

Tháng 3 [8/4-6/5/1777], Nguyễn Huệ đem quân thuỷ bộ vào Nam. Tân chính vương lưu Lý Tài ở lại giữ Sài Gòn, rồi tự đem quân tiến đóng ở Trấn Biên [Biên Hoà]. Bộ binh Tây Sơn tập kích miền thượng đạo, Phó tiết chế Nguyễn Cửu Tuấn, Chưởng trường đà Nguyễn Đại Lữ đều chết trận. Lý Tài ở Sài Gòn đánh với thuỷ binh Tây Sơn cũng không lợi. Tân Chính vương họp bàn các tướng; Tham tán Nguyễn Đăng Trường cho rằng quân địch nhiều quân ta ít, khó mà chống nổi, chi bằng lui về Sài Gòn để tính kế đánh giữ. Vương theo lời, bèn lưu Chưởng cơ Tống Phước Lương đóng ở Trấn Biên, rồi dẫn quân về Sài Gòn. Được vài ngày thì quân Tây Sơn đến, Lý Tài đem quân ra Hốc Môn [Gia Định] cự chiến, chém được tuần sát tên là Tuyên, quân địch hơi lui. Bấy giờ Trương Phước Thận từ Cần Vọt đem quân đến cứu; Lý Tài xa thấy bóng cờ, ngờ là quân Đông Sơn đến đánh úp mình, bèn tự rút quân về. Quân Lý Tài rối loạn chạy đến Tam Phụ [Ba Giồng, Định Tường], bị quân Đông Sơn giết hết.

Tân Chính vương được thêm quân Phước Thận, bèn lui giữ Tranh Giang [Gia Định]. Chúa đến Đăng Giang [Định Tường]; Nguyễn vương Ánh đem 4.000 quân Đông Sơn đến cứu viện. Chúa bèn dựng cờ Đông Sơn thượng tướng quân rồi đem quân đến Tài Phụ [Giồng Tài, thuộc tỉnh Gia Định]; Chúa bảo Tân Chính vương rằng: "*Phía sau Tranh Giang vương tự đương lấy, phía trước Tài Phụ thì ta cáng đáng*".

Tháng 4 [7/5-4/6/1777], quân Tây Sơn đánh Tài Phụ; Chúa đi Long Hưng [Định Tường], gặp mưa to, quân địch đuổi không kịp. Đỗ Thanh Nhân từ Giá Khê dẫn quân lại, Chúa lại đi Trấn Giang [Cần Thơ] hợp quân với Mạc Thiên Tứ. Chúa thấy binh lực của Thiên Tứ ít và yếu, khó chống được giặc, bèn sai Đỗ Thanh Nhân cho thuộc hạ là Cai đội Nguyễn Quân đi Bình Thuận gọi Chu Văn Tiếp và Trần Văn Thức vào cứu.

Một mặt quân Tây Sơn đánh Tranh Giang; Tân Chính vương lùi giữ Trà Tân [Định Tường]. Chưởng cơ Thiêm Lộc đem thuỷ binh đón đến Ba Việt [Trà Vinh]; Vương sai Tống Phước Hựu giữ Mỹ Lung [Vĩnh Long], Thiêm Lộc giữ Hương Đôi [Vĩnh Long], Tống Phước Hoà quản lĩnh các quân tại mặt trận để chống địch.

Nguyễn Huệ giữ Sài Gòn, giết Tham tán Nguyễn Đăng Trường. Trước kia trong cuộc biến năm Giáp Ngọ [1774], Đăng Trường theo Chúa vào miền Nam không kịp, bèn mang mẹ đến lánh ở Quy Nhơn. Huệ gặp, đối đãi như bậc thầy. Đăng Trường không chịu, từ đi. Huệ nói rằng:

-"*Tiên sinh đi lần này, ý muốn kéo lại trời đất được chăng? Tôi sợ ngày khác ăn năn không kịp*".

Đăng Trường nói:

-"*Đại trượng phu ở đời, trung hiếu làm đầu, ta nay dắt mẹ đi tìm Chúa, điều nghĩa rõ ràng, còn việc cùng thông được mất là mệnh thôi, việc gì mà hối*".

Huệ khen giỏi cho đi. Đến đây Đăng Trường lại bị Huệ bắt được. Huệ hỏi rằng:

-"*Ngày nay thì tiên sinh thế nào?*"

Đăng Trường trả lời:

-"*Ngày nay có chết mà thôi, hà tất phải hỏi*".

Huệ sai giết; Đăng Trường đến chợ, quay mặt về phương Bắc lạy rồi chịu chết.

Tháng 4 [7/5-4/6/1777], Nghệ An bị nạn đói; triều đình phát chẩn cho dân. Luôn mấy năm, Nghệ An mất mùa đói kém, thây chết đói nối liền với nhau. Triều đình bèn hạ lệnh cho bọn Nguyễn Đình Diễn và Ngô Phúc Lâm trích 15.000 quan tiền và 15 vạn bát thóc trong kho, chia ra phát chẩn. Nguyễn Khản trình bày bốn điều về chính sách cứu đói:

1. Dời dân đói đến Thanh Hoa khai khẩn ruộng đất;

2. Mở cửa biển cho các thuyền buôn giao dịch;

3. Mở đường châu Quy Hợp cho phép dân được thông

hành buôn bán với Ai Lao; 4. Cho phép thuyền buôn chở gạo đến trao đổi và được miễn thuế.

Chúa Trịnh Sâm đều thu nhận.

Tháng 6 [5/7-2/8/1777], Trịnh Sâm bổ dụng Hoàng Đình Bảo tức Hoàng Tố Lý giữ chức trấn thủ Nghệ An, Bùi Huy Bích giữ chức Đốc đồng. Đình Bảo là cháu Hoàng Ngũ Phúc, đỗ Hương tiến [Cử nhân], Trịnh Doanh gả con gái cho, uy quyền ngày càng to lớn. Gặp lúc Phạm Ngô Cầu, Trấn thủ Thuận Hoá, cho trạm chạy thư về triều tâu:

"Nguyễn Văn Nhạc, giặc Tây Sơn, cướp bóc quấy rối mặt Nam, cần phải phòng bị".

Sâm bèn hạ lệnh cho Đình Bảo thay Hoàng Đình Thể làm trấn thủ và Bùi Huy Bích giúp việc, riêng sai Đình Thể đốc suất binh lính 5 cơ, đội; đóng ở Bố Chính [Quảng Bình], để làm thanh thế yểm trợ cho Ngô Cầu.

Mở trường thi hương ở Thuận Hoá. Trước đây, triều đình hạ lệnh dò tìm những người hiền tài ẩn dật còn sót lại ở Thuận Hoá, để cân nhắc tài năng bổ dụng. Sau đó, Phạm Ngô Cầu dâng nói:

"Thuận Quảng trải qua binh lửa lâu ngày, việc học tập của học trò bỏ qua gián đoạn, nên chưa thấy có người nào xin thi hạch. Vậy xin làm phép quyền nghi, đều tuỳ theo sức học của học trò, hễ ai có thể thông được bài thơ, bài phú và hiểu biết công việc hiện thời, thì được tham dự tập hợp để thi khảo, sẽ cân nhắc lấy người trúng cách, để cổ vũ chí khí của sĩ phu".

Trịnh Sâm theo lời, bèn hạ lệnh cho Trấn ty thi khảo một lần, đầu đề dùng thơ phú và văn sách, rồi chọn lấy người trội hơn làm Hương cống, loại thứ nhì làm Sinh đồ, để thu dùng những sĩ tử văn học.

Tháng 7 [3/8-1/9/1777], Tham tán Trần Văn Thức từ Phú Yên vào cứu viện, quân đến Bình Thuận, đánh nhau với quân địch, thua chết. Quân Tây Sơn xâm phạm Ba Việt [Vĩnh Long]. Thiếu phó Tôn Thất Chí, Nội tả Nguyễn Mẫn, Chưởng cơ Tống Phước Hựu đều bị bệnh chết, còn một mình Chưởng cơ Tống Phước Hoà chống nhau với địch, đánh nhiều trận thắng.

Tháng 8 [2/9-30/9/1777], Nguyễn Huệ thêm quân đánh Hương Đôi. Chưởng cơ Thiêm Lộc chạy đi Ba Việt. Tân Chính vương thấy quân ít lương hết, bàn kế chạy về Bình Thuận cùng Chu Văn Tiếp họp quân, rốt cục không xong. Các tướng đều tản mát, Chưởng cơ Tống Phước Hoà than rằng:

"*Chúa lo thì tôi phải chết, nghĩa không thể tránh được*"; rồi tự tử.

Ngày Tân Hợi [19/9/1777], Tân Chính vương bị hại chết, 18 người quan theo hầu đều bị giết.

Chúa Nguyễn Phúc Thuần lui về Long Xuyên. Tháng 9 [1/10-30/10/1777], Nguyễn Huệ sai Chưởng cơ Thành xâm phạm Long Xuyên. Ngày Canh Thìn [18/10/1777], Chúa bị hại. Cha con Chưởng cơ Trương Phước Thận, Lưu thủ Lương và Tham mưu Nguyễn Danh Khoáng đều chết cả.

Chúa ở ngôi 12 năm, thọ 24 tuổi, không có con nối dõi. Lúc đầu táng ở huyện Bình Dương [Gia Định]; năm Gia Long thứ 8 [1809] cải táng về núi La Khê [huyện Hương Trà, Thừa Thiên], lăng gọi là Trường Thiệu.

Bấy giờ Nguyễn vương Phúc Ánh thoát nạn, lên thuyền đậu ở sông Khoa thuộc Long Xuyên [Cà Mâu], rồi dời đến đóng ở đảo Thổ Chu [Kiên Giang]. Phía Tây Sơn Nguyễn Huệ lui quân về Quy Nhơn, để lại đồ đảng là Tổng đốc Chu, Hổ tướng Hãn, Tư khấu Oai, Điều khiển Hoà, Cai cơ Chấn, chia giữ các dinh tại miền Nam.

Tháng 10 [31/10-29/11/1777] Nguyễn vương cử binh từ Long Xuyên, tiến đến Sa Đéc. Chưởng dinh ngoại hữu Đỗ Thanh Nhân cùng với thuộc hạ là cai đội Lê Văn Quân nhóm họp những nghĩa dũng ở Ba Giồng [Định Tường], làm hịch truyền đi các nơi. Thống nhung Nguyễn Văn Hoằng, Chưởng dinh Tống Phước Khuông, Tống Phước Lương, Điều khiển Dương Công Trừng, Cai cơ Hồ Văn Lân đều đem quân đến họp. Tháng 11 [30/11-29/12/1777], đánh úp Điều khiển Hoà ở dinh Long Hồ [Vĩnh Long] cả phá được. Tháng 12 [30/12/1777-27/1/1778] đánh chiếm được Sài Gòn.

Tháng 9 [1/10-30/10/1777], tại miền Bắc Chúa Trịnh bổ dụng Hoàng Đình Thể chức Đốc lãnh ở Thuận Hoá. Trước đây, Đình Thể đóng đồn ở Bố Chính [Quảng Bình], gặp lúc ấy giặc cướp ở huyện Khang Lộc [huyện Quảng Ninh, Quảng Bình], và Lệ Thuỷ [Quảng Bình] nổi dậy, đường sá đi lại bị ngăn trở. Ngô Phúc Oánh, Lưu thủ Động Hải [Đồng Hới, Quảng Bình], đem việc nguy cấp báo về triều. Triều đình hạ lệnh cho Đình Thể đi đánh, bình định hai huyện này; vì thế Đình Thể được bổ dụng chức Đốc lãnh.

Tháng 12 [1/10-30/10/1777], sai bọn Vũ Trần Thiệu, tả thị lang bộ Lại, sang nhà Thanh. Trịnh Sâm có chí toan cướp ngôi vua, nhân gặp kỳ tuế cống (4), làm tờ biểu mật tâu với triều đình nhà Thanh rằng: *"Nhà Lê không có người con cháu nào hiền tài"*, rồi căn dặn Trần Thiệu đem việc ấy vào tâu với vua nhà Thanh. Lại sai viên Nội giám cùng đi để dâng của đút và xin phong tước. Khi đi đến hồ Động Đình [tỉnh Hồ Nam], Trần Thiệu giả vờ có bệnh, đương đêm đem tờ biểu đốt trước mặt sứ bộ, rồi uống thuốc tự tử. Sau Vũ Trần Thiệu được truy tặng hàm Thượng thư.

Về phía nhà Thanh, nhân viên quan tại tỉnh Tân Cương là Sách Nặc Mộc Sách Lăng tâu viên Tù trưởng An Nam trốn sang Trung Quốc là Hoàng Công Toản bị bệnh mất tại Ô Lỗ Mộc Tề. Triều đình nhà Thanh chấp nhận cho con y cho làm người đứng đầu dân An Nam bị an sáp, để lo việc ước thúc:

"***Ngày 3 Ất Mùi tháng 12 năm Càn Long thứ 42* [1/1/1778].** *Dụ Quân cơ đại thần:*

Cứ Sách Nặc Mộc Sách Lăng tâu 'Người An Nam tên Hoàng Công Toản bị bệnh mất tại Ô Lỗ Mộc Tề (5).' Bọn Hoàng Công Toản là ngoại Di nội phụ, cho an sáp tại xứ này, vốn là dân không có gì khác. Nhưng y có quyến thuộc hơn 100 người, bình thường là người đứng đầu, để dùng vào việc ước thúc. Nay dân Di ở dưới vẫn muốn con cháu y làm người đứng đầu, thì Sách Nặc Mộc Sách Lăng đừng ngại, đến gần điều tra rõ con y cho làm người đứng đầu 1 lần, để dùng vào việc ước thúc. Nếu như bọn thuộc hạ không cần người đứng đầu để ước thúc, thì cũng không cần bày biện ra; để cho đám quyến thuộc này cùng được quản thúc chung với các Di khác, lại càng thoả hiệp. Đưa văn bản này theo độ khẩn 400 lý 1 ngày [200 km.], truyền dụ Sách Nặc Mộc Sách Lăng hay biết." (**Thanh Thực Lục, Cao Tông Thực Lục** quyển 1046, trang 3).

Chú thích

1. Y Lặc Đồ: một quan chức coi tỉnh Tân Cương.

2. Ba Lý Khôn: hiện nay là một huyện thuộc tỉnh Tân Cương.

3. Phát phối: đưa đi đày.

4. Tuế cống: năm đã qui định phải đi cống.

5. Ô Lỗ Mộc Tề: thủ phủ tỉnh Tân Cương.

151.
Vua Lê Hiển Tông [1740-1786] (15)

Tháng 2 năm Cảnh Hưng thứ 39 [27/2-27/3/1778], (Thanh Càn Long thứ 43); Hoàng Đình Bảo Trấn thủ Nghệ An, gặp lúc giặc cướp ở hai huyện Đông Thành [Yên Thành] và Quỳnh Lưu nổi dậy, quấy nhiễu cướp bóc huyện bên cạnh. Ngô Đình Hoành, Trấn thủ Thanh Hoa, muốn hội hợp binh lính hai xứ để tiểu trừ. Đình Bảo sai người ngăn lại và bảo chớ có động binh. Nhân đấy, Đình Bảo lập mưu săn bắt được, đồ đảng của giặc còn sót lại bị tan tác, vì thế trong hạt được yên; được thưởng tước Quận công. Đình Bảo lại xin tạm lấy thóc công, tính hạ giá để bán cho dân nghèo, đợi đến mùa lúa chín, sẽ nộp trả lại; Trịnh Sâm y cho.

Tháng 4 [27/4-25/5/1778] nhân mấy năm hạn hán, kém đói, Trịnh Sâm hạ lệnh cho bầy tôi nói thẳng những điều thiếu sót, sai lầm. Lê Thế Toại, cựu Tham nghị Thanh Hoá dâng tờ khải đả kích bọn Lê Quí Đôn, Nguyễn Khản đại lược như sau:

"*Dĩnh Thành hầu Lê Quý Đôn dụng tâm quanh co, bỉ ổi, mong muốn càn rỡ những điều quá hạn định của mình: nào lập mưu cho con ăn cắp bài văn thi ở trong trường* (1), *nào vụng trộm chiếm nơi cấm địa* (2). *Ông Mạnh Tử nói: "Quan sát con ngươi của từng người, thì người gian người ngay, không thể nào giấu giếm được". Con ngươi của Lê Quý Đôn lúc nào cũng đưa đẩy lia lịa, nếu dùng người này giữ chức cao cả tất nhiên làm tai hại cho nhân dân. Kiều Nhạc Hầu Nguyễn Khản từ khi được dự vào chính phủ đến nay, chưa nghe mở mang được điều gì có lợi, trừ bỏ được việc gì có hại, chỉ chuyên dùng mánh khoé khéo léo để mê hoặc lòng vua chúa; vừa mới bổ ra giữ chức tham đốc xứ Nghệ, mà quá nửa số nhân dân bị phiêu lưu. Vậy xin: Nghiêm ngặt trị tội Quý Đôn và Nguyễn Khản, để tạ tội với mọi người trong nước, thì tự nhiên được trời mưa".*

Tờ khải này không được Trịnh Sâm trả lời.

Tháng 6 nhuận [24/7-21/8/1778], dân bị đói to. Từ lúc dùng quân đánh dẹp trở đi, triều đình mua vét thóc gạo ở 4 trấn và Thanh Nghệ, vận tải vào đồn Động Hải [Đồng Hới, Quảng Bình]. Thóc gạo khô ướt không đều, thành ra mục nát không thể ăn được, vứt bỏ đi đến quá nửa; những thứ tích trữ trong dân gian hầu như nhẵn nhụi. Thêm vào đấy luôn mấy năm hạn hán mất mùa, giá gạo cao vọt, một chén nhỏ gạo trị giá một tiền, đầy đường những thây chết đói. Chỉ có Hoàng Đình Bảo, trấn thủ Nghệ An, hạ lệnh kê tên những người nghèo trong hạt thành một danh sách, bắt người có quyền thế vật lực nhận lĩnh về, uỷ thác sự chu cấp cho họ, hoặc chiếu theo nhân khẩu để cấp phát, nhờ thế mà nhiều người được sống.

Tháng 7 [22/8-20/9/1779], bấy giờ luôn mấy năm bị mất mùa đói kém, nhân dân họp nhau làm giặc cướp: bọn Thục Toại, Nguyễn Kim Phẩm và Trần Xuân Trạch, tụ họp hàng vạn người, đánh phá Yên Quảng [Quảng Ninh], viên Án trấn là Đặng Đình Viện bị giặc bắt. Trịnh Sâm bổ dụng Nguyễn Đăng Đàn giữ chức Án trấn Yên Quảng thay cho Đình Viện. Đăng Đàn đóng quân cố sức giữ thành, giặc không thể nào cướp phá được, chúng bèn vượt ra biển cướp vùng Sơn Nam, do cửa Lác đến Giao Thuỷ [Nam Định]. Trấn thủ Ngô Đình Hoành đánh bại được bọn này, chúng bèn lui quân đóng ở sông Ngô Đồng [huyện Giao Thuỷ]. Đình Hoành đem hết quân ra đuổi theo; khi quân sĩ mới đến được một nửa sông, giặc bèn quay lại đánh, Đình Hoành bị thua to, chỉ chạy thoát được một mình. Giặc nhân thế thắng, kéo đến xã Thận Vi [huyện Xuân Trường, Nam Định], chia quân cướp phá. Trịnh Sâm hỏi bầy tôi, ai có thể làm tướng đi đánh giặc được; Nội giám [Hoạn quan] Thân Xuân Thự xin đi. Sâm bèn bổ Xuân Thự giữ chức Đốc lãnh quân thuỷ đạo; lại hạ lệnh Thái tể Nguyễn Phan và Đại tư không Hoàng Phùng Cơ giữ chức Đốc lãnh tả hữu bộ quân. Trước đây, Xuân Thự bắt được tên quân của giặc đầu hàng, nói giặc có thể chiêu hàng được, vì thế Xuân Thự mới hăng hái xin đi. Khi đến nơi, thấy giặc không có chí xin hàng, mà lại cướp phá hơn trước, Xuân Thự bèn thu quân lại, không dám tiến. Giặc đánh úp lỵ sở Hiến sát sứ Sơn Nam tại huyện Tiên Lữ, Hưng Yên. Trịnh Sâm được tin, liền hạ lệnh cho Trịnh Tự Quyền làm Hiệp đốc lãnh thuỷ đạo, đem quân dốc sức đánh giặc. Tự Quyền cùng bọn Nguyễn Phan tiến quân đến xã Thận Vi, đánh giặc phá tan được. Giặc lui ra ngoài biển, đóng đồn liên kết với nhau, đón cướp các nơi, khi ẩn khi hiện không nhất định. Bấy giờ đầu sỏ giặc có nhiều người vốn là thuộc tướng của Hoàng Ngũ Phúc, chúng cho rằng Hoàng Đình Bảo cháu Ngũ Phúc ở Nghệ An có mưu toan làm việc trái phép, bèn sai người lén lút tới nơi, suy tôn Đình Bảo làm minh chủ. Đình Bảo viết thư trả lời chúng, rồi liền đem bức thư của giặc kèm với thư của mình làm tờ khải trình bày đầy đủ về triều. Trịnh Sâm cho là người trung thành, bèn bổ Đình Bảo làm thống lãnh, đem thuỷ quân trấn Nghệ An tiến ra càn quét. Giặc nghe tin Đình Bảo kéo quân, đều chạy trốn. Lê Quý Đôn lại sai người chiêu dụ, đảng giặc là Thục Toại xin hàng, bọn giặc biển đều bình định được.

Tháng 11 [19/12/1778-17/1/1779], bổ dụng Hoàng Đình Bảo làm Thự phủ sự, lãnh chức Trấn thủ Sơn Nam mà không cần có mặt. Trước kia, Đình Bảo trấn thủ Nghệ An, dẹp giặc cướp, ngăn kiện tụng, rất được lòng dân. Vì thế, trong kinh ngoài trấn phao đồn ầm lên rằng "*Đình Bảo có ý mưu toan làm việc trái phép*". Trịnh Sâm bí mật bàn mưu với các quan thân tín là Nguyễn Phương Đĩnh và Nguyễn Khản định giết Đình Bảo. Vợ Đình Bảo là con gái Trịnh Doanh, vẫn a dua Đặng Thị Huệ vợ Trịnh Sâm, ngày đêm ra vào trong phủ, Đặng Thị đem việc ấy nói cho biết. Đình Bảo không được yên tâm, bèn làm tờ khải xin về triều, Sâm y cho. Đình Bảo cho rằng Đặng Thị tuy được Chúa cưng yêu, nhưng con là Cán còn bé, mà Trịnh Khải con lớn Trịnh Sâm đã trưởng thành, nếu phụ hoạ Đặng Thị e rằng không phải kế vững vàng lâu dài. Sau khi đã vào phủ yết kiến rồi, Đình Bảo sắm đủ 100 lạng vàng, 10 cây đoạn gấm, làm lễ trình diện, đến yết kiến Trịnh Khải. Khải từ chối, không cho vào yết kiến, lại nói riêng với người hầu hạ rằng:

"Thằng giặc ấy sao không ở trấn Nghệ An để làm phản, lại vội vàng về triều? Một ngày kia ta sẽ tịch thu gia sản nó, ta thèm dùng lễ chí kiến của nó làm gì?".

Đình Bảo nghe được câu ấy, sợ lắm, bèn quả quyết phụ hoạ với Đặng Thị, ngầm chủ trương mưu kế bỏ Trịnh Khải lập Trịnh Cán, Đặng Thị cũng hết sức giúp đỡ Đình Bảo, và biện bạch là Đình Bảo bị vu oan, lại cho rằng Đình Bảo có thể dùng để giữ việc trọng đại. Trịnh Sâm tin lời; do đấy Đình Bảo được vào giữ chức trong chính phủ, mở quân doanh Trung Nhuệ, lãnh chức Trấn thủ Sơn Nam nhưng không cần có mặt.

Tại miền Nam, vào tháng giêng [28/1-26/2/1778] Nguyễn vương Phúc Ánh đóng quân tại Sài Gòn; được các tướng tôn lên làm Đại nguyên soái, quyền coi việc nước, bấy giờ Vương mới 17 tuổi.

Thủ ngự đạo Quang Hoá [Tây Ninh] là Cai đội Lê Chử đem kim sách và quốc bảo của Chúa cũ đến dâng; Vương khen thưởng. Trước kia khi Tây Sơn vào đánh, Chúa Duệ Tông đi Ba Giồng. Duệ Tông sai Chử giữ bốn tờ kim sách, một quả ấn vàng, ba quả ấn đồng đi theo. Đến sông Tra Giang [huyện Đức Hoà, Long An] gặp quân địch, Chử sợ chạy, quăng cả sách và ấn xuống sông. Đến đây lại về chỗ cũ mò được, đem dâng.

Tháng 2 [27/2-27/3/1778], Tổng đốc Tây Sơn là Chu đem thuỷ binh đánh phá những địa phương ven sông ở Trấn Biên [Biên Hoà] và Phiên Trấn [Gia Định]. Hộ giá Phạm Ngạn lại từ Quy Nhơn đến đánh đạo Hoà Nghĩa; Trần Phượng chống đánh ở sông tại huyện Phước Lộc [huyện Cần Giuộc, Long An] nhưng thua.

Tháng 3 [28/3-26/4/1778], Nguyễn vương sai Đỗ Thanh Nhân giữ Sài Gòn, rồi tự làm tướng đóng ở Lật Giang [sông Vàm Cỏ Đông], dựng cờ "**Tam quân tư mệnh**" để chỉ huy tướng sĩ. Lê Văn Quân, Nguyễn Văn Hoằng đem đại binh đánh giặc ở các lộ Lật Giang và Ô Nguyên, đều thắng, quân Tây Sơn phải lui về Trường Giang.

Sai các quân đắp luỹ đất ở bờ phía tây sông Bến Nghé [Sài Gòn] cho đến kênh Thông [Sài Gòn], ở cửa kênh đóng cọc gỗ để chống giặc. Đóng hơn 50 chiếc chiến hạm, gọi tên

là các hiệu thuyền Long Lân, lại sắm nhiều bè hoả công.

Tháng 5 [26/5-23/6/1778], Lê Văn Quân đem thuỷ binh cùng địch giao chiến, đánh được luôn. Đỗ Thanh Nhân cũng đem quân hợp đánh, chém được Tư khấu là Oai ở Bến Nghé, cướp được hết chiến thuyền. Nguyễn Văn Hoằng tiến quân đến Đồng Nai [Biên Hoà], đánh tan quân địch, chém được tướng là Liêm và Lăng, thu phục được Trấn Biên. Tướng địch Phạm Ngạn chạy về Quy Nhơn, Gia Định dẹp xong.

Lê Văn Quân đem binh tiến đánh được Bình Thuận. Rồi Nguyễn vương triệu Quân về, sai Thống nhung chưởng cơ Nguyễn Văn Hoằng và Lễ bộ Nguyễn Nghi lãnh bộ binh đi giữ đất ấy, cùng hợp binh với Chu Văn Tiếp.

Dựng nhà Tôn miếu, xây lăng Duệ Tông và phần mộ Tân chính vương tại Gia Định. Đặt công đường ở các dinh Trấn Biên, Phiên Trấn và Long Hồ. Đóng chiến thuyền, chứa quân lương để mưu đồ cuộc phục hưng. Sai Cai đội Trần Văn Phước đến đạo Tân Châu [Vĩnh Long], Nguyễn Đức Huy đến đạo Quang Hoá [Tây Ninh], để đóng thuyền đi biển.

Tháng 6 [24/6-23/7/1778], sai Cai cơ Lưu Phước Trưng sang Xiêm. Năm ngoái Long Xuyên thất thủ, Mạc Thiên Tứ và Tôn Thất Xuân chạy sang Xiêm cầu viện, được Vua Xiêm hậu đãi, giữ ở lại; nay đã lấy lại được Gia Định, Nguyễn vương sai sứ sang giao hiếu và thăm hỏi tin tức của bọn Thiên Tứ.

Tháng 6 nhuận [24/7-21/8/1778], lấy Cai đội Nguyễn Văn Nhân làm Khâm sai cai cơ, giữ đạo Cường Thành [An Giang].

Năm này Nguyễn Nhạc tự lập làm Vua, xưng hiệu là Thái

Đức năm thứ 1.

Về việc giao thiệp với nhà Thanh, sử nước ta chép vào tháng 12 năm ngoái [1/10-30/10/1777], sai Tả thị lang Vũ Trần Thiệu sang cống. **Thanh Thực Lục** không đề cập đến Vũ Trần Thiệu, nhưng chép việc liên quan đến viên Phó sứ Hồ Sĩ Đống. Nguyên do khi phái đoàn qua huyện Tuyên Hoá, tỉnh Quảng Tây, viên Tri huyện huyện này bắt được 2 người An Nam tên Trần Đình Huyên, Nguyễn Văn Phú, cạo đầu dóc tóc cải trang theo lối người Thanh, khai rằng người nhà của Cống sứ Hồ Sĩ Đống; Tri huyện đưa đến, viên Cống sứ nhận là thực. Sự việc tâu lên, Vua Càn Long chê viên Tri huyện xử sự sai, và đòi hỏi viên Tuần phủ Ngô Hổ Bính hãy lập tức điều tra rõ ràng:

"*Ngày 2 tháng 5 năm Càn Long 43* [27/5/1778]. *Lại dụ:*

Cứ lời tâu của Ngô Hổ Bính 'Tri huyện huyện Tuyên Hoá (3) *Vạn Đình Tân điều tra bắt được 2 người An Nam tên Trần Đình Huyên, Nguyễn Văn Phú, cạo đầu cải trang, xưng là người nhà của Cống sứ Hồ Sĩ Đống; Tri huyện đưa đến, viên Cống sứ nhận là thực.'*

Bọn Trần Đình Huyên tự cạo trọc đầu, thay đổi y phục, ngầm vượt cửa ải; biết đâu không có cớ riêng. Viên Tri huyện nhân hình tích khả nghi bèn bắt, đáng phải điều tra tận gốc rồi thực tình bẩm báo; lại nhân chúng khai là gia nhân của Cống sứ Hồ Sĩ Đống, bèn đưa đến viên Cống sứ để nhận diện, liệu biện như vậy thực rất sai lầm. Tiếng An Nam viên Tri huyện không thông hiểu, hoặc 2 tên đặt điều, rồi viên Cống sứ che giấu cũng không biết chừng, thì làm sao có thể tin để làm căn cứ! Xét việc này y đã sai trái, thì mọi sự đều hồ đồ có thể thấy được; làm sao dân địa phương có thể kỳ vọng. Nay cách chức Vạn Đình Tân, báo cho bộ liên hệ hay biết.

Dụ các Quân cơ đại thần:

Cứ Ngô Hổ Bính tâu 'Viên Tri huyện Tuyên Hoá Vạn Đình Tân điều tra bắt được gia nhân của Cống sứ An Nam Hồ Sĩ Đống là Trần Đình Huyên, Nguyễn Văn Phú, cạo đầu, cải trang, hình tích khả nghi; bèn đưa đến cho viên Cống sứ, viên này nhận là thực, rồi tra hỏi thêm và bẩm báo. Hiện đang đích thân tra hỏi.

Viên Tri huyện Vạn Đình Tân liệu biện thực sai trái! Bọn Trần Đình Huyên tự cạo tóc, thay đổi phục sức, ngầm vượt quan ải; biết đâu đó là gian tế của ngoại Di. Sau khi bắt được, viên Tri huyện đáng phải điều tra đến tận gốc, nhằm tìm ra sự thực để thi hành việc bẩm báo; lại đưa cho viên Cống sứ nhận diện, rồi tin đó là sự thực. Tiếng An Nam viên Tri huyện không thông hiểu, hoặc 2 tên này đặt điều nói láo, rồi viên Cống sứ che đậy, thì làm sao biết được. Nếu không có Ngô Hổ Bính đích thân tra tấn, thì sự ngu muội ấy kéo dài biết là chừng nào!

Vạn Đình Tân không hiểu việc như vậy, thì trăm sự khác hồ đồ cũng có thể thấy được, vậy làm sao có thể đảm đương được chức Huyện lệnh; nên đã xuống chỉ cách chức. Còn viên Tuần Phủ (4) nghe bẩm báo, tức sai Uỷ viên giải đến tỉnh, đích thân tra hỏi, sự liệu biện đúng. Nay ra lệnh đem 2 phạm nhân cạo tóc, cải trang, lén vượt quan ải thẩm tra rõ sự tình. Nếu không có duyên cớ gì khác, đáng lưu tại nội địa, trị đúng tội; vẫn ban dụ cho viên Quốc vương hiểu rõ. Nay ra lệnh Ngô Hổ Bính hãy lập tức điều tra rõ ràng, tâu đầy đủ; nay đem dụ này truyền để hay biết." (**Thanh Thực Lục**, **Cao Tông Thực Lục** quyển 1056, trang 5-7)

Sau khi Tuần phủ Ngô Hổ Bính điều tra, biết thêm tên Chu Quí là người dân Trung Quốc, từ lâu trốn tại đất An Nam mở phố; nhận hối lộ, đã giúp bọn Trần Đình Huyên cải trang, ngầm vượt quan ải. Vua Càn Long ra lệnh cấp tốc tìm bắt Chu Quí:

"*Ngày 17 Ất Hợi tháng 6 năm Càn Long thứ 43* **[9/8/1778]**. *Lại dụ:*

Theo lời tâu của Ngô Hổ Bính về việc thẩm vấn và nghĩ án 2 người An Nam là Trần Đình Huyên và Nguyễn Văn Phú, cạo đầu, cải trang, ngầm vượt quan ải; đã phê rồi giao cho bộ bàn bạc, phúc tấu, lại đem việc viên Tuần phủ liệu biện chưa ổn thoả truyền dụ cho Ngô Hổ Bính cùng các Tổng đốc, Tuần phủ hay biết. Trong vụ án, tên Chu Quí còn trốn chưa bắt được, y là người dân nội địa, từ lâu trốn tại đất Di, có nhà mở phố, vốn không phải là người yên phận. Nay lại nhận hối lộ, giúp cạo đầu cải trang; khi bắt được bọn Trần Đình Huyên, tên này lại bỏ trốn một lần nữa, tình tội thật đáng ghét, đáng phải tầm nã thượng khẩn, khi bắt được cho xử tử. Phạm nhân người huyện Tam Thuỷ, tỉnh Quảng Đông, tất sẽ trở về nguyên quán để ẩn tích, hoặc trốn tránh tại vùng phụ cận, cũng không biết được. Nay truyền dụ cho Lý Chất Dĩnh tại Quế Lâm tức tốc nghiêm sức thuộc hạ, phái Uỷ viên mang quân đặt kế hoạch tìm bắt; sau khi thẩm vấn rõ ràng thì xử tử, đừng để chần chừ lâu ngày. Hãy đưa việc đầu đuôi tập nã ra sao, đã bị bắt chưa, tâu lên đầy đủ." (**Cao Tông Thực Lục** quyển 1061, trang 3-4)

Sau khi thấy An Nam tỏ ra hợp tác, bắt tên dẫn đường Chu Quí giao cho quan lại nhà Thanh tại quan ải; Vua Càn Long cho rằng An Nam tuân pháp luật, lòng thành đáng khen, nên đặc cách trả 2 phạm nhân Trần Đình Huyên,

Nguyễn Văn Phú trở về nước:

*"**Ngày 24 Tân Tỵ tháng 8 năm Càn Long thứ 43** [**14/10/1778**]. Dụ Quân cơ đại thần:*

Theo lời tâu của Ngô Hổ Bính, đã bắt được phạm nhân quan trọng can tội nhận hối lộ là Chu Quí, đợi giải đến sẽ thẩm vấn kỹ. Chu Quí là dân nội địa, trốn vào đất Di đã lâu, có nhà mở phố, vốn không phải là người yên phận. Lại nhận hối lộ của bọn Trần Đình Huyên, giúp cạo đầu cải trang, tình tội y thật đáng ghét; nay đã bắt được."

Truyền lệnh cho Ngô Hổ Bính, khi tên phạm nhân giải đến nơi, lập tức tra tấn nghiêm để biết tình hình đích xác, rồi định tội nặng; một mặt tâu lên, một mặt cho xử tử, đừng để chần chừ lâu ngày.

Trong bản tấu có đoạn xưng rằng 'Chu Quí trốn vào đất Khâu Lê, An Nam. Sai người đến điều tra thấy được sự thực, đáng bắt ngay; bèn nói rõ cho viên Di mục (5) nước này biết, viên này lập tức sai phái người hiệp đồng canh giữ; hộ tống đến quan ải; việc làm thực cung thuận đáng khen.'

"Đáng đem 2 tên Trần Đình Huyên, Nguyễn Văn Phú trở về An Nam, cho viên Quốc vương tuỳ nghi trị tội. Lệnh Ngô Hổ Bính nhận được chỉ dụ này, đem Trần Đình Huyên, Nguyễn Văn Phú ra, sai một viên quan lớn biết cách làm việc, áp giải đến biên giới An Nam, gọi viên quan coi biên giới đến quan ải, để truyền Trẫm dụ rằng 'Có 2 tên Trần Đình Huyên và Nguyễn văn Phú giả mạo làm kẻ phục dịch của Sứ thần để vào quan ải; bọn chúng tự cạo đầu giả làm dân nội địa, tội khó mà giảm nhẹ, nên viên Tuần phủ đưa 2 tên giam cấm, đáng theo luật mà trừng trị. Nay đại Hoàng đế nghe rằng Quốc vương nước ngươi, nghe việc Trung Quốc tại biên

cảnh An Nam cần bắt tên tội phạm quan trọng Chu Quí; tức sai người áp giải đến quan ải. Việc làm tuân pháp luật, hiểu lễ; lòng thành đáng khen, nên đặc cách gia ơn cho 2 phạm nhân phóng thích trở về nước, cho viên Quốc vương tuỳ nghi trị tội, để biểu thị ơn khoan hồng lớn của Thiên triều. Lại đợi khi Sứ thần nước này đến kinh đô, sẽ ban thưởng Quốc vương phẩm vật, rồi sai mang về, để làm rõ sự ưu thưởng.'

Dụ xong, tức đem 2 phạm nhân giao cho viên chức tại quan ải mang về, chuyển giao viên Quốc vương lo liệu. Đem dụ này lệnh Ngô Hổ Bính hiểu và phúc tấu việc sai phái viên tuyên dụ ra sao, ngày nào thì cho những tên Di trở về; lại lệnh cho Đường quan bộ hình hay biết." (**Thanh Thực Lục, Cao Tông Thực Lục** quyển 1065, trang 17-19)

Sau khi nhà Thanh trả hai tên Huyên và Phú, Quốc vương An Nam dâng lời tạ ơn và xin dâng biểu riêng để tiến cống:

"***Ngày 9 Giáp Ngọ tháng giêng năm Càn Long thứ 44*** **[24/2/1779]**. *Quốc vương An Nam Lê Duy Diêu tâu tạ ơn việc người trong nước bọn Trần Đình Huyên mạo xưng phục dịch Sứ thần vào biên cảnh, được trả về để viên Quốc vương thi hành việc trừng trị. Lại xin dâng biểu riêng tiến cống và gửi chuyên viên đến tạ ơn. Được chiếu chỉ ban 'Xem Vương tấu tạ, đã hiểu. Không cần lại dâng biểu và chuyên viên tạ ơn. Bộ liên hệ hãy gửi thông tư để viên Quốc vương hay biết."* (**Thanh Thực Lục, Cao Tông Thực Lục** quyển 1074, trang 13)

Xét về vụ án hai tên Huyên và Phú xưng là người nhà của Cống sứ Hồ Sĩ Đống, chạy theo Cống sứ để gặp riêng, xét ra có nhiều điểm khúc mắt. Bọn chúng chỉ là người nhà viên

Cống sứ; làm sao có đủ tiền và thế lực để mướn một thương gia người Hoa tại biên giới dẫn đường, hướng dẫn cách cải trang, rồi đưa vào nội địa Trung Quốc. Công việc lớn lao này phải chăng có liên quan đến sự kiện chính trị đương thời? Sử ghi rằng Trịnh Sâm có chí toan cướp ngôi vua, nhân gặp kỳ cống, làm tờ biểu mật tâu với triều đình nhà Thanh rằng: "*Nhà Lê không có người con cháu nào hiền tài*", rồi căn dặn Vũ Trần Thiệu đem việc ấy vào tâu với vua nhà Thanh. Có lẽ Chúa Trịnh Sâm không muốn tờ biểu mật tiết lộ tại kinh đô, nên sai bộ hạ thân tín là Huyên và Phú mang tờ biểu giao cho Chánh sứ Vũ Trần Thiệu tại nơi quan ải biên giới. Nhưng sứ bộ đã rời quan ải trước khi bọn Huyên và Phú tới nơi; nên bọn chúng bắt buộc phải sắp xếp, mướn thương gia người Hoa tên là Chu Quí dẫn đường vào nội địa Trung Quốc, đuổi cho kịp phái đoàn tại huyện Tuyên Hoá thuộc phủ Nam Ninh. Sau khi bị bắt khai là người nhà của Phó sứ Hồ Sĩ Đồng; riêng viên Phó sứ biết bọn chúng là tay chân trong phủ Chúa, nên nhận là người nhà. Giả thuyết nêu trên xét về thời gian ăn khớp với thân thế quan Chánh sứ Vũ Trần Thiệu ghi trong **Vũ Trung Tuỳ Bút** của Phạm Đình Hổ, xin sao lục như sau:

"*Đấng tiên đại cửu ta là Thượng thư công... Khi ấy* [1777] *ông đã ngoài 60, làm quan trong triều đã hơn 40 năm, cứ theo lệ cũ thì không phải đến lượt đi sứ nữa. Vậy mà trong triều không biết duyên cớ làm sao, chợt Trịnh Thịnh Vương* [Trịnh Sâm] *đòi ông vào Trung Hoà đường, mật đưa cho ông một tờ biểu sai sang sứ cầu phong làm Phó quốc vương. Ông biết ý Chúa Trịnh đã quyết nên không dám chối từ. Tháng 6* [24/6-23/7/1778], *thuyền qua hồ Động Đình, ông chợt mắc bệnh, bèn mời Phó sứ là Hồ Sĩ Đống và Nguyễn Trọng Đang tới dặn bảo mọi công việc... Ông lại đưa tờ mật biểu ra đốt trước mặt hai sứ thần, và ngày mồng mười thì mất ở trên thuyền. Hồ công* [Hồ Sĩ Đống] *có thơ viếng rằng:*

Hoàng hoa lưỡng độ phú tư luân,
Uyên đức kỳ niên cánh kỷ nhân.
Cộng tiễn bang giao nhân ngọc thạch,
Thuỷ tri tiên cốt lịch phong trần.
Sinh sô lệ sái đồng chu khách,
Tái bút danh qui tuẫn quốc thần.
Trù trướng Thái hồ thu nguyệt sắc,
Dạ lai do chiếu ốc lương tần

Bản dịch:

Mấy độ hoàng hoa sứ nước người,
Tuổi cao đức tốt ấy kìa ai.
Bang giao những tưởng ngọc ngà đẹp,
Tiên cốt nào hay gió bụi đầy.
Giọt lệ đồng châu [đồng cảnh ngộ] *đưa một lễ,*
Tấm thân tuẫn quốc [chết vì nước] *tiếng muôn đời.*
Trăng thu mơ tưởng trên hồ [Thái hồ, tỉnh Hồ Nam] *nọ,*
Thấp thoáng đầu nhà bóng lẩn soi.

Tháng 7 năm Cảnh Hưng thứ 40 [12/8-9/9/1779], (Thanh Càn Long thứ 44); Thổ tù Hoàng Văn Đồng lại làm phản, triều đình sai bọn Nguyễn Khản, Nguyễn Phan đi đánh; Văn Đồng xin hàng.

Văn Đồng lấy danh nghĩa là Thổ tù được cha truyền con

nối, quản thủ mỏ Tụ Long [nay thuộc trấn Đô Long, Vân Nam, Trung Quốc], thu nộp thuế đồng. Bấy giờ viên quan coi Hộ phiên là Lê Quý Đôn và viên xuất nạp là Chu Xuân Hán xét Văn Đồng về tội thiếu thuế, tống giam khổ sở không cho về, bắt phải nộp bạc hối lộ đến 3.000 lạng. Văn Đồng đút lót cho người giữ ngục được thoát ra, rồi dấy quân làm phản; nhân lúc sơ hở, kéo quân xông thẳng vào phố Tam Kỳ [huyện Hàm Yên, Tuyên Quang]; Trấn thủ Nghi Trung hầu đóng cửa thành, chống giữ. Triều đình hạ lệnh cho Nguyễn Khản đem quân cứu viện Tuyên Quang, khi quân kéo đến, Văn Đồng rút lui, chạy trốn; Nguyễn Khản sai người dụ bảo Văn Đồng đầu hàng. Nhân dịp này Văn Đồng tố cáo việc sách nhiễu của Quý Đôn và Xuân Hán; Khản tâu về triều, bọn Quý Đôn đều can tội, phải giáng chức.

Văn Đồng lại trở về chiếm cứ Tụ Long, lén lút tụ tập đồ đảng còn sót lại làm kế cố thủ, tự xưng hiệu là Tân Vương. Đến nay, triều đình hạ lệnh cho Nguyễn Khản, trấn thủ Sơn Tây, giữ chức Thống lãnh các đạo quân Tuyên, Cao, Lạng [Tuyên Quang, Cao Bằng, Lạng Sơn] và Thái tể Nguyễn Phan giữ chức Hiệp thống lãnh, chia đường tiến đánh. Văn Đồng đem hết quân giữ nơi hiểm yếu. Khản sai em là Điền Nhạc hầu Nguyễn Điều đi nhờ đường phủ Khai Hoá, Vân Nam xông thẳng đến sào huyệt Văn Đồng, đánh tan được. Văn Đồng trốn biệt, quan quân đuổi theo không kịp, san phẳng hết thành luỹ rồi kéo quân về. Sau này, Văn Đồng lại xin đầu hàng, được triều đình tha tội cho.

Việc Hoàng Văn Đồng tại trấn Tụ Long làm phản, trấn này bấy giờ giáp với phủ Khai Hoá Vân Nam, nên triều đình ta đã liên lạc với Trung Quốc để phối hợp đánh bắt. Vua Càn Long bằng lòng, và căn dặn các quan tại biên giới rằng, nếu bắt được Văn Đồng thì trao trả cho An Nam qua cửa khẩu Quảng Tây, không được trả qua ngã Vân Nam, vì sợ trả lầm cho tay chân Hoàng Văn Đồng:

"**Ngày 15 Đinh Dậu tháng 7 năm Càn Long thứ 44 [36/8/1779].** *Dụ các Quân cơ đại thần:*

...Các địa phương Khai Hoá, thuộc tỉnh Vân Nam, tuy tiếp giáp với An Nam, nhưng không bằng biên cảnh tỉnh Quảng Tây, là đường chính giáp An Nam. Nay Hoàng Văn Đồng đã làm phản An Nam, tất sẽ có vây cánh 4 phía. Nếu Vân Nam bắt được bọn phỉ, trả về theo đường Khai Hoá, có thể bọn đồ đảng của Hoàng Văn Đồng giả làm Thổ mục An Nam để tiếp nhận, như vậy mắc vào quỉ kế của bọn gian, không thể không lường đến. Tuy rằng từ Vân Nam đến Quảng Tây đường sá quanh co, nhưng sau khi thẩm tra rõ ràng bọn phỉ, cần sử dụng nhân viên thích hợp, dọc đường cẩn thận, áp giải đến tỉnh Quảng Tây. Lệnh viên Tuần phủ tỉnh này một mặt thông báo cho viên Quốc vương, một mặt sai quan lớn áp giải đến biên giới An Nam; đợi viên Quốc vương thông báo rõ về phái viên đến biên giới tiếp thu, lại hỏi han xác minh, rồi mới cho nhận bọn phỉ trở về; làm như vậy mới ổn thoả."

Nay truyền lệnh cho Lý Thị Nghiêu, tuân theo đó mà liệu biện; lại dụ Quế Lâm, Lý Thế Kiệt cùng tuân biện." (**Thanh Thực Lục, Cao Tông Thực Lục** quyển 1086, trang 15-17)

Quyền Tổng đốc Lưỡng Quảng Lý Chất Dĩnh tâu rằng nếu Hoàng Văn Đồng trốn vào nội địa thì chặn bắt ngay, rồi tâu lên triều đình, đợi đến khi nhận được chỉ dụ mới trả lời cho An Nam. Nhưng Vua Càn Long chê rằng làm như vậy, giấy tờ đi lại chậm trễ, thời gian quá lâu; An Nam không nhận được thư trả lời, lại nghĩ rằng Thiên triều có ý lưu giữ nghịch phỉ, khiến nước này không khỏi nghi ngờ:

"Ngày 27 Kỷ Dậu tháng 7 năm Càn Long thứ 44 [7/9/1779]. *Lại dụ:*

Cứ Lý Chất Dĩnh tâu: Tiếp được thông báo từ An Nam, nước này có bọn phỉ Hoàng Văn Đồng mấy lần quấy nhiễu; hiện tại mang binh đánh bắt, nhưng sợ tên này và đồ đảng trốn vào nội địa, nên khẩn xin chẹn bắt và theo lệ cũ giao cho để xét xử.

Hiện nay đã truyền hịch cho các quan văn võ quân lính coi cửa khẩu tại biên giới, đồng loạt tra bắt. Nếu như bọn giặc phỉ nước này trốn vào nội địa thì chặn bắt ngay, bẩm báo, tra tấn xác minh; rồi do dịch trạm tâu đầy đủ, đợi đến khi nhận được chỉ dụ mới trả lời cho nước này.

'Lời tấu thực không hiểu việc! An Nam từ lâu thần phục triều ta hết sức cung thuận, lại không có điều gì khả nghi đáng phải lo liệu; không thể so sánh với bọn Chuẩn Cát Nhĩ (7) *phản loạn trước đây, mấy lần lưu giữ những người đào thoát tại nước ta, mà cần phải trù tính biện pháp. Viên Tuần phủ đã tiếp nhận văn thư thỉnh cầu của viên Quốc vương xin chặn bắt bọn Hoàng Văn Đồng, đáng phải phúc đáp ngay, rồi cấp tốc nghiêm sức các quan văn võ duyên biên ra sức tra bắt. Tại sao lại không chú ý làm như vậy, lại còn chờ tâu, nhận chỉ thị, rồi mới phúc đáp? Làm như vậy, giấy tờ đi lại chậm trễ, thời gian quá lâu; An Nam không nhận được thư trả lời, trong lòng sẽ có sự nghi sợ; lại cho rằng Thiên triều có ý lưu giữ nghịch phỉ, cố ý chậm trễ, khiến nước này không khỏi bàng hoàng lo lắng, thực mất ý nghĩa Thiên triều mở lòng thực, để phủ ngự ngoại Di. Lý Chất Dĩnh được bổ nhiệm coi khu vực biên giới đã mấy năm, cớ sao vẫn chưa đạt sự lý,*

sai lầm đến vậy!

"Nay truyền chỉ thông sức về việc Hoàng Văn Đồng, nếu y cạo đầu cải trang trốn vào nội địa, phải bắt tức khắc. Ngay bọn giặc phỉ, đến biên giới ngầm trốn tránh, cũng đáng ra sức hỏi bắt, rồi tra tấn xác minh, trả về cho An Nam. Nhưng cần phải chiếu theo chiếu chỉ trước, một mặt báo cho viên Quốc vương đầu đuôi về bọn giặc phỉ, một mặt sai một viên quan lớn rành việc áp giải phạm nhân tới biên giới An Nam; đợi viên Quốc vương thông báo đầy đủ về việc cho phái viên đến tiếp nhận, sau khi cật vấn xác thực, mới cho lãnh về. Nhất thiết không được đưa một cách khinh suất, khiến đảng phỉ Hoàng Văn Đồng giả dạng Thổ mục An Nam lãnh nhận, cuối cùng mắc vào kế của kẻ gian. Bởi vậy không thể không gia tăng sự cẩn thận, các viên Tổng đốc Tuần phủ cần thể theo ý Trẫm, lo liệu cho ổn thoả...." (**Thanh Thực Lục, Cao Tông Thực Lục** quyển 1087, trang 23-26)

Sử Việt chép Điền Nhạc hầu Nguyễn Điều hành quân đi nhờ đường phủ Khai Hoá, Vân Nam, xông thẳng đến sào huyệt, phá tan được; khiến Hoàng Văn Đồng trốn biệt. Phía Trung Quốc nghe tin Văn Đồng trốn, bèn ra lệnh phối hợp tầm nã:

*"**Ngày 29 tháng 12 năm Càn Long thứ 44*** [4/2/1780]. *Tạm nắm quyền Tổng đốc Lưỡng Quảng, Tuần phủ Quảng Đông Lý Chất Dĩnh tâu 'Quốc vương An Nam thông báo rằng Thổ mục nước này là Hoàng Văn Đồng sợ tội trốn tránh, đã ra lệnh cho các Trấn mục như Tuyên Quang mang quân phối hợp đánh bắt, sợ chạy trốn vào nội địa.*

Thần đã nghiêm sức quân lính vùng duyên biên Quảng Tây cùng châu Khâm, Quảng Đông lưu ý tuần phòng; nếu

gặp Hoàng Văn Đồng cùng đồng đảng thì lập tức tầm nã. Kính cẩn đem văn thư của viên Quốc vương tiến trình.'

Nhận được chiếu chỉ, đã hiểu rõ." (**Thanh Thực Lục**, **Cao Tông Thực Lục** quyển 1097, trang 15)

Nhân quan quân tỉnh Vân Nam hợp tác trong việc đánh đuổi Hoàng Văn Đồng, phía An Nam gửi quà biếu, nhưng viên Quyền Tổng đốc Vân Quí đã cho trả lại:

"***Ngày 29 Đinh Mùi tháng 5 năm Càn Long thứ 45* [1/7/1780].** *Tháng này quyền Tổng đốc Vân Quí Thư Thường tâu:*

"Ngày 9 tháng 5 [11/6/1780], Quốc vương An Nam đệ văn thư nội dung Thổ mục Hoàng Văn Đồng tụ tập đám đông gây sự; trước đây đã xin ra lệnh cho các quan văn võ duyên biên, phái quân lính nghiêm mật tuần phòng. Nay Hoàng Văn Đồng thế cùng bỏ trốn, vùng đất Đô Long tương đối trở nên an ninh; nhân đó đem các vật như hương liệu huân hương, sáp hương lạp, 400 lượng bạc làm lễ kính; lại thêm 1000 lượng bạc để khao thưởng quân sĩ. Ngoài ra bọn Hoàng Văn Đồng trốn tránh chưa bắt được; xin thông sức cho trấn phủ duyên biên theo tiền lệ quan sát truy nã, rồi tống trở về nước này trị tội.

Đã đem trả lại những đồ vật nước này gửi biếu, và ban hịch lệnh các quan địa phương văn vũ dốc tâm tra bắt."

Nhận được chiếu chỉ phê đúng." (**Thanh Thực Lục**, **Cao Tông Thực Lục** quyển 1107, trang 14-15)

Chúa Trịnh Sâm cho mở khoa thi đặc biệt tại thành Thăng Long, gọi là Thịnh khoa; thi Hương vào tháng 10 [8/11-7/12/1779], thi Hội vào tháng 11 [8/12/1779-6/1/1780].

Ban cho Lê Huy Trâm và Phạm Nguyễn Du hai người đỗ Đồng tiến sĩ xuất thân, bọn Phạm Quý Thích 13 người đỗ Tiến sĩ xuất thân, cao thấp khác nhau. Rồi tâu xin nhà Vua ra sắc lệnh cho đem bảng vàng treo ở ngoài cửa nhà Thái Học; việc này sau trở thành thông lệ.

Tại miền Nam đức Từ cung, mẹ Nguyễn vương Phúc Ánh, trước kia trốn tránh tại xã Yên Du thuộc huyện Minh Linh [Quảng Trị]. Vào tháng 3 [16/4-15/5/1779] Cai cơ Lê Phước Điển, rể Từ Cung [lấy trưởng Công nương Ngọc Tú] đến đón; Nguyễn vương đem các quan đến mừng.

Tháng 4 [16/5-13/6/1779] bọn Trần Xuân Trạch và Nguyễn Kim Phẩm đều là người Sơn Nam hạ [tỉnh Nam Định], họp đảng ở ngoài biển hơn 300 người, đến Gia Định xin ứng nghĩa. Nguyễn vương khen ngợi, trao cho hai người chức Chưởng cơ tả chi, Chưởng cơ hữu chi; lại thấy Xuân Trạch và Kim Phẩm đều am hiểu võ nghệ, sai huấn luyện quân lính ở các dinh.

Tháng 6 [13/7-11/8/1779], sai Đỗ Thanh Nhân, Hồ Văn Lân và Dương Công Trừng đem quân đi đánh Chân Lạp. Chân Lạp tự khi Nặc Vinh giết Nặc Thâm thì Nặc Tôn buồn bực mà chết. Bề tôi là Chiêu Chuỳ Mô và Đê Đô Luyện giữ Phong Xuy để chống Nặc Vinh, còn Vị Bôn Xuy giữ La Bích [Longvek, Campuchia] hưởng ứng và cầu viện ở dinh Long Hồ [Vĩnh Long]. Nguyễn vương sai bọn Thanh Nhân đi đánh, bắt Nặc Vinh giết đi, lập con Nặc Tôn là Nặc Ấn làm vua; lưu Hồ Văn Lân ở lại bảo hộ.

Tháng 11 [8/12/1779-6/1/1780], xem đồ bản các dinh đất Gia Định, vạch địa giới ba dinh Trấn Biên, Phiên Trấn và Long Hồ. Dinh Trấn Biên lãnh 1 huyện Phước Long, có 4 tổng Tân Chính, Bình An, Long Thành và Phước An; dinh Phiên Trấn lãnh 1 huyện là Tân Bình, có 4 tổng Bình Dương, Tân Long, Phước Lộc và Bình Thuận; dinh Long Hồ đổi làm dinh Hoằng Trấn, lãnh 1 châu là Đinh Viễn, có 3 tổng Bình An, Bình Dương và Tân An. Lại thấy đạo Trường Đồn là nơi yếu địa của ba dinh nên đặt làm dinh Trường Đồn [nay là tỉnh Định Tường], lãnh 1 huyện Kiến An, có 3 tổng Kiến Đăng, Kiến Hưng và Kiến Hoà; đặt các chức lưu thủ, cai bạ, ký lục để cai trị.

Buổi đầu, đất Gia Định là nơi nhiều rừng rú đầm lầy, mộ dân tới ở, cho tuỳ tiện lập ấp vỡ hoang. Có nơi thuộc phần đất Phiên Trấn mà đánh thuế làm đất Trấn Biên, cũng có nơi thuộc phần đất Trấn Biên mà đánh thuế làm đất Phiên Trấn; các thửa ruộng đất chỉ ước số đại khái, không chia ra hạng tốt, hạng xấu. Đặt 9 kho, gồm: Quy An, Quy Hoá, Cảnh Dương, Thiên Mụ, Giản Thảo, Hoàng Lạp, Tam Lạch, Bả Canh, Tân Thịnh, để thu thuế; số thuế nhiều ít không đều nhau.

Đến đây vạch định cương giới, bỏ 9 kho, sai các dinh châm chước lệ cũ thuế điền thổ mà sửa lại cho công bằng.

Chú thích:

1. Lập mưu cho con ăn cắp văn thi ở trong trường: Kỳ đệ tứ khoa thi Hội năm Ất Mùi (1775), Quý Đôn nhờ Đinh Thì Trung làm bài cho con mình là Quý Kiệt.

2. Vụng trộm chiếm nơi cấm địa: Quý Đôn táng trộm mả tổ ở cấm địa tại sơn phận Tản Viên, Sơn Tây.

3. Tuyên Hoá: huyện Tuyên Hoá thuộc phủ Nam Ninh,

tỉnh Quảng Tây.

4. Tuần phủ: chỉ Ngô Hổ Bính, Tuần phủ Quảng Tây.

5. Di mục: danh xưng, Trung Quốc dùng để gọi quan lại nước ta lúc bấy giờ.

6. Theo Phạm Đình Hổ, **Vũ Trung Tuỳ Bút**, tr. 185-186.

7. Chuẩn Cát Nhĩ: tên bộ lạc tại vùng Thiên Sơn, tỉnh Tân Cương

152.
Vua Lê Hiển Tông [1740-1786] (16)

Tháng 9 năm Cảnh Hưng thứ 41 [28/9-27/10/1780], (Thanh, năm Càn Long thứ 45), Trịnh Sâm bắt giam và truất bỏ ngôi con trưởng là Khải [còn có tên là Tông]. Khải, là con Dương thị, một phi tần trong phủ Chúa. Theo lệ cũ, con Chúa cứ đến 7 tuổi, cho ra ở nhà riêng để học, nếu là con trưởng thì đến 13 tuổi cho mở phủ đệ và được phong làm Thế tử. Nhưng Sâm cho rằng Khải không phải do vợ cả sinh ra, nên không yêu quý, dùng Nguyễn Phượng Đĩnh, Hoạn quan, làm Bảo phó chăm sóc Khải. Lúc Khải đã 9 tuổi mới cho đi học, sai Nguyễn Khản và Lý Trần Thản làm Tả tư giảng và Hữu tư giảng. Chưa được bao lâu, Trần Thản mất, Nguyễn Khản cũng ra trấn thủ Sơn Tây, nên sai Khải đến ở nhà riêng Nguyễn Phương Đĩnh, thỉnh thoảng theo lễ tiết vào phủ đường triều yết mà thôi. Viên quan Ngự sử là Nguyễn Thưởng và Vũ Huy Đĩnh trước sau nhiều lần xin với Sâm về việc lập Thế tử, đều bị giáng chức. Sau vì Đặng Thị Huệ, một thị nữ được yêu nuông, sinh con là Cán, Sâm rất yêu quý, sách phong Đặng Thị là Tuyên Phi. Đặng Thị tự gây dựng bè đảng, bên ngoài nương nhờ Hoàng Đình Bảo trợ giúp, ngầm có ý giành ngôi Thế tử cho con.

Khải không được yên tâm; lúc Sâm có bệnh, nhiều lần Khải đến phủ Chúa để thăm hỏi, thường bị quân giữ cửa ngăn cản, không được vào. Ngoài phủ đường có lời phao đồn là Sâm bị bệnh nặng; Khải bèn bàn mưu với gia thần là Đàm Xuân Thụ rằng: "*Vương thượng mắc mệnh mà ta không được vào chầu, nếu xảy ra biến cố như việc tên Cao, tên Tư đã làm ngày trước* (1), *thì toan tính thế nào?*". Bọn Xuân Thụ xin bí mật chứa sẵn binh khí, chiêu mộ dũng sĩ, nếu một ngày kia trong phủ đường có sự không lành, thì đóng cửa thành lại, giết Đình Bảo, bắt giam Đặng Thị, rồi phi báo cho quan hai trấn Sơn Tây, Kinh Bắc đem quân vào hộ vệ, thì ngôi Chúa có thể vững vàng được. Khải cho lời bàn ấy là đúng, bèn ngầm vay Nội thị Chu Xuân Hán 1.000 lạng bạc, để nuôi dũng sĩ và sắm khí giới. Nguyễn Khản trấn thủ Sơn Tây, từng giữ chức Tư giảng cho Khải, Nguyễn Khắc Tuân trấn thủ Kinh Bắc, là con nuôi Nguyễn Phương Đĩnh, cùng Khải vốn có tình thân mật, nay đều được mật báo, để họ sẵn sàng dự bị.

Ngô Thì Nhậm, Đốc đồng Kinh Bắc, trước kia, giữ việc giảng nghĩa sách cho Trịnh Khải, rất được Khải thân yêu kính trọng. Bấy giờ Hà Như Sơn, một tên học trò Thì Nhậm, hiện làm người giữ sách cho Khải; Như Sơn biết được việc này, bèn đem nói với Nhậm. Lại có Nguyễn Huy Bá, Cấp sự trung là người giảo hoạt thâm hiểm, vì tội tham ô bị bãi chức. Bá cho con dâu vào làm Thị tỳ hầu hạ Đặng Thị, lại sai người thân tín cầu cạnh làm hầu hạ Nguyễn Khắc Tuân, nên dò biết việc này, bèn vào phủ tố cáo với Đặng Thị. Ngô Thì Nhậm muốn phụ hoạ với Đặng Thị, bèn cùng Huy Bá hợp mưu cáo tố là Khải lén lút cấu kết với hai viên Trấn thủ, mưu toan làm việc trái phép. Sâm giận lắm, cho triệu Đình Bảo vào phủ bàn về việc này, ý Sâm muốn sai bắt trị tội ngay. Đình Bảo can rằng: "*Khải dám làm việc to lớn này, chính do viên quan hai trấn ở Tây và Bắc chủ mưu, nay họ đều cầm quân ở ngoài nếu trị tội một cách vội vàng, e sẽ xảy ra biến cố khác. Vậy chi bằng trước hết triệu hai viên trấn thủ ấy về triều, rồi sau sẽ dần dà phát giác sự trạng để trị tội*". Sâm nhận là phải, bèn hạ lệnh triệu Nguyễn Khản Trấn thủ Sơn Tây, rồi cho triệu Nguyễn Khắc Tuân, trấn thủ Kinh Bắc. Khi Tuân đã về, bắt giam lại cùng với Nguyễn Khản và Nguyễn Phương Đĩnh, rồi sai Ngô Thì Nhậm cùng với hoạn quan là Phạm Huy Thức tham dự việc tra hỏi. Gặp lúc ấy, Thì Nhậm vì cha mất, từ chức về; nên sai Lê Quý Đôn tra hỏi lại, bọn Xuân Thụ nhận hết tội lỗi. Sâm bèn truất Khải xuống làm quí tử [con út], giam ở nội phủ. Bọn Xuân Thụ đều bị giết, Nguyễn Khản và Nguyễn Khắc Tuân bị giam vào ngục; Phương Đĩnh vì nuôi dưỡng Trịnh Khải nên bị lột hết chức tước đuổi về làng. Khắc Tuân và Chu Xuân Hán đều uống thuốc độc chết. Trịnh Khải đã bị phế, giữ trong ngôi nhà ba gian, ăn uống ra vào không được tự do, người ta đều lo ngại cho Khải, nhưng không ai dám nói. Trước kia, Ngô Thì Nhậm sắp phát giác tội của Khải, đem việc ấy bàn với cha là Ngô Thì Sĩ, Thì Sĩ cố sức can ngăn, đến nổi phải đem cái chết để thề với con, nhưng chung quy Nhậm vẫn không theo. Kịp khi nghe tin Nhậm đã phát giác việc ấy, Sĩ buồn bực, bèn uống thuốc độc tự tử; về phần Nhậm, vì có công phát giác, được thăng chức Hữu thị lang bộ Công. Bấy giờ trong dân gian có lời chê Nhậm rằng: "*Sát tứ phụ nhi nhị lang*", nghĩa là giết 4 người cha để được lên chức Thị lang. Có thuyết cắt nghĩa rằng giết 4 người cha, gồm cha đẻ Ngô Thì Sĩ, và 3 bạn của cha [phụ chấp] là Nguyễn Khản, Nguyễn Khắc Tuân, Nguyễn Phương Đĩnh.

Tháng 11 [26/11-25/12/1780], dân thiểu số nhà Thanh

chiếm đất sáu châu ở phủ An Tây. Nguyên mười châu ở phủ An Tây thuộc Hưng Hoá, tiếp giáp với đất đai Vân Nam. Từ khi Hoàng Công Toản thua trận, chạy sang nhà Thanh xin tá túc [1769], các châu Quảng Lăng và Hoàng Nham bị huyện Kiến Thuỷ thuộc phủ Khai Hoá, Vân Nam lấn chiếm. Triều đình nhiều lần tư giấy biện bạch, nhưng chưa được nhà Thanh trả lời. Đến nay, bầy tôi giữ trấn Hưng Hoá lại báo cáo về triều "*Bốn châu Khiêm Châu, Tuy Phụ, Hợp Phì và Lễ Tuyền đều bị huyện Kiến Thuỷ xâm chiếm. Họ cứ thu thuế theo nóc nhà hiện có*". Chúa Trịnh Sâm họp bầy tôi trong triều làm văn thư gởi sang Tổng đốc Vân Quý [Vân Nam, Quý Châu] biện bạch để mong lấy lại đất. Nhưng sau đó, Trịnh Sâm bị bệnh mất, việc ấy bèn thôi; từ đấy, đất đai sáu châu, suốt thời nhà Lê không sao khôi phục lại được.

Tại miền Nam vào ngày Quý Mão tháng giêng [28/2/1780] Nguyễn vương Phúc Ánh chính thức lên ngôi Vương ở Sài Gòn. Văn thư đưa xuống gọi là chỉ truyền, sai phái gọi là chỉ sai, dùng ấn **Đại Việt quốc Nguyễn chúa Vĩnh trấn chi bảo**, nhưng vẫn theo niên hiệu nhà Lê.

Luận công tôn phù, thăng Đỗ Thanh Nhân làm Ngoại hữu phụ chính thượng tướng công; Ngoại tả Tống Phước Khuông, Nội hữu Tống Phước Lương, Nội tả Nguyễn Đình Thuyên, Tham nghị Trần Đại Thể, Lại bộ Hồ Đồng, Hộ bộ Trần Phước Giai, Lễ bộ Nguyễn Nghi, Binh bộ Minh (không rõ họ), Hình bộ Trần Minh Triết và các tướng sĩ đều được thăng thưởng theo thứ bực.

Ngày Tân tỵ tháng 3 [6/4/1780], Hoàng tử Cảnh sinh. Mẹ Cảnh là Tống thị, con gái Ngoại tả Tống Phước Khuông, năm Mậu tuất [1778-1779] Nguyễn vương làm lễ cưới, tấn phong Nguyên phi.

Tháng 4 [4/5-2/6/1780], sai Đỗ Thanh Nhân đánh phủ Trà Vinh chiếm được. Trước kia người Chân Lạp hằng năm tuân nộp thuế; gặp thời loạn lạc, Tù trưởng là Ốc Nha Suất mưu làm phản. Nơi này rừng sâu chằm lớn, rậm rạp um tùm, Suất dựa địa thế hiểm trở để chống, quan quân đánh không được. Vương bèn sai Đỗ Thanh Nhân đốc chiến, Dương Công Trừng phụ tá. Công Trừng sai các quân dùng vòng sắt móc liền các chiến thuyền với nhau, bắc sàn ở trên, kèm dựng cây chuối để đỡ tên đạn, nhân nước thuỷ triều lên cho thuyền ép sát luỹ để đánh; giặc mất thế hiểm, bỏ chạy. Thanh Nhân đem quân tinh nhuệ đuổi đánh, chặt phá cây rừng, mở thông đường lối, lại đặt phục binh trong rừng, bốn bề nổ súng. Suất cùng đường bị quan binh bắt được. Thanh Nhân chiêu dụ dân chúng trở về làm ăn; Trà Vinh được yên.

Tháng 6 [2/7-30/7/1780], sai Cai cơ là Sâm và Tĩnh sang Xiêm để giao hảo. Gặp lúc thuyền buôn Xiêm từ Quảng Đông trở về đến biển Hà Tiên, bị lưu thủ Thăng giết và cướp hết của cải; vua Xiêm giận, đem Sâm và Tĩnh giam vào ngục. Lại có người Chân Lạp nói gièm với vua Xiêm rằng Gia Định đã gửi mật thư bảo Tôn Thất Xuân và Mạc Thiên Tứ làm nội ứng, mưu lấy thành Vọng Các. Vua Xiêm rất ngờ, liền bắt hết mọi người để tra hỏi. Con Thiên Tứ là Mạc Tử Duyên hết sức cãi, cho là chuyện vu cáo, bị vua Xiêm đánh chết. Thiên Tứ tự tử; Tôn Thất Xuân cùng Sâm, Tĩnh và quyến thuộc của Thiên Tứ cộng 53 người đều bị hại. Nhân dân nước ta ngụ ở Xiêm đều bị dời hết ra nơi biên thuỳ.

Tháng 7 [31/7-29/8/1780], đôn đốc đóng binh thuyền. Đỗ Thanh Nhân sai thuỷ quân lấy gỗ kiền kiền để đóng thuyền trường đà [bánh lái dài] hai tầng, trên gác đặt sàn chiến đấu, tầng dưới thuỷ binh chuyên sức mà chèo. Do đó đi biển thuận lợi, mà sở trường thuỷ quân càng tinh thêm.

Tháng 12 [26/12/1780-23/1/1781], xuất bản lịch cho năm sau, gọi là lịch **Vạn Toàn**.

Tháng 10 năm Cảnh Hưng thứ 42 [16/11-14/14/1781], (Thanh Càn Long thứ 46); Trịnh Sâm lập người con nhỏ là Trịnh Cán làm Thế tử. Cán mắc bệnh từ khi còn bế ẵm, chân tay và thân thể gầy mòn, thuốc thang đều trị mấy năm vẫn không khỏi. Từ khi Khải bị tội, bệnh của Cán ngày một bớt dần, đậu mùa qua khỏi, Sâm lấy làm vui vẻ. Bầy tôi chúc mừng, đều khuyên Sâm nên sớm lập làm người nối nghiệp, để thống nhất lòng người, Sâm theo lời. Mẹ Sâm là Trịnh Thái Phi nói với Sâm rằng:

"*Khải với Cán đều là cháu của già này, nhưng già nghĩ cháu Khải đã trưởng thành, mà cháu Cán còn nhỏ tuổi lại quặt quẹo luôn, già mong vương thượng coi tôn miếu xã tắc làm trọng hơn, hãy để trống ngôi kế tự, ngõ hầu Khải có lòng răn chừa; nếu không thế thì đợi khi Cán đến tuổi trưởng thành cũng chưa có gì là muộn*".

Sâm nói:

"*Việc lớn nhà nước, chỉ cốt phó thác được người xứng đáng, nếu bệnh của Cán vẫn không khỏi, thì thà rằng lập Bồng, để trả lại cơ nghiệp cho ngành cả của nhà bác (2), chứ không đành lòng phó thác cho đứa con bất hiếu làm gì!*".

Vì thế Thái phi không nói lại nữa; Sâm bèn tâu nhà Vua xin lập Cán làm Thế tử, lúc ấy Cán mới 5 tuổi. Sâm dùng Huy quận công Hoàng Đình Bảo làm A bảo để nuôi dưỡng giúp đỡ Cán. Sâm mắc bệnh trĩ, ở nhà kín không ra ngoài; Đặng Thị Huệ ở trong cung xếp đặt mọi việc, bè đảng đều giữ địa vị trọng yếu.

Tại miền Nam vào tháng 3 [25/3-23/4/1781], Đỗ Thanh Nhân bị giết. Thanh Nhân cầm quân Đông Sơn, thường có ý vượt quyền; cậy mình có công tôn phù, lòng kiêu ngạo càng tăng. Chưởng cơ Tống Phước Thiêm nói riêng với Nguyễn vương:

"*Thanh Nhân lòng muốn theo Mãng Tháo* (3), *không thể để được. Nếu dùng đến kế mà trừ thì chỉ một tay võ sĩ cũng đủ*".

Nguyễn vương cho là phải, bèn giả cách ốm rồi vời Thanh Nhân vào bàn việc. Vệ sĩ nhân đó bắt giết, rồi tuyên bố tội trạng của Thanh Nhân và tha tội cho các tướng hiệu dưới quyền. Sai chưởng Thuỷ dinh là Hoảng lãnh bộ binh, Phước Thiêm lãnh thuỷ binh, rồi chia quân Đông Sơn ra làm bốn quân, sai Lê Văn Quân coi Tiền quân, Vũ Doãn Triêm coi Hữu quân, Tống Phước Lương coi Tả quân, Trương Văn Bác coi Hậu quân. Thanh Nhân chết rồi, đồ đảng phần nhiều trốn đi Ba Giồng [Định Tường], Vương sai chiêu dụ, nhưng đều chống cự.

Thống nhung trấn Bình Thuận Nguyễn Văn Hoằng và Lễ bộ Nguyễn Nghi đều ốm chết; sai Tôn Thất Dụ coi trung quân, tiết chế bộ binh để trấn giữ Bình Thuận. Thăng chức cho Chu Văn Tiếp làm Khâm sai đô đốc chưởng cơ quận công, trông coi tướng sĩ và binh dân ở Phú Yên.

Tháng 5 [23/5-21/6/1781], Vương sai duyệt số quân các dinh thuỷ bộ, không dưới 3 vạn người; thuyền đi biển 80 chiếc, thuyền chiến lớn 3 chiếc, tàu tây 2 chiếc, bèn cử đại binh đánh Tây Sơn. Sai tiết chế Tôn Thất Dụ đem bộ binh ở Bình Thuận, Chưởng cơ Tống Phước Thiêm, Nguyễn

Hữu Thuỵ và Dương Công Trừng đem thuỷ quân ở Gia Định cùng tiến đi. Bọn Dụ đến Nha Trang và Hòn Khói [tỉnh Khánh Hoà] cùng Chu Văn Tiếp hợp quân, đắp luỹ đối diện quân địch. Thuỷ binh địch ít không dám ra đánh, bèn đem bộ binh bày trận, voi chiến rất nhiều; quân ta thấy thế lùi, Văn Tiếp không ngăn cản nổi, bèn lùi giữ núi Trà Lang [tỉnh Phú Yên]. Vừa lúc đó, ở Gia Định thuộc tướng Đông Sơn gây biến, bọn Dụ đều rút quân về.

Tháng 5 nhuận [22/6-20/7/1781], thuộc tướng quân Đông Sơn là Võ Nhàn và Đỗ Bảng giữ đất Ba Giồng [Định Tường] làm phản. Nguyễn vương sai Nguyễn Đình Thuyên và Tống Phước Lương chia đường tiến đánh. Phước Lương đánh ở sông tại thôn Lương Phú bị thua; Thống binh cai cơ Tống Văn Phước chết trận.

Vương bãi chức Phước Lương; rồi tăng thêm quân hợp đánh. Lại sai Cai cơ Nguyễn Văn Quý và Phan Văn Huyên giả nhập bọn với giặc, bắt được tên Nhàn tên Bảng giết đi, dư đảng đều dẹp yên.

Đổi tên dinh Trường Đồn [Định Tường] làm dinh Trấn Định.

Tháng 10 [16/11-14/14/1781], Xiêm La sai tướng là Chất Tri và Sô Si xâm lấn nước Chân Lạp. Vua Chân Lạp Nặc ấn, đem sự việc báo lên.

Về phía nhà Thanh, năm nay Cống sứ An Nam đến kinh đô tiến cống; nhưng vào dịp hè Vua Càn Long tránh nóng tại hành cung Nhiệt Hà [Thừa Đức, tỉnh Hà Bắc], nên sai quan đưa Cống sứ đến gặp tại hành cung:

"Ngày 7 Kỷ Mão tháng 5 năm Càn Long thứ 46 [29/5/1781]. *Lại dụ:*

Năm nay Cống sứ An Nam đến kinh đô. Lệnh cử một Đường quan thuộc bộ lễ đưa đến Nhiệt Hà làm lễ chiêm cận, sau đó sai Cống sứ trở về nước." (**ThanhThực Lục, Cao Tông Thực Lục** quyển 1130, trang 17)

Vào tháng 7 lúc Cống sứ trở về, nếu theo đường cũ lúc đến, phải băng qua Vận Hà (4), bấy giờ có thể gặp mưa lụt. Do đó Vua Càn Long tiên liệu nếu qua Vận Hà bị cản trở, thì cho Cống sứ theo đường từ Bắc Kinh, xuống Hà Nam, Hồ Bắc, Hồ Nam, Quảng Tây để trở về nước:

"Ngày 22 Nhâm Tuất tháng 7 năm Càn Long thứ 46 **[9/9/1781].** *Lại dụ:*

Hiện cứ theo lời bộ lễ lãnh việc dẫn dắt Sứ thần An Nam, đã đến hành lễ tạ ơn, sau lễ xong lệnh trở về nước. Lúc bọn Sứ thần đến kinh đô theo đường thuỷ từ Hồ Nam, lần lượt đến Hồ Bắc, Giang Nam [Giang Tô, An Huy], *Sơn Đông. Hiện nay tại các huyện như Tao Đơn thuộc tỉnh Sơn Đông, nước lụt từ sông Hoàng Hà đổ xuống, Vận Hà* [運河] *nước lớn, đường bị ngập, thuyền đi qua không phải không gặp trở ngại.*

Nay truyền lệnh cho Quốc Thái, nếu thuỷ trình trên Vận Hà không bị cản trở, nơi đi qua không quá hoang vu thê lương, thì cứ tâu sự thực; để lệnh cho Cống sứ theo đường cũ trở về. Nếu thuỷ trình tại Vận Hà thuộc tỉnh Sơn Đông bị cản trở, thôn trang hai bên đường bị ngập, chiêm ngưỡng quang cảnh có phần bất tiện; bất nhược cho sứ giả đi đường bộ từ Từ Châu Trực Lệ vào tỉnh Hà Nam, đến Tương Dương, tỉnh Hồ Bắc; rồi lại theo thuỷ trình tiếp tục thì ổn thoả hơn.

Lại truyền lệnh cho Phú Lặc Hồn họp với Quốc Thái ước lượng chi tiết tình hình, rồi tâu lên." (**ThanhThực Lục, Cao Tông Thực Lục** quyển 1137, trang 23)

Chú thích:

1. Cao, Tư: Thời đại Tần Thuỷ Hoàng, Triệu Cao giữ chức lang trung lệnh, Lý Tư giữ chức tả thừa tướng. Khi Thuỷ Hoàng đi tuần du, đem người con nhỏ được cưng chiều là Hồ Hợi đi theo, rồi Thuỷ Hoàng bị bệnh mất ở Sa Khâu, Triệu Cao bàn với Lý Tư lập Hồ Hợi làm vua mà phế truất thế tử là Phù Tô.

2. Ngành cả của nhà bác: Trịnh Giang là con trưởng Trịnh Cương, khoảng năm Vĩnh Hựu [1735-1739] Giang có bệnh, nên em là Trịnh Doanh tự lập làm Chúa. Trịnh Bồng là con Trịnh Giang, tức thuộc ngành cả của nhà bác.

3. Mãng, Tháo: tức Vương Mãng và Tào Tháo là hai gian thần ở đời Tây Hán và Đông Hán.

4. Đại Vận Hà : dài 1794 km, phía bắc từ Bắc Kinh, nam đến Hàng Châu; qua các tỉnh Hà Bắc, Sơn Đông, Giang Tô, Chiết Giang.

153. Vua Lê Hiển Tông [1740-1786] (17)

Tháng 9 năm Cảnh Hưng thứ 43 [7/10-4/11/1782], (Thanh, Càn Long thứ 47); Chúa Trịnh Sâm mất lúc 41 tuổi. Từ mấy năm gần đây, bệnh cũ của Sâm luôn luôn phát sinh, rất sợ nắng gió, thường ở trong cung sâu kín, ban ngày cũng phải đốt nến; nếu không phải ngày triều hội lớn, thì không bao giờ ra ngoài. Đến nay bệnh thêm nguy kịch, Đặng Thị Huệ ngày đêm ở bên cạnh; về hàng đại thần, chỉ có Hoàng Đình Bảo, Tạ Danh Thuỳ và Lê Đình Châu được ra vào mà thôi. Đặng Thị nói với Trịnh Sâm rằng:

"*Thiếp nhờ ơn Vương thượng yêu đương quyến luyến bội phần, nay trăm tội đổ lên đầu thiếp, không biết một ngày kia mẹ con thiếp sẽ gửi thân vào nơi nào?*".

Sâm an ủi nói:

"*Danh vị Thế tử đã ấn định rồi, sau này nước là nước của Thế tử, còn phải lo lắng gì nữa?*".

Sâm lại quay bảo Đình Bảo rằng:

"*Nhà ngươi cố sức bảo hộ Thế tử để yên lòng ta*".

Đình Bảo thưa rằng:

"*Tôi đâu dám chẳng hết lòng, cùng lắm thì đem cái chết để báo ơn Chúa. Nhưng xin ngay bây giờ cho Thế tử nối ngôi và sách phong chính cung Tuyên Phi cùng tham dự xét đoán công việc chính trị, để có mệnh lệnh sẵn sàng".*

Sâm nói:

"Nhà ngươi nói đúng, nhà ngươi cần phải giúp sức".

Đình Bảo nói rằng:

"Nhận lời trối trăn lại để giúp việc chính trị, tôi không dám đảm đang một mình, Trịnh Kiều [chú ruột Trịnh Sâm], *người rất thân trong họ nhà Chúa; Nguyễn Hoàn* [thầy], *bậc sư bảo đại thần; Lê Đình Châu và Phan Lê Phiên đều ở trong chính phủ vẫn có danh dự đức vọng; Trần Xuân Huy* [Hoạn quan] *và Tạ Danh Thuỳ* [Hoạn quan] *đều là A bảo tín thần. Xin cho các viên ấy cùng tôi vâng chịu cố mệnh* [mệnh lệnh lúc mất] ".

Sâm y cho, bèn sai Lê Phiên viết tờ cố mệnh, Nhữ Công Điền viết chế sách ban cho Tuyên Phi Đặng Thị. Khi viết xong, Đình Bảo để trong tay áo, vào phủ đường, xin Sâm phê chữ. Lúc ấy bệnh Sâm đã gần tắt thở, bèn cho triệu bọn Trịnh Kiều và Nguyễn Hoàn vào nhận cố mệnh. Khi bọn Kiều vào, Sâm vừa khóc vừa nói:

"Tiểu tử này mắc bệnh không sống được nữa. Nay thế tử Cán nối ngôi, rất mong thúc phụ và sư thần cùng lòng giúp rập, vượt qua trong buổi khó khăn".

Đình Bảo nhân lấy tờ thư trong tay áo ra dâng trình, Sâm xua tay gạt đi. Đình Bảo nói:

"Thư cố mệnh còn chưa ghi tên Thế tử, xin cho vương thân là Trịnh Kiều ghi tên thay".

Sâm gật đầu. Kiều nghi tên Thế tử xong, liền dâng trình, thì Sâm đã nhắm mắt rồi, không biết gì nữa.

Đình Bảo đem cố mệnh và chế sách truyền đi các nơi, rồi tâu xin nhà Vua lập Cán làm Điện Đô vương; Tuyên Phi Đặng Thị cùng tham dự xét đoán công việc chính trị; truy tôn Sâm làm Thịnh vương. Lúc ấy, Cán còn nhỏ tuổi lại có bệnh, lòng người nôn nao lo sợ; trong triều đình, nơi thôn dã ai cũng biết hoạ loạn xảy ra chỉ trong khoảng sớm tối.

Tháng 10 [5/11-4/12/1782], binh lính Tam phủ (1) nổi loạn, truất Trịnh Cán, lập Trịnh Khải. Sau khi Cán được lập làm Chúa, Đặng Thị bắt Khải ra ở nhà Tả xuyên, giam giữ cấm đoán rất nghiêm ngặt. Dương Thị, mẹ Khải, e rằng Khải không không bảo toàn được tính mạng, bèn sai người đến kêu xin Đình Bảo thương tình. Đình Bảo khóc nói:

"Đình Bảo này thờ tiên vương, rất được đội ơn yêu dấu. Quý tử [chỉ Trịnh Khải] *là con của tiên vương ta, nếu ta dám có lòng nào, sẽ bị trời tru đất diệt".*

Từ đấy, việc giam giữ áp chế được nói rộng một chút, nhân đấy, gia thần của Khải dần dần được ra vào chỗ Khải bị giam. Cán tuy được lập làm Chúa, nhưng lòng người không ủng hộ, lại do bè đảng Đình Bảo phụ hoạ với Đặng Thị, nên ai cũng ghét. Họ quần tụ ở đầu đường xó chợ bàn tán; có người nói Đình Bảo mưu toan làm việc trái phép; có người nói tân Vương [Trịnh Cán] bị bệnh nặng, Đình Bảo tư thông với Đặng Thị, lập mưu để giết quý tử. Lời đồn truyền đi khắp nọi nơi, không sao ngăn cấm được. Dự Vũ, bầy tôi của Khải, lẻn vào chỗ các quân sĩ uống rượu, nói vụng với quân sĩ rằng:

"Thế tử của tiên vương không tội trạng gì, chỉ vì Đặng Thị là người đàn bà ác nghiệt, làm mê hoặc tiên vương để cướp ngôi cho con; Đình Bảo vốn có chí làm phản, hắn lợi dụng

tân vương còn thơ ấu để áp chế, nên phụ hoạ với Đặng Thị để thành cái kế cướp ngôi. Nay tân vương bị bệnh nguy kịch, tất nhiên xảy ra hoạ loạn. Các quân sĩ đều là người cũ ở nơi thang mộc (2), làm nanh vuốt của nước, vốn giữ lòng trung nghĩa, nếu một bụng tôn phò, yên định được nhà Chúa, thì tên tuổi sẽ chép trong thư đỏ, khoán sắt (3), công ấy còn gì lớn hơn?".

Quân sĩ đều tức bực cảm khích, họ ước hẹn nhau hội hợp riêng ở chùa Khán Sơn (4), bí mật mưu tính thi hành công việc, nhưng chỉ ngại về uy quyền thế lực của Hoàng Đình Bảo, bàn tính chưa nghĩ ra mưu mẹo gì. Lúc ấy, trong chỗ các quân ngồi, có Nguyễn Bằng [người xã Nộn Liễu, huyện Nam Đàn, Nghệ An], là quân lại trong đội Tiệp Bảo (5), mạnh dạn nói:

"Các quân sĩ nếu định một lòng làm việc này, thì chẳng qua cứ đợi xong lễ tế điện buổi sáng, trong phủ đường nổi hiệu ba hồi trống, chúng mình sấn đến lôi nó ra quật cho ngã xuống, thế là xong việc, có gì là khó khăn?".

Mọi người đều mừng, bèn cử Nguyễn Bằng làm người đứng đầu, cùng nhau uống máu ăn thề, bàn tính không dự định nhật kỳ, chỉ hẹn nhau hễ nghe tiếng trống trong phủ đường, thì nhất tề khởi sự.

Lúc ấy có viên ngoại lang Bùi Bật Trực biết chuyện, bèn đem việc này bảo cho Nguyễn Trọng Chiểu, là con Nguyễn Trọng Viêm [em Trịnh Thái phi] biết, để Trọng Chiểu dự vào cuộc họp. Nhân đấy, Bật Trực giới thiệu Trọng Chiểu và bảo các quân sĩ rằng:

"Việc này quan hệ rất to, cần phải nhờ quốc cữu Nguyễn Trọng Viêm tâu lên Thái phi [mẹ Trịnh Sâm] *rõ. Vạn Nhất*

mà Đình Bảo biết chuyện, thì cứ nói là có mệnh lệnh bí mật của Thái phi, rồi cử sự một cách minh bạch, như thế là hơn".

Quân sĩ theo lời, bọ bèn sai Bật Trực đem việc này đến nói kín với Trọng Viêm, Trọng Viêm lại đem nói với Nguyễn Hoàn. Hoàn muốn theo như việc cũ thời Trịnh Doanh thay Trịnh Giang, xin hạ lệnh cho Khải tạm giữ chính quyền, để yên lòng quân sĩ. Trọng Viêm vào tâu với Trịnh Thái phi, Thái phi sai người nói với Đình Bảo. Đình Bảo nói:

"Tiên vương có hai người con, nếu tân vương vì bệnh không khỏi, thì ngôi báu tự nhiên thuộc quyền quý tử. Còn như việc cho quý tử tạm giữ chính quyền tức là đi dần đến chỗ cướp ngôi đấy. Tôi vâng nhận lời phó thác của tiên vương trối lại, việc ấy tôi không dám vâng theo mệnh lệnh".

Trọng Viêm e rằng việc này mà tiết lộ, mình sẽ bị vạ lây, bàn mưu với Nguyễn Hoàn. Nguyễn Hoàn nói:

"Việc đã như thế, để mặc các quân sĩ muốn làm thế nào thì làm".

Trong kinh thành huyên truyền ầm lên rằng:

"Tất nhiên quân sĩ gây ra sự biến loạn".

Sáng ngày 24 [28/11/1782], vào buổi lễ cúng cơm Chúa, Nguyễn Bằng đi tắt lên trên lầu phủ đường, đánh trống, các quân sĩ họp tập đông đủ, tuốt trần mũi gươm, ồ ạt xông tràn vào. Hoàng Đình Bảo tay cầm kiếm, ngồi trên lưng voi, ngăn giữ cửa phủ để đánh chặn lại, quân sĩ tranh nhau dùng gạch đá ném chết, em Đình Bảo là Vũ Khanh hầu Hoàn Lương cũng bị loạn quân giết. Quân sĩ bèn đem nhau đến sở giam, phò Trịnh Khải ra ngồi phủ đường, rồi lấy chỉ dụ của Thái Phi tâu xin mệnh lệnh nhà Vua lập Khải làm Nguyên soái

Đoan Nam Vương. Truất Cán làm Cung quốc công, sau đó, Cán bị bệnh chết.

Quân sĩ hoành hành cướp bóc, phàm tộc thuộc hai nhà họ Đặng, họ Hoàng và những nhà trước kia phát giác việc Trịnh Khải mưu giành ngôi; họ cướp phá hầu hết. Kinh thành rối loạn, mấy hôm sau mới được yên ổn. Quân sĩ cậy công cứ đòi ban thưởng mãi, bèn bàn định phong Nguyễn Bằng làm Suy trung dực vận công thần phong cho tước Hầu; 30 người tham gia cuộc hội bàn đầu tiên là bọn quân lại Nguyễn Trù được đặc biệt thăng thưởng; còn các quân thuỷ, quân bộ trong kinh ngoài trấn đều được thăng chức một bậc, và đều được ban thưởng tiền bạc có người nhiều người ít khác nhau. Lại rộng cấp cho mỗi người một đạo "**Không đầu sắc**"(6), cho phép họ được nhường cho thân thuộc, tỏ ra đền công một cách phi thường. Từ đấy, kiêu binh ngày càng càn rỡ, viên quan cai quản không thể nào khống chế được, chỉ ràng buộc lỏng lẻo mà thôi.

Tháng 11 [5/12/1782-2/1/1783], Nguyễn Hữu Chỉnh quản lãnh cơ Tiền Ninh trấn Nghệ An, trốn đi theo Tây Sơn. Hữu Chỉnh, người huyện Nghi Lộc, Nghệ An; lúc trẻ tuổi đỗ Hương cống, là người hào phóng không bó buộc vào khuôn phép. Du lịch kinh sư, Hữu Chỉnh vào yết kiến Hoàng Ngũ Phúc; Ngũ Phúc khen là có tài khác thường, dùng làm gia khách. Khi Ngũ Phúc vào xâm lấn trong Nam, cho Hữu Chỉnh đi theo trong quân, giữ công việc thư ký, rồi sai đến khuyên Nguyễn Nhạc quy thuận với triều đình, được Nguyễn Nhạc kính trọng. Sau theo Hoàng Đình Bảo đánh giặc biển có công, đổi sang quản lãnh cơ Tiền ninh thuộc trấn Nghệ An. Đến nay, binh lính trong kinh thành nổi loạn, môn hạ của Hữu Chỉnh là Hoàng Viết Tuyển từ Sơn Nam vượt biển vào báo cho Hữu Chỉnh biết. Hữu Chỉnh bèn đem việc bàn với trấn thủ Nghệ An Vũ Tá Dao, nên chiếm lấy vùng đất từ Thuận Hoá đến Nghệ An để làm kế cố thủ. Tá Dao là em rể Hoàng Đình Bảo, tư chất tầm thường không đương nổi, nên từ chối. Hữu Chỉnh bèn về nhà, cùng Hoàng Viết Tuyển dắt díu gia quyến vượt biển vào Quy Nhơn theo Nguyễn Nhạc. Nhạc được Hữu Chỉnh mừng lắm, đãi làm bậc thượng khách. Hữu Chỉnh khuyên Nhạc chứa lương thực, sắm khí giới, kén chọn khuyến khích tướng suý, giáo dục luyện tập sĩ tốt, để mưu tính việc chiếm lấy Thuận Hoá.

Trước kia, khi Trịnh Sâm bị bệnh nặng, cho con là Cán nối ngôi, sai bọn Phan Lê Phiên viết thư cố mệnh của Trịnh Sâm và chế sách ban cho Tuyên Phi Đặng Thị Huệ. Khi thư cố mệnh đã viết xong, Sâm hấp hối không thể phê chữ "Cán" vào thư được nữa, sai Trịnh Kiều viết thay. Đến nay, Trịnh Khải đưa thư cố mệnh ra, trong thư có chữ Trịnh Thái phi phê rằng: "*Không phải chữ chính tay tiên vương viết, không lấy gì làm bằng cứ, giao xuống cho chính phủ bàn luận*". Thiêm sai Phạm Nguyễn Du làm lời luận "**Quốc thị**" [kế hoạch lớn của nhà nước] đại lược nói: "*Việc lập Điện đô vương và hạ lệnh cho Tuyên Phi cùng xét đoán việc nước, đều là lời trối trăn lầm lẫn trong lúc Thịnh vương sắp mất, không thể coi là chính đáng được. Nay Thái phi lấy địa vị người mẹ thay đổi việc làm của con, rất hợp sự lý đúng đắn. Xin truy xét tội bầy tôi phụ hoạ, làm sáng tỏ nghiêm chỉnh điển hình trong nước*". Vì thế vào tháng 12 [3/1-1/2/1783] ra lệnh bãi chức Quận công Trịnh Kiều, Tham tụng Phan Lê Phiên và Tri lại phiên Nhữ Công Điền; lại truất Đặng Thị làm dân, sau Đặng Thị uống thuốc độc chết.

Tại miền Nam vào tháng giêng [12/2-13/3/1782], Nguyễn

vương sai Chưởng cơ Nguyễn Hữu Thuỵ đem binh thuyền cùng với Hồ Văn Lân đi cứu viện nước Chân Lạp. Bấy giờ Vua Xiêm là Trịnh Quốc Anh bị bệnh thần kinh, bắt tù vợ con Chất Tri và Sô Si, nên hai người rất oán hận. Khi quân ta đến đến thành La Bích [Longvek, Campuchia], chúng họp nhau bàn bạc; Sô Si nói:

"*Vua ta vô cớ bắt tù vợ con chúng ta, chúng ta dù có hết sức liều chết thì ai biết cho, chi bằng cùng với người Hán* [bấy giờ nhà Nguyễn xưng với Xiêm là người Hán] *xin hoà, kết làm ngoại viện*".

Chất Tri nói:

"*Điều đó rất hợp ý tôi*".

Bèn sai người đến quân Hữu Thuỵ cầu hoà, và mời đến trại để hội ước. Hữu Thuỵ nhận lời, em Hữu Thuỵ là Hựu can rằng:

"*Người Man hay dối trá, sợ có biến thì sao?*".

Hữu Thuỵ nói:

"*Ta tính toán đã kỹ rồi. Vua Xiêm vô cớ mà bắt giam vợ con họ nên họ muốn nhờ ta làm viện binh, lời xin của họ không phải là dối đâu. Huống chi ta đã nhận lời mà không đi thì họ cho ta là nhát*".

Sáng mai Hữu Thuỵ đem vài mươi người đi theo thẳng vào trại quân Xiêm. Chất Tri và Sô Si đón vào khoản đãi rất hậu, đều đem lòng thực bày tỏ, rượu say rồi bẻ mũi tên để thề. Hữu Thuỵ nhân đó đem ba bảo vật là cờ, đao và kiếm tặng cho rồi trở về. Lúc đó nước Xiêm có giặc ở thành Cổ Lạc nổi lên, Trịnh Quốc Anh sai Phi Nhã Oan Sản đi đánh. Tướng giặc ấy là em Oan Sản, Oan Sản bèn hợp quân lại đánh thành Vọng Các; người trong thành mở cửa cho vào. Trịnh Quốc Anh nghe tin biến, trốn vào chùa, Oan Sản bắt giam lại, chạy tin báo cho Chất Tri về nước. Chất Tri được báo, cho rằng mình đã cùng Hữu Thuỵ nghị hoà, không lo về mặt sau nữa, bèn luôn đêm đem quân về thành Vọng Các. Khi sắp đến nơi, ngầm sai người giết Trịnh Quốc Anh; rồi tự lập làm vua Xiêm La, hiệu là vua Phật; phong cho em là Sô Si làm vua thứ hai, cháu là Ma Lặc làm vua thứ ba. Những nạn dân nước ta trước bị Trịnh Quốc Anh đày đi nơi khác đều được thả về thành Vọng Các, cấp cho tiền gạo, nuôi nấng đầy đủ. Hữu Thuỵ đem việc ấy báo lên; Nguyễn vương cho rút quân.

Tháng 3 [13/4-11/5/1782] Vua Tây Sơn Nguyễn Nhạc và em là Nguyễn Huệ mang quân vào đánh phá. Nguyễn Nhạc nghe tin Đỗ Thanh Nhân đã bị giết, mừng nói:

"*Thanh Nhân chết rồi, các tướng khác không đủ sợ nữa!*"

Bèn đem chiến thuyền vài trăm chiếc, cử đại binh vào đánh. Quân Tây Sơn đến cửa biển Cần Giờ; Nguyễn vương sai Tống Phước Thiêm điều bát trận thuỷ binh ở Ngã Bảy [Cần Giờ]. Quân Tây Sơn nhân gió mạnh xông thẳng tới, quân Nguyễn phải lùi. Một mình Cai cơ là Màn Hoè [Manuel] chỉ huy chiếc tàu Tây bọc đồng cố sức đánh rất lâu; quân Tây Sơn bao vây bốn mặt, ném hoả khí đốt tàu, Màn Hoè chết trận. Màn Hoè là Thuyền trưởng người Pháp, do Giám mục Bá Đa Lộc giúp Nguyễn vương chiêu mộ. Vương nghe tin báo, đích thân đốc binh thuyền tiếp ứng, đến Ngã Ba [Nhà Bè, Sài Gòn] thì gặp địch. Vương mặc áo chiến điều quân đánh gấp, tay cầm súng bắn lại thuyền giặc, rồi hạ lệnh cho quân sĩ vừa đánh vừa lùi, thu quân về Bến Nghé [Sài Gòn]. Quân Tây Sơn ồ ạt tiến, quân

Nguyễn thua, Vương dời đi Ba Giồng [Định Tường]. Từ đó vùng Sài Gòn lại bị Tây Sơn chiếm.

Tháng 4 [12/5-10/6/1782], Tiết chế dinh Bình Thuận là Tôn Thất Dụ đem Tả chi Trần Xuân Trạch, thuộc tướng là Trần Văn Tự, và thuộc tướng đạo Hoà Nghĩa là Trần Công Chương vào cứu viện. Gặp tiền binh Tây Sơn ập đánh, chém được Hộ giá Phạm Ngạn ở cầu Tham Lương [Sài Gòn]. Nguyễn Nhạc nghe tin Ngạn chết, đau như mất hai tay, cho rằng đạo quân Hoà Nghĩa toàn người Thanh, bèn sai bắt hết người Thanh hơn một vạn người ở Gia Định, không kể là lính hay người buôn bán, đều giết hết mà quăng xác đầy sông; hơn một tháng trời, không ai dám ăn tôm cá và uống nước sông.

Vương dời đi Lữ Phụ [Giồng Lữ, thuộc tỉnh Định Tường]. Bầy tôi thân cận là bọn Nguyễn Huỳnh Đức (7) Trần Xuân Trạch, Nguyễn Kim Phẩm, Dương Công Trừng, Thống binh Hạp và Kính, thu họp quân còn lại, được hơn 300 người. Vương sai dựng đồn chống địch; gặp quân Tây Sơn là Đô đốc Nguyễn Học vừa đến. Vương đích thân điều binh thuyền đón đánh, quan quân đua sức tiến lên; Kim Phẩm chém được Học tại trận. Quân Tây Sơn thua to, bắt được hơn 30 chiếc thuyền, thừa thắng đuổi đến dinh Trấn Định [Định Tường]. Sai Nguyễn Huỳnh Đức làm Tiên phong, Tôn Thất Cốc làm Trung quân, Trần Xuân Trạch và Nguyễn Kim Phẩm làm Hộ giá, tiến đóng tại Ngã Tư [Tứ kỳ giang, thuộc tỉnh Gia Định]. Nguyễn Huệ đem quân mạnh ập đến; bày trận quay lưng xuống nước mà đánh dữ; quân Nguyễn vương thua, lùi giữ sông Lật Giang [sông Vàm Cỏ Đông tại Bến Lức]. Lưu thủ là Thăng, tiên phong là Tuý từ dinh Vĩnh Trấn [Vĩnh Long] đem chiến thuyền tới viện trợ, đón Vương sang miền Hậu Giang.

Sai Nguyễn Hữu Thuy, Trần Xuân Trạch cùng cai cơ Cao Phước Trí mượn đường Chân Lạp sang Xiêm cầu viện. Chân Lạp ngầm giúp Tây Sơn, bèn giết chết bọn Hữu Thuy.

Vương đến Giá Khê [Rạch Giá] Chân Lạp họp binh thuyền hơn 30 chiếc, đuổi đến Sơn Chiết; Tiên phong Tuý chặn đường sau, đánh lùi được. Sau đó, Vương đến Hà Tiên, đi thuyền nhỏ qua biển, đến đảo Phú Quốc.

Tháng 5 [11/6-9/7/1782], Nguyễn Nhạc và Nguyễn Huệ dẫn quân về Quy Nhơn, lưu hàng tướng Đông Sơn là Đỗ Nhàn Trập cùng Hộ bộ là Bá lãnh 3.000 quân giữ Gia Định, đóng đồn ở Bến Nghé [Sài Gòn]. Nhàn Trập hung tàn bạo ngược, nhiều người oán ghét.

Tháng 6 [10/7-8/8/1782], Hồ Văn Lân tụ họp quân còn lại, đánh được Đô đốc giặc là Nguyễn Loan ở Long Hồ [Vĩnh Long], rồi cùng với Điều khiển Dương Công Trừng và Cai cơ Nguyễn Văn Quý họp binh tiến đánh giặc ở sông Lật Giang [sông Vàm Cỏ Đông], bắt được chiến thuyền hơn 10 chiếc.

Tháng 8 [7/9-6/10/1782], Châu Văn Tiếp cứu viện lấy lại được Gia Định. Châu Văn Tiếp từ Khánh Hoà đem quân vào cứu viện, cờ đề bốn chữ **Lương Sơn tá quốc**, cùng thiếu phó Tôn Thất Mân điều khiển các tướng. Phạm Văn Sĩ làm Tiên phong, Lê Văn Quân làm Tả chi, Nguyễn Văn Thuận làm Hữu chi, Nguyễn Văn Thảo làm Hậu đạo, Nguyễn Long và Phan Viện làm Bảo hộ, Tôn Thất Mân làm Trung quân; Văn Tiếp tự lãnh quân mạnh làm sách ứng. Hộ bộ của giặc là Bá nghe tin bảo Nhàn Trập rằng:

"Văn Tiếp võ nghệ tuyệt vời, nay đem trọng binh đến, thế

ta chưa thể địch nổi, chi bằng tạm bỏ đất này, lui quân về Quy Nhơn, sang mùa xuân hãy đánh lại cũng chưa muộn".

Nhàn Trập không nghe, đem hết quân ra đón đánh. Tiên phong Phạm Văn Sĩ tiến trước giết giặc, quân các đạo nối theo đánh, quân Tây Sơn thua to, chết không xiết kể; bọn Nhàn Trập chạy về Quy Nhơn. Văn Tiếp thu lại Sài Gòn, sai người tới đảo Phú Quốc báo tin thắng trận và tự đem quân đón Nguyễn vương. Vương về đến Ngã tư [Sài Gòn], Văn Tiếp lạy rạp bên đường, khóc và nói rằng:

"Không ngờ ngày nay lại được gặp Chúa thượng, thực là phước cho xã tắc".

Lấy Chu Văn Tiếp làm ngoại tả chưởng dinh, Tôn Thất Dụ làm ngoại hữu chưởng dinh. Sai Cai cơ Trung thuỷ là Võ Di Nguy, Cai cơ Tiền thuỷ là Trương Phước Dĩnh tập hợp những thuỷ binh ngạch cũ, sửa đóng chiến thuyền. Sai Cai cơ Lê Phước Điển, Tham mưu Lê Phước Bình sang Xiêm. Vương thấy quân Tây Sơn liền năm vào cướp, trong lòng lo lắm, bèn bảo các tướng rằng:

"Giặc nay dẫu thua, sang xuân hẳn lại vào cướp. Ta quân yếu tướng ít thì lấy gì mà chống? Kế sách ngày nay không gì bằng kết hảo với nước Xiêm để nhờ giúp đỡ khi hoãn cấp".

Bèn chế hoa vàng hoa bạc, sai bọn Phước Điển sang thông hiếu.

Tháng 11 [5/12/1782-2/1/1783], Vương nghe tin quân Tây Sơn mưu vào cướp, sai đặt đồn Thảo Câu ở bờ phía nam sông lớn Gia Định [sông Sài Gòn], giao cho Dương Công Trừng giữ, ở bờ phía bắc thì đặt đồn Dác Ngư, giao cho Tôn Thất Mân giữ, ngang sông bắc cầu phao để tiện qua lại. Trong sông thì bày hơn trăm chiến thuyền để làm thế dựa nhau, do Chu Văn Tiếp, Tôn Thất Cốc, Võ Di Nguy, lưu thủ Thăng, tiên phong Tuý quản lãnh. Sai giám quân Tô coi bè hoả công, đợi khi quân địch đến, theo dòng nước chảy mà phóng hoả đốt thuyền.

Về việc giao thiệp với nhà Thanh, nhân vào năm Càn Long thứ 43 [1778] An Nam trao trả tên tội phạm Chu Quí, phía Thanh vui lòng, gửi biếu các tặng phẩm. An Nam bèn dâng tấu văn tạ ơn cùng tặng sản vật; nhà Thanh chấp nhận, cho dùng sản vật thay kỳ chính cống năm Càn Long thứ 48 [1783]. Nhưng phía An Nam cho rằng sản vật quá ít, nên vẫn xin duy trì kỳ chính cống. Cuối cùng Vua Càn Long quyết định kỳ chính cống năm Càn Long thứ 48, được giảm một nửa đồ vật cống:

"***Ngày 17 Giáp Thân tháng 2 năm Càn Long thứ 47* [30/3/1782].** *Dụ rằng:*

Quốc vương An Nam Lê Duy Diêu nhân trước đây bắt được tên tội phạm bỏ trốn tên là Chu Quí, bèn sai sứ áp giải đến quan ải; nên được thưởng cấp cho các vật như lụa đoạn. Y bèn dâng tấu văn tạ ơn, cùng mang đầy đủ sản vật địa phương kèm theo tấu biểu để tiến trình. Nghĩ rằng Chuyên sứ từ xa đến, không nỡ cho mang về; bèn chấp thuận lưu giữ, để thay chính cống.

Nay cứ theo lời tâu của Tổng đốc Lưỡng Quảng Ba Duyên Tam thì viên Quốc vương lại dâng biểu xưng tiếp rằng 'Phụng ân chỉ cho đưa những vật tạ ơn lần này sung vào chính cống; nghĩ rằng đây là những thứ rau hoắc, quì (8) không xứng để tỏ lòng thành; bởi vậy xin đem những sản vật địa phương tiến cống lần này làm lễ tạ ơn, chờ đến kỳ cống năm Càn Long thứ 48, sẽ tuân theo thường lệ phụng cống.'

"Điều này thấy được tấm lòng thành của viên Quốc vương thực đáng khen, nếu lại tiếp tục khước từ trả về thì không biểu đạt được tấm lòng thành kế thuật chức phận; nên bộ liên hệ được phép thu nhận phương vật kèm theo tờ biểu. Kỳ chính cống vào năm Càn Long thứ 48, được giảm một nửa đồ vật cống hàng năm. Từ nay trở về sau viên Quốc vương dâng biểu trần tạ, không cần phải chuẩn bị phẩm vật kèm theo biểu văn, để đáp ứng với tấm lòng nhu viễn với người xa xôi của Trẫm. Lệnh viên Tổng đốc Ba Duyên Tam truyền đạt cho viên Quốc vương thi hành; cùng bộ liên hệ được hiểu rõ." (**Thanh Thực Lục**, **Cao Tông Thực Lục** quyển 1151, trang 3-4)

Trước đây vào tháng 11 năm Cảnh Hưng thứ 41 [26/11-25/12/1780], Chúa Trịnh Sâm họp bầy tôi trong triều làm văn thư gởi sang Tổng đốc Vân Quý Phú Cương để mong đòi lại phần đất bị mất vào tỉnh Vân Nam; tỉnh này đặt tên mới vùng đất chiếm được là Mãnh Lạt, Mãnh Lại, thuộc Lục Mãnh. Viên Tổng đốc viết thư phản đối để trả lời An Nam; nhưng Vua Càn Long cho rằng còn có vài chỗ chưa hợp, nên đã sai Quân cơ đại thần sửa lại thư trả lời:

"***Ngày 13 Đinh Mùi tháng 9 năm Càn Long thứ 47* [19/10/1782].** *Lại dụ:*

Phú Cương tâu rằng 'Nước An Nam gửi một văn thư trong đó xưng rằng du dân nội địa [Trung Quốc] *hỗn độn vượt biên, chiếm giữ đất biên giới, rồi đổi tên cho lệ thuộc vào nội địa, nên xin phân hoạch biên giới. Hiện tại đã nghĩ ra bản thảo thư trả lời, cùng thông sức các quan trấn thủ biên giới lưu tâm tra xét.'*

Cứ làm như vậy đi; về việc nước An Nam làm bầy tôi thờ

bản triều vốn được coi là cung thuận, nay nhân thổ dân nước này đặt điều để trốn thuế, bảo rằng du dân nội địa chiếm đất đổi tên rồi cho vào nội địa, thì đáng bác bỏ. Duy trong bản thảo nghĩ ra để gửi cho viên Quốc vương, có vài chỗ chưa hợp, nên đã sai Quân cơ đại thần sửa lại thư trả lời như sau:

'Cứ lời trình của viên Quốc vương khai rằng Thập Châu (9) thuộc An Tây (10) đường sá xa xôi, nhân sau cơn binh lửa, dân nội địa thừa cơ hội trà trộn vượt chiếm nhận đất thuộc Quảng Lăng, Lai Châu đổi tên thành Mãnh Lạt, Mãnh Lại, rồi cho lệ thuộc vào nội địa. Nên đợi đến mùa mát, sai người đến Thập Châu, tìm bắt phạm nhân giải tống sang, điều tra ra vùng đất biên giới chưa rõ ràng đáng được hoạch định lại.

'Lời nói thật không hiểu sự thể! An Nam tiếp giáp với phủ Lâm An, biên giới trong ngoài đã rõ ràng, không có sự lộn xộn. Còn đất Lục Mãnh nhập vào bản đồ đến nay đã đến một trăm mấy chục năm xa xôi, ngạch lương các trại còn sổ sách có thể kê cứu, không thể trộn vào đất Di do nước ngươi quản lãnh. Vả lại địa giới nước ngươi nếu chưa rõ ràng, do tại thổ dân nước người đặt điều để mong ẩn lậu tô thuế tại nước ngươi, chỉ đáng tra hạch trong nội bộ, không nên hướng nội địa xin hoạch định địa giới.

'Nay nước ngươi xin những điều khó nghe như vậy, giai do tại nơi hoang dã, không hiểu lễ pháp qui định. Bản bộ đường nếu cứ thực tình mà tâu, đưa lên bộ bàn, sẽ kết tội nước ngươi vượt phận nói xàm. Nghĩ đến việc nước ngươi vốn xưng cung thuận, nên không trình tấu ngay. Nay đem sổ hộ tịch chép về biên giới, ghi rõ các trại do Lục Mãnh [六猛] *quản hạt để bảo cho biết, biên giới tỉnh Vân Nam đã được thiên nhiên phân chia, không có chỗ nào là không rõ ràng;*

nên cái việc nước ngươi xin phân hoạch là điều mạo muội. Ví thử có những chỗ không ghi tại bản thư tịch này, chỉ mạo danh bày đặt ra, cái mà thổ dân các ngươi xưng là đất nội phụ, thông đồng với dân gian nội địa tại đó gây chuyện hỗn độn, thì viên Quốc vương hãy lấy tên rồi tìm bắt, phân biệt giải tống; căn cứ vào đó Bản bộ viện chuyển đạt lên bộ, để chiếu theo luật mà trừng trị.

'Từ nay trở về sau viên Quốc vương cần tỏ ra cung kính, cẩn thận giữ chức Phiên phong, chớ riêng nghe lời Trấn mục rồi trình lên một cách sơ suất, vi phạm đức ý của Thiên triều. Đại Hoàng đế phủ ngự các nước ngoại Phiên, bao gồm đức và uy; Quốc vương được phong từ lâu, đối xử chung lòng nhân như tại nội địa; Quốc vương nên suy nghĩ nhiều để vĩnh viễn nhận quốc ân. Nay viết thư chiếu hội để Quốc vương tiện tra khảo biện lý.'

"Viên Tổng đốc tuân theo bản thảo trên, chép nguyên văn gửi đi; lại thông sức các Trấn tướng quan chức nơi biên giới nghiêm mật điều tra quan sát, kinh lý ổn thoả. Mang dụ này theo độ khẩn 500 lý 1 ngày [250 km.] dụ để hay biết." (**Cao Tông Thực Lục** quyển 1164, trang 39-41)

Chú thích:

1. Binh lính tam phủ: Theo **"Binh chế chí"** trong **Lịch triều hiến chương** của Phan Huy Chú, thì từ năm Thận Đức, Hoằng Định [1600-1618] trở về sau, định chế độ quân lính: Các quân lính đóng ở kinh thành để chầu chực bảo vệ chuyên dùng lính ba phủ thuộc Thanh Hoá và 12 huyện thuộc Nghệ An. Có lẽ vì thế nên lính Thanh Nghệ gọi chung là Tam phủ.

2. Thang mộc: Nghĩa là tắm gội. Đất "thang mộc" là đất Thiên tử phong cho các chư hầu, để làm nơi cung đốn việc tắm gội. Do đó, đất "thang mộc" dùng để chỉ quê hương của Vua Lê, Chúa Trịnh tại Thanh Hoá.

3. Nguyên văn "*đan thư thiết khoán*": Tức văn thư viết bằng son, khoán ước chế bằng sắt, đời cổ dùng ban cho bầy tôi có công, để truyền cho con cháu được miễn tội.

4. Chùa Khán Sơn: Ở trên núi Khán Sơn, trong thành Hà Nội, chùa ấy nay đã bỏ.

5. Đội Tiệp Bảo: Đội thân binh hầu hạ.

6. Không đầu sắc lệnh: Sắc lệnh ban các chức như Tri sự, Phó sở, Thiên hộ, Bá hộ; riêng họ tên người được sắc lệnh ấy vẫn để trống, nên gọi là sắc lệnh không đầu.

7. Nguyễn Huỳnh Đức: Nguyên họ Huỳnh, được đổi sang họ nhà Vua là Nguyễn, nên xưng là Nguyễn Huỳnh Đức.

8. Hoắc quì: rau của người nghèo ăn; đây là câu nói khiêm, chỉ vật không đáng quí.

9. Thập Châu: **Khâm Định Việt Sử Thông Giám Cương Mục**, tập 2, trang 681, chú thích Thập Châu gồm: Chiêu Tấn, Quỳnh Nhai, Lai Châu, Ninh Biên, Quảng Lăng, Hoàng Nham, Hợp Phì, Lễ Tuyền, Khiêm Châu và Tuy Phụ. Nay 4 châu Chiêu Tấn, Quỳnh Nhai, Lai Châu và Ninh Biên thuộc Hưng Hoá; 2 châu Quảng Lăng và Hoàng Nham thuộc Vân Nam [Trung Quốc]; 4 châu Hợp Phì, Lễ Tuyền, Tuy Phụ và Khiêm Châu không khảo cứu được.

10. An Tây: phủ An Tây thuộc Hưng Hoá.

154.
Vua Lê Hiển Tông [1740-1786] (18)

Tháng giêng năm Cảnh Hưng thứ 44 [2/2-2/3/1783], (Thanh, năm Càn Long thứ 48); lập cháu trưởng là Duy Khiêm [Vua Lê Chiêu Thống] làm Hoàng thái tôn, truất Hoàng tử Duy Cận làm Sùng nhượng công. Hoàng thái Tôn là con trưởng của Thái tử Duy Vĩ, lúc Thái tử bị nạn, Thái tôn mới 6 tuổi, cùng với em đều bị bắt giam. Đến lúc binh lính Tam Phủ nổi loạn, họ đem nhau rước Thái tôn về nội điện, lòng người đều chú ý trông mong. Trước đây, Duy Cận được lập làm Thái tử, chính là do Trịnh thái phi [mẹ Trịnh Sâm] tán thành; đến nay thấy Thái tôn trở về, Thái phi sợ Duy Cận mất ngôi Thái tử, bèn sai Hoạn quan là Liêm Tăng đến bắt ép Thái tôn sang chầu, để toan bí mật giết đi. Thái Tôn từ chối không được, sa nước mắt khóc mà ra đi; khi đi đường bị quân tuần tiễu ngăn lại, sau khi biết chuyện bèn la hét ầm ĩ, yêu cầu tra cứu người lập mưu làm hại Thái tôn; họ lùng tìm Liêm Tăng không được, ngờ là Duy Cận chủ mưu. Lúc ấy, Duy Cận đương chầu Trịnh thái phi, nghi trượng để ngoài cửa phủ đường, quân sĩ đều đập phá tan nát. Duy Cận sợ, phải thay đổi quần áo đi lẻn về cung. Trịnh Khải biết việc này là do Thái phi gây ra, nhân dụ dỗ quân sĩ chớ làm huyên náo, rồi lập tức hạ lệnh cho bầy tôi trong triều xin nhà Vua lập Duy Khiêm làm Hoàng thái tôn, lúc ấy Duy Khiêm 18 tuổi; Duy Cận bị truất làm Sùng nhượng công.

Tháng 7 [29/7-27/8/1783] Trịnh Khải khởi phục Nguyễn Khản chức Thượng thư bộ Lại làm công việc Tham tụng; bổ dụng cậu là Dương Khuông, em Thái phi Dương thị, giữ chức Quyền phủ sự. Nguyễn Khản, trước làm Tư giảng [thầy] của Khải, sau ra trấn thủ Sơn Tây. Rồi Khản bị Ngô Thì Nhậm tố cáo, bị bắt giam, sau khi Khải nối ngôi, hạ lệnh cho khôi phục. Đến nay, Khản cùng Khuông cùng vào giữ công việc trong chính phủ, hai người này đều không có tài cán đức vọng, mà lại hay tự cậy mình là người có tài năng, nên người có kiến thức đều lấy làm lo ngại.

Tại miền Nam vào tháng 2 [3/3-1/4/1783], quân Tây Sơn do Nguyễn Lữ và Nguyễn Huệ chỉ huy, vào đánh Sài Gòn. Thuyền Tây Sơn từ cửa biển Cần Giờ ngược dòng tiến lên; Tư khấu Nguyễn Văn Kim tiến sát đến đồn bờ bắc, Đô đốc Lê Văn Kế tiến sát đến đồn bờ nam. Lưu thủ Thăng và Tiên phong Tuý đem kỳ binh đón đánh, nhử địch vào trận. Giám quân Tô phóng lửa đánh hoả công, gặp thuỷ triều dâng to, gió đông bắc thổi mạnh, bè lửa theo hướng ngược trở lại đốt cháy thuyền quân Nguyễn, quan binh đều vỡ chạy. Quân Tây Sơn thừa thắng áp tới, Tôn Thất Mân thấy thế không chống nổi lùi chạy; nhưng Kế chặt đứt cầu phao, Mân rơi xuống nước chết; Dương Công Trừng bị Tây Sơn bắt, Chu Văn Tiếp cũng lui.

Nguyễn vương dời đi Ba Giồng [Định Tường], bầy tôi đi theo chỉ còn bọn Nguyễn Kim Phẩm vài người, số quân không đầy một trăm.

Tháng 4 [1/5-30/5/1783], quân các đạo lại nhóm họp. Vương sai Nguyễn Kim Phẩm làm Tiên phong, Nguyễn Huỳnh Đức cai quản binh Chân Lạp làm Hậu ứng. Tôn Thất Dụ, Nguyễn Đình Huyên cùng Lại bộ Hồ Đồng, Binh bộ

Minh, Tham nghị Trần Đại Thể, Tham mưu Trần Đại Huề (con Đại Thể) làm Trung quân, Hoảng làm Tả chi, Nguyễn Văn Quý làm Hữu chi, đem quân đóng ở Đồng Tuyên. Nguyễn Huệ được tin đem bộ binh ra đánh; quân Nguyễn vương thua, Đồng bị bắt, Minh, Quý, Thuyên, Huề đều chết.

Vương đi Lật Giang [sông Vàm Cỏ Đông]; quân Tây Sơn đuổi theo, nước sông chảy mạnh, không có thuyền chở sang được, binh sĩ lội qua, nhiều người chết đuối; Vương biết bơi, lội qua được. Đến sông Đăng Giang, sông có nhiều cá sấu, không thể lội được; nhân có con trâu nằm bên sông, Vương cưỡi để sang sông. Vào đến bờ, Vương đi Mỹ Tho, lấy thuyền đem thân mẫu và gia quyến trú ở đảo Phú Quốc.

Sai Tôn Thất Cốc điều bát thuỷ binh, cùng với Điều khiển đạo quân Hoà Nghĩa là Trần Đĩnh trở về cửa biển Cần Giờ, dò xét tình hình địch. Đĩnh vốn khinh Cốc, việc quân phần nhiều không theo lệnh. Cốc giết đi. Đảng của Đĩnh là Tổng binh Trần Hưng và Lâm Húc đều người Thanh, bèn giữ Hà Tiên để làm phản. Nguyễn Kim Phẩm vào Hà Tiên thu quân, Thái trưởng công chúa là Ngọc Đảo cũng đến để trù biện quân nhu. Bọn Hưng đánh úp giết Kim Phẩm, Công chúa cũng bị hại. Vương nghe tin giận lắm, thân đem binh thuyền đến đánh; Hưng và Húc đều bỏ chạy.

Tướng Xiêm là Vinh Li Ma đến xin theo. Vinh Li Ma lánh loạn Oan Sản ra ở đảo Cổ Long, nghe tin Vương đến Hà Tiên, bèn đem hơn 200 quân, hơn chục chiến thuyền, tình nguyện xin theo.

Tháng 6 [30/6-26/7/1783] Vương đóng quân ở hòn Điệp Thạch [hòn Đá Chồng] thuộc Phú Quốc. Thống suất Tây Sơn là Phan Tiến Thận thình lình đem quân truy kích; Cai cơ Lê Phước Điển xin mặc áo ngự của Vương rồi đứng ở đầu thuyền, quân Tây Sơn tranh nhau đến bắt. Vương bèn đi thuyền khác ra đảo Côn Lôn.

Tháng 7 [29/7-27/8/1783], Nguyễn Huệ nghe tin Vương ở đảo Côn Lôn, sai Phò mã Trương Văn Đa đem hết thuỷ binh đến vây ba vòng, tình thế rất nguy cấp. Bỗng mưa gió nổi lớn, bốn bề mây mù kín mít, người và thuyền cách nhau gang tấc cũng không thấy nhau. Sóng biển nổi lên dữ dội; thuyền Tây Sơn tan vỡ chìm đắm không xiết kể. Thuyền Vương vượt vòng vây, đến đậu ở đảo Cổ Cốt [Kukot, Campuchia], rồi lại trở về đảo Phú Quốc. Quân lương thiếu thốn, binh sĩ đến nỗi phải hái cỏ tìm củ mà ăn; có người đàn bà buôn bán ở Hà Tiên tên là Thị Uyển chở một thuyền gạo đến dâng.

Vương nghe tin Giám mục Bá Đa Lộc ở Chan Bôn [Chanthaburi, Thailand] bèn sai người mời đến và bảo rằng:

"*Hiện nay giặc Tây Sơn chưa dẹp được, bốn mặt kinh đô còn nhiều đồn luỹ mà đảo Thổ Châu và đảo Phú Quốc không chỗ nào ở yên được, vận nước ta gặp bước gian truân, khanh đã rõ rồi. Khanh có thể vì ta đi sứ sang Đại Tây, nhờ đem quân sang giúp ta được không*?".

Bá Đa Lộc chịu đi, nhưng hỏi lấy gì làm tin. Vương nói:

"*Đời xưa các nước giao ước cùng nhau, lấy con làm tin. Ta lấy con là Cảnh làm tin. Cảnh 4 tuổi, mới lìa lòng mẹ, ta đem uỷ thác cho khanh, mong khanh khéo bảo hộ. Non sông cách trở, đường sá gian nan, nếu có biến cố thì khanh nên giữ Cảnh mà tránh*".

Bá Đa Lộc vâng lời.

Vương sai bọn Cai cơ Võ Văn Chính vào Long Xuyên [Cà Mâu], chiêu tập binh mã để chờ sai khiến. Sau đó thuyền Vương đến cửa biển sông Ông Đốc [Cà Mâu], gặp thuyền Tây Sơn, bắt được tên Quản Nguyệt, sai đưa cho bọn Chính chém để oai thêm thanh thế của quân; nhưng bọn Chính lại giữ Quản Nguyệt để làm hướng đạo. Vương giận trái lệnh, tức thì lấy gươm Quy Y (gươm này là gươm báu của liệt triều, hễ khi giết người thì đêm phải tháo nắp ra trước, vua ghét nó hay giết người, nên đem cúng cho Phật, cho nên gọi tên là gươm Qui Y) trao cho Trương Phước Giáo đi chém Quản Nguyệt mà khiển trách bọn Chính. Quản Nguyệt trước giữ Long Xuyên, tàn ngược nhân dân, ai cũng oán ghét; khi nghe tin Nguyệt bị giết mọi người đều hả lòng.

Tháng 8 [28/8-25/9/1783], thuyền Vương đóng tại Long Xuyên [Cà Mâu]; Lưu thủ Tây Sơn là Nguyễn Hoá dò biết được, sai hơn 50 chiếc chiến thuyền phục kích ở cửa biển Ông Đốc. Cai cơ Nguyễn Văn Giảng và Cai đội Nguyễn Văn Oai đêm đi tuần ngoài biển bắt được một chiếc thuyền tuần của địch và Phó chiến tên Khương. Vương nhân hỏi Khương mới biết được kế phục binh của Hoá, tức thì sai chèo nhanh ra cửa biển, Hoá đuổi không kịp; Vương bèn tha tội cho Khương, sai đi theo quân.

Bấy giờ Nguyễn Lữ và Nguyễn Huệ đem quân về Quy Nhơn, lưu Phò mã Trương Văn Đa và Chưởng tiền Bảo ở lại đóng giữ Gia Định.

Thuyền Vương phải dời luôn, từ hòn Chông sang hòn Thổ Châu. Vua thương tướng sĩ khó nhọc, có khi tự mình chèo thay, bọn thuộc hạ thấy thế lại càng đem lòng cố gắng, không chút trễ biếng.

Tháng 10 [26/10-23/11/1783], Chưởng cơ Hồ Văn Lân đánh quân Tây Sơn ở Tân Châu [An Giang], Điều bát Nguyễn Kế Nhuận lui chạy. Lân tiến quân đến Cần Thơ, lại đánh bại Lưu thủ Nguyễn Hoá, bắt được 13 chiếc thuyền đi biển.

Nước Chà Và đánh nước Chân Lạp. Nước Chân Lạp thua, Vua là Nặc Ấn chạy sang Xiêm, vua Xiêm giữ lại, rồi sai Chiêu Chuỳ Biện trấn giữ Chân Lạp.

Tháng giêng nhuận năm Cảnh Hưng thứ 45 [21/2-20/3/1784], (Thanh Càn Long thứ 49); binh lính Tam Phủ lại nổi loạn giết Nguyễn Triêm. Nguyên do từ khi bọn Nguyễn Khản giữ công việc trong phủ Chúa, ngày đêm mưu tính ức chế kiêu binh. Lúc ấy có 4 quân sĩ ép vay tiền của hiệu buôn ở phố Đông Hà, bị anh em trong đội phát giác; bọn Nguyễn Khản hạ lệnh lập tức xử trảm. Quân sĩ đều tức giận giết người một cách quá đáng, nhưng đã trót phát giác việc này, nên đành phải cúi đầu nghe lệnh. Bọn Nguyễn Khản thấy thế, cho là uy quyền của mình đã được vững vàng, bảo với nhau rằng:

"*Từ đây ta có thể cứ giữ pháp luật mà thi hành*".

Bấy giờ có tri huyện Mai Doãn Khuê muốn cầu công với họ Trịnh, bèn bảo kín với Nguyễn Khản rằng:

"*Bọn các ông nghĩ kiêu binh có thể dẹp yên, nhưng không biết rằng hoạ hoạn xảy ra sẽ không thể nào nói xiết được. Tôi nghe họ nói xôn xao là: Hoàng tự tôn do bọn họ rước về, nay Hoàng thượng đương trong lúc mỏi mệt, mà tự tôn thì tuổi và đức đều đã trưởng thành, họ đương dự định tâu xin thi hành việc truyền ngôi, làm cho ngôi Vua, ngôi Chúa đều do tay quân sĩ quyết định, để tạo thêm công lao phi thường của họ. Trong bọn quân sĩ có người không được như ý sinh ra trách oán, lại muốn tôn phò nhà Vua giữ quyền nhất thống, để giành lấy quyền bính nhà Chúa. Nếu kế ấy mà họ thi hành được, tôi sợ rằng các ông sẽ không có đất để nương thân!*".

Nguyễn Khản lập tức đem lời nói ấy báo cáo lên Trịnh Khải.

Đến nay, quân sĩ có người cậy công rước Hoàng tự tôn về, xin ban phong cho cha mẹ, họ đem nhau vào sân điện tâu bày để xin phong, nhà vua sai triệu vào nội điện, tuyên bố chỉ dụ yên ủi. Lúc ấy có người chạy đến báo cho Trịnh Khải biết, Khải lập tức triệu Nguyễn Khản và Dương Khuông vào bảo rằng:

"*Mưu kế của kiêu binh tôn phò nhà Vua không thể dập tắt được, nay chúng đương tụ họp ở nội điện, làm thế nào bây giờ?*"

Nguyễn Khản xin phái quân đến bắt và giết đi. Khải lập tức hạ lệnh cho Nguyễn Triêm, Thủ hiệu đội Nhưng Nhất, đi bắt, Nguyễn Triêm bước ra cửa phủ đường rút thanh kiếm, liếc lưỡi kiếm, và nói:

"*Sắc bén thay lưỡi kiếm! chém đầu kiêu binh thì ngọt xoét đây*".

Triêm bèn dẫn quân đến bao vây trên nội điện, bắt được 7 người, giao xuống tra hỏi. Bầy tôi bàn luận, cho rằng, nếu giết hết thì gây ra biến loạn, mà nếu không giết thì không thể nào răn cấm được. Ý họ muốn giết một vài người đầu sỏ, để ức chế bớt lòng kiêu ngạo của quân sĩ đi. Duy có Dương Khuông quả quyết nói:

"*Không cần phải hỏi sự trạng làm gì, chỉ một việc quen mùi tụ hội không chừa là phải chém đầu. Chúng cậy nhiều người mà sinh kêu ngạo không thể giết hết được, nhưng hễ có tên nào phạm tội thì không tha. Ví như một nắm đũa cứng không thể nào bẻ cả được, cứ rút tỉa lấy một vài cái mà bẻ, lâu ngày tự khắc phải hết*".

Bèn chiếu theo điều luật "**Vượt vào hoàng thành**", đem chém tất cả. Vì thế, quân sĩ tức giận, cùng tụ họp bàn định rằng:

"*Ngày nay mà có được triều đình này đều do công sức chúng ta, thế mà họ không lấy làm ơn, lại lấy làm oán. Nếu cái kế "bẻ đũa" của họ mà thi hành được, thì chúng ta sẽ không còn mống nào sống sót!*".

Họ hẹn nhau, ngày hôm sau sẽ khởi sự. Ngày rằm tháng ấy [5/3/1784], quân sĩ vây nhà bọn Nguyễn Khản và Dương Khuông cốt bắt giết hai người này. Khuông và Triêm đều trốn vào phủ Chúa Trịnh, Khản cải trang, theo đường tắt chạy lên Sơn Tây. Quân sĩ tranh nhau phá huỷ nhà cửa bọn này, rồi reo hò ầm ĩ vác siêu đao đi thẳng vào trong phủ lùng xét bọn Khuông và Triêm. Chúa Trịnh Khải cùng Thái phi Dương thị đem tiền bạc ra để chuộc tính mạng cho Khuông. Quân sĩ lại lùng bắt Triêm, Trịnh Khải bất đắc dĩ bảo Triêm ra, quân sĩ lấy gạch đá đánh chết; sau đó bãi chức bọn Nguyễn Khản và Dương Khuông. Từ đấy, quyền bính về tay quân sĩ, chúng uy hiếp áp bức quan lại, động một tý là doạ sẽ phá nhà, giết chết. Thậm chí đến việc thay đổi tướng tá văn ban, võ ban cũng đều do miệng quân sĩ nói ra mới xong, công việc trong nước không thể nào xoay xở được.

Tháng 2 [21/3-19/4/1784], các trấn định mưu giết kiêu binh, nhưng không thành công. Khi Nguyễn Khản đến Sơn

Tây, cùng em là trấn thủ Nguyễn Điều bàn mưu kế để giết kiêu binh. Điều bảo Khản rằng:

"Nay dân ở bốn trấn oán kiêu binh đến tận xương tuỷ, nếu nay lấy danh nghĩa là dấy quân giết kiêu binh, thì chỉ hô lên một tiếng, không chỗ nào là không hưởng ứng. Địa phận trấn này ở miền thượng du, trước kia anh trấn giữ ở đây lại kiêm trấn thủ Hưng Hoá, thổ tù đều là thuộc hạ cũ của anh; hơn nữa Hoàng Văn Đồng, phiên mục Tuyên Quang, giàu mạnh nhất nước, năm trước anh đã đi chiêu dụ, vốn được lòng hắn, nay đưa một lá thư hiệu triệu, có lẽ hắn theo lệnh ngay; Hoàng Phùng Cơ ở Sơn Nam là viên tướng bách chiến; Trương Tuân ở Kinh Bắc và Trịnh Tự Quyền ở Hải Dương đều là tướng có mưu trí, nay lấy mệnh lệnh của Chúa bí mật truyền bảo để họ chiêu mộ nghĩa sĩ, cố giữ doanh trại trong trấn, theo sự điều khiển của anh. Địa vị của anh là một viên Tể tướng kiêm chức Sư phó, nay chỉ huy các trấn để gỡ hoạn nạn cho nước, ai dám là người không theo? ta sẽ giao ước với họ cùng nhau khởi sự trong một ngày, kéo quân vào thành giết tên đầu sỏ của đảng kiêu binh mà buộc chúng vào kỷ luật, việc ấy tưởng chẳng khó khăn gì".

Khản nói:

"Chú nói đúng, nhưng hiện nay Chúa ở trong tay kiêu binh, ném chuột, có lẽ nào không ngại va chạm đến đồ vật (1) *hay sao?".*

Điều nói:

"Việc ấy rất dễ, bây giờ nên sai người trình bày với Chúa, mật báo cho Hoàng Phùng Cơ đem châu sư đến Thanh Trì [Hà Nội], *nói phao là đi tuần tiễu mặt sông, rồi ngầm dùng chiếc thuyền nhỏ để đón Chúa, Chúa ăn mặc giả dạng xuống*

thuyền, thuận dòng xuôi về Hiến doanh đóng hành tại ở đấy. Bấy giờ các doanh trấn sẽ khởi sự, thì không quản ngại gì cả".

Khản lập tức làm tờ mật báo cáo với Trịnh Khải. Khải theo lời, mật hẹn Hoàng Phùng Cơ đến ngày 28 tháng giêng nhuận [18/3/1784] đem thuyền đón tiếp; ngày mồng một tháng 2 [21/3/1784], các trấn sẽ đem đại binh vào kinh thành, giết kiêu binh. Trong bọn quân sĩ có người biết được mưu ấy, họ bèn chia nhau ngày đêm canh giữ phủ Chúa Trịnh rất nghiêm ngặt, Trịnh Khải không sao đi được. Vì thế, các trấn cũng bãi binh. Từ đấy, quân sĩ mỗi khi ra ngoài kéo từng đàn hàng trăm hàng ngàn người, tung hoành nơi thôn xóm, tự ý cướp bóc thả cửa. Quân sĩ nào đi đường một mình, thường bị dân quê đón đường giết chết; quân và dân coi nhau không khác gì giặc cướp thù hằn.

Tháng 4 [19/5-17/6/1784], bổ dụng Bùi Huy Bích giữ chức quyền Tham tụng; bọn Trương Đăng Quỹ và Trần Công Xán cùng giữ chức Bồi tụng. Quân sĩ Tam Phủ kiêu ngạo ngang ngược ngày một quá, mỗi khi chính phủ có xếp đặt việc gì, họ hợp nhau chê bai bàn tán, quan văn, tướng võ đành chịu bó tay. Huy Bích thu xếp một cách thư thả, êm dịu, nên tình hình quân sĩ được tạm ổn định; nhưng tình thế đã vỡ lỡ, chung quy không thể nào hàn gắn được.

Tại miền Nam vào tháng 2 [21/3-19/4/1784], Nguyễn vương cùng tuỳ tùng từ đảo Thổ Châu, đi thuyền sang Xiêm La. Trước kia, sau cuộc bại trận ở Bến Nghé, Chu Văn Tiếp chạy sang Xiêm cầu viện, Vua Xiêm bằng lòng, nên Văn Tiếp báo tin về. Tướng Xiêm là Thát Xỉ Đa đem thuỷ quân sang Hà Tiên, mời Vương sang Xiêm.

Tháng 3 [20/4-19/5/1784] Vương đến thành Vọng Các.

Vua Xiêm đón rước uỷ lạo, ước hẹn giúp quân để mưu đồ khôi phục. Vua thứ hai nước Xiêm, nhân đó nhắc đến việc năm trước giảng hoà với Nguyễn Hữu Thuỵ đã có thề ước gặp hoạn nạn thì cứu nhau, thì ngày nay xin ra sức. Bèn đưa những vật Nguyễn Hữu Thuỵ tặng là cờ đao và gươm ra để làm tin, rồi định ngày cử binh.

Vương sai Văn Tiếp sửa sang thuyền ghe súng ống, sẵn sàng để chờ điều khiển. Cho Mạc Tử Sinh con Mạc Thiên Tứ làm Cai cơ.

Tháng 6 [17/7-15/8/1784] Vương từ nước Xiêm đem quân về; Vua Xiêm sai cháu là Chiêu Tăng và Chiêu Sương đem 2 vạn thuỷ quân và 300 chiến thuyền để giúp. Vua lấy Chu Văn Tiếp làm Bình Tây đại đô đốc, điều bát các quân. Ngày Nhâm Thìn [25/7/1784], xuất phát từ thành Vọng Các, đi ra cửa biển.

Tháng 7 [16/8-14/9/1784], quân Nguyễn tiến đánh được đạo Kiên Giang, phá Đô đốc Tây Sơn Nguyễn Hoá ở sông Trấn Giang [Cần Thơ], rồi thẳng đến các xứ Ba Xắc [Sóc Trăng], Trà Ôn [Vĩnh Long], Mân Thít [Vĩnh Long], Sa Đéc [Đồng Tháp], chia quân đóng đồn.

Lấy Mạc Tử Sinh làm Tham tướng trấn Hà Tiên, quản lý binh dân sự vụ.

Vương sai Cai cơ Trịnh Ngọc Trí đem mật chỉ đến các đồn chiêu dụ những bề tôi cũ và những sĩ dân hào kiệt. Ngọc Trí đến Liêm áo [Vũng Liêm, Vĩnh Long], Phó đốc chiến Tây Sơn là Lý vâng mệnh đem quân sở bộ đến hàng.

Người Sa Đéc tự xưng là Tôn Thất Thăng khởi binh ở Sa Đéc, dân có nhiều người đi theo. Vương nghe tin ấy, ngờ là giả dối; khi đến Trà Ôn, sai người vời người này đến quân thứ, hỏi ra sự trạng, rồi sai giết.

Bọn Cai cơ Nguyễn Tiến Văn từ cuộc bại trận ở Dốc Ngư, đã đầu hàng Tây Sơn; đến đây nghe tin Vương, đến cửa quân xin chịu tội, Vương đều tha cho.

Tháng 10 [13/11-11/12/1784], Ngoại tả chưởng dinh bình tây đại đô đốc Chu Văn Tiếp đem thuỷ binh đánh quân Tây Sơn ở sông Mân Thít [Vĩnh Long]. Giao chiến với Chưởng tiền Bảo, Văn Tiếp nhảy lên thuyền, bị đâm trúng. Vương vẫy quân đánh gấp, chém được Chưởng tiền Bảo; quân địch tử thương rất nhiều, phải bỏ thuyền chạy; Phò mã Trương Văn Đa chạy đến Long Hồ [Vĩnh Long], quân Nguyễn bắt được thuyền ghe khí giới rất nhiều.

Tháng 11 [12/12-10/1/1785], Vương dùng Lê Văn Quân làm Khâm sai tổng nhung chỉ huy đại quân, tiến đánh được hai đồn Ba Lai [Bến Tre] và Trà Tân.

Thái giám Lê Văn Duyệt và đội trưởng Nguyễn Văn Khiêm đến hành tại bái yết. Trước kia, sau trận Đồng Tuyên, Văn Duyệt và Văn Khiêm theo xa giá không kịp, bị quân Tây Sơn bắt, đến đây mới trốn về.

Sai Tham tướng Mạc Tử Sinh giữ Trấn Giang, tham tán Nguyễn Thừa Diễn giữ Bình áo [Vũng Bèo]. Sai Cai đội Nguyễn Văn Thành đi Bát Chiêm và Quang Hoá [Tây Ninh] thu họp quân Đông Sơn còn lại.

Vương thấy quân Xiêm tàn bạo, đến đâu cũng cướp bóc, nhân dân ta oán rất nhiều, bèn bảo các tướng rằng:

"Muốn được nước phải được lòng dân. Nay Chu Văn Tiếp đã mất, quân Xiêm không ai chế ngự được. Nếu được Gia Định mà mất lòng dân thì ta cũng không nỡ làm. Thà hãy lui

quân để đừng làm khổ nhân dân".

Tháng 12 [11/1-8/2/1785], Nguyễn Nhạc nghe tin cáo cấp, tức thì sai Nguyễn Huệ đem binh thuyền vào cứu Sài Gòn. Huệ dùng quân mạnh mai phục ở Rạch Gầm và ở sông Xoài Mút [Định Tường], rồi dụ quân Xiêm lại đánh. Tướng Xiêm là Chiêu Tăng và Chiêu Sương không hiểu địa thế khó dễ ra sao, bèn dẫn quân tiến thẳng đến Mỹ Tho, cuối cùng bị phục binh thuỷ bộ hai mặt ập đánh. Chiêu Tăng và Chiêu Sương thua to bỏ chạy, chỉ còn vài nghìn lính theo đường Chân Lạp mà chạy về. Lê Văn Quân và các quân cũng đều vỡ chạy; Cai cơ Nội thuỷ Trung thuỷ là Nguyễn Văn Oai chết trận

Vương chạy đến Trấn Giang [Cần Thơ]; bầy tôi theo hầu chỉ có bọn Hộ bộ Trần Phước Giai, Cai cơ Nguyễn Văn Bình, Thái giám Lê Văn Duyệt hơn mười người. Đi đường hết lương, có người dân đem cơm ngô dâng. Mạc Tử Sinh bỗng đi thuyền tới, Vương bèn sai Tử Sinh và Cai cơ Trung sang Xiêm báo tin.

Bấy giờ Phạm Văn Nhân và Nguyễn Văn Liêm cùng Giám mục Bá Đa Lộc đem con cả Nguyễn vương là Cảnh sang Pháp, Vương sai làm quốc thư gửi cho Pháp hoàng.

Về phía nhà Thanh, vào tháng 3 nhuần Vua Càn Long đến Giang Ninh [Nam Kinh], bèn bố trí cho Cống sứ An Nam đến yết kiến:

"**Ngày 23 Kỷ Dậu tháng giêng năm Càn Long 49** [13/2/1784]. *Dụ các Quân cơ đại thần:*

Diêu Thành Liệt tâu rằng vào sơ tuần tháng 2 Sứ thần An Nam sẽ đến vùng Kỳ Châu tỉnh Sở [Hồ Nam, Hồ Bắc]*, rồi theo các tỉnh Giang Tây, An Huy tiếp tục hành trình, đến cuối tháng 3 hoặc đầu tháng 3 nhuần đến Giang Ninh* (2).

Trẫm lần này trú tất tại Giang Ninh vào khoảng mồng 10 tháng 3 nhuần. Viên Sứ thần nếu cuối tháng 3 hoặc đầu tháng 3 nhuần đến nơi đó để chờ, thì trên đường đi không khỏi cấp bách. Chỉ nên ra lệnh nhân viên bạn tống, đi từ từ đến mồng 5, hoặc 6 đến tỉnh thành Giang Ninh đợi để chiêm cận, như vậy sẽ thong dong hơn. Nay truyền dụ cho Diêu Thành Liệt tuân theo đó mà lo liệu, cùng dụ cho Tát Tái hay biết." (**Thanh Thực Lục, Cao Tông Thực Lục** quyển 1197, trang 7-8)

Lúc nhà Vua đến Nam Kinh, Sứ thần An Nam tề tựu đón mừng:

"***Ngày 7 Nhâm Tuất tháng 3 nhuần năm Càn Long thứ 49* [26/4/1784].** *Thiên tử đến phủ Giang Ninh. Bồi thần An Nam Hoàng Trọng Chính, Lê Hữu Dung, Nguyễn Đường đón mừng."* (**Thanh Thực Lục, Cao Tông Thực Lục** quyển 1202, trang 11)

Trong buổi đãi Sứ thần yến tiệc, Vua Càn Long ban cho Vua An Nam biển ngạch do nhà chính nhà Vua chấp bút viết, kèm với bài thơ ngự chế:

"***Ngày 9 tháng 3 nhuần năm Càn Long thứ 49* [28/4/1784].** *Ban cho các Vương, Công, Đại thần tháp tùng; quan viên văn, võ tại Giang Nam, cùng Bồi thần An Nam yến. Thưởng cho Quốc vương An Nam Lê Duy Diêu biển ngạch do nhà vua ngự bút "**Nam Giao bình hàn**"*(3) *cùng thơ ngự chế '**Cổ hy thuyết**"* (4), *lụa, tiền; cùng thưởng cho Bồi thần bạc tiền có sai biệt.*

Dụ thưởng biển ngạch cho Quốc vương An Nam, đề dưới là "Cổ hy Thiên tử chi bảo" (5), *cũng không phải là Trẫm khoe; sợ viên Quốc vương không biết ý Trẫm, nên thưởng cấp thơ* *ngự chế "**Cổ hy thuyết**" lệnh duyệt khán để hiểu Trẫm ý.*" (**Thanh Thực Lục, Cao Tông Thực Lục** quyển 1202, trang 16).

Chú thích:

1. Ném chuột có lẽ nào không ngại va chạm đến đồ vật: Câu này lấy điển trong **Hán Thư**, ý nói: Chuột đến gần đồ vật quý, muốn ném chuột lại ngại vỡ đồ vật. Ở đây đem chuột ví với kiêu binh và đem đồ vật ví với Trịnh Khải.

2. Giang Ninh: Xưa gọi Nam Kinh là Giang Ninh; nay thuộc tỉnh Giang Tô.

3. Nam Giao bình hàn: Ý nói An Nam là màn che cho Trung Quốc.

4. Cổ hy thuyết: Bài thơ đề cập đến việc nhà Vua đến tuổi cổ lai hy tức 70 tuổi, điển lấy từ câu thơ "*Nhân sinh thất thập cổ lai hy*" của Đỗ Phủ.

5. Cổ hy Thiên tử chi bảo: Vật quí của Thiên tử ở tuổi cổ lai hy.

155.
Vua Lê Hiển Tông [1740-1786] (19)

Tháng 3 năm Cảnh Hưng thứ 46 [9/4-8/5/1785], (Thanh, năm Càn Long thứ 50); các quan dâng tôn hiệu Vua Hiển Tông là Uyên uý khâm cung nhân từ đức thọ hoàng đế. Từ ngày Trịnh Sâm chuyên giữ chính quyền trong nước, nghi lễ sóc vọng [mồng một, rằm] bỏ đã lâu ngày. Nay Bùi Huy Bích mới vào giữ việc trong chính phủ, bàn định tôn phò nhà Vua để thu phục lòng người, bèn dâng tờ khải xin với Chúa Trịnh cho các quan dâng tôn hiệu nhà Vua, và ngày mồng một và ngày rằm, các quan vào chầu mừng theo chế độ cũ.

Tháng 4 [9/5-6/6/1785], nhân trời mưa mãi không thôi, Chúa Trịnh Khải hạ lệnh cho bầy tôi và thứ dân nói thẳng những điều thiếu sót lầm lỗi. Đông các đại học sĩ Phạm Nguyễn Du dâng tờ khải, đại lược nói mọi việc trong thiên hạ cỗi gốc là ở tâm tư, chưa có bao giờ tâm không ngay thẳng, mà lại có thể thi thố mọi việc được. Xin dùng tâm ngay thẳng cải cách 4 tiết mục: 1. Đối với quân sĩ. 2. Đối với quan chức. 3. Đối với dân. 4. Đối với sĩ tử. Tờ khải của Phạm Nguyễn Du không được Chúa Trịnh trả lời; it lâu sau, cho Du ra giữ chức Đốc đồng ở Nghệ An.

Tháng 9 [3/10-1/11/1785] Thiêm Liên, người Yên Quảng, hô hào tụ tập dân chúng ở ngoài biển, có vài trăm chiếc thuyền; tên Sơn người huyện Thần Khê [Hưng Yên], đem đồ đảng theo Thiêm Liên, thanh thế dần dần bùng lên. Vì thế, dân ven biển vùng đông nam bị rối loạn.

Tại miền Nam vào tháng giêng [9/2-10/3/1785], Nguyễn vương trú ở đảo Thổ Châu. Bấy giờ Giám mục Bá Đa Lộc đem con trưởng Vương là Cảnh đến nước Tiểu Tây Dương tức Pondichéry [đất thuộc địa Pháp ở ấn Độ].

Ngày Canh Tuất tháng 3 [9/4/1785], Vương lại chạy sang Xiêm. Bấy giờ quân Tây Sơn truy đuổi đến Thổ Châu; Vương lại sang đảo Cổ Cốt [Ko Kut, Campuchia]; gặp Cai cơ Trung đem binh thuyền Xiêm đến đón, Vương bèn sang Xiêm. Bầy tôi đi theo còn hơn 200 người và 5 chiếc thuyền.

Tháng 4 [9/5-6/6/1785] Vương đến thành Vọng Các; Vua Xiêm nhân hỏi tình trạng thất bại, Vương nói:

"*Ngài trọng tình láng giềng giao hảo cho quân sang giúp, nhưng vì Chiêu Tăng Chiêu Sương kiêu ngạo và phóng túng, tới đâu cũng tàn bạo, dân đều oán cả, cho nên đến nỗi thất bại*".

Vua Xiêm giận lắm, muốn chém Chiêu Tăng và Chiêu Sương; Vương can gián, nên Vua Xiêm khuây giận.

Vương cho rằng thế Tây Sơn còn đương mạnh chưa có thể thừa cơ được, bèn xin trú ở Long Kỳ (còn gọi là làng Gia Long, ở ngoại thành Vọng Các), sai người đi rước mẹ và gia quyến.

Bấy giờ Nguyễn Huệ dẫn quân về Quy Nhơn, lưu thuộc hạ là Đô uý Đặng Văn Trấn giữ Gia Định.

Tháng 5 [7/6-5/7/1785], Lê Văn Quân đem 600 quân đến hành tại; các tướng sĩ cũng đều tìm đường kế đến, một ngày một nhiều. Vương sai làm đồn điền để cấp lương thực cho quân. Lại sai ra hải đảo đóng chiến thuyền, hoặc ngầm về Gia Định mộ người nghĩa binh, mưu phục hưng.

Tháng 12 [31/12/1785-29/1/1786], Điều khiển Dương Công Trừng giao chiến với quân Tây Sơn tại Long Xuyên [Cà Mâu], lại bị bắt rồi bị giết. Hai năm trước, vào tháng 2 [3/3-1/4/1783], Dương Công Trừng thua trận tại sông Sài Gòn, bị quân Tây Sơn bắt được. Nhân lúc sơ hở, Công Trừng trốn thoát, đem quân sở thuộc và 3 chiếc chiến thuyền ra biển; đến Đại Đồng (bờ biển Xiêm La) gặp Cai cơ Lê Thượng và Nguyễn Tần cũng vâng mệnh đem 10 chiếc binh thuyền ngầm đến Long Xuyên dò xét tình hình địch. Hai đạo quân hợp lại, nhân ban đêm đánh úp, phá được đồn Tây Sơn ở Long Xuyên; bắt được viên Bình nhung là Trực. Bọn Công Trừng đóng quân ở Ông Do [Cà Mâu], bị Thái bảo Phạm Văn Tham đã từ Sài Gòn đem quân đi tắt đến đánh úp. Bọn Công Trừng quân ít không giữ nổi, bị quân Tây Sơn bắt lần nữa rồi bị giết; riêng Lê Thượng, Nguyễn Tần đều chết trận.

Về phía nhà Thanh, nhân vào năm ngoái [1784] trong yến tiệc đãi Sứ thần An Nam, Vua Càn Long tặng Vua Lê Hiển Tông [Lê Duy Diêu] tấm biển và thơ ngự chế. Năm nay An Nam sai Sứ mang phẩm vật sang cảm ơn, Vua Càn Long quyết định nếu Sứ thần nước này mang đồ tiến cống trên đường đi, thì theo lệ sai nhân viên hộ tống đến kinh đô; nếu như chưa khởi hành thì tức tốc truyền đạt cho nước này đợi đến kỳ chính cống, cho phụ dâng lên:

"***Ngày 27 Bính Ngọ tháng 4 năm Càn Long thứ 50* [4/6/1785]**. *Dụ các Quân cơ đại thần:*

Cứ Thư Thường tâu đã tiếp nhận văn thư của Quốc

vương An Nam Lê Duy Diêu xưng: Vào năm Càn Long thứ 48, 49, sai sứ tiến cống, được ban các hạng như thơ cùng biển ngạch; cảm đội ân tình lớn lao, bèn kính cẩn bị biện các nghi vật, sai Chuyên viên đệ cống. Xin được thay mặt đề đạt lên.

Thư Thường tiếp được tờ báo, bèn chuyển tấu ngay; các sứ giả cùng phẩm vật hiện nay chắc chưa khởi trình, điều này trong tấu triệp Thư Thường không đề cập rõ ràng. Viên Quốc vương nhân được ban thưởng thơ và biển ngạch, cảm đội ân tình lớn, lòng thành bị biện nghi vật, đáng chuẩn cho trình tiến. Nhưng Sứ giả đi lại mệt nhọc vãng lai; không hợp với đạo ban ơn thể tuất của Trẫm.

Nay ra lệnh cho Tôn Sĩ Nghị, nếu như Sứ thần nước này và đồ tiến cống đã đến quan ải hoặc trên đường đi, thì theo lệ sai nhân viên hộ tống đến kinh đô; nếu như chưa khởi hành thì tức tốc truyền đạt cho nước này đợi đến kỳ chính cống, cho phụ dâng lên, không cần có chuyên viên đệ lên; để miễn phải bạt thiệp đi về, biểu thị lòng ưu ái của Trẫm đối với Phiên bang. Đem dụ này chuyển theo độ khẩn 400 lý 1 ngày [200 km.], lệnh Tôn Sĩ Nghị hiểu rõ." (**Thanh Thực Lục, Cao Tông Thực Lục** quyển 1229, trang 44)

Tháng 3 năm Cảnh Hưng thứ 47 [30/3-27/4/1786], (Thanh Càn Long thứ 51); giá gạo cao vọt, dân trong kinh kỳ Thăng Long và 4 trấn bị đói to, thây chết nằm liền nhau. Chúa Trịnh Khải hạ lệnh chiêu mộ nhân dân, ai nộp tiền của sẽ trao cho quan chức, nhưng không ai hưởng ứng. Bèn dùng sắc lệnh bắt ép nhà giàu lấy tiền, chia ra phát chẩn.

Tháng 5 [27/5-25/6/1786] Nguyễn Huệ đem quân vào đánh Thuận Hoá; tướng giữ đồn Hoàng Nghĩa Hồ, Phó tướng Hoàng Đình Thể, Tỳ tướng Vũ Tá Kiên và Đốc thị Nguyễn Trọng Đang đều bị chết trong chiến trận; Trấn thủ Phạm Ngô Cầu mở cửa thành ra hàng. Trước đây, Nguyễn Nhạc chiếm cứ Quảng Nam, sai người xin hàng và trấn thủ đất này, Chúa Trịnh Sâm thấy đất hiểm trở xa xăm, vả lại cũng ngại về việc dụng binh, nhân đấy mới trao cho Nhạc trấn giữ. Sau đó, Nguyễn Nhạc xưng là Thiên vương, hiệu là Thái Đức; Chúa Trịnh nghe biết việc này nhưng cũng bỏ qua không hỏi đến. Trấn thủ Phạm Ngô Cầu giữ đất Thuận Hoá là người tham lam nhút nhát; Tham tụng Hồ Sĩ Đống từ Thuận Hoá về kinh, nhiều lần xin bổ viên tướng khác thay, nhưng không xét đến. Ngô Cầu chuyên làm việc buôn bán, không sắm sửa khí giới phòng bị, quân và dân đều chán nản khinh thường. Nhân đấy, Nguyễn Nhạc phong cho em Nguyễn Huệ làm Long nhương tướng quân, chỉ huy các quân thuỷ, quân bộ; Vũ Văn Nhậm điều tả quân, Nguyễn Hữu Chỉnh điều hữu quân, chia đường cùng tiến. Qua đèo Hải Vân, tướng giữ đồn là Hoàng Nghĩa Hồ ra đánh, bị chết. Nhân thế thắng, quân của Nguyễn Huệ xông thẳng đến Thuận Hoá. Lúc ấy, Ngô Cầu đương đặt đàn chay lớn, chợt nghe tin quân Tây Sơn kéo đến, lúng túng, không biết thi thố cách nào. Phạm Ngô Cầu vốn có tính đa nghi; Nguyễn Hữu Chỉnh bèn làm một lá thư đề ngoài gửi cho Phó tướng Hoàng Đình Thể, rủ về hàng Tây Sơn, rồi giả tảng sai người đưa nhầm cho Ngô Cầu. Ngô Cầu bắt được thư ấy nghi cho Hoàng Đình Thể, nên bất đồng với nhau, quân lính sinh ra nghi ngờ, không ai có lòng chiến đấu. Gặp lúc ấy nước thuỷ triều lên mạnh, Tây Sơn bèn cho thuỷ quân ồ ạt tiến sát dưới thành. Hoàng Đình Thể, một mình đem quân bản bộ đón đánh, thuốc súng và đạn đều hết; Ngô Cầu đóng cửa thành không cứu viện. Đình Thể cùng hai người con và tì tướng là

Vũ Tá Kiên dựa vào thành luỹ để bày trận, đem hết sức lực chiến đấu hăng hái; hai người con phóng ngựa ra trận giết giặc, ngựa bị què, đánh bộ, bị trọng thương, chết tại mặt trận. Hoàng Đình Thể cùng Tá Kiên đều chết, Nguyễn Huệ xua quân ồ ạt tiến lên. Ngô Cầu mở cửa thành ra hàng, Đốc thị Nguyễn Trọng Đang chết ở trong đám loạn quân; quân Trịnh bị tiêu diệt, chỉ còn vài trăm người chạy qua sông trở về Bắc. Do đấy các tướng đóng ở các đồn Cát Doanh [Ái Tử, Quảng Trị] và Động Hải [Đồng Hới, Quảng Bình]; thấy tình hình đều chạy trốn.

Sau khi chiếm được Thuận Hoá, Nguyễn Huệ hội họp các tướng; định vẫn giữ địa giới cũ, cho quân tu sửa luỹ Động Hải [Đồng Hới, Quảng Bình]. Nguyễn Hữu Chỉnh thấy vậy bèn dâng lời bàn:

"*Tướng công đánh một trận được đại thắng, uy danh chấn động cả thiên hạ. Đường lối dụng binh, một là thời, hai là thế, ba là cơ hội, nếu có thể dựa vào ba điều ấy, thì đánh đâu mà không được. Nay ở Bắc Hà, quân lính thì kiêu ngạo, tướng suý thì lười biếng, triều đình lại không có kỷ cương gì. Tướng công mang uy thanh ấy, nhân lúc bên kia đã đổ nát, nếu thực biết dùng danh nghĩa "phò Lê, diệt Trịnh" thì thiên hạ ai mà không hưởng ứng? Đấy là cơ hội và thời, thế đều không thể để nhỡ được*".

Nguyễn Huệ cho là phải, vào tháng 6 [26/6-24/7/1786] giả mệnh lệnh của Nguyễn Nhạc, dùng Hữu Chỉnh làm tiền phong thuỷ quân, mang quân vào cửa biển Đại An [Nam Định], rồi kéo thẳng đến Vị Hoàng [thị xã Nam Định] chiếm lấy kho lương. Nguyễn Huệ tự thống suất đại binh; theo đường thuỷ, đường bộ xuất phát. Tướng giữ trấn Nghệ An và Thanh Hoá là bọn Bùi Thế Toại và Tạ Danh Thuỳ nghe tin, đều bỏ thành trốn. Khi Hữu Chỉnh kéo quân đến Vị Hoàng, binh lính trong đồn sợ hãi, tan vỡ; Nguyễn Huệ tiếp tục kéo quân đến chiếm cứ đất này.

Trước đây được tin báo thất thủ Thuận Hoá, bầy tôi Chúa Trịnh bàn định, đều nói: "*Thuận Hoá vốn không phải đất đai của triều đình, trước kia tốn bao nhiêu công của mới lấy được, chung quy cũng chẳng ích lợi gì? Bây giờ chỉ nên bàn luận tìm cách đóng quân ở Nghệ An theo cũ mà thôi*". Vì thế, Trịnh Khải hạ lệnh cho Trịnh Tự Quyền làm thống tướng, đem quân lính 27 cơ tiến ngay vào, giữ lấy đầu địa giới Nghệ An để chống cự. Tự Quyền nhận được mệnh lệnh đã hơn mười ngày mà vẫn chưa thu xếp hành trang xong, còn quân sĩ thì chần chừ không có ý muốn đi. Kịp lúc Tự Quyền đem quân dời khỏi thành mới được 30 dặm, thì quân Tây Sơn đã chiếm Vị Hoàng rồi. Trịnh Khải lại hạ lệnh khác cho Tự Quyền vẫn đem các quân bản bộ tiến đến chống cự ở Kim Động [Hưng Yên], một mặt sức cho Đỗ Thế Dận, trấn thủ Sơn Nam, lập tức đem quân bộ tiến đến đóng ở bờ sông Phù Sa [sông Hồng thuộc địa phận Khoái Châu, Hưng Yên], rồi sai Đinh Tích Nhưỡng đốc lãnh các quân thuỷ đạo tiến thẳng đến giữ ở cửa sông Luộc. Các tướng hội hợp binh lính đón đánh; chợt có thuyền địch đương đêm từ hạ lưu nhân chiều gió tiến thẳng lên, thế rất sắc bén. Tích Nhưỡng liền sai các quân dàn hàng ngang chắn sông, đạn súng và tên nỏ cùng một lúc bắn ra, trông xa thấy một chiếc thuyền giặc tan vỡ rồi bị đắm, còn các thuyền khác cứ nối nhau tiến lên không ngừng, mà trong thuyền vẫn im lặng không có tiếng người. Trong lúc hoảng hốt sợ hãi thì trời đã sáng rõ, mới biết những người chân sào đều người bù nhìn cả. Lúc ấy, thuốc súng và đạn của quân Trịnh đều hết, đại đội thuỷ quân Tây Sơn vừa đánh trống vừa reo hò tiến lên, thanh thế kinh thiên động địa. Quân Tây Sơn xông thẳng vào hàng ngũ quân Thế Dận, đem ống phun lửa loạn xạ, quân của Thế Dận kinh sợ tan vỡ. Toán quân của Đinh Tích Nhưỡng la ó om sòm, tranh nhau bỏ thuyền chạy. Toán quân của Trịnh Tự Quyền nghe tin, cũng sợ hãi rối loạn rồi tự tan vỡ. Sau khi đánh phá được trấn Sơn Nam, quân Tây Sơn đưa tờ hịch đi các lộ, bày tỏ danh nghĩa "**diệt Trịnh, phò Lê**".

Sau khi trấn Sơn Nam đã bị phá, kinh thành Thăng Long rất sợ hãi, quan và quân đều lo toan chạy trốn, không có chí chiến đấu, mọi người bàn luận phân vân, không định được kế mưu đánh hay giữ. Nguyễn Khản từ Nghệ An trở về kinh, khuyên Chúa Trịnh Khải: "*Sai tướng giữ kinh thành, mà rước nhà vua chạy lên Sơn Tây, để lo tính công việc sau này. Nếu đánh nhau với giặc, thì kiêu binh không thể dùng được, việc nước thành ra hỏng mất*". Khải toan theo lời Nguyễn Khản. Kiêu binh hợp nhau lại quát tháo ầm ĩ, cho là Nguyễn Khản dắt giặc vào kinh thành, toan giết; khiến Khản phải chạy lên Sơn Tây. Khải cho là Tham tụng Bùi Huy Bích giữ công việc trong chính phủ không có công trạng gì; đến nay lại không có mưu mô gì cứu chữa được tình thế, trong bụng có ý chán ghét, bèn cho Huy Bích ra đốc chiến, rồi triệu Trần Công Xán vào phủ, bí mật bàn định mưu kế đánh giặc. Công Xán nói: "*Giặc đem đại quân trơ trọi đi sâu vào đất ta, điều ấy binh gia lấy làm kiêng kỵ. Nay nên nhử chúng vào gần, rồi đánh một trận giết cho nhẵn nhụi. Còn như kinh sư là nơi cỗi rễ, không thể lìa bỏ mà đi xa được. Nếu tình thế quá ngặt nghèo, không thể làm thế nào được, thì cũng nên đánh một trận quyết liệt cuối cùng*".

Trịnh Khải cho là phải, bèn triệu Hoàng Phùng Cơ ở

Sơn Tây về, sai làm tiền bộ. Phùng Cơ cùng 8 người con dẫn quân lính bản bộ đóng ở hồ Vạn Xuân [xã Vạn Phúc, huyện Thanh Trì, Hà Nội]; đội quân Tứ thị thuỷ dàn thuyền ở sông Thuý Ái [huyện Thanh Trì, Hà Nội]. Khải đem hết quân trong thành, bày trận ở bến Tây Long [phố Nguyễn Trung Trực, Hà Nội]. Lúc ấy, gió đông nam thổi mạnh, thuyền Tây Sơn nhân chiều gió, kéo ập đến. Về phía Chúa Trịnh, thì quân thuỷ tan vỡ trước; hai viên Thiên tướng là Nguyễn Trọng Yên, quản lãnh đội Tiền Ưu và Ngô Cảnh Hoàn, quản lãnh đội Tiền Trạch, cầm ngang siêu đao, đứng ở mũi thuyền chống cự, bị giết. Bộ binh Tây Sơn kéo đến; toán quân của Phùng Cơ không kịp dàn thành hàng ngũ, bỏ chạy tan vỡ tứ tung. Thuộc tướng là Mai Thế Pháp phi ngựa lên đón đánh, giết được hơn 10 tên địch, bị vây sát, tự nhảy xuống sông; chỉ còn một mình Phùng Cơ cùng 8 người con dẫn vài chục thủ hạ cố sức chiến đấu. Sau khi thủ hạ và 6 người con đều bị giết; Phùng Cơ cùng 2 người con cướp lấy đường mà chạy. Quân Tây Sơn tiến đến bến Tây Long; Khải mặc nhung phục, ngồi trên bành voi, cầm cờ lệnh chỉ huy, nhưng quân sĩ nhìn nhau, không ai chịu tiến lên; địch tung quân ra chém giết, quan quân tan vỡ lung tung. Khải quay voi trở về thành, đến cửa Tuyên Võ, trông thấy ngoài phủ đã cắm hàng loạt cờ Tây Sơn, bèn dẫn hơn trăm tượng binh, hướng theo đường Sơn Tây chạy trốn. Khi Trịnh Khải chạy đến xã Hạ Lôi, huyện Yên Lãng [Phú Thọ], quân sĩ tan tác hết. Lý Trần Quán, Thiêm sai giữ công việc Lại phiên, trước đây vâng đem tờ hịch đi chiêu mộ nghĩa binh tình cờ ở đấy, Trịnh Khải cùng Trần Quán gặp nhau. Trần Quán nói dối người học trò của mình là Nguyễn Trang rằng: "*Đây là quan Tham tụng bọ Bùi đi lánh nạn đến đây, anh khá hộ vệ đưa ngài đi qua địa giới huyện này*". Trong bụng Trang biết đấy là Chúa Trịnh, bèn cùng đồ đảng là Nguyễn Ba bắt giải nộp cho địch. Trần Quán được tin, vội vàng chạy đến, vừa lạy vừa khóc, nói: "*Làm lầm lỗi Chúa đến thế này là tội ở tôi*". Nhân đem nghĩa lớn dụ bảo Trang, Trang nói: "*Sợ thầy không bằng sợ giặc, yêu Chúa không bằng yêu mình*", bèn giải Trịnh Khải đi; Khải dùng dao cắt cổ tự tử. Trang đem thi thể Khải nộp cho Tây Sơn, Nguyễn Huệ sai sắm đủ áo quan khâm liệm tống táng; bổ dụng Trang làm Trấn thủ Sơn Tây, phong là Tráng liệt hầu. Trần Quán về nhà bảo với học trò rằng: "*Ta là bầy tôi mà làm lầm lỡ Chúa, tội ta đáng chết. Nếu không chết thì không giãi tỏ lòng này với trời đất được*". Bèn sai người đào huyệt, đặt sẵn áo quan, Trần Quán mặc đũ mũ áo, tự nằm vào áo quan, cho vùi đất để chết.

Trước đây, khi Chúa Trịnh Khải hạ lệnh hết thảy thuỷ quân ra đóng ở sông Thuý Ái để chống cự. Ngô Cảnh Hoàn người xã Trảo Nha, huyện Can Lộc, Hà Tĩnh là con nhà tướng, được giữ chức Thiên tướng, tuân lệnh ra đi. Hoàn dàn trận để đợi quân Tây Sơn; một lát, thuyền địch tiến sát đến nơi xung kích, sĩ tốt tan vỡ bỏ chạy; Cảnh Hoàn cùng hai con cố sức đánh, đều bị chết. Nghe tin Cảnh Hoàn chết, cả nhà thương xót kêu gào; chỉ có Phan Thị Thuấn, vợ lẽ cưng yêu của Cảnh Hoàn, là người có nhan sắc, ngoài 20 tuổi, chưa sinh nỡ gì; vẫn nói cười tự nhiên. Có người chê cười, Phan Thị cũng không biện bạch gì cả. Gần ngày lễ bách nhật [100 ngày], Thị Thuấn nói với người trong họ mời nhà sư làm chay cho Hoàn. Khi tan đàn chay, Thị bèn ăn mặc lộng lẫy bước xuống thuyền, rồi quay lại bảo người trong họ rằng: "*Công việc của thiếp xong rồi, từ đây thiếp xin chết theo tướng quân, hài cốt tướng quân không được mai táng, xin các ông hiểu thấu lòng thiếp, đừng mai táng cho thiếp làm gì*". Phan Thị Thuấn bèn sai người chèo thuyền đến chỗ Cảnh Hoàn chết, rồi tự gieo mình xuống sông; người đứng xem ở hai bên bờ sông, không ai là không hãi hùng kinh dị; sau con Cảnh Hoàn đem hài cốt Thị Thuấn về táng ở đồng làng. Khoảng năm Chiêu Thống truy xét đến những người tiết nghĩa, để cho phong tặng; Cảnh Hoàn và Phan Thị đều được dự phong; triều đình hạ lệnh cho dân sở tại lập đền thờ tại xã Thuý Ái, huyện Thanh Trì. Họ Trịnh giúp nhà Lê trung hưng, rồi giữ lấy quyền bính, lập nên nghiệp Chúa, lưu truyền từ Trịnh Kiểm đến Trịnh Khải được 242 năm [1545- 1786] đến đấy chấm dứt.

Tháng 7 [25/7-23/8/1786] Nguyễn Huệ sai tỳ tướng đem một cánh quân đi trước, đợi khi đại quân kéo đến Thăng Long, thì viên Tỳ tướng ấy đem quân vào bảo vệ cung điện nhà Vua. Bấy giờ Vua đương có bệnh, các Hoàng tử hầu hạ nâng giấc ở trong nội điện, thấy ngoài cung điện có lính và voi, ngờ là quân địch kéo đến uy hiếp, liền vực nhà Vua dậy toan lánh đi chỗ khác. Ngay lúc ấy, viên Tỳ tướng đệ dâng bản tâu phò Lê diệt Trịnh, trước hết bày tỏ lễ xin thăm hỏi sức khoẻ nhà Vua, sau nữa xin định ngày sẽ vào triều bái yết; nhà Vua nhận được tờ tấu, mới yên tâm. Hôm sau, Nguyễn Huệ triều yết ở điện Vạn Thọ, nhà Vua sai người mời vào, đặt một giường khác ở bên cạnh giường vua ngự để Nguyễn Huệ ngồi; Huệ rụt rè không dám ngồi, nhà Vua ép mãi, Huệ mới ngồi ghé vào cạnh chiếu.

Huệ tâu nói: "*Tôi vốn người dân áo vải ở Tây Sơn, nhân thời cơ nổi dậy, tuy cơm áo triều đình không được bệ hạ ban cho, nhưng tôi ở nơi rừng rậm xa xăm, lâu nay vẫn kính mến thánh đức, ngày nay được thấy thiên nhan, mới đủ giãi bày tấm lòng thành thực. Vì họ Trịnh lăng loàn áp bức, không giữ đạo làm tôi, cho nên hoàng thiên mượn tay tôi đánh diệt họ Trịnh, để tỏ rõ uy quyền của bệ hạ, may mà được đến thành công đều do ở phúc đức của bệ hạ cả. Tôi chỉ mong thánh thể yên lành mạnh khoẻ, ngự ngôi Vua, trị thiên hạ, để kẻ bầy tôi nơi xa xăm đội phúc đức*". Nhân đấy, Văn Huệ bày tỏ ý nghĩa tôn phò; nhà Vua bội phần an tâm. Lúc ấy bầy tôi đều đã trốn tránh, chỉ còn vài người chầu chực trong nội điện ra ứng tiếp mà thôi; nhân đấy Nguyễn Hữu Chỉnh xin nhà vua hạ chiếu truyên triệu bọn Phan Lê Phiên, Uông Sĩ Điển, Trần Công Xán và bầy tôi hơn mười người; số còn lại thì trốn tránh không chịu ra. Trước đây, họ Trịnh chuyên giữ chính quyền trong nước, một người dân, một tấc đất, đều không do quyền triều đình. Nay Văn Huệ vào triều yết, bèn xin ngày cử hành nghi lễ đại triều, dâng sổ sách binh và dân để tỏ rõ ý nghĩa nhà Vua nhất thống và Nguyễn Huệ tôn phò. Nhà vua cố gượng dậy, ra ngự điện Kính Thiên nhận lễ, rồi ban hành chiếu thư về việc nhất thống để bá cáo trong kinh, ngoài trấn đều biết; lại sách phong Nguyễn Huệ làm Nguyên soái phù chính dực vận Uy quốc công. Sau khi nhận sách phong, Nguyễn Huệ bèn nói riêng với Hữu Chỉnh rằng: "*Ta cầm vài vạn quân, đánh một trận mà bình định được Bắc Hà, một tấc đất, một người dân, đều là của ta, nếu muốn xưng đế hay xưng vương việc gì mà ta không làm được? Còn như sắc mệnh Nguyên soái quốc công đối với ta có hơn kém gì? Bầy tôi Bắc Hà lại muốn dùng danh vị hão để lung lạc ta hay sao? Đừng tưởng ta là người mọi rợ được chức tước ấy bèn lấy làm vinh dự đâu!*".

Hữu Chỉnh biết ý Văn Huệ không mãn nguyện, bèn bí mật khuyên nhà vua đem Công chúa Ngọc Hân gả cho, Nguyễn Huệ rất bằng lòng.

Nguyễn Huệ xin vào ngày rằm tháng 7 [8/8/1786], nhà Vua ra ngự chính điện để nhận lễ chầu mừng về việc nhất thống, nhà Vua cố gượng dậy ra coi chầu. Hôm sau, bệnh quá nguy kịch, sai triệu Nguyễn Huệ, Nguyễn Huệ nói: "*Nay mai tôi sẽ trở về Nam, không dám can dự vào công việc nhà nước. Vả lại, trong quãng vua trước vua sau kế tiếp, tôi e sẽ bị người đời nghi ngờ*"; bèn từ chối không vào. Ngày 17 [10/8/1786], nhà vua mất tại điện Vạn Thọ, ở ngôi 47 năm, hưởng thọ 70 tuổi. Vua là người nhân từ, trầm tĩnh, gặp Trịnh Sâm áp bức, cũng chỉ ngậm miệng mà nhịn; đến nay Tây Sơn tôn phò, nhà Vua ngoài mặt tuy mừng mà trong bụng vẫn lấy làm lo. Khi bệnh nguy kịch, cho triệu Hoàng thái tôn đến bảo rằng: "*Ta chỉ sớm tối sẽ trút bỏ gánh nặng, bây giờ lo lắng việc nước là ở mình cháu, cháu phải nghĩ lấy*". Thái tôn vừa lạy vừa khóc xin nhận mệnh lệnh. Nhà vua nói: "*Binh lính xứ khác còn đóng ở đây, về việc truyền nối ngôi vua là việc trọng đại, cần phải thượng lượng bàn bạc với nguyên soái* [chỉ Nguyễn Huệ], *chớ nên làm tắt*"; nói xong thì mất. Nguyễn Huệ nhân hỏi Công chúa về việc các Hoàng tử, công chúa khen Duy Cận là người tốt. Huệ muốn bàn luận để Duy Cận nối ngôi; triều đình lo sợ, không biết làm thế nào được, các người trong họ tôn thất đều trách móc Công chúa làm hại kế lớn của xã tắc. Công chúa sợ, trở về xin với Nguyễn Huệ; Huệ nhận lời, bèn phò Thái tôn lên ngôi Hoàng đế, đổi tên là Duy Kỳ, kể từ sang năm dùng niên hiệu Chiêu Thống.

Ngày 25 tháng 7 [18/8/1786], rước linh cữu Vua Hiển Tông do đường thuỷ về an táng tại Thanh Hoá. Nguyễn Huệ mặc áo tang, thân hành đến nơi đình tạm ở bến sông để lạy đưa, lại sai bầy tôi là Nội tán Trần Văn Kỳ và Hữu quân

Nguyễn Hữu Chỉnh mặc áo trắng hộ vệ chầu chực.

Tháng 8 [24/8-21/9/1786], làm lễ an tang Vua Hiển Tông tại lăng Bàn Thạch, thuộc huyện Lôi Dương [huyện Thọ Xuân], Thanh Hoá.

Trước kia, Vua Tây Sơn Nguyễn Nhạc sai Nguyễn Huệ đánh Thuận Hoá, chưa có ý định tiến ra Bắc. Sau khi Nguyễn Huệ đã lấy được Thuận Hoá, đưa thư báo sẽ tiến thẳng quân ra để lấy Thăng Long; Nguyễn Nhạc được nhận thư, không bằng lòng, sai người ngăn lại, nhưng không kịp. Đến lúc Nguyễn Huệ đã lấy được Thăng Long, Nguyễn Nhạc biết tin sợ lắm; cho rằng đem quân vội vàng vào sâu như thế, khó giữ được lâu. Hơn nữa Nguyễn Nhạc nhận thấy Nguyễn Huệ vốn là người giảo hoạt, hung tợn; nếu đắc chí, tất nhiên sẽ giữ lấy riêng một nước để tự lo toan, rồi dần dà khó mà kiềm chế được. Vì thế Nhạc lập tức đem 500 tên lính thân cận đi vội ra thẳng Thuận Hoá, kén thêm binh tráng, rồi đi gấp đường ra Bắc, để làm đạo quân tiếp ứng, mà thực ra lại là để kiềm chế xem xét Huệ. Tháng 8 [24/8-21/9/1786] Nguyễn Nhạc đến Thăng Long, Vua Lê Chiêu Thống đem trăm quan thân hành đón tiếp ở ngoài cửa Nam Giao. Nguyễn Nhạc thúc quân rảo bước đi nhanh, sai người xin nhà Vua về cung và đính ước ngày hôm khác sẽ cùng nhau hội kiến. Lúc ấy, tướng sĩ Tây Sơn đóng lâu ở ngoài Bắc, muốn trở về; tả quân Vũ Văn Nhậm cũng ghét Hữu Chỉnh lộng quyền nên có lời dèm; nhân đấy Nguyễn Nhạc bới xấu Hữu Chỉnh với Nguyễn Huệ rằng: "*Kẻ kia* [Hữu Chỉnh] *lấy thân phận người tôi trốn tránh mà về đầu hàng với ta, trong bụng chỉ muốn được hả lòng với nước cũ, nên nhờ uy lực của ta để thành công. Nay nếu ta lại giam hãm mấy vạn người ở đây, để làm vây cánh cho nó, thì thật là dại dột quá chừng! Vả lại hắn thường nói: "Nhân tài Bắc Hà chỉ có một mình hắn". Thế thì không chi bằng ta bỏ hắn ở đây mà về Nam. Hiện nay người Bắc Hà oán ghét hắn ghi sâu vào xương tuỷ, ta mượn tay họ để giết hắn đi, khi hắn chết rồi, thì ta lấy Bắc Hà lại minh bạch chính đáng"*. Nguyễn Huệ cho là phải, bèn có ý bỏ Hữu Chỉnh; Hữu Chỉnh không biết gì về việc ấy cả. Sau đó vài ngày, Nguyễn Nhạc sai người xin với Vua Chiêu Thống cùng nhau hội kiến; nhà Vua xin cắt đất để khao quân, Nguyễn Nhạc nói: "*Tôi tức giận về nổi họ Trịnh uy hiếp ức chế, nên đứng ra làm việc tôn phò. Nếu đất đai không phải của nhà Lê, thì một tấc tôi cũng không để, nhưng nếu là đất đai của nhà Lê, thì một tấc tôi cũng không lấy*". Lại ước hẹn đời đời làm láng giềng giao hiếu với nhau. Nhà vua tin là phải, xin Nguyễn Nhạc ở lại ít lâu để giúp đỡ, Nhạc giả vờ nhận lời, sai Hữu Chỉnh chọn ngày lành cử hành đủ nghi lễ bái yết Thái Miếu. Hữu Chỉnh cũng nghĩ là Văn Nhạc chưa trở về Nam.

Vào canh ba đêm 17 [10/9/1786]; Nhạc, Huệ sai người vào từ biệt với nhà vua, rồi bí mật ban phát ám hiệu, ngay đêm hôm ấy quân thuỷ, quân bộ nhất luật rút đi, của cải trong kho tàng đều bị vơ vét nhẵn. Đến sáng, Hữu Chỉnh mới biết, vội vàng, không biết thi thố thế nào, bèn cùng vài chục thủ hạ cướp lấy một chiếc thuyền buôn đi theo đuôi. Người đô thành tranh nhau dùng gạch ngói để ném, Hữu Chỉnh tự tay đâm vài người mới được thoát thân. Khi theo đến Nghệ An, Hữu Chỉnh vào yết kiến Văn Nhạc. Nguyễn Nhạc dùng lời khéo léo yên ủi dụ dỗ, rồi sai cùng với viên tướng ở đấy là Nguyễn Duệ cùng nhau giữ châu thành này, tích trữ lương thực, luyện tập binh lính để đợi một ngày khác sẽ dùng đến, rồi Nguyễn Nhạc tự dẫn quân về Quy Nhơn.

Sau khi quân Tây Sơn rút đi, Vua Chiêu Thống lập tức triệu bầy tôi trong triều bàn luận: "*Giặc để lại cho ta một nước trống rỗng, nếu có sự nguy cấp, thì chống đỡ bằng cách nào*?". Bèn viết thư triệu hết những người thế gia và bầy tôi cũ dấy quân bảo vệ hoàng thành. Vì thế, hào mục các nơi chiếm giữ châu quận, chiêu tập binh mã, đều mượn danh nghĩa "bảo vệ", kẻ vô lại đánh giết lẫn nhau, trong nước thành ra rối loạn.

Trước kia, sau khi Trịnh Khải thất bại, thân thuộc là Trịnh Bồng lánh đến huyện Chương Đức [huyện Chương Mỹ, Hà Tây], Trịnh Lệ lánh đến huyện Văn Giang [huyện Thuận Thành, Bắc Ninh], đều tự ý lén lút chiêu tập binh mã, để đợi cơ hội sẽ nổi lên. Vào tháng 9 [22/9-21/10/1786] lúc quân Tây Sơn rút về, Trịnh Lệ bèn cùng người họ ngoại là Trương Tuân đem quân qua đò Thanh Trì, đến cung Tây Long [phố Nguyễn Trung Trực, Hà Nội]; Dương Trọng Khiêm, Thiêm đô ngự sử, cũng đem hương binh đến họp; cùng nhau ủng hộ Trịnh Lệ vào phủ đường họ Trịnh; đương đêm, đánh trống trên lầu hội họp trăm quan để lập Trịnh Lệ lên nối ngôi Chúa, nhưng vì vội vàng, nên các quan không ai đến.

Vua Chiêu Thống hay tin, hạ chiếu vặn hỏi Trọng Khiêm về cớ không xin mệnh lệnh, Trọng Khiêm xé tờ chiếu trước mặt sứ giả, rồi cùng Trịnh Lệ mưu tập hợp quân chúng làm sự biến động. Lúc ấy Trịnh Bồng dâng tờ biểu xin về chầu, lời lẽ rất nhũn nhặn uyển chuyển, nhà Vua bèn hạ chiếu triệu Trịnh Bồng. Bầy tôi trong triều thấy công việc của bọn Trọng Khiêm làm không thuận theo lẽ phải, nên đều bỏ Trịnh Lệ về với Trịnh Bồng. Khi Trịnh Bồng về đến cầu Nhân Mục [huyện Thanh Trì, Hà Nội], Trịnh Lệ sai Trương Tuân và Trọng Khiêm đem quân chống cự. Trọng Khiêm lại ngầm sai gia tướng là Nguyễn Mậu Nễ đón đường xin đầu hàng với Bồng. Việc này, Trương Tuân không biết gì cả; khi Trịnh Bồng đi gần đến Kinh Thành, Trương Tuân thấy đằng trước đều là quân của Trọng Khiêm, nên quân của Trương Tuân bèn đổ vỡ lung tung. Tuân liền đưa Trịnh Lệ chạy lên vùng Kinh Bắc.

Bồng vào yết kiến, nhà Vua yên ủi, muốn ban phong tước Công và hậu cấp bổng lộc, mà không cho tham dự chính quyền. Bồng bèn họp quân đóng ở phủ đường họ Trịnh, dần dần chống lại với nhà Vua. Triều thần e rằng khó có thể ức chế được, bèn bàn luận tâu xin nhà Vua dựa theo tước vị lúc mới phong Trịnh Tráng mà phong cho Bồng. Ý nhà Vua không muốn phong như thế; bèn sắc phong Bồng làm Tiết chế thuỷ bộ chư quân, bình chương quân quốc trọng sự, thái uý Côn quốc công, cấp cho 3.000 tên lính, 5.000 mẫu ruộng và 200 xã dân lộc, để phụng giữ việc tế tự nhà họ Trịnh; hạ lệnh đem sắc thư ấy ban bố cho cả nước. Lúc ấy, Đinh Tích Nhưỡng từ Hải Dương về kinh, muốn viện lệ phong tước Vương cho Trịnh Bồng, triều đình cũng sợ thanh thế Tích Nhưỡng, nhân đấy lại cùng nhau xin phong Vương cho Trịnh Bồng. Nhà Vua không chuẩn y, Tích Nhưỡng cố xin mãi, Vua nói: "*Trước kia cơ nghiệp nhà ta giữa chừng đổ nát, chính quyền do trong tay họ Trịnh, việc tế tự thì về quả nhân* (1). *Đấy là một thời kỳ. Nhưng nay lòng trời oán ghét hoạ loạn, phó thác quyền bính cho một mình ta. Một nước hai vua, có lẽ nào cứ giữ làm thể lệ được?*". Cách mấy hôm sau, Tích Nhưỡng dàn quân ở cửa điện, rồi tự vào sân điện Vạn Thọ, lạy phục xuống đất cố xin, nhà Vua cũng không y cho; Hoàng thân và các đại thần sợ sinh ra biến loạn, vừa khóc vừa kêu xin. Tích Nhưỡng lại cùng triều thần làm tờ biểu xin phong tước Vương cho Trịnh Bồng mà chính quyền thì do nhà Vua giữ. Nhà vua bất đắc dĩ y theo, bèn sai Nguyễn Du (2) đem tờ sắc phong cho Bồng làm Nguyên soái, tổng quốc chính, Yến đô vương. Trịnh Bồng nhu nhược, lười biếng, không biết tự lập, chính sự đều xuất phát từ tay Tích Nhưỡng, bọn tiểu nhân đua nhau ton hót phụ hoạ. Ngay giữa ban ngày, thủ hạ cướp bóc dân cư gần kinh thành, không có hiệu lệnh ngăn cấm; mọi người đều cho là không còn hy vọng gì cả. Về phần nhà Vua cũng phòng bị nghiêm ngặt, rồi bí mật hạ chiếu lo việc cần vương. Được tin Hữu Chỉnh chiếm cứ Nghệ An, nhà Vua bèn sai viên quan Bùi Dương Lịch làm chiêu dụ sứ các phủ Đức Quang và Hà Hoa [thuộc Hà Tĩnh], lẻn đi chiêu dụ và dò xét tình hình.

Gặp lúc ấy, Hoàng Phùng Cơ từ Sơn Tây về bảo vệ kinh thành, Đinh Tích Nhưỡng bí mật cấu kết với Phùng Cơ, dâng biểu yêu cầu Vua về việc chính trị, bàn luận việc gì, thì trước hết làm tờ khải trình Chúa Trịnh, rồi sau tâu bày đầy đủ để xin nghị định quyết đoán. Nhà vua xem tờ biểu, rất tức giận; không chấp thuận. Phùng Cơ xui trăm quan phục mãi ở sân điện, không đứng dậy; nhà vua biết rằng không lay chuyển được, bèn nhận lời tâu. Do đấy, Trịnh Bồng mới thân giữ chính quyền, bổ dụng Hoàng Phùng Cơ làm Trung quân tả đô đốc chưởng phủ sự, Đinh Tích Nhưỡng làm Đông quân hữu đô đốc thự phủ sự. Phan Lê Phiên làm Bình chương sự. Bùi Huy Bích và Phan Cận làm Đồng bình chương sự kiêm giữ chức Tham tụng, bọn Ngô Trọng Khuê và Ninh Tốn làm Tham tri chính sự kiêm giữ chức Bồi tụng. Phàm liêu thuộc trong phủ Chúa hết thảy vẫn giữ như cũ, riêng Phan Lê Phiên và Bùi Huy Bích cố từ chối không nhận chức. Trịnh Bồng lại sai người triệu Dương Trọng Khiêm từ Gia Lâm về, giữ bộ Hộ coi công việc tài chính, thuế khoá. Từ đấy, chính quyền trong nước lại về tay họ Trịnh, nhà Vua rất tức giận, mọi việc đều giằng co, triều chính rối beng.

Tháng 11 [21/12/1786-18/1/1787], Trịnh Bồng chống Vua, đem quân vây hoàng thành. nhà Vua triệu Nguyễn Hữu Chỉnh vào bảo vệ; Trịnh Bồng chạy sang Kinh Bắc.

Dương Trọng Khiêm sợ rằng nhà Vua trong lòng tràn đầy tức giận, sẽ phản ứng lại; bèn khuyên Trịnh Bồng đem quân vây chặt lấy hoàng thành, bắt giết triều thần nào theo nhà Vua, rồi bàn định lập Vua khác. Trịnh Bồng theo lời, liền bí mật sai Nguyễn Mậu Nễ và Bùi Nhuận nhân ban đêm đem quân xâm phạm cung khuyết. Được tin biến động, nhà vua lập tức cho triệu Hoàng thân đem quân lính đã mộ được, phân phối bố trí để phòng bị chống cự. Đề lãnh Hoàng Phùng Cơ vốn không ăn cánh với Nguyễn Trọng Khiêm, vả lại nhà riêng ở trong hoàng thành, Phùng Cơ sợ rằng, nếu trong nội điện có xảy ra tai biến, sẽ đều phải mang tiếng xấu, liền đem quân bản bộ đuổi đánh. Mậu Nễ không dám tiến, mang quân rút lui. Nhà vua giận lắm, được tin Nguyễn Hữu Chỉnh đang mộ lính bảo vệ, bèn ngầm đích thân viết thư để triệu Hữu Chỉnh.

Trước kia, Hữu Chỉnh theo Nguyễn Nhạc trở về, rồi lưu lại ở Nghệ An, bèn nói thác ra rằng nhận được chỉ dụ bí mật của nhà vua, chiêu mộ binh dõng, ngày đêm luyện tập. Nhưng hào mục sở tại nhiều người ghét Hữu Chỉnh, nhân đấy, họ ngầm suy tôn viên trấn thủ cũ là Bùi Thế Toại làm người đứng đầu, tụ tập quần chúng, rình lúc sơ hở, sẽ toan tính việc đánh Hữu Chỉnh. Đến nay, Hữu Chỉnh nhận được mật chỉ, lập tức tung tờ hịch truyền ra các nơi, lấy danh nghĩa là tôn phò nhà Lê. Vì thế xa gần đều hưởng ứng, trong khoảng mười ngày, mộ được hơn vạn lính, đặt hiệu quân là Tứ đột và Tứ thành, bèn hội hợp đông đủ tướng sĩ, hẹn ngày xuất phát

Bùi Thế Toại đón đánh Hữu Chỉnh ở Hoa Lâm [huyện Yên Thành, Nghệ An], Thế Toại thua, bỏ chạy. Trịnh Bồng lại sai Lê Trung Nghĩa, đốc trấn Thanh Hoá, và Phan Huy Ích Đốc thị [con Phan Cận], đem quân ra đánh. Quân hai bên gặp nhau ở xã Ngọc Giáp [huyện Tĩnh Gia, Thanh Hoá]; Trung Nghĩa chết trận, Huy Ích bị bắt nhưng không bị giết; Hữu Chỉnh vẫn cho mang đi theo, rồi thúc quân ồ ạt tiến lên. Tin báo đến kinh thành. Đinh Tích Nhưỡng sợ lắm, từ biệt Trịnh Bồng đề về Hải Dương mộ quân; nhà Vua bí mật dụ bảo hào mục địa phương đánh bắt, Tích Nhưỡng bị thua, rút về Hàm Giang [sông Thái Bình, Hải Dương] để tự thủ. Hoàng Phùng Cơ lâm vào thế trơ trọi một mình, nên bỏ Trịnh Bồng mà chạy về Sơn Tây. Quân của Hữu Chỉnh kéo đến Thăng Long, Trịnh Bồng qua sông sang Kinh Bắc, chạy đến xã Dương Xá [huyện Siêu Loại, Bắc Ninh], sau lại dời đến xã Quế Ổ [huyện Quế Dương, Bắc Ninh].

Hữu Chỉnh đến kinh thành, tướng là Hoàng Việt Tuyển cũng đem thuỷ quân đến, thanh thế rất lừng lẫy. Nhà vua ngự ra cung Tây Long, thân hành duyệt binh, nhân đấy, hạ lệnh dẫn vào trong thành, phân phối bố trí nơi đóng quân.

Tháng 12 [19/1-17/2/1787], Nguyễn Hữu Chỉnh vào chầu, nhà Vua dụ rằng: "*Hiện nay giúp trẫm dẹp loạn, để đi đến thái bình, chỉ trông cậy vào nhà ngươi*". Bèn sai giữ chức Bình chương quân quốc trọng sự, Đại tư đồ, phong tước Bằng trung công; con là Nguyễn Hữu Du và thân thuộc là

Nguyễn Khuê đều cầm quân, được phong tước Hầu; tướng bộ thuộc là bọn Hoàng Viết Tuyển đều được thăng chức.

Tại miền Nam, vào tháng giêng [30/1-27/2/1786] Nguyễn vương trú tại Vọng Các, Xiêm La [Thái Lan].

Tháng 2 [28/2-29/3/1786], Diến Điện do ba đường tiến binh xâm lấn đất Sài Nặc nước Xiêm. Vua Xiêm tự đem quân chống cự và xin Nguyễn vương giúp. Vương tự đem quân trợ chiến; sai Lê Văn Quân và Nguyễn Văn Thành đi trước, dùng ống phun lửa để đánh. Quân Diến Điện sợ chạy, chết không kể xiết, bị bắt 500 người. Vua Xiêm thán phục, đem vàng lụa đến tạ, lại muốn giúp quân thu phục Gia Định. Vương họp các tướng bàn. Nguyễn Văn Thành tâu rằng: "*Vua Thiếu Khang* (3) *chỉ có một lữ còn dựng được cơ nghiệp nhà Hạ. Ta nuôi sức mạnh mà thừa chỗ sơ hở thì việc còn có thể làm được, chứ nếu mượn người ngoài giúp, đưa Di Địch vào trong tâm phúc thì sợ để lo về sau. Không bằng cứ yên tĩnh để chờ cơ hội là hơn*". Vua khen phải, nên thôi.

Tháng 3 [30/3-27/4/1786], sai bọn Tổng nhung chưởng cơ Hoàng Tiến Cảnh, Tổng nhung cai cơ Nguyễn Văn Nhàn, Cai cơ Võ Di Nguy, Nguyễn Văn Định, Trương Phước Luật, đem quân ra núi Giàng Khảm [Thái Lan] đóng một chục chiến thuyền.

Quân Chà Và đánh Xiêm; Vương sai Lê Văn Quân đem thuỷ binh cùng với Vua thứ hai nước Xiêm đánh dẹp được. Vua Xiêm trọng Quân là tướng giỏi, đãi ngộ rất hậu.

Tháng 6 [26/6-24/7/1786] Giám mục Bá Đa Lộc và Hoàng tử Cảnh, từ Pondichéry Ấn Độ, sang nước Pháp; cho Hồ Văn Nghị mang biểu về hành tại ở Vọng Các báo tin, rồi Nghị ở lại với Vương. Vào đầu năm Chiêu Thống thứ nhất

[18/2-18/3/1787] phái đoàn Bá Đa Lộc đến hải cảng Lorient, nước Pháp.

Tháng 7 [25/7-23/8/1786], Nguyễn Huệ sau khi đánh được Bắc Hà, muốn tự lập. Khi từ thành Thăng Long trở về, anh em Tây Sơn trở nên bất hoà; Nguyễn Huệ đem quân vào vây đánh thành Qui Nhơn. Vua Tây Sơn Nguyễn Nhạc đóng cửa thành chống giữ, báo tin gấp cho Đô uý Đặng Văn Trấn đem quân về cứu viện. Trấn để cho Tham đốc Trần Tú giữ Gia Định, tự đem quân về; khi đến Tiên Châu, Phú Yên, thì bị quân Nguyễn Huệ đón đánh bắt được; từ đấy Tây Sơn không còn rảnh để dòm ngó miền Nam nữa. Tình trạng thành Qui Nhơn bị Nguyễn Huệ đánh nguy cấp đến nỗi Nguyễn Nhạc phải thân lên thành kêu khóc, gọi Huệ mà bảo rằng: "*Nỡ lòng nào lại nồi da nấu thịt như thế*". Nguyễn Huệ động lòng mới giải vây rút quân về Thuận Hoá, rồi giảng hoà. Nguyễn Huệ lui quân giữ từ Thăng Hoa, Điện Bàn, trở về Bắc đóng ở Phú Xuân, tự xưng là Bắc Bình Vương.

Tháng 9 nhuận [22/10-21/11/1786], tướng Tây Sơn là Trần Tú giữ Gia Định, những hào kiệt sở tại dò thấy sơ hở muốn nổi lên. Người Trấn Biên [Biên Hoà] là Nguyễn Văn Nghĩa, Nguyễn Văn Tuyết đều dựng cờ đánh Tây Sơn. Người Phiên Trấn [Gia Định] là Lê Công Trấn, Phạm Điền cũng họp quân mưu đánh úp đồn Bến Nghé, công việc bị lộ; Tú đánh úp, bắt giết.

Tháng 12 [19/1-17/2/1787], Nguyễn vương sai Cai cơ Phạm Văn Châu và Nguyễn Văn Định về Hà Tiên, chiêu tập nghĩa binh, dò thám thế giặc.

Chú thích:

1. Quả nhân: Nghĩa đen là người ít đức. Vua chúa đời cổ dùng danh từ "quả nhân" để nói khiêm tốn.

2. Nguyễn Du: Người xã Vân Xá, huyện Thanh Oai, Hà Nội; đỗ Tiến sĩ khoa Ất Tỵ (1785).

3. Thiếu Khang: Hoàng thân thuộc triều Hạ, Trung Quốc; thời trước Công Nguyên 2000 năm. Cha bị Hàn Trác giết; cuối cùng Thiếu Khang với lực lượng dân chỉ có một thành, quân chỉ có một lữ; mà lấy lại được nước.

156.
Vua Lê Chiêu Thống [1787-1789] (1)

Tháng 2 năm Chiêu Thống thứ nhất [19/3-17/4/1787]. (Thanh, năm Càn Long thứ 52). Vua Lê dùng Phan Lê Phiên làm Bình chương sự; Trương Đăng Quỹ, Uông Sĩ Điển và Trần Công Xán làm Đồng bình chương sự; Phạm Đình Dữ và Nguyễn Huy Trạc làm Tham tri chính sự; Nguyễn Đình Giản làm Phó đô ngự sử. Nguyễn Hữu Chỉnh, sau khi trở lại thành Thăng Long nắm trọn guồng máy cai trị, nên đối với những việc bổ nhiệm quan chức và sắp đặt chính sự, phần nhiều cũng chiều theo ý của Chỉnh.

Nhà Vua bí mật bàn với bọn Nội hàn Ngô Vi Quý; định vời Chỉnh vào hầu nơi điện riêng bàn việc, rồi nhân dịp, đánh thuốc độc để giết đi. Một hôm Vũ Trinh vào, được nhà vua cho biết về việc này; Trinh cả sợ, nói: "*Ai bày chước này cho bệ hạ thế? Tôi trộm lấy làm nguy đấy! Vì nay cường địch đang bức bách lăng loàn, những tin báo động ở nơi biên cương còn đang dồn dập gấp rút, triều đình chưa được hoà thuận, lòng người chưa được yên. Đáng lý ra bệ hạ nên dựa vào Chỉnh, dùng làm nanh vuốt, chứ sao lại bắt bóng dè chừng, chưa thấy hành tích lộ liễu, đã chực vội giết cường thần. Muôn một những kẻ dưới quyền của Chỉnh nổi lên gây biến thì xã tắc sẽ ra sao?*". Nhà vua bừng tỉnh bỏ ý định; Chỉnh mong manh biết chuyện, từ đó bỏ luôn cả lễ triều yết nhà vua, buông thả cho những kẻ môn hạ muốn làm gì thì làm, hào kiệt bốn phương hết sức thất vọng.

Tháng 3 [18/4-16/5/1787] Nguyễn Hữu Chỉnh tâu xin nhà Vua phỏng theo lối thi đời Tống, đặc cách mở chế khoa. Bấy giờ có đến vài trăm người ứng thí, Trần Bá Lãm và Nguyễn Gia Cát đỗ Chế khoa xuất thân, cũng ngang như Tiến sĩ. Vua rất yêu chuộng văn học: cứ sáu ngày một lần cho giảng sách ở toà Kinh Diên, mỗi ngày một lần cho làm giảng sách ở viện Nội Hàn.

Tháng 4 [17/5-14/6/1787] Nguyễn Nhạc tự xưng là Hoàng đế, đóng đô ở Quy Nhơn, phong cho em Nguyễn Lữ làm Đông định vương giữ Gia Định. Trước kia Nguyễn Nhạc về Nam, để tướng Nguyễn Duệ ở lại trấn giữ Nghệ An. Kịp khi Bình định vương Nguyễn Huệ có hiềm khích với Nguyễn Nhạc, dùng binh đánh lẫn nhau; Duệ cho mình là tướng cũ của Nhạc, e bị Nguyễn Huệ làm hại nên ngầm cấu kết với cựu Tham nghị Nguyễn Đình Viện, sai lén tư thông với Nguyễn Hữu Chỉnh, hẹn cùng nhau chung sức để đánh Nguyễn Huệ. Đình Viện đến kinh đô, nói ý đó với Hữu Chỉnh; Chỉnh chần chừ không trả lời. Duệ sợ mưu ấy tiết lộ, bèn dặn Đình Viện đóng giữ Nghệ An, còn mình thì đi đường tắt trốn về Qui Nhơn với Nguyễn Nhạc. Nguyễn Thuyên bộ tướng của Duệ không theo, đánh lại Đình Viện. Viện cô thế, cùng các con và rể chiến đấu, đều chết. Lúc Nguyễn Huệ thôi vây Nguyễn Nhạc kéo quân về Phú Xuân, bèn sai người vời Hữu Chỉnh, nhưng Chỉnh từ chối không đến, lấy cớ rằng bốn trấn chưa yên. Văn Huệ cả giận, sai Vũ Văn Nhậm tiết chế các quân thuỷ và bộ, kéo ra đóng giữ Nghệ An; mộ binh lính, thu lương thực tính việc lấy Bắc Hà.

Nhân anh em Nhạc, Huệ bất hoà, Vua Chiêu Thống bèn

sai Hoàng thân Lê Duy Hiên [ông chú Vua], cùng Đồng bình chương sự Trần Công Xán, Hộ khoa cấp sự trung Ngô Nho mang thư đi sứ Tây Sơn, lấy cớ Nghệ An là đất căn bản trung hưng, xin thu phục đất này. Trần Công Xán, trước kia là thầy học của Nguyễn Hữu Chỉnh, khi Nguyễn Huệ đến Thăng Long, Chỉnh dẫn Công Xán đến yết kiến, khi nói chuyện Nguyễn Huệ rất vừa ý. Nay Công Xán xin đi, Ngô Nho được cử đi cùng. Khi đến nơi, Bắc bình vương Nguyễn Huệ xem thư, rất giận; bèn giam bọn Duy Hiên và Công Xán vào ngục, sau đó ra lệnh cho ngâm xuống sông, rồi báo rằng khi sứ bộ trở về thuyền bị đắm, chết đuối.

Tháng 5 [15/6-14/7/1787], Dương Trọng Khiêm bị giết. Trước kia, Trọng Khiêm theo Trịnh Bồng sang Kinh Bắc, rồi cùng với cháu là Dương Vân và môn sinh là Nguyễn Mậu Nễ mộ quân đóng ở Gia Lâm [Bắc Ninh], đắp luỹ từ Như Kinh đến Phú Thị. Trọng Khiêm lại truyền hịch đi các huyện hẹn nhau khôi phục cơ nghiệp Chúa Trịnh. Nguyễn Hữu Chỉnh sai tướng là bọn Hoàng Viết Tuyển đi đánh; Viết Tuyển xua quân rầm rộ tiến lên, bốn mặt cùng bắn gấp. Bị bại trận, Trọng Khiêm đang đêm lẫn trốn, bị dân xã Ngọc Xá [huyện Cẩm Giàng, Hải Dương] bắt được, giải đến kinh đô. Nhà Vua hạ chiếu kể tội Trọng Khiêm, giết chết ở nhà Thái học.

Tháng 8 [12/9-10/10/1787], Hoàng Phùng Cơ ở Sơn Tây, mưu toan mang quân vào bảo vệ kinh thành, bèn truyền hịch đi các lộ Quảng Oai, Quốc Oai, nêu rõ danh nghĩa dấy quân để giết Nguyễn Hữu Chỉnh. Hữu Chỉnh sai tướng là Nguyễn Duật đón đánh ở xã Đại Phùng [huyện Đan Phượng, Sơn Tây], tự mình điều đại quân tiếp chiến. Phùng Cơ giao phong với Nguyễn Duật, Duật kéo quân rút lui. Con Phùng Cơ là Gia, khuyên Phùng Cơ nên nhân đà thắng lợi, ruổi thẳng đến kinh thành; nhưng Phùng Cơ không nghe, nói: "*Việc bắt Hữu Chỉnh, ta coi cũng như bắt một con nít thôi. Hãy tạm nghĩ, rồi đuổi cũng chưa muộn* ". Duật ngoái nhìn không thấy quân Phùng Cơ đuổi theo, liền dàn thành trận thế tiến lên phía trước. Quân Phùng Cơ đương ăn, không kịp trở tay tan chạy. Phùng Cơ cùng với con trai, trơ trọi trên mình voi, cố sức chiến đấu, bị quân của Duật bao vây bốn mặt. Hữu Chỉnh lại ập đến, phất cờ thúc quân Thiết đột bắn tập trung vào Phùng Cơ. Từ trên bành voi nhào xuống, Phùng Cơ bị bắt và điệu về kinh đô. Khi sắp đem chém, nhà Vua cho rằng Phùng Cơ trước kia, có công đánh lui Mậu Nễ, nên cho Phùng Cơ uống thuốc độc chết.

Trước đây, Trịnh Bồng chạy đến Quế Ổ [Bắc Ninh], Nguyễn Hữu Chỉnh sai bọn Nguyễn Như Thái đi đánh; Bồng thua, chạy đi Hải Dương. Đinh Tích Nhưỡng đưa Bồng lên làm bù nhìn; mộ quân ở miền ven biển như Vân Đồn [Quảng Ninh], và Đồ Sơn [Hải Phòng], được đến vài vạn người và hơn trăm chiếc thuyền, tiến đóng ở Bác Trạch [huyện Kiến Xương, Thái Bình] thuộc Sơn Nam. Bấy giờ Lân Dương hầu Phạm Đình Thiện cũng mưu tính đón Bồng để hiệu triệu hào mục, cùng dấy quân đánh Hữu Chỉnh.

Hữu Chỉnh sai Hoàng Viết Tuyển, trấn thủ Sơn Nam, đem nhiều quân và chiến thuyền đi đánh. Khi Viết Tuyển kéo đến sông Ngô Đồng [huyện Đông Hưng, Thái Bình], thì Đình Thiện và Tích Nhưỡng đem các thuyền biển ra nghinh chiến. Bấy giờ gió đông nam thổi lộng, bọn Đình Thiện đổ bộ, muốn nhân chiều gió xuôi để giao chiến, nhưng quân lính đều ô hợp, không có tinh thần chiến đấu. Khi đã lên cạn, quân lính tranh cướp lấy đường mà chạy, do đó quân đều tan vỡ. Viết Tuyển nhân đó đánh bại được; Tích

Nhưỡng chỉ chạy được thoát thân. Đình Thiện đem Bồng chạy đi Đông Quan [huyện Đông Hưng, Thái Bình]; có hào mục vùng này là Trần Mạnh Khuông họp quân lại để tiếp ứng Bồng, rồi đem Bồng vào đóng đồn ở Bái Hạ [huyện Thái Thuỵ, Thái Bình], đắp luỹ, đào hào, làm kế tử thủ. Bọn Viết Tuyển đi đánh vài tháng không hạ được, tình hình trong quân hơi nao núng. Đến đây, nhà Vua bàn với Hữu Chỉnh: "*Nay ta diệt trừ nạn lớn, dẹp yên được cả những bọn tiếm loạn, riêng còn Mạnh Khuông chiếm giữ thành luỹ trơ trọi, ngang ngạnh chống cự. Các trấn tướng khác đều nhìn vào đó mà cân nhắc hơn kém đấy. Nếu chưa phá được huyện Đông Quan thì không lấy gì để khống chế và thu phục được thiên hạ*". Nhà vua bèn sai hoàng đệ Duy Trù đem thân quân cấm vệ đi đốc chiến và dùng Nội hàn Bùi Dương Lịch làm tham tán việc quân. Bọn Viết Tuyển hay tin Duy Trù sắp đến, e công lao sẽ không về mình, bèn cùng Nguyễn Như Thái hợp quân đánh kẹp lại, xông vào luỹ; Mạnh Khuông phải chạy đi Tứ Kỳ [Hải Dương]. Viết Tuyền tung quân ra đốt và cướp, khiến cho một dãy ven sông huyện Đông Quan trở thành đất trọc. Trịnh Bồng chạy đi Yên Quảng, rồi ở đậu tại Lạng Sơn bị thổ dân xua đuổi, bèn trốn về Hữu Lũng [huyện Lạng Giang, Bắc Giang]; sau không rõ chung cục ra sao.

Tháng 10 [10/11-8/12/1787] Lưu Tiệp, Đốc trấn Cao Bằng, giết Đốc đồng Nguyễn Hàn và gia quyến. Trước kia, Nguyễn Hàn nhận lãnh mật chỉ của nhà Vua, chiêu dụ phiên mục ở trấn Cao Bằng; Lưu Tiệp lại vâng mệnh lệnh Chúa Trịnh Bồng, mộ sẵn quân lính, đợi để cử sự. Do đấy, trong một trấn chia làm hai đảng, coi nhau như thù địch. Tiệp ngầm sai kẻ phiên thuộc giả vờ làm phản theo phe Nguyễn Hàn, rồi đích thân đem quân vây đánh doanh trại của Hàn. Hàn sai chạy ngựa trạm đưa thư cấp báo với triều đình về những biến cố đã xảy; Tiệp cũng tâu trình rằng Nguyễn Hàn làm phản. Triều đình bàn xin dùng Xu viện Nguyễn Đình Tố và Nguyễn Huy Túc lên thay, và gọi bọn Tiệp về triều. Nhưng khi Tố chưa đến trấn Cao Bằng thì Hàn đã bị Tiệp giết chết, cả nhà Hàn đều bị hại. Sau đó, Tiệp đến kinh đô; nhân gặp lúc đang loạn, nên việc này bỏ qua, không xét hỏi đến.

Tháng 11 [9/12/1787-7/1/1788] Bắc bình vương Nguyễn Huệ lại sai tướng Ngô Văn Sở hiệp sức với Vũ Văn Nhậm cùng ra đánh Bắc Hà. Văn Nhậm khi qua Thổ Sơn [huyện Tĩnh Gia, Thanh Hoá], Nguyễn Duật Trấn thủ Thanh Hoá không dám chống cự, phải lui giữ sông Trinh Sơn [huyện Hà Trung, Thanh Hoá]. Văn Nhậm tiến quân đóng ở bờ phía nam, trước đó sai Văn Sở do đường sơn cước, lén qua sông Mã, đánh úp phía sau quân của Duật; Duật bại trận, bị giết. Văn Nhậm thừa thắng, qua đèo Ba Dội [giáp giới Thanh Hoá, Ninh Bình], thẳng tiến đến bến đò Gián [huyện Gia Viễn, Ninh Bình].

Nguyễn Hữu Chỉnh bèn điều bát hơn hai vạn quân ở các đạo, sai Nguyễn Như Thái làm tướng chỉ huy. Như Thái sai tướng khác giữ bến đò Gián, còn chính mình thì tự kéo đại quân do đường tắt ra bến Nghệ [huyện Gia Viễn, Ninh Bình], đánh úp vào phía sau. Bấy giờ Như Thái gặp tướng giặc là Quỳnh ở Điểm Xá [huyện Gia Viễn, Ninh Bình], cùng nhau giao chiến, Như Thái bị đại bại phải chạy đi Sơn Miêng, sau bị quân địch bắt được, giết chết. Quân Tây Sơn tiến đến sông Thanh Quyết [huyện Gia Viễn, Ninh Bình].

Tin báo về, kinh thành hoang mang; Hữu Chỉnh vội vàng xin xuất quân để chống cự. Nhà vua ngự ở trong điện, trao cờ tiết mao và cây phủ việt cho Chỉnh và bảo Chỉnh rằng:

“*Khanh đi chuyến này là quan hệ đến sự an nguy của xã tắc. Khanh gắng sớm lập được công lớn để yên ủi lòng trẫm*”. Hữu Chỉnh thưa: “*Văn Nhậm không phải là tay địch thủ với thần. Thần chỉ xin đứng đốc chiến, sai một tì tướng đi hạ Văn Nhậm cũng đủ rồi*”. Bấy giờ điều bát hết quân lính thành Thăng Long và các đạo khác, đều thuộc quyền Nguyễn Hữu Chỉnh, tất cả hơn 30.000 người, đóng ở bờ sông Thanh Quyết [huyện Gia Viễn, Ninh Bình], đắp luỹ ven sông làm kế cố thủ. Lại sai Hữu Du đem hơn 50 chiếc chiến thuyền chở hết các chiến cụ như đại pháo và hoả khí đỗ ở cửa sông đối diện với địch. Hữu Du dựa vào ven bờ đỗ thuyền, không phòng bị. Quân địch ban đêm, ngầm bơi sang, dùng thừng chão dài buộc thuyền quân Hữu Du kéo qua bờ phía nam; mọi người trong thuyền sợ hãi, họ tranh nhau nhảy xuống nước để chạy trốn; số đại pháo trong thuyền đều bị địch tước hết. Hữu Chỉnh bàn với các tướng, lui về giữ Châu Cầu [Hà Nam]. Nửa đêm, nổi trống thu quân; các quân hoảng sợ, do đấy đổ vỡ tan tành, tranh nhau chạy, dẫm đạp lẫn nhau; khí giới nghi trượng quăng bỏ đầy đường. Hữu Chỉnh và Hữu Du chỉ kịp đem vài trăm quân chạy về thành Thăng Long.

Tháng 12 [8/1-6/2/1788], nửa đêm Nguyễn Hữu Chỉnh từ Thanh Quyết về. Nhà vua sai vời đến mấy lần, nhưng Hữu Chỉnh không đến, chỉ bí mật uỷ thác cho Tham tri chính sự Nguyễn Khuê vào tâu, mời nhà vua đi sang Kinh Bắc và nói: “*Nguyễn Cảnh Thước ở Kinh Bắc là người hùng mạnh và có mưu lược, đáng tin cậy, ta hãy giữ lấy Kinh Bắc làm thế thủ, vì tại đó có thành bền vững, có sông Cái ngăn cách. Rồi kịp kêu gọi lấy quân Cần Vương thì có thể bắt thông khí mạch với các xứ: trên từ Thái Nguyên, Sơn Tây, dưới đến Hải Dương và Sơn Nam, chẳng bao lâu đại binh có thể tập hợp lại, rồi sau ta sẽ liệu thời cơ mà hành động, bấy giờ mới phục hưng được*". Nhà Vua nghe theo, sáng hôm sau sai hoàng đệ Duy Trù, Duy Chi hộ tống Hoàng thái hậu, hoàng phi, cùng gia quyến đi trước lên Cao Bằng. Bấy giờ các bầy tôi thị vệ đều lén tản đi, Vua lo sợ, chưa biết tính ra sao; Thị thần Bùi Dương Lịch tâu rằng: "*Hữu Chỉnh dẫu thua trận, vỡ quân, nhưng thủ hạ còn nhiều, người ta còn biết sợ; vậy xin nhà vua truyền chỉ dụ, sang bên nhà Chỉnh, ép Chỉnh đi theo hộ giá, rồi lâm thời sẽ kêu gọi mọi người, chắc rằng còn chưa đến nỗi đơn chiếc trơ trọi*". Nhà vua cho là phải, cùng bọn nội thần là Nguyễn Quốc Đống và Nguyễn Khải đi đến nhà Hữu Chỉnh. Nhà Vua vào, dụ bảo Chỉnh đi theo hộ giá, Chỉnh thu lượm được vài nghìn tàn quân, hộ vệ nhà Vua qua sông. Lúc chiều tà, Vũ Văn Nhậm xua quân vào chiếm cứ thành Thăng Long.

Vua đến Kinh Bắc, Trấn thủ Nguyễn Cảnh Thước, trước đó, đã bí mật theo Tây Sơn; đến nay đóng cửa thành, cáo bệnh không ra đón tiếp. Nhà vua và Hữu Chỉnh bối rối, vội qua đò sông Nguyệt Đức [sông Cà Lồ]; đi theo nhà vua chỉ còn 6, 7 người văn thần là bọn Nguyễn Đình Giản, Phạm Đình Dữ, Chu Doãn Lệ, Trương Đăng Quỹ và Vũ Trinh mà thôi. Cảnh Thước tung thủ hạ ra chặn đường, cướp bóc những kẻ đi theo ngự giá, chúng lại đuổi theo để cướp áo bào; nhà Vua rớt nước mắt, phải cởi ra, trao áo cho chúng. Khi nhà Vua qua huyện Yên Dũng [Bắc Giang], Nguyễn Thảng, tri huyện huyện ấy, tuổi đã 60, đem binh dân hộ giá, xin giữ sông Xương Giang làm căn cứ bền vững, lại xin giết Cảnh Thước và giữ lấy Kinh Bắc để toan tính công cuộc khôi phục. Nhà vua khen là hăng hái, phong Thảng là Lại khoa cấp sự trung.

Nhà Vua đến Yên Thế [Bắc Giang], Dương Đình Tuấn, thổ hào Mục Sơn [huyện Yên Thế, Bắc Giang], đem quân và dân đi lạy đón nhà Vua ở bên đường. Trước kia, Đình Tuấn là tay hào phú, nổi lên làm đầu sỏ lộ Lạng Giang; những kẻ trốn tránh đều dựa vào Đình Tuấn lấy đó làm tổ ẩn núp; triều đình bỏ qua, không xét hỏi. Đến đây, có chiếu chỉ cần vương. Đình Tuấn lấy làm cảm kích, vâng mệnh lệnh đến trước để bảo vệ, được nhà vua đặc cách phong là Bình khấu tướng quân.

Nhà vua đóng ở Mục Sơn, Nguyễn Văn Hoà, bộ tướng Tây Sơn đuổi kịp. Vua thân chinh cầm quân cự chiến; Dương Đình Tuấn giữ ở bên tả núi, Nguyễn Hữu Chỉnh giữ ở bên hữu núi, quân địch dàn trận tại cánh đồng ở giữa. Đình Tuấn xuống núi để xung kích, Văn Hoà bí mật chia một toán quân cho đi vòng ra phía sau núi, đánh úp, quân Hữu Chỉnh rối loạn, tự tan vỡ, Hữu Chỉnh bị bắt. Đình Tuấn thua chạy, hai con đều chết ở trận. Thị sư Nguyễn Khuê cũng các quân còn sót lại, hộ vệ nhà Vua chạy đến sơn trại Bảo Lộc [huyện Lạng Giang, Bắc Giang]. Nguyễn Văn Hoà điệu Nguyễn Hữu Chỉnh về Thăng Long; Vũ Văn Nhậm kể tội Hữu Chỉnh là kẻ bất trung, sai xé xác Hữu Chỉnh ở cửa thành để rao cho mọi người biết.

Sau khi Nguyễn Hữu Chỉnh đã thua, thuộc tướng là Hoàng Viết Tuyển vì có vợ con để ở phần đất Tây Sơn, nên đóng quân yên một chỗ, không hành động; định tâm đợi Nguyễn Huệ đến, sẽ xin đầu hàng. Nguyễn Viết Khang, trấn thủ Yên Quảng, được tin Thăng Long thất thủ, bèn đem thuỷ quân đến Sơn Nam hội với Viết Tuyển, tôn viết Tuyển làm Thống soái, họp quân lại để đánh Tây Sơn. Viết Tuyển chần chừ, không quả quyết, Viết Khang rút gươm, gào khóc, nói: "*Kinh thành thì thất thủ, vua cha thì lặn lội trong đám bụi trần: ấy là lỗi ai? Hiện nay, dưới quyền tướng quân, những người bộ hạ đều có lòng hăng hái, vậy không đánh còn đợi gì?*" Tướng tá của Viết Tuyển cũng hầm hầm trừng mắt nhìn. Bất đắc dĩ, Viết Tuyển bèn cùng Viết Khang kéo quân từ Vị Hoàng [thị xã Nam Định] đến cửa sông Luộc [huyện Tiên Lữ, Hưng Yên]. Bấy giờ, tướng Tây Sơn tên là Quỳnh, đóng giữ Hiến Doanh [huyện Tiên Lữ, Hưng Yên] (1), được tin quân Viết Tuyển sắp kéo đến, bèn đem hơn 200 chiếc vừa chiến thuyền vừa thương thuyền, đưa hết bộ binh xuống thuyền để nghênh chiến. Bọn Viết Tuyển chia thuyền biển làm mười hàng, đầu thuyền đặt khẩu pháo lớn luân chuyển lần lượt cùng bắn ra, phá hoại luôn được hơn mười chiếc thuyền địch. Viết Khang nhân chiều gió thuận, buồm giương căng, xông thẳng sang; thuyền địch nhỏ đổ vỡ tan tành, quân địch bỏ hết thuyền bè và khí giới, nhào xuống nước lẫn trốn. Quỳnh chỉ kịp chạy thoát thân, về Hiến Doanh đóng cửa luỹ cố thủ. Bọn Viết Tuyển chia quân ra đánh, thanh thế quân sĩ rất lừng lẫy. Ở Sơn Nam nhiều hào kiệt hưởng ứng; dân chúng đều cung đốn tiền của, lương thực giúp vào việc quân. Văn Nhậm được tin Quỳnh thua, kéo đại binh ở Thăng Long đến cứu viện, đắp thêm luỹ ở đê sông Nhị, hồ Bán Nguyệt [huyện Kim Động, Hưng Yên] để phòng thủ; Viết Tuyển vây đánh mãi không hạ được.

Bấy giờ Vũ Văn Nhậm sai một tướng khác từ Thăng Long, do đường bộ Châu Cầu [Hà Nam] đi tắt xuống Vị Hoàng để vây phía sau quân Viết Tuyển. Lại sai Chiêu viễn tướng quân Nguyễn Dũng đem quân từ Hải Dương đánh chiếm lấy phủ Thái Bình. Viết Tuyển sợ rằng một khi đường bộ mất, thì thuỷ quân khó lòng giữ vững một mình, bèn rút quân về Vị Hoàng [thị xã Nam Định] lo cầm cự.

Năm ngoái lúc Vua Lê Chiêu Thống lên ngôi; có những việc bất thường xảy ra như quốc ấn bị mất, ông nội nhà Vua qua đời. Sự việc tâu sang triều Thanh, Vua Càn Long sai Quân cơ đại thần soạn văn thư thay cho Tổng đốc Lưỡng Quảng vặn hỏi mấy điều như: Quốc ấn mất, phải chăng do thổ hào làm loạn rồi nhất thời hoảng hốt để mất hoặc do có kẻ đoạt rồi cất giấu; quốc ấn tại sao không do Quốc vương nắm giữ, lại ở nơi Trịnh Tông:

"***Ngày 23 Kỷ Sửu tháng 5 năm Càn Long thứ 52*** **[7/7/1787]**. *Dụ các Quân cơ đại thần:*

Bọn Tôn Sĩ Nghị tâu: Tiếp nhận được văn thư của Lê Duy Kỳ, cháu Quốc vương An Nam Lê Duy Diêu, xưng viên Phụ chính nước này tên Trịnh Tông [Trịnh Khải] (2), *tự tiện ra uy tác phúc. Vào tháng 5 năm ngoái có Thổ hào đất Tây Sơn* [Nguyễn Huệ] *xâm nhập đô thành, Trịnh Tông bỏ chạy bị bắt, mất cả quốc ấn. Rồi ông nội y là Lê Duy Diêu* [Vua Lê Hiển Tông] *bị bệnh mất, cha y mất sớm; duy y là Lê Duy Kỳ, cháu đích tôn, tạm quyền coi việc nước. Nay gửi văn thư xin tạm cấp vật làm tin, từ nay trở về sau gặp việc đề tấu, dùng để làm bằng. Nhân trong văn thư có nhiều điểm nghi hoặc, nên không tiện y theo điều xin; hiện đã soạn bản thảo tờ hịch để cật vấn.*

Trước hết đáng làm như vậy. An Nam đời đời là nước Phiên thần phục rất cung thuận, nước này có việc bị Thổ hào xâm nhiễu, làm mất ấn tín; bấy giờ Quốc vương Lê Duy Diêu còn sống, tại sao không gửi văn thư sang xin, lại đợi đến bấy giờ mới báo? Huống ấn tín do Quốc vương nắm, tại sao không ở chỗ Quốc vương, lại chuyển cho Trịnh Tông quản lý; để đến lúc Thổ hào xâm lược, Trịnh Tông xuất bôn bị bắt, rồi mất quốc ấn; trong đó sợ còn những tình tiết riêng, đáng phải truyền hịch tra hỏi, đợi phúc đáp rồi mới ước lượng biện lý. Còn việc Lê Duy Diêu bị bệnh mất, nước này chưa có văn thư xin đề đạt lên, nên trong hịch văn lần này viên Tổng đốc không nên đề cập đến việc thay mặt tâu giùm. Hiện nay đã ra lệnh cho Quân cơ đại thần đưa bản thảo ra sửa, rồi qua Trẫm cải định như sau:

'Hiện cứ người cháu nối dõi nước này là Lê Duy Kỳ gửi văn thư cho biết Phụ chính Trịnh Tông chuyên quyền tự ban uy phúc, vào tháng 5 năm Càn Long thứ 51 [1786] Thổ hào Tây Sơn xâm nhập đô thành, Trịnh Tông xuất bôn bị bắt, làm mất quốc ấn. Vào ngày 17 tháng 7 [10/8/1786] năm đó ông nội Kỳ mất, cha của Kỳ thì mất sớm, Kỳ là cháu nối dõi tạm quyền lo việc nước; chưa từng đưa chuyên viên đến kinh khuyết cáo ai xin mệnh. Nay gửi văn thư xin chuyển đạt lên Thiên tử và xin tạm cấp tín vật làm bằng, để bản quốc từ nay trở về sau, gặp việc đề tấu, có thể dùng đó để xét nghiệm.

Căn cứ vào tình trạng như vậy tra xét rằng ông ngươi thờ Thiên triều hết sức cung thuận, đại Hoàng đế cúi xuống xét lòng thành, từng ban thêm ơn; nay hốt nhiên bị bệnh mất, nếu có lời tâu đến tất nhiên đại Hoàng đế sẽ ban nhiều ân vinh. Nhưng theo lời tâu của ngươi thì vào tháng 7 năm ngoái ông ngươi bị bệnh mất, lúc đó đáng gửi văn thư sang để được phúc chuẩn cho gửi Bồi thần đến kinh khuyết cáo ai, xin được phong cho người thừa tập, ngõ hầu không mất huân công, đời đời giữ nước; lại làm sáng tỏ ơn trạch của Thiên triều. Cớ sao trải qua 1 năm, đến hôm nay mới có văn thư xin nhờ tâu giùm! Lại cứ theo văn thư gửi đến cho biết

Phụ chính Trịnh Tông tự ban uy phúc, để cho Thổ hào Tây Sơn xâm nhập đô thành, rồi Trịnh Tông xuất bôn bị bắt; bị phe nọ phe kia hiềm ghét thù giết. Nhưng ấn tín nước ngươi, đáng phải do ông ngươi cầm giữ, tại sao lại để nơi Trịnh Tông rồi thì đánh mất, điều đó do kỷ cương nước ngươi không được rõ ràng. Vả lại tháng 5 năm ngoái ông ngươi lúc đó vẫn còn, tại sao không lập tức đem nguyên do việc mất ấn cứ theo sự thực đề báo. Lại nghĩ rằng ngươi, tự tôn, chưa dâng bản cáo ai, chưa phụng chỉ kế thừa, lại xin cấp tín vật để làm bằng, thực không có thể chế như vậy; nên ta, Đại thần được phong đất, không dám tự tiện làm việc này.

'Vả lại việc nước ngươi đánh mất quốc ấn, phải chăng do thổ hào gây loạn rồi nhất thời hoảng hốt để mất? Hoặc do có kẻ đoạt rồi cất giấu, nước ngươi cần làm áp lực để bắt nạp? Quốc ấn tại sao không do ông ngươi nắm giữ, lại ở nơi Trịnh Tông? Trong văn thư chưa phân tích minh bạch. Nếu tâu lên đại Hoàng đế, bị hỏi đầu đuôi căn do, không có bằng chứng để phúc đáp, thì chịu tội không nhỏ, như vậy làm sao dám tâu lên một cách khinh suất để xin ơn. Sự việc mất quốc ấn cần phải điều tra thêm, nên viết hịch này để dụ tự tôn nước này tuân theo, khi văn thư đến lập tức tâu rõ ràng đầu đuôi việc ấn đã mất hay còn, hoặc đang tìm, hoặc đang còn truy bức bắt nạp để giữ đời đời; mới có thể chiếu theo sự tình tâu giùm, để lãnh chiếu chỉ tuân hành.'

Viên Tổng đốc hãy tuân theo trên mà truyền hịch ban hành." (**Thanh Thực Lục**, **Cao Tông Thực Lục** 1281 trang 16-18)

Sau khi phía Vua Lê thành thực trả lời, Vua Càn Long tỏ vẻ bằng lòng, bèn mở đường bằng cách cho đem 2 việc xin phong và cấp ấn gộp làm một, rồi chọn Bồi thần dâng bản đề đạt lên, để được chấp thuận:

"Ngày 19 Quí Mùi tháng 9 năm Càn Long thứ 52 [29/10/1787]. *Dụ các Quân cơ đại thần:*

Duy Kỳ về việc mất quốc ấn. Nhân nội dung của tờ trình không đề cập đến việc sai Bồi thần đưa bản trần tình thỉnh phong, nên chưa tiện chấp thuận theo lời xin; cùng đem bản thảo hịch dụ An Nam trình lên. Việc làm đúng, tuy nhiên Tôn Sĩ Nghị liệu biện việc này chưa hoàn toàn chu đáo. Nước này xin cấp ấn tín, cần phải cung kính sai Bồi thần dâng bản trần tình mới phù hợp với thể chế. Tuy nhiên nghĩ rằng nước này thần phục triều ta hết sức cung thuận, Lê Duy Diêu bị bệnh mất, cháu của y tất phải xin phong; nếu sai quan đến xin cấp quốc ấn, lại tiếp dâng bản trần tình xin phong, không khỏi phải lặn lội đi về mấy lần. Như vậy đáng đem 2 việc xin phong và cấp ấn, sai quan trần tình 1 lần; làm như vậy biểu thị tấm lòng thể tuất nước phiên xa xôi. Nay lệnh Quân cơ đại thần đưa dụ văn sửa lại, để viên Tổng đốc gửi cho Lê Duy Kỳ [Lê Chiêu Thống] *dụ rằng:*

'Chuẩn nhận lời phúc tấu của viên Tự tôn Lê Duy Kỳ được biết rằng Quốc vương ông của ngươi, cuối đời già yếu; họ Trịnh lộng quyền lấy ấn giữ riêng. Rồi Tây Sơn xâm nhiễu, trong cơn binh lửa, không biết quốc ấn đã thất lạc tại nơi nào; cũng không phải có người lấy trộm riêng, nhưng đã cho tìm kiếm bốn phương nhưng không gặp. Rồi mấy chục ngày sau, ông ngươi bị bệnh nặng, Tây Sơn mang binh rút lui, mối nghiệt họ Trịnh thừa lúc không hư mà dấy lên, mấy tháng sau mối loạn mới bắt đầu yên. Việc mất ấn tại nước ngươi không tìm ra, rồi ông ngươi bệnh mất, việc tấu báo trì trệ, duyên do thì ta đã hiểu rõ. Nhưng nghĩ rằng ông ngươi bị bệnh mất, nước ngươi chưa sai người sang cáo ai, do đó đại

Hoàng đế chưa từng nghe biết việc thừa tập, như vậy làm sao ta có thể thay mặt mà cầu xin. Vả lại ngươi Tự tôn, chưa được phong nối chức, danh hiệu chưa định; lấy văn bản tự dạng nào để làm bằng chứng, sự lý chưa thuận, trở ngại khó mà trình tâu. Ngươi Tự tôn đáng một mặt cung kính sai Bồi thần đến kinh khuyết cáo ai, trong văn bản trình bày duyên cớ bị trì trệ, xin đại Hoàng đế rũ lòng xem xét, một mặt xin ân mệnh chuẩn cho ngươi Tự tôn kế tục làm ngoại phiên, vĩnh viễn nối dòng; lại đem đầu đuôi sự thực việc mất ấn trình bày, đại Hoàng đế sẽ nghĩ đến việc tổ tiên ngươi làm bầy tôi hết sức cung thuận, tất sẽ ban ơn cho nối dõi, sắc cho bộ cấp triện ấn để làm sáng rõ, đời đời giữ lấy. Phàm cáo ai cầu phong, là việc đại sự của nước ngươi; mất ấn xin đúc bù vào là việc quan trọng thứ hai thuộc vào loại ân sủng lớn phi thường; làm sao Bản bộ viện (3) dám cầu xin thay! Huống Quốc vương ông ngươi đã bị bệnh mất, ngươi Tự tôn Lê Duy Kỳ thì chưa xin phong, tất phải cung kính sai Bồi thần thành khẩn tâu lên; nếu như sau khi sai quan xin cấp quốc ấn, lại sai người dâng bản trần tình xin phong, không khỏi phải lặn lội đi về, trái với lòng Thiên triều thể tuất nước phiên xa xôi. Ngươi Tự tôn đáng phải đem 2 việc xin phong và cấp ấn gộp làm một, rồi chọn Bồi thần dâng bản đề đạt lên, ngõ hầu được ơn quyến luyến, không làm mất huân công trước.'

Viên Tổng đốc hãy tuân theo, chép rành rẽ rồi đem truyền cho hay biết." (**Thanh Thực Lục, Cao Tông Thực Lục** quyển 1289, trang 6-8)

Phía nhà Thanh cẩn thận tìm cách vô hiệu hoá ấn cũ; Tổng đốc Tôn Sĩ Nghị đề xuất khắc thêm 2 chữ "**Bổ cấp**" vào ấn mới, nhưng triều đình cho rằng không hợp thể chế. Bèn quyết định rằng nếu ấn cũ đã khắc "**An Nam vương chi ấn**" thì bỏ chữ "**chi**" đi; nếu ấn cũ khắc"**An Nam vương ấn**" thì thêm chữ "**chi**"vào; lại thành ra"**An Nam vương chi ấn**":

"*Ngày Canh Thân tháng 10 năm Càn Long thứ 52* [5/12/1787]. *Lại dụ: cứ theo lời tâu của Tôn Sĩ Nghị rằng Quốc vương An Nam bị mất ấn tín, nên xin cấp cho viên Tự tôn ấn triện, lại xin khắc thêm chữ "bổ cấp" để làm bằng.*

*An Nam thần phục triều ta hết sức cung thuận, nay bị mất ấn tín, đáng đúc ấn mới để cấp bù. Viên Đốc xưng rằng họ Nguyễn đất Tây Sơn cùng họ Trịnh thù giết nhau, rồi ấn tín bị mất; hoặc có thể họ Nguyễn ngầm tàng trữ, tương lai có thể đem ra dùng riêng, gây mối tệ giả mạo thay trắng đổi đen; vậy khi đúc ấn mới, đáng phải khu biệt với ấn cũ, khiến quan lại tại Lưỡng Quảng khi có việc giao thiệp với nước này, xem qua ấn tín, một lần nhìn thấy rõ ràng, biện biệt được chân nguỵ. Nhưng điều xin khắc thêm chữ "**bổ cấp**" xét về thể chế thì không hợp, Tôn sĩ Nghị chưa hoàn toàn châm chước để được chu đáo hơn. Nay chỉ cần tra rõ lời văn ghi trên ấn, nếu như đã khắc "**An Nam vương chi ấn**", thì tại ấn mới bỏ chữ "**chi**" đi; còn nếu ấn cũ khắc "**An Nam vương ấn**", ắt tại ấn mới thêm chữ "**chi**" vào. Như vậy nhìn vào phân biệt được, có thể ngăn ngừa mối tệ giả mạo của họ Nguyễn, mà các quan tại Lưỡng Quảng gặp các viên chức nước này đệ tống tư trình, cũng không khó trong việc biện biệt thực giả; ngoài ra việc làm hợp với thể chế.*

Nay truyền dụ Tôn Sĩ Nghị rằng khi Tự tôn nước này sai Bồi thần khẩn khoản xin phong và cấp ấn, hãy dụ rõ ràng với những lời rằng:

'Thiên triều nhân việc nước ngươi gặp sự cố, mới được yên ổn; nếu cấp thêm ấn mới, mà ấn cũ vẫn chưa bị tiêu huỷ,

hoặc bọn giặc phỉ giữ riêng để dùng bậy, giả mạo danh hiệu nước ngươi, trình những điều sai lên Thiên triều, hậu quả đối với nước ngươi có hại mà không có ích. Nay lời văn trên ấn mới, so với ấn cũ không giống, để cho các quan văn võ tại quan ải có căn cứ mà khảo nghiệm, không đến nỗi giả thực lẫn lộn. Thiên triều chu đáo chiếu cố, nước ngươi đáng kính tuân, cẩn trọng giữ chức phận, để mãi mãi được ơn trời đoái đến.'

Tôn Sĩ Nghị hãy ghi nhớ, để khi nước này xin cấp ấn, thì tuân theo đó mà liệu biện." (**Thanh Thực Lục, Cao Tông Thực Lục**, quyển 1291, trang 35)

Tại miền Nam vào tháng giêng [18/2-18/3/1787] Nguyễn vương trú ở hành tại Vọng Các. Một sĩ quan người nước Bồ Đào Nha [Portugal] tên là Antonio Vincente de Rosa đưa quốc thư cùng vải tây, súng tay đến dâng, nói rằng Hoàng tử Cảnh cầu nước ấy giúp quân, hiện đã có 56 chiếc thuyền tại thành Goa [Goa, thuộc địa của Bồ Đào Nha ở ấn Độ] sẵn sàng. Lại đem lễ vật biếu vua Xiêm, và xin đón Vương sang nước mình; Vua Xiêm thấy giúp quân cho ta, không bằng lòng, Nguyễn vương bảo riêng Antonio hãy về.

Tháng 2 [19/3-17/4/1787], giám quân Tống Phước Đạm, Thị giảng Nguyễn Đô, Cai cơ Tống Phước Ngọc, Cai bạ Nguyễn Văn Thiệm đến hành tại Vọng Các bái yết. Phước Đạm nói: *"Anh em giặc Tây Sơn giao binh chém giết lẫn nhau, Đô uý giặc là Đặng Văn Trấn đã từ Gia Định đem hết quân bộ thuộc về cứu viện Quy Nhơn, Gia Định đơn yếu, có thể thừa thế đánh được, xin hồi loan để tính việc khôi phục"*. Nguyễn vương lấy làm phải; Phước Đạm trình bày việc võ bị, Vương tin dùng lắm.

Vua Tây Sơn Nguyễn Nhạc sai Nguyễn Lữ giữ Gia Định, xưng là Đông Định Vương; sai Thái bảo Phạm Văn Tham trợ giúp.

Vào đầu tháng 5/1787, Hoàng tử Cảnh và Giám mục Bá Đa Lộc yết kiến Pháp hoàng Louis 16, có Thượng thư ngoại giao De Montmorin và Thượng thư bộ hải quân Nguyên soái De Castries tham dự. Pháp đình lấy Vương lễ đãi Hoàng tử; trong buổi gặp Giám mục Bá Đa Lộc cố thuyết phục rằng việc giúp Nguyễn vương dễ thành công, cùng lợi ích của Pháp về thương mại do những đặc quyền Nguyễn vương thuận nhượng.

Ngày 28/11/1787 Thượng thư ngoại giao De Montmorin thay mặt Pháp hoàng, Giám mục Bá Đa Lộc thay mặt Nguyễn vương ký hiệp ước gồm 10 điều khoản, có những điểm chính như sau:

- Phía Pháp cung cấp 4 chiếc tàu chiến, một đạo binh 1200 người, 200 pháo binh, 250 lính da đen, trang bị khí giới đầy đủ.

- Pháp và An Nam cộng đồng sở hữu hải cảng Hội Nan, người Âu Châu gọi là Touron. Pháp có quyền thống trị đảo Poulo-Condore [Côn Lôn]; người nước Pháp được độc quyền buôn bán trong lãnh thổ An Nam.

Tháng 5/1788, phái đoàn Bá Đa Lộc đáp tàu trở về Pondichéry, Ấn Độ; gặp Bá tước De Coway; De Coway chống lại hiệp ước đã ký. Tháng 10/1789, việc giúp An Nam được trình lên Tham chính viện Pháp xét, viện này bác thoả ước với Giám mục Bá Đa Lộc; hiệp ước 10 gồm điều khoản chính thức huỷ bỏ.

Ngày Bính Dần tháng 7 [13/8/1787], Nguyễn vương tự

nước Xiêm, trở về trú ở Hòn Tre [Kiên Giang]. Người Xiêm từ sau cuộc bại trận năm Giáp Thìn [1784], miệng tuy nói khoác mà lòng thì sợ Tây Sơn như cọp, Vương thầm tính họ không thể giúp mình được. Bởi thế Vương quyết chí trở về nước, sai Phạm Văn Nhân về Hòn Tre chỉnh bị thuyền ghe để đợi. Vương lại nghĩ rằng nếu nói rõ cho người Xiêm biết, thì họ sẽ tìm cách ngăn đón, bèn nhân đêm viết thư tạ ơn để ở hành tại, rồi rước quốc mẫu và cung quyến xuống thuyền, vẫy quân chèo mau ra cửa biển. Đến tang tảng sáng, Vua thứ hai nước Xiêm biết, đi thuyền thoi nhẹ đuổi theo nhưng không kịp, phải trở về. Khi thuyền Vương đến đảo Cô Cốt [Kokut, Campuchia], người Thanh là Hà Hỷ Văn tự xưng thuộc Thiên Địa Hội, đem binh thuyền xin theo.

Thuyền Nguyễn vương đến Hòn Tre; sai Võ Di Nguy và Phạm Văn Nhân bảo vệ mẹ và cung quyến ở tại đảo Phú Quốc. Vương mang quân đến Long Xuyên [Cà Mâu], Nguyễn Văn Trương đem binh thuyền đến xin theo. Văn Trương là người huyện Lễ Dương dinh Quảng Nam, tài lược hơn người; lúc đầu theo Tây Sơn làm Chưởng cơ. Bấy giờ trấn giữ Long Xuyên, nghe tin Vương đã về, bèn sai thuộc hạ là Hoàng Văn Điểm ra đón ở ngoài biển, rồi tự đem hơn 300 quân tinh nhuệ và 15 chiến thuyền bái yết. Vua rất vui lòng, trao cho chức Khâm sai chưởng cơ, quản đạo tiên phong của Thuỷ dinh thuộc Trung quân; thuộc hạ đều được trao các chức Cai cơ, Cai đội.

Tháng 8 [12/9-10/10/1787], sai Cai cơ Ngô Công Quý giữ đạo Long Xuyên; Nguyễn Văn Trương tiến đánh phá vỡ đồn Trà Ôn [Vĩnh Long].

Tháng 9 [11/10-9/11/1787], quân Nguyễn vương tiến đến cửa biển Cần Giờ [Gia Định]; nghĩa quân bốn phương kéo lại hưởng ứng, quân uy lừng lẫy. Nguyễn Lữ nghe tin, dẫn quân lánh đi Lạng Phụ [Biên Hoà], đắp luỹ đất phòng thủ. Thái bảo Phạm Văn Tham tại Sài Gòn đóng thành giữ vững, quan quân đánh mãi không hạ được.

Vương dùng kế để phá; nhân bắt được một chiếc thuyền mui vàng lớn của giặc và một tờ bằng sắc; lại dong thuyền bắt được Thị Lộc là vợ lẽ yêu của Hộ đốc Lý, bèn không giết lại đối xử hậu. Rồi theo tự dạng ấn triện ở tờ bằng sắc ấy mà giả làm bức thư kín của Vua Tây Sơn Nguyễn Nhạc nói Tham là người kiêu ngạo ngang ngược sai Lữ thiết kế giết đi. Cho Thị Lộc cầm thư đến cáo với Tham. Tham xem thư sợ quá, tức thì giả kéo cờ trắng, rồi đem thuỷ quân thẳng tới Lạng Phụ. Lữ ngờ là Tham đã đầu hàng, bèn chạy về Quy Nhơn, rồi chết; Tham ở lại đóng giữ Sài Gòn.

Vương sai các tướng đem quân về Hổ Châu [đồn Uy Viễn huyện Trà Ôn, Vĩnh Long]; đến sông Ba Việt [Trà Vinh], Điều bát Tây Sơn là Nguyễn Kế Nhuận đem hơn 10 chiến thuyền đến đầu hàng; Vương trao cho chức Hữu quân dinh khâm sai bình tây đô đốc.

Lê Văn Quân đánh phá địch ở sông Ba Lai [Kiến Hoà, Bến Tre]. Bấy giờ Ngự uý Tây Sơn là Nguyễn Văn đóng quân ở Ba Lai, bày chiến thuyền ngăn chặn cửa sông. Sai Hồ Văn Bôi, Nguyễn Văn Trị, Trương Phước Giáo và Nguyễn Văn Tồn cùng đi với Quân, đến ngoài đồn địch, nấp ở dưới gầm cầu. Gặp lúc trời tối, có vài quân địch đi lấy nước, Quân bắt lấy hỏi, biết được tên họ và mật khẩu; bèn giết đi, rồi dùng mật khẩu vào đồn. Tại đồn phóng lửa đốt, quân địch rối loạn, Quân chém được Ngự uý Văn; rồi binh ập đến đánh địch tan vỡ, xác chết đầy sông. Quan quân thu được ghe thuyền khí giới rất nhiều, bèn thừa thắng tiến đóng ở Mỹ Tho.

Thái bảo Tây Sơn Phạm Văn Tham xâm phạm Mỹ Tho [Tiền Giang]; quân Nguyễn thua, Cai cơ Nguyễn Đăng Vân chết.

Vương trú ở Hổ Châu [đồn Uy Viễn, huyện Trà Ôn, Vĩnh Long], thu họp tướng sĩ hơn 300 người, chiến thuyền hơn 20 chiếc, sai Nguyễn Văn Tồn chiêu tập dân Miên hai xứ Trà Vinh và Mân Thít [Vĩnh Long] được vài nghìn người, biên bổ làm lính, gọi là đồn Xiêm binh, cho Tồn làm Thuộc nội cai đội để cai quản.

Tháng 10 [10/11-8/12/1787], sai Hồ Văn Lân đánh quân Tây Sơn ở sông Lương Phú [Bến Tre]; Chưởng cơ Châu và Hữu hiệu Huấn đem binh thuyền đến đầu hàng, Vương cho làm tiên phong. Lại sai Nguyễn Văn Trương và Đỗ Văn Hựu làm hậu tập đi đánh Chưởng cơ Trì ở sông Mỹ Lung [Mỹ Lồng, Bến Tre]. Trì bỏ trại chạy, quân lính đều hàng. Bắt được vài chục thuyền địch.

Vương tiến đóng ở Mỹ Lung, sai Tả quân dinh thiếu phó quân công Tôn Thất Huy và Tiền quân dinh khâm sai tổng nhung chưởng cơ Lê Văn Quân đắp đồn phòng thủ, sai Hậu quân dinh khâm sai đốc chiến chưởng cơ Tôn Thất Hội lãnh quân đi Ba Giồng [Tiền Giang] để tiếp ứng. Thái bảo giặc Phạm Văn Tham nghe tin Trì thua, liền đem hết quân đến đánh Mỹ Lung. Các tướng đóng chặt thành để giữ. Tham đánh không được, lui giữ Ba Lai [Kiến Hoà, Bến Tre], vừa lúc Thái uý Tây Sơn là Nguyễn Văn Hưng từ Quy Nhơn đem thuyền vận tải 30 chiếc đến, hợp với quân Tham ra sức đánh. Các tướng đều lấy làm lo. Vương nói: "*Bộ khúc (4) của Hưng dẫu nhiều, nhưng chỉ lo việc vận tải không dự việc chiến đấu, há lại chịu vì Tham mà gắng sức ư? Nay hãy ra lệnh cho các đạo cứ đóng quân cố giữ. Hưng bất quá vài tháng chở đầy thuyền thì về. Hưng đã về thì Tham cô thế, phá rất dễ"*. Không bao lâu Hưng quả đem quân đi. Tham lui về sông Mỹ Tho, bị đánh thua luôn, lại quay về giữ Sài Gòn; các tướng đều phục Vương tính toán thần diệu.

Vương tiến đóng ở Hồi Oa [ngã ba sông Long Hồ, Vĩnh Long] (5), sai các tướng đắp thành đất, Hoàng Văn Khánh và Tống Phước Ngạn đóng bên tả, Nguyễn Văn Trương và Tô Văn Đoài đóng bên hữu, đối luỹ với địch, đánh vất vả luôn mấy ngày. Bèn sai chế thêm súng gỗ và kết hột cau khô làm đạn dùng để đánh; địch phải rút lui.

Tháng 12 [8/1-6/2/1788], Ốc Nha Long người Chân Lạp theo Tây Sơn chiếm giữ đồn Cần Thơ, bày chiến thuyền để chống cự quan quân. Vương tự đem quân đi đánh, bắt hết được thuyền, Ốc Nha Long chỉ thoát được thân; Vương lại trở về Hồi Oa. Lấy Cai cơ Hà Văn Lộc làm Chưởng cơ giữ đồn Tinh Phụ [Giồng Sao], Lộc đánh nhau với địch ở Sầm Phụ [Giồng Gầm] tử trận.

Chú thích:

1. Hiến Doanh: Lỵ sở của ty Hiến sát sứ Sơn Nam; thuộc xã Nễ Châu, huyện Tiên Lữ, tỉnh Hưng Yên.

2. Trịnh Tông: **Thanh Thực Lục** ghi Trịnh Đống là lầm, Chúa Trịnh bấy giờ là Trịnh Tông, còn có tên là Khải.

3. Bản bộ viện: Quan cao có thẩm quyền, thường tự xưng là Bản bộ viện, hay Bản bộ đường.

4. Bộ khúc: Binh chế nhà Hán, dinh quân chia làm bộ, dưới bộ có khúc; nghĩa rộng là quân lính.

5. Hồi Oa: Chỗ giáp nước tại ngả ba sông Long Hồ tỉnh Vĩnh Long; một nhánh chảy vào Tiền Giang, một nhánh chảy vào Hậu Giang.

157.
Vua Lê Chiêu Thống [1787-1789] (2)

Tháng giêng năm Chiêu Thống thứ 2 [7/2-7/3/1788], (Thanh, năm Càn Long thứ 53); Vua Lê Chiêu Thống sau khi thua trận ở Mục Sơn [huyện Yên Thế, Bắc Giang], lẩn quất đóng ở sơn trại Bảo Lộc [huyện Lạng Giang, Bắc Giang]; Dương Đình Tuấn đem quân binh đi theo hộ giá, lại đem dân phu Yên Dũng [Bắc Ninh] giữ sông Nguyệt Đức [sông Cà Lồ]. Vũ Văn Nhậm tiến quân đi đánh, phá tan được; bắt được em Đình Tuấn là Lung, nhưng không giết, sai đem thư đi chiêu dụ Đình Tuấn rằng "*Tự hoàng* [Vua] *là do nhà ta* [chỉ Tây Sơn] *lập lên, nay bị Hữu Chỉnh đem đi cùng chạy. Tự Hoàng bèn sinh lòng ngờ vực mê man mà không biết quay lại. Nếu bây giờ Tự hoàng biết ăn năn, quay lại trước, thì còn có thể chữa lại lối cũ; bằng chẳng thế, ta sẽ kiếm một người khác làm Giám quốc, đứng chủ việc thờ cúng, thì Tự hoàng không còn có ngày quay xa giá về được nữa và các người cũng sẽ mắc vạ lây đấy*". Văn Nhậm lại đòi Đình Tuấn phải đem nộp nhà Vua. Biết được việc này, Vua sợ Đình Tuấn hai lòng, bèn sai bọn Phạm Đình Dữ và Trương Đăng Quỹ trở về quê mình chiêu mộ binh lính. Còn nhà Vua thì cùng Nguyễn Đình Giản lén đi huyện Gia Định [huyện Gia Bình, Bắc Ninh]; bấy giờ chỉ có Vũ Trinh, Ngô Chí và Trần Danh Án mấy người đi theo mà thôi.

Tháng 2 [8/3-5/4/1788] nhà Vua từ huyện Gia Định dời đến Chí Linh [Hải Dương]. Các thổ hào ở các đạo đông bắc, như bọn Trần Quang Châu ở Gia Định, Trần Đĩnh và Hoàng Xuân Tú ở Chí Linh, Vũ Dung ở Tứ Kỳ [Hải Dương], Nguyễn Thế Hiến và Nguyễn Hữu Tế ở Thanh Hà [Hải Dương] cùng với Vũ Trí Hanh ở Phượng Nhãn [huyện Yên Dũng, Bắc Giang] đều đem nghĩa binh đón tiếp. Vua đóng ở Thanh Hà, chia đồn đóng quân để phòng thủ, sai Vũ Chiêu làm Tuyên dụ sứ đi vỗ về, yên ủi. Quân Tây Sơn đánh Thanh Hà, lại chia quân đánh Gia Định và Phượng Nhãn để cắt đứt đường viện trợ của Quang Châu và Trí Hanh; Thế Hiến và Trí Hanh cố sức chiến đấu, đều chết trận; rồi vây huyện Gia Định, Trần Quang Châu đem quân cảm tử xông ra đánh, cả phá được địch. Đối phương sợ, phải rút, nhưng còn chia quân đóng giữ ở xã Phao Sơn [huyện Chí Linh]; mặt khác lại điều động quân thuỷ từ sông Lục Đầu [huyện Chí Linh] đỗ xuống, nương tựa lẫn nhau với quân trên bộ để quyết kế đánh cho được. Hoàng Xuân Tú nhân ban đêm, đem vài chục chiếc thuyền chài chở đồ dẫn hoả, lén đến gần quân địch, vừa đánh trống vừa hò reo, phóng hoả; quân giặc hoảng sợ, chạy tán loạn. Các đạo nghĩa binh bấy giờ chỉ có Quang Châu được kể là đánh khoẻ hơn cả; nhà vua thường khen rằng: "*Hăng hái thay, thực xứng đáng là ông tướng*"; nhân đó, ban tước cho Quang Châu là Định vũ hầu.

Trước kia Đinh Tích Nhưỡng theo Trịnh Bồng, năm trước bị Hoàng Viết Tuyển đánh bại ở sông Ngô Đồng [huyện Đông Hưng, Thái Bình] bèn trốn về Đông Triều [Quảng Ninh]. Đến nay được tin nhà Vua ở Chí Linh, Tích Nhưỡng sai đồ đảng là Trần Liên đầu hàng Tây Sơn, đưa quân đến bao vây nhà Vua, định mưu bắt cóc. Nhà Vua xuống chiếu ôn tồn dụ bảo, nhưng chúng không chịu lui, cứ vây và đánh đến hơn một tháng. Nghĩa dân Hải Dương là Trần Đĩnh và Hoàng Xuân Tú đốc suất quân địa phương, nhân sơ hở ập đến đánh úp, chém được các em Đinh Tích Nhưỡng là bọn Đinh Vũ Sầm, Đinh Vũ Kính; Tích Nhưỡng chỉ kịp chạy được thoát thân; do đấy vòng vây mới phá được.

Bấy giờ nhà Vua long đong, từ Chí Linh di chuyển đến Thuỷ Đường [huyện Thuỷ Nguyên, Hải Phòng]. Được tin Hoàng Viết Tuyển ở Sơn Nam, thanh thế lừng lẫy, nhà Vua muốn đến để nương nhờ. Gặp lúc Viết Tuyển cho người ruổi ngựa đến xin nhà Vua uỷ lạo quân sĩ để tác động tinh thần, nhà Vua bèn từ Thuỷ Đường vượt biển đi Chân Định [huyện Kiến Thuỵ, Hải Phòng]. Viết Tuyển thân hành yết kiến; nhà Vua vỗ về yên ủi, rồi tiến đóng ở Vị Hoàng [thị xã Nam Định]. Bấy giờ Đinh Nhạ Hành cũng đem quân đến hội với bọn Trần Đĩnh toan tính đánh lấy Hải Dương.

Em Vua là Lê Duy Chi chạy đi Định Châu, cùng với phiên thần là Ma Thế Cố tụ tập dân chúng trong châu, đắp luỹ để phòng thủ. Duy Chi lại kết hợp với các phiên mục ở Tuyên Quang và Bảo Lạc [Cao Bằng], dần dần chiêu mộ quân lính thượng du vùng Thái Nguyên để tăng cường thêm thế lực. Tướng Tây Sơn là Uyển đến đánh nhưng không hạ được, phải rút quân về.

Tháng 4 [6/5-3/6/1788], Bắc bình vương Nguyễn Huệ vào thành Thăng Long, giết Vũ Văn Nhậm, dùng Ngô Văn Sở lên thay. Trước kia, Nguyễn Huệ sai Văn Nhậm ra đánh Bắc Hà, nhưng trong lòng vẫn rất ngờ vực, nên sai Ngô Văn Sở và Phan Văn Lân làm Tham tán để chia sẻ quyền bính. Nguyễn Huệ bí mật dặn Văn Sở: "*Văn Nhậm là con rể của Vua anh Thái Đức. Ta với Vua anh có hiềm khích nhau. Văn Nhậm tất không yên lòng. Chuyến đi này, Văn Nhậm cầm nắm trong tay binh quyền quan trọng, vào sâu trong nước người ta, thì sự biến sau này không thể liệu trước được. Điều ta lo lắng không phải nhằm ở Bắc Hà, mà chỉ nhằm ở Văn Nhậm thôi. Ngươi nên dò xét từ chỗ kín nhiệm, có gì thì mau mau báo cho ta biết"*. Kịp khi Văn Nhậm nhân đà thắng lợi, ruổi dài ra Bắc, vào Thăng Long, bắt được Hữu Chỉnh, tự cho rằng oai vũ đủ khuất phục được người ta, không còn kiêng nễ sợ hãi gì cả. Văn Nhậm làm nhiều việc trái phép: tự đúc ấn chương, chuyên quyền trong việc cất đặt sắp xếp. Văn Sở vốn có hiềm khích với Văn Nhậm, liền viết thư bí mật vu cáo Văn Nhậm về tội làm phản. Nguyễn Huệ đích thân đốc suất quân binh ruổi ra Thăng Long. Văn Nhậm ra đón; Huệ vỗ về yên ủi bằng lời ôn tồn, rồi sai đem ngựa đang cưỡi và lọng đang che nhường cho Văn Nhậm. Khi đã vào đến trong thành, Nguyễn Huệ sai người trói Văn Nhậm ngay ở trước sân, sai đem chém, rồi dùng Văn Sở làm Đại tư mã, thay thế quản lãnh quân binh, kiêm trấn thủ thành Thăng Long.

Trước kia Vua Chiêu Thống đến Vị Hoàng [thị xã Nam Định] để dựa vào Hoàng Viết Tuyển. Đến đây, tướng Tây Sơn Ngô Văn Sở, đem binh từ thành Thăng Long xuôi dòng sông, xuống đánh; Viết Tuyển đem thuỷ quân đón đánh ở cửa sông Hoàng Giang [hạ lưu sông Hồng]. Khi quân hai bên đương giao chiến, Văn Sở trói cha và vợ của Viết Tuyển bêu ra đầu thuyền cho biết. Viết Tuyển trông thấy, vật vã kêu khóc, không dám chiến đấu với Văn Sở nữa, rồi rút quân về sông Vị Hoàng. Nhà vua được tin Viết Tuyển thua trận, hối hả dời thuyền lui đóng ở Quần Anh [huyện Nam Trực, Nam Định]; chiều tối, Viết Tuyển cũng đem thuyền tiếp đến. Đêm đó, gió to bão lớn, trời tối mịt mờ, thuyền bè lênh đênh xiêu giạt, lạc lõng lẫn nhau. Thuyền Vua trôi vào cảng Thiết Giáp [huyện Nga Sơn ở Thanh Hoá]; Viết Tuyển cũng giạt vào cửa Cần Hải [huyện Quỳnh Lưu, Nghệ An]; sau ra Thăng Long đầu hàng, bị Tây Sơn giết chết. Bấy giờ quân sĩ tan tác bốn phương, Thanh Hoá đã bị địch chiếm cứ; nhà vua bất đắc dĩ lại từ Thanh Hoá do đường bộ quay ra huyện Kim Bảng [Hà Nam]; rồi đi Kinh Bắc, đóng ở Lạng Giang [Bắc Giang].

Tháng 5 [4/6-3/7/1788], Bắc bình vương Nguyễn Huệ cho Sùng Nhượng công Lê Duy Cận làm Giám quốc, giữ việc thờ cúng tôn miếu nhà Lê, rồi rút quân về Nam; dùng Ngô Thì Nhậm làm Tả thị lang bộ Lại, Phan Huy Ích làm Tả thị lang bộ Hình; lại dùng Nguyễn Thế Lịch, Ninh Tốn, Nguyễn Du (1) và Nguyễn Bá Lan làm Hàn lâm trực học sĩ, để ở lại cùng làm việc với Ngô Văn Sở. Bọn Nguyễn Hoàn và Phan Lê Phiên ra thú, được Nguyễn Huệ cho giữ nguyên quan hàm đã trở về điền viên.

Về phía nhà Thanh, trước đây An Nam tâu báo mất ấn và xin phong tước cho Tự tôn tức cháu nối dõi Lê Chiêu Thống, nhưng sự việc chưa giải quyết xong. Nay viên Tri đạo Tả Giang gần biên giới báo cáo trong nước An Nam có loạn, viên tự tôn phải bôn ba ra khỏi kinh đô:

"**_Ngày Mậu Thìn tháng 5 năm Càn Long thứ 53_ [10/6/1788].** _Tổng đốc Lưỡng Quảng Tôn Sĩ Nghị, Tuần phủ Quảng Tây Tôn Vĩnh Thanh tâu: cứ đạo Tả Giang Thang Hùng Nghiệp bẩm xưng do thám báo về việc nước An Nam trước đây nhân họ Trịnh làm loạn, quân Di_ [Tây Sơn] _tại Quảng Nam dùng binh khắc phục, để viên Di mục Cung Tĩnh_ [chỉ Nguyễn Hữu Chỉnh] _tại thành nhà Lê phụ tá Lê Duy Kỳ. Họ Nguyễn_ [Tây Sơn] _tự khoe công, đòi sách phong Hộ quốc tướng quân, kiêm quản nhiếp Vương phủ; Cung Tĩnh_ *không chấp nhận lời xin, nên bị họ Nguyễn giết. Tự tôn* [Lê Chiêu Thống] *lo sợ, đến các địa phương xứ Bắc* [bắc thành Thăng Long], *dân Di khởi binh đánh phá. Tra về việc nước này thỉnh phong và xin ấn tín, thì hiện nay chưa đến, chắc vì nội chiến nên chậm trễ. Hiện mật sức trấn, đạo; điều phái quân lính Hán, Thổ đến các đồn ải dự phòng bọn giặc Di xâm nhập biên cảnh. Báo để hay biết."* (**Thanh Thực Lục, Cao Tông Thực Lục** quyển 1304, trang 553)

Vào tháng sau, Tuần phủ Quảng Tây Tôn Vĩnh Thanh báo rằng viên quan An Nam Nguyễn Hữu Túc đưa mẹ và thân quyến Tự tôn xin vào quan ải tị nạn; Vua Càn Long cấp tốc ban lệnh Tổng đốc Lưỡng Quảng Tôn Sĩ Nghị đến gấp Long Châu hỏi han kỹ lưỡng và xác minh tình hình:

"***Ngày Mậu Thân tháng 6 năm Càn Long thứ 53* [20/7/1788].** *Viên tuần phủ Quảng Tây Tôn Vĩnh Thanh cứ theo bọn Tri phủ Thái Bình Lục Hữu Nhân bẩm báo những lời như: Họ Nguyễn tại nước An Nam công phá thành nhà Lê, Tự tôn Lê Duy Kỳ chạy ra ngoài; bọn Di quan* (2) *Nguyễn Hữu Túc, Lê Quýnh bảo hộ con và mẹ của Vương tại xã Bác Sơn* [huyện Thạch An, Cao Bằng]*; rồi bị bọn giặc đuổi để giết, bèn chạy đến bờ sông cầu cứu để vào quan ải. Đang khi quân lính tại quan ải hạch hỏi, thì thấy bên kia sông phía đằng xa hơn 100 người, có vẻ như tiến đến truy cản; rồi thấy tại quan ải có quân lính bố trí, nên không dám vượt sông, bèn lập tức rút lui. Tra đếm già trẻ tất cả là 62 người, bèn lập tức cho vào trong ải; sắp xếp phòng để trú. Thần hiện nay lo việc đi tuần xem xét quan ải, đến Long Châu tra rõ thực tại tình hình, rồi tâu lên đầy đủ.*

Dụ Quân cơ đại thần rằng năm ngoái bọn Tôn Sĩ Nghị tâu, trong nước này tao loạn, mất quốc ấn, từng dụ rằng đợi khi truyền hịch hỏi được rõ ràng, sẽ cho bổ cấp. Nay mẹ và vợ viên Tự tôn nước này cùng quyến thuộc, bị giặc đuổi để giết, cầu xin đến nội địa, không thể không hỏi rõ ràng cùng lo liệu ổn thoả. Tôn Vĩnh Thanh từ trước đến nay chưa từng trãi việc quân, sợ không có chủ kiến về việc này; riêng Tôn Sĩ Nghị từng theo làm việc tại quân doanh, lần này trú tại Triều Châu, điều hoạch việc binh cũng ổn thoả....

...Lệnh viên Đốc một khi đến Long Châu hỏi han kỹ lưỡng và xác minh về tình hình hiện tại, liệu biện ổn thoả cùng trù tính cẩn thận, đợi khi phúc tấu đến, sẽ châm chước phân biệt liệu biện. Còn Tôn Vĩnh Thanh hiện đích thân đến Long Châu, cần lo nơi ăn ở ổn thoả cho nam, phụ, lão, ấu nước này đến tị nạn, trong đó có mẹ và vợ Lê Duy Kỳ, phải chu cấp đầy đủ, đừng để thất sở. Nhưng trong số trên 60 người, ngoại trừ quyến thuộc Lê Duy Kỳ, số còn lại là ai; cuối cùng thì Lê Duy Kỳ tại nơi nào, chưa hỏi rõ ràng, phân tích để tâu đầy đủ. Vả lại họ Lê làm chủ An Nam đã lâu, nay bị họ Nguyễn đánh chiếm; như vậy số bề tôi trung với họ Lê không chỉ 2 người Nguyễn Huy Túc và Lê Quýnh. Bọn Nguyễn Huy Túc đã đến trước để cầu khẩn, nhưng trong nước đó há lại không có một hai người, trung với chủ cũ, lo diệt Nguyễn phù Lê; có thể nhờ lực lượng này, tuỳ cơ mà sắp xếp biện lý. Lại mệnh tôn Vĩnh Thanh, không cần đợi Tôn Sĩ Nghị, hãy bí mật hỏi rõ ràng xác thực, điều tra tình hình, cấp tốc phúc tấu rõ ràng." (**Thanh Thực Lục**, **Cao Tông Thực Lục** quyển 1307, trang 592-594)

Tổng đốc Tôn Sĩ Nghị vốn nhanh trí, nhận thấy loạn lạc tại An Nam là dịp tốt cho Càn Long, vị Vua nổi tiếng ưa bành trướng, có dịp mang quân xâm lăng; nên không đợi chỉ dụ, lập tức khởi hành đến Long Châu để tìm cách thu xếp:

*“**Ngày Canh Tuất tháng 6 năm Càn Long thứ 53 [22/7/1788].** Dụ các Quân cơ đại thần. Tổng đốc Lưỡng Quảng Tôn Sĩ Nghị tâu những lời như sau: Nhận được tờ bẩm của đạo Tả Giang, cả gia đình Tự tôn nước An Nam đã đến nương nhờ nội địa, hiện đã truyền hịch cần ước lượng liệu biện; rồi trong ngày rong ruổi đến Long Châu (3), quan sát tình hình, để tâu lên đầy đủ.*

Việc này, căn cứ vào lời tâu của Tôn Vĩnh Thanh trước đây, Trẫm sợ rằng viên Tuần phủ không có đủ chủ kiến để lo liệu, nên đã lập tức ra chỉ dụ mệnh Tôn Sĩ Nghị cấp tốc đến nơi tra biện. Nay viên Tổng đốc không đợi chỉ dụ, lập tức khởi trình; như vậy là biết tính toán sự khinh trọng được mất, thật không thẹn với nhiệm vụ của Đại thần được phong đất, thực đáng khen. Trước kia trong tấu triệp của Tôn Vĩnh Thanh, không đề cập đến Tự tôn Lê Duy Kỳ, cũng không cho biết hơn 60 người đến là những ai; Từng dụ rằng phải điều tra minh bạch, rồi tâu lên lập tức. Nay theo lời tâu của Tôn Sĩ Nghị, mới biết rằng Lê Duy Kỳ cũng cùng đến. Nhưng Lê Duy Kỳ đích thân đem cả gia quyến đến nội địa, sao trong tờ trình chỉ có viên Di quan Nguyễn Huy Túc đứng tên? Vả lại sau khi bọn Thổ tù Nguyễn Nhạc công phá thành nhà Lê (4), Lê Duy Kỳ chạy trốn, bèn mang quân truy diệt; nếu như toàn bộ nước này bị họ Nguyễn chiếm, Lê Duy Kỳ mang quyến thuộc chỉ hơn 60 người, tại sao trên đường chạy trốn lại không bị hề hấn gì, đến được nội địa? Nay Lê Duy Kỳ đã đến Long Châu, truyền dụ Tôn Sĩ Nghị sau khi đến đó, đừng ngại hãy đích thân hỏi han nguyên nhân nào họ Nguyễn làm loạn gây hấn; y bị nạn đến nương nhờ nội địa chỉ hy vọng bảo toàn tính mệnh mẹ con để đất đai nhường cho họ Nguyễn; hay chỉ tạm thời tá túc nội địa, các thần dân trong nước còn có khả năng diệt giặc khôi phục cơ đồ, rồi đón mẹ con y trở về nước; hãy xem rõ chủ kiến như thế nào. Nếu như Lê Duy Kỳ không thể biết rõ ràng, hoặc có thể hỏi kỹ những người cùng đến như bọn Nguyễn Huy Túc để biết tình hình xác thực của nước này, mới có thể tuỳ cơ mà trù biện. Theo ý Trẫm lần này viên Tự tôn quẫn bách đến xin tá túc, trong tờ trình không có lời nào xin quân, nhưng nếu các trấn mục nước này có thể tập hợp được binh dân, quét sạch hung nghiệt, đón Tự tôn trở về, thì tốt nhất. Nếu họ Nguyễn chỉ chiếm một địa phương tại thành nhà Lê, nhưng các xứ khác vẫn theo nhà Lê, các trấn mục tuy hiện nay chưa diệt hết họ Nguyễn, nhưng sau khi bình định sẽ đón Tự tôn, thì sẽ có cách riêng để bố trí an đốn, như vậy quốc tộ nhà Lê không đến nỗi đoạn tuyệt, mà cũng không cần hưng binh để thay họ liệu biện. Nếu họ Nguyễn sau khi công phá thành nhà Lê, rồi chiếm cứ toàn đất An Nam, hoặc con cháu họ Lê đều bị giết hại, như vậy trong tương lai viên Tự tôn sẽ không có nước để trở về. An Nam thần phục triều ta hết sức cung thuận, nay bị bề tôi hung dữ soán đoạt, gõ cửa quan xin tá túc; nếu cứ để vậy mà không xem xét, thì trái với đạo vỗ về nước nhỏ, nối dòng bị đứt; nên đáng tập trung nhiều binh lính, hài tội thảo phạt; đến lúc đó Trẫm sẽ có sự định đoạt. Nay tái truyền dụ Tôn Sĩ Nghị hãy tuân theo chỉ dụ trước, hỏi han thêm cặn kẽ, đến gần trù tính cẩn thận, rồi theo sự thật tâu gấp đầy đủ, chờ khi viên Đốc phúc tấu đến nơi, mới ra chỉ thị để phân biệt liệu biện.

Tái bút: từ ngày hôm nay cần an sáp ổn thoả thân quyến của Lê Duy Kỳ, chu cấp thêm đầy đủ, cũng không nên dè xẻn tiếc tiền. Các quan ải tại vùng này, viên Đốc đã điều đến 1000 quân để hợp đồng chia ra bố trí; nhưng quân số như vậy cũng chưa nhiều, sợ bọn giặc đông ở bên kia bờ sông thấy quan quân ít, nên gây ra mối lo. Vậy đừng ngại, hãy điều thêm hai ba ngàn tên, phân chia bố trí các quan ải để làm mạnh thanh thế. Đề đốc Tam Đức trải qua việc binh đã lâu, lệnh thống suất quân binh tại nơi đó, để lo việc đàn áp điều tra, đừng cho sự trở ngại nãy nở. Tôn Sĩ Nghị sau khi nhận được bẩm báo, lập tức khởi trình, việc làm hợp với chiếu chỉ, hịch văn soạn thảo cũng đắc thể, Trẫm ngoài lời khen ra, không có điều gì đáng dụ thêm. Nay thưởng cấp một đôi đại hà bao vua dùng, 2 đôi tiểu hà bao, để biểu thị ưu thưởng." (**Thanh Thực Lục, Cao Tông Thực Lục**, quyển 1307, trang 595- 596)

Bước đầu nhận thấy Tổng đốc Tôn Sĩ Nghị xử trí hợp ý mình, Vua Càn Long khen thưởng; rồi mượn cớ giúp Vua An Nam; điều phái đại binh dự bị tại Quảng Tây để chuẩn bị xâm lăng:

"***Ngày Đinh Tỵ tháng 6 năm Càn Long thứ 53* [29/7/1788].** *Dụ các Quân cơ đại thần. Trước đây nhân Tôn Sĩ Nghị tâu rằng Lê Duy Kỳ đích thân mang bà con đến xin tá túc, trong đơn ghi tên Lê Duy Kỳ đứng đầu. Lê Duy Kỳ là cháu nối dõi của Vương nước An Nam, tuy chưa được thụ phong, nhưng là người đáng được nối dõi nên cũng không khác gì Quốc vương. Y lại mang gia quyến đến xin tá túc, tình trạng giống như cả nước này đã bị họ Nguyễn soán đoạt, sợ phải tìm biện pháp trù biện.*

Nay theo sự điều tra rõ của Tôn Sĩ Nghị, Tự tôn nước này chưa cùng với gia quyến đến; người trong nước này theo giặc cũng chỉ có những xứ như Mục Mã [Cao Bằng], *Lạng Sơn; còn phía tây thành nhà Lê cùng các vùng phía bắc đều không chịu hàng giặc. Cứ theo lời xưng của viên Di mục rằng Nguyễn Nhạc là tên hung hãn nhưng không có pháp lệnh;*

nếu Tự tôn nhân sự chia rẽ mà phát động, thì một lần dấy lên có thể bắt được họ Nguyễn. Lời nói tình ý ngang tàng, biết được đại nghĩa; như vậy lãnh thổ nước này chưa hoàn toàn vào tay giặc phỉ, nhân tâm tôn thờ nước cũ đủ nương dựa được, còn có thể lần lần khôi phục, liệu biện tương đối dễ. Nay truyền dụ Tôn Sĩ Nghị khi đến nơi, tức lệnh bọn Di mục trở về nước cáo tri Lê Duy Kỳ rằng:

An Nam thần phục Thiên triều hết sức cung thuận. Ông nội y là Lê Duy Diêu bị bệnh qua đời, người con trưởng mất sớm, theo lệ y đáng được thừa tập; trước đây có trình biểu văn, xin cấp ấn triện, nhưng chưa sai quan đến cáo ai (5), theo thể chế không hợp, nên quan đại thần tại địa phương cứ theo lệ mà ban hịch đòi hỏi. Nếu như nước này tiếp tục sai sứ đến cầu xin, thì sẽ chuẩn ban sắc phong, cấp ấn. Nay y bị giặc xua đuổi, cũng do chưa ra sức chấn tác; hiện tại lãnh thổ trong nước y còn nhiều chỗ chưa bị giặc chiếm, trong đó các thần dân còn hướng đến việc phù Lê; viên Tự tôn đáng nhân cơ hội này chiêu tập nghĩa binh, ra sức khôi phục, khiến phúc tộ kéo dài của tổ tiên y, không phải đến đời bản thân y mà bị tiêu diệt. Còn mẹ, vợ và các tuỳ tòng, đều được an sáp (6) yên ổn, viên Tự tôn không phải lo về việc này; đợi đến khi khôi phục được đất cũ, trong nước an ninh, tức sẽ sai người đón về. Còn họ Nguyễn tự thị mạnh, làm việc soán đoạt, pháp luật không dung. Trước mắt Thiên triều sẽ phái điều đại binh, dự bị tại Quảng Tây; nếu thế giặc vẫn còn hung dữ như trước, dựa vào chỗ hiểm không phục, dám giết hại Tự tôn, các trấn mục lại cam tâm theo giặc, ngồi nhìn không cứu; Thiên triều đáng sai người thống suất đại binh, theo 4 đường hội tiễu, bắt giết toàn bộ bọn Nguyễn Nhạc cùng bè đảng.

Trước hết hãy theo nội dung như vậy cáo tri một cách

khắc thiết, cùng ban hịch dụ các trấn mục, để có thể làm mạnh tấm lòng hướng về nhà Lê, và cũng làm tê liệt gan mật của giặc, đối với con đường thanh viện [viện trợ tinh thần] *cũng là có ích. Kể ra lúc này chắc Tôn Sĩ Nghị đã sớm đến Long Châu, theo lời cho biết thì bọn tuỳ tùng như Nguyễn Huy Túc tình nguyện trở về nước để tìm Tự tôn; nếu như khi Tôn sĩ Nghị đến đó, viên quan người Di đã sớm trở về nước, thì hãy giao phó cho người khác đi. Nếu như y vẫn chưa đi, viên Tổng đốc hãy hỏi cặn kẽ y về tình hình nước này; cùng đem chỉ thị của Trẫm trước mặt nói rõ cho y biết, để viên Di quan này trở về nước trình bày cho Lê Duy Kỳ rõ, như vậy lại càng ổn thoả.*

Còn như Nguyễn Nhạc dựa thế hung dữ, nếu dám đến nội địa để cướp đoạt thân quyến của Tự tôn, thì phải chặn bắt toàn bộ để dân chúng nước này biết rằng Thiên triều đã phái binh để giúp việc dẹp giặc, như vậy lại càng tốt. Tam Đức trải qua việc binh nhung đã lâu, lệnh viên Đề đốc thống suất quân binh bố trí tại các quan ải, bờ sông; tuân theo lệnh cố gắng liệu biện ổn thoả. Tái bút: quân lính tại các doanh ải, trước đây đã có chỉ thị cho Tôn Sĩ Nghị điều thêm hai ba ngàn tên đến trước; tuy viên Đốc đã cho mật điều 2000 quân dự bị, nếu cần phải điều thêm nữa thì viên Đốc cũng đừng ngại điều động thêm từ những chỗ gần để chia ra mà bố trí; lại cần thông sức phải chỉnh tề hàng ngũ, dựng đặt cờ xí, mới đủ mạnh thanh thế, làm cho giặc lạnh tim táng đởm. Đưa dụ này đến các giới chức, dụ hiểu rõ." (**Thanh Thực Lục**, **Cao Tông Thực Lục**, quyển 1307, trang 607-609)

Tại miền Nam vào tháng giêng [7/2-7/3/1788], Nguyễn vương đóng quân ở Hồi Oa [Vĩnh Long]. Sai Tôn Thất Huy, Lê Văn Quân, Tôn Thất Hội, Nguyễn Kế Nhuận, đóng giữ các đồn Tinh Phụ [Giồng Sao] và Triệu Phụ [Giồng Triệu].

Tháng 4 [6/5-3/6/1788], Võ Tánh đem bộ hạ theo Vương. Tánh là người huyện Bình Dương [Sài Gòn], trí dũng hơn người. Khởi đầu họp đảng ở Gò Công, có hơn một vạn người, thế rất hùng mạnh. Quân Tây Sơn thường răn nhau rằng: "*Gia Định có ba anh hùng* (7), *Võ Tánh là một, chớ nên xâm phạm*". Vương được Tánh mừng lắm, trao cho chức Khâm sai tổng nhung chưởng cơ dinh Tiên phong, rồi đem em gái là Ngọc Du gả cho. Thuộc hạ Tánh là Võ Văn Lượng, Nguyễn Văn Hiếu, Mạc Văn Tô đều được trao chức Cai cơ.

Vương tiến đóng ở Bát Tiên [Vĩnh Long]; sai Tôn Thất Huy và Lê Văn Quân đánh đồn Trấn Định [Định Tường]. Tướng Tây Sơn là Chưởng cơ Diệu cùng Cai cơ Viện đóng giữ thành. Bọn Quân ngầm sai người dụ Viện hàng; Viện nhân ban đêm mở cửa đồn, quân Nguyễn vương xông vào bắt Diệu.

Tháng 5 [4/6-3/7/1788], Vương cho rằng quân Tây Sơn gốc Thuận Hoá [Quảng Trị, Thừa Thiên] nhiều người bị bắt ép theo, sợ họ trốn tránh vào thôn xóm mà không được dung nạp. Bèn ban sắc xuống cho dân chúng, ai chứa nuôi được một người trong số quan quân gốc Thuận Hoá thì miễn cho nửa suất binh dịch, chứa nuôi được 2 người thì miễn cả suất, được 3 người trở lên thì lượng mà hậu thưởng thêm. Lại riêng ban dụ cho bọn quan quân Thuận Hoá lỡ theo Tây Sơn như sau:

"*Xưa Thái tổ ta dựng nghiệp ở cõi Nam đã hơn 200 năm, thần dân trong ngoài ai cũng là con đỏ của triều đình, mà xứ Thuận Hoá lại là nơi Xã Tắc và Tôn miếu của liệt thánh ta, cho nên nhân dân xứ ấy ta xem như xương thịt. Từ khi ta còn trẻ đã gặp hoạn hạn, phải ngụ ở nước láng giềng, vẫn lo dựng lại nghiệp lớn, lấy lại vật cũ. Ngày nay trời còn tựa Hán, dân chưa quên Đường, giáo trời mới chỉ, giặc đã thua tan. Chúng lại xua dân Thuận Hoá các ngươi vào vòng gươm giáo, khiến thây nằm đầy nội, máu chảy thành sông. Vả bọn các ngươi đều là tôi con, vẫn nhờ ơn nước, lấy con em mà đánh lại cha anh, lòng ai muốn thế? Chẳng qua là vì thế ép mà bỏ họ hàng lìa cha mẹ, đến nơi đất khách quê người, tới lui đều khó. Làm thinh suy nghĩ, thực rất xót thương, cho nên đã hạ lệnh thu nuôi để các người có chỗ nương tựa, các ngươi nên sớm vào ngụ ở các thôn ấp, đợi sau khi ta lấy lại Sài Gòn, ai muốn ở thì ở, ai muốn về quê cũng không ngăn. Nếu không thì khi núi Côn lửa cháy, ngọc đá đều tan, hối làm sao kịp?*".

Vương sai Cai cơ Trương Phước Luật tuyên triệu Tuần hải đô dinh Hà Hỷ Văn đến hành tại. Trong trận Mỹ Tho quân ta thất lợi, Hỷ Văn đem binh thuyền dưới quyền chạy ra đậu ở đảo Côn Lôn. Đến đây, Vương uỷ dụ, cho 100 quan tiền, 200 phương gạo, 25 tấm lụa.

Tháng 6, sai Tham tướng là Mạc Tử Sinh con Mạc Thiên Tứ làm Lưu thủ Hà Tiên. Lúc Sinh chết, ban chức Chưởng cơ.

Vương sắp cử đại binh tiến đánh Sài Gòn, sắc cho bọn Tôn Thất Huy, Lê Văn Quân, Tôn Thất Hội và Nguyễn Kế Nhuận chuẩn bị đợi mệnh. Ban dụ rằng:

"*Bọn khanh từ khi lãnh quân bộ chiến tới nay, đánh giặc phá trận kể đã lâu ngày. Xem sự thế ngày nay thì đánh chóng lợi hơn, nếu để lâu quân sinh trễ nải thì không phải là đắc kế. Nên đều sửa sang binh khí, chờ ngày tiến phát*".

Lại sai ghi chiến công của các tướng sĩ đi trận, và ban cho 2.000 tờ giấy để trống tên, có ai đáng được thăng tước trật, thì điền vào mà ban cấp.

Chú thích:

1. Nguyễn Du này là người Văn Xá, huyện Thanh Oai, Hà Đông; khác với Nguyễn Du tác giả **Truyện Kiều**.

2. Di quan: viên quan người Di, chỉ quan Việt Nam. Trung Quốc theo lối kỳ thị chủng tộc, gọi nước ta là Nam Di.

3. Long Châu: tên châu thuộc đạo Tả Giang, giáp với tỉnh Cao Bằng nước ta. 4. Thành nhà Lê: Chỉ thành Thăng Long, tức Hà Nội ngày nay.

5. Cáo ai: ý nói báo tin vua đã mất, xin lập người kế vị.

6. Thanh viện: viện trợ bằng tinh thần.

7. Võ Tánh, Chu Văn Tiếp và Đỗ Thanh Nhân, người đời truyền tụng là 3 anh hùng.

158.
Vua Lê Chiêu Thống [1787-1789] (3)

Sau khi nhận được lời tâu của Tổng đốc Lưỡng Quảng và Tuần phủ Quảng Tây về lời bẩm chi tiết của viên Tri Phủ Lục Hữu Nhân liên quan đến việc Hoàng thái hậu nhà Lê sang nhà Thanh xin cứu viện; Vua Càn Long ra lệnh cho Tôn sĩ Nghị đến tận nơi ân cần săn sóc, cùng ban chỉ dụ an ủi Thái hậu, hứa sẽ giúp khôi phục đất nước:

"*Ngày 1 tháng 7 năm Càn Long thứ 53* [2/8/1788]

Dụ: Tôn Sĩ Nghị và Tôn Vĩnh Thanh [Tuần phủ Quảng Tây] *trước sau đều tâu rằng đã nhận được tờ bẩm của viên Tri phủ Thái Bình là Lục Hữu Nhân về việc viên Trấn thủ Mục Mã nước An Nam Nguyễn Huy Túc đưa một số già, trẻ, đàn ông, đàn bà khoảng vài chục người đến cửa ải Đấu Áo* [trấn Thuỷ Khẩu] *vùng Long Châu, đứng bên kia bờ sông cầu cứu. Căn cứ lời khai của viên quan thì thành nhà Lê của nước này bị tên Thổ mục họ Nguyễn* [Tây Sơn] *đánh phá, Tự tôn* [cháu nối dòng] *Lê Duy Kỳ* [vua Lê Chiêu Thống] *trốn ra ngoài. Viên này, cùng viên quan Lê Quýnh bảo hộ mẹ và con của Quốc vương trốn tránh tại xã Bác Sơn* [huyện Thạch An, Cao Bằng], *bị giặc đánh đuổi, chạy đến bờ sông không có lối thoát, bèn kêu la cầu cứu tại quan ải. Trong khi binh lính giữ ải đang hỏi sự tình, thì nhìn đằng xa thấy hơn trăm người tiến đến ra vẻ truy cản; khi thấy quân triều đình tập trung tại phía bắc nên không dám vượt sông, rồi tự rút lui. Bọn quan lại cùng đám đàn ông, đàn bà qua sông; đếm tất cả già trẻ gồm 62 người cho nhập vào quan ải, thu xếp phòng ốc để an nghỉ. Lục Hữu Nhân trực tiếp hỏi han cặn kẽ viên quan An Nam Nguyễn Huy Túc thì được biết nước này có tên Thổ tù Nguyễn Nhạc cậy mạnh đánh chiếm thành nhà Lê, nhưng các phủ tại phía tây nam, cùng phía bắc thành không chịu theo giặc. Trước đây Tự tôn đến các xứ tại Sơn Nam để điều binh chinh thảo, hiện nay không có tin tức. Nguyễn Nhạc là tên hung ác, nhân tâm trong nước vẫn hướng về nhà Lê xưa. Nếu Tự tôn thừa lúc giặc sơ hở mà phát động, một lần dấy lên có thể bắt được bọn Nguyễn Nhạc. Nguyễn Huy Túc đem mẹ và con Tự tôn xin tá túc, nhưng vẫn tình nguyện trở về nước để tìm Tự tôn; đợi khi đánh dẹp bọn Nguyễn Nhạc xong, sẽ đón quyến thuộc của Tự tôn trở về nước.*

Nước An Nam thần phục bản triều hết sức cung thuận, Quốc vương nước này là Lê Duy Diêu bị bệnh chết, con trưởng (1) mất sớm, theo lệ Lê Duy Kỳ đáng được thừa tự. Trước đây nước này đánh mất ấn tín, đã gửi văn thư sang xin tái cấp, nhưng chưa đưa Sứ giả sang cáo tang, theo thể chế không hợp cách. Viên Tổng đốc đã gửi văn thư hỏi về việc này, đợi khi nước này cho Sứ sang thỉnh cầu sẽ chuẩn cấp. Nay Tôn Sĩ Nghị tâu thành nhà Lê đã bị bọn Nguyễn Nhạc chiếm cứ, Lê Duy Kỳ đến các xứ tại Sơn Nam lo điều binh vẫn chưa có tin tức. Riêng mẹ và con của y cơ hồ gần bị giặc bắt, hoảng hốt đến xin tá túc và đều được che chở lưu tâm bảo hộ. Hiện tại quyến thuộc họ Lê cùng tuỳ tùng được quan lại địa phương cấp phòng ốc, thu xếp yên ổn. Tôn Sĩ Nghị cùng Tôn Vĩnh Thanh trước sau đích thân đến Long Châu thăm hỏi.

Nay truyền viên Tổng đốc nên đến gần để lo liệu, ưu đãi cấp thêm lương ăn, để họ không mất chỗ nương dựa, cùng truyền đạt với mẹ Tự tôn rằng nước họ tuy bị Nguyễn Nhạc đánh phá thành nhà Lê, Tự tôn phải chạy ra ngoài, sợ quyến thuộc bị giặc làm nhục hoặc chém giết nên đưa đến xin tá túc. Nay đã đến nội địa, các quan ải đều có trọng binh phòng thủ, không còn lo sợ bọn giặc xông vào gây tổn thương. Đốc, Phủ đã đem việc này tâu lên đại Hoàng đế, và nhận được chiếu chỉ như sau: "An Nam xưng thần phụng sự Thiên triều hết sức cung thuận, viên Tổng đốc lo thu xếp bảo hộ, ưu đãi cấp dưỡng. Mẹ của Tự tôn và tuỳ tùng, hãy tạm trú tại Long Châu, không nên quá buồn phiền. Hiện tại giặc vẫn chưa chiếm hết đất đai nước này, lòng dân ủng hộ còn có thể nương dựa được; tại các quan ải đã truyền hịch động binh để làm thế thanh viện. Con y, Lê Duy Kỳ, lợi dụng cơ hội này chiêu tập nghĩa binh, diệt tan giặc và khôi phục cũng không đến nỗi khó. Đợi khi trong nước yên ổn, sẽ đón y cùng tuỳ tùng trở về nước." Hãy gặp mẹ của Tự tôn truyền chỉ chi tiết rõ ràng, để được an tâm cư trú tại nội địa, tương lai sẽ hộ tống trở về nước, đối đãi hợp với chính sách "nhu viễn" (2) săn sóc vỗ về nước nhỏ....." **(Thanh Thực Lục, Cao Tông Thực Lục** quyển 1308, trang 1-4)

Bước đầu thực hiện dã tâm xâm lăng, Vua Càn Long ra lệnh quân Thanh gần biên giới tại Quảng Tây, Quảng Đông, Vân Nam, chỉnh đốn binh mã khí giới, chăm lo thao luyện, nhằm mạnh thanh thế. Ra lệnh cho Tổng đốc Tôn Sĩ Nghị truyền hịch hăm doạ các quan lại Tây Sơn rằng thiên triều đã phái trọng binh, dự bị mang quân hỏi tội; các trấn mục gần nội địa, nếu có thể cải tà qui chánh, tôn phò cựu chúa, thì không những chuyển hoạ thành phúc, được đại Hoàng đế hậu thưởng; nếu không mau hối cải qui chánh, tương lai đại binh tiến thảo, thì sẽ bị tru di trước:

"*Ngày 10 tháng 7 năm Càn Long thứ 53* [11/8/1788]

Dụ các Quân cơ đại thần. Hiện tại An Nam tuy bị họ Nguyễn đánh phá thành nhà Lê, nhưng tung tích của Tự tôn hiện nay chưa có tin đích xác, nếu tuyên bố mang quân tiến đánh thì không khỏi quá sớm. Chỉ cần thông sức và ra lệnh các vùng phụ cận biên giới như Tả Giang [Quảng Tây], *Cao Liêm* [Cao Châu, Liêm Châu; Quảng Đông], *cùng Khai Hoá, Lâm Nguyên thuộc tỉnh Vân Nam rằng hiện nay có việc xảy ra tại An Nam, sợ bọn giặc phỉ thừa cơ lẻn vào quan ải, cần phải phòng bị ngăn bắt. Mỗi nơi tại biên giới chỉnh đốn binh mã khí giới, sáng chiều thao luyện, nhằm mạnh thanh thế; khiến dân chúng nước này nghe tin nội địa phái binh dự bị, hoặc Lê Duy Kỳ nhờ đó làm thanh viện, tập hợp binh dân, từ từ lo khôi phục, đó cũng là một biện pháp; nhưng cần bất động thanh sắc, bố trí ổn thoả, không được khoa trương ồn ào. Còn như các xứ Cao Bằng, Lạng Sơn sát gần nội địa, Nguyễn Nhạc sợ Thiên triều đến đánh, đã sớm dụ theo nghịch. Nay truyền dụ Tôn Sĩ Nghị hãy nhân danh ý kiến riêng truyền hịch dụ các viên trấn mục rằng Nguyễn Nhạc cậy mạnh làm việc soán đoạt, các viên trấn mục đều là cựu thần của nhà Lê, đất đai lại tiếp giáp với Thiên triều, lý ra cần phải giúp Tự tôn đánh giặc, vậy sao lại cam tâm theo nghịch! Họ Lê thờ Thiên triều đã lâu, nay kẻ bề tôi của nước này dám lộng hành chiếm cứ; Thiên triều đã phái trọng binh, dự bị mang quân hỏi tội; các trấn mục cách nội địa rất gần, nếu có thể cải tà qui chánh, tôn phò cựu chúa, thì không những chuyển hoạ thành phúc, được đại Hoàng đế hậu thưởng; nếu không mau hối cải qui chánh, tương lai đại binh tiến thảo, thì sẽ bị tru di trước tiên, quyết không khoan thứ...*" (**Thanh Thực Lục, Cao Tông Thực Lục** quyển 1308, trang 25-27)

Bấy giờ mọi việc tại miền Bắc tuy do Bắc bình vương Nguyễn Huệ chủ trì, nhưng vẫn dùng danh nghĩa Vua anh Nguyễn Nhạc sai Sứ giả đến nhà Thanh tiến cống. Tôn Sĩ Nghị đích thân đến trấn Nam Quan la mắng Sứ giả và cho biết rằng Thiên triều sẽ điều binh chia quân đến đánh; dặn trở về bảo Nguyễn Nhạc phải mau hối lỗi, đón rước Chúa Lê Chiêu Thống về. Cũng vào dịp này viên Châu mục châu Văn Uyên là Nguyễn Đình Phái, mang ấn tín cùng quyến thuộc gồm 8 người leo qua núi để được vào nội địa; khiến Càn Long tỏ ra lạc quan, cho rằng đất nước An Nam không phải mọi nơi đều theo Nguyễn Nhạc, nên có thể dựa vào lực lượng này để mưu đồ khôi phục:

"*Ngày 24 tháng 7 năm Càn Long thứ 53* [25/8/1788]

Dụ rằng: Nguyễn Nhạc đuổi Chúa, làm loạn luân thường, lại sai người đến tiến cống; lý không thể chấp nhận việc nạp cống này! Điều này chắc Nguyễn Nhạc tự biết mình làm điều soán đoạt, sợ Thiên triều mang quân hỏi tội, nên làm như vậy để thăm dò. Nếu viên Đốc Phủ tại đó không biết việc, thì nhận đồ tiến cống sợ mất quốc thể, từ chối lại e gây sự lôi thôi, dùng dằng không biết căn cứ vào đâu mà tiến thoái. Nay Tôn Sĩ nghị nhận được tin bẩm báo, đích thân đến trấn Nam Quan, bảo tên Sứ giả đứng tại trước chân tường cửa ải, rồi lớn tiếng la mắng y, cho biết rằng Thiên triều sẽ điều binh chia quân đến đánh, hãy trở về bảo với Nguyễn Nhạc phải mau hối lỗi, đổi mới, đón rước Chúa [Lê Chiêu Thống] *về; lời lẽ nghiêm chính, đủ làm cho Nguyễn Nhạc nghe đến phải sợ xanh mật. Tôn Sĩ Nghị lo liệu công việc thực đáng khen; nay ban một chiếc áo bào ngự dụng, thêu hình mãng xà để đặc biệt tưởng thưởng.*

Lại theo lời tấu, có viên Châu mục châu Văn Uyên [Lạng Sơn] *của nước này tên là Nguyễn Đình Phái, mang ấn tín cùng quyến thuộc gồm 8 người leo qua núi để được vào nội địa, cùng xin được yết kiến Quốc mẫu. Đã cho phép xuống núi tạm trú tại vùng đất của Thổ ty; lại ra lệnh cho Nguyễn Đình Phái đến Nam Ninh để được diện kiến thân mẫu Tự tôn. Việc làm này rất đúng, người mà Nguyễn Nhạc sai đến đây là viên Châu mục mới đất Văn Uyên tên là Hoàng Đình Cầu. Nay Nguyễn Đình Phái là Châu mục cũ đất Văn Uyên, không chịu bị đoạt chức, bèn mang ấn đến để chứng tỏ lòng ngay thẳng. Nếu đuổi người này đi, thì những người đang nặng lòng với nhà Lê, thấy rằng nội địa* [Trung Quốc] *không chứa chấp thì cùng đường ắt phải theo giặc. Nay Tôn Sĩ Nghị cho viên Châu mục tạm trú tại nội địa, lại ra lệnh đến gặp thân mẫu của Tự tôn; khiến dân chúng nước này thấy Thiên triều gia ân cho họ Lê, phàm ai có lòng với triều cũ đều được dung nạp, như vậy càng tăng lòng thành hướng về nội địa và bỏ cái chí theo giặc.*

Hiện nay đất nước An Nam không phải mọi nơi đều theo Nguyễn Nhạc, những quan văn quan võ tại các lộ chưa theo giặc cũng không dưới hai trăm viên, quân lính và dân chúng cũng đến hàng mấy vạn; có thể dựa vào lực lượng này để mưu đồ khôi phục...." (**Thanh Thực Lục, Cao Tông Thực Lục** quyển 1309, trang 38-40)

Bấy giờ có nhiều dân Trung Quốc sang khai mỏ tại các tỉnh biên giới như Cao Bằng, Lạng Sơn, Thái Nguyên; đám dân này còn gọi là xưởng dân, theo nhà Lê, chống lại Tây Sơn. Vua Càn Long chủ trương lợi dụng xưởng dân, cấp cho lương thực, võ trang thành đội ngũ, để chống lại quân

Tây Sơn:

"Ngày 12 tháng 8 năm Càn Long thứ 53 [11/9/1788]. *Lại dụ:*

'Dân trong các xưởng mỏ tại An Nam rất đông, nếu để cho giặc mê hoặc thì thế giặc sẽ lớn lên. Nay bọn Tôn Sĩ Nghị ban hịch dụ bọn cầm đầu hứa sẽ ban ơn thưởng cùng miễn thuế xưởng mỏ, lệnh ra sức đánh giặc, cũng là một biện pháp. Còn Giang Triều Anh (3) xưng rằng xứ An Nam liền năm bỏ hoang, giá gạo cao, sợ lúc đánh giặc, không có lương thực để tiếp tế. Quảng Tây từ trước tới nay là khu vực sản xuất lúa, Tôn Sĩ Nghị hãy dùng kho lương nơi phụ cận, ước lượng cấp phát không phải là không được. Nhưng các hạng lương thảo chỉ nên vận tải đến các ải biên giới, lệnh xưởng dân đến đó lãnh. Nếu xưởng dân quả có khả năng diệt giặc, đón Tự tôn trở về, không phiền đến binh lực nội địa, thì đó là điều rất tốt. Những dân đinh tại xưởng, nhân cảm niệm đức cũ của họ Lê, không chịu theo giặc; hiện ra lệnh nhờ sức lực chúng cùng nhau diệt giặc, việc trước đây lén vượt biên giới không còn truy vấn nữa." (**Thanh Thực Lục, Cao Tông Thực Lục** quyển 1310, trang 28-29)

Nhân viên Trấn thủ Lạng Sơn Phan Khải Đức bỏ Tây Sơn thần phục nhà Thanh; Tôn Sĩ Nghị sai y thu thập binh mã tại biên giới cùng xưởng dân khởi hành đánh thành Thăng Long. Ý Vua Càn Long lại cho rằng Trung Quốc cần xuất quân yểm trợ, gây áp lực từ hai tỉnh Quảng Tây, Vân Nam; mới mong chóng thành công:

"Ngày 28 tháng 8 năm Càn Long thứ 53 [26/9/1788]

Lại dụ: Lê Duy Kỳ đích thân đến Sơn Nam chiêu tập nghĩa binh nhưng bị giặc bức bách, chỉ còn một vài người tuỳ tùng, cùng chạy vào núi trốn tránh. Xem ra y là người không có khả năng, khó trông cậy có thể chấn tác khôi phục được. Hiện tại Nguyễn Nhạc, Nguyễn Huệ thấy Tôn Sĩ Nghị phát hịch văn, nên sợ sệt trốn tránh. Phan Khải Đức (4) vốn là tâm phúc của Nguyễn Huệ, nhận được hịch văn cũng biết bỏ nghịch theo thuận. Tên này đã được lệnh của Tôn Sĩ Nghị cho thu thập binh mã của 7 châu cùng xưởng dân lập tức khởi hành, chắc sẽ đến thành nhà Lê không đến nỗi khó khăn. Viên Tự tôn hiện ở tại một nơi nào đó thuộc phía đông thành nhà Lê, Tôn Sĩ Nghị đã mộ dân bản xứ đi trước để thám thính, khi các Trấn Mục phía đông nhận được mật trát của Tôn Sĩ Nghị sẽ hộ tống Tự tôn trở về. Sau khi nhận được phù nghiệm (5) của Tự tôn, Tôn Sĩ Nghị ước lượng tình hình, định ngày thích hợp cho quyến thuộc được rời quan ải. Còn bọn Nguyễn Nhạc, thấy được hịch văn của viên Đốc, sợ hãi Thiên triều mang quân thảo phạt nên khiếp sợ trốn tránh xa.

Bây giờ nếu nội địa không có hành động gì, bọn giặc cho rằng hịch văn của viên Đốc doạ sẽ điều động đại binh, thực ra chỉ là phô trương thanh thế mà thôi; rồi coi thường không sợ hãi, lại trở về với con đường cũ, mưu đồ soán đoạt. Tôn Sĩ Nghị xin được điều binh phòng bị tại các nơi, cần được liệu tính như vậy. Nhưng khi dùng binh để đánh dẹp, Tôn Sĩ Nghị với chức vụ Tổng đốc Lưỡng Quảng là nhân vật quan trọng, vả lại trong nội địa có nhiều công việc phải lo, không thể đích thân nắm quân tiến trước. Trong tỉnh có Đề đốc Hứa Thế Hanh, các Tổng binh Trương Triều Long, Lý Hoá Long là những người quen chiến trận, có thể đảm đương được. Huống hồ tên Trấn mục đồ đảng của họ Nguyễn mang quân qua châu Văn Uyên [huyện Tràng Định, Lạng Sơn] *bị người trong châu là bọn Hoàng Liêu Đạt đón đánh làm tổn thương rất nhiều; lại có bọn Nguyễn Trọng Khoa tại châu Thất Tuyền* [huyện Tràng Định, Lạng Sơn] *tình nguyện mang 700 dân địa phương đi theo đánh giặc. Xem tình hình như vậy cũng không cần mang nhiều quân, lệnh Hứa Thế Hanh cùng với một, hai viên Tổng binh mang vài ngàn quân tiến trước, Tôn Sĩ Nghị lại chuẩn bị thêm một vài ngàn đóng tại quan ải, lên tiếng rằng sẽ tiếp tục tiến, chắc bọn giặc Nguyễn không dám ngang ngạnh cậy hiểm mà kháng cự.*

Từ con đường Mông Tự tỉnh Vân nam hướng tới An Nam, tại nơi này những viên Thổ mục được giặc Nguyễn thu dùng, ngấm ngầm đóng tại các nơi quan trọng, ta cũng chưa biết rõ ràng. Nay một mặt truyền hịch kêu gọi, một mặt đem quân trú tại biên giới để làm thế yểm trợ xa cho đạo quân Lưỡng Quảng. Phú Cương (6) *nên sai một viên trấn tướng có kinh nghiệm mang quân tới đó trú đóng, tung tin rằng sẽ hợp đồng với Lưỡng Quảng hai mặt tấn công; đợi quân Lưỡng Quảng khởi hành, sẽ cùng ngày đến tiễu trừ; khiến bọn Thổ mục nghe hơi sợ sệt, biết rằng quân Thiên triều tập trung đông nhằm khôi phục họ Lê, nên quay lại tôn phù; như vậy thế giặc họ Nguyễn càng trở nên cô đơn, công việc sẽ được giải quyết mau, không mấy khó khăn."* (**Thanh Thực Lục**, **Cao Tông Thực Lục** quyển 1311, trang 27-29)

Bấy giờ viên Thổ ty Mục Mã Bế Nguyên Luật, bắt được quan Tây Sơn là bọn Nguyễn Viễn Điện, Chu Đình Lý đem nạp; Tôn Sĩ Nghị dùng Nguyễn Viễn Điện, Chu Đình Lý làm con tin; sai em là Nguyễn Văn Tước, Chu Văn Tấn trở về nước, lấy tin tức về Vua Lê Chiêu Thống; sáng kiến này được Vua Càn Long ban thưởng. Tại thời điểm này, Càn Long chủ trương cho Hứa Thế Hanh đã mang quân tiến trước, riêng Tôn Sĩ Nghị đóng tại quan ải làm thế tiếp ứng:

"***Ngày 9 tháng 9 năm Càn Long thứ 53*** [7/10/1788]. *Lại dụ:*

"*Thổ ty Mục Mã* [huyện Thạch An, Cao Bằng] *bắt nguỵ quan Nguyễn Viễn Điện, dĩ nhiên nên giải vào nội địa để tuyệt lòng dòm ngó. Tôn Sĩ Nghị nhận được bẩm báo, lệnh phái binh giải đến quan ải; một mặt dùng lời an ủi ưu thưởng, dụ tập hợp Thổ quan các nơi để diệt Nguyễn phù Lê. Riêng Nguyễn Văn Tước, Chu Văn Tấu, là em và tôi tớ nguỵ quan; dù ở hay bỏ đi cũng không đáng cho là quan trọng. Vả lại bọn Nguyễn Viễn Điện, Chu Đình Lý vốn tham sống sợ chết, ắt phải dặn dò bọn Nguyễn Văn Tước lấy tin tức hồi đáp của Tự tôn rồi mang vào quan ải, nên có thể biết được tin tức thực tại của Lê Duy Kỳ còn mất ra sao. Viên Tổng đốc làm việc này hợp cơ nghi, thực đáng khen; nay lại thưởng cấp 1 đôi bao sen lớn vua dùng, 2 đôi bao sen nhỏ để làm rạng sự ưu thưởng.*

Còn bọn Thổ ty Mục Mã Bế Nguyên Luật, bắt được nguỵ quan Nguyễn Viễn Điện giải tống đến, thật thuộc loại cung thuận, nay gia thưởng 2 tấm lụa đoạn. Lại lệnh Tôn Sĩ Nghị truyền bảo các Thổ ty rằng các ngươi đã bắt hiến bọn nguỵ quan, được viên Tổng đốc tâu thay, đại Hoàng đế cho rằng các ngươi thực tâm gắng sức thuận tòng, thực đáng khen, đặc cách thưởng cấp 2 tấm đoạn. Như vậy khiến các Thổ quan càng thêm cảm khích cùng ra sức diệt giặc.

.... Xem tình hình, quan binh nội địa nếu không kịp thời tiến thẳng, thì không riêng gì Nguyễn Huệ âm mưu dòm ngó, mà các Trấn mục tại An Nam chắc sẽ sợ tù trưởng họ Nguyễn, nên ôm hận rồi nhìn nhau; còn Lê Duy Kỳ thuộc loại thiếu khả năng, chạy vào trong núi trốn tránh, không thể mưu đồ khôi phục; nên lúc này quan binh Quảng Tây càng

nên tiến gấp mới phải.

Nay truyền lệnh Tôn Sĩ Nghị quan sát tình hình, tuân theo chiếu chỉ trước, ra lệnh cho Hứa Thế Hanh mang vài ngàn quân tiến trước. Tôn Sĩ Nghị vẫn mang quân đóng tại quan ải, làm thế tiếp ứng, không nên coi thường mà tiến. Chỉ cần thu phục thành nhà Lê, biết tin tức Lê Duy Kỳ, có thể đem bà con người nước này hộ tống trở về nước. Qua viên Tổng đốc lần lượt tấu báo tình hình, luận về việc An Nam, coi như không cần nhiều quân; nhưng Hứa Thế Hanh mang quân tiến trước, đáng sai bắt cho được kẻ ác đứng đầu, vĩnh viễn tuyệt gốc rễ; như vậy một lần mệt nhọc mà vĩnh viễn được yên ổn." (**Thanh Thực Lục, Cao Tông Thực Lục** quyển 1312, trang 25-26)

Nhằm thống nhất chỉ huy đám đông thợ mỏ, Tôn Sĩ Nghị dùng người có uy tín trong tập thể thợ mỏ là Lâm Tế Thanh làm Thống lãnh. Vua Càn Long giao cho Tôn Sĩ Nghị ước lượng tình hình hoặc dùng Phan Khải Đức chỉ huy quân binh 7 châu, cùng thợ mỏ làm nỗ lực chính chiếm thành Thăng Long, Đề đốc Hứa Thế Hanh yểm trợ và hộ tống quyến thuộc nhà Lê về nước; nếu không xong thì quân binh do Hứa Thế Hanh chỉ huy làm nỗ lực chính tiến thẳng:

"***Ngày 12 tháng 9 năm Càn Long thứ 53*** **[10/10/1788]**

Lại dụ: Bọn xưởng dân nhận được hịch dụ của Tôn Sĩ Nghị, lại nghe tin được ban cấp lương thực nên hân hoan tình nguyện đi trước đánh giặc. Viên Tổng đốc lo rằng xưởng dân rời rạc, không có người thống lãnh, còn bọn Nguyễn Huy Túc thì sợ sệt lưỡng lự không dám ra khỏi quan ải; chúng đều thuộc loại thiếu khả năng, nếu ra lệnh đi trước cũng không được ích gì. Hỏi han đám tuỳ tùng thì dưới trướng có tên Lâm Tế Thanh, ở trong tổ chức xưởng dân cả năm, mọi người đều phục, giao chức thống lãnh diệt giặc có thể tận tâm phục vụ. Lâm Tế Thanh nghe tin được bổ nhiệm từ viên Thông phán Trần Tùng nên hết sức cố gắng; lại được viên Tổng đốc cấp ấn tín, thưởng hàm Tri huyện, nếu tương lai công việc thành công sẽ được bổ dụng thực thụ. Lâm Tế Thanh chủ trì mọi việc trong tổ chức xưởng dân đã lâu, nay lại được thưởng hàm Tri huyện; mọi người trong tổ chức này thấy Thiên triều chiếu cố thêm cho y, lại gia ân cấp mũ đỉnh đái (7); nên ai cũng phục tùng, hô ứng càng linh nghiệm, thêm đắc lực trong việc diệt giặc. Đến nay xưởng dân theo Lâm Tế Thanh hăng hái khởi hành, còn Phan Khải Đức đốc suất quân lính của 7 châu cũng được Tôn Sĩ Nghị ra lệnh tiến phát.

Theo ý Trẫm lúc này cho quan binh tiến một đoạn để làm mạnh thanh thế. Vì rằng bọn Phan Khải Đức, cùng với xưởng dân nghe Thiên triều truyền hịch kể tội định đem quân thảo phạt, nên vùng lên hưởng ứng; nếu quân ta án binh bất động, chỉ dùng sức lực của họ mà thôi, thì bọn này sẽ buông tay trông chờ. Nay lại truyền dụ Tôn Sĩ Nghị hãy ước lượng và quan sát tình hình, chiếu theo chiếu chỉ trước ra lệnh Hứa Thế Hanh mang 3000 quân tiến trước; nếu như lúc đó bọn Phan Khải Đức đã đến được thành nhà Lê và biết tin tức về Lê Duy Kỳ; Hứa Thế Hanh có thể hộ tống quyến thuộc nhà Lê về nước. Nếu như thành nhà Lê chưa thu phục được, lại chưa biết tin về Lê Duy Kỳ; bọn Hứa Thế Hanh hãy mang quân tiến trước, chờ đến khi nào công việc xong, sẽ hộ tống quyến thuộc về nước sau. Hiện nay bọn Phan Khải Đức cùng xưởng dân làm nhiệm vụ tiên phong, riêng quan chức châu Bảo Lạc cũng xin chiêu tập hương dõng đánh đuổi những viên nguỵ quan do giặc đặt ra tại các địa phương. Một khi đại binh đến, thế mạnh như bẻ củi mục, sấn theo binh uy, một lần mệt nhọc sẽ được mãi mãi thong thả.” (**Cao Tông Thực Lục** quyển 1312 trang 37-38)

Đoàn quân Thanh xâm lăng do Hứa Thế Hanh chỉ huy, cùng đốc suất bọn Phan Khải Đức chuẩn bị lên đường; bấy giờ viên quan Tây Sơn tên Trần Danh Bính được được điều đến Lạng Sơn ngõ ý xin qui thuận; Vua Càn Long đánh giá đây là cơ hội tốt:

“Ngày 20 tháng 9 năm Càn Long thứ 53 **[18/10/1788]**

Lại dụ: Trần Danh Bính là người được giặc Nguyễn cử đi đánh Lạng Sơn, thấy dọc đường treo hịch văn diệt giặc Nguyễn, trong lòng sinh ra hối hận, sợ sệt; bèn tình nguyện qui thuận Tự tôn và xin mộ thêm nghĩa binh, cùng Phan Khải Đức hiệp đồng khôi phục. Lời của y xuất phát từ lòng thành, cũng không nên quá nghi ngờ lo lắng. Đây là cơ hội tốt, các quan binh nội địa không thể không ra tay hành động. Nay truyền Tôn Sĩ Nghị tuân theo chiếu chỉ trước, ra lệnh Hứa Thế Hanh mang 3000 quân tiến thẳng, đốc suất bọn Phan Khải Đức lần lượt đánh dẹp. Theo ý của viên Đốc không cần dùng đại binh, đã có tính toán như vậy; nhưng không thể hoàn thanh công việc mà không có quan binh ra tay. Căn cứ lời tâu của Tôn Sĩ Nghị trước đây, muốn đích thân đốc suất quân binh ra khỏi quan ải đánh giặc; đã có chỉ dụ nên trú tại quan ải, không thể mang quân đi. Viên Tổng đốc hãy tuân theo chiếu chỉ trước chỉ ra lệnh cho Hứa Thế Hanh mang quân tiến đánh, riêng viên Tổng đốc có thể xuất quân ra khỏi cửa quan làm ra vẻ chuẩn bị tiến mà thôi. Hứa Thế Hanh là người đã từng trận mạc, công việc đánh bắt am tường, chỉ cần ra hiệu lệnh nghiêm minh, răn đe quân lính rằng không phải vì được lệnh đến An Nam đánh giặc rồi cậy công tham lợi, đến chỗ lừa đảo hạch sách dân bản xứ. Nếu mọi việc đều lo liệu ổn thoả, tương lai công việc xong Trẫm sẽ gia thưởng thêm, ngược lại nếu không tuân sẽ bị trị tội nặng. Tôn Sĩ Nghị cần nói với Hứa Thế Hanh cùng hiểu thị rõ ràng cho tất cả các quan binh được phái đi, để mọi người an tâm giữ pháp luật, đừng để cho điều xấu nảy nở." (**Thanh Thực Lục, Cao Tông Thực Lục** quyển 1313, trang 726)

Tại miền Nam vào tháng 7 [20/8-30/8/1788] Nguyễn Vương điều quân tiến đánh Gia Định, sai Nguyễn Văn Trương đốc suất thuỷ binh đóng ở Mỹ Tho để ứng tiếp với bộ binh ở Trấn Định [Định Tường].

Nguyễn Vương tiến đóng ở Ba Giồng [Định Tường], sai Tôn Thất Hội và Võ Tánh đem quân vây Đốc chiến giặc là Lê Văn Minh ở đồn Cầu Ngũ [Ngũ Kiều]; Vương đích thân đôn đốc thuỷ quân giáp đánh, dùng đuốc hoả chiến đốt trại giặc, quân Tây Sơn sợ vỡ chạy, bắt được vô số.

Đặt quan công đường ở dinh Trấn Định, sai Tôn Thất Huy, Phạm Văn Sĩ và Tống Phước Đạm cai quản mọi công việc tướng sĩ binh dân trong hạt. Nguyễn Văn Nghĩa cả phá quân Tây Sơn ở Đồng Nai.

Sai Ngô Công Quý đem phẩm vật đến đảo Phú Quốc dâng quốc mẫu và ban cho các tướng sĩ hộ vệ; triệu Cai cơ Võ Di Nguy đến hành tại.

Ngày Đinh Dậu tháng 8 [7/9/1788], chiếm lại thành Gia Định. Vương từ Ba Giồng tiến quân đến Nghị Giang. Thái bảo Tây Sơn là Phạm Văn Tham dàn quân từ chợ Điều Khiển [Sài Gòn] đến chợ Khung Dung để chống cự. Vương sai Võ Tánh đem quân đi vòng phía nam Đồng Tập Trận [Sài Gòn] thẳng vào Bến Nghé để chặn nẻo sau. Các tướng chia đường đánh giáp lại; quân Tây Sơn vỡ tan. Văn Tham thu lượm ghe thuyền, muốn theo cửa biển Cần Giờ [Gia Định] trốn chạy; Vương bèn sai Lê Văn Quân điều bát quân các đạo đón đánh.

Vương đã chiếm lại được thành Gia Định, cấm quân sĩ không được cướp bóc, bỏ pháp luật hà khắc của Tây Sơn, khuyến khích dân chúng yên ổn làm ăn như cũ. Bấy giờ nhân dân tranh nhau đem dâng tiền, thóc, đồ đồng, gỗ ván để giúp quân nhu; Vương khen là chuộng nghĩa, đều cho miễn thuế dịch.

Đặt quan công đường ở hai dinh Phiên Trấn [Gia Định] và Trấn Biên [Biên Hoà], lấy Ký lục Vĩnh Trấn là Phạm Văn Thận làm Cai bạ Phiên Trấn, Nguyễn Doãn Thống làm Ký lục; Lưu thủ Đoàn Văn Khoa làm Lưu thủ Trấn Biên, Tham mưu Trương Đức Khoa làm Ký lục.

Đặt thự công đồng, làm nơi các quan văn võ hội nghị. Lệnh Vương truyền và sai phái đều xưng là công đồng, ấn khắc bốn chữ **Thiêm ngôn doãn hiệp** có nghĩa là góp ý kiến hợp theo lẽ phải; ý khuyên chung sức làm việc, tránh độc đoán.

Trước là khi Vương đến Hồi Oa [Vĩnh Long], dân sở tại xin quy phụ rất nhiều, cứ số hiện có lấy một nửa làm hương binh cho đánh giặc; đến nay thương vì nhọc mệt nên cho về.

Trước kia khi Vương phải bước bôn ba, nhiều quân cấm vệ và thuỷ quân cũ nhân loạn theo Tây Sơn, đến đây quân địch thua, lại xin đầu quân. Vương ghét, sai truyền dụ cho Thiếu phó Tôn Thất Huy rằng: “*Bọn này đều là thân binh của ta, bình nhật ta đãi không phải là bạc, thực là nuôi nghìn ngày dùng một ngày, cốt để chống ngoài giữ trong, không bì với đám quân khác. Trước đây gặp lúc loạn ly, hoặc có kẻ bị thế giặc ép buộc, không theo không được. Từ khi ta về Hồi*

Oa kẻ nào biết ra lập công chuộc tội thì tình còn nên tha; còn kẻ nào lừng khừng đã lâu, ngồi xem thua được, đến khi ta tiến đóng Bát Tiên [Vĩnh Long], *quân giặc thua chạy rồi mới đầu quân vào các chi hiệu, thì không kể là đã làm Thống binh, Tổng nhung, Cai cơ, Cai đội, cho đến hàng quân sĩ, khanh nên nã bắt hết thảy để trị tội, không khoan túng chút nào".*

Ra lệnh cho các tổng xã thôn phường, phàm có dân lậu ngụ cư và binh lính Tây Sơn trốn về thì đều đăng hết vào sổ hộ, kẻ không có tư sản thì cho làm hạng cùng cố, cho miễn thị nạp [thuế phụ thu], duy dao dịch [dân công] thì chịu như dân; Riêng người Hoa mới hay cũ thì đều do phủ làm sổ riêng để nộp.

Lấy Cai đội Nguyễn Văn Thành làm Khâm sai tổng nhung cai cơ hiệu uý tiền chi dinh Trung quân. Thành, người xã Bác Vọng, huyện Triệu Phong [Quảng Trị], là người trì trọng nhiều mưu lược, khi nhỏ thường theo cha là Cai đội Nguyễn Văn Hiền đi đánh giặc, năm Ất Mùi [1775] Hiền chết trận, Duệ Tông vời Thành trao cho chức Cai đội. Từ khi Sài Gòn thất thủ, Thành lẩn ở trong dân gian; mùa thu năm Giáp Thìn [1784] xa giá Vương từ Xiêm về, lại theo đi đánh dẹp, đến đây mới trao cho chức ấy.

Sai bọn Nội viên Trịnh Tân Tài và Chu Văn Quan đi Hạ Châu [Singapore] tìm mua súng đạn, và lưu hoàng, diêm tiêu để dùng vào việc binh.

Định lệ lương tháng, áo quần và tiền phụ dưỡng cho các đội thuyền quân cấm vệ túc trực và ban trực và các vệ nội thuỷ, mỗi người mỗi tháng cấp gạo 1 phương, tiền 1 quan, một năm cấp quần áo hai lần, cấp riêng cho một người dân nội tịch, mỗi năm thu tiền miễn dịch 40 quan để làm lộc thường, lại cho một người dân ngoại tịch để sai khiến.

Đổi cửa biển Cần Giờ thuộc Trấn Biên cho thuộc về Phiên Trấn; lấy Khâm sai thuộc nội cai đội Phan Văn Đồng làm Thủ ngự đánh thuế cảng các thuyền buôn.

Thái bảo Tây Sơn Phạm Văn Tham thua tại Sài Gòn muốn chạy ra Cần Giờ bị quân Nguyễn vương chặn đường, phải lui giữ Hàm Luông [Bến Tre]; được Ốc Nha Ốc người Chân Lạp, theo Tây Sơn giữ các xứ Trà Vinh và Mân Thít [Vĩnh Long] giúp đỡ. Vương tự cầm các quân thuỷ bộ đi đánh, sai người đến lấy lẽ thuận nghịch chỉ bảo hoạ phúc, nhưng Tham không chịu hàng, đắp thành đất ở hai bên bờ sông Ba Xắc [Sóc Trăng], bày chiến thuyền liều giữ. Vương bảo các tướng rằng: "*Tham giữ Ba Xắc là ý muốn chờ gió vượt biển để chạy về Quy Nhơn. Nhưng không nên để cho giặc lọt lưới mà để mối lo về sau*". Bèn chia quân đóng đồn ở các cửa biển triệt đường chạy của giặc.

Đặt đài hiệu lửa ở các trấn Cần Giờ, Đồng Tranh, Vũng Tàu; sai Nguyễn Văn Trương đem thuỷ quân đi tuần các cửa biển.

Sai bọn Bảo hộ Nguyễn Văn Nhân và Cai đội Tống Phước Châu sang Xiêm báo tin thắng trận. Vào tháng 9 [29/9-28/10/1788] đến đảo Phú Quốc đón quốc mẫu và cung quyến về Gia Định.

Chú thích:

1. Con trưởng tức Thái tử Lê Duy Vĩ, cha Vua Lê Chiêu Thống, bị Trịnh Sâm giết.

2. Nhu viễn: điển từ **Kinh Thư**, **Thuấn Điển** "*Nhu viễn*

năng nhĩ" ý nói mềm dẻo nơi xa, để yên nơi gần.

3. Giang Triều Anh: người tỉnh Quảng Đông, cầm đầu xưởng dân tức dân khai mỏ.

4. Phan Khải Đức người xã An Ấp, huyện Hương Sơn (nay thuộc tỉnh Hà Tĩnh); là Trấn thủ đất Lạng Sơn của nhà Tây Sơn, đã đầu hàng nhà Thanh.

5. Phù nghiệm: phù là cái thẻ làm bằng tre, viết chữ vào rồi chẻ làm hai, giao cho chư hầu ở xa một nửa như là vật làm tin. Khi cần kiểm lại thì ráp hai phần lại với nhau xem có ăn khớp không gọi là phù nghiệm.

6. Phú Cương: Tổng đốc Vân Nam và Quí Châu, gốc dân Mãn Châu.

7. Mũ đỉnh đái: mũ ban cho người có công dưới thời nhà Thanh.

159. Vua Lê Chiêu Thống [1787-1789] (4)

Vào tháng trước, Vua Càn Long có ý định dùng Đề đốc Hứa Thế Hanh đôn đốc bọn Phan Khải Đức và phu mỏ tiến chiếm thành Thăng Long, Tổng đốc Tôn Sĩ Nghị đóng tại quan ải yểm trợ. Nay thay đổi, chấp nhận Tôn sĩ Nghị đảm nhận trọng trách, đích thân chỉ huy quan quân đánh dẹp:

"***Ngày 3 tháng 10 năm Càn Long thứ 53*** [31/10/1788]

..... Tôn Sĩ Nghị cho rằng dùng quan binh tại quan ải cùng lực lượng đồn trú tại biên giới, truyền ngôn bán chính thức rằng họ Lê đài thọ phí tổn tiền lương để nhờ quan quân hộ tống quyến thuộc Tự tôn về nước; không bằng phất cờ gióng trống, xuất quân tiến thảo, phá tan sào huyệt bắt những tên đầu sỏ; cách nhìn này rất đúng.

Tôn Sĩ Nghị trong bụng đầy chữ nghĩa, đảm nhận trọng trách, tự xin xuất quan dẹp giặc, thì việc này nên giao cho viên Tổng đốc một tay lo liệu, để việc hô ứng thêm linh nghiệm, thành công được mau chóng. Xứ này hiện có Phan Khải Đức tụ tập dân chúng mưu đồ khôi phục; còn Trần Danh Bính là người được cử đi đánh Lạng Sơn cũng sợ xin đầu thuận; lại theo lời Phú Cương [Tổng đốc Vân Nam và Quí Châu] *tâu Thổ mục hai xứ Đô Long* (1) *và Bảo Thắng* [huyện Bảo Thắng, Lao Kai] *hiện tụ tập binh lương hiệp đồng đánh giặc;*

xem thế có thể thấy lòng người vẫn hướng về nhà Lê. Nay thấy Tổng đốc đích thân đem binh tiến đánh, thanh thế mạnh mẽ, tự họ sẽ hăng hái vươn lên, hiệp đồng với quan binh tiến thẳng tới thành nhà Lê, công việc liệu tính dễ dàng; chỉ còn trông chờ tin chiến thắng tới." **(Thanh Thực Lục, Cao Tông Thực Lục** quyển 1314, trang 56)

Tôn Sĩ Nghị tâu sẽ xuất quân vào trung tuần tháng mười, Vua Càn Long vui vẻ chấp thuận, cho rằng hợp với thời tiết. Nhân dịp nhà Vua trù tính nhất cử lưỡng tiện; tương lai có mặt Tôn Sĩ Nghị tại thành Thăng Long, Sĩ Nghị là đại quan, có thể sách phong cho Vua Lê Chiêu Thống, tránh khỏi việc Sứ thần phải mất công qua lại, thủ tục rờm rà:

"*Ngày 12 tháng 10 năm Càn Long thứ 53* [9/11/1788].

Dụ: Theo lời tâu của Sĩ Nghị tự hối về việc truyền hịch và xuất quân chậm trễ; xét ra sự chậm trễ này là do hoàn cảnh khách quan, chứ không phải là không muốn nhanh. Vùng phụ cận biên giới mùa thu này mưa quá nhiều, đường sá không khỏi bị cản trở; nếu điều động quan quân ra khỏi quan ải sớm, cũng không thể tiếp tục tiến để chinh phạt được. Hiện nay trung tuần tháng mười, xứ đó trời quang mây tạnh đã lâu, nhân cơ hội này quan quân tiến gấp, thật hợp thời cơ....

Còn về viên tự tôn Lê Duy Kỳ, tuy có sai người đưa tin, nhưng theo lời bọn Nguyễn Thời Kiệt thì viên này hiện trú tại nhà dân tại xã Xuân Lan [huyện Lương Tài. Bắc Ninh], *tuỳ tùng chỉ có ba người; xét ra Lê Duy Kỳ thuộc loại người không có khả năng. Tương lai Tôn Sĩ Nghị mang quân rời quan ải, tiến thẳng tới thành nhà Lê, rồi đợi cho viên tự tôn này làm thủ tục cầu phong (2); chi bằng sau khi chiếm được thành, bèn truyền chỉ phong Lê Duy Kỳ làm An Nam Quốc vương, khiến cho y được phục quốc sớm. Nay giao cho Nội Các soạn sắc văn, ra lệnh bộ Lễ đúc ấn; công việc hoàn tất kíp gửi ra ngoài. Tôn sĩ Nghị sau khi đến thành nhà Lê, truyền chỉ dụ cho con cháu nhà Lê biết rằng: 'Thiên triều thống lãnh đại binh để giúp phục quốc, hiện tại đã chiếm lại được Lê thành, con cháu nhà Lê cần làm lễ cầu phong. Nhưng nghĩ rằng nước ngươi sau cơn binh hoả; nếu như theo lệ thường tấu thỉnh phong, phải sai bồi thần nạp cống; tình trạng các ngươi như con bệnh bị mụn nhọt mới phục hồi, thực khó lo liệu chu toàn. Chi bằng nhân lúc này, làm lễ sách phong phục quốc, giảm bỏ việc dâng biểu nạp cống. Hơn nữa việc Thiên sứ sách phong, phẩm hàm thấp; không bằng Tổng đốc của Thiên triều mang quân chinh phục quốc đô, rồi phong tước hiệu, uy danh càng lớn, đủ để trấn phục nhân tâm, kêu gọi bọn phản nghịch trở về.' Lời dụ cặn kẽ rõ ràng nói lên sự khoan tuất của triều đình, con cháu nhà Lê sẽ hết sức cảm khích, vĩnh viễn qui thuận. Còn như ấn tín xưa truyền đi đã bị Nguyễn Huệ cướp mất, nay đúc ấn mới; nếu như sau này tìm được ấn cũ, thì nó cũng là vật bất tường (5) không nên dùng, hãy mang về kinh cho tiêu huỷ."* (**Thanh Thực Lục, Cao Tông Thực Lục**, quyển 1314, trang 34-38)

Thông thường quân số cần phải bảo mật, nói đúng thực số sợ xôn xao dư luận, nhưng Vua Càn Long trong văn bản dưới tuyên bố số quân đã điều là 1 vạn, thì quả là vô lý.

Chỉ căn cứ vào tư liệu trong bộ **Thanh Thực Lục** này, thì một vạn quân cũng không đúng, vì không kể đến:

- Đạo quân Vân Nam, khai là 5000, nhưng căn cứ vào lương thực mang đi cho 3 tháng, là 2 vạn 4 ngàn thạch lương, mỗi thạch tương đương 60kg, mỗi người lính mỗi tháng ăn khoảng 20 kg, có thể suy ra quân số 2 vạn 4 ngàn tên: 24000.60:3:20kg. = 24000 tên.

- Cũng căn cứ vào lương thực có thể suy ra quân số; phu mỏ có võ trang được ban phát 3 vạn thạch lương, thì cũng cần 6 vạn người mới khiêng vác nỗi số lượng này 30000.60: 30kg. = 60000 tên.

- Đạo quân do Sầm Nghi Đống chỉ huy, được Càn Long xác nhận trong đạo dụ ngày 1 tháng 3 năm Càn Long thứ 54 [27/3/1789] rằng không biết đạo quân này có bao nhiêu người.

Với những chứng liệu đã đề cập, thì con số mà sử Việt Nam nêu lên rằng tổng số quân Thanh gồm cả dân phu là 29 vạn người, hợp với sự thực:

"***Ngày 13 tháng 10 năm Càn Long thứ 53*** [10/11/1788].

Theo lời tâu: Tôn Vĩnh Thanh đã ban hịch tại Tầm Châu, Ngô Châu, Liễu Châu vùng phụ cận phủ Thái Bình; cùng vận chuyển 3 vạn thạch (3) gạo đến các vùng Ninh Minh, Thái Bình, Long Châu để tồn trữ, chờ ngày ban cấp. Lại gặp Tổng đốc Tôn sĩ Nghị bàn bạc thêm, định thưởng ba bốn vạn thạch cho xưởng dân trong trại, số này sẽ tiếp tục chuyển đến. Trước đây truyền hịch trong nước số quân điều động chỉ có 4 ngàn, lại chưa tâu rõ sau khi ra khỏi quan ải sẽ liệu lý như thế nào. Hiện tại Tôn Sĩ Nghị tiếp tục điều động thêm 5 ngàn lính Quảng Đông, 1 ngàn lính Quảng Tây; dùng 8 ngàn tên đánh thành nhà Lê, 2 ngàn đồn trú tại Lạng Sơn, cộng số quân đã điều là 1 vạn, quân số tăng lên gấp bội. Hiện nay viên Đốc mang quân xuất quan, thanh thế mạnh mẽ, công việc sẽ không khó để đạt được thành công đúng hẹn. Nhưng lính đi, lương phải vận chuyển kèm theo, mọi việc do Tôn sĩ Nghị và

Tôn Vĩnh Thanh bàn bạc lo liệu cho kỹ.

.... Nếu sau khi ra khỏi quan ải, tiến thẳng đến thành nhà Lê; tiếng trống thúc quân dấy lên, bắt sống được Nguyễn Huệ, thì đó là điều hay nhất. Nếu lần lữa ngày tháng, số lương thực mang đi không đủ, tại xứ đó lại khó thu mua, tất phải cần phương tiện vận chuyển từ trong nội địa. Vận chuyển như thế nào, dọc đường lập đài xây trạm ra sao, các viên Tổng đốc, Tuần phủ đã tính đến chưa, tại sao chưa tâu trình rõ ràng? Nay truyền Tôn Sĩ Nghị, Tôn Vĩnh Thanh sau khi đem quân ra khỏi quan ải, vấn đề lương thực trù biện như thế nào, phải cấp tốc tấu rõ ràng." (**Thanh Thực Lục, Cao Tông Thực Lục**, quyển 1314, trang 40-41)

Ngoài việc điều động cánh quân của Tôn Sĩ Nghị xuất phát từ tỉnh Quảng Tây; nhân vùng biên giới phía tây bắc các thổ mục như Nguyễn Đình Mai, Hoàng Văn Đồng chống lại Tây Sơn; Vua Thanh bèn phái phái Đề đốc Ô Đại Kinh tại Vân Nam mang quân ra khỏi quan ải, đôn đốc các thổ mục đồng long đánh dẹp. Lại dùng sách lược "cây gậy" và "củ cà rốt"; phía Tổng đốc Tôn Sĩ Nghị làm "cây gậy" đánh mạnh quyết không tha; riêng Ô Đại Kinh đóng vai "củ cà rốt" dụ dỗ Tây Sơn đầu hàng:

***"Ngày 14 Nhâm Dần tháng 10 năm Càn Long thứ 53* [11/11/1788]**

..... Hiện nay đã đến trung tuần tháng 10, số quân lính Tôn sĩ Nghị mới điều, chắc đang lục tục tề tựu, mà những lời tâu của viên Đốc đều hợp thời cơ; gần ngày mang quân ra khỏi quan ải, mong tin chiến thắng mau tới, Tôn Sĩ Nghị hãy gắng lên, đạt thành công mau để đón nhận ơn mưa móc. Còn Nguyễn Đình Mai (4) tình nguyện hội họp các Thổ mục vùng

phụ cận, tụ tập binh lính đánh chiếm vùng Tuyên Quang, Hưng Hoá; không những chia lực lượng của giặc, mà lại còn làm thế thanh viện từ xa cho cánh quân Quảng Tây. Phú Cương [Tổng đốc Vân Quí] đã cấp ấn dụ để cổ suý, lại sai Hoàng Văn Đồng (5) đi đánh bắt các cơ sở giặc trong vùng. Lo liệu như vậy là phải, tuy nhiên Vân Nam và Quảng Tây đều tiếp giáp An Nam, trước đây đã ra lệnh cho hai tỉnh phái thêm binh lính tăng cường các quan ải để làm mạnh thanh thế; nay con đường từ Quảng Tây đã có Tôn Sĩ Nghị mang quân tiến thẳng, còn con đường Vân Nam nếu chỉ sai các Thổ mục ra sức đánh giặc, thì bọn này thấy quân trong nước án binh bất động không có chỗ nương dựa, nên không khỏi có tâm tính trông chờ, như bọn Phan Khải Đức trước kia vậy. Bởi vậy lộ Vân Nam cũng không thể không tiến binh. Nhưng xét về mặt quân sự Phú Cương không có kinh nghiệm bằng Ô Đại Kinh; nên viên Tổng đốc này chỉ nên đóng tại vùng biên giới ra tay đàn áp, kiểm tra, lo liệu và tiếp tế lương thực, nhận được tin tức từ An Nam thì kịp thời tâu trình. Nay phái Đề đốc Ô Đại Kinh mang 3 ngàn quân xuất quan tiền tiến, lại cổ võ các thổ mục đồng lòng dẹp giặc. Nếu có thể tiến xa vào sâu, kết hợp được với đạo quân của Tôn sĩ Nghị thì đó là điều hay nhất; nếu đường sá xa xôi không thể kết hợp được, thì cũng làm được thế ỷ dốc (6) khiên chế, khiến tiền quân và hậu quân của giặc không rảnh yểm trợ cho nhau, đánh bắt chúng dễ hơn. Ô Đại Kinh hãy truyền hịch cho bọn Nguyễn Huệ rằng Tôn Tổng đốc hiện thống suất đại binh tiến đánh, bắt được sẽ không tha mạng; nếu đến đầu hàng với bản Đề đốc, bó thân qui thuận, sẽ làm lời tấu thay để xin tha. Lúc này Tôn Sĩ Nghị chuyên tâm về việc đánh mạnh, hết sức nghiêm cách, khiến bọn Nguyễn Huệ thế cùng lực tận không còn đường sinh lộ, lại tiếp được hịch dụ của Ô Đại Kinh, tất nhiên sẽ đến qui hàng, điều này có thể lý giải được. (**Thanh Thực Lục, Cao Tông Thực Lục** quyển 1314, trang 45-47)

Ngoài việc điều động hai đạo quân từ Quảng Tây và Vân Nam; Vua Càn Long cho soạn sẵn văn sách ban phong, chờ khi đến thành Thăng Long. Tôn Sĩ Nghị sẽ chủ trì lễ sách phong cho Vua Lê Chiêu Thống. Trong sách phong với lời đường mật hoa mỹ như "*niệm tổ tông ngươi với dư đồ mười ba đạo, nhưng Thiên triều không mong lợi về đất đai. Dùng chính sách "nhu viễn" không thích bành trướng bên ngoài*". Nhưng thực chất việc xâm lăng An Nam được Càn Long hãnh diện ghi trong "**Thập toàn vũ công** 十全武功" và Càn Long mệnh danh là "**Thập toàn lão nhân** 十全老人":

"***Ngày 28 tháng 10 năm Càn Long thứ 53* [25/11/1788].**

Dụ quân cơ Đại thần: Tôn Sĩ Nghị tâu mọi việc trù hoạch đều ổn thoả, nhân tâm nước này còn nhớ triều xưa, Lê Duy Kỳ đi đến đâu cũng được dân chúng ra sức bảo hộ; đại binh tới chắc sẽ có nhiều kẻ tình nguyện làm nội ứng, công việc sẽ thành công đúng hẹn không mấy khó khăn. Còn về ấn tín của Quốc vương thì Trẫm đã từng ra chỉ dụ nếu đợi con cháu nhà Lê sai Bồi thần xin thỉnh phong, chi bằng sau khi chiếm được thành nhà Lê sẽ truyền chỉ sắc phong ngay cho Lê Duy Kỳ để sớm phục quốc. Hơn nữa nếu theo lệ Thiên sứ sang sách phong, thì phẩm hàm thấp, nay Tôn Sĩ Nghị giữ chức Tổng đốc, mang quân thu phục thành nhà Lê, ban chỉ dụ sách phong, việc làm long trọng đủ để trấn phục nhân tâm. Chắc viên Đốc chưa nhận được chỉ dụ trước nên mới tâu trình như vậy; hiện Trẫm đã sức các nha môn tức tốc đúc ấn, soạn sách văn; rồi cho phát vãng, viên Đốc sẽ nhận được sau đó. Sách văn như sau:

"Trẫm phủ ngự trong ngoài, yên ổn chốn xa gần. Nghĩa không gì lớn bằng dẹp loạn để trị, cứu nguy thành an; đạo không gì thịnh bằng phục hưng họ bị diệt, nối dòng bị đứt. Họ này sớm nhận triều mệnh, đời đời được sắc phong; nay gặp lúc đất nước lắm nỗi khó khăn, con dân không trung thuận. Nên phải dẹp bọn giặc cỏ, cứu vớt kẻ ngả nghiêng; trở về với lễ nhạc quan chiêm, xứng với chức phiên bang làm phên dậu.

Ngươi tự tôn nước An Nam Lê Duy Kỳ, được tắm gội phong hoá, nối dõi kế thừa. Ngày nội tổ [Vua Lê Hiển Tông] *ngươi trút hơi thở cuối cùng, cũng chính là lúc giặc Nguyễn* [Tây Sơn] *gây loạn, rồi mối hoạ phát tự trong cung, khiến mất cả phù ấn. Thân côi trốn tránh, rời nhà lưu ly, bỏ cả cố đô, nương nhờ thượng quốc. Nghĩ đến trăm năm mươi năm triều cống, niệm tổ tông ngươi với dư đồ mười ba đạo, nhưng Thiên triều không mong lợi về đất đai. Dùng chính sách "nhu viễn"* (7) *không thích bành trướng bên ngoài; dẹp yên giặc nhưng không muốn đóng lâu, thể theo lời cảnh tỉnh. Nhằm giúp các ngươi yên cửa nhà, họ hàng đoàn tụ, cùng khuyến khích thần dân diệt kẻ thù chung. Đặc sai viên đại lại thân chinh, cầm vương sư tiến đánh, mới nghe danh giặc đà khiếp vía, tên đầu sỏ bôn đào; nội nạn được yên, dân tình thêm phụ. Thoát khỏi cảnh lưu ly khốn khổ, là nhờ ơn cốt nhục tử sinh, cựu lệ nếp xưa, vận hội mới càng thêm rực rỡ. Nay phong ngươi chức An Nam Quốc vương, ban cho ấn mới.*

Vương hãy thận trọng tu sửa kỷ cương, thừa phụng uy linh, tập hợp nhân dân, giữ gìn cương vực. Chớ hoang chơi mà bỏ việc, đừng cầu an để bại danh; đội ơn Thiên triều lòng nhân tái tạo, càng tăng phúc cho vận nước trùng hưng.

Khâm thử, Trẫm mệnh vĩnh viễn không thay thế!" (**Thanh Thực Lục, Cao Tông Thực Lục** quyển 1315, trang 27-28)

Bấy giờ viên Tổng đốc Vân Quí Phú Cương muốn lập công, tìm cách chiêu hàng quân Tây Sơn; Vua Càn Long biết khả năng viên này hạn chế, nên chỉ chấp nhận làm như vậy thôi, không muốn y dấn thân thêm, làm lỡ việc:

"Ngày 30 tháng 10 năm Càn Long thứ 53 **[27/11/1788].**

Tổng đốc Vân Nam và Quí Châu Phú Cương tâu rằng tên đầu đảng nghịch tại An Nam là Nguyễn Huệ chạy về sào huyệt cũ, bị quân Lưỡng Quảng đánh đuổi, tương lai cùng quẫn không có đường lui, thế tất phải gõ cửa quan xin tha mạng. Nghe rằng tên giặc trốn tại Phú Xuân [Huế], *phía nam thành nhà Lê. Hiện tại đại binh từ vùng Cao Bằng, Lạng Sơn tiến đánh; như vậy phía đông bắc đã bị quan binh ngăn cản. Phía tây bắc nước này tiếp giáp với nước Nam Chưởng, Nam Chưởng lại tiếp giáp với phủ Phổ Nhĩ, tỉnh Vân Nam, nên đã ra chỉ thị mật cho Trấn đạo Phổ Nhĩ đưa người thám thính, nếu tên nghịch chạy về phía đó thì tìm cách chiêu hàng; ngoài ra còn cho các Trấn tướng mang quân tuần tra biên giới một cách nghiêm nhặt.*

Chiếu chỉ phê: tốt; khả năng ngươi chỉ nên làm như vậy thôi, đừng tham công rồi sự việc rối ren, nẩy sinh ra cành lá!" (**Thanh Thực Lục, Cao Tông Thực Lục** quyển 1315, trang 32)

Quả thực Tổng đốc Phú Cương lắm tham vọng, y xin cùng với Ô Đại Kinh mang quân xuất quan để tranh giành ảnh hưởng với Tôn Sĩ Nghị, nhưng bị Vua Càn Long bác. Ý nhà Vua muốn hai đạo quân Quảng Tây, Vân Nam giữ thế ỷ dốc yểm trợ lẫn nhau:

"*Ngày 15 tháng Một năm Càn Long thứ 53* [12/12/1788].

Phép hành quân, đề phòng bị đánh bất ngờ phía sau là điều hết sức quan trọng. Theo lời tâu của Phú Cương xin đem 5000 quân mới đủ dùng, xét điều xin chuẩn cho mang 5000 quân xuất quan; còn việc xin cùng với Ô Đại Kinh mang quân xuất quan thì không chấp thuận. Có lẽ Phú Cương nghĩ rằng y và Tôn Sĩ Nghị đều là Tổng đốc, Phú Cương lại là người Mãn Châu; thấy Sĩ Nghị mang quân xuất quan, y cũng tấu xin được làm như vậy. Phú Cương không biết rằng nếu tài y có thể đảm đương trọng trách một cách thoả đáng, y lại là Tổng đốc người Mãn Châu, Trẫm đã sớm mang công việc này giao cho y rồi! Theo Trẫm thấy Phú Cương lo tính công việc hàng ngày không bằng Tôn Sĩ Nghị, bởi vậy việc đánh dẹp tại An Nam Trẫm giao cho Tôn Sĩ Nghị cáng đáng. Huống đạo hành quân quyền lực quí ở chỗ chuyên nhất; Ô Đại Kinh với chức Đề đốc cầm quân, dễ dàng cho Tôn Sĩ Nghị tiết chế; nếu Phú Cương đi, hai bên đều là Tổng đốc, không tiện cho Tôn Sĩ Nghị chỉ huy; đi đến chỗ quyền lực không qui vào một mối; rồi công việc đến, hai bên nhìn nhau không ai chịu dưới quyền! Việc binh hết sức quan trọng, nay Trẫm giao cho Tôn sĩ Nghị một tay kinh lý; thành công được đặc biệt gia thưởng, nếu điều hành không ổn thoả thì một mình Tôn Sĩ Nghị chịu trách nhiệm. Phú Cương hãy tuân theo chiếu chỉ trước, với phần vụ đàn áp kiểm tra tại vùng biên giới, lo liệu và chuyển vận lương thực, nhận được tin tức về nước này, hãy kịp thời tâu trình. Số quân điều đi 5000 tên giao cho Ô Đại Kinh chỉ huy, chịu dưới quyền điều độ tiết chế của Tôn Sĩ Nghị để đánh dẹp tại An Nam. Từ nay dùng quân Quảng Tây làm chính binh [lực lượng chính], *quân Vân Nam làm thiên binh* [lực lượng phụ], *hai bên giữ thế ỷ dốc. Ô Đại Kinh sau khi xuất quan có thể đốc suất Thổ mục chiếm các tỉnh Tuyên Quang, Hưng Hoá, rồi hội với quân Quảng Tây thì rất tốt; nếu không làm được như vậy, thì cũng duy trì thế thanh viện đằng xa, để chia thực lực của giặc. Không nên tiến quá sâu, nghe tình hình quân Tôn Sĩ Nghị để tiến hoặc dừng đúng lúc. Theo Tôn Vĩnh Thanh tâu, Tôn Sĩ Nghị mang quân xuất quan vào ngày 28 tháng 10* [25/11/1788], *trời quang mây tạnh, đội ngũ chỉnh tề, đó là điềm tốt báo sự thành công, chỉ đợi tin chiến thắng mau tới.*" (**Thanh Thực Lục, Cao Tông Thực Lục** quyển 1316, trang 27-29)

Quân Thanh rời ải Nam Quan vào ngày 28 tháng 10 [25/11/1788], đến ải Chi Lăng vào ngày 7 tháng một [4/12/1788]; giữa giai đoạn này có một sự kiện xảy ra, đó là việc phía Tây Sơn sai viên Thông sự đem trả vài quan quân nhà Thanh bị tai nạn trên biển, trong đó có viên võ quan cấp thấp là Bả tổng Hứa Xương Nghĩa. Thời gian Vua Càn Long nhận tin này vào ngày 24 tháng một, thông thường lính chạy trạm theo lối hoả tốc về kinh mất khoảng 22 ngày, như vậy sự việc xảy ra có thể vào ngày 2 tháng một năm Càn Long thứ 53 [29/11/1788], địa điểm ước tính tại thành Lạng Sơn, hoặc vùng phụ cận. Qua sự kiện Tây Sơn ung dung trả người bị nạn, và tin tức mới nhận về Trần Danh Bính chỉ trá hàng, khiến Vua Càn Long biết rằng việc An Nam không đơn giản; đóng quân lâu tại đó chắc phải sa lầy; do đó trong lòng sinh do dự, muốn thay đổi chính sách, trù tính đến giải pháp rút lui khi thời cơ không thuận lợi:

"***Ngày 24 tháng Một năm Càn Long thứ 53*** **[21/12/1788].**

Hành quân phải luôn luôn lưu ý ở mặt sau, đó là điều hết sức quan trọng. Theo Phan Khải Đức tâu rằng viên quan tại xứ Bắc [Kinh Bắc] *tên là Trần Danh Bính ngầm xin hàng, nay lại liên lạc với nguỵ quan Ngô Sở* [Ngô Văn Sở] *tiếp tục theo giặc, đóng đồn cố thủ. Bọn man di phản phúc thực đáng hận. Tuy nhiên duyệt qua bản đồ tiến quân, thì đại binh vẫn chưa đi qua xứ Bắc. Tương lai tiến đến nơi, nếu tên Trần Danh Bính mang quân ra kháng cự, quân ta quyết xông lên phấn kích bắt sống tên này chém đầu. Nếu sau khi tiến quân, Danh Bính lại ra xin hàng thì phải đề phòng bắt chém ngay. Bọn giặc nguỵ trá nhiều cách, thường đột kích phía sau, Tôn Sĩ Nghị phải kịp thời lưu tâm đừng để sơ hở.*

Còn việc số quân Tôn Sĩ Nghị mang đi, ngoại trừ lực lượng đóng đồn phòng thủ dọc đường, còn lại khoảng ngàn mấy trăm người, xét ra có phần đơn lẻ thiếu hụt; hãy đợi quan binh tới đầy đủ rồi tiến một lượt. Đạo quân Quảng Đông nội trong một hai ngày sẽ tới đầy đủ, lại giáng chỉ thúc giục Ô Đại Kinh từ Khai Hoá [Vân Nam] *cấp tốc hội tiễu. Nếu Nguyễn Huệ hiện ở tại thành nhà Lê tức nằm trong lồng của ta rồi! Tôn Sĩ Nghị và Ô Đại Kinh hai mặt giáp công, bắt sống thủ phạm là việc gọn nhất.*

Nguyễn Huệ cho người đưa dân bị gió bão trôi dạt trở về, Bả tổng (8) Hứa Xương Nghĩa tâu bọn chúng nguỵ xưng rằng Lê Duy Cẩn là con của cố Quốc vương Lê Duy Diêu, theo thứ tự đáng lập; Lê Duy Kỳ [vua Lê Chiêu Thống] *không biết hiện nay ở đâu, xin đem quyến thuộc y về nước và cầu xin Thiên triều bãi binh. Tôn Sĩ Nghị đem việc này hỏi viên Bồi thần Lê Quýnh được biết Duy Cẩn là người si ngốc nên bọn Nguyễn Huệ dễ bề lừa dối, bèn lấy danh nghĩa y gọi quyến thuộc Lê Duy Kỳ trở về để giết hại. Tôn Sĩ Nghị quở mắng tên Thông sự (9) rất nặng nề, danh chính nghĩa trực, đủ cho bọn tặc phỉ sợ hãi vỡ mật, đối xử như vậy rất hợp cách.*

Duy Hứa Xương Nghĩa cho biết tại sông Phú Lương địch

tạo thuyền lớn có gắn nhiều mái chèo hai bên, đặt hai ba chục cổ pháo. Đây là do bọn Nguyễn Huệ bày mưu mượn lời những người trở về để khoe khoang thực lực, ý đồ dùng kế hoãn binh. Tin này không tiện tuyên bố cho mọi người, vì phép hành quân cần tinh thần cao, sợ quân ta không xét hư thực tinh thần suy sụp, sao Tôn Sĩ Nghị không nghĩ tới việc này? Từ nay trở về sau nếu có tin tương tự về giặc phỉ, được xếp vào loại tối mật, không tuyên bố cho công chúng, những kẻ đưa tin phải giữ riêng, không để những lời thất thiệt làm mê hoặc lòng người.

Về việc nội loạn tại An Nam, nhân nước này thần phục Thiên triều đã lâu, hết sức cung thuận, nên không thể không can thiệp. Nguyễn Huệ là tên Thổ tù cậy mạnh chiếm đoạt, Lê Duy Kỳ lại không tự phấn chấn được, nên Tôn Sĩ Nghị xin mang quân xuất quan dẹp giặc. Duyệt các lời tâu cũng đều nhất trí nên gánh vác công việc diệt Nguyễn phù Lê, ý kiến rất chính đáng; nhưng phương thức lo liệu vẫn còn lo có sự khó khăn, mà công việc trù hoạch đòi hỏi sự vẹn toàn. Lần này nếu có thể phá sào huyệt, bắt đầu sỏ, tóm trọn Nguyễn Huệ cùng toàn bộ bè đảng, tảo thanh hậu hoạn cho nước này, đó là điều đẹp nhất. Chỉ lo bọn Nguyễn Huệ biết tội của chúng không thể tha được, thấy đại binh hùng mạnh bèn trốn tránh nơi xa xôi, cần tốn thời gian mới bắt được; mà đất An Nam đầy chướng khí, không đáng để Trung Quốc đem tiền lương binh lực, đóng nơi nóng bức hoang dã để phòng giặc cho thuộc quốc! Tôn Sĩ Nghị nên đợi thu phục thành nhà Lê xong, tuân theo chỉ dụ sắc phong cho Lê Duy Kỳ, bảo phải cố gắng tự cường, chọn các Thổ mục tin cậy cho giữ các ải quan trọng, ra lệnh cho các quan Trấn Mục đồng lòng cố thủ, vạch phương lược chống cự. Tôn Sĩ Nghị có thể triệt binh về nội địa, không nên đóng tại An Nam lâu. Nói tóm lại viên Tổng đốc mang quân đi lần này bắt sống được bọn Nguyễn Huệ đó là thượng sách; nếu không thì sau khi lấy được thành nhà Lê, khiến Lê Duy Kỳ thu phục được đất đai, không làm sai cái ý muốn "vỗ về nước nhỏ, nối dòng kế vị bị đứt" của Thiên triều đó là trung sách. Xem ra việc thu phục thành nhà Lê thì dễ thực hiện, còn việc bắt sống Nguyễn Huệ, hoặc để nó có thể chạy trốn nơi xa xôi; nếu Tôn sĩ Nghị cố gắng làm được việc trước, thì không phải lâm vào cảnh trở ngại phải lo liệu việc sau. Nếu tình thế không lo nổi thì hãy tâu ngay. Trẫm trăn trở tư duy, nếu hợp lý thì không do dự, sẽ cho chỉ thị rút lui đúng lúc, không phải lao vào chỗ nguy hiểm lâu ngày. Tưởng viên Tổng đốc là người hiểu việc, nếu thấy rằng việc đánh bắt Nguyễn Huệ cũng không đến nỗi khó, thì cũng không nên câu nệ chỉ dụ này, hãy làm cho xong việc. Nếu ngược lại có chỗ bó buộc, khó làm, thì cũng không ngại, đợi thu phục thành nhà Lê xong, cho Lê Duy Kỳ phục quốc; nếu quả Nguyễn Huệ chạy xa khó mà bắt sống, thì cứ sự thực tâu rõ, rồi mang binh về Lưỡng Quảng theo kế hoạch mà viên Đốc cho tốt; ý Trẫm chỉ muốn toàn vẹn mọi việc mà thôi." (**Thanh Thực Lục, Cao Tông Thực Lục**, quyển 1317, trang 13-17)

Đạo quân Vân Nam, khai là 5000, nhưng căn cứ vào lương thực mang đi cho 3 tháng, là 2 vạn 4 ngàn thạch lương, mỗi thạch tương đương 60kg, mỗi người lính mỗi tháng ăn khoảng 20 kg, có thể suy ra quân số là 2vạn 4 ngàn tên: 24000.60:3:20kg. = 24000 tên. Đạo quân này xuất phát tại Mã Bạch, thuộc huyện Mã Quan, tỉnh Vân Nam [bắc tỉnh Hà Giang]; theo dòng sông Lô, qua Tuyên Quang để đến thành Thăng Long. Đề đốc Ô Đại Kinh trực tiếp chỉ huy, Tổng đốc Phú cương đóng tại biên giới, lo lương hướng và yểm trợ:

“Ngày 27 Ất Dậu tháng Một năm Càn Long thứ 53 **[24/12/1788].**

Dụ quân cơ Đại thần: Trước đây Phú Cương [Tổng đốc Vân Nam và Quí Châu] *khẩn khoản xin cùng với Ô Đại Kinh mang quân ra ngoài quan ải; đã xuống chỉ dụ ra lệnh làm công việc đàn áp kiểm tra tại biên giới, không được đích thân tiến sâu. Chắc Phú Cương chưa nhận được chỉ dụ, nên lại dâng tờ tâu này. Trẫm nghĩ rằng phép tắc hành quân, quyền lực tuỳ thuộc một người. Nay việc tiễu trừ giặc tại An Nam giao cho Tôn Sĩ Nghị chuyên quyền đảm trách, nếu Phú Cương mang quân xuất quan, thì cả hai cùng là Tổng đốc, chức vụ ngang nhau không ai chịu dưới quyền, không bằng Ô Đại Kinh với chức vụ Đề đốc cầm quân, dễ cho Tôn Sĩ Nghị điều khiển tiết chế. Việc quân hết sức quan trọng, Phú Cương hiện tại không nên tiến quân, nhận được chỉ dụ này tại bất cứ nơi nào, thì hãy rút về nơi gần biên giới để lo liệu công việc. Hiện tại số lương ăn cho lính viên Tổng đốc đã phát ra 2 vạn 4 ngàn thạch, giao cho các phu trạm vận tống để đủ ăn trong 3 tháng; nhưng từ Mã Bạch đến Tuyên Quang đường sá xa xôi, cần phải tiếp tế cho đều đặn đủ cho quân ăn, việc này Phú Cương phải đích thân đốc biện; nếu có sự chậm trễ thiếu sót viên Tổng đốc sẽ bị hỏi tội. Phú Cương đã mấy lần khẩn khoản xin mang quân đi, sợ Đàm Thượng Trung* [Tuần phủ Vân Nam] *nghe được tin này, bèn đến Khai Hoá để lo lo liệu về lương hướng. Như vậy, tỉnh lỵ là nơi tối quan yếu, Tổng đốc và Tuần phủ đều vắng mặt đi xa; công vụ tại địa phương không có ai lo liệu, việc lớn việc nhỏ đều làm không hợp cách. Nay truyền cho Đàm Thượng Trung không vì lý do Phú Cương xin mang quân ra khỏi quan ải, rồi tự tiện rời khỏi tỉnh lỵ, khiến công việc trở nên sai sót. Lại truyền cho Ô Đại Kinh hăng hái đôn đốc quan quân cùng các Hào mục tìm nơi đồn trú của bọn giặc để ra sức tiêu diệt, cùng tảo thanh đường sá, tiến thẳng đuổi dài, nhưng nhớ cẩn thận đề phòng mặt sau; phối hợp với Tôn Sĩ Nghị để hợp đồng công kích, một lần ra tay được thành công mỹ mãn."* (**Thanh Thực Lục, Cao Tông Thực Lục**, quyển 1317, trang 23-24)

Ngày mồng 7 tháng 11 [4/12/1788] quân Thanh đến vùng Chi Lăng, mạn xuôi tỉnh Lạng Sơn, hầu như không gặp sự chống cự nào. Tuy nhiên do viên Bả Tổng Hứa Xương Nghĩa khai rằng có thuyền pháo phòng bị tại sông Hồng, nên Vua Càn Long góp ý với Tôn Sĩ Nghị về kế hoạch vượt sông này theo chiến thuật "ám độ", tức tìm nơi sơ hở không phòng bị để vượt sông:

"***Ngày 29 tháng một năm Càn Long thứ 53*** **[26/12/1788]**.

Dụ quân cơ Đại thần: cứ lời tâu của Tôn Sĩ Nghị mới đây cho biết ngày mồng 7 tháng 11 [4/12/1788] *đại quân tới Chi Lâm* [Chi Lăng], *có để quân phòng giữ mặt sau; thế quân có phần cô đơn nên đợi quân Quảng Đông khoảng một hai ngàn tên tới tăng cường, sẽ chia đường tiến đánh. Viên Đốc tính liệu như vậy rất hợp cách, Trẫm không có gì phải lo lắng thêm. Trong vòng một vài ngày, quân Quảng Đông tới đầy đủ, Tôn Sĩ Nghị tập trung binh lực hùng hậu, đốc suất tiến đánh. Chỉ lo Nguyễn Huệ thấy quan binh thế mạnh, bèn trốn tránh nơi xa xôi, dựa vào đất hiểm để tử thủ; nếu tiến binh vây ngặt, bọn chúng như thú ở đường cùng chỉ biết chống lại mà thôi; khó ước định được ngày nào giải quyết xong công việc; thực không đáng giá để binh lực Thiên triều vì thuộc quốc lo tầm nã kẻ trốn tránh, phí phạm ngày giờ. Tôn Sĩ Nghị cần tuân thủ chiếu chỉ trước, sau khi thu phục thành nhà Lê xong, sắc phong cho Lê Duy Kỳ, rồi thu xếp ổn thoả để triệt binh về Lưỡng Quảng.*

Khi đại binh tiến đến thành nhà Lê phải vượt qua sông Phú Lương [Hồng Hà]*; sông này giáp với thành nhà Lê, là khu vực hiểm yếu của nước này. Trước đây những người bị bão trôi dạt được đưa trở về, Bả tổng Hứa Xương Nghĩa khai rằng bọn Nguyễn Huệ dàn thuyền có gắn nhiều mái chèo dọc bờ sông, đặt mấy chục khẩu pháo để thị uy; việc này do bọn giặc hư trương thanh thế để làm kế hoãn binh, thực không đáng tin. Tuy nhiên sông Phú Lương là nơi hiểm yếu, bọn Nguyễn Huệ sợ đại binh đến đánh tất phải phòng bị chỗ này, đại quân khó có thể vượt sông theo hướng trực diện. Theo Trẫm nghĩ sông Phú Lương dài rộng, Nguyễn Huệ không thể dàn binh khắp mọi nơi. Khi Tôn Sĩ Nghị đem quân đến chốn này, nếu như giặc dàn binh bờ bên kia để chống cự, viên Tổng đốc nên đốc suất quân lính làm ra vẻ tấn công, để lôi kéo quân giặc dồn nỗ lực vào. Cùng lúc cho Hứa Thế Hanh mang một đạo binh đi vòng theo hướng hạ lưu, hay thượng lưu; nhắm chỗ giặc không phòng bị cấp tốc vượt sông, khiến giặc kinh ngạc coi như quan binh như từ trên trời hạ xuống; các đồn trại giặc dọc bờ sông sẽ tan vỡ bỏ chạy. Chiến thuật này sử sách gọi là "ám độ", thực hành sẽ thấy hữu hiệu. Tôn Sĩ Nghị chắc đã lập kế hoạch như vậy; Trẫm tình cờ nghĩ đến bèn bảo cho hay để liệu tính tốt đẹp, xứng với sự uỷ nhiệm."* (**Thanh Thực Lục**, **Cao Tông Thực Lục**, quyển 1317, trang 25-28)

Sau đó không lâu quân Thanh vượt sông Thương [Bắc Giang] cũng không bị quân Tây Sơn chống cự đáng kể. Tôn Sĩ Nghi mang đại quân đến đóng tại núi Tam Tằng [huyện Việt Yên, Bắc Giang], lập kế sách vượt sông Cầu để tiến tới thành Thăng Long:

"Ngày 29 tháng Một năm Càn Long thứ 53 [26/12/1788].

Tổng đốc Lưỡng Quảng Tôn Sĩ Nghị tâu rằng đại binh tiến quân tiễu trừ giặc, thế rất dũng mạnh. Giặc phòng thủ cẩn mật tại hai sông Thị Cầu [sông Cầu] *và Phú Lương* [sông Hồng], *đang lập kế hoạch để vượt sông, một khi thành công thì thành nhà Lê không cần đánh cũng có thể phá được. Đại binh đã vượt qua sông Thọ Xương* [sông Thương], *hiện điều động 500 quân đóng đồn tại đây để phòng thủ. Quân hiện cách sông Thị Cầu không xa, lệnh quan binh cấp tốc tiến thẳng.*

Chiếu chỉ phê: tốt, đang đợi cờ hồng báo tin chiến thắng, hãy rán lên!" (**Thanh Thực Lục, Cao Tông Thực Lục**, quyển 1317, trang 28

Chú thích:

1. Đô Long: trước kia thuộc Việt Nam, sau hoà ước Pháp Thanh sáp nhập vào lãnh thổ Trung Quốc, hiện nay là thị xã Đô Long thuộc huyện Mã Quan, Vân Nam.

2. Thủ tục cầu phong: phải cử Bồi thần sang kinh đô nhà Thanh tại Bắc Kinh dâng lễ vật để thỉnh phong, sau khi được chấp nhận, nhà Thanh cử Sứ thần sang phong; thủ tục nầy tốn rất nhiều thời gian.

3. Thạch: tương đương 120 cân, khoảng 60 kg.

4. Nguyễn Đình Mai: viên quan của Lê Chiêu Thống được cử đến gặp Tôn Sĩ Nghị. (Theo **Hoàng Lê nhất Thống Chí** trang 169)

5. Hoàng Văn Đồng: Phiên mục đóng tại Đô Long tỉnh Tuyên Quang, trước đây chống với Chúa Trịnh.

6. Ỷ giác hay ỷ dốc: lối đóng quân ở hai địa điểm gần, có thể yểm trợ cho nhau được.

7. Nhu viễn: **Kinh Thư**, **Thuấn Điển** "Nhu viễn năng nhĩ" ý nói mềm dẻo nơi xa, để yên nơi gần.

8. Bả tổng: chức võ quan cấp nhỏ dưới thời nhà Minh, nhà Thanh.

9. Thông sự: viên thông dịch, liên lạc.

160.
Vua Lê Chiêu Thống [1787-1789] (5)

Căn cứ vào **Thanh Thực Lục**, đạo quân xâm lăng do Tôn Sĩ Nghị chỉ huy đến Chi Lăng vào ngày 7 tháng 11 năm Càn Long 53 [4/12/1788], chuẩn bị vượt sông Cầu vào buổi hoàng hôn 16 tháng 11 [13/12/1788]. Riêng sông Thương nằm giữa 2 địa điểm nêu trên, sau khi vượt qua, còn phải tốn thì giờ củng cố vị trí phòng thủ tại núi Tam Tầng; nên có thể ước tính thời gian vượt sông Thương vào khoảng ngày 10 tháng 11 [7/12/1788]. Tại đây quân Thanh kết bè vượt sông, quân Tây Sơn rút lui hầu như không chống cự:

"***Ngày 2 tháng Chạp năm Càn Long Thứ 53*** **[28/12/1788].**

Tổng đốc Lưỡng Quảng Tôn Sĩ Nghị tấu trình về tình hình tiến quân tiểu trừ giặc phỉ tại An nam; nay dụ quân cơ Đại thần: quan binh kỳ này đánh giặc, Tôn Sĩ Nghị chia binh ra cùng tiến, khiến quân giặc không thể lợi dụng đánh đằng sau.... Ra lệnh chặt tre làm bè, giúp đại quân tiến thẳng qua sông Thọ Xương [sông Thương], *dư đảng giặc bèn bỏ chạy...*" (**Thanh Thực Lục, Cao Tông Thực Lục** quyển 1318, trang 3-4)

Theo **Khâm Định Việt Sử**, tướng Tây Sơn Phạm Văn Lân mang quân vượt sông Cầu, đánh doanh trại quân Thanh tại Tam Tầng nhưng thất bại; trong khi đó quân Thanh dùng kỳ binh vượt sông Cầu thành công, bèn thừa thắng đuổi dài:

"Sau khi phá vỡ luôn được mấy cánh quân của Tây Sơn, quân Thanh tiến lên chiếm đóng núi Tam Tầng [huyện Việt Yên, Bắc Giang]. *Văn Lân, nhân đang đêm, xông pha rét lạnh, lén vượt sông Nguyệt Đức* [sông Cầu], *vây doanh trại Tôn Sĩ Nghị. Nhưng trận thế của Sĩ Nghị vững chắc, không lay chuyển, đồng thời súng hoả sang (1) của quân Thanh lại cùng bắn ra: giặc* [Tây Sơn] *không đến gần được. Trương Sĩ Long, tiên phong quân Thanh, xung phong giết giặc. Cung tên của hai cánh quân tả dực và hữu dực nhà Thanh lại bắn châu vào: quân giặc bị chết vô kể. Trước đó, Sĩ Nghị ra quân kỳ* [quân đột kích], *do phía thượng lưu, vượt qua sông, đánh úp doanh trại Thị Cầu. Trông thấy trong trại bốc lửa, giặc cả sợ, phải vượt luỹ mà chạy. Quân Thanh thừa thắng, ruổi dài, cả phá được giặc. Văn Lân chạy về Thăng Long."* (**Khâm Định Việt Sử Thông Giám Cương Mục**, tập 2, trang 839)

Sử Trung Quốc mô tả vào ngày 16 tháng *11* [13/12/1788] quân Thanh sử dụng chiến thuật ám độ vượt sông Cầu; Tổng binh Trương Triều Long điều quân đi vòng vượt sông, đột kích đằng sau trại; khiến quân Tây Sơn thua chạy; Tôn Sĩ Nghị bèn mang đại quân càn quyết, thuộc hạ bắt được tướng tướng Tây Sơn trá hàng là Trần Danh Bình, rồi đem giết:

"*Ngày 6 tháng Chạp năm Càn Long thứ 53* [1/1/1789].

Dụ: cứ lời tấu của Tôn Sĩ Nghị ghi trong tập só rằng đại binh sau khi qua sông Thọ Xương bèn tiến gấp đến sông Thị Cầu, bọn giặc đồn trú tại sườn núi đối diện sông khá đông, phòng ngự kiên cố. Vào ngày 16 tháng 11 [13/12/1788] *lúc hoàng hôn, quan quân đặt nhiều khẩu pháo bắn sang bên kia sông, lại sai dân quân làm ra vẻ lo ráp cầu nổi về phía bên phải để vượt sông; khiến giặc dồn nỗ lực để chống cự. Mật lệnh Tổng binh Trương Triều Long mang 2000 quân đi về hướng trái khoảng 20 dặm bí mật vượt sông* [ám độ]; *quan binh di chuyển bằng bè để cướp cầu, rồi tiến thẳng. Đoàn quân ám độ của Trương Triều Long đi vòng đến đằng sau trại giặc, bọn giặc mất cả hồn vía bỏ trại mà chạy. Đại quân vượt qua sông Thị Cầu, chia binh đánh giết; dọc theo bờ và trên sông thây chất gần đầy, tổng số khoảng hơn 1000; lại bắt sống hơn 420 tên, đều bị chính pháp chém đầu thị chúng! Con đường đến Gia Quan* [Gia Lâm] *được Du kích Trương Thuần mang quân càn quét, bắn chết một tên đầu mục đội mũ đỏ, giết mấy chục tên, bắt sống 13 tên. Phó tướng Khánh Thành, Thủ bị Lê Trí Minh phục kích tại đường hiểm yếu, bắt sống tên đầu hàng mà lại làm phản là Trần Danh Bính, cùng viên Chỉ huy nguỵ Lê Đình, Nội vệ nguỵ Túc Toàn.....*" (**Thanh Thực Lục, Cao Tông Thực Lục** quyển 1318, trang 9-13)

Kể từ khi vượt sông Cầu; 3 ngày sau vào rạng ngày 19 tháng 11 [16/12/1788] quân Thanh đến bờ phía bắc sông Hồng, xảy ra giao tranh nhỏ. Các viên Tổng binh ra lệnh tìm kiếm thuyền bè, đến canh năm [3giờ-5giờ sáng] ngày 20 [17/12/1788] đổ bộ sang bờ phía nam, tức thành Thăng Long:

"***Ngày 9 Bính Tân tháng Chạp năm Càn Long thứ 53* [4/1/1789]**

Dụ Quân Cơ Đại thần: Tôn Sĩ Nghị gửi về một tập tấu về việc quan binh hai ngày liền thừa thắng đánh giết, hiện đã vượt qua sông Phú Lương [sông Hồng] *khắc phục thành nhà Lê. Việc làm đáng khen, bút tả không hết. Tấu thư xưng:*

'Rạng sáng ngày 19 [16/12/1788] đến sông Phú Lương, trước hết tìm thuyền nhà nông cùng bè tre chở quan binh hơn 100 người đánh nhau với giặc tại giữa sông năm sáu lần,

giết rất nhiều, lại đoạt được một chiếc thuyền của giặc. Nhân thuyền bè đã bị giặc chiếm trước, tre gỗ ở dọc bờ sông cũng bị chặt tận, không có phương tiện để có thể vượt sông ngay được. Đợi đến lúc trời tối, tìm được thêm thuyền bè, cùng với chiếc thuyền đoạt được của giặc, ước lượng có thể dùng cho trên 200 người vượt sông. Bèn ra lệnh Hứa Thế Hanh, Trương Triều Long, Thượng Duy Thăng đốc suất quan binh hơn 300 người vào canh năm [3 giờ - 5 giờ sáng] *ngày 20* [17/12/1788] *xông thẳng sang bờ bên kia.".*...(**Thanh Thực Lục, Cao Tông Thực Lục** quyển 1318, trang 23-26)

Đến thành Thăng Long, Tôn Sĩ Nghị đặt quân doanh tại cung Tây Long sát bờ sông. Vào canh hai cùng ngày [21 giờ-23 giờ] Vua Lê Chiêu Thống từ huyện Lương Tài [Bắc Ninh] đến nơi, được Tôn Sĩ Nghị truyền chỉ phong làm Quốc vương. Chiêu Thống khóc lóc từ chối, lấy cớ lăng tẩm tổ tiên còn nằm trong vòng Tây Sơn kiểm soát, nên xin tạm hoãn. Sĩ Nghị thoái thác, bảo đó là mệnh lệnh Vua Càn Long, nên đành phải chấp thuận:

"Nhà Thanh sách phong nhà vua làm An Nam quốc vương. Trước kia, Sĩ Nghị xuất quân, vua Thanh giao cho sách văn và ấn chương, rồi dụ bảo Nghị khi đã khôi phục được kinh đô thì phong ngay cho Lê Tự Tôn làm An Nam quốc vương để ràng buộc lấy lòng người. Đến đây, Nghị tuyên bố mệnh lệnh, chọn ngày làm lễ sách phong. Nhà vua khóc lóc cho rằng lăng tẩm còn sa vào trong phạm vi của giặc, chính mình chưa được đến tận nơi bái yết, vậy xin hãy tạm hoãn lại ít lâu. Nghị trả lời: 'Những lời tự quân nói đó thực ra là từ chỗ chí tình, nhưng Hoàng đế đã có mệnh lệnh rồi, không thể chần chừ để lâu được. Vậy há nên vì tình riêng mà nhàm lời xin hoãn lại?'. Nhà vua bất đắc dĩ phải nhận làm lễ chịu

phong." (**Khâm Định Việt Sử Thông Giám Cương Mục**, tập 2, trang 841)

Sau khi thành Thăng Long được khôi phục, Vua Chiêu Thống bèn hạ lệnh thăng chức cho bầy tôi đi hộ giá:

- Phạm Đình Dữ lên Thượng thư bộ Lại.

- Lê Duy Đản và Vũ Trinh lên Tham tri chính sự.

- Nguyễn Đình Giản lên Thượng thư bộ Binh, tri Xu mật viện sự.

- Nguyễn Duy Hiệp và Chu Doãn Lệ lên đồng tri Xu mật viện sự.

- Trần Danh Án, lên Phó đô ngự sử.

- Lê Quýnh lên Trung quân đô đốc, tước Trường phái hầu. Ngoài ra những người khác đều được thăng chức cao thấp khác nhau.

Lại sai trị tội những người hàng Tây Sơn:

- Ngô Thì Nhậm và Phan Huy Ích đều truất làm dân.

- Nguyễn Hoãn bị bãi mất tước quận công.

- Phan Lê Phiên bị giáng xuống Đông Các học sĩ.

- Mai Thế Uông bị giáng xuống Tư huấn.

Phạm Như Tuỵ (2) Trấn thủ Tuyên Quang, và Dương Bành (3) Phò mã, đều bị bắt và giết chết; vì trước kia, khi quân Tây Sơn kéo đến, Tuỵ đầu hàng trước tiên, lại bắt em Vua là Lê Duy Trù đưa cho Tây Sơn làm hại; còn Bành thì hướng dẫn quân Tây Sơn đuổi theo bức bách nhà Vua. Bấy giờ Ngô Tưởng Đào, Hiến sát phó sứ Kinh Bắc, vì có công giúp nhà vua, cũng được bổ dụng, nhưng Tưởng Đào lấy cớ già, từ chối không nhận chức và dâng sớ rằng:

"Vận trời đang gian truân, không ngờ bây giờ lại được trông thấy ánh sáng của mặt trời và mặt trời đó thực là phúc vô cùng của xã tắc. Nhưng việc binh cốt phải lanh lẹ chớp nhoáng, nếu cơ hội có thể nắm lấy để làm thì cần gì cứ phải một mực dựa vào ngoại binh, động một tý thì chậm trễ đến hàng tuần. Hiện nay, quân cần vương các lộ, ai chẳng muốn sẵn sàng liều chết để chiến đấu? Bây giờ quân giặc đã rút lui thì ta nên đem đại quân đuổi theo ngay khiến cho quân giặc điên cuồng không rãnh để tính toán mưu đồ gì cả. Thế là làm như sấm vang không kịp bịt tai. Hai xứ Thanh Nghệ nghe biết tin ấy, chắc cũng sẽ hưởng ứng cả. Văn Huệ xa cách ở phía nam Hoành Sơn [núi làm ranh giới Quảng Bình, Hà Tĩnh], *bọn Văn Sở lâm vào thế cô, không có cứu viện, tình thế bị ngăn cách, đường đất không thông đồng. Như vậy không quá mười ngày chúng sẽ có thể bị bắt đấy. Một khi vây cánh của Văn Huệ bị cắt rồi thì có thể lần lượt quét sạch sào huyệt của hắn nữa. Cái cơ dấy nghiệp trung hưng chính là ở đó, ta không nên bỏ lỡ"*.

Nhà vua cùng bọn cận thần trao đổi bàn luận, ai nấy đều cho là phải; bèn sai Lê Quýnh đến nói với Sĩ Nghị, nhưng Sĩ Nghị cho là không nên.

Riêng Tôn Sĩ Nghị tâu Vua Càn Long rằng đường vào sào huyệt Tây Sơn tại Quảng Nam đến trên hai ngàn dặm, lương thực và quân lính chuẩn bị chưa đầy đủ; Vua Lê Chiêu Thống thuộc loại thiếu khả năng không trợ giúp được gì, thời tiết mưa nhiều, chướng lệ xảy ra; nên xin tạm hoãn binh:

"***Ngày 19 tháng Chạp năm Càn Long thứ 53*** [14/1/1789].

...Theo lời tâu của Tôn Sĩ Nghị 'Thành nhà Lê cách sào

huyệt của giặc tại Quảng Nam hơn 2000 dặm, mà Lê Duy Kỳ thuộc loại không có khả năng, không lo liệu được việc đóng thuyền và mướn phu. Số lính Tôn Sĩ Nghị tiếp tục điều, cùng các loại lương thực cũng chưa đưa ra khỏi quan ải; chờ khi quân và lương có đầy đủ, sẽ từ thành nhà Lê tiến đánh. Lần này gặp mùa xuân mưa nhiều, địa phương An Nam có nhiều chướng lệ, sợ quan binh không quen thuỷ thổ dễ sinh ra bệnh tật thì lại càng bất tiện." (**Thanh Thực Lục, Cao Tông Thực Lục** quyển 1319, trang 6-9)

Bấy giờ luôn năm mất mùa, đói kém, nhất là năm nay lại càng quá lắm. Quân lính nhà Thanh đóng ở kinh thành càn rỡ cướp bóc; dân chúng lại càng chán ghét. Triều đình đốc thúc lương quân, các châu và huyện đều không cung ứng. Nhà vua bèn sai các quan trong triều chia nhau làm việc này; dân chúng có người đến nỗi phải khóc lóc mà dâng nộp; bao nhiêu lương và tiền mà triều đình thu được của dân đều đem cung đốn cho quân Thanh hết sạch. Còn vài vạn người vừa nghĩa binh các đạo vừa ưu binh Thanh Nghệ thì đều chịu đói đi theo việc binh nhung; do đó lòng người lại càng chia rẽ tan tác.

Nhà vua lại có tính hẹp hòi, khắc nghiệt. Trong họ tôn thất có người phụ nữ lấy tướng giặc, đang có mang, cũng bị nhà vua sai mổ bụng chết. Lại sai chặt chân ba người chú họ, quăng ra chợ trong cung. Khi từ Quảng Tây trở về đến thành Thăng Long, Thái hậu nghe biết những việc làm ngang ngược của nhà Vua, chỉ thưởng hay phạt một chiều theo tình cảm riêng mình yêu hay ghét, bà nổi giận nói:

"*Trải bao cay đắng, ta mới cầu xin được quân cứu viện sang đây, nước nhà phỏng chừng chịu được bao phen phá hoại bằng cách đền ơn báo oán thế này! Thôi diệt vong đến nơi rồi!"*

Rồi bà gào khóc, không chịu vào cung. Bầy tôi theo hầu là Nguyễn Huy Túc, phải khuyên giải mãi, Thái hậu mới thôi.

Về phía quân Thanh, Tôn Sĩ Nghị đã tâu rằng đường vào sào huyệt Tây Sơn xa xôi hiểm trở, cần chuẩn bị kỹ, nên chưa thể tiến ngay được. Vua Càn Long bèn ra chỉ dụ chỉ cần tiến một đoạn; nếu như Nguyễn Huệ cho người cam kết nhận tội xin tha, thì cũng chấp nhận:

"***Ngày 20 tháng Chạp năm Càn Long thứ 53*** **[15/1/1789].**

Dụ tiếp: Trước đây đã từng dụ Tôn Sĩ Nghị rằng nếu như Nguyễn Huệ trốn xa, cần phải nhiều thời gian mới đánh bắt được, thì không đáng để binh lực nội địa đóng lâu nơi nóng nực hoang dã, lập kế đánh bắt bọn trốn tránh cho thuộc quốc. Hôm qua căn cứ vào lời tâu của Tôn Sĩ Nghị rằng đường tới Quảng Nam xa xôi hiểm trở, không thể tiến ngay để thâm nhập được. Nay lại ra chỉ dụ cho Tôn Sĩ Nghị chỉ cần tiến một một đoạn, nếu như Nguyễn Huệ sợ không ra, nhưng cho người cam kết xin hàng, nhận tội cầu xá thì cũng xong việc. Rồi nhân thừa dịp tuần tra đồn trạm biên giới, rút quân về Lưỡng Quảng...." (**Thanh Thực Lục, Cao Tông Thực Lục** quyển 1319, trang 11)

Không kể việc phải tăng cường quân lính, Tuần phủ Tôn Vĩnh Thanh ước tính việc xâm lăng sào huyệt Tây Sơn tại Quảng Nam, nhu cầu dân phu điều hành các trạm lương đến trên mười vạn người. Thấy nhiều trở ngại nên Vua Càn Long đề xuất việc triệt binh:

"***Ngày 21 tháng chạp năm Càn Long thứ 53*** **[16/1/1789].**

Cứ lời tấu của Tôn Sĩ Nghị ngày hôm qua rằng đất Quảng Nam xa xôi hiểm trở, đại binh khó có thể thâm nhập ngay được. Đã giáng chỉ lệnh Tôn Sĩ Nghị chỉ nên tiến sơ một đoạn rồi tìm cách chiêu hàng. Vạn nhất nếu giặc Nguyễn sợ hãi ra cam kết nhận tội khất hàng, thì cũng coi như đủ xong việc. Lại ra chỉ dụ cho Tôn Vĩnh Thanh thám thính tin tức về việc Tôn Sĩ Nghị triệt binh, đem công việc điều thêm về dân phu, ngựa, đình chỉ ngay. Nay duyệt lời tâu của Tôn Vĩnh Thanh thì nhu cầu dân phu cho các trạm lương đến trên mười vạn người, tỉnh nhà [Quảng Tây] *khó mà chuẩn bị nổi, tất phải nhờ Quảng Đông gánh giùm. Xem tình hình như vậy, từ thành nhà Lê đến Quảng Nam đường sá xa xôi, có nhiều trở ngại rất khó mà lo liệu, nên cũng không cần rầm rộ trưng điều các xứ, gây lắm hao phí.*

Nay truyền Tôn Sĩ Nghị, ngay khi tiếp được chỉ dụ này, nếu đã từ thành nhà Lê khởi trình tiến binh, tức làm việc tuần tra biên giới, rồi sấn cơ hội triệt binh. Nếu vì lương thực không đủ nên chưa triệt binh, viên Đốc cần dụ viên Quốc vương chấn tác tự cường, lo mọi việc cho ổn thoả; rồi chấn chỉnh biên phòng cùng mang quân về Lưỡng Quảng; một mặt báo với quân Vân Nam cũng đồng thời triệt thoái." (**Thanh Thực Lục, Cao Tông Thực Lục** quyển 1319, trang 12-13)

Tổng đốc Vân Quý Phú Cương cũng tâu rằng từ Vân Nam đến thành Thăng Long đã cho xây 40 đài trạm; nếu tiếp tục tới Quảng Nam phải tăng thêm 53 đài trạm. Số quan binh của tỉnh Vân Nam không đủ để sai khiến, phải điều thêm từ tỉnh Quí Châu; riêng số dân phu phải thuê mướn cũng không dưới 10 vạn tên. Vua Càn Long đành phải nghĩ đến việc triệt binh, lại còn e ngại đạo quân Vân Nam nếu rút lui theo đường Tuyên Quang, Hưng Hoá có thể không được an toàn, Đề đốc Ô Đại Kinh nên điều quân theo Tôn Sĩ Nghị rút về Quảng Tây, rồi do đường bộ đến Vân Nam:

"Ngày 27 tháng Chạp năm Càn Long thứ 53 [22/1/1789].

Dụ Quân Cơ Đại thần: Trước đây Tôn Sĩ Nghị cùng Tôn Vĩnh Thanh tâu rằng từ thành nhà Lê đến Quảng Nam hơn hai ngàn dặm, đường sá hiểm trở, tiếp vận lương thực gian nan, cần phải lập hơn 50 đài trạm, mướn phu hơn 10 vạn tên. Xem xét tình hình như vậy nên có biện pháp riêng, ra lệnh cho Tôn Sĩ nghị tính toán để cho triệt binh mau. Nay Phú Cương tâu rằng từ cửa khẩu Vân Nam đến thành nhà Lê đã xây 40 đài trạm, nếu tiếp tục tới Quảng Nam phải tăng thêm 53 đài trạm. Số quan viên của tỉnh Vân Nam không đủ để sai khiến, phải điều thêm từ tỉnh Quí Châu; riêng số dân phu phải thuê mướn cũng không dưới 10 vạn tên, rầm rộ trưng điều phí tổn không biết bao nhiêu mà kể. Huống hồ số dân phu tại tỉnh Quảng Tây khó mộ, nên đã yêu cầu tỉnh Quảng Đông mộ giúp thêm, như vậy tỉnh này làm sao có thể giúp Vân Nam vận chuyển được!

.... Quân lính tỉnh Vân Nam hiện đang tới thành nhà Lê, nếu theo đường Tuyên Quang, Hưng Hoá triệt thoái, phải lưu ý rằng xứ này không phải là đất nội địa, lại cách Quảng Nam không xa, dọc đường không thể không gia tăng đề phòng. Quảng Tây, Vân Nam giáp giới; quân Vân Nam nên rút lui theo đường Quảng Tây, rồi do đường bộ rút về Vân Nam thì không lo bị tổn thất. Nếu Tôn Sĩ Nghị cùng Ô Đại Kinh định cho đại quân Vân Nam triệt thoái theo đường Quảng Tây, thì nên cho đạo quân này tháp tùng đạo quân Quảng Tây để cùng triệt thoái. Nhớ thông báo cho Phú Cương về số quân đóng tại vùng Đô Long để phòng thủ biên giới, hãy rút về Vân Nam. Đừng nghĩ rằng Tuyên Quang, Hưng Hoá đã thu phục, không tiện bỏ đi mà không phòng thủ, để đạo quân đơn độc đóng tại đó lâu ngày rồi đi đến lầm lỡ. Nếu Tôn Sĩ Nghị và

Ô Đại Kinh bàn bạc xét thấy đạo quân Vân Nam nên rút lui theo đường Tuyên Quang, Hưng Hoá tiện hơn thì Trẫm cũng không khăng khăng là không thể được. Nói tóm lại, do viên Tổng đốc trù hoạch cho vẹn toàn, chỗ nào thuận tiện thì đi theo chỗ đó, bất tất vì chỉ dụ này rồi sinh ra câu nệ. (**Thanh Thực Lục**, **Cao Tông Thực Lục** quyển 1319, trang 27-30)

Tình hình đạo quân Vân Nam, Đề đốc Ô Đại Kinh và Thổ mục Hoàng Văn Đồng đã chiếm Tuyên Quang vào ngày 16/1/1789, rồi tiếp tục tiến xuống Sơn Tây. Riêng Tổng đốc Phú Cương phúc tấu đã rút lui về Đô Long (4), bấy giờ vùng đất này vẫn thuộc An Nam do Hoàng Văn Đồng cai quản; nên Vua Càn Long cẩn thận hơn, bắt Phú Cương phải rút lui vào nội địa:

"***Ngày 12 tháng Giêng Năm Càn Long thứ 54*** **[6/2/1789].**

Dụ Quân Cơ Đại thần: Theo lời phúc tấu của Phú Cương: hiện tại vấn đề trù biện tiếp tế vận lương đã có nền nếp, lập tức tuân theo chiếu chỉ rút lui về Đô Long cùng miền duyên biên trú đóng, làm thế thanh viện từ xa cho Ô Đại Kinh.

Quan quân Lưỡng Quảng phái đến dẹp giặc tại An Nam đã nhận được chỉ dụ, lệnh Tôn Sĩ Nghị tức tốc triệt hồi. Số quân Vân Nam triệt hồi đã giao cho Tôn Sĩ Nghị ước lượng nên rút theo con đường Quảng Tây, hoặc vẫn dùng con đường Tuyên Quang để về Vân Nam. Căn cứ lời tâu của Ô Đại Kinh, vào ngày 21 tháng 12 năm ngoái [16/1/1789], quan binh tới Tuyên Quang sắp xếp trong một, hai ngày rồi khởi trình đến thành nhà Lê. Đến ngày hôm nay chắc viên Đề đốc đã diện kiến Tôn Sĩ Nghị, hai bên sẽ thảo luận kỹ càng nên triệt binh theo hướng nào, quân Vân Nam không còn phận sự đến Quảng Nam hội tiễu; vùng Đô Long cũng không cần đóng quân để làm thế thanh viện. Vậy Phú Cương không có việc gì nơi biên cảnh, nay ra lệnh viên Tổng đốc rút quân trở về nội địa để lo việc địa phương, không cần trú lâu tại Đô Long nữa. Dụ này được truyền theo độ khẩn 500 dặm 1 ngày [250 km.]" (**Thanh Thực Lục, Cao Tông Thực Lục** quyển 1320, trang 14)

Trong cuộc hành quân chiếm thành Thăng Long, đạo quân thứ 3 do viên Tri Điền châu Sầm Nghi Đống chỉ huy theo hướng Mục Mã, Cao Bằng, qua Thái Nguyên, đến thành Thăng Long; được Vua Càn Long chấp nhận lời xin của Tổng đốc Tôn Sĩ Nghị, thưởng cho mũ Hoa Linh. Vào dịp Tây Sơn đại phá quân Thanh, Nghi Đống thua trận phải thắt cổ tự tử:

"***Ngày 16 tháng Giêng năm Càn Long thứ 54*** **[10/2/1789]**

Lại dụ: Tôn Sĩ Nghị tâu rằng lúc đại binh vượt sông Phú Lương [Hồng Hà] *có 5 viên võ quan gồm Thuỷ Sư Tham tướng Hứa Đình Tiến, các Đô ty Phú Tang A, Lô văn Khôi, Thiên tổng Vương Thành Kiệt, Bả tổng Trương Chấn Tường, người thì hăng hái tranh tiên vượt sông, kẻ thì tại bờ giết giặc rất dũng cảm; lại có Phó tướng Đức Khắc Tinh Ngạch, Du kích Vương Đàn, Quảng Đông Phòng thủ La Định Châu, Nghiêm Thủ Điền, Quảng Tây Tá tạp Cao Đình Khu, Vương Phương Duy làm việc tại quân doanh, lo liệu mọi việc khẩn yếu hết sức cố gắng; Tri Điền châu Sầm Nghi Đống mang quan binh Thổ tiến đánh theo hướng Mục Mã, Cao Bằng để chia thế giặc, ra sức tảo thanh con đường qua tỉnh Thái Nguyên. Danh sách kể trên gồm 10 viên văn, võ; 1 viên Thổ Tri châu có thể ban thưởng mũ Hoa Linh được chăng?*

Chiếu theo điều xin nay ban thưởng mũ Hoa Linh cho

Đức Khắc Tinh Ngạch, Hứa Đình Tiến, Vương Đàn, Nghiêm Thủ Điền, Sầm Nghi Đống....."(**Thanh Thực Lục**, **Cao Tông Thực Lục** quyển 1321, trang 1-4)

Vua Càn Long nhận tờ tâu của Ô Đại Kinh vào ngày 20 tháng giêng năm Càn Long thứ 54 [14/2/1789], thông thường lính chạy trạm theo lối hoả tốc về kinh mất khoảng 22 ngày, như vậy gửi đi vào khoảng giáp tết. Trong tờ tấu Đề đốc Ô Đại Kinh cho biết đã gặp Tổng đốc Tôn Sĩ Nghị tại thành Thăng Long. Tôn Sĩ Nghị cho biết có ý định dời trại, tiến quân quan sát tình hình, Ô Đại Kinh cũng muốn nhân dịp chiêu dụ Tây Sơn. Y định của bọn đầu sỏ xâm lăng chỉ mới nằm trong đầu óc chưa kịp thực hiện, thì ngày mồng năm tết, đại quân của Vua Quang Trung rầm rộ kéo vào thành Thăng Long tiêu diệt chúng:

"***Ngày 20 tháng giêng năm Càn Long thứ 54*** [14/2/1789]

Dụ các Quân Cơ Đại thần: Đại binh tiễu trừ giặc tại An Nam mấy lần đoạt chiến thắng, thu phục thành nhà Lê, phong Lê Duy Kỳ làm An Nam Quốc vương; Ô Đại Kinh mang quân Vân Nam theo hướng Tuyên Quang đã đến thành nhà Lê hội họp với Tôn Sĩ Nghị. Đất đai nhà Lê lấy lại hoàn toàn, Thiên triều làm công việc 'vỗ về nước nhỏ, nối dòng kế vị' đến chỗ hoàn thiện; coi như xong có thể rút quân. Đã mấy lần giáng chỉ dụ cho Tôn Sĩ Nghị ước lượng tình hình để cấp tốc triệt hồi. Nay đọc tờ tấu của Ô Đại Kinh cho biết Tôn Sĩ Nghị định dời trại, tiến quân quan sát tình hình. Hoặc nhân Ô Đại Kinh đang muốn chiêu dụ Nguyễn Huệ, Tôn Sĩ Nghị điều quân ra vẻ tiến để ra uy, khiến giặc sớm ra đầu hàng. Nhưng phía nam thành nhà Lê đường sá hiểm trở, chuyển lương khó khăn; những số lương thực định chuyển từ trong nội địa, cùng quan binh điều thêm Tôn Sĩ nghị đã tâu xin đình

chỉ; tấu só gần đây viên Tổng đốc này cũng không đề cập đến lương thảo. Nay nếu dời trại tiến quân, đợi Nguyễn Huệ ra đầu hàng, không khỏi kéo dài ngày tháng, số lương thực cần dùng sợ không tiếp tế kịp. Nay truyền cho Tôn Sĩ Nghị, hãy tính toán số lương thực tồn kho so với số lượng quan binh dùng hàng ngày, cùng dự trù cung cấp dọc đường khi triệt binh, không để cho thiếu hụt mới được. Nếu trước khi chiếu chỉ này tới, có tin về việc Nguyễn Huệ ra đầu hàng thì tốt. Nếu không, Tôn Sĩ Nghị cần tuân theo chỉ dụ trước tức tốc triệt binh, cùng báo cho Ô Đại Kinh để cùng triệt một lần; không thể vì kế sách chiêu hàng rồi cho đại binh đóng lâu ở nước này, để đến nỗi thiếu hụt lương thực." (**Thanh Thực Lục**, **Cao Tông Thực Lục** quyển 1321, trang 8-9)

Tại miền Nam vào tháng 10 [29/10-27/11/1788], sau khi tái chiếm Gia Định Nguyễn vương Phúc Ánh ra lệnh cấm đánh bạc. Phàm văn khế nợ đánh bạc từ trước đều bỏ; ai mở sòng chứa bạc, xét thực thì gia tài người chủ sòng bị sung công; thu tiền mặt ở sòng và thu mỗi người đánh bạc 10 quan để thưởng cho người cáo giác. Những người phạm đều bị xử 100 roi và làm dịch phu 3 năm.

Bắt đầu đặt phủ binh tức lính địa phương tại 4 dinh: Phiên Trấn [Gia Định] Trấn Biên [Biên Hoà], Trấn Định [Định Tường], Vĩnh Trấn [Định Tường]; Cho thực hiện tại Phiên Trấn trước, Vương dụ dân chúng rằng:

"Dân là gốc của nước, binh là để giữ dân. Từ khi vận nước gian truân, người gặp khốn khổ, nhân dân mong ta như con mong mẹ, nay mới bắt đầu khôi phục nên cần vỗ yên nuôi nấng để hả lòng dân mong đợi. Nhưng giặc chưa dẹp xong mà số quân lại ít, không thể không tìm cách chế ngự, nên hãy tạm tòng quyền theo việc cũ nhà Chu nhà Đường, không việc

thì cày ruộng, có việc thì làm binh. Các tổng xã thôn phường các ngươi đều phải ghi số dân đệ nộp, kén những người đinh tráng, lấy một nửa lập làm phủ binh, kết thành thập và ngũ để phòng việc gấp mà đánh giữ. Ngày sau việc quân bớt bận sẽ đều cho về nghỉ ngơi. Bọn ngươi nên thể lòng ta, đừng nên nghi sợ".

Chú thích:

1. Hoả sang: sang còn đọc là thương; hoả sang là một loại súng trường.

2. Phạm Như Tuỵ: Người xã Phúc Dương, huyện Hương Sơn, Hà Tĩnh, đỗ Tạo sĩ.

3. Dương Bành: Người xã Phong Phú, huyện Thạch Hà, Hà Tĩnh.

4. Đô Long: trước kia thuộc Việt Nam, sau hoà ước Pháp Thanh năm 1885 sáp nhập vào lãnh thổ Trung Quốc, hiện nay là thị xã Đô Long thuộc huyện Mã Quan, Vân Nam.

161.
Vua Quang Trung đại phá quân Thanh

Sau khi quân Thanh vào thành Thăng Long, Ngô Văn Sở báo tin cho Bắc bình vương Nguyễn Huệ về thanh thế quân địch; Nguyễn Huệ cười mà nói rằng:

"Việc gì mà cuống quýt lên vậy? Chúng nó chỉ tự đến để đi tới chỗ chết thôi. Ta hãy lên ngôi, làm cho danh nghĩa được quang minh chính đại để giàng buộc lấy lòng người trong Nam và ngoài Bắc trước đã, rồi sẽ ra bắt sống chúng nó cũng chưa muộn nào!"

Bèn chọn gấp ngày tốt, làm lễ tế trời ở Bân Sơn [xã An Cựu, huyện Hương Trà, Thừa Thiên], rồi xưng Hoàng đế, niên hiệu Quang Trung năm thứ nhất [1788]. Ngay ngày hôm ấy, Vua Quang Trung điều quân ra Bắc; khi qua Nghệ An và Thanh Hoa, lấy thêm quân lính, cả thảy được 10 vạn quân và hơn 100 con voi; bèn tạm đóng quân ở Thọ Hạc [huyện Đông Sơn, Thanh Hoá]. Nhà Vua lại sai người ruổi ngựa đưa thư đến Tôn Sĩ Nghị để xin hàng; lời lẽ trong thư rất nhũn nhặn, khiêm tốn.

Rồi kéo quân ra Bắc, đến ngày 20 tháng chạp [15/1/1789] thì đến núi Tam Điệp [ranh giới Thanh Hoá, Ninh Bình], nơi tuyến phòng thủ của Ngô Văn Sở. Vua Quang Trung truyền cho tướng sĩ ăn tết Nguyên Đán trước, để đến hôm trừ tịch [25/1/1789] thì cất quân đi, đoạn truyền lệnh cho ba quân đến nghe lệnh điều khiển: Đại tư mã Sở, Nội Hầu Lân đem tiền quân đi làm tiên phong. Hô hổ Hầu đem hậu quân đi đốc chiến. Đại đô đốc Lộc, Đô đốc Tuyết đem hữu quân cùng thuỷ quân, vượt qua bể vào sông Lục Đầu. Rồi Tuyết thì kinh lược mặt Hải Dương, tiếp ứng đường mé đông; Lộc thì kéo về vùng Lạng Giang, Phượng Nhỡn, Yên Thế để chặn đường quân Tàu chạy về. Đại đô đốc Bảo, đô đốc Mưu đem tả quân cùng quân tượng mã đi đường núi ra đánh phía tây. Mưu thì xuyên ra huyện Chương Đức [huyện Chương Mỹ, Hà Tây], tiện đường kéo thẳng đến làng Nhân Mục [Hà Nội], đánh quân Điền Châu; Bảo thì thống suất quân tượng mã đến làng Đại Áng thuộc huyện Thanh Trì [Hà Nội] tiếp ứng cho mặt tả.

Đến khuya đêm 30 [25/1/1789] xuất quân; ngày mồng hai tháng giêng [27/1/1789] vượt sông Giản Thuỷ [sông Đáy, tại biên giới Ninh Bình và Hà Nam]; quân phòng thủ nhà Lê tại đây đều tan vỡ bỏ chạy. Ngày 4 [29/1/1789], tháng giêng, quân lưu động Tây Sơn đi tiên phong, đánh trận giả thua, nên Tôn Sĩ Nghị coi khinh.

Tiếp đến quân Tây Sơn chiến thắng quân Thanh tại Hà Hồi [huyện Thường Tín, Hà Tây], và Ngọc Hồi [huyện Thanh Trì, Hà Nội].

Về trận đánh tại đồn Ngọc Hồi vào đêm mồng 5 tháng giêng [30/1/1789], các sử gia Việt, Trung, trình bày chi tiết khác nhau; chúng tôi xin phân tích, nhằm tìm tòi sử liệu hợp lý.

Hoàng Lê Nhất Thống Chí, một bộ tiểu thuyết lịch sử của Ngô Gia Văn Phái viết theo lối chương hồi, trong chương 14 nhan đề :

Đánh Ngọc Hồi quân Thanh bị thua trận

Bỏ Thăng Long, Chiêu Thống trốn ra ngoài

chép như sau:

"Vua Quang Trung lại truyền lấy sáu chục tấm ván, cứ ghép liền ba tấm làm một bức, bên ngoài lấy rơm dấp nước phủ kín, tất cả là 20 bức. Đoạn kén loại lính khoẻ mạnh, cứ 10 khiêng một bức, lưng dắt dao ngắn. Hai mươi người khác đều cầm binh khí theo sau, dàn thành trận chữ "nhất"; vua Quang Trung cưỡi voi đi đốc thúc, mờ sáng ngày mồng 5 tiến sát đồn Ngọc Hồi. Quân Thanh nổ súng bắn ra chẳng trúng người nào cả. Nhân có gió bắc, quân Thanh bèn dùng ống phun khói lửa ra, khói toả mù trời, cách gang tấc không thấy gì, hòng làm cho quân Nam rối loạn. Không ngờ trong chốc lát trời bỗng trở gió nam, thành ra quân Thanh lại tự làm hại mình.

Vua Quang Trung liền sai đội khiêng ván vừa che vừa xông thẳng lên phía trước. Khi gươm giáo hai bên đã chạm nhau thì quăng ván xuống đất, ai nấy cầm dao ngắn chém bừa; những người cầm binh khí theo sau cũng nhất tề xông tới mà đánh. Quân Thanh chống không nổi bỏ chạy tán loạn, giày xéo lên nhau mà chết." (Bản dịch của Nguyễn Đức Vân và Kiều Thu Hoạch, trang 223-224)

Tác giả **Việt Nam Sử Lược**, Trần Trọng Kim cũng chép tương tự. Chúng ta tự hỏi rằng 10 người khiêng một bức, cho dù đồn binh bằng phẳng như một sân đá banh [mà thực tế không thể có như vậy] cũng phải nhắc tấm ván lên khỏi mặt đất vài chục phân mới di chuyển được, quân Thanh trang bị đầy đủ súng điểu thương, ống phun lửa; cứ nhắm chân mà bắn ắt phải có người bị thương, ngã xuống không khiêng được. Một bức ván với 30 quân sĩ, kể cả 20 quân tháp tùng, đã gặp khó khăn như vậy; thì toàn bộ 20 bức ván gặp khó khăn đến nhường nào và làm sao có thể xung phong mạnh mẽ, chế ngự đồn được!

Nhà quân sự giỏi về "công đồn" có thể thấy được ở chỗ: lập kế hoạch sát với thực tế, gây sự bất ngờ, thi triển đồng loạt, ít tổn thất, hiệu năng cao, hoả lực phía trước mạnh. Sử liệu do hai bộ sử **Thanh Thông Giám** và **Khâm Định Việt Sử Thông Giám Cương Mục** của triều Nguyễn đã mô tả rõ nét thiên tài của vua Quang Trung về chiến thuật công đồn với đủ những yếu tố nêu trên. **Thanh Thông Giám** chép:

"*Vào canh năm ngày mồng 5* [30/1/1789] *Nguyễn Văn Huệ mang đại binh tiến đánh, thân tự đốc chiến, dùng 100 thớt voi khoẻ làm tiên phong. Rạng sáng quân Thanh cho kỵ binh nghênh địch, ngựa bị voi quần kinh hãi bỏ chạy, quân rút lui vào trại cố thủ. Phía ngoài trại, luỹ đầy chông sắt, bên trong bắn súng ra cự địch. Vào giờ Ngọ* [11-13 giờ] *quân Nguyễn bắn hoả châu, hoả tiễn tới tấp; lại dùng rạ bó to lăn mà tiến đều, khinh binh theo sau* [Ngọ thời Nguyễn quân loạn phóng hoả tiễn, hoả châu, tịnh dĩ hoà cán tác đại thúc, loạn cổn nhi tiền, khinh binh tuỳ chi], *trước ngã sau tiến lên một lòng quyết chiến, tại các trại quân Thanh đồng thời tan vỡ, quân Nguyễn thừa thắng chém giết, quân Thanh tử thương quá nửa.*"

Sách **Khâm Định Việt Sử Thông Giám Cương Mục** cũng chép tương tự:

"*Hồi trống canh năm sớm hôm sau* [mồng 5 tháng giêng], *Văn Huệ xắn tay áo đứng dậy, đốc thúc bản bộ lùa quân rầm rộ tiến lên. Chính Văn Huệ tự mình đốc chiến, cho hơn trăm voi khoẻ đi trước. Tờ mờ sáng quân Thanh lùa toán quân kỵ tinh nhuệ ồ ạt tiến. Chợt thấy bầy voi, ngựa quân Thanh đều sợ hãi, hí lên, tế chạy, lồng lộn quay về, chà đạp lẫn nhau. Giặc lại lùa voi xông đến: quân Thanh trong cơn gấp rút, không cứu nhau được, ai nấy rút trong luỹ để cố thủ. Bốn mặt đồn luỹ quân Thanh đều cắm chông sắt, súng và tên bắn ra như mưa. Giặc [Tây Sơn] dùng những bó rơm to để che đỡ mà lăn xả vào, rồi quân lính tinh nhuệ tiến theo sau. Kẻ trước ngã, người sau nối, thảy đều trổ sức liều chết mà chiến đấu. Các luỹ quân Thanh đồng thời tan vỡ và quân Thanh đều chạy."*

Hai sử liệu từ hai nước Hoa, Việt đều xác nhận vua Quang Trung dùng voi để chống lại kỵ binh. Ngựa sợ voi là chuyện tự nhiên, lính tháp tùng trên lưng voi từ trên cao khống chế quân kỵ một cách dễ dàng, lại còn có sức mạnh đàn áp tinh thần địch về mặt tâm lý. Việc sử dụng voi đúng chỗ hiện diện của kỵ binh, chứng tỏ đạo quân vua Quang Trung hơn hẳn về mặt tình báo.

Việc dùng rạ [hoà cán] bó thành bó lớn như bánh xe lăn khổng lồ [dùng để cán sửa đường lộ], bó nọ nối liền bó kia cùng lăn đều, tạo thành bức tường di động giúp quân lính núp đằng sau tương đối an toàn, vừa tiến lên vừa bắn, để đánh chiếm đồn giặc là một sáng kiến tuyệt diệu; xin được phân tích như sau :

- Vật liệu lấy tại chỗ: Bấy giờ vào đầu tháng giêng, nhà nông tại vùng xung quanh Ngọc Hồi có thể còn phơi rạ ngoài đồng, hoặc làm đụn rạ trong vườn để dành dùng đun nấu, cho bò ăn, hoặc đánh tranh lợp nhà. Rạ là vật liệu rất cần thiết cho nông dân, ở nhà quê đâu đâu cũng có. Còn dây buộc là tre non chẻ ra, hoặc cây mây; hầu như có sẵn trong mọi vườn.

- Dễ bó thành bó tròn lớn: Người viết lớn lên từ nhà quê, đã nhiều lần thấy nông dân bó rạ với cung cách dùng hai đòn xọc cắm sâu xuống đất cách nhau khoảng 1 mét làm điểm tựa, chất rạ vào giữa hai đòn xóc lên cao đến đỉnh đầu, đứng lên trên đống rạ nén chặt, khi đã ưng ý kéo những sợi dây đã đặt sẵn dưới đống rạ lên rồi buộc chặt. Những nông dân có kinh nghiệm bó những bó rạ chắc chắn, lăn cách nào cũng không tung ra. Người viết cũng thấy tận mắt tại nông trại ở Mỹ, có những bó cỏ cho ngựa ăn, bó chặt cao quá đầu người; lính Việt Nam phần lớn xuất thân từ nông dân, nếu ba bốn người hợp lực có thể bó những bó lớn như vậy.

- Khi khai triển đội hình hàng ngang, những bó rạ được lăn đều, nhanh chậm tuỳ theo hiệu lệnh của cấp chỉ huy.

- Nếu bó rạ lớn được nhúng nước, có khả năng ngăn cản đạn nhỏ của súng điểu thương, là loại súng quân Thanh được trang bị. Quân Tây Sơn khom lưng tiến sau bó rạ tương đối an toàn, ngoài việc lăn rạ còn có khả năng bắn phủ đầu đối phương.

- Hãy tưởng tượng hàng trăm bó rạ tạo thành bức thành di động, dù súng bắn vẫn lăn đều lên; lại còn có khả năng bắn trả lại; lúc lăn đến gần, quân Thanh ắt phải kinh hoàng mà bỏ chạy.

Ngoài ra cần phải nhắc thêm trong buổi sáng Vua Quang Trung cho voi quần khiến kỵ binh giặc tháo chạy, rồi quân Tây Sơn dùng "hoả châu, hoả tiễn" bắn tới tấp lúc xung phong vào giờ ngọ, thật đúng bài bản "*tiền pháo, hậu xung*", có thể ứng dụng bài học này cho ngay cả chiến tranh trong thời hiện đại!

Riêng lời tâu của Tổng đốc Tôn Sĩ Nghị trong **Thanh Thực Lục** không đề cập chi tiết trận đánh tại thành Thăng Long, cũng tránh nói đến việc ra lệnh chặt đứt cầu nổi bắc qua sông Hồng; nhưng các bộ sử khác của Trung Quốc như **Thanh Thông Giám**, **Thanh Sử Cảo** đều chép. Tôn Sĩ Nghị tâu xin cách chức trị tội; nhưng lúc này Vua Càn Long từ chối, vì muốn khuyến khích y gia tăng trấn tĩnh để lo liệu việc triệt thoái, mong giảm bớt tổn thất:

"***Ngày 25 tháng giêng năm Càn Long thứ 54*** [19/2/1789]

Tổng đốc Lưỡng Quảng Tôn Sĩ Nghị tâu rằng sau khi thành nhà Lê được thu phục, vị trí dải đất về phía nam thành tiếp giáp với đất giặc. Theo lời Lê Duy Kỳ báo, vào ngày mồng hai tháng giêng năm nay [27/1/1789] *quân lính của viên Quốc vương phòng thủ nơi nầy bị giặc đánh đuổi, bọn chúng rêu rao rằng sẽ trả thù rửa hận. Thần sai quan binh đến tiễu trừ, đánh bại bọn giặc. Rồi Lê Duy Kỳ nghe tin Nguyễn Huệ thân tới, sợ hãi gan mật tê liệt, tay bế con nhỏ, cùng với mẹ chạy trốn qua sông Phú Lương; khiến dân tình hoảng hốt, người trong nước rần rần chạy loạn. Thần cùng Đề đốc Hứa Thế Hanh lại đốc suất quan binh quyết tâm huyết chiến, nhưng không địch nổi, vì giặc quá đông, vây kín đại binh bốn phía. Từ đó Thần và Đề đốc Hứa Thế Hanh không thấy mặt nhau nữa, Thần phá vòng vây, tiến thẳng tới cầu nổi, ra lệnh Tổng binh Lý Hoá Long qua sông để chiếm lấy bờ phía bắc. Lý Hoá Long đi đến giữa cầu, chẳng may trượt chân rơi xuống nước. Thần ra lệnh Phó tướng Khánh Thành quay đầu bắn súng điểu thương chặn địch, rồi mang binh từ từ theo cầu nổi tới bờ phía bắc, đoạn rút về sông Thị Cầu trú đóng. Một mặt cho người chạy đến vùng Lạng Sơn, ải Nam quan tìm mẹ con Lê Duy Kỳ; tạm trú bọn họ tại quan ải. Thần mang trọng trách không làm xong việc sớm, lần nầy lại bị giặc đánh chặn, xin được cách chức trị tội về việc điều binh sai lầm để làm răn.*

Nay dụ các Quân Cơ Đại thần: Trẫm trước kia đã cho rằng Lê Duy Kỳ mềm yếu không có khả năng, xem ra trời đã ghét họ Lê nên không thể hỗ trợ được, mà dân tình An Nam lại phản phúc khó tin; nên đã giáng chỉ dụ lệnh Tôn Sĩ Nghị cấp tốc triệt binh. Nếu như Tôn Sĩ Nghị nhận được chỉ dụ bèn lập tức triệt hồi, thì ngày hôm nay đại quân đã về đến cửa quan ải rồi. Nay Nguyễn Huệ dám ra chặn đánh, nguyên do là Tôn Sĩ Nghị hy vọng Nguyễn Huệ sẽ hối lỗi đầu hàng để mọi việc được hoàn mỹ, nên chần chừ ngày giờ, mới xảy ra như vậy. Hiện tại vào tiết mùa xuân, tại nơi nầy mưa nhiều lắm chướng khí; nếu muốn cử đại binh cũng chưa phải lúc. Huống các tỉnh Quảng Đông, Quảng Tây trước đây tiếp tục điều binh, thì đã ra lệnh đình chỉ; nay lại rầm rộ truyền hịch điều động, thì cũng không đáp ứng được tình hình khẩn cấp, mà lại khiến cho lòng người thêm kinh hãi. Nói tóm lại đem binh triệt hồi, vẹn toàn quốc thể là điều cốt yếu.

Tôn Sĩ Nghị là người thống suất toàn quân, không thể làm việc mạo hiểm; viên Tổng đốc phá vòng vây để ra, hành động nầy rất đúng. Thứ đến, Hứa Thế Hanh là viên chức lớn với cấp bực Đề đốc cũng rất quan hệ; hiện nay chưa có tin tức, đang hết sức trông ngóng. Hai người phải lưu tâm thận trọng, đốc suất quan binh đến quan ải gấp. Theo lời tâu của Tôn Vĩnh Thanh thì Lê Duy Kỳ đến quan ải vào ngày mồng 7 tháng giêng [1/2/1789], hiện cho trú tại Nam Ninh. Bàn về việc hành quân từ trước tới nay không phải mỗi lần ra quân đều thuận lợi, như các cuộc hành quân tại Tân Cương, Tây Lộ, cho đến Lưỡng Kim Xuyên đều có những tổn thất nhỏ rồi mới thành công. Lần nầy Tôn Sĩ Nghị mang quân đến An

Nam đánh giặc thành công quá dễ, nay có sự tổn thất biết đâu đây chính là Nguyễn Huệ tự mang lấy mầm diệt vong vậy. Tôn Sĩ Nghị và Hứa Thế Hanh hãy mang quân ra cho vẹn toàn, đừng làm tổn thương quốc thể; tương lai có liệu biện việc nầy hay không do chính Trẫm thao túng, rồi sẽ từ từ quyết định. Còn việc Tôn Sĩ Nghị tâu xin cách chức trị tội; thì việc tổn thương nầy ngoài ý muốn, không phải do viên Tổng đốc lầm lỡ mạo muội, tại sao lại tâu như vậy! Viên Tổng đốc phải gia tăng trấn tĩnh để lo liệu việc triệt thoái, chớ nên hoang mang ý loạn, đó là điều hết sức quan trọng. Chắc bọn Nguyễn Huệ cũng không dám xâm phạm biên giới của Thiên triều, tuy nhiên dọc theo quan ải cần dàn binh lực để làm mạnh thanh thế và chuẩn bị việc tiếp ứng. Hiện theo lời tâu của Tôn Vĩnh Thanh đã điều 1 ngàn quân tiến trước hợp với quân phòng thủ gồm 3 ngàn tên, sẽ lo điều động thêm. Nay dụ Tôn Vĩnh Thanh hãy tính toán kỹ nếu số binh lính không đủ dùng, thì có thể một mặt tiếp tục điều tại các doanh, một mặt tấu lên. Quân Quảng Tây hiện đang triệt hồi, còn đạo quân Vân Nam do ngã Tuyên Quang, An Biên (1) cũng phải triệt thoái gấp. Quân lính tại các doanh đồn trú tại Vân Nam tương đối nhiều, nếu quân số dưới quyền của Phú Cương và Ô Đại Kinh hiện nay không đủ dùng, thì đừng ngại lấy thêm quân từ các doanh để phòng thủ dọc biên giới, khiến cho thanh thế càng thêm mạnh mẽ." (**Thanh Thực Lục, Cao Tông Thực Lục** quyển 1321 tờ 868-869)

Thanh Thông Giám chép sự kiện ngày mồng 5 tháng giêng [30/1/1789]; cho biết sau khi thua trận Ngọc Hồi, quân Thanh bị chia cắt từng nhóm rồi vây kín. Tôn Sĩ Nghị hoảng hốt rút lui, lập tức cho chặt đứt cầu phao, khiến quân Thanh không còn đường về, quan quân phần lớn tử trận:

"Vào canh năm ngày này [mồng 5] *Nguyễn Văn Huệ mang đại binh tiến đánh, thân tự đốc chiến, dùng 100 thớt voi khoẻ làm tiên phong. Rạng sáng quân Thanh cho kỵ binh nghênh địch, ngựa bị voi quần kinh hãi bỏ chạy, quân rút lui vào trại cố thủ. Phía ngoài trại, luỹ đầy chông sắt, bên trong bắn súng ra cự địch. Vào giờ Ngọ* [11-13 giờ]*, quân Nguyễn bắn hoả châu, hoả tiễn tới tấp; lại dùng rạ bó to lăn mà tiến đều, khinh binh theo sau, trước ngã sau tiến lên một lòng quyết chiến, tại các trại quân Thanh đồng thời tan vỡ, quân Nguyễn thừa thắng chém giết, quân Thanh tử thương quá nửa.*

Đề đốc Hứa Thế Hanh thấy thế lực nhiều ít rõ ràng, bảo gia nhân đem ấn triện Đề đốc mang đi, rồi ra sức đánh, bị chết tại trận. Lúc này quân địch càng bị giết càng nhiều, chia cắt quân Thanh từng nhóm rồi vây kín. Thống soái Tôn Sĩ Nghị mất liên lạc với Hứa Thế Hanh và các đại viên Đề, Trấn; bèn ra lệnh Phó tướng Khánh Thành, Đức Khắc Tinh Ngạch mang 300 quân đoạt vây chạy về phía bắc. Khi tàn quân của Tôn Sĩ Nghị chạy đến bờ sông, thì số quân Thanh 3000 tên trú đóng tại bờ phía nam đã được Tổng binh Thượng Duy Thăng mang đi tiếp ứng cho Hứa Thế Hanh, bèn ra lệnh cho Tổng binh Lý Hoá Long vượt qua cầu nổi chiếm cứ bờ phía bắc, để tiện việc yểm hộ qua sông. Không ngờ Lý Hoá Long đi đến giữa cầu, trượt chân rơi xuống nước chết, số quân mang đi kinh hãi không biết làm gì. Tôn Sĩ Nghị ra lệnh Khánh Thành yểm hộ mặt sau bằng cách bắn súng điểu thương vào quân Nguyễn Văn Huệ đang truy kích, riêng mình tự mang quân theo cầu nổi lui về bờ phía bắc; rồi lập tức cho chặt đứt cầu nổi, cùng với bọn Khánh Thành rút lui về sông Thị Cầu.

Quân Thanh tại phía nam sông thấy cầu đã bị đứt chìm,

không có đường về, bèn đánh trở lại thành nhà Lê. Các Tổng binh Thượng Duy Thăng, Trương Triều Long, Phó tướng Na Đôn Hành, Tham tướng Dương Hưng Long, Vương Tuyên, Anh Lâm đều tử trận. Tri châu Điền Châu Sầm Nghi Đống không được viện binh đành tự tử, số thân binh tự tử cũng đến hàng trăm. Quốc vương An Nam Lê Duy Kỳ vào lúc binh thua tới dinh Tôn Sĩ Nghị họp bàn, thấy Tôn Sĩ Nghị đã bỏ chạy, bèn hoảng hốt vượt sông, chạy lên phương bắc; đến đây, nhà Lê diệt vong.

Nguyễn Văn Huệ xua quân tiến vào thành, chiến bào mặc trên người nhuốm đen, do bởi thuốc súng. Đề đốc Ô Đại Kinh mang đạo quân Thanh tại Vân Nam xuất phát từ Mã Bạch quan [huyện Mã Quan, tỉnh Vân Nam] *vào ngày 20 tháng 11* [17/12/1788] *năm ngoái, đến Tuyên Quang vào ngày 21 tháng 12* [16/1/1789]*; khi đến sông Phú Lương thấy cầu nổi bằng tre đã bị chìm đứt, nhìn sang bên kia bờ thấy lửa rực bốn phía, bèn triệt hồi Tuyên Quang, rồi lập tức lui vào trong nước."*

Thanh Sử Cảo, tại phần **Liệt Truyện: Việt Nam** cũng xác nhận Tôn Sĩ Nghị rút chạy qua sông Phú Lương, rồi cho chặt đứt cầu phao; do vậy quân tại bờ nam như Đề đốc Hứa Thế Hanh và quan binh phu dịch hơn một vạn đều bị đánh kẹp, chết trôi. Lúc Sĩ Nghị chạy về Trấn Nam Quan, cho đốt hết lương thực quân giới ngoài quan ải, người ngựa trở về không được một nửa:

"Vào ngày 1 tháng giêng năm Càn Long thứ 54 [26/1/1789]*, trong quân mở tiệc rượu trỗi nhạc, đêm có tin đại quân Nguyễn đến, bèn hoảng hốt ngự địch. Giặc dùng voi chở đại pháo xung phong vào quân ta, hai bên kẻ đông người ít không địch nổi, trong đêm dày xéo lẫn nhau. Cả nhà Lê Duy Kỳ chạy trốn trước, quân Vân Nam nghe tiếng pháo cũng rút*

chạy. Tôn Sĩ Nghị đoạt đường qua sông Phú Lương, rồi cho chặt đứt cầu phao; do vậy quân tại bờ nam như Đề đốc Hứa Thế Hanh, Tổng binh Trương Triều Long, quan binh phu dịch hơn một vạn đều bị đánh kẹp, chết trôi. Lúc Sĩ Nghị chạy về Trấn Nam Quan, cho đốt hết lương thực quân giới ngoài quan ải hàng chục vạn, người ngựa trở về không được một nửa. Quân Vân Nam, nhờ quan nhà Lê, Hoàng Văn Đồng chỉ đường, trở về được an toàn. Mẹ con Lê Duy Kỳ lại đến đầu thuận. Sự việc tâu lên, Vua cho rằng Tôn Sĩ Nghị không chịu rút quân sớm, lại không chịu trù bị, làm giảm quốc uy, tổn tướng sĩ; bị giải chức đến kinh đô đợi xử tội, cho Phúc Khang An thay thế."

Thanh Sử Cảo chép *"Cả nhà Lê Duy Kỳ chạy trốn trước"; riêng* **Hoàng Lê Nhất Thống Chí** lại xác nhận ngược lại rằng sau khi hay tin Tôn Sĩ Nghị dẫn kỵ binh rút ra cầu phao; Vua Lê Chiêu Thống cùng đám tuỳ tùng thấy cầu phao đã đứt, bèn chạy đến Nghi Tàm gần Hồ Tây, dùng thuyền đánh cá vượt sông:

"Tôn Sĩ Nghị sợ mất mật, ngựa không kịp đóng yên, người không kịp mặc giáp, dẫn bọn lính kỵ mã của mình chuồn trước qua cầu phao, rồi nhằm hướng bắc mà chạy ... Vua Lê trong điện, nghe tin có việc biến ấy, vội vã cùng bọn Lê Quýnh, Trịnh Hiến đưa Thái hậu ra ngoài. Cả bọn chạy đến bờ sông thì thấy cầu phao đã đứt, thuyền bè cũng không, bèn gấp rút chạy đến Nghi Tàm (2) thình lình gặp được chiếc thuyền đánh cá, vội cướp lấy rồi chèo sang bờ bắc. Trưa ngày mồng 6 [31/1/1789] *vua Lê và những người tuỳ tùng chạy đến núi Tam Tằng* [huyện Việt Yên, Bắc Giang], *nghe nói Tôn Sĩ Nghị đã đi khỏi nơi đó."*

Khâm Định Việt Sử Thông Giám Cương Mục cho

biết thêm sau khi thất thủ tại Ngọc Hồi, các đạo quân Thanh đều tan vỡ, tướng tử trận, riêng Tri phủ Điền Châu [huyện Điền Dương, Quảng Tây] Sầm Nghi Đống đóng tại Đống Đa phải thắt cổ tự tử:

"*Các luỹ quân Thanh đồng thời tan vỡ và quân Thanh đều chạy. Giặc đuổi đến đồn Nam Đồng* [quận Đống Đa, Hà Nội], *thừa thắng ập lại giết chết. Quân Thanh bị chết và bị thương đến quá nửa. Thế Hanh, Tiên phong Trương Sĩ Long và Tả dực Thượng Duy Thăng đều chết. Sầm Nghi Đống đóng đồn tại Loa Sơn* [còn gọi Đống Đa] *bị một tướng khác của giặc đánh, quân cứu không có, Nghi Đống phải tự thắt cổ mà chết. Toán thân binh của Nghi Đống cũng tự ải chết theo đến vài trăm người."*

Trong đạo dụ ban bố sau cuộc chiến tại thành Thăng Long 20 ngày, Vua Càn Long biện hộ thất trận không do tại mình, vì đã ra lệnh Tôn Sĩ Nghị cấp tốc triệt binh; nhưng viên Tổng đốc này lần lữa hơn một tháng; lại không lưu tâm vào việc trinh sát, bố trí dự phòng. Lầm lỗi như vậy, nên Sĩ Nghị bị thu hồi tước Công, cùng hồng bảo thạch đã ban cho, được lệnh trở về kinh để sử dụng vào công việc khác; sai Phúc An Khang thay thế chức Tổng đốc Lưỡng Quảng:

"**Ngày 26 tháng Giêng năm Càn Long thứ 54 [20/2/1789].**

Dụ rằng: Tôn Sĩ Nghị tâu vào ngày mồng 2 tháng Giêng, Lê Duy Kỳ đến bản doanh trình rằng có tin Nguyễn Huệ tụ tập đám đông định đến chiếm thành nhà Lê. Tôn Sĩ Nghị cùng Hứa Thế Hanh phân binh tiến đánh; ngày mồng 3 gặp giặc, ra sức đánh dẹp, bọn chúng thua mấy lần rồi rút lui. Rồi Lê Duy Kỳ nghe tin Nguyễn Huệ tới, đem gia quyến ngầm trốn, khiến bá tánh nước này hoang mang bỏ chạy. Thế giặc đang tan, bỗng nhiên tụ trở lại. Tôn Sĩ Nghị thấy Lê Duy Kỳ đã bỏ trốn trước, thành nhà Lê không thể ở lâu, nên triệt binh bằng cách mang quân chiếm bờ phía bắc sông Thị Cầu, để đợi đại binh cùng rút. Rồi Tổng binh Lý Hoá Long đi đến giữa cầu chẳng may trượt chân rơi xuống nước chết, cầu bị đứt. Đề đốc Hứa Thế Hanh, Tổng binh Trương Triều Long, Thượng duy Thăng, Tham tướng Dương Hưng Long, Vương Tuyên, Anh Lâm, Du kích Minh Quế tại phía nam sông Thị Cầu truy giết bọn giặc chưa kịp qua cầu, hiện nay vẫn chưa có tin tức; coi như đã hy sinh. Hiện tra quân số vào được quan ải có đến ba ngàn vài trăm tên, một số đang lục tục trở về, còn số chưa về sẽ điều tra minh bạch rồi tiếp tục tâu. Lê Duy Kỳ, cùng mẹ và con y đến trấn Nam Quan, được đưa đến Nam Ninh để thu xếp yên ổn chỗ ở. Lại theo lời tâu của Phú Cương và Ô Đại Kinh, thì đạo quân Vân Nam trước sau đã cho triệt hồi.

Việc này khởi đầu do lời tâu của Tôn Sĩ Nghị rằng tại nước An Nam có tên Thổ tù Nguyễn Huệ dấy binh làm loạn, Lê Duy Kỳ bị đuổi trốn tránh trong dân gian, không có một thước đất để nương thân, quyến thuộc khổ sở điêu đứng, gõ cửa quan ải cầu cứu. Nhân An Nam thần phục Thiên triều đã hơn một trăm năm, hết sức cung thuận, rồi bị cường thần soán đoạt, mẹ và vợ y thân đến khống tố; nếu bỏ việc này không xét thì trái với đạo "vỗ về nước nhỏ, nối dòng kế vị bị đứt", nên đã sai thu xếp yên ổn chỗ ở cho quyến thuộc, rồi ra lệnh Tôn Sĩ Nghị đến vùng biên giới Quảng Tây lo liệu. Theo lời tâu, Tôn Sĩ Nghị đã truyền hịch dụ An Nam, các Trấn Mục, dân quân, không đâu là không hưởng ứng, họ tình nguyện đi trước đuổi giặc. Viên Tổng đốc lại ra sức gánh trọng trách lớn, xin được mang quân xuất quan; Trẫm nghĩ ý kiến này rất đúng, nên giáng chỉ dụ cho đi. Sau khi viên Tổng đốc cùng Đề đốc Hứa Thế Hanh xuất quan, mấy lần báo tin chiến thắng, bọn giặc bị đánh đau, chưa đầy một tháng đã thu phục thành nhà Lê, phong Lê Duy Kỳ làm Quốc vương, thành công thực nhanh chóng. Trẫm nghĩ Tôn Sĩ Nghị thực hiện việc này, quan hệ đến chính sách "vỗ về nước nhỏ, nối dòng kế vị bị đứt", công này rất lớn. Vả lại các Đại thần dưới thời nhà Hán, những người văn võ toàn tài, có khả năng vì nước mang binh biểu dương uy lực, đều được hưởng ân đặc biệt, nên thi nhau phát huy tài năng để được tưởng lệ. Bởi vậy lúc nhận được lời tâu, bèn giáng chỉ tấn phong Tôn Sĩ Nghị tước Công, cùng thưởng cấp hồng bảo thạch gắn tại đỉnh mũ; riêng Hứa Thế Hanh cũng được phong tước Tử để đền công. Lại nghĩ rằng nước An Nam lắm chướng dịch; vả lại quân lính, dân phu số lượng quá nhiều, trú tại đó lâu ngày khiến nước mới được phục hồi gặp lắm điều bất tiện. Tuy An Nam là một nước nhỏ, nhưng họ Lê lập quốc đã lâu, sự phế hưng chắc cũng liên quan đến khí số; Lê Duy Kỳ hèn kém vô năng, không mảy may phấn chấn, hoặc giả trời đã chán họ Lê, không còn phù hộ thêm. Trẫm từ trước tới nay lo liệu mọi việc đều thuận lòng trời, bởi vậy đã mấy lần giáng chỉ ra lệnh Tôn Sĩ Nghị cấp tốc triệt binh. Viên Tổng đốc nếu tuân theo chiếu chỉ tức tốc triệt hồi, thì lúc này đại quân đã về đến quan ải; chỉ vì lần lữa tại đó hơn một tháng, nên bọn giặc thừa lúc sơ hở dấy lên. Chắc Tôn Sĩ Nghị hy vọng Nguyễn Huệ sẽ ra đầu hàng, hoặc bị người khác trói mang đến (3), nên trong lòng y không khỏi có ý tưởng tham công nấn ná chờ đợi, nên mới xảy ra biến cố bất ngờ. Theo Trẫm thì Tôn Sĩ Nghị không tránh khỏi lỗi; hơn nữa Nguyễn Huệ đã bỏ trốn đi, lại có thể mang quân đến thành nhà Lê quấy nhiễu, không phải một sớm một chiều có thể tụ tập được. Vả lại trong bọn chúng vị tất đều thuộc đảng giặc, có thể những bọn phản trắc ở gần thành nhà Lê, được tin giặc ngầm đến, bèn theo mà phụ hoạ; rồi tụ tập đông đúc như kiến tổ, ong bầy. Tôn Sĩ Nghị ở tại đó, cớ sao không lưu tâm vào việc trinh sát, bố trí dự phòng; lại chỉ chờ giặc đến mới ngăn ngừa; rồi cầu nổi nửa chừng bị đứt, khiến tổn thất cho quan binh. Trẫm cho rằng sau khi thành công, trong lòng Tôn Sĩ Nghị không khỏi tự mãn lơ là, gây ra sự tổn thất, nhưng xét kỹ về tình tiết thì không chủ tâm làm điều sai trái. Cái lỗi tham công tự mãn, khiến các Đề Trấn đại viên bị chết không đáng được tưởng thưởng, nay nếu lưu nhiệm chức Tổng đốc Lưỡng Quảng, uy vọng đã tổn thương, không đủ để trấn áp tại vùng biên giới và ven biển, mà cũng không phải là đạo thành toàn cho viên Tổng đốc. Đối với công tội của kẻ bề tôi, Trẫm đắn đo rất đích đáng, khi thu phục được thành nhà Lê, lo liệu nhanh chóng, được ban thưởng ngay; tuy viên Tổng đốc tấu xin từ chối cũng không chấp thuận. Nay viên Tổng đốc có những lỗi như vậy thì không thể nhận ân thưởng và phong đất; cho thu hồi tước công, cùng hồng bảo thạch, ra lệnh trở về kinh để sử dụng vào công việc khác; chức Tổng đốc Lưỡng Quảng bị khuyết nay giáng chỉ cho Phúc An Khang đến điền bổ. Phúc Khang An nhận được chỉ dụ này hãy lập tức đến trấn Nam Quan lãnh nhiệm vụ. Trước khi Phúc Khang An đến nhiệm sở; Tôn Sĩ Nghị vẫn tạm thời xử lý thường vụ, trú tại trấn Nam Quan, đợi Phúc Khang An đến thay thế mới khởi hành về kinh. Còn tước Tử của Hứa Thế Hanh, tuy được thưởng một lần với Tôn Sĩ Nghị, nhưng viên Đề đốc đã tử trận, xét ra thực đáng thương; vả lại việc triệt binh đều theo sự điều động của Tôn Sĩ Nghị, Hứa Thế Hanh không liên can, tước Tử được gia ân cho con y thừa tập. Tổng binh Thượng Duy Thăng, Trương Triều Long; Tham tướng Dương Hưng Long,

Vương Tuyên, Anh Lâm; Du kích Minh Quế nhân cầu đứt không sang sông được, đánh giặc chết trận, nay đều được xét để hưởng tử tuất. Tổng binh Lý Hoá Long tuy bị trượt chân ngã xuống nước, chết vì Vương sự, cũng được xếp vào trận vong để được xét cấp tử tuất. Những quan binh chưa ra trình diện, viên Tổng đốc hãy xét minh bạch, gửi hồ sơ lên bộ chiếu lệ phân biệt thưởng tử tuất. Việc này do Tôn Sĩ Nghị tham công trú đóng lâu ngày, không tuân theo chỉ dụ tức tốc triệt hồi, nên biến cố xảy ra ngoài ý muốn; các Đề Trấn đại viên, do cầu bị đứt nên không thoát được khiến thân phải hy sinh. Vả lại Nguyễn Huệ là tên Thổ tù, đuổi chúa loạn luân thường, bị Thiên triều mang quân thảo phạt mấy lần thua chạy, lại dám tụ tập nhiễu loạn, làm thương tổn đến quan binh, tội lỗi vào loại đại ác. Hiện nay vào tiết mùa xuân, xứ này có nhiều chướng lệ, chưa tiện thâm nhập hỏi tội; nay ra lệnh các Đốc Phủ miền duyên biên, cùng các doanh cho quân kịp thời thao diễn, nhằm lương đủ binh tinh nhuệ, để sẵn sàng sai khiến, chuẩn bị việc hỏi tội thảo phạt. Hãy dùng đạo dụ này thông tri mọi nơi." (**Cao Tông Thực Lục** quyển 1321, trang 19-22)

Chú thích:

1. An Biên: An Biên hà, tức sông Đổ Chú, chỗ biên giới Hoa Việt.

2. Nghi Tàm: thuộc quận Tây Hồ, Hà Nội; phía đông Hồ Tây.

3. Ý Tôn Sĩ Nghị mong trong nội bộ có nội phản, trói mang đến. Đây chỉ là những điều ước vọng không tưởng.

162.
Nhà Tây Sơn: Quang Trung [1788-1792]

Nội dung trong chỉ dụ trước Vua Càn Long sai Tôn Sĩ Nghị trở về kinh; chức Tổng đốc Lưỡng Quảng bị khuyết giao cho Phúc An Khang thay thế. Nay lại nhấn mạnh rằng Sĩ Nghị phải trú đóng tại trấn Nam Quan lo giải quyết các việc quan trọng, chờ Phúc Khang An đến, bàn giao xong xuôi, mới được rời nhiệm sở:

"***Ngày 26 tháng Giêng năm Càn Long thứ 54* [20/2/1789]**

... Viên Tổng đốc trú đóng tại trấn Nam Quan hãy lo việc triệt binh và tuần phòng biên giới cho ổn thoả, đợi Phúc Khang An tới nơi trình bày với y sự việc kỹ lưỡng, rồi bàn giao để về kinh. Nếu Tôn Sĩ Nghị lúc này trên đường từ trấn Nam Quan đến Quảng Đông, khi nhận được chỉ dụ này hãy quay trở lại Nam Quan để lo liệu mọi việc, chớ đừng để tâm hoang mang ý loạn, không dốc tâm giải quyết được những sự việc quan trọng, phụ tấm lòng thương xót của Trẫm... ."(**Thanh Thực Lục, Cao Tông Thực Lục** quyển 1321, trang 24-26)

Tiếp đến Càn Long ra chỉ dụ gợi ý rằng nếu Vua Quang Trung tỏ ra hối tội; sau khi thỉnh cầu ba bốn lần, sẽ tuỳ cơ sắp xếp thiết lập bang giao cho xong công việc:

"***Ngày 26 tháng Giêng năm Càn Long thứ 54***

[20/2/1789].

...Nguyễn Huệ chỉ là tên đầu mục nước An Nam, so sánh hiện nay đất nước ta toàn thịnh, nếu tập trung nhiều binh lực, bốn bề hội tiễu, thì việc phá sào huyệt của bọn chúng cũng không khó. Nhưng nước này vốn nhiều lam chướng, cũng giống như Miến Điện vậy, lấy được đất này không đủ để giữ, lấy được dân này cũng không đủ để làm tôi, hà tất lại dùng binh lực và tiền lương tiêu phí vào chốn nóng nực vô dụng này! Vậy việc tiến đánh bọn Nguyễn Huệ lúc này không phải là không thể làm được, nhưng xét về các mặt thiên thời, địa lợi, nhân sự đều không đáng ra tay. Tôn Sĩ Nghị mới bị thua, uy tín bị tổn thương, không tiện tiếp tục giữ chức Tổng đốc, Phúc Khang An mới bình định xong giặc phỉ Đài Loan, tiếng tăm vang dội; nay phong tước Tổng đốc Lưỡng Quảng. Không riêng gì Nguyễn Huệ nghe Tôn Sĩ Nghị làm hỏng việc bị giải nhiệm, nay cử vị trọng thần quen chiến trận đến trấn nhậm, ắt sẽ mang đại binh tiến đánh, trong lòng y sẽ run sợ; mà dân ta ở nơi biên giới, thấy Phúc Khang An tới đó, nhằm có thể nương dựa được, lòng người sẽ trở nên trấn tĩnh. Phúc Khang An sau khi đến trấn Nam Quan, nếu Nguyễn Huệ nghe tiếng sợ hãi, đến quan ải chịu tội xin hàng, Phúc Khang An nên la mắng, không thể vội vàng chấp nhận; chờ khi thành tâm hối tội, thỉnh cầu ba bốn lần, sẽ tuỳ cơ ứng phó để cho xong công việc." (**Thanh Thực Lục, Cao Tông Thực Lục** quyển 1331, trang 27-28)

Thanh Thực Lục xác nhận vào ngày 22 tháng giêng năm Càn Long thứ 54 [16/2/1789] Vua Quang Trung sai Thông sự mang biểu đến ải Nam Quan, nhưng biểu văn bị bọn Tôn Sĩ Nghị cho người ném trả lại. Có lẽ Vua Càn Long sợ việc ném trả biểu, khiến tuyệt đường liên lạc giữa hai bên, nên sai tân

Tổng đốc Lưỡng Quảng Phúc Khang An, trên đường đến nhậm chức, gửi hịch cho Vua Quang Trung rằng nếu muốn xin hàng để thiết lập bang giao, trước hết phải đưa các quan binh tống xuất, trói những người đã giết các Đề Trấn đem hiến, như vậy y mới có thể tâu thay để xin đại Hoàng đế mở lượng khoan hồng:

"***Ngày 3 Canh Dần tháng 2 năm Càn Long thứ 54* [27/2/1789].**

Nguyên Tổng đốc Lưỡng Quảng Tôn Sĩ Nghị cùng Tuần phủ Tôn Vĩnh Thanh tâu rằng: Vào ngày 22 tháng Giêng, viên Di mục tỉnh Lạng Sơn sai Thông sự trình biểu văn, xưng là Nguyễn Huệ tình nguyện đầu thuận và nạp cống; sợ Thiên triều không chấp nhận, nên sai Thông sự đến trước để dâng biểu. Bọn thần thấy rằng Nguyễn Huệ chưa tống xuất quan binh trở về, mà đã vội dâng biểu xin làm phiên thần; như vậy y làm việc này chỉ để thử chúng ta mà thôi, nên đem biểu văn ném trả lại, và tiếp tục đề phòng quan ải.

Dụ Quân Cơ Đại thần rằng: Nguyễn Huệ chỉ là một tên Thổ tù An Nam, chắc không dám xâm phạm biên giới của Thiên triều, chỉ mượn việc dâng biểu để thử lòng chúng ta mà thôi, nay chỉ ném biểu trả lại, không đủ để y chấn động sợ hãi mà kiên định sự hối tội đầu thuận. Phúc Khang An nhận được chỉ dụ này, phải cấp tốc khởi hành đến trấn Nam Quan lo liệu mọi việc. Phúc Khang An có kinh nghiệm việc binh, lại vừa bình định xong bọn giặc phỉ tại Đài Loan, uy danh rạng rỡ. Nay Phúc Khang An hãy truyền hịch cho Nguyễn Huệ rằng:

'Viên Tổng đốc Lưỡng Quảng tiền nhiệm họ Tôn vốn là quan văn, không rành việc quân lữ, nên khi mang binh ra

khỏi quan ải, không nhận rõ thực hư, nghe lời người bản xứ bảo rằng Nguyễn Huệ và bè đảng đã rút hết về sào huyệt; khi trú đóng tại thành nhà Lê lại không lưu tâm trinh sát đề phòng, nên mắc vào gian kế của ngươi. Nhân vì Tôn Tổng đốc lo liệu công việc không tốt, nên đại Hoàng đế cách chức cho về kinh, bèn điều Bản Bộ đường vào chức vụ này. Bản Bộ đường từng xuất sư đánh Kim Xuyên (1), bình định giặc Hồi, đảm nhiệm chức Tổng đốc Thiểm Tây và Cam Túc. Năm trước bọn giặc Đài Loan nổi dậy, Bản Bộ đường phụng mệnh vượt biển tiễu trừ, bắt sống toàn bộ bọn đầu mục, dẹp tan nhanh chóng. Các ngươi sống nơi cùng tịch góc biển, chưa từng nghe việc Bản Bộ đường dẹp Kim Xuyên, còn như Đài Loan và An Nam thông thương đường biển, há lẽ việc bản bộ đường bình định giặc phỉ tại Đài Loan các ngươi chưa từng nghe?

Việc ngươi Nguyễn Huệ, trước đây gây hấn với họ Lê; cũng do cái thế giữa ngươi và họ Lê không thể cùng tồn tại, Thiên triều cũng không xét thêm về việc này. Còn việc Tôn Tổng đốc mang quân xuất quan, các ngươi dám tụ tập chống cự; rồi ngấm ngầm quấy nhiễu, làm tổn thương đến quan binh và các đại viên Đề Trấn [Đề đốc, Trấn thủ]; càng đắc tội với Thiên triều, khó mà tha được. Nay Nguyễn Huệ đã biết tội lớn, sai người đến quan ải hối tội xin hàng, mà trước đó lại không chịu tống xuất quan binh trở về. Việc tổn thương đến quan binh tội khó mà tha; đến như Đề Trấn đại viên bị các ngươi giết, tội lại càng thêm lớn. Nếu không mang những người đã giết các quan binh Đề Trấn ra chính pháp, thì sao mà tha nổi!

Nguyễn Huệ nếu muốn xin hàng, trước hết phải đưa các quan binh tống xuất, trói những tên đã giết các Đề Trấn đem hiến, như vậy Bản Bộ đường mới có thể tâu thay để khẩn cầu đại Hoàng đế ra ân mở lượng khoan hồng. Nay Nguyễn Huệ chỉ sai người dâng biểu, lại không đem quan binh cùng các người làm tổn thương đến các Đề Trấn ra dâng hiến, thì rõ ràng chỉ muốn thử bụng Thiên triều mà thôi.

Bản Bộ đường xuất thân từ quân lữ, không thể so sánh với Tôn Tổng đốc là một văn nhân, chưa từng biết đến việc binh; nay phụng mệnh đến đây, chỉ biết hỏi tội và thảo phạt. Nếu Nguyễn Huệ không lo sửa đổi ngay, chỉ sai người đến thử, Bản Bộ đường sẽ tâu lên đại Hoàng đế, thống suất đại binh, chia bốn lộ hội tiễu, để quét sạch sào huyệt, bắt đầu sỏ; một khi uy trời vung qua [một loại vũ khí thời xưa] *lên, sẽ tẩy sạch không để sót, thì khi đó chẳng còn hối được nữa.'*

Hãy dùng lời hịch dụ nghiêm khắc, khiến Nguyễn Huệ thấy Thiên triều không chuẩn sự qui thuận và sợ hãi uy danh, sẽ sai người mang quan binh trở về. Cho trải qua ba bốn lần khẩn cầu, lúc này Phúc Khang An sẽ tuân theo chỉ dụ trước, tuỳ cơ tấu xin chiếu chỉ để lo liệu ...." (**Thanh Thực Lục, Cao Tông Thực Lục** quyển 1332, trang 7-11)

Sử Việt Nam **Đại Nam Liệt Truyện** (1) chép việc Vua Quang Trung dâng biểu do bởi viên Tri đạo Tả Giang Đạo Thang Hùng Nghiệp mớm lời; nội dung tờ biểu quá cứng rắn, nên Thang Hùng Nghiệp không dám nhận:

"*Vừa gặp Binh bị đạo Tả Giang là Thang Hùng Nghiệp đưa thư, đại lược nói:*

'Lê Duy Kỳ bỏ nước mà trốn, Thiên triều quyết không đem nước An Nam cho y nữa. Hãy thừa lúc trước khi chưa vâng ban dụ chỉ, uỷ thác người gõ cửa quan kêu xin ngõ hầu có thể ngưỡng cầu ân điển.'

Huệ được thư ấy, biết người nhà Thanh muốn giảng hoà thì trong lòng coi thường họ; bèn sai tướng là Hô Hổ Hầu đệ tờ biểu yêu cầu làm Vua nước An Nam, bài biểu như sau:

'Thần vốn là kẻ áo vải ở Tây Sơn thừa thời cơ cử sự. Năm Bính Ngọ [1786] dấy binh diệt họ Trịnh trả nước cho họ Lê. Vua Lê trước tạ thế, thần lại tôn lập Tự tôn Lê Duy Kỳ nối ngôi. Lê Duy Kỳ là người dâm dật bạo ngược, bề tôi trong nước cũng như nhân dân đều chạy đến tố cáo với thần, xin vì họ ra quân trừ hoạn.

"Năm Đinh Vị [1787] thần sai một tiểu tướng [Vũ Văn Nhậm] *đem binh hỏi tội kẻ tả hữu đã giúp bạo quân làm xằng, thì Lê Duy Kỳ từ xa trông thấy đang đêm chạy trốn tự chuốc lấy cái lo sợ.*

"Năm Mậu Thân [1788] thần tiến đến Đô thành lại uỷ thác cho Lê Duy Cận, con vua Lê trước làm Giám quốc, đã sai sứ giả gõ cửa quan (2) đem đầy đủ tình hình trong nước tâu lên, nhưng mẹ của Lê Duy Kỳ đã sang trước ở ải Đẩu Áo gửi thân xin cứu viện.

"Tôn Sĩ Nghị lấy địa vị đại thần ở biên cương lại vì cớ tiền của và nữ sắc đem tờ biểu chương của thần xé ném xuống đất làm nhục Sứ giả, ý muốn động binh dấy quân.

"Không biết việc đó quả do Đại Hoàng đế sai khiến hay do Tôn Sĩ Nghị vì một người đàn bà sai khiến mong lập công nơi biên cương mà cầu lợi lớn.

"Hãy lấy nhân sĩ giáp binh của một dãy bờ biển này cũng không đáng một phần muôn của triều đình Trung Quốc. Nhưng bị khe sâu ở phía trước, cọp dữ ở phía sau, tâm tình nhân dân sợ chết mất mà đều lo phấn đấu.

"Thần không tránh cái tiếng ném chuột vỡ đồ, bèn lấy đinh tráng của năm ba ấp đem theo, ngày mồng 5 tháng giêng [30/1/1789] *năm nay tiến đến Đô thành mong cùng Tôn Sĩ Nghị một lần yết kiến, hoặc được lấy châu ngọc lụa là thay cho thuẫn giáo, chuyển xe binh làm hội áo quần* [ý chỉ cảnh hoà bình thay cho chiến tranh].

"Nhưng binh của Tôn Sĩ Nghị ra đón đánh trước, mới một lần giao phong đã bỏ chạy rã rời tứ tán. Những quân chạy trốn tại thôn trang ngoài thành lại bị nhân dân quanh thành giết chết gần hết.

"Thần lúc vào thành ngăn cấm không được giết càn, nhất thiết đều đưa đến Đô thành, tất cả hơn 800 tên, thần đã cấp cho lương thực.

"Trộm nghĩ, nước của thần từ nhà Đinh, nhà Lê, nhà Lý, nhà Trần trở lại, đời đời đổi không phải chỉ một họ [làm vua]. *Hễ có khả năng làm bực trọng thần ở phương nam thì những người ương trồng phải vun bồi cho, chỉ là rất công bình rất nhân đức mà thôi.*

"Cúi nghĩ Đại Hoàng đế đặt mình vào địa vị trời, thi hành giáo hoá thuận lẽ tự nhiên tha thứ cho thần cái tội đón đánh Tôn Sĩ Nghị, lượng cho thần lòng thành đã lắm lần gõ cửa quan trần tấu, cho thần làm An Nam Quốc vương để có sự nắm giữ toàn cõi. Thần kính cẩn sai sứ đến triều khuyết vâng lệnh làm phiên thần nộp cống cùng đem những người hiện còn lại cho về, giao nạp để tỏ lòng chí thành.

"Này, đường đường là triều đình Thiên tử lại đi so hơn thua với nước rợ nhỏ thì ắt là muốn cùng khốn binh sĩ, lạm dụng vũ lực hầu sướng khoái cái lòng tham lam tàn bạo thì thật cái lòng của Thánh thượng không nhẫn.

“Trong muôn một nếu can qua nối tiếp không dứt, tình thế đến nỗi nào thì thật không phải do thần muốn, mà thần cũng không dám biết nữa.’

Thang Hùng Nghiệp tiếp thấy cả kinh, nói với Sứ giả Hô Hổ Hầu rằng:

“Nay không phải hai nước đánh nhau, sao hành sự toàn một giọng giận dữ? Nói như thế là muốn cầu phong tước, hay muốn gây mối can qua chăng?”

Thang Hùng Nghiệp trả tờ biểu không chịu đề đạt lên.”

Trên đường đến Lưỡng Quảng nhậm chức, Tổng đốc Phúc Khang An tâu lên Vua Càn Long về cách xử sự của y đối với An Nam, quyết không ham công đưa quan quân xông vào nơi lam chướng; nhưng phải làm khó đến cùng cực, thì mối cảm tạ của nước này mới nẩy ra. Nhà Vua bằng lòng, cho rằng đã nắm được điểm chính:

“Ngày 27 tháng 2 năm Càn Long thứ 54 [23/3/1789].

Công tước Hiệp Biện Đại Học sĩ Tổng đốc Lưỡng Quảng Phúc Khang An tâu: Sự việc tại An Nam, Tôn Sĩ Nghị dũng mạnh buổi đầu, nhưng lầm lỡ sau đó; lần này thần đến nơi, lo nuôi dưỡng quân uy, giữ quốc thể làm trọng. Còn bọn Nguyễn Huệ nghe nội địa mang bốn đạo quân tiến đánh, tất sẽ mau đến quan ải xin qui phục. Thần không thể chấp nhận cầu xin một cách dễ dàng, đợi cho sự lo sợ đến cùng cực, thì mối cảm tạ mới nẩy ra, lúc đó sẽ xét theo tình hình mà trần tấu; lại quyết không ham công ưa bành trướng, đưa quan quân xông vào nơi lam chướng. Thần sau khi phụng chỉ bèn giao trách nhiệm Tổng đốc Mân Triết cùng ấn tín cho Phủ thần xử lý, khởi hành từ Quảng Đông ngày đêm đi gấp.

Dụ các Quân Cơ Đại thần: Xét lời tâu, đã nắm được điểm chính..." (**Thanh Thực Lục, Cao Tông Thực Lục** quyển 1323, trang 913)

Vào ngày mồng 9 tháng 2 [5/3/1789] Vua Quang Trung sai hai viên quan Nguyễn Hữu Điều và Vũ Huy Phác mang biểu văn đến Quảng Tây, Tôn Sĩ Nghị tâu lên. Vua Càn Long cũng muốn giải quyết cho êm chuyện, nhưng xét sự tổn thất tại thành Thăng Long quá lớn, nên cần phải làm khó để rửa mặt, chưa thể bằng lòng chấp nhận ngay được:

"*Ngày 28 Ất Mão tháng 2 năm Càn Long thứ 54* [24/3/1789].

Cựu Tổng đốc Lưỡng Quảng Tôn Sĩ Nghị tâu: Vào ngày mồng 9 tháng 2 [5/3/1789] *Nguyễn Huệ sai hai viên Di mục Nguyễn Hữu Điều và Vũ Huy Phác mang biểu văn đến dâng, thần sai Tri đạo Tả Giang Thang Hùng Nghiệp ra trước quan ải hiểu dụ. Mở biểu văn ra duyệt, thấy lời lẽ cung thuận, tuy nhiên vẫn chưa tống xuất hết quan binh của ta, nên có ý muốn bác; kính cẩn đợi huấn thị để tuân hành.*

Dụ các Quân Cơ Đại thần: Nguyễn Huệ đã tụ tập đám đông đến quấy phá, khiến các quan binh cùng Đề Trấn đại viên bị tổn thất, lại càng đắc tội với Thiên triều, khó mà tha được. Nay đất nước ta toàn thịnh, kho tiền chứa trữ đầy đủ, mang binh tiến đánh, thành công cũng không khó. Hiện nay các đại viên cầm quân, am tường về quân sự, từng hành quân lâu năm đều có sẵn; ngân khố hiện tại trữ hơn 6000 vạn lạng bạc, nếu tiêu đi 3000 vạn lạng cũng không tiếc; riêng Trẫm biện lý công việc thì hàng ngày cần cù, không phải vì già nua mà sợ công việc. Chỉ nghĩ đến địa phương An Nam đất đai thuỷ thổ ác liệt, vốn nhiều chướng lệ; thực không muốn binh mã, tiền lương phải tiêu phí vào mảnh đất vô dụng này, xét về sự lý thực không đáng làm to chuyện. Nhưng Nguyễn Huệ đắc tội với Thiên triều, tuy đã sai Di mục hai lần mang biểu tới quan ải, cũng chưa thể bằng lòng chấp nhận sự kêu xin ngay được..." (**Thanh Thực Lục, Cao Tông Thực Lục** quyển 1323, trang 41-42)

Sau khi sứ giả An Nam đến dâng biểu, Vua Càn Long lại cho soạn sẵn hịch dụ chờ khi Phúc Khang An đến quan ải thì giao cho An Nam. Nội dung hịch dụ khoe thành tích đánh dẹp của Khang An; đòi phải đem nạp những người đã giết các Đề đốc, Trấn thủ tại thành Thăng Long để trị tội chết. Rồi hù doạ rằng nếu không tuân, chỉ có cách là thống suất đại binh, chia đường tiến đánh:

"***Ngày 7 tháng 3 năm Càn Long thứ 54*** **[2/4/1489]**. *Dụ các Quân cơ đại thần:*

'Nguyễn Huệ đối với quan binh ta không dám giết hại, tập trung tại thành nhà Lê để nuôi dưỡng; sau khi bị Tôn Sĩ Nghị bác biểu văn bèn đem quan binh tống xuất, chứng tỏ còn biết lo sợ uy trời. Nhưng Tôn Sĩ Nghị vừa mới bị thất trận, uy vọng đã tổn thất; riêng Phúc Khang An chắc lúc này đã tới ải Nam Quan, lệnh Phúc Khang An hãy ban hịch dụ Nguyễn Huệ rằng:

'Việc này do Tôn Sĩ Nghị là quan văn, không rành về binh sự, đưa đến việc biện lý không tốt, hiện được chỉ dụ đưa Tôn Sĩ Nghị đến kinh đô; chức Tổng đốc Lưỡng Quảng khuyết, bổ Bản bộ đường đến nhậm chức.

Bản bộ đường theo việc binh đã lâu, trước đây Thổ ty Lưỡng Kim Xuyên tự coi là hiểm xa, ngoan cố làm điều gian; Bản bộ đường từng mang quân đến đánh, bình định toàn đất

Kim Xuyên, cắt tai Tố Nặc Mộc Tăng Cách đem hiến. Năm ngoái bọn Lâm Sảng Văn cho rằng Đài Loan cách trở trùng dương, tụ tập dân chúng làm loạn; Bản bộ đường mang quân vượt biển đánh bắt, chỉ trong tuần bắt sống bọn Lâm Sảng Văn, chiếu pháp luật trừng trị. Ngươi, Nguyễn Huệ, tại nơi hoang tịch Quảng Nam, đối với việc Kim Xuyên hoặc có thể đã nghe; riêng Đài Loan có đường biển thông thương với Quảng Nam, việc Lâm Sảng Văn chắc ngươi đã hiểu rõ.

Ngươi là Thổ tù An Nam, to gan dám kháng cự Thiên binh, giết hại đại viên Đề, Trấn, tội hết sức nặng; nay đem quan binh trả về, cũng không chuộc hết tội lỗi, phải đem những người đã giết hại các quan Đề, Trấn (3), trói giải đến để trị tội chết. Nhà ngươi nếu không tuân phụng đem hiến, Bản bộ đường chỉ có cách là thống suất đại binh, chia đường tiến đánh. Hãy suy nghĩ lực lượng của Thiên triều như thế nào, và tự xét các ngươi chỉ là con bọ ngựa ngông cuồng mà thôi!'

"Hãy dụ một cách nghiêm khắc như vậy; khi Nguyễn Huệ tiếp nhận hịch văn của Phúc Khang An, sẽ đem hiến những người giết hại các quan Đề, Trấn; Phúc Khang An lại tâu lên đầy đủ, đợi Trẫm giáng chỉ để tuân hành. Nếu như Phúc Khang An chưa đến nơi, Tôn Sĩ Nghị đã mang biểu văn khác của Nguyễn Huệ tâu lên, Trẫm sẽ xét ngay và giáng chỉ tường tất chỉ thị, để theo đó mà làm; riêng hịch này hãy đình chỉ phát hành để chờ hiểu dụ sau." (**Thanh Thực Lục, Cao Tông Thực Lục** quyển 1324, trang 14-15)

Hịch dụ trước chưa kịp gửi đi thì phía An Nam cho người đem các quan binh bị bắt cho trở về; và bảo rằng những người giết các Đề, Trấn nhà Thanh, đã đem trị tội. Vua Càn Long chiếu theo tin tức vừa cập nhật, bèn cho soạn hịch dụ mới bảo rằng lời nói "*đã đem những người giết hại quan binh ra trị tội*" không đủ tin; nên Tổng đốc Phúc Khang An không thể giúp tâu thay lên Vua được:

"***Ngày 9 tháng 3 năm Càn Long thứ 54* [4/4/1789].**

Dụ các quân cơ Đại thần: Cứ theo lời tấu hôm qua của Tôn Sĩ Nghị rằng Nguyễn Huệ cho người đem các quan binh còn kẹt lại trở về, có thể đến quan ải trong ngày. Đã có chỉ dụ bảo Phúc Khang An truyền hịch cho Nguyễn Huệ; lại e rằng trước khi Phúc Khang An đến nơi Tôn Sĩ Nghị lại chuyển biểu văn khác [của Nguyễn Huệ] *tâu lên, nên ra lệnh cho tạm thời đình hoãn gửi, để đợi hịch dụ khác.*

Nay được biết khi viên Di mục của nước này [Sứ giả của vua Quang Trung] *đến, Tôn Sĩ Nghị sai Thang Hùng Nghiệp nói rằng Tôn Sĩ Nghị đã phụng chỉ về kinh, Phúc Khang An sẽ đến đây trong một vài ngày; đợi lúc Phúc Khang An tới sẽ tâu thay; những lời này hợp với chỉ dụ trước. Xem những biểu văn của Nguyễn Huệ lời lẽ rất cung kính, biết sợ hãi hối tội; y liên tiếp khất hàng trong thời gian ngắn; nên cần phải trì hoãn làm khó, để kiên định lòng thành nội phụ và sự hối tội. Nếu trước kia Tôn Sĩ Nghị hứa với viên Di mục bằng lòng chuyển tấu, thì khi biểu văn tới nơi phải nên truyền hịch dụ đáp lại. Nay Tôn Sĩ Nghị sai Thang Hùng Nghiệp bảo rằng đợi khi Phúc Khang An tới đây hãy khẩn cầu để xin tấu thay; vậy lần này đáp với viên Di mục bất quá nói rằng đây chỉ là ý riêng của Thang Hùng Nghiệp. Những biểu văn được xem, do Tôn Sĩ Nghị mở ra từ phó bản, không cần phải truyền hịch trả lời.*

Nay ra lệnh Phúc Khang An hãy tuân theo chiếu chỉ mới đây để truyền hịch cho Nguyễn Huệ rằng:

"Ngươi vốn là viên Thổ tù nước An Nam nhưng dám kháng cự quan binh, giết hại các quan Đề Trấn đại viên, tội rất lớn. Nay tuy đã ba lần đến xin hàng, lại đem trả lại những quan binh chưa trở về, nhưng vẫn chưa đủ chuộc tội. Ngươi bảo rằng đã đem những người giết hại quan binh ra trị tội, lời nói đó không đủ tin; nên Bản Bộ đường không tiện thay ngươi để tâu lên. Nếu ngươi không chịu đem những người giết quan binh ra, thì chỉ có cách là thống suất đại binh, chia các lộ cùng tiến đánh; nếu chưa diệt hết bọn ngươi quyết không dừng!...." (**Thanh Thực Lục, Cao Tông Thực Lục** quyển 1324, trang 22-24)

Từ chỗ đòi hỏi phải giải giao những người giết các viên Đề, Trấn cho nhà Thanh trị tội, nay Vua Càn Long xuống nước bỏ qua; dặn Phúc Khang An khi truyền hịch dụ cho Vua Quang Trung nên mở một con đường; chỉ bắt bẻ qua loa rằng biểu văn dùng từ chưa ổn, nếu tình và từ thành khẩn y sẽ giúp tâu lên:

*"**Ngày 12 tháng 3 năm Càn Long thứ 54*** [7/4/1789].

Lại dụ: Mới đây Phúc Khang An tâu rằng đã tiếp được chỉ dụ, nên sẽ không điều binh tiến đánh. Nay Trẫm tường tất truyền dụ thêm: Nước An Nam nhỏ như viên đạn, nếu Thiên triều điều động đại binh phân lộ tiến đánh, thì sẽ bình định lập tức không mấy khó khăn. Nhưng điều động đại binh, thâm nhập tiến đánh, thì không những quân ta chịu lao khổ, mà dân chúng nước này cũng phải chịu đựng tên đạn. Trong, ngoài đối xử giống nhau, dân trong nước và di địch cũng đều là con đỏ (4), lòng Trẫm không nỡ làm như vậy. Huống trước kia Miến Điện giữ người của ta là Dương Trọng Anh không cho trở về, nhưng vì thuỷ thổ nơi đó quá ác liệt, nên cũng bỏ qua không đánh. An Nam và Miến Điện khí hậu giống nhau, mà Nguyễn Huệ sợ hãi Thiên triều, trong biểu văn lời lẽ hết sức cung thuận, xưng là đưa những người đã giết các quan Đề Trấn ra trị tội, lại đưa các quan binh còn kẹt lại trở về hết. Cách xử sự như vậy so với việc làm ngu ngốc trước kia của y thực sai biệt.

Phúc Khang An truyền hịch dụ Nguyễn Huệ, trong sự nghiêm khắc nên mở một con đường. Nên dụ rằng ngươi hối tội cầu hàng, nhưng trong biểu văn dùng từ cũng chưa ổn, Bản Bộ đường đáng phải bác trả lại. Nếu tình và từ thành khẩn, lập ngôn cung thuận, sẽ giúp ngươi trần tấu, để đợi chỉ tuân hành. Theo thể chế của Thiên triều, việc phong đất và chức tước cho các đại viên không phải là chuyện nhỏ, không dám không tâu rõ lên trên; một khi ngươi có lòng thành có thể cầu xin Thánh Thiên tử soi xét. Truyền dụ minh bạch như vậy, bọn Nguyễn Huệ không thấy tuyệt vọng, tất sẽ khẩn thiết khất hàng; đợi đến lúc có thể chấp nhận được, Phúc Khang An xét tình hình tấu lên, rồi Trẫm sẽ ước lượng một lần nữa, để giáng chỉ thi hành." (**Thanh Thực Lục, Cao Tông Thực Lục** quyển 1325, trang 33-34)

Đoàn quân Thanh sang xâm lăng nước ta, nếu tính cả binh phu có đến mấy chục vạn tên; tính đến ngày 30 tháng giêng năm Càn Long thứ 54 [24/2/1789] đám tàn quân thua chạy, do bởi quân Tây Sơn không truy bắt, về đến quan ải gồm năm ngàn mấy trăm tên. Số tướng hiệu bị giết gồm Đề đốc Hứa Thế Hanh; Tổng binh Trương Triều Long, Thượng Duy Thăng, Lý Hoá Long; Tham tướng Dương Hưng Long, Vương Tuyên, Anh Lâm; Phó tướng Na Đôn Hành; Du kích Minh Quế, Trương Thuần, Vương Đàn, Trương Hội Nguyên, Lưu Việt; Đô ty Đặng Vĩnh Lượng; Thủ bị Lê Trí Minh. Thổ tù Điền Châu Sầm Nghi Đống và 2 viên quan văn:

Tri huyện Viên Thiên Lục, Kinh lịch phủ Trương Thành đều bị hại.

Ngoài ra có một số lính tại doanh Quảng Tây, nhân lạc đường từ An Nam chạy sang Vân Nam; sau khi quan lại tại Vân Nam thẩm vấn, bèn cho trở về tỉnh cũ.

Lại còn số tù binh do Vua Quang Trung sai người đem đến quan ải, vào khoảng dưới 1.000 tên, liệt kê qua văn kiện như sau:

"Ngày 17 Giáp Tuất tháng 3 năm Càn Long thứ 54 **[12/4/1789].**

Dụ các quân cơ Đại thần: Lần trước Nguyễn Huệ tống xuất hơn 500 quan binh trở về, lại xưng còn 200 người đang lục tục tiến đến quan ải; lại tống xuất thêm 39 binh phu; như vậy còn hơn 100 người chưa tống xuất. Cứ bảo sẽ lục tục tống hồi, vậy hiện tại có hay không đưa đến thêm? Phúc Khang An hãy điều tra minh bạch rồi tâu đầy đủ...." (**Thanh Thực Lục, Cao Tông Thực Lục** quyển 1325, trang 1-3)

Riêng cánh quân Vân Nam tương đối an toàn; ngoài 1 viên Thiên bả và 10 tên lính thất lạc, số còn lại trở về Vân Nam:

"Ngày 8 tháng 2 năm Càn Long thứ 54 **[4/3/1789].** *Tổng đốc Vân Quí Phú Cương tâu:*

'Tỉnh Vân Nam điều quan binh đến An Nam, đã triệt thoái trở về. Toàn số trở về cửa khẩu, duy tuỳ tòng viên Đề đốc Ô Đại Kinh đến thành nhà Lê, có quân lính và Thiên bả gồm 1 viên Cử nhân võ bị hiệu lực, 1 viên Ngoại uỷ và 10 tên lính bị kẹt lạc phía sau vẫn chưa đến..." (**Thanh Thực Lục, Cao Tông Thực Lục** quyển 1322, trang 18)

Riêng bọn phu mỏ theo đi đánh, lúc rút lui vẫn còn mang ý định chống lại Tây Sơn, trái với chính sách của nhà Thanh bấy giờ; nên Vua Càn Long tỏ ra hậm hực hài tội phu mỏ trước kia trốn ra khỏi nước không xin phép, và ra lệnh bọn quan lại phải thu xếp cho ổn thoả đừng để rắc rối với nhà Tây Sơn:

"***Ngày 1 tháng 3 năm Càn Long thứ 54*** **[27/3/1789]**

.... Còn như bọn xưởng dân, trước kia trốn ra khỏi nước không xin phép vốn là người có tội, nhưng vì tình nguyện đi đánh giặc nên được tha. Khi đại binh đi đánh, bọn xưởng dân chỉ đi theo đám đông, chưa thấy đoạt được thành tích nào nổi bật. Nay công việc tại An Nam có nên đánh hay không do ta quyết định, chẳng vì bọn xưởng dân tình nguyện đánh giặc, rồi các ngươi có hành động thiếu suy nghĩ. Tuy nhiên bọn xưởng dân đã từng theo quan binh đánh trận, nay lại không chịu theo Nguyễn Huệ, không nỡ để chúng bị sát hại, vậy nên lo liệu cách nào cho ổn thoả." (**Cao Tông Thực Lục** quyển 1324, trang 1-3)

Với ý định thiết lập bang giao với Vua Quang Trung, Càn Long trở mặt coi rẽ vua Lê Chiêu Thống, không cho gặp, chỉ cho cơm ăn để sống mà thôi. Lại nhận thấy Vua Chiêu Thống cùng gia đình ở tại Nam Ninh quá gần biên giới, sợ lâu ngày người trong nước ra vào đưa tin tức, gây chuyện lôi thôi với Tây Sơn nên bắt dời đến tỉnh thành Quế Lâm, giao cho viên Tuần phủ ước thúc dòm ngó:

"***Ngày 27 tháng giêng năm Càn Long thứ 54*** **[21/2/1789].**

Lại dụ: Lê Duy Kỳ vốn là người không có khả năng, mấy lần chạy trốn không giữ được đất. Nay đã được sắc phong làm Quốc vương lại bỏ nước trốn lánh, nếu xét theo quan chức tại nội địa thì đáng cách chức trị tội. Tương lai nếu có cầu khẩn xin chiêm cận, xét y không xứng đáng đến kinh khuyết, chỉ coi như người dân nơi biên giới, cho cơm ăn để sống mà thôi. Vả lại Nam Ninh quá gần biên giới, sợ lâu ngày người trong nước y ra vào đưa tin tức, gây nên chuyện lôi thôi. Nên đem Lê Duy Kỳ, mẹ và con cùng đám tuỳ tùng đến an sáp tại tỉnh thành Quế Lâm, tại đó viên Tuần phủ ở gần có thể ước thúc dòm ngó, xem ra có vẻ ổn thoả hơn. Nay truyền dụ cho Tôn Sĩ Nghị, Tôn Vĩnh Thanh tra xem có một công ốc nào bỏ trống, cấp cho Lê Duy Kỳ và quyến thuộc cư trú, cùng ước lượng cấp cho lương thực đủ để sống." (**Thanh Thực Lục, Cao Tông Thực Lục** quyển 1321, trang 30)

Tại miền Nam, vào dịp tết năm Canh Tuất [1789], Nguyễn Vương Phúc Ánh tưởng thưởng cho các tướng sĩ thuộc quân thứ Ba Xắc [Sóc Trăng] đang đánh dẹp quân Tây Sơn; ban dụ rằng:

"Thờ vua lấy trung vốn là chức phận của người làm tôi, mà sai bề tôi lấy lễ cũng là đạo của người làm vua. Nay gặp buổi xuân hoà, muôn vật đều được vui tươi, nghĩ đến các ngươi ở mãi chốn nhung trường, dầu sương giãi tuyết, gian nan như thế, công lao như thế, muốn hậu đãi nhau há lại tiếc sao! Song vì đất nước mới khôi phục, tài sản chưa dồi dào, lấy gì mà thưởng cho thoả lòng được? Nay đặc sai Trung sứ đem cho các ngươi một nghìn quan tiền và các thứ chè bánh để tỏ tình cam khổ cùng nhau".

Vào tháng giêng [26/1-24/2/1789] Thái bảo Tây Sơn Phạm Văn Tham ở Ba Xắc [Sóc Trăng] đem binh thuyền toan vượt biển về Quy Nhơn. Vua sai Lê Văn Quân, Tôn Thất Hội, Võ Tánh, Nguyễn Văn Trương hợp quân để đánh. Bọn Quân thúc quân thẳng tiến, đánh vào Hổ Châu [huyện Trà Ôn, Vĩnh Long], khiến quân Tây Sơn tán loạn, Tham lại lùi về giữ Ba Xắc.

Bộ tướng của Tham có người tên là Thanh Hàm là tướng cũ của Nguyễn Vương. Từ khi Sài Gòn thất thủ, đầu hàng Tây Sơn, Tham tin dùng, sai đóng đồn ở ngoài; cùng với tướng Nguyễn Vương là Nguyễn Văn Mân đối luỹ với nhau. Thanh Hàm với Mân là người quen biết cũ, ngày thường ra khỏi đồn gặp nhau. Hàm bảo Mân rằng:

"Trước tôi làm tôi của Vương, nay làm tướng Tây Sơn, sự thể đến lúc này, chỉ có đợi chết mà thôi, khanh thử vì tôi tính xem".

Mân nói:

"Khanh đầu hàng là thế bất đắc dĩ thôi. Nay giặc như cá trong lưới, khanh không sớm liệu, một mai bị bắt còn mặt mũi nào mà nhìn thấy Vương nữa".

Thanh Hàm nói:

"Tội tôi nặng, sợ Vương không dung".

Mân nói:

"Vương như trời đất cha mẹ, cái gì lại chẳng dung. Khanh đừng ngờ. Chuyển hoạ làm phước như trở bàn tay."

Thanh Hàm nói:

"Khanh hãy vì tôi xin mệnh lệnh, tôi nguyện đem cả đồn này để hiến, không phải nhọc sức tướng sĩ nữa".

Mân nhận lời, luôn đêm ấy vào yết kiến để báo việc ấy; Vương chấp thuận. Mân tức thì báo cho Thanh Hàm. Sáng ngày mai Vương đến luỹ của Mân, Thanh Hàm vào yết kiến, lạy rạp xuống đất xin chịu tội. Vương vỗ về yên ủi, sai về đồn trước, cho Mân đem đại binh theo sau; đến cửa đồn kéo quân thẳng vào, quân Tây Sơn tán loạn. Phạm Văn Tham lui về sông Cổ Cò, bộ hạ là Tham đốc Trần Hiếu Liêm, Chỉ huy Nguyễn Chuẩn đem thuỷ binh từ cửa biển Mỹ Thanh đến giúp. Nguyễn Vương tự đốc binh thuyền đón đánh, Chuẩn thua chết, Hiếu Liêm đem bộ thuộc đầu hàng. Tham nghe tin sợ quá, thế đã cùng bách, quân viện ở ngoài lại không có, nên đến cửa quân xin hàng. Vương tha tội cho, trao cho chức Tiên phong đô đốc dinh Trung quân, giải tán bộ khúc chia vào các quân.

Định lệ thuế cảng và lễ cho những thuyền buôn của người Thanh; phân biệt tiền thuế các thuyền Hải Nam, Triều Châu, Quảng Đông, Phúc Kiến, Thượng Hải. Như thuyền Thượng Hải tiền thuế 3.300 quan; lễ cai tàu sa mặc mát 15 tấm, hàng tơ màu 25 tấm, tiền đãi cơm 100 quan.

Nguyễn Huỳnh Đức từ đất Tây Sơn, trốn sang Xiêm, rồi về Gia Định. Huỳnh Đức là người Kiến Hưng, Trấn Định [Định Tường], sức mạnh tuyệt vời, người ta vẫn khen là hổ tướng. Nguyễn Vương từng đánh nhau với Tây Sơn bị thua, phải thúc ngựa để tránh giặc, Huỳnh Đức chạy theo kịp. Chợt ngựa Vương sa lầy mà quân giặc sắp tới sau chân, Huỳnh Đức lội xuống bùn mang Vương lên bờ, rồi lại ra sức dắt ngựa ra khỏi bùn lầy, rước Vương lên ngựa.

Sau Huỳnh Đức thế cùng, bị Tây Sơn bắt được. Tây Sơn yêu là người có sức mạnh nên dùng. Huỳnh Đức lòng vẫn bùi ngùi không vui. Chợt một đêm nằm mê, gọi tên Văn Huệ mà chửi. Các tướng giặc muốn giết, nhưng Bắc bình vương Nguyễn Huệ ngăn rằng: “*Nói mơ thì có tội gì?*” rồi tha và lại cho thêm châu báu, muốn gây cảm tình; nhưng

Huỳnh Đức cuối cùng vẫn không theo. Khi Bắc bình vương ra Bắc; lưu Huỳnh Đức ở lại theo Trấn thủ Nguyễn Văn Duệ giữ Nghệ An. Duệ là tướng của Vua Thái Đức Nguyễn Nhạc, vốn không thích Bắc bình vương. Huỳnh Đức biết ý ấy, bàn thầm với Duệ lẻn theo đường núi về Quy Nhơn để hợp với Nhạc, mà mình thì nhân lúc hở sẽ về với bản triều. Duệ cho là phải, tức thì bỏ Huệ, đem hơn 5.000 quân sở bộ theo đường núi mà về Nam, sai Huỳnh Đức dẫn 500 quân thân tuỳ đi trước. Đi được hơn một tuần, Huỳnh Đức sai người đến tạ Duệ rằng:

"*Kẻ sĩ ai cũng có chủ, Duệ không phụ Tây Sơn cũng như Huỳnh Đức không phụ chúa cũ. Nếu Duệ có biết Tây Sơn là nguy, chúa cũ của tôi là chính thì nên cùng đi với tôi đến hàng để cùng nhau hưởng giàu sang*".

Duệ biết Huỳnh Đức muốn lừa mình, giận lắm, muốn lừa mà giết đi. Lập tức cho lệnh tiễn đến triệu và nói rằng:

"*Lời khanh nói rất hợp ý ta, nên dừng lại cùng nhau họp mặt nói chuyện, để quyết việc theo hay không*".

Huỳnh Đức được tin báo, cười bảo rằng:

"*Việc theo hay không là do trấn thủ quyết định, cần gì phải họp mặt mà bàn nữa*".

Lại sợ chậm thì Duệ bắt được, tức thì nhân đêm tối đi đường khác, qua Vạn Tượng [Lào], đường lối quanh quất, quân sĩ hết lương, tình thế rất nguy ngập. Nhờ các bộ lạc Lào đem cho lương khô, mới đến được Xiêm La. Khi đến Xiêm thì Nguyễn Vương đã về nước, Vua Xiêm muốn giữ ở lại. Huỳnh Đức bực lắm, trước mặt vua Xiêm bày tỏ hết mọi nỗi vất vả và nói:

"*Nếu giữ lại thì chỉ có chết mà thôi*".

Khí uất bừng bừng, rồi thổ ra một hòn máu. Vua Xiêm thấy là người trung nghĩa rất tôn trọng. Mùa thu năm Mậu thân [1787], Vương đã khôi phục Gia Định, nghe tin Huỳnh Đức ở Xiêm, sai người đem lương thực cấp cho, nay đến Gia Định. Vào yết kiến, Vương yên ủi, rồi trao cho chức Trung dinh giám quân chưởng cơ.

Tháng 2 [25/2-26/3/1789], Nguyễn Vương trở về Sài Gòn, lưu Lê Văn Quân và Võ Tánh ở lại trấn thủ Ba Xắc [Sóc Trăng]. Ốc Nha Ốc người Chân Lạp, theo Tây Sơn giữ các xứ Trà Vinh và Mân Thít [Vĩnh Long] nghe tin Phạm Văn Tham hàng thì trốn chạy đến Cần Thơ; bị bộ tướng của Quân là Cai cơ Nguyễn Văn Phong bắt được. Hơn 1.500 người Chân Lạp ra hàng, sai ghi vào sổ, mỗi người phải nộp 10 hộc thóc để cấp lương quân.

Vương cho rằng việc làm ruộng đương cần, mà trâu bị chết dịch nhiều, cho nên cấm giết. Kẻ nào phạm cấm này, quan thì xử bãi chức, dân thì xử 100 roi và sung dịch phu. Lại thấy rằng tổng Kiến Hoà thuộc dinh Trấn Định [Định Tường] nhiều ruộng bỏ hoang, nhà nước cấp trâu để cày, nếu bị dịch chết thì không bắt đền.

Tháng 3 [27/3-24/4/1789], triệu Lê Văn Quân và Võ Tánh về Sài Gòn. Sai Già Tri Giáp người Chân Lạp coi phủ Ba Xắc. Vương thấy dân Chân Lạp khi theo khi phản, khó có người cai trị ngăn giữ, mà Giáp vốn được quan địa phương tôn phục, cho nên đặc cách ban mệnh.

Bãi phủ binh tức lính địa phương giữ các đồn ở Phiên Trấn [Gia Định] về làm ruộng; dụ rằng:

"*Trước đây bờ cõi chưa yên, việc quân đương bận, phủ binh chia nhau đóng đồn, khó nhọc chẳng phải một ngày.*

Nay uy vua lan rộng, đảng nghịch dẹp yên, nơi rậm rạp đã không quân ẩn nấp, chốn gia đình nên có thú vui vầy. Vậy tinh binh ở đồn thì tạm để lại phòng thủ, còn phủ binh hết thảy cho về".

Chú thích:

1. **Đại Nam Chính Biên Liên Truyện**, **Nhà Tây Sơn**, trang 147 -151.

2. Xem **Thanh Thực Lục**, bản dịch của Hồ Bạch Thảo, Hà Nội: NXB Hà Nội, 2019, tập 1, trang 244.

3. Đề, Trấn: các chức Đề đốc, Trấn thủ, như bọn Hứa Thế Hanh, Trương Triều Long.

4. Con đỏ: dịch chữ "xích tử", ý chỉ nâng niu như con nhỏ mới sinh.

BẢNG TRA CỨU

- Càn Long

2308, 2309, 2310, 2311, 2312, 2313, 2314, 2316, 2319, 2321, 2322, 2324, 2325, 2333, 2338, 2339, 2340, 2342, 2343, 2348, 2349, 2350, 2351, 2352, 2353, 2357, 2358, 2359, 2360, 2363, 2364, 2365, 2367, 2369, 2371, 2379, 2386, 2387, 2388, 2390, 2391, 2392, 2393, 2395, 2397, 2398, 2400, 2402, 2403, 2404, 2405, 2406, 2407, 2409, 2411, 2412, 2414, 2417, 2421, 2423, 2425, 2426, 2428, 2430, 2431, 2432, 2433, 2434, 2437, 2439, 2440, 2441, 2443, 2444, 2447, 2448, 2449, 2452, 2453, 2454, 2455, 2456, 2457, 2458, 2459, 2460, 2461, 2462, 2463, 2465, 2466, 2468, 2469, 2471, 2472, 2474, 2476, 2477, 2478, 2480, 2481, 2483, 2484, 2489, 2491, 2495, 2496, 2497, 2503, 2504, 2505, 2508, 2509, 2510, 2511, 2512, 2513, 2514, 2515, 2517, 2519, 2523, 2527, 2529, 2531, 2532, 2534, 2535, 2536, 2537, 2542, 2550, 2552, 2559, 2561, 2563, 2565, 2573, 2574, 2575, 2576, 2579, 2583, 2585, 2594, 2600, 2602, 2604, 2606, 2607, 2608, 2610, 2611, 2615, 2620, 2622, 2623, 2625, 2637, 2638, 2642, 2647, 2654, 2655, 2657, 2659, 2660, 2680, 2690, 2691, 2692, 2693, 2695, 2706, 2707, 2708, 2711, 2717, 2719, 2720, 2721, 2722, 2723, 2725, 2726, 2727, 2729, 2735, 2736, 2737, 2738, 2739, 2741, 2743, 2745, 2748, 2750, 2751, 2754, 2755, 2756, 2757, 2759, 2761, 2762, 2763, 2764, 2765, 2766, 2775, 2779, 2781, 2786, 2787, 2788, 2793, 2794, 2795, 2796, 2797, 2798, 2799, 2800, 2801

2525, 2526, 2543, 2554, 2587, 2647, 2652, 2654, 2701, 2806

2454, 2521, 2587

2618, 2677, 2696, 2697

2355, 2443, 2613

[illegible]37

MỤC LỤC TẬP NĂM

Nhân Ảnh
2023

Liên lạc tác giả:
Email: thao.b.ho@gmail.com

Liên lạc Nhà xuất bản
Nhân Ảnh
E. mail: han.le3359@gmail.com
(408) 722-5626

www.ingramcontent.com/pod-product-compliance
Lightning Source LLC
LaVergne TN
LVHW032110041026
849525LV00005B/1496
9798869086471